பஷீர் கதைகள்
தேர்ந்தெடுக்கப்பட்ட நாற்பது கதைகள்

● அன்பார்ந்த வாசகருக்கு,

வணக்கம்.

காலச்சுவடு நூலை வாங்கியமைக்கு நன்றி.

நூலின் உள்ளடக்கம், உருவாக்கம், அட்டைப்படம் இன்ன பிற அம்சங்கள் பற்றிய உங்கள் கருத்துகளையும் ஆலோசனைகளையும் காலச்சுவடு வரவேற்கிறது. தகவல், எழுத்து, வாக்கியப் பிழைகள் தென்பட்டால் அவசியம் தெரிவித்து உதவுங்கள். நூல் தயாரிப்பில் கடும் குறைபாடு இருப்பின் மாற்றுப் பிரதி உங்களுக்குக் கிடைக்கக் காலச்சுவடு ஏற்பாடு செய்யும்.

மின்னஞ்சல்: **publisher@kalachuvadu.com**

காலச்சுவடு நாகர்கோவில் அலுவலகத்திற்குக் கடிதம் அனுப்பலாம்.

தங்கள்
எஸ்.ஆர். சுந்தரம் (கண்ணன்)
பதிப்பாளர் – நிர்வாக இயக்குநர்

Unauthorised use of the contents of this published book, whether in e-book or hardcopy format, for any type of Artificial Intelligence (AI) training — including but not limited to Machine Learning, Deep Learning, Natural Language Processing, Computer Vision, Chatbot Training, Image Recognition Systems, Recommendation Engines, and Language Models — is strictly prohibited without prior licensing from the publisher. Any such unauthorised use may result in legal action.

பஷீர் கதைகள்

வைக்கம் முகம்மது பஷீர் (1908 – 1994)

1908 ஜனவரி 19ஆம் தேதி கேரளா வைக்கம் தாலுகாவில் தலையோலப் பரம்பில் பிறந்தார். பத்தாம் வகுப்பு படிக்கும்போது வீட்டைவிட்டு ஓடி, இந்திய தேசியக் காங்கிரஸில் சேர்ந்து உப்பு சத்தியாக்கிரகத்தில் கலந்துகொண்டார். சுதந்திரப் போராட்ட வீரராக சென்னை, கோழிக்கோடு, கோட்டயம், கொல்லம், திருவனந்தபுரம் சிறைகளில் தண்டனை அனுபவித்தார். பகத்சிங் பாணியிலான தீவிரவாத அமைப்பொன்றை உருவாக்கிச் செயல்பட்டார். அமைப்பின் கொள்கை இதழாக *உஜ்ஜீவனம்* வார இதழையும் தொடங்கினார். பத்தாண்டுகள் இந்தியாவெங்கும் தேசாந்திரியாகத் திரிந்தார். பிறகு ஆப்பிரிக்காவிலும் அரேபியாவிலும் சுற்றினார். இக்காலகட்டத்தில் பஷீர் செய்யாத வேலைகளே இல்லை. ஐந்தாறு வருடங்கள் இமயமலைச் சரிவுகளிலும் கங்கையாற்றின் கரைகளிலும் இந்துத் துறவியாகவும் இஸ்லாமிய சூஃபியாகவும் வாழ்ந்தார். சுதந்திரப் போராட்ட வீரர்களுக்கான மத்திய, மாநில அரசுகளின் ஓய்வூதியம், சிறப்பு நல்கை, இந்திய அரசின் பத்மஸ்ரீ விருது, கோழிக்கோடு பல்கலைக்கழகத்தின் டி.லிட்., சம்ஸ்கார தீபம் விருது, பிரேம் நசீர் விருது, லலிதாம்பிகா அந்தர்ஜனம் விருது, முட்டத்து வர்க்கி விருது, வள்ளத்தோள் விருது, ஜித்தா அரங்கு விருது போன்ற பல்வேறு விருதுகள் பெற்றவர்.

1994 ஜூலை 5ஆம் தேதி காலமானார்.

மனைவி : ஃபாபி பஷீர்

மக்கள் : ஷாஹினா, அனீஸ் பஷீர்.

சு. குமாரன்
தொகுப்பாசிரியர்

கோவையில் பிறந்தவர். அச்சிதழ், தொலைக்காட்சி, நூல் வெளியீட்டுத் துறைகளில் பணியாற்றியவர். கவிஞர், கட்டுரையாளர், நாவலாசிரியர், மொழிபெயர்ப்பாளர். *காலச்சுவடு* இதழின் பொறுப்பாசிரியர். கனடா தமிழ் இலக்கியத் தோட்டம், கோவை கொடீசியா அமைப்பு ஆகியவற்றின் வாழ்நாள் சாதனையாளருக்கான இயல் விருது, புத்தகத் திருவிழா விருதுகளை 2016, 2023ஆம் ஆண்டுகளில் பெற்றார்.

தொடர்புக்கு: nsukumaran@gmail.com

குளச்சல் யூசுஃப்
மொழிபெயர்ப்பாளர்

குமரி மாவட்டம், குளச்சலில் பிறந்தவர். தற்போது நாகர்கோவிலில் வசித்துவருகிறார். வைக்கம் முகம்மது பஷீரின் படைப்புகள் உட்பட முப்பதுக்கும் மேற்பட்ட நூல்களைத் தமிழில் மொழிபெயர்த்துள்ளார். செம்மொழித் தமிழாய்வு மத்திய நிறுவனத்துக்காக நாலடியார், இன்னா நாற்பது, இனியவை நாற்பது, கார் நாற்பது, களவழி நாற்பது, நான்மணிக்கடிகை ஆகிய அறநூல்களை மலையாளத்திலும் மொழியாக்கம் செய்துள்ளார். மொழிபெயர்ப்பிற்கான சாகித்திய அகாதெமி விருது, தமிழ்நாடு அரசு விருது, ஆனந்த விகடன் விருது, உள்ளூர் பரமேஸ்வரய்யர் விருது, வி.ஆர். கிருஷ்ணய்யர், நல்லி – திசையெட்டும், ஸ்பாரோ கவிக்கோ உட்படப் பல்வேறு விருதுகள் பெற்றுள்ளார்.

மின்னஞ்சல்: kulachalsmyoosuf@gmail.com

அலைபேசி : 99949 23926

பஷீர் கதைகள்
தேர்ந்தெடுக்கப்பட்ட நாற்பது கதைகள்

தேர்வும் தொகுப்பும்
சுகுமாரன்

மலையாளத்திலிருந்து தமிழில்
குளச்சல் யூசுஃப்

காலச்சுவடு பதிப்பகம்

பஷீர் கதைகள் தேர்ந்தெடுக்கப்பட்ட நாற்பது கதைகள் ✽ ஆசிரியர்: வைக்கம் முகம்மது பஷீர் ✽ தேர்வும் தொகுப்பும்: சுகுமாரன் ✽ மலையாளத்திலிருந்து தமிழில்: குளச்சல் யூசுஃப் ✽ © ஷாஹினா, அனீஸ் பஷீர் ✽ முதல் பதிப்பு: டிசம்பர் 2020, பத்தாம் பதிப்பு: ஜூலை 2025 ✽ வெளியீடு: காலச்சுவடு பப்ளிகேஷன்ஸ் (பி) லிட்., 669 கே.பி. சாலை, நாகர்கோவில் 629001

bashiir kataikaL Selected Forty Stories of Vaikom Mohammed Basheer ✽ Compilation and Editorial Format: Sukumaran ✽ Translated from Malayalam by: Colachel Yoosuf ✽ © Shahina, Anees Basheer ✽ Language: Tamil ✽ First Edition: December 2020, Tenth Edition: July 2025 ✽ Size: Demy 1 x 8 ✽ Paper: 18.6 kg maplitho ✽ Pages: 504

Published by Kalachuvadu Publications Pvt. Ltd., 669 K.P. Road, Nagercoil 629001, India Phone: 91-4652-278525 ✽ e-mail: publications@kalachuvadu.com ✽ Illustrations: Namboothiri ✽ Printed at Mani Offset, Chennai 600077

ISBN: 978-93-90224-86-9

07/2025/S.No. 978, kcp 5887, 18.6 (10) 9ss

பொருளடக்கம்

தொகுப்புரை: உம்மிணி வலிய கதைகள்	9
மொழிபெயர்ப்பாளர் உரை	13
முன்னுரை: பஷீர் எனும் தனிமரம்	15
ஜென்ம தினம்	29
ஐசுக்குட்டி	48
டைகர்	57
கள்ள நோட்டு	64
செகண்ட் ஹாண்ட்	70
ஒரு சிறைப்பறவையின் புகைப்படம்	84
மனைவியின் காதலன்	100
அம்மா	107
போலீஸ்காரனின் மகள்	122
அபூர்வ தருணங்கள்	137
புனிதரோமம்	140
பூ நிலவில்	145
அனல் ஹக்	155
மூடர்களின் சொர்க்கம்	162
பூவன்பழம்	172
நிலவைக் காணும்போது	190
முதல் முத்தம்	198
கால் சுவடு	208

ஆளரவமற்ற வீடு	217
நீலவெளிச்சம்	224
போலீஸ்காரனின் மகன்	240
ஏழைகளின் விலைமாது	244
இடியன் பணிக்கர்	249
வளையிட்ட கை	253
உலகப் புகழ்பெற்ற மூக்கு	261
தங்கம்	271
ஒரு பகவத் கீதையும் சில முலைகளும்	277
எட்டுக்காலி மம்மூஞ்ஞு	297
ரேடியோகிராம் என்னும் ரதம்	307
பர்ர்ர் . . . !	314
ஆனைமுடி	324
எனது நைலான் குடை	350
ஒரு கணவனும் மனைவியும்	358
சிரிக்கும் மரப்பாச்சி	393
நூறுரூபாய் நோட்டு	418
மனைவியைத் திருடிச்செல்ல ஆள் தேவை	422
பூமியின் வாரிசுதாரர்கள்	440
நோட்டு இரட்டிப்பு	457
தங்க மாலை	465
சிங்கிடி முங்கன்	475

தொகுப்புரை

உம்மிணி வலிய கதைகள்

தமிழ் இலக்கிய வாசகரிடையே வைக்கம் முகம்மது பஷீருக்கு நிகராக ஏற்புப் பெற்ற இன்னொரு மலையாள எழுத்தாளர் இல்லை. அவருடைய நூல்களுக்குத் தொடர்ந்து விசாரிப்புகள் இருப்பதும் வாசிக்கப்படுவதும் அதிக இடைவெளி இன்றி அவை தொடர்ந்து பதிப்பிக்கப்படுவதும் இதை நிரூபிக்கின்றன. முன் தலைமுறையினரிடையே மட்டுமல்ல; புதிய தலைமுறையினரிடையிலும் அவரது பாதிப்பைக் காண முடிகிறது. பஷீர் இன்று தமிழ் எழுத்தாளர்களில் ஒருவராகவே கருதப்படுகிறார்.

பஷீரின் கதைகளும் நாவல்களும் மலையாளத்தில் வெளியான ஏறத்தாழ அதே காலத்திலேயே தமிழிலும் மொழியாக்கம் செய்யப்பட்டன. அவை வரவேற்கப்பட்டன; விவாதிக்கப்பட்டன. எனினும் இன்று அடைந்திருக்கும் பரந்த வாசகக் கவனிப்பைப் பெற்றிருக்கவில்லை. ஒரே கதைக்கும் ஒரே நாவலுக்கும் ஒன்றுக்கும் மேற்பட்ட மொழிபெயர்ப்புகள் அமைந்தபோதும் பஷீர் முழுக் கவனம் பெறவில்லை. இதுவரையான மொழிபெயர்ப்புகளில் தென்பட்ட சீரற்றதன்மை ஒரு காரணம். அவர் எழுதிய துண்டுக் குறிப்பு களும் ஒற்றைவரிக் கடிதங்களும் உட்பட சகல எழுத்துக்களும் சீர்மை கொண்டவை. தனித்த ஒரு வரியிலேயே பெரும் இலக்கிய ஆளுமையின் இருப்பைக் காட்டியவை. தமிழில் மேற்கொள்ளப்பட்ட

மொழிபெயர்ப்புகளில் இந்தச் சீர்மை கைநழுவியிருந்ததே அவரது படைப்புகளுக்கு உரிய மதிப்புக் கிட்டாமற் போனதற்குக் காரணம். நுட்பமான தகவல்களும் நுண் உணர்வுகளும் விரவிக் கிடக்கும் அவரது எழுத்து மொழிபெயர்ப்புக்கு அவ்வளவு இசைவானது அல்ல. அந்த நுட்பங்கள் சரியாக மொழிமாற்றப் படாவிட்டால் மூலத்தில் திரண்டிருக்கும் கலைப் பெறுமதி தமிழாக்கத்தில் காணாமற்போகும் அபாயம் நேர்ந்துவிடுகிறது. கதைத் தலைப்புகளிலும் கதாபாத்திரப் பெயர்களிலும் உரையாடல்களில் காணும் தனித்த ஒலிக் குறிப்புகளிலும் பஷீர் இடம்பெறச் செய்யும் நுட்பங்கள் பெறுமொழியில் நம்பகமாகப் பெயர்க்கப்படாவிட்டால் படைப்பு ஒடுக்கு விழுந்ததாகிறது. பஷீரின் புகழ்பெற்ற *எங்க உப்புப்பாவுக்கொரு ஆனையிருந்தது* நாவலை எடுத்துக்காட்டாகச் சொல்லலாம்.

மலையாள மூலத்தின் தலைப்பு *ன்டெப்புப்பாக் கொரானேண்டார்ந்நு*. தலைப்பிலேயே நாவலின் இயல்பை ஆசிரியர் விளக்கிவிடுகிறார். நாவல் முஸ்லிம் சமுதாயப் பின்புலத்தைக் கொண்டது. கல்வியின் நாசூக்குத் தெரியாத அடித்தட்டுப் பின்னணியைச் சேர்ந்தது. இழந்துபோன நல்வாழ்வின் ஏக்கத்தைச் சொல்வது என்று கதையோட்டத்தின் முழுப் பொருளையும் குறிப்புணர்த்திவிடுகிறார். எங்கள் தாத்தாவுக்கு ஒரு யானை இருந்தது என்று இலக்கணச் சுத்தமாக மொழியாக்கம் செய்யும்போது அதன் உயிர்த் தொனி மறைகிறது. குறிப்பாக 'மொழிச்சுத்தம்' இல்லாத பஷீரைத் தூய்மையாக மொழிமாற்றுவது அவருக்குச் செய்யும் கலைத் தீங்கு. இந்த நாவலை ஆங்கிலத்தில் மொழிமாற்றம் செய்த ஆர்.இ. ஆஷர் இங்கு குறிப்பிட்ட நுட்பத்தை இயன்றவரை சாத்தியமாக்கியிருந்தார்; *மி க்ராண்டாட் ஹேடென் எலிபெண்ட்* என்று வழக்கிலில்லாத ஆங்கிலத்தில் பெயர்த்திருந்தார். அது நாவலை வாசகருடன் நெருங்க உதவியது. தமிழில் முன்னர் வெளிவந்த மொழிபெயர்ப்புகளில் இல்லாமலிருந்தது பஷீரிய நுட்பம் குறித்த கவனமின்மையே. அதனாலேயே பஷீர் எழுத்துக்கள் படைப்புகளாக இல்லாமல் வெறும் கதைகளாக வலுவிழந்தன. அவற்றைப் படைப்புகளாக மீட்டெடுத்தவை காலச்சுவடு பதிப்பகத்தின் பஷீர் நூல்கள்.

இந்த மீட்டெடுப்பால் இரண்டு விளைவுகள் நேர்ந்தன. ஒன்று: வைக்கம் முகம்மது பஷீர் இந்திய மொழிப் படைப்பாளர்களில் தலையாய ஒருவராகத் தமிழில் ஏற்கப்பட்டார். தமிழ் வாசகர்களிடையே பரவலான கவனத்துக்கு அவரது படைப்புகள் சென்றன. காலச்சுவடு பதிப்பகம் தொடர்ந்து பதிப்பிக்கும் பிற

மொழி எழுத்தாளர்களில் இன்றியமையாதவராக பஷீர் இருப்பதே இதற்குச் சான்று. இரண்டு: நம்பகமான மொழிபெயர்ப்பின் மூலம் ஓர் எழுத்தாளரின் இடத்தை மேலும் துலங்கச் செய்ய முடியும் என்பதும் அதன் வாயிலாக அவரது இலக்கிய வாழ்நாள் காலத்தைக் கடந்தும் நிலைபெறும் என்பதும் நிறுவப்பட்டமை. பஷீரை வாசிப்பதற்காகவே மலையாள மொழியைக் கற்றுக்கொண்டவரான குளச்சல் யூசுஃப் தான் அடைந்த கல்விக்குக் கைம்மாறாகவே பஷீர் படைப்புகளை மேற்கொண்டிருக்கிறார். அவரது மொழியாக்கங்கள் பெற்றிருக்கும் வாசக அங்கீகாரமே சான்று. காலச்சுவடு வெளியிட்டிருக்கும் பெரும்பான்மையான பஷீர் படைப்புகள் அவரது மொழியாக்கப் பணிக்குக் கிடைத்திருக்கும் உபரி மதிப்பு.

வைக்கம் முகம்மது பஷீரின் ஏறத்தாழ முக்காற் பங்குப் படைப்புகளை காலச்சுவடு பதிப்பகம் புதிய மொழிபெயர்ப்புகளாக நூல் வடிவில் வெளியிட்டிருக்கிறது. அவரது முக்கியமான எட்டு நாவல்களும் தனித்தனியாகவும் பின்னர் மொத்தத் தொகுப்பாகவும் *பஷீர் நாவல்கள்* (2016, 2017) வெளிவந்திருக்கின்றன. புனைவல்லாத ஆக்கமான *உண்மையும் பொய்யும்* (2011) புத்தக வடிவம் பெற்றுள்ளது. பஷீர் படைப்புலகின் பெரும் பரப்பு சிறுகதைகளால் ஆனது. சிறுகதை வடிவத்தில் வெளியிடப்பட்ட புனைவுகளின் எண்ணிக்கை 94. (அவர் எழுதிய கடிதங்களும் சிறுகுறிப்புகளும் அனுபவத் தீற்றல்களும் அவரது காலத்திலும் மறைவுக்குப் பின்னாலும் சிறுகதைகளாக வெளியிடப்பட்டன. அவை கணக்கில் சேர்க்கப்படவில்லை). இவற்றில் பஷீரின் முத்திரைக் கதைகளாகக் கருதப்படுபவற்றைத் தேர்ந்தெடுத்து இரண்டு தொகுப்புகளாகக் காலச்சுவடு பதிப்பகம் வெளியிட்டுள்ளது. *உலகப் புகழ்பெற்ற மூக்கு* என்ற தலைப்பில் 16 கதைகள் 2008இல் வெளிவந்தது. 24 கதைகள் *அனல் ஹக்* என்ற தொகுப்பாக 2015இல் வெளியானது. பஷீரை அறியவும் அவரது கதைக் கலையை உணரவும் இந்த 40 கதைகள் கணிசமானவை. அவை அனைத்தும் செம்மையாக்கப்பட்டும் கால வரிசைப்படி நிரல்படுத்தப்பட்டும் இந்த நூல் உருவாக்கப்பட்டுள்ளது. வைக்கம் முகம்மது பஷீரை விரும்பி வாசிக்கும் தமிழ் வாசகர்களுக்கு பஷீர் கதைகள் ஓர் இலக்கியக் கொடையாக அமையும் என்பது நம்பிக்கை.

வைக்கம் முகம்மது பஷீரின் நூல்களைத் தமிழில் பதிப்பிக்கும் உரிமையைப் பெற உதவிய உள்ளூர் பரமேஸ்வர ஐயர், மொழிபெயர்த்து வெளியிட இசைவளித்த ஷாஹினா,

அனீஸ் பஷீர், தமது ஓவியங்களை இணைத்துக்கொள்ள இசைவு தெரிவித்த ஓவியர் நம்பூதிரி ஆகியோருக்கும் நூலின் முகப்பைச் சிறப்பாக வடிவமைத்திருக்கும் ரோஹிணி மணிக்கும் நன்றிகள்.

திருவனந்தபுரம்
09.12.2020

சுகுமாரன்
தொகுப்பாசிரியர்

மொழிபெயர்ப்பாளர் உரை

நவீன மலையாள எழுத்துலகில் அதிகம் வாசிக்கப்பட்டது பஷீரிய இலக்கியம். பூமிப் பந்தில் அல்லாஹ்வால் பதித்து அருளப்பட்ட இரண்டேக்கர் நிலத்தின் வாரிசுதாரர்களான ஆடு, நாய், நரி, பூனை, எலி, நல்ல பாம்பு, சாரைப் பாம்பு, கருந்தேள், கோழி, குழியானைகள், தேங்காய், மாங்காய், மங்குஸ்தான் மரம்... கூடவே, மருந்துபோல் ஒரேயொரு மனைவி என பஷீரின் கதைக்களம் மட்டுமல்ல, கதாபாத்திரங்களும் அவர் அதைச் சொல்கிற முறையும் தனித்துவமானவை.

வாழ்க்கைக்குள், மனித மனங்களுக்குள் ஊடுருவிச் செல்லும் பஷீரிய இலக்கியத்தின் முழுமை ஓசைகளாலும் வாசனைகளாலும் மழலை மொழிகளாலும் நிரம்பியது. திக்ரு ஓசை, பிரபஞ்ச முழக்கம், ஓங்கார நாதம், அரசியல் கோஷம், லாக்கப் நெடி, ஓரினச் சேர்க்கையாளர்களின் வாசம் என மலையாள மண்ணில் உருக்கொண்ட, தோற்றத்தில் எளியதும் உட்பொருளில் தீர்க்கமானதுமான அதன் தொனிகள், பொது அனுபவங்களை நோக்கி வியாபித்துச் செல்பவை.

மர நிழலில், ஃபிளாஸ்கில் கட்டன் சாயாவும், விரலிடுக்கில் பீடியுமாகச் சாய்வு நாற்காலியில் பஷீர் உட்கார்ந்து மலையாள மொழியில் சொல்லும் கதையை, எதிரில் போடப்பட்ட பெஞ்சில் மலையாளிகள் அமர்ந்து கேட்க வேண்டும். அதாவது, வைக்கம் முகம்மது பஷீரை வாசித்துப்

புரிந்துகொள்ள வேண்டுமெனில் மலையாளியாகப் பிறக்க வேண்டுமென்கிற அளவுக்குத் தனித்துவமும் பண்பாடுகளின் சிறப்புக் கூறுகளும் கொண்டது பஷீரிய இலக்கியம்.

இரு மொழிகளைத் தெரிந்துவைத்திருப்பதால் மட்டும் பஷீரை மொழிபெயர்த்துவிட இயலாது என்று புரிந்துகொண்ட கவிஞர் சுகுமாரன் இப்பெரும் பணிக்கு என்னைப் பரிந்துரைத்தார். மலையாள ஆசிரியராகப் பணியாற்றிய தனது தமையனின் அறிவுரைகளைக் கண்டுகொள்ளாமல் இலக்கியத்தின், மொழியின் வரம்புகளைக் கடந்து பஷீர் சொன்ன சிறுகதைகள் 'உலகப் புகழ்பெற்ற மூக்கு' என்னும் தலைப்பிலும் 'அனக் ஹக்' என்னும் தலைப்பிலும் என்னுடைய மொழிபெயர்ப்பில் தனித்தனி நூல்களாக வெளிவந்தன. இவ்விரு தொகுப்புகளும் தற்போது 'பஷீர் கதைகள்' (தேர்ந்தெடுக்கப்பட்ட நாற்பது கதைகள்) என்னும் தலைப்பில் வெளிவருகிறது.

வைக்கம் முகம்மது பஷீரை மொழியாக்கம் செய்யும் என்னுடைய தனித்துவ முயற்சியில் மொழியாக்க விதிகளை ஓரளவுதான் பின்பற்ற முடிந்தது. ஆயினும், இதில் நான் வெற்றிபெற்றேன் என்பதை வாசகர்களின் பாராட்டு மூலம் புரிந்துகொள்கிறேன். தொடர்ந்து, காலச்சுவடு தந்த ஊக்கம் பஷீரின் பெரும்பாலான படைப்புகளையும் மொழியாக்கம் செய்வதற்கு உறுதுணையாக இருந்தது. இதற்கு உதவியாக இருந்த அனைவருக்கும் நன்றி.

20.10.2020   குளச்சல் யூசுஃப்

முன்னுரை

பஷீர் எனும் தனிமரம்

இந்த நூற்றாண்டின் துவக்ககால நான்கைந்து பத்தாண்டுகளில் கேரள இளைஞர்கள் மிக முக்கியமான, அடிப்படையான சில கேள்விகளை முன்வைத்தார்கள். போருக்கு முன்பின் காலகட்டங்களில் இந்தக் கேள்விகளின் நோக்கம் மிகவும் முக்கியத்துவம் வாய்ந்தவையாகவும் இருந்தன. ஏழ்மையைக் குறித்த அவர்களது தெளிவுதான் அதற்கான காரணம். உலகம் முழுவதுமே, உணவும் பரஸ்பர அன்பும் நீதியும் ஆரோக்கியமும் மிகவும் குறைந்துகொண்டிருப்பதாக அவர்கள் உணர்ந்தார்கள். உன்னதமெனக் கருதப்படும் தர்மம், அதர்மத்தின் சுவையுடன் இருப்பதாகவும், பாலகர்கள் அருந்திக்கொண்டிருப்பது பூதகியின் முலைப்பால் என்றும் அவர்கள் உரத்த குரலில் பேசினார்கள். சட்டகங்களின் பாதுகாவலர்களை நோக்கி அவர்கள் கேள்விக் கணைகளைத் தொடுத்தார்கள். குடும்ப வரையறைகளைப் பற்றி மட்டுமல்ல, அரசு, மத நிறுவனங்கள் அனைத்துமே கேள்விக்குள்ளாக்கப்பட்டு அவற்றைக் கட்டுப்பாட்டுக்குள் வைத்திருப்பவர்களது நோக்கமும் சரியான வகையில் சந்தேகிக்கப்பட்டன. இந்தக் காலகட்டத்தின் இளைஞர்தான் பஷீர். இந்த நாற்சந்தியில் நின்றுகொண்டுதான் 'சப்தங்க'ளின் நாயகன் படைப்பாளியிடம் கேட்கிறான்:

"நான் ஒன்று கேட்கட்டுமா? கடவுள் இருக்கிறானா?"

"தேவைப்படுபவர்களுக்கு இருக்கிறான். இந்த முப்பத்து நான்காவது வயதில் எனக்கு இப்படித்தான் சொல்லத் தோன்றுகிறது."

இருபத்தொன்பதாவது வயதில் ராணுவத்திலிருந்து பிரிந்து வந்த வீரனுக்கு இப்படி தோன்றுவதற்கான காரணங்கள் எதுவுமிருக்கவில்லை. தனது இருப்புக்கான காரணகர்த்தாக்க ளென்று கருதிக்கொள்ளும் தாய் தந்தையரை அவன் அறிவதுகூட, பிஞ்சுப்பருவத்திலேயே தன்னை உதாசீனப்படுத்திச் சென்றுவிட்டவர்கள் என்ற அளவில் மட்டும்தான். இந்த நாற்சந்தியில் அவர்களும் இல்லையென்ற முடிவுக்கு அவன் வந்துசேர்ந்திருந்தான்.

பெருவெளியில் அனாதையாக்கப்பட்ட இந்த மனிதனின் சாயல் பஷீரின் பெரும்பாலான படைப்புகளிலும் பஷீர் என்ற கதாபாத்திரத்திலும் உண்டு.

"போடா... நீ, போ... ஊரு ஒலகத்தெ ஒண்ணு சுத்திக் கெறங்கிப் படிச்சுட்டு வா. மனசுலாச்சுதா? இல்லியா."

"போடா... நீ." அந்தச் சத்தம் உலகத்தின் எல்லைவரை மஜீதை விரட்டியடிப்பதற்கான வீரியம்கொண்டது.

'பால்யகால சகி'யில் வரும் இந்தச் சித்திரத்தை 'நினைவுகளின் அறைகளிலும்' பஷீர் காட்சிப்படுத்தியிருக்கிறார்.

உலகத்தின் எல்லை மட்டுமல்ல, ஒவ்வொன்றின் எல்லை களையும் தேடும் ஜீவமரணச் சிந்தனைக்குள் தூக்கியெறியப் படுகிறார் பஷீர். பதில்கள் கிடைக்கும் கேள்விகளுக்குள் சென்றடையும் எந்தக் கதையையும் பஷீர் எழுதியதில்லை. அவை, சுகத்தையும் சோகத்தையும் பகடி செய்கின்றன. அவற்றின் வரம்புகளை அமிழ்த்திவிடுகின்றன. தெருத்தெருவாகத் திரிபவன் தனது அனுபவங்களுக்குப் பெயர் சூட்டுவதில்லை.

விரட்டியடிக்கப்பட்டு, அலைந்து திரிந்து, தன் ஆதிக்கத்தின் கீழ் கொண்டுவந்த தேசங்களுக்குள் தன்னை உறுதிப்படுத்திக் கொண்ட இந்த சுல்தான், ஓர் இடிஃபஸ் சுற்றைப் பூர்த்தி செய்திருப்பதை நாமின்று அறிவோம். கில்கமேசைப் போல், கர்ணனைப் போல், ராமனைப் போல், ஏசுகிறிஸ்துவைப் போல் அவர் தனக்கான ஒரு தேசத்தை ஸ்தாபித்திருக்கிறார். இன்றைய இந்தக் கதாநாயகன் தேசாடனம் செய்த உலகங்கள் வேறுபாடுகளுடன் கூடியவை மட்டுமல்ல, அவர் ஸ்தாபித்துக்கொண்ட தேசத்தின் நீதியும் முறைமைகளும்கூட. அதுபோன்ற வேறுபாட்டுத் தன்மைகளுடன் புதியதாகவே

இருக்கின்றன. தான் தேடியெடுத்த ஒரு துண்டு பூமியில் அவர் புதியதொரு உலகின் தளிர்களையும் விதைகளையும் முளைக்கச்செய்கிறார். நரிகள், பாம்புகள், புள்ளினங்கள், வௌவால்கள் எனப் பூமியின் பிற வாரிசுதாரர்களையும் அதில் சேர்த்துக்கொள்கிறார். பூமியின் உரிமையாளர்கள் யார், அதன் அனுபவ உரிமை யாருக்கு என்றெல்லாம் கேட்கப்படும் கேள்விகளுக்கான இன்றைய பதில்கள் அனைத்தும் பொய் யென்பதை பஷீர் அறிவார். படைப்புகளிலும் இதற்குச் சரியான பதில்கள் சொல்லப்படவில்லை. வாழ்க்கையின் ஒரு சிறு துண்டிக்கப்பட்ட பகுதி மட்டுமே நமது படைப்புகளில் இடம்பெற்றிருக்கிறது. ஆனால் பஷீர் அனுபவங்களின் புதிய, பெரும்பரப்பையே படைப்புகளின் மூலம் பதிவுசெய்திருக்கிறார். காடாக விரியும் தனியொரு விருட்சத்தின் சுய அனுபவம்தான் பஷீரின் படைப்புலகம்.

“எனக்குப் பலநூறு அனுபவங்கள்”, “வெந்து நீறும் இந்த அனுபவங்களும் எழுதுகோலும் தவிர மற்ற எதுவுமே என்னிடம் இல்லை” என்றெல்லாம் பஷீர் பலமுறை குறிப்பிட்டிருக்கிறார். அலைந்து திரிந்த அந்த அனுபவம் பஷீரை அடங்கியிருக்க விடாமல் வேட்டையாடி, வேதனைக்குட்படுத்திக் கதைகளுக்குள் கொண்டுசேர்த்தவர் யார்? கலாச்சாரத்தின் எண்ணற்ற தொட்டில்களைத் தேடவும் பரிவைச் சுரக்கும் ஆயிரமாயிரம் முலைக்காம்புகளைத் தேடவுமாக, கருணையே இல்லாத எந்த விதிகர்த்தா இந்த முதிர்ந்த குழந்தையை வீசியெறிந்துகொண்டிருந்தது? “எனது எல்லாவகையான தீர்மானங்களும் தவறாகிவிட்டதென்றாலும் நான் எப்போதுமே அபாரமான கற்பனைகளுடனேயே வாழ்ந்துகொண்டிருந்தேன்” என்று பஷீர் ‘பால்யகால சகி’யில் குறிப்பிடுகிறார். ஆகாயம்வரை உயர்ந்த மரகதக் கொட்டாரம் அமைக்கும் அரபிக்கதைகளில் வரும் கற்பனை. வீட்டிலும் சிறைச்சாலைகளிலும் நரகத்திலும் – தான் போகும் எல்லா இடங்களிலும் பூந்தோட்டங்களை உருவாக்கும் படைப்பு மனம். “நானே மலர், நானேதான் தோட்டமும்” என்று பஷீர் ஒரு இடத்தில் குறிப்பிட்டிருக்கிறார். உள்ளங்கையைக் கருகவைக்கும் தணலைக்கூட மலராக மாற்ற முடிந்த ஒரு கலைஞன் நான் என்று அவர் அனுபவங்கள் சார்ந்து குறிப்பிடுகிறார். இதையேதான் தேவியிடமும் சொன்னார்: ‘அனுராகத்தின் தினங்களி’ல். நான் ஒரு கலைஞன் என்று பஷீர் திரும்பவும் சொல்கிறார். திருமணம் முடிந்த மறுநாள், காதலியின் கண்ணாடியை முத்தமிட்டுவிட்டு ‘தீர்க்கசுமங்கலி பவ’ என்று ஆசி கூறுவதற்குக்கூட பஷீரால் முடிகிறது. காரணம், கலைக்கும் கண்ணாடிக்குமிடையிலான மிகச்சிறு

தொலைவுதான். வாழும் காலத்திலேயே பஷீர் ஒரு கதையாகவும் பல கதைகளாகவும் மாறுவதற்கு இதுதான் காரணமாக இருக்குமென்று நினைக்கிறேன். சங்கம்புழைக்கும் கூட இது ஓர் அளவுவரைதான் சாத்தியப்பட்டது.

கற்பனையாக எதுவுமில்லை, எதையும் மிகைப்படுத்தவுமில்லை என்ற உண்மை வாக்குமூலத்துடன் சொல்ல வரும் 'அனுராகத்தின் தினங்கள்', யதார்த்தங்களின் ஆழ்மன உணர்வுதான் கற்பனையென்று கேரளீயர்களைப் புரிந்துகொள்ளச் செய்கிறது. நீரோடைகளும் நீர்த்தேக்கங்களும் புனித நீர்த்தடாகங்களுமெனத் தனது அனுபவ வாய்க்காலைக் கல்லறைவழியாக வேறுபடுத்திப் பார்க்கும் பஷீர் அதன் இயல்பான இடிபாடுகளையும் மாசுகளையும் அப்படியே சித்திரப்படுத்திக் காட்டுகிறார். அனுராகத்தின் அக உணர்வை பஷீர் உடல் சார்ந்ததென்றும் குறிப்பிடுகிறார். 'தனது சோக காவிய'த்திடம் நிறையச் சாப்பிட வேண்டும் என்று உபதேசிப்பது மட்டுமல்ல, கொக்கோக சாஸ்திரத்தில் குறிப்பிட்டிருக்கும் மூலிகைக் குறிப்பையும் மறக்காமல் அனுப்பிக்கொடுக்கிறார். காதலியின் கண்களிலும் உதடுகளிலும் முத்தம் கொடுப்பதுடன், அவளது நினைவாக ஆகாரத்தை மறந்துவிடவும் பஷீரால் முடிந்திருக்கிறது. அனுபவத்தின் இந்த முரண்தன்மையும் கலப்புக்கூறும்தான் லயசுத்தமான ஆய்வாளர்களைப் புரிந்து கொள்ளவிடாமல் செய்கிறது. கலை அனுபவம்சார்ந்த போதாமைகளும் பழகிய வடிவம் சார்ந்த இறுக்கமும்தான் இதற்குக் காரணமாக இருக்க முடியும். ஆசானின் 'ஆத்மிக நட்'பில் வரும் உடல்நெருக்கத்தை நல்ல மனிதர்களாகிய நமது ஆசிரியப் பெருந்தகையோர் விவரிக்காமல் கடந்துவிடுகின்றனர். யதார்த்தங்களைச் சித்தாந்தங்களால் ஊனமாக்கிவிடக் கூடாது.

ஆசிரியப் பெருந்தகையோடு ஆய்வாளர்களுக்கும் கூடிவந்த இந்தப் பார்வைக்கோளாறு ஒரு யதார்த்தக் கலைஞனிடம் இல்லாமல் போகிறது. வாழ்க்கையை மாங்காய்போல் புளிப்போடும், நெல்லிக்காய்போல் துவர்ப்போடும்தான் அவனால் கடித்துத் தின்ன முடிகிறது. இந்த அவசரக் கட்டத்தில் எங்கோ ஓர் இடத்தில் வைத்து வாசவதத்தையைப் போல் அக மகிழ்ச்சியுடன் கூடிய சுதந்திரமான அக உணர்வில் 'அபூர்வ கணம்' தோன்றி மறைவதையும் உணர்ந்துகொள்கிறார். அறைகள் எதையும் பூட்டாமலேயே இறங்கிப் போகிறோம் என்றும் தனது ஒரேயொரு ஆயுதத்தையும்கூட இழப்பதற்காக வாய்ப்பைக் கொடுத்திருக்கிறோம் என்றும் எதுவுமில்லாத நிராயுதபாணியான தன்னெதிரில் பிரபஞ்சம் கழுவித் துடைத்த, தெளிந்த ஒரு புது அனுபவமாகத் தெரிகிறது என்றும் –

நாம் இப்போது காதலித்துக்கொண்டிருக்கிறோம் – அவர் உயிர்த்தெழுந்திருக்கிறார்.

முதன்முதலாகவும் கடைசியாகவும் காதல் என்றால் என்னவென்று அப்போதுதான் உணர்ந்துகொள்ள முடிந்தது. விரிந்துகிடந்த வானம் கழுவித் துடைத்துப் புதுவண்ணங்கள் பூசிக்கொண்டது போல் – கட்டடங்கள், மனிதர்கள், பறவைகள், வாகனங்கள் – அனைத்துமே புது சோபையுடன் தெரிந்தன. யாருக்குத் தெரியும் அதிர்ஷ்டம் இப்படியொரு திவ்யமான அனுபூதி நிலையை எனக்கு அளிக்கக் கூடுமென்று?

அதிகாரப்பூர்வமாகப் பாலியல் ஆபாசம் என்று அங்கீகரிக்கப் பட்ட ஒரு படைப்பிலிருந்துதான் நாம் இப்போது வாசித்தோம். இதை நியாயப்படுத்துவதற்கான மற்றொன்றையும் பார்ப்போம்: ஒன்பதரை மணிக்கு தேவியைப் பார்க்கச் சென்றேன். கடைசிப் போக்காக! வழியில் பல பெண்கள் ஆசையோடு என்னைக் கவனித்தார்கள். நானும் பார்த்தேன்.

அனுராகத்தின் அந்திம இழப்புகளில்கூட உணர்வுகளின் வர்ணபேதங்களை பஷீர் இழந்துவிடவில்லை. வெள்ளை வேட்டியணிபவர்களும் மூக்கைத் தடம்பிடித்து நேர்க்கோட்டில் சஞ்சரிப்பவர்களுமான மலையாளிகளுக்கு இது அனுபவத்தின் புது வர்ண சாஸ்திரம். சப்பையாகவும் குலைத்துப்போட்டும் நுனியில் முடிந்தும் வடிவம் மாறும் தலைமுடியின் மாற்றங்கள், உணர்ச்சிகளின் அக வேறுபாடுகளை உணர்த்துவதாகவே பஷீர் பார்க்கிறார். சந்தேகத்தாலும் அசூயையாலும் சுய அபிமானத்தாலும் மட்டுமல்ல, மற்றவர்களின் அருகாமை யிலும்கூட நட்பின் ரசவாத வர்ணங்கள் தகிடம் மறிகின்றன. பிராமண யுவதியின் – சாவித்திரியின் மதர்த்த மார்பகத்தைப் பார்த்தோ வேறொரு புளித்த புன்னகையாலோ இது திருத்தப் படவும் செய்கிறது.

தேவி, சகோதரனுக்காக எழுதிய கடிதத்தை வேண்டு மென்றே, தெரியாமல் கொடுத்தபோது அதை வாசித்த பஷீருக்கு என்ன தோன்றியது?

அந்தக் கடிதத்தை நான் வாசிக்க வேண்டுமென்பது தேவியின் விருப்பம். நிறைய வரன்கள் வந்துகொண்டிருந்தபோதும், அதையெல்லாம் வேண்டாமென்று தவிர்த்துதான் என்னை ஏற்றுக்கொள்ள முடிவு செய்ததாக அவளுக்குக் காட்டிக்கொள்ள வேண்டும் – அதற்காக இப்படி ஒரு பொய்யைச் சொல்லியிருக்க வேண்டுமா?

இந்தப் புரிதல்தான் நன்மைக்கும் இன்னொரு புறம் இருப்பதான சிந்தனைக்கு பஷீரைக் கொண்டு சேர்த்தது. முதல் அனுராகத்தின் படுதோல்வி நம்மைக் காதல் செய்வதி லிருந்து கௌரவமான ஓர் அகலத்திற்கும் கௌரவமற்ற அகலங்களுக்குமாக விலக்கி நிறுத்துகிறது. இது நாவலில் சந்தேகத்துக்கிடமான மற்றோர் அலகையும் உருவாக்குகிறது– தேவி தன்னைக் காதலிக்கிறாள் என்பது மட்டுமல்ல, இதற்கு முன்பும் அவள் காதலித்திருக்கிறாள் என்ற செய்தி காதலை அபூர்வத்தன்மையிலிருந்து விலக்கிக் காட்டுகிறது. தேவியின் வேர்வையில் காமப் போதையூட்டும் வாசம் மட்டுமல்ல, கந்தகத்தின் நெடியும் காதுப் பீளையின் நாற்றமும் இருக்கின்றன. காதல் மட்டுமல்ல, தர்மங்களும் நீதிகளும்கூட ஏதோ ஓர் இடத்தில் மலினப்பட்டுப்போன நாற்றம் இதில் தெரிகிறது. இந்தப் புரிதல்கள்தான் பஷீரை ஒருபோதுமே சமரசப்பட இயலாத மனிதனாக மாற்றிவிடுகின்றன. காலக்கிரமத்தில், துர்வாசத்துடன் கூடிய ஒரு சுகந்த வாசம்தான் வாழ்க்கையென்பதையும் பஷீர் புரிந்துகொள்கிறார்.

வாழ்க்கையின் விகாரங்களையும் அதன் எதிர் மன வோட்டங்களையும் பற்றிய புரிதல்களின் தொடக்கமாக அன்பு, நகத்தின் கூர்மையுடனும் பல்லின் கூர்மையுடனும் இருப்பதை மஜீது 'பால்ய கால சகி'யில் புரிந்துகொள்கிறான்.

"நா ஒண்ணுமே செய்யாம இருந்தாலும் வாப்பாவும் உம்மாவும் சும்மா சும்மா என்னெ அடிக்கவும் திட்டவும் செய்துவொ." அனுதாபமும் நீதியும் தனக்கு வாய்க்கவில்லை.

பிறகு அவனது எட்டோ பத்தோ வருடத் தேசாடனம், உலகின் அனுபவ எல்லைகள்வரை நீண்டுசென்றது. மனிதர்கள் வாழும் எல்லா உலகங்களிலும் பஷீர் சஞ்சரித்ததாகவே சொல்லலாம். வெள்ளைக் களிமண் பூசிய வீடுகளில் வாழும் ஆய்வாளர்களுக்கு இவ்வுலகம் சார்ந்த பெருமளவும் அறியாதவைகளாகவும் எனவே, ஆபாசமாகவும் தெரிகின்றன. இது அவர்களது தவறல்ல, வெறும் குறைபாடு மட்டும்தான். அவர்கள் நாடோடி களுடனோ துறவிகளுடனோ ஆண் வேசியர்களுடனோ பாக்கெட் அடிப்பவர்களுடனோ யோகிகளுடனோ ஸூஃபிகளுடனோ உலகம் சுற்றியவர்களல்லர். அனுராகத்தில் அவர்கள் சிகரம்வரை சென்றுவிட்டதாகச் சொல்வது உண்மையாக இருக்கும் என்று நம்பவும் முடியாது. ஒரு வேட்டை நாயைப் போல் தன்னைப் பின்தொடரும் விதியின் நோக்கம் எதுவென்று பஷீர் திரும்பிநின்று பலமுறை கேட்டிருக்கிறார். தான் செய்த குற்றம் என்னவென்று

யகோவாவிடம் கேட்கும் யோபுவைப்போல் – பதில் தெரியாத இந்தக் கேள்விக்கு ஏராளமான பதில்களும் இருக்கின்றன. அவற்றில் குழுசார்ந்த பதில்களும் இருக்கின்றன. படித்துவிட்டுத் திரும்பிவந்த பஷீரிடம் இதற்கான பதில்கள் இருக்கின்றனவா? எனக்கு அப்படித் தோன்றவில்லை. "பதில்களில்லாத பல கேள்விகள் இருக்கின்றனவல்லவா? அவற்றிற்கான பதில்களைத் தேடிக்கொண்டே இருக்க வேண்டும்" என்று பஷீர் இப்போதும் குறிப்பிடுவதன் பொருள் வேறெதுவாக இருக்கும்? பதில் கிடைக்காத தனது கதைகளையும் முடிவின்மைகளுடனான பிரச்சினைகளையும் கடைசியில் தங்கத் தட்டால் மூடிவிட பஷீர் முடிவு செய்வதற்கான காரணம் என்ன? லோகா ஸமஸ்தா சுகினோ பவந்து. கவிழ்த்துக் காட்டும் உள்ளங்கையால் பிரச்சினைகளை ஆற்றுப்படுத்தும் பஷீரின் அனுக்கிரகம்.

ஆகவே, அலைந்து திரிந்து பெரிய அண்ணனாக வீட்டிற்குத் திரும்பிவந்து ஓய்வாக நிழலில் படுத்து ஆடுமாடுகள்போல் அசைபோட்டுக்கொண்டிருக்கும் 'பாத்துமாவின் ஆ'ட்டில் பஷீரை நான் மற்றொரு நபராகப் பார்க்கிறேன். ஆடுகளின் ஆர்வத்துடன் கூடிய எதிர்பார்ப்பு, பயம், சுறுசுறுப்பு எதுவுமே இந்த ஆட்டிடம் இல்லை – அப்போதே அனுபவங்கள் domesticate செய்யப்பட்டுவிட்டன. அப்போது வாழ்க்கை மீள்நினைவுகளாக மாறிவிட்டிருந்தது. அமைதியில் தொகுக்கப்படும் நினைவுகள். ஆகவே 'பால்யகால சகி'யிலோ 'அனுராகத்தின் தினங்க'ளிலோ இல்லாத புதியதொரு எள்ளல் 'பாத்துமாவின் ஆ'ட்டில் இருக்கிறது. "இது ஒரு வேடிக்கைக் கதை. இருந்தாலும் இதையெழுதும்போது என் மனம் நீறிப் புகைந்துகொண்டிருந்தது. வேதனையை மறக்க வேண்டும் – எழுத வேண்டும்" என்று பஷீர் தனது முன்னுரையில் குறிப்பிட்டிருக்கிறார். கிட்டத்தட்ட அப்போதே நாம் உட்கொள்ளும் விதமாக பஷீர் தனது அனுபவங்களைப் பக்குவப்படுத்தியிருந்தார். போர்களின் நிழல் கூடாரங்களிலிருந்துகொண்டுதான் பஷீர் 'சப்தங்க'ளை எழுப்பினார். வரலாற்றின் மனப்பிறழ்வுதான் யுத்தம் என்பதை நாம் யுத்தத்திற்குப் பிறகுதான் அறிந்துகொள்கிறோம். யாருடையவோ தேவைகள் முடிந்ததும் பிரித்துவிடப் பட்டவன்தான் 'சப்தங்க'ளின் ராணுவ வீரன்.

"நீங்கள் வேலை நீக்கம் செய்யப்பட்டவரா?"

"ஆமாம்."

"என்ன காரணத்திற்காக?"

"போர் வெற்றிபெற்றுவிட்டது."

போர் வெற்றியடைந்தபோது அவனுக்குக் கொனேரியாவும் தெருச் சத்திரமும்தான் மிச்சம். அவன் வாழ்க்கையின் மற்றொரு புறவெளிக்கு வந்துசேர்ந்தான். யோகிகளைப் போல் இரவு விழித்திருப்பவர்களின் மற்றோர் உலகம்.

உலகின் யதார்த்த முகங்களைக் காண்பதற்குக் கௌரவ மிக்க மனிதர்கள் ஒருபோதுமே விரும்புவதில்லை. யதார்த்தத்தின் நிழல்கூட அவர்களைப் பயமுறுத்துவதாகவே இருக்க வேண்டும். வேசியர்களில் ஆண்களும் இருப்பதாகவும் அவர்களுக்கு ஹிஜடகள் எனும் நாமகரணம் இருப்பதாகவும் கற்றுக்கொடுப்பதல்ல 'சப்தங்க'ளின் அர்த்தத் தளம்.

குருநாதர்களுக்கும் குருகுலவாசிகளுக்கும் வைதீக ஸ்தாபனங்களுக்கும் இது புதுப்புது அர்த்தத் தளங்களை முன்வைக்கிறது. 'ஆச்சார்யால் பாதமாதத்தே,' முதலில் குருவிடமிருந்தும் பிறகு பிரம்மச்சாரிகளிடமிருந்தும்தான் இதில் மாணவன் தனது வித்தைகளைக் கற்றுக்கொள்கிறான். வித்தைக்குள் எப்படி அறியாமை அடக்கம்கொண்டிருக்கிறது எனும் உண்மையை இப்படியாகச் சொல்லிக்கேட்க அறவோர் விரும்பவில்லை. ஏனென்றால் 'சப்தங்கள்' ஓர் அர்த்தத்தில் நமது கலாச்சார வரலாறும்கூட. வாழ்க்கையிலிருந்து வடித் தெடுக்கப்பட்ட கலாச்சார வாசனைப் பொருள்தான், ஒரு கௌரவமான பெண்ணுக்குத் தனது வசீகரத்தையும் ஒரு இளைஞனுக்குத் தனது கனவுகளையும் ஒரு விபச்சாரனுக்குத் தனது துர்வாசத்திலிருந்து விடுதலையையும் அளிக்கிறது. நமது நாகரிகம் வாசனைகளின் நாகரிகம்தான் என்பதை பஷீர் அறிவார். வாசனைகள், நமது இரகசியங்களை உடைத்து மனக் கிடக்கைகளை வெளித்தள்ளுகின்றன. வாசனைகள், பண்பாடுகளை விளம்பரம் செய்யவும் சிலவேளைகளில் கூட்டிக்கொடுக்கவும் செய்கின்றன.

'பால்யகால சகி' முன்பே பரிச்சயமான காதலின் மற்றொரு விரிவாக்கம் மட்டும்தானென்று இன்று தோன்றக்கூடும். விமர்சனத்தின் நினைவுத் தடுமாற்றம்தான் இதற்குக் காரணம். அனுராகத்தின் வர்ணப் பகட்டுகளாக நாம் இன்று புரிந்துகொண்டிருப்பதை உருவாக்கித் தந்தவை, 'ரமண'னும் 'பால்யகால சகி'யும் உட்பட்ட ஒரு சில படைப்புகள்தான். கேரளீயர்களுக்கு நட்பின் புதிய அடையாளங்களை இந்தப் படைப்புகள்தான் அளித்தன. நட்பிற்கு எத்தனை நிறங்களிருக் கின்றன என்பதை 'பால்யகால சகி' மென்மையாகச் சொல்கிறது; உரக்கக் கேட்கவும் வைக்கிறது. அன்பான குரூரமும்

பச்சாதாபமும் வெறுமையும் தியாக வீரியமும் கலந்ததுதான் என்பதையும், சிலவேளைகளில் அது அனாதைமையை நோக்கி ஆவியாக மாறும் ஒரு கண்ணீர்த் துளிதான் என்பதையும் நீங்கள் இறுதியில் புரிந்துகொள்கிறீர்கள். கொடும்வேனலிலும் கருகாத ஒரு செம்பருத்தியாக அது ‘பால்யகால சகி’யில் பூத்து நிற்கிறது.

சுயமான வாழ்வனுபவங்களிலிருந்து மட்டுமே கலையனுபவத்திற்கான தீவிரத் தன்மையை உருவாக்க இயலும்.

பஷீரின் யானைக் கதையில் காதல், தனிமனித சுய அனுபவத்திலிருந்து மேலெழுந்து சமூகத்தையே மாற்றிவிடுகிற ஒரு நவீன மன உணர்வாக மாறுகிறது. நரகத் தீவில் சொர்க்கத்தைக் கட்டியெழுப்புவதுதான் இங்கே அன்பின் முரண்விதி. கடந்தகால நினைவுகளில் சிக்குண்டுபோன ஒரு தலைமுறையையும் இயற்கையைப் போல் சுயமான, களங்கமற்ற மற்றொரு தலைமுறையையும் இதில் காண முடிகிறது. ‘பற்றியெரிந்து தகர்ந்து சாம்பலாகிவிட்ட புராதன வரலாற்’றிலிருந்துதான் நிஸார் அகமது ‘ஒளிமயமான ஓர் எதிர்கால’த்தைக் கட்டியமைக்க முயற்சிசெய்கிறான். சந்துமேனோனின் ‘இந்து லேகா’விலும் ஆசானின், ‘சண்டாள பிட்சுணி’யிலும் இதுபோன்ற சமூகக் கனவுகளிருப்பது நமக்குத் தெரியும். அன்பு, சிலவேளைகளில் வரலாற்றின் மாபெரும் சக்தியாகவும் மாற்றமடைகிறது.

தனது இளம்வயதில் புகழ்பெற்றிருந்த ஏக உலகக் கருத்தியலும் மானுட சகோதர உணர்வும் பஷீரை மிகவும் ஆகர்ஷித்திருந்ததில் சந்தேகமில்லை. ‘நான் எல்லா ஜாதியிலுமுள்ள பெண்களிடமும் பால் குடித்திருக்கிறேன்’ என்றும், ‘எல்லா ஜாதிக்காரர்களுடனும் போகித்திருக்கிறேன்’ என்றும் அவர் சொல்லியிருக்கிறார் அல்லவா? திருவுடை மாந்தர்கள், இதெல்லாம் ஆபாசம் என்றே கணித்துச் சொன்னார்கள். போஜனமும் பாலினச் சேர்க்கையும் மானுட குல ஒற்றுமையின் அடிப்படை அம்சங்களென நாம் பிரித்தறிவது, சம போஜனம், சமத்துவ விவாகம் என்றெல்லாம் சொல்லப்படும்போது மட்டும்தான். எல்லா மார்பகங்களிலிருந்தும் சுரப்பது பால்தான் என்ற உணர்வுதான் பஷீரின் மானுட சமத்துவச் சிந்தனையின் அடித்தளமென்று சொல்லலாம். போகமும் போஜனமும் சிலவேளைகளில் வரலாற்றின் அதிகாரம் சார்ந்த அர்த்தங்களுக்குள்ளாகலாம். அதுபோன்ற ஒரு சந்தர்ப்பத்தில்தான்,

சண்டாளிதன் மெய்யந்தண பீஜம்
பிண்டத்திற் குதவாதோ

என்ற குமாரனாசானின் கேள்வி, பிண்டம் உருவான ஜாதியைப் பிறந்த ஜாதியாக மாற்றிவிடுகிறது. ஆக, மனிதன் ஒரே ஜாதிதான்.

என்றாலும் 'காதல் கடித'த்தின் சாராம்மாவுக்கும் கேசவன் நாயருக்கும் பயணத்தின்போது ஒரு நிமிடமாக இருந்தாலும் தோன்றியது அதுவல்ல. ஜாதியையும் மதத்தையும் ஊரையும் தொழிலையும் மறந்து காதலால் ஈர்க்கப்பட்டு ஓடிப்போகும் போதும், மனத்திற்குள் ஓரிடத்தில் சாராம்மா சாராம்மாவாகவும் கேசவன் நாயர் கேசவன் நாயராகவும்தான் இருந்தார்கள்.

கேசவன் நாயர் தேநீருக்கு ஆர்டர் செய்தான்; காப்பி போதுமென்று சாராம்மா சொன்னாள்; இரண்டுபேருக்கும் கோபம் வந்தது. கடைசியில் கேசவன்நாயர் தேநீரும் சாராம்மா காப்பியும் குடித்தார்கள். சூரியன் மிக அழகாக மகிழ்ச்சியுடன் உதித்தது.

மனிதர்களால் செய்ய முடிந்த பல தொழில்களில் ஒன்றான கலையினூடே சமத்துவ வாழ்க்கைத் தரிசனச் சிந்தனை நமது எழுத்தாளர்களிடம் இல்லையென்றே சொல்ல வேண்டும். அவர்கள் இப்போதும் ஞான ஒளியின் தத்துவ சாஸ்திரத்திற்குள்தான் முடங்கிக்கிடக்கிறார்கள். கவிதை எழுதவும் தேநீர் போடவும் தனிமையும் சிரத்தையும் தேவைப்படுவதாகத் தியானபுத்தர்கள் நினைக்கிறார்கள். சமூகத்திற்குத் தேவைப்படும் சில பொருட்களைத் தயாரிக்கும் தொழிலாளர்கள்தான் கலைஞர்கள் என்று இந்த விஷயத்தை மற்றொரு விதமாகச் சொல்லியிருக்கிறார் ஆனந்த குமாரசுவாமி. மற்ற எந்த விஷயத்தையும் பயிற்சி செய்து பார்க்கவில்லையென்பதால் பயிற்சியே தேவைப்படாத இலக்கியத் தொழிலைத் தான் தேர்வுசெய்ததாக பஷீரும் சொல்லியிருக்கிறார். "அல்லது, நான் ஒரு காவலாளியாகவோ சமையல்காரனாகவோ பத்திரிகை ஆசிரியனாகவோ பாக்கெட் அடிப்பவனாகவோ மாயாஜால வித்தை காட்டுபவனாகவோ ஆகியிருப்பேன்." சுய இனத்தி லுள்ள ஒரு தொழிலாளியின் கதையைத்தான் பஷீர் தனது 'கதாபீஜ'த்தில் நாடகமாக்கியிருக்கிறார். இதுபோலவே மூணுசீட்டு விளையாட்டுக்காரர்களுக்கும் குழாய்ப் புட்டு வியாபாரிகளுக்கும் விபச்சாரிகளுக்கும் துறவிகளுக்கும் புத்தக வெளியீட்டாளர்களுக்கும் அரசியல்வாதிகளுக்கும் அவரவர் களுக்கான கதைகளும் மொழியும் இருக்கின்றன. ஜாதிகளுக்கும்

மதங்களுக்கும் பிரதேசங்களுக்கும் அவரவர்களுக்கான வாழ்க்கை முறைகளும் சுய கௌரவங்களும் இருக்கின்றன. அவர்கள் தனியாகவும் கூட்டுச்சேர்ந்தும் வாழ்க்கையை மேற்கொள்ளவும் மொழியைக் கட்டமைக்கவும் செய்கிறார்கள். ஆகவே இவர்கள்தான் தத்தமது மொழியின், பூமியின், அனுபவங்களின் வாரிசுதாரர்கள். இந்த சுயத் தன்மைக்கு மட்டுமே இலக்கியத்தின் ஒட்டுமொத்த முகச்சாயலையும் மாற்றிவிடக்கூடிய திறன் உண்டு. ‘பால்யகால சகி’யைப் படைக்கும் காலகட்டத்தில் இலக்கிய மொழியின் செவ்வியல் உயரத்திற்குச் சமமாகச் செல்வது தனது நோக்கமென்றுதான் பஷீரும் கருதியிருந்தார். “இளம் சூரியன் குன்றின் உச்சியில் நின்று தனது பொற்கிரணங்களால் தாழ்வாரக் கிராமத்தைப் பொன்னொளியில் மூழ்கவைத்திருந்தான்” என்று எழுதினார். இதிலிருந்து பஷீரின் யதார்த்த உலகம் மிகத் தொலைவிலிருந்தது. பிறகு பஷீர் எழுதுவது எதுவோ அதுவே மலையாள மொழியாக மாறிவிட்டது. வாழ்க்கையே ஒரு கதைதான், அதன் சொல்முறை எதுவோ அதுதான் மொழி என்பதான புரிதல் பஷீரின் உலகத்திற்கு முடிவில்லாத விசாலப் பரப்பை உருவாக்கிக்கொடுத்தது. தனது குழந்தை ‘ஹக்கு’ கேட்கும்போது வாழ்க்கையின் சொல்வடிவம் மொழியாக மாறுகிறது. மொழி அதன் வற்றாத இயல்புப் பிரவாகத்துடன்தான் இருக்கிறது என்பதை அறிந்து கொண்டதால்தான் போள், ‘வாழ்க்கையிலிருந்து பிய்த்தெடுக்கப் பட்ட ஒரு ஏடு’ என்று குறிப்பிட்டார். சுய அனுபவத் தீயினால் சுடப்பட்ட வடுக்கள்தான் யதார்த்தக் கலையின் உறைவிடம் எனும் ரொமான்டிக் (எதிர் கிளாசிக்) எண்ணம்தான் ‘பால்யகால சகி’யை எழுதச் செய்தது. சந்துமேனோனோ சீவியோ இப்படிக் கருதவில்லை. உலகையும் தாம் வாழ்ந்த காலத்தையும் வர்ணிப்பதற்குக் கடமைப்பட்ட வெறும் பார்வையாளர்கள் மட்டும்தான் அவர்கள். பஷீரின் படைப்புகள் சுருங்கிவிட்டதற்கான காரணம், அனுபவங்களுடன் கொண்டிருந்த நெருக்கமான அழுத்தம்தான் என்பதை இன்று நாம் புரிந்துகொள்கிறோம்.

நானேதான் கதை. நான் சொல்வதுதான் மொழி. இதை நீங்கள் தற்பெருமையென்றோ அகந்தையென்றோ சொல்லலாம். ஆனால் பஷீரின் படைப்புகளிலிருக்கும் வாழ்க்கையின் நக வடுக்கள்தான் காதல் உலகம். தனக்குக் கிடைத்த அடிகளும் உதைகளும்தான் சுதந்திரத்திற்கான போராட்டம். தான் அலைந்த தேசங்கள்தான் இந்த உலகம். தன் அனுபவங்களின் பூரணத்துவம்தான் தத்துவத் தரிசனம். பஷீர் வரலாற்றைத் தன்னை முன்னிறுத்தியே அளந்து

சொல்கிறார். அதன்வழியாகவே தனது படைப்புக்களை அடையாளப்படுத்துகிறார். விழிப்புடன் வாழும் ஒரு கலைஞனின் ஆத்ம கதைதான் வரலாறு. இப்படியாகப் பிடுங்கியெறியப்பட்ட சில மனிதர்கள் தனியாக நின்று காலத்தின் சீதோஷ்ண நிலைகளைக் குறித்துவைக்கவும் எடுத்துச்சொல்லவும் செய்கிறார்கள் என்பதால்தான் பஷீர் நிறுவனங்களிலிருந்து நிரந்தரமாக விலகி நிற்கிறார். உலகத்தின் எல்லைவரை ஓடுவதற்கு விதிக்கப்பட்டவன்தான் தானென்ற உணர்வு இருந்தது அவருக்கு. எங்குமே கூட்டத்துடன் நின்றுவிடக்கூடாது. எங்குமே நிரந்தரமாகத் தங்கிவிடவும் முடியாது. ஆகவேதான் பஷீர் ஓர் இடத்திலிருந்து மற்ற பல இடங்களுக்கும் ஒரு தொழிலிலிருந்து மற்ற பல தொழில்களுக்கும் என்று எப்போதுமே புதிய அனுபவங்களைத் தேடித் தேசாடனம் செய்தார். சுய வாழ்க்கையைச் சொல்வதன் மூலம் அவர் பல பிறவிகளின் வாழ்க்கைத் தளம் சார்ந்த கதைகளைச் சொல்கிறார் – அரசியல், துறவு, பாக்கெட் அடிப்பது, சுயபாலின சம்போகம் என ஒரு சமையல்கலைப் படைப்புக்கு நிகராக முன்னுரைகள் எழுதிய ஒரே ஒரு நாவலாசிரியரும் பஷீராகத்தான் இருப்பார் – காந்தாரி மிளகும் உப்பும் சேர்ந்த தீவிர ரசனையின் ஏழாம் சொர்க்கத்தை லட்சியமாக்குவது போல் அவர் சஞ்சாரம் செய்கிறார். சொறியும் அதன் தியான வடிவமான வறட்டுச் சொறியுமென ஆன்மிக நிலையை உடலில் கொண்டு வந்து சேர்த்த பஷீர்தான், 'மதிலுக'ளில் காதலை அரூப வடிவமாகச் சித்திரித்திருக்கிறார். மதில்களால் தடுக்கப்பட்ட நட்பு ஒரு முழு ஆர்வமாக மாறிவிட்டிருந்தது. நாடுகள்தோறும் சிறையி லடைக்கப்பட்ட மனிதர்கள் சித்தாந்த உலகங்களைச் சிருஷ்டிப்பதுபோல் நினைவுகளும் கற்பனைகளும்தான் உயிரை இயக்குகின்றன – நீங்கள் அங்கே வரலாற்றையும் சுயவரலாற்றையும் கற்பனைப் பாடல்களையும் இயற்றுகிறீர்கள். வெளியே வரும்போது சுதந்திரம் ஒரு சுமையாகவும் மாறுகிறது. இதுதான் கற்பனையே யதார்த்த உண்மையாக மாறிவிடும் நிலை.

கருத்தியல் தளங்களை முரண்படுத்தும் தன்மைகள்தான் பஷீரின் படைப்புகளைக் கவனிக்கச் செய்கிறது என்பதல்ல இதன் பொருள் – பஷீரின் சொல்முறையின் விசேஷத் தன்மை மலையாளத்தில் மற்ற எந்த எழுத்தாளர்களுக்கும் வாய்க்க வில்லை. வாசகர்களை விஷயங்களின் எந்த இடைவெளிக் குள்ளும் கூட்டிச்செல்ல முடிந்த மாப்பசானின், மூச்சடைக்க வைக்கும் சூழ்நிலைகளைச் சிருஷ்டிக்க முடிந்த செக்காவின்

விசேஷ அம்சங்கள் பஷீரிடம் கூடிக் கலந்திருக்கின்றன. ‘சப்தங்க’ளிலும் ‘மதிலுக’ளிலும் ‘சுவர்ணமாலை’யிலும் ‘உம்மா’விலும் ‘பூவன்பழ’த்திலும் இதை வெளிப்படையாகக் காண முடியும். ஏனைய எழுத்தாளர்களைவிடவும் விரிவாகவும் நுட்பமாகவும் எள்ளலுடனும் பஷீர், வாழ்க்கைப் போக்குகளைப் பகிர்ந்துகொள்கிறார். யதார்த்த வாழ்க்கையின் மீதான அவரது தீரா ஆர்வத்தின் காரணமாக சுயவரலாற்றின் வெறுமையையும் சூனியத்தையும் அவரால் கடந்துவிட முடிகிறது. மற்றெந்த எழுத்தாளர்களைவிடவும் வெளிக்குத் தெரியாத வேறுபட்ட அம்சங்களும் பஷீரின் படைப்புகளிலுண்டு. ஒரு வாழ்க்கையை வைத்து பஷீர் உழுதுபோட்ட நிலங்கள், பிடித்தெடுத்த சிகரங்கள் எவ்வளவு பெரிய வாசகரையும் ஆச்சரியப்படுத்தாமலிருக்க முடியாது. பஷீருக்கு இதில் பெரிய பங்கிருப்பதாக நாம் திருப்திப்பட்டுக்கொள்ளலாம்.

நாளைய உலகம் ‘சப்தங்க’ளைப் படைத்தவர் என்ற வகையில் பஷீரை நினைவுகூராமலிருக்க முடியாது. ‘பால்யகால சகி’யின் உலகத்தையோ, ‘பாத்துமாவின் ஆடு’ உலகத்தையோ மற்ற எழுத்தாளர்கள் எட்டிப் பார்த்துவிட ஒருவேளை இயலுமாக இருக்கலாம். வாழ்க்கைக் கூறுகளின் அத்தனை விழுமியங்களையும் கேள்விகளாக முன்வைக்கும் ‘சப்தங்க’ளின் எளிமையையும் தீவிரத்தையும் மீண்டும் யாரும் படைப்பில் கொண்டுவர முடியாது. இதன் பன்னிரண்டு அத்தியாயமும் சேர்ந்து கட்டமைத்துக் காட்டும் மனம் பதறவைக்கும் வாழ்க்கைச் சிற்பத்திற்கு நிகரான மற்றொரு படைப்பை மலையாளத்தில் குறிப்பிட இயலாது. ‘பூமியின் ரத்த’த்தைப் போன்ற, மகாபாரத யுத்தக் காட்சிகளைத் தோல்வியடையச் செய்யும் திறனோடு பஷீரால் மட்டுமே கலந்து காட்சிப்படுத்த முடியும்.

ஒரு சிறுத்தையின் வாத்சல்யம் ரௌத்திரம்தான் என்று இதில் தாயிடமிருந்து உதைபெற்ற ராணுவவீரனுக்குத் தெரியும். தான் தவறுசெய்துவிட்டதாக அறிந்ததும் முந்தானையின் முடிச்சை அவிழ்த்து நாலணாவை அவனது மடியிலிட்டுக் கொடுக்கும் தாயின் கரிசனம் நமது கவிஞர்களால் கற்பனை செய்ய இயலாதது. மறுநாள் காலையில் அவன் கையிலெடுக்கும் சூடான அந்த நாலணாவிற்கு இராமாயணத்தில் பரத்வாஜ உபசாரத்தின் அடையாளமாகப் பாடிய பூமாலையின் சாயலிருக்கிறது.

மானுட நாகரிகங்களின் காரணகாரியங்கள் அனைத்தையும் உடைத்துச் சிதிலமடையச் செய்யும் வாழ்க்கைப் பிரச்சனைகள்

தான் 'சப்தங்க'ளில் உரத்துக் கேட்கின்றன. நமது பண்பாட்டை ஒரு வெடியோசையால் தகர்த்துவிடப் போதுமான தீவிரம் அதன் படிமங்களில் இருக்கின்றது. தற்கொலை செய்துகூடத் தப்பித்துவிட முடியாத, வாழ்க்கையை அனுபவித்துத் தீர்ப்பதற்கு விதிக்கப்பட்ட ஓர் அனாதை மூலம் நமது உன்னதக் கட்டமைவுகள் அனைத்தும் கேள்விகளுக்குள்ளாகின்றன. நாம் 'சப்தங்க'ளைக் கேட்கப் பயப்படுவதற்கான காரணமும்கூட அது நாம் தகர்ந்துகொண்டிருக்கும் 'சப்தங்கள்' என்பதால்தான்.

18.05.1992 **எம்.என். விஜயன்**

ஜென்ம தினம்

மகர மாதம் 8ஆம் தேதி. இன்று எனது பிறந்த நாள். வழக்கத்துக்கு மாறாக அதிகாலையிலேயே எழுந்து, குளிப்பதுபோன்ற காலைக்கடன்களை முடித்தேன். இன்று அணிவதற்காகவென்று எடுத்து வைத்திருந்த வெள்ளைக் கதர்ச்சட்டையையும் வெள்ளைக் கதர் வேட்டியையும் வெள்ளை கேன்வாஸ் ஷூவையும் அணிந்து எனது அறையில் சாய்வு நாற்காலியில் கொந்தளிக்கும் மனதுடன் மல்லாந்து படுத்திருந்தேன். அதிகாலையிலேயே என்னைப் பார்த்த, பக்கத்தில் ஆடம்பரமாக வாழ்ந்து கொண்டிருக்கும் பி.ஏ. மாணவனாகிய மாத்யூவுக்கு ஆச்சரியமாகப் போய்விட்டது. அவன் புன்சிரிப்புடன் எனக்குக் காலைவணக்கம் தெரிவித்தான்.

"ஹலோ, குட்மார்னிங்."

நான் சொன்னேன்:

"எஸ். குட்மார்னிங்."

மாத்யூ கேட்டான்:

"என்னா, இன்னைக்கு என்ன விசேஷம், காலையிலேயே எங்கியாவது போகப் போறீங்களா?"

"சே ... அதெல்லாம் ஒண்ணுமில்லெ." நான் சொன்னேன்: "இன்னைக்கு என்னோட பிறந்த நாள்."

"யுவர் பர்த்டே?"

"எஸ்."

"ஓ... ஐ விஷ் யூ மெனி ஹாப்பி ரிட்டன்ஸ் ஆஃப் த டே."
"தாங்க் யூ."

மாத்யூ கையிலிருந்த பிரஷைக் கடித்துப் பிடித்தபடிக் குளியலறைக்குள் சென்றான். கட்டடத்திற்குள் கூச்சல்கள், ஆரவாரம், இடையிடையே சிருங்காரப் பாடல்கள். மாணவர்களும் குமாஸ்தாக்களும்தான். யாருக்கும் எந்த அல்லல்களுமில்லை. உல்லாசமான வாழ்க்கை. நான் ஒரு சிங்கிள் சாயா குடிக்க என்ன வழியென்று யோசித்துக் கொண்டிருந்தேன். மத்தியானச் சாப்பாட்டுக்கான மார்க்கம் உறுதிசெய்யப்பட்டு விட்டது. நேற்று பஜார்வழியாகப் போகும் போது ஹமீது என்னை இன்று சாப்பிட வரச்சொல்லி அழைத்திருந்தான். இந்த ஆள், சிறிய தோதிலான ஒரு கவிஞரும் பெரிய பணக்காரனுமாவார். இருந்தாலும் மத்தியானம்வரை சாயா குடிக்காமலிருக்க முடியாது. சூடான ஒரு சாயாவுக்கு என்ன வழி? மாத்யூவின் வயதான வேலைக்காரன் சாயா போடும் பணியில் சிரமத்துடன் ஈடுபட்டுக்கொண்டிருக்கும் விஷயத்தை நான் என் அறையிலிருந்தே கிரகித்தேன். அதற்கான காரணம், நான் தங்கியிருந்த அறை மாத்யூவின் சமையலறையின் ஸ்டோர் ரூம்தான். மாதம் ஒன்றுக்கு எட்டணா

வைக்கம் முகம்மது பஷீர்

வாடகைக்குக் கட்டட உரிமையாளர் எனக்குத் தந்திருந்தார். அந்தக் கட்டடத்தின் மிகவும் மோசமானதும் சின்ன அறையும் இதுதான். இதற்குள், என் சாய்வு நாற்காலி, மேஜை, அலமாரி, படுக்கை – இவ்வளவையும் வைத்தது போக மூச்சுவிடுவதற்கும் இடமில்லை. பெரிய மதில் கட்டிடம் உள்ளிருக்கும் இந்த மூன்று கட்டடங்களின் மாடியிலும் கீழேயும் உள்ள எல்லா அறைகளிலும் மாணவர்களும் குமாஸ்தாக்களும்தான் தங்கியிருந்தார்கள். கட்டடத்தின் உரிமையாளருக்குக் கொஞ்சமும் பிடிக்காத ஒரேயொரு நபர் நான் மட்டும்தான். என்னுடனான இந்த விருப்பமின்மைக்கு ஒரே ஒரு காரணம், நான் சரியாக வாடகை கொடுப்பதில்லை. அவ்வளவுதான்! என்னைப் பிடிக்காத வேறு இரண்டு பிரிவினரும் இங்கே இருக்கிறார்கள் – ஓட்டல்காரனும் அரசாங்கமும். ஓட்டல்காரனுக்கு நான் கொஞ்சம் பணம் கொடுக்க வேண்டியதிருக்கிறது. அரசாங்கத்திற்கு அப்படியான பாக்கி எதுவுமில்லை. இருந்தாலும் என்னைப் பிடிக்கவே பிடிக்காது. அப்படி உணவு, உறைவிடம், தேசம் – மூன்றிலும் பிரச்சினைகள் இருந்தன. அடுத்த பிரச்சினைகள்: என் உடுதுணிகள், ஷூ, விளக்கு. விஷயங்களையெல்லாம் எழுதுவதற்குமுன் ஒன்றை மட்டும் தெளிவுபடுத்தவேண்டியதிருக்கிறது. இப்போது நடுச்சாமம் கடந்துவிட்டது. காகிதத்தையும் பேனாவையும் எடுத்துக் கொண்டு அறையிலிருந்து வெளியே வந்து நீண்ட நேரமாக இந்த நகரத்திலேயே சுற்றித்திரிந்துகொண்டிருக்கிறேன். வேறு விசேஷமான எந்தக் காரணமோ நோக்கமோ இல்லை. இந்த ஒரு நாளைய நாட்குறிப்பை ஆரம்பம் முதல் இறுதிவரை எழுத வேண்டும். சுமாரான அளவில் ஒரு சிறுகதைக்கான வாய்ப்புகள் இதில் உண்டு. ஆனால் என் அறையிலிருக்கும் விளக்கில் எண்ணெய் இல்லை. நிறைய எழுத வேண்டியதும் இருக்கிறது. ஆகவே தூக்கப் பாயிலிருந்து எழுந்து வந்து இந்த நதியோரத்தின் விளக்குத் தூணில் சாய்ந்தமர்ந்து சம்பவங்களின் சூடு ஆறிப் போவதற்குள் எழுதத் தொடங்கினேன். சூல்கொண்ட கார்மேகங்கள்போல், இந்நாளின் சம்பவங்களெல்லாம் என் அக மனதை வெடிக்கச் செய்துவிடுவதுபோல் நெருக்கியடித்து நிற்கின்றன. பெரிய அளவில் ஒன்றுமில்லைதான். ஆனால் இன்று எனது பிறந்தநாள். நான் சொந்த ஊரிலிருந்து நீண்ட தூரத்தில், அந்நிய தேசத்தில் இருக்கிறேன். கையில் காசில்லை. கடன் கிடைப்பதற்கான வழிகளுமில்லை. உடுத்திருப்பதும் மற்றுள்ளவைகளுமெல்லாம் நண்பர்களுடையவை. எனக்கானவை என்று சொல்லிக்கொள்ள எதுவுமில்லை. இந்த நிலைமையிலான ஒரு பிறந்தநாள் மீண்டும் மீண்டும் வரவேண்டுமென்று மாத்யூ வாழ்த்தியபோது என் மனத்திற்குள் ஏதோ ஒரு அகக்குருத்து வலித்தது.

நினைத்துப் பார்த்தேன்.

மணி ஏழு: நான் சாய்வு நாற்காலியில் படுத்தபடியே நினைத்துக்கொண்டேன். இந்த ஒரு நாளையாவது களங்கமேது மில்லாமல் பாதுகாக்க வேண்டும். யாரிடமிருந்தும் இன்று கடன் வாங்கக் கூடாது. எந்தப் பிரச்சினைக்கும் இன்று இடந்தரக் கூடாது. இன்றைய தினம் மங்களகரமாகவே முடிய வேண்டும். கடந்துபோன நாட்களின் கறுப்பும் வெள்ளையுமான சங்கிலித் தொடர்களில் இருக்கும் அந்தப் பல நூறு நான்களாக இருக்கக் கூடாது இன்றைய தினத்தின் நான். இன்று எனக்கு என்ன வயது? சென்ற வருடத்தைவிட ஒரு வயது அதிகமாகி இருக்கிறது. சென்ற வருடத்தில் ..? இருபத்தாறு. இல்லை முப்பத்தி இரண்டு. ஒருவேளை நாற்பத்தேழோ?

என் மனத்தில் தாங்க முடியாத வேதனை. எழுந்து சென்று முகம்பார்க்கும் கண்ணாடியை எடுத்துப் பார்த்தேன். மோசமில்லை. சுமாரான, பரவாயில்லாத முகம். நல்ல அகன்ற முழுமையான நெற்றி. அசைவற்ற கண்கள். வளைந்த, வாள் போன்ற மெல்லிய மீசை. மொத்தத்தில் குறைசொல்ல முடியாதுஎன்றெல்லாம் யோசித்துக்கொண்டே நிற்கும்போது ஒரு காட்சி கண்ணில் பட்டது. மனத்தில் கடினமான வலியேற்பட்டது. ஒரு நரைமுடி. என் காதின் மேல்பாகத்தில் கறுத்த முடிகளினூடே ஒரு வெளுத்த அடையாளம்! நான் மிகுந்த சிரமத்துடன் அதைப் பிடுங்கியெறிந்தேன். பிறகு தலையைத் தடவிக்கொண்டிருந்தேன். பின்புறம் நல்ல பளபளப்பு. கஷண்டிதான்.* தடவிக்கொண்டிருக்கும்போது தலைவலிப்பது போன்ற சிறு உணர்வு ஏற்பட்டது. சூடுசாயா குடிக்காததால் இருக்குமோ?

மணி ஒன்பது: என்னைக் கண்டதுமே ஓட்டல்காரன் முகத்தைக் கறுவிக்கொண்டு உள்ளே போய்விட்டான். சாயா போடும் அந்த அழுக்குப் பிடித்த பையன் பாக்கியைக் கேட்டான்.

நான் சொன்னேன்:

“செரி ... அதெ நாளைக்குத் தந்திடுறேன்.”

அவனுக்கு நம்பிக்கை வரவில்லை.

“நேற்றைக்கும் இதத்தானே சொன்னீங்க.”

“நான் இன்னைக்கு கெடெச்சுடும்னு நெனச்சிருந்தேன்.”

“பழைய பாக்கியெத் தராம உங்களுக்கு சாயா கொடுக்க வேண்டாம்னு மொதலாளி சொல்லிவிட்டான்.”

---

* வழுக்கை

“செரி.”

மணி பத்து: காய்ந்து சுருங்கிப்போய்விட்டேன். வாயில் உமிழ்நீர் சுரக்கவில்லை. மத்தியான நேரத்தின் கடும் வெப்பம். சோர்வின் பெரும் பாரம் என்மீது கவியத் தொடங்கிவிட்டது. அப்போது புதிய மிதியடி விற்பதற்காக வெளுத்து, மெலிந்த எட்டும் பத்தும் வயதுள்ள இரண்டு கிறிஸ்தவப் பையன்மார் என் அறைவாசலுக்கு வந்தார்கள். நான் இரண்டு மிதியடிகள் வாங்க வேண்டுமாம். ஜோடி ஒன்றுக்கு மூன்று அணாதான் விலையாம். மூன்று அணா.

“வேணாம், குழந்தைகளே.”

“சாரைப்போல உள்ளவங்க வாங்கலேன்னா வேற யார் சார் வாங்குவாங்க?”

“எனக்கு வேணாம், குழந்தைகளே... எங்கிட்டே காசு இல்லெ.”

“செரி.” நம்பிக்கையின்மையை வெளிப்படுத்திய சிறுமுகங்கள். எதையும் உட்புகுந்து அறிந்துகொள்ளவியலாத சுத்த இதயங்கள். இந்தவேஷமும்சாய்வு நாற்காலியில் கிடக்கும் இந்தத் தோரணையும். நான் சாராம்..! சாய்வு நாற்காலியும் சட்டையும் வேட்டியும் ஷூவும். எதுவும் என்னுடையதல்ல. குழந்தைகளே. எனக்கென்று இந்த உலகத்தில் சொந்தமாக எதுவுமே இல்லை. வெறும் நிர்வாணமான இந்த நான்கூட என்னுடையதுதானா? பாரதத்தின் ஒவ்வொரு நகரங்களிலும் எத்தனையெத்தனை ஆண்டுகாலங்கள் சுற்றித் திரிந்து ஏதேதோ ஜாதிமக்களுடன் எங்கெங்கெல்லாமோ தங்கியிருக்கிறேன். யாருடைய ஆகாரங்களெல்லாம் சேர்ந்தது இந்த நான். எனது இரத்தமும் எனது மாமிசமும் எனது எலும்பும் இந்த பாரதத்திற்குரியது. கன்னியாகுமரிமுதல் காஷ்மீர் வரையிலும் கராச்சிமுதல் கல்கத்தாவரையிலும் – அப்படி பாரதத்தின் பெரும்பாலான பகுதிகளிலும் எனக்கு நண்பர்கள் இருக்கிறார்கள். பெண்களும் ஆண்களுமான அந்த அத்தனை நண்பர்களையும் நான் இன்று நினைவு கூர்கிறேன். நினைவு... ஒவ்வொருவரையும் தழுவியபடியே என் அன்பு அப்படியே வியாபித்துப் பறக்கட்டும், பாரதத்தைக் கடந்தும் உலகைக் கடந்தும் சுகந்தம் வீசும் வெண்நிலவுபோல்... அன்பு, என்னையறிந்து அன்பு காட்டுபவர்கள் யாராவது இருக்கிறார்களா? அறிதல், எனக்குத் தோன்றுவது ரகசியங்களின் அந்தத் திரையை விலக்குவதுதான். குறைகளையும் பலவீனங்களையும் களைந்து பார்த்தால் என்ன மிச்சமிருக்கப்போகிறது? வசீகரமான ஏதாவது ஒன்று மனிதனுக்குத் தேவைப்படுகிறது. அன்பு காட்டவும் அன்பு காட்டப்படவும். ஹோ! காலம்தான் எத்தனை துரிதமாக இயங்குகிறது. தகப்பனின் சுட்டு விரலை இறுகப்பற்றிக் கொஞ்சி விளையாடித்திரிந்த

நான், “உம்மா பசிக்குது” என்று தாயின் முண்டின் தலைப்பை இழுத்துக் கேட்ட நான், இன்று? ஹோ, காலத்தின் உக்கிரமான பாய்ச்சல். சித்தாந்தங்களின் எத்தனையெத்தனை வெடிகுண்டுகள் என் அகத்தளங்களில் விழுந்து வெடித்துச் சிதறியிருக்கின்றன. பயங்கரமான போர்க்களங்களாக இருந்தது என் மனம். இன்று நான் யார்? புரட்சிக்காரன், ராஜதுரோகி, இறை எதிரி, கம்யூனிஸ்ட் மற்றும் என்னவெல்லாமோ. உண்மையில் இதில் ஏதாவது ஒன்றா நான்? ஹும். என்னென்ன மனச்சஞ்சலங்கள். தெய்வமே? மூளைக்குள் சுள்சுள்ளென்று குத்துகிறது. சாயா குடிக்காததால் இருக்குமோ? தலை நேராக நிற்கவில்லை. போய், சாப்பிட்டுவிட வேண்டியதுதான். இந்தத் தலைவேதனையுடன் ஒரு மைல் நடக்க வேண்டும். இருந்தாலும் வயிறு நிறைய சாப்பிடலாமல்லவா?

மணி பதினொன்று: ஹமீது கடையில் இல்லை. வீட்டிலிருப்பாரோ? என்னையும் அவர் கூடவே அழைத்துச் சென்றிருக்க வேண்டும். அதுதான் முறை. ஒருவேளை, மறந்து போயிருக்கலாம். வீட்டுக்கே போய்விடலாமா? சரி.

மணி பதினொன்றரை: ஹமீதுவின் மாடிவீட்டின் கீழ் இரும்புக் கதவு அடைக்கப்பட்டிருந்தது. நான் அதைத் தட்டினேன்.

“மிஸ்டர் ஹமீது.”

பதில் இல்லை.

“மிஸ்டர் ஹமீ . . . து.”

மிகுந்த கோபத்துடனிருந்த ஒரு பெண்ணின் உரத்தகுரல் மட்டும்.

“இங்கெ இல்லெ.”

“எங்கெ போயிருக்காரு?”

மௌனம். நான் திரும்பவும் கதவைத் தட்டினேன். மனம் மிகுந்த சோர்வடைந்தது. திரும்பி நடக்கப்போகும்போது யாரோ வருவதுபோன்ற காலடிச் சத்தம். கூடவே வளை கிலுக்கமும். வாசல் கதவு இலேசாகத் திறந்தது – ஒரு இளவயதுப் பெண்.

நான் கேட்டேன்: “ஹமீது எங்கெ போயிருக்காரு?”

“அவசரமா ஒரு எடத்துக்கு.” மிகுந்த பொறுமையுடன் தான் பதில்.

“எப்போ வருவாரு?”

“சாயுங்காலத்துக்குப் பிறகு ஆயிடும்.”

சாயுங்காலத்துக்குப் பிறகு!

"வந்தா நான் வந்து தேடுனதாகச் சொல்லுங்க."

"நீங்க யாரு?"

நான் யார்?

"நான் ... ஓ ... யாருமில்லெ. எதுவும் சொல்ல வேண்டாம்."

நான் திரும்பி நடந்தேன். அனல் தகிக்கும், கால் புதையும் வெள்ளை மணல் பரப்பு. அதைத் தாண்டினால் கண்ணாடிச் சில்லுபோல் பளபளக்கும் கால்வாய். கண்களும் மூளையும் இருண்டுபோயின. மிகுந்த மன அங்கலாய்ப்பு. எலும்புகள் சூடேறிக்கொண்டிருந்தன. தாகம். பசி. ஆவேசம். உலகத்தையே விழுங்கும் ஆவேசம். கிடைப்பதற்கான வழியில்லையென்பதுதான் ஆவேசம் அதிகரிப்பதற்கான காரணம். கிடைப்பதற்கான உத்தரவாதம் ஏதுமற்ற நிலையில் எண்ணற்ற பகல் இரவுகள் என்முன். நான் தளர்ந்து விழுந்துவிடுவேனா? தளர்ந்து போய்விடக் கூடாது. நடக்க வேண்டும் ... நடக்க வேண்டும்.

மணி பன்னிரண்டரை: பரிச்சயமானவர்கள் அனைவரும் பார்த்ததாகவே காட்டிக்கொள்ளாமல் கடந்துபோய்க்கொண் டிருந்தார்கள். 'தோழர்களே, இன்று எனது பிறந்தநாள். எனக்கு வாழ்த்துச்சொல்லிவிட்டுப்போங்கள்' என்று என் மனம் உச்சரித்தது. நிழல் தடங்கள் என்னைத் தாண்டிப் போய்க்கொண்டிருந்தன. நண்பர்கள் ஏன் என்னைக் கண்டு பேசாமல் போகிறார்கள்?

என் பின்னால் ஒரு சி.ஐ.டி.

அது சரி!

மணி ஒன்று: ஒரு காலத்தில் பத்திரிகை அதிபரும் இப்போது வியாபாரியாகம் இருக்கும் மிஸ்டர் 'பி'யைப் பார்க்கச் சென்றேன். கண், பார்வைத் தெளிவுடன் இல்லை; பதற்றமாக இருந்தது.

'பி' கேட்டார். "புரட்சிகளெல்லாம் எந்த இடம்வரை வந்திருக்கு?"

நான் சொன்னேன்: "பக்கத்துலெ வந்துட்டு."

"ம்ஹூம்! எங்கிருந்து வாறீங்க? பார்த்தே கொஞ்ச காலம் ஆயிட்டுதே?"

"ஹா ..."

"அப்புறம், என்ன விசேஷம்?"

"சே ... ஒண்ணுமில்லெ. சும்மா."

நான் அவரது பக்கத்திலிருந்த செயரில் அமர்ந்தேன். எனது கட்டுரைகளில் பலவற்றை நான் அவரது பெயரில் எழுதிப் பிரசுரம் செய்திருந்தேன். பண்டைப் பெருமை பேசுவதற்காக அவர் அந்தப் பழைய பத்திரிகைகளை பைண்ட்செய்து வைத்திருந்தார். நான் அதையெடுத்துத் தலைச் சுற்றலோடு அப்படியே பார்த்துக்கொண்டிருந்தேன். 'எனக்குச் சூடா ஒரு சாயா வேணும். நான் ரொம்ப தளர்ந்துபோயிருக்கேன்' என்று என் மனம் வேகமாகச் சொல்லிக்கொண்டிருந்தது. பி, ஏன் என்னிடம் எதுவுமே கேட்காமலிருக்கிறார்? நான் சோர்ந்துபோயிருப்பதை அவர் கவனிக்கவில்லையா? அவர் கல்லாப்பெட்டியின் பக்கத்தில் கம்பீரமாக அமர்ந்திருக்கிறார். நான் மௌனமாகத் தெருவைப் பார்த்துக்கொண்டு அமர்ந்திருந்தேன். துண்டு தோசைக்காக இரண்டு தெருக் குழந்தைகள் சண்டையிடுகிறார்கள். 'ஒரு சூடு சாயா.' நான் கேட்கவில்லை. என் சர்வநாடிகளும் இரந்துகொண்டிருந்தன. பி, பெட்டியைத் திறந்து நோட்டுகளின், சில்லறைகளின் இடையிலிருந்து ஓர் அணாவை எடுத்து ஒரு பையனிடம் கொடுத்தார்.

"சாயா கொண்டு வாடா."

பையன் ஓடிச் சென்றான். என் மனம் குளிர்ந்தது. எவ்வளவு நல்ல மனிதன்! பையன் கொண்டுவந்த சாயாவை பி, வாங்கி விட்டு என்னைப் பார்த்துத் திரும்பினார்:

"உங்களுக்குச் சாயா வேணுமா?"

நான் சொன்னேன்: "வேண்டாம்."

ஷூவின் லேசை இறுக்குவது போன்ற பாவனையுடன் குனிந்துகொண்டேன். முகத்தை அவர் பார்த்துவிடக் கூடாது. என் மன விகாரத்தை அது காட்டிக்கொடுத்துவிடக்கூடும்.

பி, வருத்தத்துடன் சொன்னார்: "உங்களோட புத்தகங்கள் எதையும் எனக்குத் தரலியே?"

நான் சொன்னேன்: "தர்றேன்."

"அதெப் பற்றிய விமர்சனங்கள் எல்லாத்தையும் நான் வாசிப்பதுண்டு."

நான் சொன்னேன்: "நல்ல விஷயம்."

சொல்லிவிட்டுக் கொஞ்சம் சிரித்துவிட முயற்சி செய்தேன். மனத்தில் பிரகாசம் வற்றிப்போன முகம். எப்படிச் சிரிக்கும்?

நான் விடைபெற்றுத் தெருவில் இறங்கி நடந்தேன்.

என் பின்னால் அந்த சி.ஐ.டி.

மணி இரண்டு: நான் தளர்ந்து மிகவும் சோர்ந்துபோய் அறையில் நாற்காலியில் சாய்ந்துகிடந்தேன். நல்ல ஆடைகள் உடுத்தி, வாசனைத் திரவியம் பூசிய ஏதோ ஒரு பெண் எனது அறைவாசலில் வந்தாள். எங்கோ தொலைதூரத்திலுள்ளவள். வெள்ளப் பெருக்கால் நாடே அழிந்துபோய்விட்டது; ஏதாவது உதவிசெய்ய வேண்டும். மெல்லிய புன்சிரிப்புடன் அவள் என்னைப் பார்த்தாள். மார்பகங்களை வாசல் கதவின் சட்டத்தில் இறுக அழுத்தியபடியே பார்த்தாள். என் மனத்திற்குள் சூடான விகாரம் எழுந்தது. அது படர்ந்து எழுந்து நாடிநரம்புகளெங்கும் பரவியது. என் இதயம் அடித்துக்கொள்வது எனக்குக் கேட்பது போல் தோன்றியது. பயங்கரமும் சிக்கலும் மிகுந்தது அந்த நிமிடம்.

"சகோதரி, எங்கிட்டே எதுவுமே இல்லை. நீங்க வேறெ எங்கயாவது போய்க் கேளுங்க — எங்கிட்டே எதுவுமே இல்லை."

"எதுவுமே இல்லியா ?"

"இல்லே."

அதன்பிறகும் அவள் போகாமல் நின்றாள். நான் சத்தமாகச் சொன்னேன்.

"போயிரு, ஒண்ணுமில்லே."

"சரி." அவள் வருத்தத்தோடு குலுங்கி அசைந்து நடந்து போனாள். அப்போதும் அவளிடமிருந்து பரிமள வாசம் வந்துகொண்டிருந்தது.

மணி மூன்று: யாரிடமிருந்தாவது கடன் வாங்கினால் என்ன? பயங்கரமான சோர்வு. மிகவும் இயலாத ஒரு கட்டம். யாரிடம் கேட்பது? பல பெயர்கள் நினைவுக்கு வந்தன. ஆனால், கடன் வாங்குவது நட்பின் அந்தஸ்தைக் குறையச் செய்கிற ஏற்பாடு. செத்துவிடுவோமா என்று யோசனை செய்தேன். எப்படியான சாவாக இருக்க வேண்டும்?

மணி மூன்றரை: நாக்கு உள்ளே இழுத்துக்கொண்டிருந்தது. கொஞ்சமும் முடியவில்லை. குளிர்ந்த நீரில் அப்படியே மூழ்கிக் கிடந்தால்? உடல் முழுவதையும் கொஞ்சம் குளிர வைத்தால்? அப்படியே படுத்திருக்கும்போது சில பத்திரிகை அதிபர்களின் கடிதங்கள் வந்தன. கதைகளை உடனே அனுப்பிவைக்க வேண்டும், திருப்பியனுப்பும் வசதியுடன். கடிதங்களை அப்படியே போட்டுவிட்டு நான் இயலாமல் படுத்திருந்தேன். வங்கிக் குமாஸ்தா கிருஷ்ணபிள்ளையின் வேலைக்காரப் பையன் ஒரு தீக்குச்சி கேட்டு வந்தான். அவனிடம் சொல்லி ஒரு தம்ளர் தண்ணீர் கொண்டுவரச் செய்து குடித்தேன்.

ஜென்ம தினம்

“சாருக்கு உடம்புக்குச் சொகமில்லையா?”

பதினொரு வயதான அந்தப் பையனுக்குச் சோர்வுக்கான காரணத்தைத் தெரிந்துகொள்ள வேண்டும்.

நான் சொன்னேன்: “சுகக்கேடு எதுவுமில்லை.”

“பெறகு? சார், சாப்பிடலியா?”

“இல்லெ.”

“அய்யோ, ஏன் சாப்பிடலெ?”

அந்தச் சிறுமுகமும் கறுத்த கண்களும் உடுத்திருக்கும் கரி புரண்ட ஒரு துண்டும். அவன் அதிர்ச்சியுடன் நின்றுகொண்டிருந்தான். நான் கண்களை மூடிக்கொண்டேன்.

அவன் மெதுவாகக் கூப்பிட்டான். “சாரே.”

“உம்?”

நான் கண்களைத் திறந்தேன்.

“எங்கிட்டே ரெண்டணா இருக்கு.”

“செரி?”

“நான் அடுத்தமாசம் வீட்டுக்குப் போவும்போது சார் தந்தால் போதும்.”

என் மனம் வெதும்பியது. அல்லாஹு...

“கொண்டுவா.”

முழுசாக இதைக் காதில் வாங்குவதற்கும் முன் அவன் ஓடினான்.

அப்போது தோழர் கங்காதரன் வந்தார். வெள்ளைக் கதர்வேட்டி, வெள்ளைக் கதர் ஜிப்பா, அதன்மீது நீள சால்வை போர்த்தியிருந்தார்... கறுத்து, நீண்ட முகமும் விஷய பாவமுள்ள பார்வையும்.

சாய்வு நாற்காலியில் நான் மிடுக்காகப் படுத்திருப்பதைக் கண்டதும் அந்தத் தலைவர் கேட்டார்: “நீ ஒரு பெரிய பூர்ஷுவா ஆயிட்டே போலிருக்கு?”

எனக்குத் தலைச்சுற்றல் இருந்துகொண்டிருந்தாலும் சிரிப்பு வந்தது. தலைவரின் உடைகளின் உரிமையாளர் யாராக இருக்குமென்ற யோசனை என்னுள் உதித்தது. எனக்குப் பரிச்சயமுள்ள ஒவ்வோர் அரசியல்வாதியின் உருவமும் என் கற்பனையில் ஓடியது. இழப்பதற்கு என்ன இருக்கிறது?

கங்காதரன் கேட்டான்: "நீ எதுக்கு சிரிக்கிறே?"

நான் சொன்னேன்: "ஒண்ணுமில்லெ மக்களே, நம்ம இந்த வேஷங்களை நினைச்சதும் சிரிப்பு வந்தது."

"உன் பரிகாசத்தை விட்டுட்டு விஷயத்தைக் கேளு. பெரிய பிரச்சினை நடந்துட்டிருக்கு. லாத்தி சார்ஜும் டீயர்கேசும் துப்பாக்கிச் சூடும் நடக்கும்போலிருக்கு. பத்து மூவாயிரம் தொழிலாளர்கள் வேலைநிறுத்தத்தில் ஈடுபட்டிருக்காங்க. ஒண்ணரை வாரமாக அவங்க பட்டினி கிடக்கிறாங்க. பெரிய கலவரம் ஏற்படலாம். மனுசன் பட்டினி கிடந்தா என்ன நடக்கும்?"

"இந்த விவரங்கள் எதையும் நான் பத்திரிகைகள்லே வாசிக்கலியே?"

"பத்திரிகைகள்லே போடக்கூடாதுன்னு எச்சரிக்கை விடப்பட்டிருக்கு."

"அது செரி. நான் இப்போ என்ன செய்யணும்?"

"அவங்க பொதுக் கூட்டம் ஏற்பாடு செய்திருக்காங்க. நான்தான் தலைமை. நான் அங்கே போய்ச்சேர படகுக் கூலி ஓரணா வேணும். அப்புறம், இன்னைக்கு நான் எதுவும் சாப்பிட வுமில்லெ. நீயும் கூட்டத்துக்கு வா."

"மக்களே, எல்லாமே செரிதான். ஆனா, எங்கிட்டெ காசெதுவும் இல்லெ. கொஞ்ச நாளாயிட்டுது, நானும் ஏதாவது சாப்பிட்டு. நேரம் வெளுத்த பெறகு இதுவரெ நானும் ஒண்ணுமே சாப்பிடவில்லை. போதாத குறைக்கு இன்னைக்கு என்னோட பிறந்தநாள் வேறெ."

"பிறந்தநாளா? நமக்கெல்லாம் ஏது பிறந்தநாள்?"

"பிரபஞ்சத்திலெ உள்ள எல்லாவற்றுக்குமே பிறந்தநாள்னு ஒண்ணு இருக்கு."

அப்படியாக, பேச்சு பல திசைகளிலும் சென்றது. கங்காதரன் தொழிலாளர்களைப் பற்றியும் அரசியல்வாதிகளைப் பற்றியும் அரசாங்கத்தைப் பற்றியும் பேசினார். நான் வாழ்க்கையைப் பற்றியும் பத்திரிகை அதிபர்களைப் பற்றியும் இலக்கியவாதிகளைப் பற்றியும் பேசினேன். அதற்கிடையில் பையன் வந்தான். அவனிடமிருந்து நான் ஒரு அணாவை வாங்கினேன். பாக்கி ஒரு அணாவுக்கு சாயாவும் பீடியும் தோசையும் கொண்டு வரச் சொன்னேன். சாயா காலணா. தோசை அரை அணா, பீடி காலணா.

தோசையை பார்சல் செய்திருந்த அமெரிக்கப் பத்திரிகைக் காகிதத் துண்டில் ஒரு படமிருந்தது. அது என்னை ரொம்பவும்

கவர்ந்தது. நானும் கங்காதரனும் தோசை தின்றோம். ஆளுக்கொரு தம்ளர் தண்ணீரும் குடித்துவிட்டுக் கூடவே ஆளுக்குக் கொஞ்சம் சாயா. பிறகு ஒரு பீடியைப் பற்றவைத்துப் புகைவிட்டபடியே கங்காதரனிடம் ஒரு அணாவைக் கொடுத்தேன். போகும்போது கங்காதரன் விளையாட்டாகக் கேட்டார்: "இன்னைக்கு உன் பிறந்தநாளில்லியா? நீ இந்த உலகத்துக்கு ஏதாவது செய்தி சொல்ல விரும்புறியா?"

நான் சொன்னேன்: "ஆமா, மக்களே. புரட்சி சம்பந்தமான ஒரு செய்தி."

"சொல்லு, கேட்போம்."

"புரட்சியின் அக்னி ஜுவாலைகள் படர்ந்து உலகெங்கும் கொளுந்து விட்டெரியட்டும். இன்றைய சமூக அமைப்புகள் அனைத்துமே எரிந்து சாம்பாலாகி, பூரணமான மகிழ்ச்சியும் அழகும் சமத்துவமும் நிரம்பிய புது உலகம் அமையட்டும்."

"பேஷ். நான் இன்னைக்கு இதைத் தொழிலாளர் கூட்டத்திலெ சொல்லிர்றேன்" என்று சொல்லிவிட்டு கங்காதரன் வேகமாக இறங்கிச் சென்றார். நான் ஒவ்வோர் அரசியல்வாதியை பற்றியும் ஒவ்வோர் எழுத்தாளரைப் பற்றியும் எல்லாவகையான ஆண் பெண்களைப் பற்றியும் சிந்திக்கத் தொடங்கினேன். இவர்களெல்லாம் எப்படி வாழ்ந்துகொண்டிருக்கிறார்கள்? தோசை பொதிந்துவந்த அந்தக் காகிதத் துண்டைப் படுத்திருந்தபடியே எடுத்தேன். அப்போது வாசலைக் கடந்து, முகத்தை இறுக்கிப் பிடித்து, வீட்டின் உரிமையாளர் வருவதைக் கண்டேன். இவரிடம் இன்று என்ன பதில் சொல்லலாம் என்று நினைத்தவாறே காகிதத்தைப் பார்த்தேன். வானத்தை முத்தமிட்டு நிற்கும் உயர்ந்த மணிக்கூண்டுகள் நிறைந்த பெருநகரம். அதன் நடுவே, தலை உயர்த்தி நிற்கும் ஒரு மனிதன். இரும்புச் சங்கிலிகளால் அவன் வரிந்து கட்டப்பட்டுப் பூமியோடு பிணைக்கப்பட்டிருந்தான். ஆனாலும், அவனது பார்வை சங்கிலியிலோ பூமியிலோ அல்ல. தொலைவில், பிரபஞ்சங்களுக்குமப்பால், முடிவற்ற நெடுந்தொலைவில், ஒளிக் கதிர்களை விதைக்கும் மாபெரும் ஒளியான அந்தக் குவிமையத்தில். அவனது கால்களின் அருகில் ஒரு திறந்த புத்தகம் இருந்தது. அதன் இரண்டு பக்கங்களிலுமாக அந்த மனிதனுடையது மட்டுமல்ல, எல்லா மனிதர்களுடையதுமான வரலாறு. அதாவது:

விலங்குகளால் மண்ணோடு சேர்த்துப் பிணைக்கப்பட்டிருந்தாலும் அவன் காண்பது, காலங்களைக் கடந்த, அதிமனோகரமான மற்றொரு நாளை.

நாளை ... அது எங்கே இருக்கிறது?

“என்னா, மிஸ்டர்?” வீட்டுக்காரரின் எகத்தாளமான கேள்வி. “இன்னைக்காவது தந்துருவீங்களா?”

நான் சொன்னேன்: “பணமெதுவும் கையிலெ வந்து சேரல்லெ. அடுத்த ஒண்ணு ரெண்டு நாள்லெ தந்திடறேன்.”

ஆனால், இனி அவர் தவணையை ஏற்றுக்கொள்வது போல் தெரியவில்லை.

“இப்படியெல்லாம் எதுக்கு வாழணும்?” அவரது கேள்வி. நியாயமான விஷயம். இப்படியெல்லாம் எதுக்கு வாழணும்? நான் இந்தக் கட்டடத்தில் வந்து மூன்று வருடம் ஆகப்போகிறது. மூணு சமையலறைகளை நான்தான் சரியாக்கிக் கொடுத்தேன். அதற்கு இப்போது நல்ல வாடகை கிடைக்கிறது. இந்த நான்காவது ஸ்டோர் ரூமையும் மனிதன் வாழ்வதுபோல் நான் ஆக்கிக் கொடுத்தபிறகு அதிக வாடகைக்கு இதை எடுக்க வேறு ஆள் இருக்கிறதாம். அந்த வாடகையை நானே தந்துவிடுகிறேன் என்று ஒத்துக் கொண்டாலும், போதாது – காலிசெய்து கொடுத்து விட வேண்டுமாம்.

இல்லெ. முடியாது. காலி செய்ய விருப்பமில்லெ. என்ன வேணா செய்துக்கிடுங்க.

மணி நான்கு: எனக்கு இந்த ஊரே அலுத்துப்போய் விட்டது. என்னைக் கவர்வதற்கான எதுவுமே இந்த நகரில் இல்லை. தினமும் சஞ்சரிக்கும் ரோடுகள். நித்தமும் பார்க்கும் கடைகளும் முகங்களும். பார்த்தவைகளையே பார்க்க வேண்டும். கேட்டதையே கேட்க வேண்டும். பயங்கரமான மன அலுப்பு . . . எதுவுமே எழுதவும் தோன்றவில்லை. இல்லையென்றாலும் எழுதுவதற்குதான் என்ன இருக்கிறது?

மணி ஆறு: மகிழ்ச்சியான மாலைப் பொழுது. கடல் விழுங்கிக்கொண்டிருக்கும், வட்ட வடிவமாக ஜொலிக்கும், இரத்த நிற, அஸ்தமன சூரியன். பொன்னிற மேகங்கள் நிறைந்த மேற்கு அடிவானம். கரை காணமுடியாத பெருங்கடல். அருகே, சிற்றலைகளைப் பரப்பும் நதிக்கரையின் ஓரத்தில் கரைபுரண்டோடியது மகிழ்ச்சி. ஆடையலங்காரங்களுடன் சிகரெட் புகைத்தபடி சஞ்சரிக்கும் இளைஞர்கள். துடிக்கும் கண்களுடன் வண்ணச் சேலைகளைக் காற்றில் அலையவிட்டுப் புன்னகை தூவும் முகங்களுடன் உலாவும் இளம்பெண்கள். காதல் நாடகங்களின் பின்னணிக் காட்சிபோல், மனத்தைக் குளிர்விக்கும் பூங்காவனத்தில் வானொலிப் பாடல்களும், இடையே மலர்களைத் தழுவி வாசனைகளுடன் கடந்துசெல்லும் இளங்காற்றும் . . . ஆனால், நான் தளர்ந்து விழுந்துவிடுவேன் போலிருக்கிறது.

மணி ஏழு: ஒரு போலீஸ்காரர் நான் தங்கியிருந்த இடத்திற்கு வந்து இன்றும் என்னைக் கூட்டிக்கொண்டு போனார். கண்களைக் கூச வைக்கும் பெட்ரோமாக்ஸ் விளக்கின் எதிரில் என்னை உட்காரவைத்தார். கேள்விகளுக்குப் பதில் சொல்லும்போது என் முகத்தில் தென்படும் பாவமாற்றங்களை நுட்பமாகக் கவனித்தவாறே கைகளைப் பின்புறமாகக் கட்டிக்கொண்டு போலீஸ் டெபுடி கமிஷனர் அங்குமிங்குமாக உலாத்திக்கொண்டிருந்தார். அவரது பார்வை, எப்போதுமே என் முகத்தில்தான் படிந்திருந்தது. என்ன ஒரு பாவனை! எவ்வளவு கம்பீரம்! நான் ஏதோ ஒரு பெரிய குற்றம் செய்துவிட்டுத் தலைமறைவாகிவிட்டதுபோல். ஒரு மணிநேரக் கேள்விக்கணைகள். என்னுடைய நண்பர்கள் யார், யார்? எங்கிருந்தெல்லாம் எனக்குக் கடிதங்கள் வருகின்றன? அரசாங்கத்தைக் கவிழ்க்க நினைக்கும் ரகசிய இயக்கத்தின் உறுப்பினன்தானே நீ? புதிதாக இப்போது என்னென்ன எழுதிக்கொண்டிருக்கிறாய்? எல்லாவற்றிற்கும் உண்மையான பதிலைத்தான் சொல்ல வேண்டும். அப்புறம் . . .

"உங்களை இங்கிருந்து நாடு கடத்த என்னாலெ முடியுங்கிறது உங்களுக்குத் தெரியும்தானே?"

"தெரியும். நான் எந்த ஆதரவும் இல்லாதவன். ஒரு சாதாரண போலீஸ்காரர் நெனைச்சாகூட என்னெ அரெஸ்ட் செய்து லாக்கப்பிலே போட்டு . . ."

மணி ஏழரை: நான் அறைக்குத் திரும்பிவந்து இருட்டில் அமர்ந்திருந்தேன். நன்றாக வேர்த்தது. இன்று என் பிறந்தநாள். நான் தங்குமிடத்தில் வெளிச்சமில்லை. மண்ணெண்ணெய்க்கு என்ன வழி? பசியடங்க ஏதாவது சாப்பிடவும் வேண்டும். ஆண்டவா, யார் தருவார்கள்? யாரிடமும் கடன் கேட்கவும் மனமில்லை. மாத்யூவிடம் கேட்டுப் பார்ப்போமா? வேண்டாம். அடுத்த கட்டடத்தில் வசிக்கும் கண்ணாடி போட்ட அந்த மாணவனிடம் ஒருரூபாய் கேட்டுப் பார்ப்போம். அவன் ஒரு பெரிய வியாதிக்கு நிறைய பணத்தை ஊசிக்கும் மருந்துக்குமென்று செலவுசெய்துகொண்டிருந்தான். கடைசியில் எனது நாலணா மருந்தில் அது குணமாகிவிட்டது. அதற்கான பிரதிபலனாக என்னை ஒருதடவை சினிமா பார்க்கக் கூட்டிக்கொண்டுபோனான். அவனிடம் போய் ஒருரூபாய் கேட்டால் தராமலிருப்பானா?

மணி எட்டேமுக்கால்: வழியில் மாத்யூ எங்கே என்று விசாரித்தேன். அவன் சினிமா பார்க்கப் போயிருக்கிறானாம். பேச்சுச்சத்தமும் உரத்த சிரிப்பும் கேட்டுக்கொண்டிருந்த அடுத்த கட்டடத்தின் மேல்மாடிக்குச் சென்றேன். புகைந்துகொண்டிருக்கும் சிகரெட்டின் வாசம். மேஜையின் மீது எரியும் சர ராந்தலின்

ஒளிபட்டுப் பிரகாசிக்கும் பற்கள், ரிஸ்ட் வாட்சுகள், தங்கப் பொத்தான்கள்.

இயலாமையின் பிரதிபிம்பமாக நான் நாற்காலியில் அமர்ந்தேன். அவர்கள் பேச்சைத் தொடர்ந்தார்கள். அரசியல் விஷயங்கள், சினிமா, கல்லூரி மாணவிகளின் உடல் வர்ணனைகள், தினமும் இரண்டு முறை சேலை மாற்றும் மாணவிகளின் பெயர்கள்... இப்படிப் பல விஷயங்கள். எல்லாவற்றிலும் நானும் என் கருத்துகளைச் சொன்னேன். இடையே துண்டுக் காகிதத்தில் ஒரு குறிப்பெழுதினேன். 'ஒரு ரூபாய் வேண்டும். மிக அவசியமான ஒரு தேவை. இரண்டு மூன்று நாளில் திருப்பித் தந்து விடுகிறேன்.'

அப்போது கண்ணாடிக்காரன் சிரித்தான்:

"என்னா, ஏதாவது சிறுகதைக்கு பிளாட் எழுதுறீங்களா?"

நான் சொன்னேன்.

"இல்லை."

அதைத் தொடர்ந்து விஷயம் சிறுகதை இலக்கியத்திற்கு வந்தது.

அழகாகயிருந்த அரும்பு மீசைக்காரன் குறைபட்டுக் கொண்டான்;

"நம்ம மொழியிலெ நல்ல சிறுகதைகள் ஒண்ணுமே இல்லெ."

தாய்மொழியிலும் தாய்நாட்டிலும் நல்லதாக என்ன இருக்கப்போகிறது. நல்ல ஆண்களும் பெண்களும்கூடக் கடலுக் கப்பால்தான்.

நான் கேட்டேன்:

"யாருடைய சிறுகதைகளையெல்லாம் படிச்சிருக்கிறீங்க?"

"ரொம்ப ஒண்ணும் படிச்சதில்லெ. முதல் விஷயம், தாய்மொழியில் ஏதாவது படிக்கிறதுகூட அந்தஸ்து குறைஞ்ச ஒரு விஷயம்தான்."

நான் நமது சில சிறுகதை ஆசிரியர்களின் பெயர்களைச் சொன்னேன். இவர்களில் பெரும்பாலானவர்களின் பெயர்களைக்கூட இவர்கள் கேள்விப்பட்டிருக்கவில்லை.

நான் சொன்னேன்:

"ஆங்கிலத்துலெ மட்டுமல்ல, உலகிலுள்ள எல்லா மொழிச் சிறுகதைகளோடும் போட்டிபோடத் தகுந்த சிறுகதைகள் நம்ம

மொழியில் இன்னைக்கு உண்டு. நீங்க ஏன் அதையெல்லாம் படிக்கிறதில்லெ?"

சிலவற்றை அவர்கள் படித்திருக்கிறார்களாம். அதில் பெருமளவும் வறுமையைப் பற்றிய கதைகள்தானாம். எதுக்கு அதையெல்லாம் எழுத வேண்டும்?

நான் எதுவும் பேசவில்லை.

"உங்களோட கதைகளையெல்லாம் படிச்சுப் பார்த்தா..." தங்கக் கண்ணாடிக்காரன் அறுதியாகச் சொன்னான்: "இந்த உலகத்துலெ என்னமோ ஒரு கோளாறு இருக்குறதெப்போலெ தோணும்."

உலகத்தில் என்ன கோளாறு? அப்பா அம்மாக்கள் கஷ்டப்பட்டு மாதந்தோறும் பணம் அனுப்பிவைக்கிறார்கள். அதைச்செலவு செய்து கல்வி பயிலுகிறார்கள். சிகரெட், சாயா, காபி, ஐஸ்கிரீம், சினிமா, குட்டிக்கூரா பவுடர், வாஸ்லின், ஸ்பிரே, விலையுயர்ந்த ஆடைகள், உயர்தர உணவு வகைகள், மது, போதை மருந்து, சிபிலிஸ், கொனேரியா – அப்படிப்போகிறது உலகம் கோளாறு இல்லாமல். எதிர்கால யோக்கியர்கள், நாட்டை ஆளவேண்டியவர்கள், சட்டத்தை அமல்படுத்த வேண்டியவர்கள், அறிவு ஜீவிகள், பண்பாட்டுக் காவலர்கள், மதத் தலைவர்கள், அரசியல் தலைவர்கள், சித்தாந்தவாதிகள்..! உலகத்தில் என்னதான் கோளாறு?

எனக்குப் பயங்கரமாக ஒரு சொற்பொழிவாற்ற வேண்டும் போல் தோன்றியது.

"இன்றைய உலகம்..." நான் தொடங்கினேன். அப்போது கீழேயிருந்து தளர்ந்துபோன ஒரு சிறு குரல்:

"மிதியடி வேணுமா, மிதியடி?"

"கொண்டுவா" சிரித்தவாறே உத்தரவிட்டான் கண்ணாடிக் காரன். அப்படியாக விஷயம் மாறியது. மேலே ஏறி வந்தவர்கள் காலையில் பார்த்த அதே பிஞ்சு முகங்கள்தான். அவர்கள் மூச்சுவாங்கிக்கொண்டிருந்தார்கள். கண்களை வெறித்தபடி, முகங்கள் வாடித்தளர்ந்து, உதடுகள் வறண்டுபோயிருந்தன. பெரிய பையன் சொன்னான்:

"சார்மார்களுக்கு வேணும்னா ரெண்டரை அணா."

காலையில் மூன்று அணாவாக இருந்த மிதியடி.

"ரெண்டரை அணாவா?" தங்கக் கண்ணாடிக்காரன் மிதியடியைச் சந்தேகத்துடன் திருப்பித் திருப்பிப் பார்த்தான்.

"இது, கருஈட்டி இல்லியேடா?"

"கருஈட்டிதான் சார்."

"உங்க வீடு எங்கெ குழந்தைகளே?" என் கேள்விக்குப் பெரியவன் பதில் சொன்னான்.

"இங்கிருந்து மூணு மைல் தூரத்துலே."

"ரெண்டணா." தங்கக் கண்ணாடிக்காரன் கேட்டான்.

"ரெண்டே காலணா குடுங்க சார்."

"வேண்டாம்."

"ஓ..."

அவர்கள் வருத்தத்துடன் படியிறங்கினார்கள். தங்கக் கண்ணாடிக்காரன் திரும்ப அழைத்தான்.

"கொண்டு வாடா."

அவர்கள் திரும்பவும் வந்தார்கள். நல்லதாகப் பார்த்து ஒரு ஜோடி மிதியடியைத் தேர்ந்தெடுத்துவிட்டு ஒரு பத்து ரூபாய் நோட்டை நீட்டினான். அந்தக் குழந்தைகளிடம் ஒரு நயா பைசாகூட இல்லை. அவர்கள் இதுவரை எதுவுமே விற்கவில்லை. நேரம் விடிந்தது முதல் அலைந்துதிரிகிறார்கள். மூன்றுமைல் தொலைவில், ஏதோ ஒரு குடிசையில், அடுப்பில் சூடாறிக்கிடக்கும் தண்ணீருடன் தமது குழந்தைகள் வருவதை எதிர்பார்த்துக் காத்திருக்கும் பெற்றோர்களின் காட்சி என் மனத்தில் ஓடியது.

தங்கக் கண்ணாடிக்காரன் எங்கிருந்தோ தேடியெடுத்து இரண்டணா கொடுத்தான்.

"காலணா, சார்?"

"இவ்வளவுதான் இருக்கு. இல்லேன்னா இன்னா மிதியடி."

குழந்தைகள் பரஸ்பரம் பார்த்தபின் துட்டை வாங்கிவிட்டுப் பேசாமல் இறங்கிப்போனார்கள். மின்சாரக் கம்பத்தின் கீழ், ரோட்டில் அவர்கள் போவதைப் பார்த்துவிட்டு வந்த தங்கக் கண்ணாடிக்காரன் சிரித்தான்.

"நான் ஒரு வேலை காட்டியிருக்கேன். அதுலெ ஒண்ணு செல்லாத ஓரணாத் துட்டு."

"ஹ... ஹ... ஹா..." அனைவரும் சிரித்தார்கள். நான் நினைத்துக்கொண்டேன். மாணவர்கள் அல்லவா? சொல்வதற்கு என்ன இருக்கிறது? வறுமையும் கஷ்டங்களும் என்னவென்று இன்னும் அறியவில்லை. நான் எழுதிவைத்திருந்த குறிப்பை

மற்றவர்கள் பார்க்காமல் தங்கக் கண்ணாடிக்காரனிடம் கொடுத்தேன். அவன் அதை வாசிக்கும்போது என் கற்பனை, ஓட்டலில் பதிந்திருந்தது. ஆவிபறக்கும் சோற்றின் எதிரில் நான் அமர்ந்திருப்பது போன்றெல்லாம். ஆனால், குறிப்பை வாசித்துப் பார்த்துவிட்டுத் தங்கக் கண்ணாடிக்காரன் அனைவரும் கேட்கும்படியாகச் சொன்னான்:

"சாரி, சேஞ்ச் ஒண்ணுமில்லெ."

இதைக் கேட்டதுமே என் உடலிலிருந்து சூடான ஆவி பரந்தது. வேர்வையைத் துடைத்துவிட்டு நான் கீழே இறங்கி அறைக்கு நடந்தேன்.

மணி ஒன்பது: நான் பாயை விரித்துப் படுத்துக்கொண்டேன். ஆனால் இமைகள் மூட மறுத்தன. தலை பாரமாக இருந்தது. இருந்தாலும் படுத்தே கிடந்தேன். உலகில் வாழும் கதியற்றவர்களைப் பற்றி நான் நினைத்தேனா... எங்கெங்கெல்லாம் எத்தனையெத்தனை கோடி ஆண் பெண்கள் இந்த அழகான பூலோகத்தில் பட்டினி கிடக்கிறார்கள். அதில் நானும் ஒருவன். எனக்கு மட்டும் என்ன விசேஷ அம்சம்? நானும் ஓர் ஏழை. அவ்வளவுதான். இப்படி நினைத்துக்கொண்டே படுத்திருக்கும்போது வாயில் நீரூறியது. மாத்யூவின் சமையலறையில் கடுகு தாளிக்கும் சத்தம்... வெந்த சோற்றின் வாசமும்.

மணி ஒன்பதரை: நான் மெதுவாக வெளியில் வந்தேன். இதயம் வெடித்துவிடுவதுபோல் அடித்துக்கொண்டது. யாராவது பார்த்துவிட்டால்..? எனக்கு வேர்த்துக் கொட்டியது . . . முற்றத்தில் வந்து காத்து நின்றேன். அதிர்ஷ்டம். முதியவர் விளக்கையெடுத்துக் கொண்டு குடத்துடன் வெளியில் வந்து, சமையலறைக் கதவை மெதுவாக அடைத்துவிட்டுக் குழாயடிக்குச் சென்றார். குறைந்தது பத்து நிமிடமாவது பிடிக்கும் திரும்பிவர. சத்தமில்லாமல் படபடக்கும் இதயத்துடன் மெதுவாகக் கதவைத் திறந்து சமையலறைக்குள் நுழைந்தேன்.

மணி பத்து: நிறைந்த வயிறுமாகத் திருப்தியுடன் வேர்த்துக் குளித்து வெளியே வந்தேன். முதியவர் திரும்பியதும் நான் குழாயடிக்குச் சென்று தண்ணீர் குடித்துக் கை கால் முகம் அலம்பி விட்டுத் திரும்ப என் அறைக்குள் வந்து ஒரு பீடியைப் பற்றவைத்து இழுத்தேன். முழுத்திருப்தி. சுகமாக இருந்தது. இருந்தாலும் ஏதோ ஒரு மனப்பதற்றம். உடல் சோர்வும் இருந்தது. படுத்துக்கொண்டேன். தூக்கம் வருவதற்குமுன் சிறிது யோசனையிலாழ்ந்தேன். பெரியவருக்குத் தெரிந்திருக்குமோ? அப்படியென்றால் மாத்யூவும் அறிந்துவிடுவான். மற்ற மாணவர்களும் குமாஸ்தாக்களும் அறிந்துகொள்வார்கள். அவமானமாகப் போய்விடும்.

எதுவானாலும் சரி, வருவது வரட்டும். பிறந்தநாளும் அதுவுமாக சுகமாகத் தூங்கலாம். எல்லோருடையவும் எல்லாப் பிறந்த நாட்களும் ... மனிதன் ... பாவப்பட்ட உயிர். நான் அப்படியே தூக்கத்திலாழ்ந்துகொண்டிருந்தேன் ... அப்போது என் அறைக்குப் பக்கத்தில் யாரோ வருகிறார்கள்.

“ஹலோ மிஸ்டர்.” மாத்யூவின் குரல். எனக்கு வேர்க்கத் தொடங்கியது. தூக்கம் கடல் கடந்தது. சாப்பிட்டதனைத்தும் ஜீரணமாயின. எனக்குப் புரிந்துவிட்டது. மாத்யூ அறிந்துவிட்டான். பெரியவர் கண்டுபிடித்துவிட்டார் போலிருக்கிறது. நான் கதவைத் திறந்தேன். இருளின் இதயத்திலிருந்து வருவது போல் சக்தி வாய்ந்த வெளிச்சத்தின் நீள ஈட்டிபோல் ஒரு டார்ச் வெளிச்சம் அதனுள் நான். மாத்யூ என்ன கேட்கப் போகிறான்? பதற்றத்தால் என் இதயம் துண்டு துண்டுகளாக உடைந்துச் சிதறிவிடும்போலிருந்தது.

மாத்யூ சொன்னான்:

“ஐஸே சினிமாவுக்குப் போயிருந்தோம். விக்டர் ஹ்யூ கோவின் ‘பாவங்கள்’. நீங்க பார்க்க வேண்டிய ஒரு ஃபர்ஸ்ட் கிளாஸ் ஃபிலிம்.”

“ஓஹோ ...”

“நீங்க சாப்டீங்களா? எனக்குப் பசிக்கலெ. சோறு வேஸ்டாயிடும். வந்து சாப்டுங்களேன். வர்ற வழியிலெ நாங்க மாடர்ன் ஹோட்டல்லெ ஏறினோம்.”

“தாங்க்ஸ். நான் சாப்பிட்டாச்சு.”

“அப்படியா? சரி தூங்குங்க, குட் நைட்.”

“எஸ். குட்நை ...”

1945

*

ஐசுக்குட்டி

ஐசுக்குட்டிக்கு வலி ஆரம்பித்திருந்தது. டாக்டரை அழைத்து வராமல் பிரசவிக்க மாட்டேன் என்று அவள் அடம் பிடித்தாள். வலி உச்சத்திலிருப்பது போல் பாவனை செய்து கூப்பாடு போடத் தொடங்கினாள்.

"யா...ரசூலுல்லாவே, தாக்குட்டரெ விளிச்சிட்டு வாயோ."

"மோளே," பேறு பார்ப்பவள் ஐசுக்குட்டியின் வைக்கோல் கட்டுபோல் வீர்த்திருந்த வயிற்றைத் தடவிக்கொடுத்து ஆறுதல்படுத்தினாள். "கொஞ்சம் திரும்பிக் கெடந்து முக்கு மோளே. இப்போ வந்துரும்."

"முக்க மாட்டேன்." ஐசுக்குட்டி, துருத்திய கண்களுடன் சிரமப்பட்டு அறிவித்தாள்.

"நா மரிச்சிருதேன்."

உரத்த குரலில் சொன்னாள். கிழக்குப் புற வராந்தாவில் கூடியிருந்த பெண்களுக்கும், மேற்குப் புறம், முற்றத்திலும் அங்குமிங்குமாகவும் கூடி நின்ற ஆண்களுக்கும் கேட்கும்படியாக. டாக்டரை அழைத்துக்கொண்டு வராமலிருந்தால் நிச்சயமாக ஐசுக்குட்டி இறந்துவிடுவாளென்ற பயங்கரமான தகவலை அப்படியாகப் பொதுஜனக் கவனத்திற்குக் கொண்டு வந்தாள். அவள் இறந்துபோனாளென்றால் அதற்கான முக்கியக் காரணகர்த்தாக்கள், அவளது புருசங்காரனும் மாமியாக்காரியுமாகத்தான் இருக்க முடியும். எப்படியாவது அவர்கள் போய் டாக்டரை அழைத்துக்கொண்டு வந்து விடுவார்கள். குறைந்தது, அறுபது ரூபாயிலிருந்து நூறுரூபாய்வரை செலவாகும்.

டாக்டர் வராமலிருந்தாலும் ஐசுக்குட்டி பிரசவிப்பாள். ஆனால், டாக்டர் வருவது ஒரு அந்தஸ்தான பிரசவமல்லவா? அக்கம்பக்கத்திலுள்ள பணக்கார வீடுகளில் காரில் டாக்டரை அழைத்துக்கொண்டு வருகிறார்களே? ஐசுக்குட்டியின் கணவனிடம் பணமில்லையென்றாலும் – அறுபதோ நூறோ எங்காவது போய் ஏற்பாடு செய்யட்டும். யாரிடமிருந்தாவது கடன் வாங்கட்டுமே? அல்லது எதையாவது விற்று அறுபது ரூபாய் உண்டாக்கட்டும். சமீபத்தில் ஐசுக்குட்டியின் கொழுந்தன் பெஞ்சாதி ஆசியாம்மா பிரசவிக்கும்போது டாக்டரை எப்படிக் கொண்டுவந்தார்களோ, அதுபோல் எதையாவது விற்றுப் பணத்துக்கு ஏற்பாடு செய்யட்டும். ஆசியாம்மாவுக்காக அவளது புருசங்காரன் என்னவெல்லாம் செய்கிறான்? இவ்வளவுக்கும் ஆசியாம்மா, கொஞ்சம் குடும்பத்தில் குறைந்த வளும்கூட. ஆசியாம்மாவின் வாப்பாவின், வாப்பாவின், உம்மாவைக் கெட்டியவன் புதிய இஸ்லாம். இப்படியான குடும்பத்தில் குறையெதுவும் ஐசுக்குட்டிக்கு இல்லை. நாலுப் பெண்கள் கூடுமிடத்தில் வைத்து நல்ல அந்தஸ்துடன் ஐசுக்குட்டியையும் சொல்லவேண்டாமா?

“ஓ… நா பெறும்பவும் தாக்குட்டரு வந்தாரு. ரூவா நூறாக்கும் எண்ணிக் குடுத்தோம். ஊட்டு வாசல்லெ வந்தாக்கும் நின்னுது மோட்டாரு காரு. அதுக்கும் பத்து ரூவா. என்னாலும், கேட்டியா பெண்ணே – இந்த தாக்குட்டரு, ஒரு கொழலு… அதெ வெச்சுப் பாக்கும்பொ, உம்மாணெ*, நுப்பது** ஜுசுவாணெ வயித்துலெக் கெடந்து எம்புள்ளெ சிரிக்கிதது தெரியுது.”

இப்படி ஆசியாம்மா எப்போதும் சொல்வதுண்டு. ஊரிலுள்ள பெண்களெல்லாம் அவளை இதற்காகப் புகழ்ந்து பேசுவார்கள். இதைக் கேட்கும்போது ஐசுக்குட்டிக்குக் கோபம் தலைக்கேறும். இதுபோல், தனக்கும் டாக்டரை அழைத்துக் கொண்டுவர வேண்டுமென்ற ஆசை முதல் பிரசவத்தின் போதே அவளிடம் இருந்தது. ஆனால் பிரசவநேரத்தில் அவள் அதை மறந்துபோய்விட்டாள். ஆனால், இந்தத் தடவை அப்படியெதுவும் ஆகிவிடக் கூடாது. இருந்தாலும், பேற்றிச்சி இதற்கு எதிராகச் செயல்பட்டாள். டாக்டரைக் கூப்பிடவேண்டிய தேவையிருக்காது என்று அவள் முதலிலேயே சொல்லிவிட்டாள். அறிகுறிகளைக் கண்டால் தெரியாதா? பலநூறு பெண்களுக்குப் பேறு பார்த்தவள் அல்லவா அவள்? இருந்தாலும் ஐசுக் குட்டிக்குக் கோபமும் வருத்தம் ஏற்பட்டன. ஆசியாம்மாவை விடக் குறைந்தவளா இந்த ஐசுக்குட்டி? முதலில் அதைச் சொல்லு.

---

* தாய்மீது ஆணை

** முப்பது அத்தியாயம்கொண்ட குர்ஆன் மீது ஆணை

“பதுரீன்களே.” அவள் பல்லைக் கடித்தபடி அலறினாள்; “தாக்குட்டரெக் கூட்டிட்டு வாயோ.”

ஐசுக்குட்டியின் மாமியாக்காரி அந்த இருட்டறைக்குள் ஏறிச்சென்று தாழ்மையாய்க் கேட்டுக்கொண்டாள்:

“மோளே, ஐசுக்குட்டி, நீ இப்பிடிச் சொல்லாதே மோளே, அவனுக்கெ கையிலெ பைசா இல்லெ. எம்பொன்னு மோளே, நீ கொஞ்சம் பெத்துரு.”

“எம் பொன்னு மாமீ.” ஐசுக்குட்டி அழுதாள்: “படெச்சவனெ

நெனெச்சி தாக்குட்டரெக் கூட்டிட்டு வந்துருங்கோ.”

“ரப்பே, இதுக்கு என்னெ வழி?” மாமியாக்காரி இறைவனிடம் முறையிட்டாள்.

“ஹூ ஹூ ஹூ” என்று மூச்சு வாங்குவதுபோல் பாவித்த படியே ஐசுக்குட்டி சுவரில் சாய்ந்தமர்ந்தாள். பேற்றிச்சி, குத்து விளக்கின் திரியைத் தூண்டிவிட்டுக்கொண்டு சொன்னாள்:

“கொஞ்சம் படுத்துக்கெடந்து பெத்துரு மோளே.”

ஐசுக்குட்டி பயங்கரமான கோபத்துடன் பேற்றிச்சியை முறைத்துப் பார்த்தாள். பிறகு பரிதாபமாக அலறினாள். மாமியா திரும்பத் திரும்பக் கேட்டுக்கொண்டாள். ஐசுக்குட்டி தீர்மானமாகச் சொல்லிவிட்டாள்.

“மாமிக்கு இந்த வலியைப் பத்தி தெரியாது. ரப்பே, தாக்குட்டரெக் கொண்டுவாயோ.”

மாமியாக்காரி ஆச்சரியப்பட்டாள். அவள் ஒன்பது குழந்தைகளைப் பெற்றவள், டாக்டர் வராமலேயே. இருந்தாலும் இந்த ஐசுக்குட்டி . . . மாமியாக்காரி எதுவும் பேசாமல் இறங்கிவிட்டாள். இப்போதுள்ள பெண்களின் பிடிவாதத்தைப் பற்றி அவளுக்கு நல்லதுபோல் தெரியும். சொந்த அனுபவங்களும் நிறையவே உண்டு. ஒன்றுமில்லாத விஷயங்களுக்கும்கூட ஆண்களை வேதனைப்படுத்துவதும் அவர்களைக் கொல்லாமல் கொல்வதும் பெண்களுக்குப் பிடித்தமான ஒரு குணவியல்பல்லவா? என்னதான் இருந்தாலும் எனக்காக அதைச் செய்தான் என்று பெருமை சொல்லுவது மட்டுமே அதில் மிச்சமிருக்கும். பெண்கள் பெருமையடித்துக்கொள்வதில் மிகத் திறமையானவர்கள் அல்லவா? அவர்கள் தட்டும் தாளத்திற்கேற்ப ஆடும் வெறும் பொம்மைகள்தானே ஆண்கள்? இதெல்லாம் மாமியாக்காரிக்குத் தெரியுமென்றாலும் ஐசுக்குட்டியின் பிரசவ விஷயத்தில்தான் அவளது சிந்தனை இருந்தது. டாக்டரைக் கூட்டிக்கொண்டு

வராத காரணத்தால் அவள் இறந்துபோய்விட்டால்? பிறகு, மற்றுள்ளவர்கள் உயிரோடிருப்பதில் என்ன அர்த்தம் இருக்கிறது? வக்கற்றுப் போனதுபோலாகிவிடும். ஆனால், டாக்டரைக் கொண்டு வருவதற்குப் பணம் வேண்டாமா? அசன்குஞ்ஞியிடமோ காசு எதுவுமில்லை. நேரம் விடிவது முதல் இருட்டும்வரை குத்தியிருந்து அவன் பீடி சுற்றினால் கிடைக்கும் காசில் அந்தக் குடும்பம் உயிர் வாழ்வதே சிரமமாக இருந்தது. இருந்தாலும், அவள் போய்த் தன் மகனிடம் சொன்னாள். இதைக் கேட்டதும் அசன்குஞ்ஞி அப்படியே சோகத்துடன் அமர்ந்துவிட்டான். கல்யாணம் செய்திருக்கவே வேண்டாமோ என்றுகூட அசன் குஞ்ஞிக்குத் தோன்றியது. ஆனால் என்ன செய்ய முடியும்? யாரிடம் போய் அறுபது ரூபாய் கடன் வாங்குவது? நூறு ரூபாய்வரை செலவாகிவிடவும் செய்யலாம். முதலாளியிடம் போய்க் கேட்டால் தரமாட்டார். வீட்டையும் வீட்டடியையும் பணயம் எழுதிக் கொடுத்தால் ஒருவேளை தரலாம். அதற்கான தேவை என்ன இருக்கிறது? வேலை செய்து கடன் தீர்க்க முடியாது. வட்டியும் குட்டிபோட்டுக் கடைசியில் வீடும் வீட்டடியும் முதலாளிக்கே சொந்தமாகிவிடும். அசன்குஞ்ஞி சோகத்துடன் வந்து பிரசவ அறையின் ஜன்னலைத் திறந்து முகத்தைக் காட்டினான்.

“கண்ணுமணீ இங்கெ பாருங்கோ, நா இப்போ மரிச்சுப் போவேன்.” அசன்குஞ்ஞைப் பார்த்து ஐசுக்குட்டி அழுதாள். “தாக்குட்டரெக் கூட்டிட்டு வந்துருங்கோ.”

“ஐசுக்குட்டியே, நீ அதியமாக்கெடந்து ஒண்ணும் துள்ளாண்டாம் கேட்டியா? இடிச்சு ஒன் எலும்பெ ஒடெச்சிப் போடுவேன். நீ செத்தா எனக்கு ஒரு புல்லுமில்லெ பெண்ணே, நா வேற பெண்ணு கெட்டுவேன்” என்று சொல்லாமல் அசன்குஞ்ஞி அவளிடம் தாழ்மையாய்ச் சொன்னான்.

“ஐசுக்குட்டீ, எந்தங்கமே, நமக்கு அடுத்த தவணெ தாக்குட்டரெ விளிச்சிட்டு வரலாம்.”

அடுத்த முறையா? அது சரி!

“இல்லெ, இப்போ, இப்பமே விளிச்சிட்டு வரணும்.” அம்புலி மாமாவைப் பிடித்துத் தரச்சொல்லிப் பிடிவாதம் காட்டும் குழந்தையைப் போல் ஐசுக்குட்டி அடம்பிடித்தாள். இதற்குக் காரணம், அவளது வாப்பாவும் உம்மாவும் அவளை மிகவும் செல்லமாக வளர்த்திருந்தார்கள். இந்தத் திருமணம் நடந்ததற்குக் காரணமே அசன்குஞ்ஞியின் வாப்பாவுக்கும் ஐசுக்குட்டியின் வாப்பாவுக்குமிடையிலான நட்புதான். ஐசுக்குட்டியின் உம்மா ஆரம்பத்திலேயே இதை எதிர்த்தாள். மூச்சுவிட்டால் போதும்.

உடனே, திருமண உறவைத் துண்டித்துவிடும்படி ஐசுக்குட்டியின் உம்மா, அசன்குஞ்ஞியிடம் சொல்லிவிடுவாள். "ஓ... அப்பிடியா விசியம்? அப்போ இன்னா கெடக்குது" என்று அசன்குஞ்ஞியும் சொல்லிவிடமாட்டான். அசன்குஞ்ஞியை விடவும் ஐசுக்குட்டியின் குடும்பம் பண வசதி கொண்டது. அங்கிருந்து கிடைத்த நிறைய ஸ்ரீதனத் தொகையை அவன் இழந்துவிடவும் செய்திருந்தான். இருந்தாலும் அசன்குஞ்ஞி மீது ஐசுக்குட்டிக்கு நல்ல பாசமிருந்தது. கண்ணுமணியே என்றுதான் அவனை அழைப்பாள். அவள் இறந்துவிடுவாள் என்றால்? அசன்குஞ்ஞிக்கு வேர்த்தது.

"முத்தே, எந்தங்கமே ஐசுக்குட்டீ, நீ சங்கடப்படாண்டாம்" என்று ஆறுதல்படுத்திவிட்டு அசன்குஞ்ஞி சென்றான்.

ஐசுக்குட்டி, திரும்பத் திரும்ப டாக்டரை அழைத்துக் கொண்டு வரும்படிச் சொல்லிக் கூப்பாடு போட்டாள். பிரசவம் பார்க்க வந்திருந்த பெண்கள் பரஸ்பரம் முகத்தைப் பார்த்துக் கொண்டார்கள்.

"அந்தப் பெண்ணு மரிச்சுப் போனாலுங்கூட அதுவொ தாக்குட்டரெ கூட்டிட்டு வராதுங்கோ."

இதைக் கேட்டபடியே ஐசுக்குட்டியின் உம்மா, ஒரு கொடுங் காற்றுபோல் சினத்துடன் வந்து ஏறினாள்.

"மோளே, ஐசுக்குட்டீ..."

"எனக்கெ உம்மோ... நா மரிப்பேன். தாக்குட்டரெ விளிச்சிட்டு வாருங்கோ."

அந்த ஊர் முழுவதும் கேட்கும்படியான முழக்கத்துடன் ஐசுக்குட்டியின் தாய் சொன்னாள்:

"மோளே, கெட்டுன தாலியைக் கழத்தி வித்தாவது உம்மா தாக்குட்டரெக் கொண்டுவருவேன். எனக்கெப் புள்ளெ கொஞ்சம் பொறுத்துக்கொ. அந்த அளவுக்கொண்ணும் பணமோ, பத்ராசோ* இல்லாதவங்கொ ஒண்ணுமில்லெ, நாமொ."

அப்படியான இரண்டு மூன்று கூர்முனைகள் கொண்ட அறிவிப்புகளுடன் அவள் வெளியே வந்து நேராக அசன் குஞ்ஞியின்முன் போய் நின்று ஆடினாள்.

"எனக்கெப் புள்ளெயெ நீ எடவாடு** தீத்துப்போடு. ஓங்கிட்டே ஆரு சொன்னா, இப்பிடிப்போட்டு அவளெக் கட்டப்படுத்த?"

"மாமீ, ஆளுகளுக்குக் கேக்கும்... பையப் பேசுங்கோ. அந்தப் பேத்திச்சிதான் தாக்குட்டரு வேண்டாமுன்னு சொல்லுதா."

---

* பதவிசு

** தலாக்

“எனக்கெப் புள்ளெக்கக் காரியத்தெ அவளா தீர்மானிக்கிதது? ஒன்னாலெ ஏலாதுன்னா அதெ மொதல்லெ சொல்லு. நீ அவளெ எடவாடு மட்டும் தீத்தாப் போரும். மொய்ச்சிட்டு வருவானுவொ ஆம்பிள்ளெயொ, அவளெக் கெட்டுதுக்கு. நாங்கொ புதுசா சுன்னத்து செய்தவங்கொ ஒண்ணும் இல்லெ.”

இதை மற்றவர்கள்போல் ஆசியாம்மாவும் கேட்டுக் கொண்டுதான் இருந்தாள் – புதுசா சுன்னத்து செய்த விஷயம், அவளைக் குறிப்பிடுவதாக இருந்தபோதும் அவள் கண்டு கொண்டதாகக் காட்டிக்கொள்ளவே இல்லை. இதை நூறு மடங்காக்கி இரவில் கணவனிடம் சொல்லலாம் என்று அவள் கருதி வைத்துக்கொண்டாள். புதிய இஸ்லாம் என்பது அவளது வாழ்க்கையின் ஒரு தீராத களங்கம். அவளது மனத்திற்குள் பயங்கரமான கோபம் உருவாகியிருந்தது. இருந்தாலும் முகத்திலொரு புன்சிரிப்பு.

அந்தப் புன்சிரிப்புடன்தான் டாக்டரை அழைத்துக் கொண்டு வருவதற்கு அசன்குஞ்ஞி சென்ற தகவலையும் அவள் அறிந்துகொண்டாள். அது ஒரு முக்கியமான செய்தியாக இருந்தது. அனைவரும் அறிந்துகொண்டார்கள். பெண்கள் ஆச்சரியத்துடன் பரஸ்பரம் சொல்லிக்கொண்டார்கள்.

“அசன்குஞ்ஞி, தாக்குட்டரெ விளிக்கப் போயிருக்கான்.”

செய்தி, பிரசவ அறைக்குள்ளும் கேட்டது. அங்கே போய்ச் சொன்னவளும் ஆசியாம்மாதான். மனத்துக்குள் மிகுந்த மகிழ்ச்சி ஏற்பட்டது. ஆனாலும் ஐசுக்குட்டி அதை வெளியே காட்டிக்கொள்ளவில்லை.

“ஒனக்கு தாக்குட்டரெக் கூட்டிக்கிட்டு வந்ததுபோலெ பெருமைக்கில்லெ இது” என்பதுபோல் ஐசுக்குட்டி ஆசியாம்மாவைப் பார்த்தாள். ஒரு பெண்ணின் அந்தரங்கம் மற்றொரு பெண்ணுக்குத் தெரியும் எனும் ரகசியத்தை அவர்கள் பரஸ்பரம் பரிமாறிக்கொள்வதில்லை. ஆசியாம்மா அங்கிருந்து போனதும் ஐசுக்குட்டி கண்ணீரினூடே புன்னகைத்தாள். ஆனால், ஒரு பெரிய பதற்றம் அவளைத் தொற்றிக்கொண்டது. டாக்டர் வந்து சேருவதற்குள் அவள் ஒருவேளை பிரசவித்துவிட்டால்? நேரம் வரும்போது என்னதான் தடுத்துப் பார்த்தாலும் பெறாமலிருக்க முடியுமோ? அவளுக்குப் பயமாக இருந்தது. வேர்த்தது. வயிற்றுக்குள் எதுவெல்லாமோ சேர்ந்து புரண்டு கொண்டிருப்பதுபோல் தோன்றியது.

ஏற்கெனவே நேர்ந்துவைத்திருந்த மகான்களிடம் மனத்தால் மேலும் விண்ணப்பித்துக்கொண்டாள். மண்ணுக்குள் மறைந்து போன புண்ணிய ஆத்மாக்களெல்லாம் அவளது பிரசவ

விஷயத்தில் கவனமாக இருப்பதற்காக ஒவ்வொருவரது பெயரையும் மனத்துக்குள் உருப்போட்டாள். "முஹ்யித்தீன் தங்ஙளே, பதுரீங்களே, மம்புறத்து அவுலியாக்களே," கடைசியில், "நாகூர் வீராசாயிபே –நா ஒங்கெ தர்காவுக்கு ஒரு தங்கப் புள்ளெயெக் குடுத்தனுப்புவேன்."

இவ்வளவும் நடந்த பிறகு ஐசுக்குட்டிக்கு ஒரு விஷயம் பிடி கிடைத்தது. வயிற்றிலிருக்கும் குழந்தை ஆண்தான். பெண் குழந்தையாக இருந்தால் அடக்கவொடுக்கமாக ஒரு மூலையில் கிடக்கும். இது அப்படியல்ல, குழந்தைகள் உறியில் பிடித்து ஆடுவதுபோல் ஐசுக்குட்டியின் இதயத்தைப் பற்றிப்பிடித்துத் தொங்கியபடி அவன் ஆடுகிறான்... கடித்துப்பிடித்துக்கொண்டு ஆடுகிறான்... கைகளைப் பின்புறம் கட்டியிருக்கிறான்... இப்போது அவன் உதரத்தில் தலை குத்தி சாகசம் செய்கிறான். பிறகு, எழுந்து ஐசுக்குட்டியின் இதயத்தை எடுத்துக் கால்பந்து விளையாடுகிறான். அவளுக்குப் பயங்கரமாக வலியெடுத்தது. அக்னி உருகி ஏறுவதுபோல் தலை புகையத் தொடங்கியது. மிளகை அரைத்துத் தேய்த்ததுபோல் எரிச்சலும் புகைச்சலும்... அவளுக்குக் கண் பார்வை தெரியவில்லை. மயக்கம் வருவது போலிருந்தது..! இருந்தாலும் அவள் எல்லாச் சக்திகளையும் திரட்டியெடுத்துப் பால்சுரக்க மறுக்கும் பசுவைப்போல் அப்படியே கிடந்தாள். நிமிடங்கள் மணித்துளிகளாக நகர்ந்து கொண்டிருந்தன...இதயம் விம்மிக்கொண்டிருந்தது...தலைக்குள் அக்னியின் சூடு... அவளுக்கு, தான் இறந்துவிடுவோமோ என்பது உறுதியாகத் தெரிந்தது... அப்போது ஒரு இரைச்சல். அது படிப்படியாக நெருங்கிவந்து வீட்டு வாசலின் முன் 'டும்' என்று நிற்கவும் 'தாக்குட்டரு' என்று பல குரல்கள் கேட்டன. அதோடு ஐசுக்குட்டியின் பிடி நழுவியது. குழந்தையின் தலை வெளியே வந்தது. டாக்டர், தனது பரிவாரங்களுடன் கிர்...கிர்... சத்தத்துடன் பிரசவ அறைக்குள் நுழைந்தார். ஐசுக்குட்டியின் உடலின்மீது குனிந்து இலேசாகத் தொட்டார். சொல்ல முடியாத ஆனந்தத்தில் ஐசுக்குட்டி பரிபூரணமாகப் பிரசவித்தாள்.

பூலோகத்திற்கு முதன்முதலாக வந்த அந்த ஆத்மாவை இவ்வளவு நேரம் தாமதப்படுத்தியதற்கான எதிர்ப்பின் குறியீடாக அவன் பயங்கரமாக அலறினான். துணியிலிருந்து துள்ளியெழுந்து வந்து தன்னை அவன் அடித்துவிடுவானோ என்றுகூட அவள் பயந்தாள். இருந்தாலும் டாக்டர் வந்தபிறகுதானே பிரசவித்தோம் என்ற திருப்தி அவளுக்கிருந்தது.

இப்படியாக, ஐசுக்குட்டி டாக்டரை வரவழைத்துப் பெருமையுடன் பிரசவித்த கதையைப் பேற்றிச்சி தன் கணவனிடம் சொல்ல, அவர் அதைச் சாயாக் கடையில் சாயா குடித்துக் கொண்டிருந்தவர்களிடம் பிரஸ்தாபித்தார். அப்படியாக, இந்தக் கதை ஊர் முழுவதும் பரவியது. குறும்புக்காரச் சிறுவர்கள், ஊரெங்கும் திரிந்து ஐசுக்குட்டியின் சத்தத்தைப்போல் நீட்டி முழக்கி, "தாக்குட்டரெ விளிச்சுட்டு வாயோ..." என்று சொல்லித்

திரிவதில் ஐசுக்குட்டிக்கு எந்த மனத்தாங்கலும் இல்லை. மனத்திலிருந்தாலும் வெளியே காட்டுவதில்லை. யாராவது இதைப் பற்றிப் பேசினால் பெருமையுடன் புன்னகைத்தபடிச் சொல்வாள்:

"ஓ... ஆனாலும் நா பெறும்போ தாக்குட்டரெ விளிச்சிட்டு வந்தாங்களே."

1945

*

டைகர்

'டைகர்' அதிர்ஷ்டம் செய்த நாய். நாடு முழுவதும் பஞ்சம் வந்து, மக்கள் எலும்பும் தோலுமான நிலையிலும் டைகரிடம் எந்த வாட்டமுமில்லை. அது உட்கார்ந்திருக்கும் தினுசைப் பார்த்தால் வீங்கிப் பருத்த கருங்கட்டைபோல் தோன்றும். கால்களும் வாலும் வெளுப்பு. கண்கள் சிவப்பு கலந்த தவிட்டு நிறம். போலீஸ்காரனின் கண்கள்போல் துளைத்தெடுக்கும் பார்வை.

டைகர், ஏதோ ஒரு தெருநாயின் புத்திர பாக்கியமாக இருக்கலாம். அதன் ஜனனம் நகரிலுள்ள ஏதோ ஒரு சாக்கடைக் குழியில் நிகழ்ந்திருக்கலாம். இந்த விவரங்கள் எதுவும் நாய்க்குத் தெரியாது. நினைவு தெரிந்த காலம்தொட்டு, அதன் வாழ்விடம் போலீஸ் ஸ்டேஷன்தான். ஆகாயம் சச்சதுரமாகத் தெரியும் நாலு கட்டு மனையின் நடுமுற்றம்தான் அதன் மகா லோகம். கைதிகளும் போலீஸ்காரர்களும் தோழர்கள். ஒவ்வொருவரையும் அதற்குப் பிரித்தறியத் தெரியும். ஆய்வாளர்மீதுதான் அதற்கு ஆழ்ந்த நாட்டம். ஆய்வாளரின் கண்களும் நாயின் கண்களும் ஒன்றுபோல் இருப்பதாகச் சொல்வார்கள் கைதிகள்.

டைகருக்குக் கைதிகளில் வேறுபாடில்லை. அதில், கொலைகாரனும் திருடனும் அரசியல்வாதி களும் இருந்தனர். டைகரைப் பொறுத்தமட்டிலும் போலீஸ்காரர்கள், குற்றவாளிகள் என சாதி இரண்டொழிய வேறில்லை. லாக்கப்பிலுள்ள நாற்பத்தைந்து மனிதர்களுமே அந்த நாய்க்கு ஒன்றுதான். ஒரே லாக்கப்பில் தனியாக இருக்கும்

நான்குபேர் அரசியல் கைதிகள் என்பதிலும் நாய்க்கு அக்கறை யில்லை. ஏனென்றால் லாக்கப்கள் அனைத்தும் ஒன்றுபோலவே இருக்கும். எந்த லாக்கப்பிலும் வெளிச்சமோ காற்றோ உள்நுழைய முடியாது. மலஜல இத்யாதிகளின் துர்நாற்றத்தில், மூட்டைப் பூச்சியின் கடியேற்று, அழுக்கடைந்த பழந்துணியை உடலில் சுற்றி, தாடியும் மீசையும் வளர்ந்த வெளிறிய மனித உருவங்கள். இருட்டையோ வெளிச்சத்தையோ அறிய இயலாமல் அவர்கள் நாட்களைக் கடத்துகிறார்கள். இப்படியான லாக்கப்கள் எல்லா ஊர்களிலும் இருக்கும்தான். இந்த லாக்கப்களிலிருந்து வரும் நெடி, மனித மனங்களைச் சுட்டெரிக்க வல்லது. ஆனால் கைதிகளின் சிந்தனை இதுவொன்றுமல்ல! வயிற்றுக்குப் போதுமான உணவு குறித்த எண்ணம் ஒன்றுதான் அவர்களது பிரதான சிந்தனை. காலையில் கஞ்சி குடிப்பதற்காகவே, இரவில் தூங்கச் செல்வார்கள். கஞ்சி குடித்து முடிந்ததும் மதிய உணவு குறித்த சிந்தனை. பிறகு இரவு உணவு. இந்த ஒரே ஒரு ஆவலாதி மட்டும்தான். ஒருவருக்கும் ஒருபோதும் பசி அடங்குவதில்லை. லாக்கப்பில் கிடக்கும் அனைவருடைய நோக்கமும் எவ்வளவு சீக்கிரம் தண்டனை கிடைக்கிறதோ அவ்வளவு சீக்கிரம் ஜெயிலுக்குப் போய்விடலாமே என்பதுதான். போலீஸ்காரர்கள் போட்ட வழக்குகளிலிருந்து விடுதலை கிடைப்பது சாத்தியமல்ல. தண்டனை விதிக்கப்பட்டதும் உடனடியாக ஜெயிலுக்குக் கொண்டுபோய்விடுவார்கள். சிறைச்சாலை, குற்றவாளிகளின் சொர்க்கம் என்றால், போலீஸ் காவல்தான் நரகம். ஒவ்வொரு கைதிகளின் மனத்திலும் பெரும் சீற்றம் இருக்கும். இதை அவர்கள் பார்வை மூலம் நாய்மீது காட்டுவார்கள். இது குறித்த ஆவலாதிகள் எதுவும் நாய்க்கும் இல்லை. கனகம்பீரமாக அது லாக்கப் முன் அங்குமிங்குமாக நடைபோடும்; அல்லது ஏதாவது லாக்கப் அறைமுன் படுத்துக்கொள்ளும். சாப்பாட்டு வேளையில் ஆய்வாளரின் அறையின் முன்னால் காவல் இருக்கும். உண்டு களித்த ஆய்வாளர், ஏப்பமிட்டபடி, எச்சில் இலையைத் தூக்கி நாயின்முன் வைப்பார். ஒரு ஆளுக்கான உணவை அது தின்ன ஆரம்பிக்கும். இதைக் காணும் கைதிகளின் வாயில் எச்சில் ஊறும்.

உண்டு முடித்த டைகர் தோட்டத்தில் நுழைந்து செடி நிழலில் ஓய்வெடுக்கும். ஒரு குட்டித் தூக்கம் போட்டு, எழுந்து மீண்டும் லாக்கப் வாசலில் ஆஜராகும். அதன் கண்களில் அப்போது மந்தகாசப் புன்னகை நிழலாடும். எல்லா ரகசியங்களும் எனக்குத் தெரியும் என்பதுபோல். பெரும்பாலானவர்கள்மீதும் பொய் வழக்குகள்தான். ஆய்வாளரும் போலீஸ்காரர்களும் லஞ்சம் வாங்கி, ஜோடித்த பொய் வழக்குகள். சிலர் வாழ்க்கையில் ஒரே ஒருமுறை திருடியவர்கள். பிறகு, ஊரில் நடக்கும் எல்லாத் திருட்டுகளும் அவர்கள் தலையில்தான். காவலில் இருப்பவர்கள்,

செய்யாத குற்றத்தையும் செய்ததாகவே ஒப்புக்கொள்வார்கள். நீதிபதியின் முன்பும் ஒப்புக்கொள்வார்கள். போலீஸ்காரர்கள்தான் எப்போதும் கூடவே இருப்பார்களே? ஒவ்வொரு கைதியின் உணவுக்கும் நாளொன்றுக்கு இத்தனை ரூபாய் என்று அரசாங்கம் ஒதுக்கீடு செய்திருக்கிறது. இது, போலீஸ்காரனின் சம்பளத்தை விடவும் அதிகமாகவே இருக்கும். போலீஸ்காரனுக்கும் வயிறு இருக்கிறது; உடையணிய வேண்டும்; பெண்டு பிள்ளைகளைக் காப்பாற்ற வேண்டும். வேறு வருமானங்கள் ஏதும் இல்லை. மிகக் குறைவான இந்தச் சம்பளத்தை வைத்து ஒரு போலீஸ்காரன் தன்னுடைய தேவைகளை எப்படி பூர்த்திசெய்ய முடியும்? லாக்கப் கம்பிகளினூடே கையை நீட்டி டைகரைக் கோபத்துடன் தடவிவிடுவார்கள் கைதிகள்.

“நாங்க போடுற சோறு,” என்பார்கள்.

டைகர் வாலை ஆட்டும்.

‘ஆமப்பா, இதுதான் வாழ்க்கை. இதை மாற்ற யாராலும் இயலாது’ என்பதுபோல் பார்க்கும்.

மாற்ற இயலுமா? ஆரம்பக் காலங்களில் கைதிகள் சிலர், “எங்களுக்குப் பசியடங்கவில்லை. அரசாங்கம் நிச்சயித்த அளவு உணவு எங்களுக்குக் கிடைத்தே ஆக வேண்டும்” என்றனர்.

போலீஸ்காரர்களின் அடியும் இன்ஸ்பெக்டரின் பூட்ஸ் உதையும்தான் நிச்சயித்த அளவு கிடைத்தன.

போதாக்குறைக்கு, இன்ஸ்பெக்டர் ஏளனமாகச் சொன்னார்: “அரசாங்கம் நிச்சயித்த அளவு ... அரசாங்கம் என்ன உங்களோட அப்பனா?”

அரசாங்கம் யாருடைய அப்பன்? கைதிகள் சொன்னார்கள்:

“இங்கே டைகர்தான் அரசாங்கம்.”

இந்த உவமை சரியா? ஒவ்வொரு கைதிக்கும் அரசாங்கம் நிச்சயித்த அளவு உணவளிப்பதாக ஏற்றிருப்பவன் ஒரு ஓட்டல்காரன். சிறிய அளவில் ஓட்டலைத் தொடங்கிய அவன், கைதிகளை வைத்துப் பெரிய நிலைக்கு உயர்ந்தான். பெரிய கடா மீசையும் தொப்பையுமுள்ள ஓட்டல் முதலாளி. அவருக்கும் இன்ஸ்பெக்டருக்குமான உறவு சிறப்பான முறையில் அமைந்திருந்தது. வழக்கமாக, அவனது ஓட்டலில்தான் இன்ஸ்பெக்டரும் ரைட்டரும் சாப்பிடுவார்கள். உணவுக்கும் சிற்றுண்டிக்கும் அவர்கள் பணம் கொடுக்க வேண்டியதில்லை. மாறாக இரண்டுபேருக்கும் மாதமொன்றுக்குக் குறிப்பிட்ட ஒரு தொகையைச் செலுத்தும் ஓட்டல்காரன், கைதிகளிடமிருந்து இதை

வசூலித்துக்கொள்வான். தினமும் ஐம்பது அறுபது கைதிகளாவது லாக்கப்பில் இருப்பார்கள். இவர்களுக்கு ஏன் சரியான உணவு கொடுக்கவில்லை என்று யாராவது கேட்கப்போகிறார்களா என்ன? நீதிமன்றத்துக்கு அழைத்துச் செல்லும்போது நீதிபதியிடம் சொல்லலாம். ஆனால்... திரும்பி போலீஸ் ஸ்டேஷனுக்குத்தானே வர வேண்டும்? இன்ஸ்பெக்டர் சிரித்தபடியேதான் கேட்பார்... ஆனால், அது சிரிப்புதானா ..?

"நீ கோர்ட்டுல சொல்லிட்டே இல்லையாடா?"

பிறகு, மயக்கம்போட்டு விழுவதுவரைக்கும் அடிப்பார். நாளடைவில், இப்படியான எந்தப் புகார்களுக்கும் இடமுமில்லை என்றானது. அவர்கள் அந்த நாயிடம்தான் பகை தீர்த்துக்கொள்ள முடியும். கைதிகளுக்கு நாய்மீது பிரியமெதுவும் இல்லையென்ற விஷயம் அனைவருக்கும் தெரியும். ஆய்வாளருக்குப் பெருத்த ஆச்சரியம். பாவம், அந்தச் சாது மிருகத்தின் மீதாவது இவர்கள் பரிவு காட்டலாமே?

கைதிகள் டைகர்மீது பரிவு காட்டவில்லை. மாறாக, வாய்ப்பு கிடைக்கும்போதெல்லாம் அதைத் தொந்தரவு செய்யவும் முயன்றார்கள். தொந்தரவு செய்வான் என்பதைப் புரிந்துகொண்ட உடனேயே அது குரைக்க ஆரம்பித்துவிடும்.

"எவன்டா நாயைத் தொந்தரவு பண்றவன்?" ஆய்வாளர் கையில் லத்தியுடன் வெளியே வருவார்.

"நாய்க்குப் பொறந்தவனுங்களே, டைகரைத் தொந்தரவு பண்ணக்கூடாதுன்னு எத்தனை தடவை சொல்லியிருக்கேன்? நாயைத் தொட்டவன் எவன்டா? நீட்டுடா கையை."

கம்பிகளினூடே கை நீளும். விரல்களைப் பலமாகப் பிடித்துக்கொண்டு ஓங்கியோங்கி அடிப்பார். சூழல், அழுகைச் சத்தத்தால் நிறையும். கைதிகளின் கைகள் வீங்கிப் புடைக்கும். சொட்டுச்சொட்டாக விழும் ரத்தத்துளிகளை டைகர் நக்கிச் சுத்தமாக்கும்.

ஏற்கெனவே செய்த குற்றத்தையே கைதிகள் மீண்டும் மீண்டும் செய்வார்கள். தண்டனை அவர்களது மனவீரியத்தை அதிகரிக்க மட்டுமே உதவியது. நாயைத் தொட்ட குற்றத்திற்காக, பெரும்பாலானவர்களும் பலமுறை தண்டனை அனுபவித் திருக்கிறார்கள். அவர்களைக் குற்றம் செய்ய வைப்பதில் நாய்க்கும் தயக்கம் இல்லை.

டைகர் வெளியில் எங்குமே செல்லாது. பெரும் பயந்தாங் கொள்ளி. இருந்தாலும், வேறு நாய்கள் ஏதாவது அந்தப் பக்கம்

வந்தால் பயங்கரமாகக் குரைக்கும்; புலிபோல் சீறும். ஸ்டேஷனை விட்டு எப்போதாவது அபூர்வமாக வெளியே செல்ல நேர்ந்து, ஏதாவது எலும்பு துருத்திய நாயைக் கண்டால்கூட, வாலைக் குழைத்துப் பின்புறக் கால்களினூடே சொருகியபடி உள்ளே ஓடி வந்துவிடும். இதைப் பார்த்த அரசியல் கைதியொருவன் ஒருமுறை: "நம்ம ஆய்வாளர் ஐயா ஓடி வர்றதைப் பாருங்க" என்றான் சிரித்தபடியே.

அப்போது ஞானக் கைதியொருவன், "அடிப்படையில நாம ஒவ்வொருத்தரும் இதுபோன்ற ஆய்வாளர்கள்தான்" என்றான்.

அவனது இந்தத் தரிசனப் பார்வை பெரிய வாக்குவாதத்தில் சென்று முடிந்தது. ஞானக் கைதியின் தரப்பில் மூன்று பேரும் எதிர்த்தரப்பில் தனியொருவனும் நின்று வாது செய்தனர். விவாதத்தின் முக்கியக் கட்டத்தில் ஒரு மகிழ்ச்சியான செய்தியுடன் வந்தார் இன்ஸ்பெக்டர்.

"இங்க என்னடா சண்டை?" யாரும் பதில் சொல்லவில்லை.

"லாக்கப்பைத் திற" என்று பாரா போலீஸுக்கு உத்தரவிட்டார். அவர்கள் வெளியே வந்தார்கள்.

இன்ஸ்பெக்டர் சொன்னார்: "உங்களைப் பார்க்க யாரோ சிலர் வந்திருக்காங்க."

போய்ப் பார்த்தபோது லாக்கப்பிலிருக்கும் இளைஞனின் நண்பர்கள் சிலர். அவர்கள் தின்பண்டங்களும் ஆரஞ்சுப் பழங்களும் கொண்டு வந்திருந்தனர். ஆரஞ்சுப் பழங்களில் இரண்டை ஆய்வாளர் தின்றார். மிச்சமிருந்த தின்பண்டங்களைக் கைதிகள் தின்றனர். கேட்டறிந்த ஊர் நிலவரங்கள் அவ்வளவு திருப்தியாக இல்லை. ஊரில் பயங்கரமான பஞ்சம். மக்கள் பசியால் மடிந்துகொண்டிருக்கிறார்கள். கூடவே, போர்ச் செய்திகள், விலைவாசி உயர்வு. மொத்தத்தில், பரிதாபமான சூழ்நிலை.

"நாங்களும் அதை அனுபவிக்கிறோம்," அந்த இளங்கைதி சொன்னான்:

"உங்களுக்கென்ன? நல்ல சாப்பாடு கிடைக்கிறது. பட்டினி கிடக்க வேண்டிய தேவையில்லை. அதிர்ஷ்டசாலிகள்."

அப்போது, வாசலுக்கு வந்த டைகரைச் சுட்டிக்காட்டி கைதி சொன்னான்: "அந்த நாய்க்கு இருக்கும் அதிர்ஷ்டம்கூட எங்களுக்கு இல்லை."

இன்ஸ்பெக்டர் வாய் நிறையச் சிரித்தார். கைதிகளும் சிரித்தனர். மீண்டும் அவர்கள் லாக்கப்பில் அடைபட்டனர்.

நான்குபேருக்கும் நல்ல திருப்தி. அவர்களது வயிறு நிரம்புகிற அளவுக்குத் தின்பண்டங்கள் இருந்தன. ஆகவே இரவுச் சாப்பாட்டில் தின்றதுபோக கொஞ்சம் மீதியும் வந்தது. அதை அவர்கள் ஏற்கெனவே அடைக்கப்பட்ட கைதிகளுக்காக லாக்கப் வாசல் முன்வைத்தனர். அதிலிருந்த இருபத்திரண்டுபேரும் ஆவலுடன் வாசலுக்கு வந்தனர். அதில் ஒருவன் கம்பிகளினூடே இலையை இழுத்து எடுத்ததில் கொஞ்சம் சோறு தரையில் விழுந்தது. அதை நக்கித் தின்பதற்காக டைகரும் பக்கத்தில் நின்றிருந்தது. லாக்கப்பிலுள்ள மற்ற இருபத்தொருபேரும் வரிசையாக நின்றிருந்தனர். ஒருவன் பரிமாற ஆரம்பித்தான். இருபத்திரண்டு பிடி சோறுகூட இருக்காது. இருந்தாலும் அவர்கள் அதை ஆவலுடன் எதிர்பார்த்தார்கள். பரிமாறுபவன் ஐந்துபேரின் கைகளில் ஆளுக்குக் கொஞ்சம் வைத்தான். டைகர் முன்னகர்ந்து சென்று தரையில் விழுந்த கூட்டுக் கறியை நக்கித் தின்றது. பிறகு கம்பியை நக்கியது. ஒரு கைதி அதன் முகத்தில் உதைத்தான். நாய் உயிரே போவதுபோல் கூப்பாடு போட்டது. பாராக்காரன் ஓடி வந்தான். கூடவே சில போலீஸ்காரர்களும். ஆய்வாளரும் வந்தார். இருபத்திரண்டு பேரின் இதயங்களைப் பிய்த்தெடுப்பது போல் சோற்றை இலையில் வைக்கச்சொல்லி வெளியே இழுத்தெடுத்த அவர், அதை நாய்க்கு வைத்துக்கொடுத்தார். போதாக்குறைக்கு லாக்கப்பைத் திறக்கச் சொல்லி உள்ளே நுழைந்து, அடியும் உதையும் கொடுத்து வெளியே வந்தார்.

இது அப்போதைக்கு முடிந்தது. அன்றிரவு பத்து மணிக்கு டைகர் மீண்டும் நீண்ட நேரம், பயங்கரமாகக் கூப்பாடு போட்டது. ஸ்டேஷனே நடுநடுங்கியது. பாராக்காரன் ஓடிவந்து பார்த்தான். இரண்டு கைதிகள் நாயைப் பிடித்து, கம்பிகளினூடே அதன் முகத்தை உட்புறமாகப் பிடித்து அமுக்குகிறார்கள். இரண்டு பேர் என்பது உறுதியாகத் தெரியும். ஆனால் ஒருவனை மட்டுமே பாராக்காரனால் அடையாளம் காணமுடிந்தது.

இன்ஸ்பெக்டர் அவனை வெளியே கொண்டுவந்தார். அவன் திருட்டு வழக்கில் குற்றம் சாற்றப்பட்டவன். இன்ஸ்பெக்டர் முதலில் அவன் முகத்தில் ஓங்கி அறைந்தார். கூடவே ஒரு உதையும். அவன் குப்புற விழுந்தான். முதுகில் ஓங்கியோங்கி மிதித்தார். கடைசியில் அவனை இழுத்து எழ வைத்தார். அவனது வாயில் ரத்தம் வடிந்தது. ஒரு பல்லும் தரையில் கிடந்தது. அதிலும் ரத்தம்.

இந்தக் காட்சியை நாற்பத்தைந்து கைதிகளும் ஒன்பது போலீஸ்காரர்களும் பார்த்தார்கள். டைகரும் பார்த்தது. தரையில் விழுந்த ரத்தத் துளிகளை அது நக்கித் துடைத்தது.

இன்ஸ்பெக்டர் கேட்டார், "இன்னொருத்தன் எவன்டா?"

அவன் பதில் சொல்லவில்லை. "சொல்ல மாட்டியா?" அவனது இரண்டு கால்களையும் கம்பிகளினூடே வெளியில் இழுத்துக் கட்டி வைத்தார். பிரம்பால் உள்ளங்காலில் ஓங்கியோங்கி அடிக்க, ரத்தம் வந்த பிறகும் அவன் யாரென்று சொல்லவில்லை. அப்படியே அவன் மயக்கமடைந்தான். டைகர் தனது சொரசொரத்த நாவால் அவனது காயம்பட்ட உள்ளங் கால்களை நக்கிக்கொண்டிருந்தபோதும் அவன் அசையாமல் கிடந்தான்.

டைகர் அதிர்ஷ்டம் செய்த நாய்.

1945

கள்ள நோட்டு

கள்ள நோட்டென்று தெரியாமல் வாங்கிய ஒரு தாய், தான் பெற்ற மகளை விலைக்கு விற்ற ஒரு சம்பவம்பற்றி மகள்மீது மையல் கொண்டிருந்த போலீஸ் கான்ஸ்டபிள் சொன்னான்:

திரண்ட கனதன நிதம்பங்களுள்ள ஒரு யுவதி அவள். ராணுவ முகாமின் அருகே, மரத்தடியில் ஒரு குடிசையில் தனது அம்மாவுடனும் சகோதரியுடனும் அவள் வசித்துவந்தாள். தினமும் அந்தக் குடிசை வாசலில் அவளைப் பார்க்க முடியும். சில நேரங்களில் வெறுமனே நின்றிருப்பாள். சில நேரங்களில் கயிறு திரித்துக்கொண்டிருப்பாள். இளைஞனான கான்ஸ்டபிள் அவள்மீது ஏக்கப் பார்வைகளை அள்ளி இறைப்பான். பதிலுக்கு அவளும் பார்த்தாளா என்று அவனால் உறுதியாகச் சொல்ல முடியவில்லை. பார்வைக்கு அழகாகத் தெரியும் யுவதிகள்மீதும் இளைஞர்களுக்கு ஏற்படும் இயல்பான ஈர்ப்பைத் தவிர வேறெதுவும் அவனுக்கில்லை.

இருந்தாலும் ரத்தம் புரண்ட கள்ள நோட்டு களுடன் அவளைக் கடைசியாக, அருகில் பார்த்த பயங்கர நிகழ்வு அவனது மனத்திற்குள் மிகுந்த வருத்தத்தைத் தோற்றுவித்தது.

மட்டுமல்ல, அவளது அம்மா கள்ள நோட்டைக் கையில் வைத்திருந்த வழக்கிலும், பெற்ற மகளை விலைக்கு விற்றதாக மற்றொரு வழக்கிலும் சிக்கிக் கெதண்டாள். மூன்றாவது வழக்கு மிகக் கேவல மானது. கள்ள நோட்டு அச்சடித்ததாக! கள்ளனைக் காணோமென்றால் கண்டவனைக் கழுவேற்றுவது எனும் புராதன கால நடைமுறைதான். இதற்காக

வைக்கம் முகம்மது பஷீர்

போலீஸையோ அரசாங்கத்தையோ குறைசொல்ல முடியுமோ? பண்டைய காலம்முதல் அமலாக்கம் செய்துவரும் அணுகு முறையை அவர்களும் கடைப்பிடிக்கிறார்கள்; அவ்வளவுதான்.

சரி, அந்தக் கள்ள நோட்டை அச்சடித்தது யார்? கள்ள நோட்டு அடிக்கவும் நிஜக் காகிதம் வேண்டுமே? புதிய அச்சு வேண்டும். போர் தொடங்குவதற்கு முன்பிருந்த பழைய அச்சு ஒத்து வராது. போர் தொடங்கி, பொருட்களெல்லாம் விலையேறியபோது கூடவே, காகித விலையும் ஏறியது. மட்டுமல்ல, அதிகம் விலை கொடுத்தாலும் காகிதம் கிடைக்காது. இந்நிலையில் கள்ள நோட்டு அச்சடிப்பதற்கான காகிதமும் இன்னபிற பொருட்களும் எங்கிருந்து கிடைத்தன?

இரண்டு வகை வதந்திகள் உலவின. ஒன்று, பணவசதி படைத்த யாரோ ஒரு பெரிய மனிதன் காகிதத்தைப் பதுக்கி வைத்துக் கள்ள நோட்டு அடித்து புழக்கத்தில் விடுகிறான். இன்னொன்று, எதிரி நாட்டு அரசன் ஒற்றர்கள் மூலம் கள்ள நோட்டை நமது நாட்டுக்குள் ரகசியமாக வினியோகிக்கிறான். எதுவாயினும் கள்ள நோட்டையும் நல்ல நோட்டையும் இனம்கண்டுகொள்வது அப்போது சிரமமாகவே இருந்தது. போருக்கு முன்பிருந்த பணப்புழக்கத்தை விடவும் தற்போதைய பணப்புழக்கம் ஆயிரம் மடங்கு அதிகரித்திருக்கிறது. வெள்ளி, தங்க நாணயங்கள் என எவற்றையும் பார்க்கவே முடியவில்லை. அதெல்லாம் எங்கேபோய் ஒளிந்துகொண்டனவோ? போர்த் தேவைக்காக என்றால் வெள்ளியிலும் தங்கத்திலுமா பீரங்கிக் குண்டுகள் செய்கிறார்கள்? யாராலும் எதையும் திட்டவட்டமாகச் சொல்ல முடியவில்லை. பலரிடமும் கள்ள நோட்டுகள் உள்ளன. குறிப்பாக, பெரும் பணக்காரர்களிடமும் பெரிய வியாபாரிகளிடமும் உயரதிகாரிகளிடமும்.

இப்படியான தகவல்களைப் பரப்புவது யார்? கள்ள நோட்டு என்று எல்லாரும் கேள்விப்பட்டிருக்கிறார்களே தவிர ஆதாரங்களில்லை. இருந்தாலும் மக்களுக்குப் பயம்தான். கள்ள நோட்டு அச்சடித்த வழக்குக்குக் கடுமையான தண்டனை கிடைக்கும். குற்றம் செய்யவில்லையென்பதை நிரூபிக்க வேண்டிய பொறுப்பு குற்றம் சாட்டப்பட்டவனையே சேரும். யார்மீதும் எப்போது வேண்டுமானாலும் குற்றம் சுமத்திவிடலாம். ஆகவே எல்லாரும் குற்றவாளிகள்தான், தன்னை நிரபராதியென்று நிரூபிப்பதுவரைக்கும். இப்படியான ஒரு சட்டம் இருப்பதால் மக்கள் பயந்துபோயிருந்தனர். சும்மா ஒரு பேச்சுக்கு "இது கள்ள நோட்டல்லவா," என்று கேட்டால்கூட மக்களின் முகம் வெளிறிவிடும். அதிகமாகப் பயந்தவர்கள் சாமானிய மக்கள்தான். லஞ்சம் கொடுக்கவும் பணமில்லாத அவர்கள் பல்வேறுவிதமான

துயரங்களை அனுபவித்துக்கொண்டிருந்தனர். உண்பதற்கும் உடுப்பதற்கும்கூட எதுவுமில்லை.

ஆகவே மக்கள் குறைந்த விலையில் உணவுப் பொருட்கள் வாங்குவதற்கான குடும்ப அட்டைகளை வினியோகம் செய்து நீதியைப் பரிபாலித்தது அரசாங்கம். ஒரு குடும்பத்திற்கு ஒரு நாளைக்குப் போதுமான உணவுப் பொருட்களை வாரம் ஒருமுறை, குடும்ப அட்டைகள் மூலம் வினியோகம் செய்து வந்தது. ஆனால், இதை வாங்குவதற்கும் பணமில்லையென்றால் என்னதான் செய்வது?

இப்படியான யோசனைகளுடன், அதாவது பணமோ சம்பாதிப்பதற்கான வேலையோ இல்லாமல் அனேகமாயிரம் குடும்பங்கள் பசியில் வதைபட்டுக்கொண்டிருந்தன. அழிவின் பட்டியலில் ஆயிரக்கணக்கான மத்தியதரக் குடும்பங்களும் அகப்பட்டிருந்தன. பஞ்சத்தை அதிகமாக அனுபவித்தவர்கள் பெண்கள்தான். ஒருவேளை உணவுக்காக அவர்கள் எதை வேண்டுமானாலும் செய்தனர். இருந்தாலும் பொருட்கள் கிடைப்பது அரிது. உணவுப் பற்றாக்குறை. அரசுக் கிட்டங்கிகளும் ஏறக்குறைய காலி. நாட்டிலுள்ள தானியங்கள் முழுவதும் எங்கே போய்விட்டன? போரின் காரணமாக வெளிநாட்டு இறக்குமதி நின்றுபோயிருக்கலாம். சரி, உள்நாட்டில் தானியங்களே உற்பத்தியாவதில்லையா? போருக்கு முன் உற்பத்தியாகிக் கொண்டிருந்ததே? விவசாய நிலங்கள் அனைத்தும் தரிசாகக் கிடப்பதாகச் சந்தேகித்தது அரசாங்கம். அதன் விவசாய இலாகாவுக்கு, துறை சார்ந்த விஷயத்தில் பெரிய அளவு அக்கறையில்லை. அரசின் பிரதான வேலை, சட்ட உற்பத்தி மட்டும்தான். நாட்டில் பஞ்சம் ஏற்பட்டதும் அரசாங்கம் புதிய அறிவிப்புகளுடன் முன்வந்தது.

உங்கள் இல்லங்களின் முன்புள்ள பூந்தோட்டங்களில் விவசாயம் செய்யுங்கள்!

அதுவும் நடந்தது. இருந்தபோதும் பஞ்சம் தீரவில்லை. மக்கள் பட்டினியால் மடிந்துகொண்டிருந்தனர். மடிந்தவர்களிடமும் ரூபாய் நோட்டுகள் இருந்தன. நோட்டு இருந்தால் மட்டும் போதாதே. அரசாங்கம் புதியதொரு சட்டத்தை உற்பத்தி செய்து வினியோகித்தது. குறிப்பிட்ட அளவுக்கு அதிகமாக உணவுத் தானியங்கள் விளைவிப்பவர்கள் அதை அரசாங்கத்திடம் ஒப்படைத்து நிர்ணயிக்கப்பட்ட விலையைப் பெற்றுக்கொள்ள வேண்டும். இது ஒரு நல்ல சட்ட முன்வடிவாக இருந்தாலும் போதுமான உணவுத் தானியங்கள் அரசுக் கிட்டங்கிக்கு வந்து சேரவில்லை. அரசாங்கம் நிர்ணயித்த விலையை விடவும் மூன்று

நான்கு மடங்கு அதிக விலைகொடுத்து வாங்கி, பதுக்கிவைத்து, பத்து மடங்கு அதிக விலைக்கு விற்க பெரிய வியாபாரிகள் தயாராக இருந்தனர். இவர்களுக்கு உதவி செய்வதில் அதிகாரிகளும் ஆர்வத்துடன் செயல்பட்டனர். இதில் பெருமளவு தொகை அவர்களுக்கு லஞ்சமாகக் கிடைத்தது. இவர்களிடம் இருப்பது நல்ல நோட்டா கள்ள நோட்டா என்று கேட்பதற்கான தைரியம் யாருக்குமில்லை. கள்ள நோட்டுகள் எங்கிருந்துதான் வருகின்றன? சாமான்ய மக்கள் இப்படியொரு கேள்வியைக் கேட்பதற்கான வாய்ப்பு வினியோக மையத்தில் கிடைத்தது. குடும்ப அட்டைகளுடன் மக்கள் அங்கே ஈ போல் மொய்த்திருந்தனர். ஐந்துபேர்களுக்கான ஒரு குடும்ப அட்டையுடன் எலும்பும் தோலுமாக இருந்த ஒரு யுவதி, கூட்ட நெரிசலினூடே வதைபட்டு அதிகாரியின்முன் வந்து நின்றாள். அவளிடம் ஒரு புதிய பத்து ரூபாய் நோட்டு இருந்தது. "இந்தக் கள்ள நோட்டு உனக்கு எங்கிருந்து கிடைத்தது?" என்று கேட்டார் அதிகாரி. தளர்ந்துபோன அவள் அழுதபடியே சொன்னாள்: "அம்மா தந்தாள்."

சம்பவத்தை அறிந்த போலீஸ்காரன் அவளையும் அழைத்துக்கொண்டு, ராணுவ முகாமை அடுத்திருந்த மரத்தடிக்

கள்ள நோட்டு

குடிசையிலிருக்கும் அவளது அம்மாவிடம் வந்தான். குடிசையின் அருகே இடிந்துகிடந்த ஒரு வீட்டு முற்றத்தில் நின்றபடி அம்மாவை அழைத்து வரச் சொன்னான் போலீஸ்காரன்.

அம்மா எழுந்திருக்க முடியாமல் படுத்தப் படுக்கையாக இருப்பதாக அழுகையினூடே சொன்னாள். போலீஸ்காரன் குடிசைக்குச் சென்றான்.

மூத்த மகள் அப்போது வீட்டில் இல்லை. அவன், அவளைப் பார்க்க விரும்பினான் என்பதைத் தனியாகச் சொல்ல வேண்டாம் அல்லவா? ஆனால் குடிசையில் அவள் இல்லை.

அம்மா எலும்புக் கூடுபோல் படுத்திருந்தாள். உயிரற்றவர்கள் போல் மூன்று பிள்ளைகளும். போலீஸ்காரனைக் கண்டதும் அவர்கள் பயந்துபோயினர். "கள்ள நோட்டு எங்கிருந்து கிடைத்தது," என்று கேட்டதும் அம்மா, மிச்சமிருந்த உயிரையும் இழந்தவள்போலானாள். வெறித்தக் கண்களில் கண்ணீர் வழிய அப்படியே படுத்திருந்தாள்.

கடைசியில், சொன்னாள்: "எங்களை ஒண்ணும் பண்ணிடாதீங்க ஏமானே! உங்களுக்குப் புண்ணியம் கிடைக்கும். நாங்க சரியா சாப்பிட்டு ரெண்டு வருஷமாகுது ஏமானே! எங்கிட்ட ரேஷன்கார்டு இருக்கு. ஆனா வாங்குறதுக்குப் பணமில்லை. விஷம் குடிச்சிச் செத்துடலாம்னு நெனைச்சோம். அப்போ கடவுளாப் பாத்து எங்களுக்கு உதவி செய்தார். எங்களை விட்டுருங்க ஏமானே, கள்ள நோட்டுன்னு எங்களுக்குத் தெரியாது ஏமானே."

பிறகு தங்களின் குடும்பத்தைப் பற்றிச் சொன்னாள் அந்தப் பெண். கணவன் ஒரு தொழிலாளி. யுத்தம் ஆரம்பித்ததும் வேலையும் பறிபோனது. பஞ்சம் அதிகரித்த நிலையில் கணவன் இறந்துபோனான். பிறகு, நான்கு பெண் குழந்தைகளும் அம்மாவும். மூத்த மகளால் மட்டுமே ஏதாவது வேலை செய்ய முடியும். வேலையும் கிடைக்கவில்லை. தேங்காய் சவுரி கொண்டு வந்து கூலிக்குக் கயிறு திரிப்பாள். எட்டணா கிடைக்கும். ரொம்பவே கஷ்டப்பட்டார்கள். கணவன் வாங்கிய கடனுக்காக, தங்கியிருந்த வீட்டைத் தகர்த்துக் கையில் கிடைத்ததையெல்லாம் கடன்காரர்கள் கொண்டுபோனார்கள். இதையெல்லாம் சொன்ன அவள், கள்ள நோட்டு எங்கிருந்து கிடைத்ததென்பதை மட்டும் சொல்லவில்லை.

போலீஸ்காரன், உதைத்து எலும்பை ஒடித்துவிடுவதாக மிரட்டினான். அப்போது அந்தப் பெண் சொன்னாள்: "ஒருத்தர் தந்தார். ஆனா, அவர் யாருன்னு எனக்குத் தெரியாது."

"இன்னும் எவ்வளவு நோட்டு மிச்சமிருக்கு?"

"ஒரே ஒரு நோட்டுதான் ஏமானே. வேற இல்லை."

போலீஸ்காரன் மீண்டும் மிரட்டவே, இன்னும் இருப்பதாக ஒப்புக்கொண்ட அவள், ஒரு பானைக்குள்ளிருந்து பழைய துணிப் பொதியை எடுத்தாள். அதில் புதிய நூறு ரூபாய், பத்து ரூபாய் நோட்டுகளாக ஆயிரத்து ஐந்நூறு ரூபாய் இருந்தது. தந்தவர் யாரென்று தெரியாது. இருட்டில் வைத்துத் தந்தார். ஏதோ ஒரு பெரிய மனிதர் என்று நினைக்கிறேன். மூத்த மகளைத் தன்னுடன் அனுப்பிவைக்கச் சொன்னார். அவளுக்கு இதில் விருப்பமில்லை; இருந்தாலும் போனாள்.

இவ்வளவுதான்.

கள்ள நோட்டு வழக்கு நடந்துகொண்டிருக்கும்போது, விற்கப்பட்ட மகளைப் பற்றிய தகவலும் கிடைத்தது. அம்மாவை அழைத்துக்கொண்டுபோன போலீஸ்காரன் மகளை அடையாளம் கண்டுகொண்டான்.

ராணுவ முகாமின் அருகில், மக்கள் நடமாட்டமில்லாத ஒரு வயல் பரப்பில் ஆட்கள் கூடி நின்றிருந்தனர். ரத்தம் புரண்ட ஒரு கட்டு கள்ள நோட்டுகளை மார்பில் அணைத்துப் பிடித்தபடி அவள் இறந்துகிடந்தாள். மார்பகங்கள் திறந்த நிலையில். உடுத்தியிருந்த ஆடையின் முன்பகுதி, ரத்தத்தில் தோய்ந்திருந்தது.

1945

*

செகண்ட் ஹாண்ட்

தலைமுடி குலைய, கண்கள் சிவக்க, கோபத் துடன் நின்றிருந்த சாரதாவிடம் சண்டைக்கான அறிகுறிகள் தென்பட்டதைக் கண்ட பத்திரிகை ஆசிரியர் கோபிநாதன் மெத்தப் பணிவன்புடன் சொன்னான்:

"சாரதா, நாளை பத்திரிகை வெளிவரவேண்டிய நாள்னு உனக்குத் தெரியும்தானே? இன்னிக்கு நைட்ல எனக்குக் கொஞ்சம் அதிகமான வேலைகள் இருக்கு. சாப்பாடு இருந்தா எடுத்து வையேன்."

"சாப்பாடு...சாப்பாடு..." சாரதா அலறினாள்: "நான் எதுவும் சமைக்கலை. விருப்பமில்லை. வேணும்னா சமைச்சுச் சாப்பிட்டுக்குங்க. எனக்கு எல்லாமே வெறுத்துப் போச்சு."

அது சரி. கோபிநாதன்மீது ஏற்கெனவே சாரதாவுக்கு வெறுப்புதானே தவிர அன்பு கிடையாது. "என் இதயத்தில அன்புக்கான இடமே இல்லை. யார்மீதும் எனக்கு அன்பு காட்ட முடியாது" என்று திருமணத்திற்கு முன்பே சாரதா சொல்லிவிட்டாள். திருமணம் முடிந்து மூன்று மாதங்களாகிவிட்டன. நாளதுவரைக்கும் சாரதாவுக்கு விருப்பமில்லாத ஏதொன்றையும் கோபிநாதன் செய்ததில்லை. அன்பாக ஒருமுறை அழைக்கவோ அவளது அழகை வர்ணிக்கவோ முத்தமிடவோ தொடவோகூட அவன் செய்ததில்லை.

கோபிநாதன் கேட்டான்:

“இந்த முணுமுணுப்பையும் புலம்பலையும் ரொம்ப நாளாவே கேக்குறனே சாரதா? உனக்குப் பிடிக்காத எதையாவது நான் இதுவரைக்கும் பண்ணியிருக்கனா?”

“என்னை எதுக்காகக் கல்யாணம் பண்ணிக்கிட்டீங்க?” உன்னதமான மார்பகங்கள் உந்தி நிற்க, சுவரில் சாய்ந்து நின்றபடி கர்வத்துடன் கேட்டாள் சாரதா. கோபிநாதன் திடுக்கிட்டான். ஒரு மனைவி, ‘எதுக்காக என்னைக் கல்யாணம் பண்ணிக்கிட்டீங்க’ என்று கணவனிடம் கேட்டால் என்னதான் பதில் சொல்வது? கோபிநாதன் இருண்டுகிடக்கும் தெருவை ஜன்னலினூடே பார்த்தபடி நின்றிருந்தான். சீற்றத்துடன் வீசிய காற்று, மழைத் துளிகளை அறைக்குள் வீசியடித்தது.

“சாரல் விழுறது கண்ணுல படலையா? நீங்க நனையறீங்களேன்னு சொல்லலை. அறை ஈரமாயிடும்” சாரதா நினைவு படுத்தினாள்.

ஜன்னலை மூடிவிட்டு, சாரதாவின் அருகில் சென்றான் கோபிநாதன். அவளது கண்களிலிருந்து சொட்டிக்கொண்டிருக்கும் நீர்த்துளிகளில், மின்சார விளக்கின் ஒளி பிரதிபலித்தது.

“நான் செத்தே போயிடறேன்” – அவள் நெஞ்சிலறைந்து அழுதாள்.

கோபிநாதன் அவளது கையைப் பிடித்தான். “தொடாதீங்க என்னை. நான் தீண்டத்தகாதவ” அவள் அலறினாள்.

கோபிநாதன் அவளது வாயை மூட முயற்சி செய்தான்.

“நான் செத்தே போயிடறேன்” அவள் விலகி நின்று, தலையைச் சுவரில் முட்டினாள். புடவையை இழுத்துக் கிழித்தாள்.

“மற்றவங்க வெறுக்குற மாதிரியான வாழ்க்கை இனி தேவையில்லை.” கை வளையல்களை உடைத்தாள். அடுத்த அறைக்குள் பைத்தியக்காரிபோல் ஓடி, படுக்கையில் விழுந்து தேம்பித் தேம்பி அழுதாள்.

கோபிநாதன் மனவேதனையுடன் செயரில் அமர்ந்து கொண்டான். சாரதாவின் கொதிப்புக்குக் காரணமென்ன? அவளுக்கு விருப்பமில்லாத எந்தச் செயலிலும் அவன் ஈடுபட்ட தில்லை. பெண்ணாகப்பட்டவள் ஓர் அற்புத சிருஷ்டி தான் போலிருக்கிறது என்றெல்லாம் சிந்தித்தபடிக் காற்றின் சீற்றத்தையும் மழையின் இரைச்சலையும் கவனித்தபடி அவன் உட்கார்ந்திருந்தான்.

வாழ்க்கையில் விரக்தி ஏற்படத் தொடங்கிய காலகட்டத்தில் தான் சாரதாவை முதன்முதலாகச் சந்தித்தான் கோபிநாதன்.

சுட்டெரிக்கும் மணல் காட்டில் அலைந்து திரியும் மனநிலை. எலும்பும் தசையும் வறண்டுகொண்டிருந்தன. பெண் என்பவள் குளிர் ஜலம் நிரம்பிய ஒரு பொய்கை என்று அவனுக்கும் தோன்றத் தொடங்கியது. மாது தரிசனம் அவனது கண்களுக்குக் குளிரூட்டிக்கொண்டிருந்தது. பரந்த மார்பில் கட்டிப்புணர ஒரு பெண் வேண்டும்; முத்தமிட வேண்டும்; ஆயிரமாயிரம் அமுத வார்த்தைகள் பேசவேண்டும்; ஆனால் இதற்கெல்லாம் ஆள் இல்லை.

அக்காலையில், ஆச்சரியம்போல் வந்து சேர்ந்தவள்தான் சாரதா. அதுவும் மழையும் காற்றும் வீசுகிற ஒரு இராப்பொழுதில். பத்திரிகை அலுவலகத்திலிருந்து தங்கியிருந்த இடத்துக்கு வந்த கோபிநாதன், பூட்டிய வாசலையொட்டி யாரோ நிற்பதைப் பார்த்தான். அருகில் சென்று டார்ச் லைட் அடித்துப் பார்த்த போதுதான் தெரிந்தது, சாரதா. அவள் சாரதா என்ற விஷயம் கோபிநாதனுக்கு அப்போது தெரியாது. அவனது எந்தக் கேள்விக்கும் அவள் பதில் சொல்லவில்லை. மழையில் நனைந்து, காற்றில் நடுங்கிக்கொண்டிருந்த அந்த இளவயதுப் பெண்ணை அவன் உள்ளே அழைத்தான்:

"உங்களுக்குக் குடை வேணுமா, அல்லது வண்டி . .?"

எதற்கும் பதில் இல்லை.

"நீங்க அங்கேயே நின்னுட்டிருக்க வேண்டாம். உள்ள வந்துடுங்க."

அவள் வாசல் பக்கம் நகர்ந்தாள். கையில் சிறு சூட்கேஸ் இருந்தது. கண்கள் கலங்கியிருந்தன. கன்னங்களினூடே கண்ணீர் வடிந்துகொண்டிருந்தது. நனைந்த உடைகள் உடலில் ஒட்டிக்கிடந்தன. அகன்ற கறுப்புக் கரையுள்ள வெள்ளைப் புடவையும் பெரிய கரும்புள்ளியிட்ட வெள்ளை பிளவ்ஸும் அணிந்திருந்தாள். புலியின் எதிரில் நிற்கும் பசுபோல் அவனை மிரட்சியுடன் பார்த்தாள்.

கோபிநாதன் சொன்னான்:

"பயப்பட வேணாம். உள்ள வந்து உட்காருங்க."

அவள் உள்ளே நுழைந்தாள். கோபிநாதன் வாசலை அடைத்துத் தாளிட்டான்.

"உங்களுக்கு எங்க போகணும்?"

அவள் பதில் சொல்லவில்லை.

"ஈர உடைகளை அந்த அறைக்குள்ள போய் மாற்றிக்குங்க. இங்க நான் மட்டும்தான் இருக்கேன். நீங்க எதுக்காகவும் பயப்பட

வேணாம். என்னை உங்களோட அப்பாவாகவோ சகோதரனாகவோ அல்லது எப்படி வேணாலும் நினைச்சுக்குங்க..."

கோபிநாதன் சொல்ல வந்ததை முடிக்கவில்லை. தன்னிடம் மாற்று உடைகளெதுவும் இல்லை என்றாள் அவள்.

அறுபட்ட வீணை நரம்பின் அசைந்தாடும் மென்குரல். சோகம் தொனிக்கும் இனிய ஓசை. கோபிநாதனின் மனம் இளகியது. அவன் எழுந்து சென்று பெட்டியிலிருந்து சலவை செய்த ஒரு வேட்டியையும் சால்வையையும் எடுத்து வந்து அவளிடம் கொடுத்தான்.

"என்னிடம் பிளவ்ஸ் இல்லை; எனக்கு இன்னும் கல்யாண மாகவில்லை."

இந்தத் தகவல் அவளது முகத்தில் மெல்லிய புன்னகை நிழலைப் பரப்பியதா? அடுத்த அறைக்குள் சென்று அவள் உடைகளை மாற்றி வந்தாள்.

கோபிநாதன் கேட்டான்:

"ஏதாவது சாப்பிட்டீங்களா நீங்க?"

அவள் மெதுவாகச் சொன்னாள்:

"எனக்கு எதுவும் வேணாம்."

கோபிநாதன் சொன்னான்:

"ஏதாவது சாப்பிடுங்க. என்னோட விருந்தினராக வந்த நீங்க எதுவும் சாப்பிடாம இருக்குறது சரியில்லை. சரி, நாம ஆளுக்கொரு டீ சாப்பிடுவோம்."

இதற்கு, வேண்டுமென்றோ வேண்டாமென்றோ அவள் பதில் சொல்லவில்லை. கோபிநாதன் எழுந்து நின்று தன்னை அறிமுகம் செய்துகொண்டான்.

"என் பெயர் கோபிநாதன். ஒரு பத்திரிகையில ஆசிரியராக இருக்கேன். உங்க பெயர்?"

அவள் குறுகி உட்கார்ந்திருந்த அதே நிலையில் உச்சரித்தாள்: "சாரதா."

கோபிநாதன் தேநீர் தயார் செய்வதற்காக அடுத்த அறைக்குள் சென்றான். அங்கே, இரண்டு ஜன்னல் கம்பிகளில் புடவையின் ஒவ்வொரு நுனியையும் கட்டி உலர விடப்பட்டிருந்தது. அதன்மீது, பிளவ்ஸும் பாடீஸும் பாவாடையும்... முதன்முதலாக அவனது இருப்பிடத்திற்கு வந்த பெண்ணின் ஆடைகள்! பெண்...

செகண்ட் ஹாண்ட்

மனத்திற்குள் எதுவோ நிரம்பியது போலிருந்தது. மகிழ்ச்சி . . . எதையும் அவனால் சிந்திக்க முடியவில்லை. அவளுக்குத் தெரியாமல் புடவையை முத்தமிட்டான். பாடீஸையும்தான் . . . பெண்ணின் வாசம் . . . ஸ்டவ்வைப் பற்றவைத்துத் தேநீர் தயாரித்தான். இரண்டு கண்ணாடித் தம்ளர்களில் ஊற்றிக்கொண்டு வந்தான். அவள் மேசையின்மீது கூனிக்குறுகி உட்கார்ந்திருந்தாள்.

"ஸ்ரீமதி சாரதா, டீ குடிங்க," கோபிநாதன் அழைத்தான். சோர்வுடன் தலையை உயர்த்திய அவள் டீயை வாங்கிக்குடித்தாள்.

"தூக்கம் வருதா?" கோபிநாதன் கேட்டான்.

"நான் இந்தச் செயர்ல உட்கார்ந்து தூங்கிக்கிறேன்" என்றாள் சாரதா.

"சே . . . சே . . ." என்ற கோபிநாதன், "அதெல்லாம் வேணாம், நீங்க அந்த அறையில போய் தூங்குங்க. கதவைப் பூட்டிக்குங்க. நான் இந்தச் செயர்ல தூங்கிக்கிறேன்" என்றான்.

அவள் முதலில் இதற்கு இணங்கவில்லை என்றாலும், கடைசியில், அறைக்குள் சென்று கதவைப் பூட்டிப் படுத்துக் கொண்டாள்.

கோபிநாதனுக்குத் தூக்கம் வரவில்லை. திரண்டு நிரம்பிய ஒரு பெண் . . . இங்கே இருக்கிறாள். ஆச்சரியம்தான்.

வாழ்க்கையின் ஒரு போக்கு . . . யார் இவள்? எந்தத் துணையுமில்லாமல் எங்கிருந்து வருகிறாள்? அவளது கண்ணீருக்கான காரணமென்ன? இந்தக் கேள்வியை தனக்குத்தானே அவன் பலமுறை கேட்டுக்கொண்டான். ஒன்றன்பின் ஒன்றாக, நிறைய சிகரெட்டுகள் இழுத்தான். அப்படியே தூங்கியும் விட்டான். கண்விழிக்கும்போது, பொழுது விடிய ஆரம்பித்திருந்தது.

கோபிநாதன் எழுந்து நடமாடும் சத்தம் கேட்டதும் சாரதா கதவைத் திறந்தாள்.

கோபிநாதன் முகமன் கூறினான்:

"குட்மார்னிங்."

"குட்மார்னிங்."

"நல்லாத் தூங்கினீங்களா?"

"ஆமா."

"குளிக்கவோ எதுவும் செய்யணும்னா . . ." கோபிநாதன் எண்ணெய்யும் சோப்பும் டவலும் கொண்டுவந்து கொடுத்தான்.

ஒரு ஈர்க்குச்சும் காகிதத்துண்டில் கொஞ்சம் உமிக்கரியும். கொடுத்துவிட்டுக் குளியலறையைக் காட்டினான்.

பிறகு பிளாஸ்கை எடுத்துக்கொண்டுபோய் காஃபியும் ஒரு பெரிய பொதியில் காலை உணவுகளும் வாங்கி வந்தான். சாரதா குளித்து முடித்து அவளது உடைகளை அணிந்திருந்தாள். அப்போதுதான் சாரதாவின் முகத்தைச் சரியாகப் பார்த்தான் கோபிநாதன். அது அளவுக்கதிகமாக வெளிறியிருந்தது. இதற்கு ஏதாவது காரணம் இருக்கும் என்றெல்லாம் அவன் நினைக்க வில்லை. சீக்கிரமாகவே அலுவகத்திற்குச் செல்லத் தயாரானான் கோபிநாதன். வழக்கத்துக்கு மாறாக அன்று அவன் கால்சராய் அணிந்தான். தவிட்டு நிறத்தில் ஷூவும் வெள்ளை நிறத்தில் கால்சராயும் ஷர்ட்டும் ப்ளேஷர் கோட்டும். பிறகு சாரதாவிடம் கேட்டான்:

"உங்களுக்கு எங்க போகணும்?"

சாரதா பதில் சொல்லவில்லை. மட்டுமல்ல, அவளது கண்கள் நிறைந்து வழிய ஆரம்பித்தன.

கோபிநாதன் கேட்டான்:

"ஏன் அழறீங்க?"

அவள் தலைகுனிந்து அமர்ந்தபடிப் பதில் சொன்னாள்:

"ஒண்ணுமில்லை."

"நேற்று ராத்திரி நேரத்துல எங்கிருந்து வந்தீங்க?"

"ஆஸ்பத்திரியிலிருந்து."

"நர்ஸா வேலை பாக்கிறீங்களா?"

"இல்லை."

"டாக்டரா?"

"இல்லை."

"படிக்கிறீங்களா?"

"இல்லை."

"ஆஸ்பத்திரியில வேற ஏதாவது வேலை பார்க்கிறீங்களா?"

"இல்லை."

"சொந்த ஊர் எது?"

அவள் ஊரைச் சொன்னாள்.

எழுபது மைல் தொலைவிலுள்ள ஒரு ஊர்.

"ஊர்ல என்ன பண்ணிட்டிருந்தீங்க?"

"படிச்சிட்டிருந்தேன்."

"எந்த வகுப்புல?"

"பி.ஏ."

"அப்பா அம்மா இருக்காங்களா?"

"இருக்காங்க."

"அப்பா என்ன வேலை பாக்குறார்?"

"ஹை ஸ்கூல் ஹெட் மாஸ்டர்."

"வீட்டுல சண்டை போட்டுட்டு வந்துட்டீங்க இல்லையா?"

சாரதா இதற்குப் பதில் சொல்லவில்லை.

"ஊருக்குத் திரும்பிப் போகணுமா?"

"வேணாம்."

"அப்ப, எங்க போகப்போறீங்க?"

"சொல்லத் தெரியலை. போக்கிடம் இல்லை."

கோபிநாதன் ஸ்தம்பித்து நின்றான். ஆதரவற்ற நிலையில் ஒரு பெண். வஞ்சிக்கலாம்; ஏமாற்றலாம்; திருடலாம்; விஷயம் எதுவாக இருக்கும்..? காம இச்சையா அல்லது..? எந்த முடிவுக்கும் அவனால் வர இயலவில்லை. அவளது குரலில் உண்மை இழையோடியது. சில நிமிட ஆலோசனையின் முடிவில் தனது எதிர்காலம் குறித்த சில முடிவுகளுக்கு அவன் வந்து சேர்ந்தான். கடவுளே! ஒரு பெரும் மக்கள் கூட்டத்தை எதிர்கொண்டு வாழ்க்கையில் முதன்முதலாக சொற்பொழிவாற்ற நிற்கும் ஒருவனின் தயக்கமும் பதற்றமும் அவனுக்குள் ஏற்பட்டன.

"நான் சொல்லப்போறதைக் கவனமாகக் கேளுங்க." கோபிநாதன் சொன்னான்: "பரஸ்பரம் நமக்குள்ளால முன் பரிச்சயமில்லை. இந்த மகாபிரபஞ்சத்துல, நம்ம வாழ்க்கையில முதன்முதலாக நேற்றிரவுதான் சந்திச்சோம். உங்களுக்கு அப்பாவும் அம்மாவும் இருக்காங்க. வீடிருக்கு. இருந்தாலும் நீங்க, போக்கிடம் இல்லைங்கிறீங்க. அதுக்கான காரணத்தை நான் கேட்கப்போறதில்லை. உங்களைப் பற்றி அதிகமாக ஒண்ணும் நான் தெரிஞ்சுக்கவும் விரும்பலை. நீங்க எப்பவும் எங்கூடவே இருக்கணும்னு மட்டும் கேட்டுக்க விரும்புறேன்."

நிசப்தம் . . . இறுதியில் சாரதாவே அதைக் கலைத்தாள்.

“நான் எப்படி தங்கியிருக்க முடியும்?”

கோபிநாதனுக்கு மகிழ்ச்சி.

“என்னோட மனைவியாக. உங்களை நான் காதலிக்கிறேன். இந்த நிமிடமே உங்களைத் திருமணம் செய்துகொள்ளவும் தயாராக இருக்கேன்.”

“திருமணம் . . .” சாரதா திடுக்கிட்டாள், சரியாக இதைப் புரிந்துகொள்ள முடியாதவள்போல்.

திரும்பவும் கேட்டாள்:

“திருமணம்?”

“ஆமா, நான் உன்னை விரும்பறேன்.”

எந்தப் பதற்றமுமில்லாமல் கோபிநாதனின் கண்களை அவள் ஊடுருவிப் பார்த்தாள்.

“நீங்க நல்ல மனிதர்” சோகத்துடன் சொன்ன அவள், “உங்களோடு ஒருபோதும் திருமண உறவு வைத்துக்கொள்ள முடியாத அசுத்தமான, அருவருப்பான ஒரு உயிர் நான்” என்றாள்.

“ஓ . . . இது ஒண்ணும் பெரிய பிரச்சினையில்லை. நானுமே பெரிய மகாத்மா இல்லைதான்.”

“ஆனா, நான் உங்களை ஏமாற்ற விரும்பலை.”

“இதில ஏமாற்ற என்ன இருக்கு?”

“என்னை உங்களுக்குத் தெரியாது.”

விவரித்துச்சொல்ல வேண்டிய கட்டம். கோபிநாதன் சொன்னான். ஞானம் மிகுந்த ஒரு உரை:

“பெண்ணும் ஆணும் பரஸ்பரம் ஒருபோதுமே புரிஞ்சுக்க இயலாத இரு வேறுபட்ட சிருஷ்டிகள். மற்றவங்களோட மனங்களை யாரால எப்படி உள்ளே நுழைஞ்சுப் பார்க்க முடியும் சொல்லுங்க? மனித உடல் மிக மோசமான ஒரு கோட்டை அல்லவா? வெளிக்குத் தெரியாம, அதுக்குள்ள இருக்குற ஆன்மாவைப் பற்றி யாருக்கும் எதுவும் தெரியாது. ஆனா, கண்களை நான் ஆன்மாவின் ஜன்னல்னு நம்புறேன். உங்க கண்கள்ல எனக்குத் தெரியறது அழகிய ஒரு ஆன்மாதான். அதை நான் என் உயிருக்கு மேலாக விரும்பறேன்.”

சாரதா வாய்விட்டு அழுதாள்.

"நான் கெட்டுப்போனவ."

கோபிநாதன் சிரித்தான்.

"கெட்டுப்போனவன்னா? உடம்பில ஏதாவது அழுக்குப் பட்டுடிச்சா?"

பரஸ்பரம் அவர்களது கண்கள் எதிர்கொண்டன. சாரதா வருத்தத்துடன் சொன்னாள்:

"ஆதரவற்ற எனக்கு நீங்க வாழ்க்கை கொடுக்குறதாக சொல்றீங்க. குறைந்த கால நட்பிலேயே என்னை காதலிக்கிறதாகவும் கல்யாணம் பண்ணிக்கிறதாகவும் சொல்றீங்க . . ."

"வெறுமனே சொல்றதில்லை சாரதா. செயல்படுத்த விரும்பறேன். அப்புறம், குறைந்த கால நட்புன்னா . . . வாழ்க்கையே மிகக் குறைந்த கால அளவுதானே? அதற்கிடையில நடக்குற ஒரு திருமணத்தைப் பற்றி இவ்வளவு ஆலோசனை செய்ய வேண்டிய தேவை என்ன இருக்கு?"

"இருந்தாலும் . . ."

"இருந்தாலும் . . . சொல்லுங்க."

"என்னோட கடந்த காலம் . . ."

"பரவாயில்லை. எனக்கும் ஒரு கடந்த காலம் இருக்கும்தானே? அதிலேயும் பிரச்சினைகள் இருக்கக்கூடும். இரண்டு கடந்த காலங்களையுமே நாம மறந்துடலாம். வாழுற இந்த நிகழ் காலம் முதல் பரஸ்பரம் அன்பையும் நம்பிக்கையையும் பகிர்ந்து வாழுவோம்."

"என்னைப் பற்றி உங்களுக்கு எதுவும் தெரியாது." உதடுகளைக் கடித்து அடக்கிய அவளது அழுகை வெடித்துக் கிளம்பியது. அழுதபடியே சொன்னாள்:

"நான் ஆஸ்பத்திரிக்குப்போய்க் குழந்தை பெத்துட்டு வந்துருக்கேன்."

நீண்ட நேர அமைதியின் பின் கோபிநாதன் கேட்டான்:

"குழந்தை எங்கே?"

"செத்துப்போச்சு."

"புருஷன்?"

"எனக்கு இன்னும் கல்யாணம் ஆகலை."

"குழந்தையோட அப்பா?"

"படிக்கிறான்."

"என்ன படிக்கிறான்?"

"ஹானர்ஸ்... அவன் தனக்கு தன்னோட எதிர்காலம் முக்கியம்னு சொல்றான்."

"என்ன எதிர்காலம்?"

"அவன் ஒரு கவிஞன். நிறைய புத்தகங்கள் எழுதியிருக்கான். போன வாரம் அவனுக்குப் பரீட்சை ஆரம்பமானது. அதில அவன் பாஸானா கல்லூரியிலேயே வேலை கிடைக்கும்."

"கவிஞனோட பெயர்?"

கவிஞனின் பெயரைச் சொன்னாள் சாரதா.

"ஓ... அந்த லட்சியவாதியா?"

"ஆமா!" சாரதா தொடர்ந்தாள்: "நான் அவனோட கவிதைகளை வாசிக்கிறதுண்டு. அப்படி இருக்கும்போது, ஒருநாள், அவன் எங்க வீட்டுக்கு எதிர்வீட்டை வாடகைக்கு எடுத்துத் தங்கினான். நான் அவனோட ஒரு புத்தகத்தைப் பற்றி ஒரு குறிப்பெழுதி அனுப்பினேன். இப்படித்தான் காதல் உருவானது. கண்மூடித்தனமான காதல். நித்தியமான காதல். எங்களுக்குள் நிறையவே கடிதப் போக்குவரத்துகள் நடந்தன. அந்த ஆளோட குணம் அவ்வளவு சரியில்லைன்னு என் தோழிகள் சிலர் சொன்னாங்க. அவனோட கவிதைகள் எல்லாமே லட்சியக் காதலின் மேன்மையைப் புகழ்வதாகவே இருக்கும்.

"நான் அவரை நம்பினேன். பரஸ்பரம் நாங்க பல்வேறு வாக்குறுதிகள் பரிமாறிக்கொண்டோம். சூரிய சந்திராதிகள் உள்ளளவும்... வாக்குறுதிகள்தான்... பெரும்பாலான இரவு நேரங்களிலும் வீட்டு மதில் சுவரைத் தாண்டி அவன் உள்ளே வருவான். தோட்டத்தில் மாமரத்தின்கீழ் நாங்க...

நான் எல்லாத்தையும் மறைச்சுவெச்சேன். தோழிகள் பரஸ்பரம் சொல்லி, ஊர்க்காரங்க அறிஞ்சாங்க. நான் எல்லாத்தையும் உதறித் தள்ளிட்டு வீட்டைவிட்டு வெளியேறினேன். ஆஸ்பத்திரிக்குப் போனேன். அவனுக்கு மூணு கடிதங்கள் அனுப்பினேன். மூணாவது கடிதத்துக்கு பெயரைக் குறிப்பிடாம ஒரே வார்த்தையில அவன் பதில் எழுதினான். 'எனக்கு என்னோட எதிர்காலம் முக்கியம்'னு. எங்கிட்ட பணமில்லை. நேற்று முன்தினம் இரவு ஆஸ்பத்திரியில வெச்சு, தற்கொலை பண்ணவும் முயற்சி செய்தேன். ஜன்னல்வழியாக வெளியே குதிக்க இருக்கும்போது, போலீஸ்காரனோட விசில் சத்தம் கேட்டது. நடுங்கி நின்னுட்டேன்.

அப்படி திரும்பவும் உயிரோட இருக்கேன். ஆஸ்பத்திரியிலேருந்து இறங்கி எங்கே போறதுன்னு தெரியாம நடந்தேன். மத்தியானம் முதல் இப்படி நடக்க ஆரம்பிச்சேன். நல்லா மழையில நனைஞ்சு, குளிர்ல நடுங்கி விழுந்துடுவேன்போல இருந்ததும் இங்கே ஒதுங்கினேன்."

"இவ்வளவுதானா?" என்றான் கோபிநாதன். "பரவாயில்லை. வாழ்க்கை துன்பப்படுறதுக்காக மட்டுமில்லை. உங்களுக்கு ஒரு அபத்தம் நிகழ்ந்திருக்கு. கல்யாணமாகாத ஆண்களுக்கும் பெண்களுக்கும் வழக்கமா நிகழ்றதுதான். குறிப்பாக கல்லூரியில படிக்கிற பெண்களுக்கு ... வெளிப்படையாத் தெரியற அளவுக்கு யாரும் அவ்வளவு நல்லவங்க இல்லை. இதில ஆண் – பெண் பேதமுமில்லை. எதுவாக இருந்தாலும் இனி வருத்தப்பட்டு எந்தப் பிரயோஜனமுமில்லை. சந்தோஷமாக இருங்க. நான் போய் உங்களுக்குத் தேவையான உடுப்புகள் வாங்கிட்டு வர்றேன்."

"எதுக்கு?"

"நீங்க என் மனைவியாக இங்க இருக்கும்போது உடுப்புகள் வேணும்தானே? என் வேட்டியையும் சால்வையையும் வெச்சு காலம் தள்ள முடியாது."

"வேணாம். இப்படியான ஒரு திருமணம் பொருத்தமாக இருக்காது. உங்களுக்கு அம்மா – அப்பா, கூடப்பிறந்தவங்க இருப்பாங்க; நண்பர்கள் இருப்பாங்க. அவங்களால இதை ஏத்துக்க முடியாது."

"சாரதாவைத் திருமணம் பண்ணப்போறவன் நான். அவங்க இல்லை. எனக்கு அம்மா மட்டும்தான் இருக்காங்க. அவங்க எங்கிட்ட அனுமதி கேட்காமல்தான் இன்னொருத்தரைத் திருமணம் பண்ணிக்கிட்டாங்க. கூடப்பிறந்தவங்கன்னு ஒரு சகோதரி மட்டும் இருக்காங்க. அவங்களும் திருமணமாகிப் போயிட்டாங்க. சுருக்கமாகச் சொன்னா, பரந்து விரிந்த இந்தப் பிரபஞ்சத்துல நான் தனியாகவே வாழுறேன். சொத்து பத்துன்னு எதுவுமில்லை. இண்டர்மீடியட் படிச்சிருக்கேன். சொத்துன்னு சொல்லிக்கிறதுக்கு இந்தப் பத்திரிகை மட்டும்தான். ஆஃபீஸ் சிப்பந்தி, மானேஜர், பத்திரிகை ஆசிரியர் எல்லாமே நான்தான். என்னுடைய வாழ்க்கை மொத்தமே இவ்வளவுதான். வேறு தடைகள் எதுவுமில்லை."

"ஆனா, என் இதயத்தில காதலுக்கு இடமில்லை. எனக்கு யார்மீதும் அன்பு செலுத்த இயலாது. மனம் வெறுமையாக இருக்கு."

"என்னை உங்களால நம்ப முடியுமா?"

இரு கன்னங்களிலும் கண்ணீர் வடிய, மௌனமாக அமர்ந்திருந்த அவள் சம்மதம் தெரிவித்தாள்.

அன்று, பதிவாளர் முன்னிலையில் அவர்கள் கணவன் – மனைவி ஆனார்கள். சேர்ந்து புகைப்படம் எடுத்துக்கொண்டார்கள். அதை பிளாக் எடுத்துப் பத்திரிகையில் வெளியிட்டான் கோபிநாதன். அதன் பிரதியை லட்சிய கவிஞருக்கும் சாரதாவின் அப்பாவுக்கும் அனுப்பிவைத்தான்.

சாரதாவின் அப்பாவும் அம்மாவும் கோபிநாதனையும் சாரதாவையும் வந்து பார்த்து ஆசீர்வதித்துவிட்டுத் திரும்பினார்கள். இடையே அந்தக் கவிஞனைச் சந்திப்பதற்கான ஒரு வாய்ப்பும் கோபிநாதனுக்குக் கிடைத்தது. உள்ளூரில் நடந்த பெரியதொரு இலக்கிய நிகழ்வுக்கு லட்சிய கவிஞன் தலைமையேற்றான். அதில் கோபிநாதனும் ஒரு சொற்பொழிவாளர். நிகழ்ச்சிகள் முடிந்து, சுமக்க இயலாத மலர்மாலைகளும் அலட்சிய தோரணையும் மந்தகாசப் புன்னகையுமாக நின்ற கவிஞன், கோபிநாதனிடம் கேட்டான்:

"சமீபத்தில, உங்களோட திருமணம் நடந்தது இல்லையா?"

"ஆமா."

"அந்தப் பொண்ணை ஏற்கெனவே தெரியுமா?"

"தெரியாது."

"அவ எழுதிய நிறைய காதல் கடிதங்கள் ஒரு ஆள்கிட்ட இருக்கு."

"காதல் கடித வியாபாரியாக இருக்கும்! ... எதுவாக இருந்தாலும், அந்த விஷயத்தை சாரதா ஏற்கெனவே எங்கிட்ட சொல்லிட்டா."

"திருமணத்துக்கு முன்னால குழந்தை பெத்த விவரம்?"

"எல்லாம்தான்."

"தானொரு செகண்ட் ஹாண்டுங்குறதைச் சொல்லிட்டா இல்லையா?" லட்சியக் கவிஞன் அழகாகச் சிரித்தான்.

கோபிநாதன் புன்சிரிப்புடன், "அதையும் சொன்னாள்" என்று சொல்லிவிட்டு, "அவளை இந்த நிலைமைக்கு ஆளாக்கிய கவிஞனோட பெயரையும் சொன்னாள்" என்றான்.

இருண்ட முகத்துடன் கோபிநாதனை ஏறிட்டான் லட்சியக் கவிஞன். அதே புன்சிரிப்புடன் விடைபெற்றான் கோபிநாதன்.

கவிஞனைப் பார்த்த விவரங்கள் எதையும் கோபிநாதன் சாரதாவிடம் சொல்லவில்லை. அதைச் சொல்லி அவளை வேதனைப்படுத்த வேண்டாமென்பது அவன் எண்ணம். சாரதாவுக்கு ஒரு வருத்தமும் இல்லை; மகிழ்ச்சியாகவே இருந்தாள். வீட்டு வேலைகள் செய்தாள்; சமையல் செய்தாள்; பத்திரிகைகளை மடித்து கவர் போட்டு முகவரி எழுதினாள். ஆனால் எல்லா வேலைகளுக்கும் பின்னணியில், 'என் இதயத்தில் காதலுக்கு இடமில்லை. எனக்கு யார்மீதும் அன்பு செலுத்த இயலாது. என் மனம் வெறுமையாக இருக்கிறது' என்ற ஒரு அறிவிப்பு இருக்கிறதே!

கோபிநாதனின் காதலுணர்வுக்குத் தடையாக நிற்கும் பாறைக்கூட்டம்தான் சாரதாவின் இந்த அறிவிப்பு. மழையின் இரைச்சலிலும் காற்றின் முழக்கத்திலும் சாரதாவின் இந்தச் சொற்கள்தான் அவனது காதுகளில் கேட்டன. போதாததற்கு இப்போது, ஏன் என்னைத் திருமணம் செய்தீர்கள் என்று வேறு கேட்கிறாள்.

கோபிநாதன் குடையை எடுத்துக்கொண்டு, காகிதங்களுடன் அலுவலகத்திற்குப் போகத் தயாரானான். சாரதாவிடம் சொல்லிக்கொள்வதற்காகச் சென்றான். சாரதா அப்போதும் அழுதுகொண்டிருந்தாள். அவளை அப்படியே அள்ளியெடுத்து ஆலிங்கனம் செய்யவும் முத்தமிடவும் தோன்றியது. அவள்தான் இதயத்தில் காதலுணர்வுகளுக்கு இடமே இல்லை என்கிறாளே!

"சாரதா நான் பிரஸுக்குப் போயிட்டு வர்றேன்."

அவள் அழுதபடியே சொன்னாள்:

"வரும்போது நான் இங்க இருக்க மாட்டேன்."

"எங்க போகப்போறே?"

"எங்காவது போய்த் தொலையறேன்; அல்லது தூக்குப் போட்டுச் சாகறேன்."

"அந்த அளவுக்கு உனக்கு இங்கே என்ன துன்பம்?"

"துன்பமா?" அவளது மார்பகங்கள் விம்மித் தாழ்ந்தன. "ஒண்ணுமில்லை."

மீண்டும் மார்பில் அடித்து அழுதாள். கோபிநாதன் அருகில் சென்று அவளது கைகளைப் பிடித்தான்.

சாரதா கர்ச்சித்தாள்:

"தொடாதீங்க என்னை. நான் அசுத்தமானவ."

"அசுத்தமானவளா? என்ன சொல்றே?"

"ஒண்ணுமே சொல்லலை. நான் செத்துடறேன்."

"சாகப்போறியா? உனக்கு இங்க என்ன குறை?"

"ஆமா! ஒரு குறையுமில்லை." அவள் சோகத்துடன் சொன்னாள்: "எனக்கு யாருமில்லை. வெறுப்புக்குள்ளான இந்த வாழ்க்கை எனக்குப் போதும்."

"யாரு வெறுக்குறா உன்னை இங்க?"

"நீங்க."

"அடக் கடவுளே!" கோபிநாதன் திடுக்கிட்டான். "நானா?" அவன் ஸ்தம்பித்து நின்றான்.

"ஆமா!" ஈர விழிகளுடன் அவள் மூச்சு வாங்கச் சொன்னாள்: "உங்களுக்குத்தான் என்னைப் பிடிக்கவே இல்லையே?"

"எனக்கா? நீயல்லவா என்னை வெறுக்குறே?"

"எனக்கா?" இயலாமையுடன் அவள் கோபிநாதனின் மார்பில் விழுந்து அரற்றினாள்.

"நான் . . . உங்களை . . . ஆண்டவனை விடவும் . . ."

1945

*

ஒரு சிறைப்பறவையின் புகைப்படம்

நடுவில், பல வர்ணக் கலவையில் யேசுநாதரின் படம். இருபுறமும் இரண்டு சாதாரண புகைப்படங்கள். ஒன்றில் சோர்ந்த முகத்துடன் ஒரு நடுத்தர வயதினர். மற்றொன்றில் அடர்ந்து, சுருண்ட தலைமுடியும் புன்னகை தவழும் பெரிய கண்களும் . . . இளமைத் துடிப்புமாக அழகான ஓர் இளைஞன்.

மரியாம்மாவுக்கு முதன்முதலில் அவன் இப்படித்தான் அறிமுகமானான். அவளுக்கு அழகான அந்த இளைஞன்மீது வெறும் ஆர்வம்தான் முதலில் உருவானது. காதலென்று சொல்ல முடியாது. இது, எங்கோ தொலைதூரத்தில் சிறையில் வாடும் ஜோஸஃபின் புகைப்படம் என்றுகூட அவளுக்குத் தெரியாது.

அந்தப் படங்களிலுள்ள ஒருவரின் மனைவியும் இன்னொருவனின் தாயுமான அந்த அம்மா, வேதனையுடன் அவற்றைப் பார்த்தபடியே அறைக்குள் அமர்ந்திருந்தாள். பொறுமையின் மனித வடிவமான அம்மூதாட்டியின் கணவர் இறந்துபோயிருந்தார். மகன் ஜோஸஃப் சிறையில் இருந்தான்.

அம்மா காத்திருந்தாள்.

அப்பா இறந்துபோன தகவலை மகன் இதுவரை அறியவில்லை. மகனை மேலும் வேதனைப்படுத்த வேண்டாமென்பதற்காக அவள் சொல்லவில்லை.

அந்த மகனைப் பற்றி எதுவும் அறியாமலும் நேரில் பார்க்காமலும் காதலிக்க ஆரம்பித்தாள் மரியாம்மா. சிறையில் இருக்கும் அவனுக்கு நிறையக் கடிதங்களும் எழுதினாள்.

இறுதியில் ... அதெல்லாம் எதற்கு? ஆரம்பம் இதுதான்:

கன்யாஸ்திரி மடத்தின் உயந்த மதில் சுவருக்குள் வாழ்ந்துவந்தாள் மரியாம்மா. அடக்கப்பட்ட உணர்வுகள் சிதறி, சிதிலமடைந்து, தேய்ந்து படிப்படியாக மாய்ந்துபோகும் பெண் வாழ்க்கையின் . . . அந்தச் சூழலில் அப்படியாக அவள் வாழ்ந்துவந்தாள். குறுகுறுக்கும் மனதும் நிறைந்து நிற்கும் மார்பகங்களும் கொண்ட ஒரு மாணவி அவள். வயது இருபத்திரண்டு. ஏறத்தாழ கறுப்பு நிறம். பெரிதாக ஒன்றும் அழகில்லை என்பதற்காக காதலோ மோகதாபங்களோ இல்லாமலிருக்குமா?

தோழிகளில் பெரும்பாலானவர்களுக்குக் காதலர்கள் உண்டு. மடத்தின் கட்டுப்பாடுகளையும் மீறி அவர்கள் கடிதங்கள் பரிமாறிக்கொள்வதுண்டு. மரியாம்மா காதல் கடிதங்கள் எதுவும் எழுதியதில்லை; வாசித்ததுமில்லை. எழுதத் தெரியும். மனம் நிறைய காதலுமுண்டு. ஆனால் யாருக்கு எழுதுவது? யாரும் அவளைக் காதலித்ததில்லை. அவளுக்கும் காதலிக்க வேண்டும். அப்படியாக இருக்கும்போது விடுமுறைக் காலம் வருகிறது. தன்னையறியாமல் அவளும் காதலியாகிறாள்.

நடந்தது இதுதான்:

வங்கிப் பணியாளரான, மரியாம்மாவின் அப்பாவுக்கு இடமாறுதல். ஆகவே இரண்டு மாதங்களுக்கு முன்பு அவர்கள் வேறு இடத்துக்குச் சென்றார்கள்.

விடுமுறைக் காலத்தில் மரியாம்மாவும் புது வீட்டுக்குச் சென்றாள். வீட்டில் விசேஷமான வேலைகள் எதுவும் கிடையாது; சாப்பிடுவாள்; ஏதாவது புத்தகங்கள் வாசிப்பாள்; அல்லது கனவில் மூழ்கியபடித் தோட்டத்தைச் சுற்றி வருவாள். மதிலின் அரைச் சுவருக்குப் பின்புறம், மரங்களிடையே தனியாக ஒரு வீடு இருந்தது. அங்கே ஒன்றிரண்டு பெண்களை மட்டுமே பார்க்க முடிந்தது. மரியாம்மாவின் அம்மா, பக்கத்து வீட்டுக்காரர்களுடன் இன்னமும் அறிமுகமாகவில்லை. வந்த மூன்றாவது நாளன்று அரைச் சுவரின்மீது உட்கார்ந்திருந்த மரியாம்மா அப்படியே மெதுவாக மறுபக்கம் இறங்கினாள்.

சமையல் கட்டிலிருந்து ஒரு பெண், “யாரது,” என்று சத்தமாகக் கேட்டாள்.

அசாதாரணமாக எதுவுமில்லை என்பதுபோல் மரியாம்மா சொன்னாள்:

"நான்தான் ... சும்மா அறிமுகம் செஞ்சுக்கலாமேன்னு ..." அவள் தோட்டத்தினூடே நடந்து முற்றத்துக்குச் சென்றாள். ஜோஸஃபின் அம்மா வாசலுக்கு வந்தாள். அவள் ஜோஸஃபின் அம்மா என்பதெல்லாம் அப்போது அவளுக்குத் தெரியாது. வயதான ஒரு பெண்மணி. முழுவதுமாக நரைத்து வெளுத்துப் போன தலைமுடி. வேதனை நிரம்பிய, தளர்ந்துபோன கண்கள். அவள் மரியாம்மாவைப் பார்த்தாள். மரியாம்மா புன்னகைத்தாள். அந்த அம்மாவும் இயலாமையுடன் புன்னகைத்தாள்.

"உள்ளே வந்து உட்காரு மகளே."

வீட்டின் அறைக்குள் வந்து உட்கார்ந்த மரியாம்மாவுக்கு, முதலில் அந்தப் படங்கள்தான் கண்ணில் பட்டன.

அதில், சுருண்ட தலைமுடியும் புன்னகை தவழும் பெரிய கண்களும்கொண்ட துடிப்பு மிகுந்த ஓர் இளைஞன்.

"மகனா?"

தன் மகனைப் பற்றி நூறாயிரம் விஷயங்களைச் சொன்னாள் அந்த அம்மா.

இதனிடையே மரியாம்மாவும் தன்னை அறிமுகம் செய்து கொண்டாள். "இன்டர் மீடியட் படிக்கிறேன். மடத்தில் தங்கியிருக்கிறேன்."

ஜோஸஃபின் அம்மா சொன்னாள். "ஜோஸஃபும் இன்டர் மீடியட் படித்துக்கொண்டிருக்கும்போதுதான் முதன்முதலாக ஜெயிலுக்குப் போனான். பதினெட்டு வயதில். அப்போது எடுத்ததுதான் இந்த ஃபோட்டோ."

"இப்போ அவனுக்கு இருபத்தாறு வயசு. இதுக்குள்ளால நாலு தடவை ஜெயிலுக்குப் போயிட்டான். நாலாவது தடவையாக அவன் ஜெயிலில் இருக்கும்போது அவனோட அப்பா இறந்து போயிட்டார். ஜெயில்ல இருக்குற அவனுக்கு இன்னமும் இது தெரியாது."

"ஏன் சொல்லலை?"

"மனம் வேதனைப்படுவான். எங்க வீட்டையும் தோட்டத்தையும் அரசாங்கம் ஜப்தி செய்துவிட்டது. இதுகூட அவனுக்குத் தெரியாது. அவன் ஜெயிலுக்குப் போயிருக்கிறது, ஏதோ நல்ல விஷயத்துக்காக இல்லையா? அதனால, இங்க நடக்குற எதையும் அவன் அறிஞ்சுக்க வேண்டாம்."

"இந்த வீடு?"

"மகளோட புருஷனுக்குச் சொந்தமானது."

"ஜெயிலிலிருந்து கடிதம் எதுவும் வர்றதில்லையா?"

"வரும். பழைய வீட்டு முகவரிக்கு அனுப்புவான்."

அந்த அம்மா ஒரு டவலில் கட்டிவைத்திருந்த நான்கு கட்டுக் கடிதங்களை எடுத்து மரியாம்மாவிடம் கொடுத்தாள்.

"அவனோட டவல்தான்."

மரியாம்மா அதைப் பிரித்துப் பார்த்தாள். நான்கு ஜெயில்களிலிருந்தும் எழுதிய கடிதங்கள். அதில் தண்டனை அனுபவிக்கும் கைதிகள் குறித்த தகவல்களும் இருந்தன.

முதல் கடிதத்தில்:

மொத்தக் கைதிகளின் எண்ணிக்கை 2114

இதில் ஆண்கள்: 1817

பெண்கள்: 297

அரசியல் கைதிகள் மொத்தம்: 1742

ஆண்கள்: 1344

பெண்கள்: 398

தூக்குத் தண்டனைக் கைதிகள்: 16

இரண்டாவது கடிதத்தில்:

மொத்தக் கைதிகளின் எண்ணிக்கை: 1072

இதில் பெண்களும் ஆண்களும் உட்பட அரசியல் கைதிகள் மொத்தம்: 984

தூக்குத் தண்டனைக் கைதிகள்: 34

மூன்றாவது கடிதத்தில்:

மொத்தக் கைதிகளின் எண்ணிக்கை: 2512

இதில் அரசியல் கைதிகள்:1115

தூக்குத் தண்டனைக் கைதிகள்: 99

நான்காவது கடிதத்தில்:

மொத்தக் கைதிகளின் எண்ணிக்கை: 1648

இதில் அரசியல் கைதிகள்: 849

தூக்குத் தண்டனைக் கைதிகள்: 42

இந்தத் தகவல்களுடன் அப்பா, அம்மா, அக்காமார், அவர்களது கணவர்கள், குழந்தைகளின் நலன்கள் குறித்த விசாரணையும் ஒவ்வொரு கடிதத்திலும் வெளியிலுள்ள ரகசிய முகவரிகளும் இடம்பெற்றிருந்தன.

நான்காவது கடிதத்தில்:

"எனக்கான கடிதத்தை ஒரு சிறு கவருக்குள் வைத்து அதில், 1051 என்று எழுதவும். பிறகு, இந்த கவரை மற்றொரு கவருக்குள் வைத்து, இதிலுள்ள முகவரியை எழுதி ஸ்டாம்ப் ஒட்டி போஸ்ட் செய்யவும். கடிதம் பத்திரமாக என் கையில் கிடைத்துவிடும்."

'என் கையில் கிடைத்துவிடும்...' மரியாம்மாவின் மனத்திற்குள் சிறு சஞ்சலம் உருவானது. ஒரு கடிதம் எழுத வேண்டும். எதற்காக வென்று அவளுக்கே தெரியவில்லை. இதுவரை பார்த்திராத, அறிந்திராத ஒருவன். புரிந்துகொள்ளவே இயலாத... எங்கோ, எதற்காகவோ ஜெயில் தண்டனை அனுபவிக்கிறான்.

சுருண்டு அடர்ந்த தலைமுடி; புன்னகை ததும்பும் பெரிய கண்கள்... துடிப்பு மிகுந்த, அழகான இளைஞன்.

சரி, எதை வைத்துக் கடிதம் எழுதுவது?...என்ன நினைப்பான்?... இருந்தாலும் அறிந்துகொள்ள வேண்டிய விஷயங்கள் நிறைய இருக்கிறதே? ஜெயில் எப்படி இருக்கும்? அங்குள்ள பெண்களும் ஆண்களும் எப்படி வாழ்கிறார்கள்? அவர்களது தினசரி வாழ்க்கை என்ன? இதையெல்லாம் அறிந்து கொள்வதற்காகத்தானே... வேறு எதற்காகவும் இல்லையே?

"அம்மா, நான் இதை என் அம்மா – அப்பாகிட்ட வாசிச்சிக் காட்டிட்டுக் கொண்டு வரட்டுமா?"

அந்த அம்மா பார்த்தாள். அனுமதித்தாளா இல்லையா என்பது புரியவில்லை. இருந்தாலும் கடிதங்களுடன் வீட்டுக்குச் சென்றாள். யாரிடமும் வாசித்துக் காட்டுவதற்காக அல்ல.

கடிதங்களை அன்றிரவு இரண்டு மூன்றுமுறை வாசித்துப் பார்த்தாள்.

ஜெயில்!

நாட்டிலுள்ள மக்கள் தொகை எவ்வளவு? இதில் ஜெயில் தண்டனை அனுபவிப்பவர்கள் எவ்வளவு? இதில் ஆண்கள் எத்தனைபேர், பெண்கள் எத்தனைபேர்..? சுதந்திரத்தை இழந்து எப்படி வாழ்கிறார்கள்?

கல்வியின் மூலம் அவளால் எதையும் அறிந்துகொள்ள இயலவில்லை. கன்யாஸ்திரிகளை நினைத்துப் பார்த்தாள். மூச்சே நின்றுவிடும்போலிருந்தது.

அவள் ஜோஸஃபிற்குக் கடிதம் எழுதுவதாகவே முடிவு செய்தாள். வெள்ளைக் காகிதத்தில், ‘அன்புள்ள’ என்று எழுதினாள். எப்படித் தொடர்வது? எழுதியதைப் பார்த்தபடி நீண்ட நேரம் உட்கார்ந்திருந்தாள்.

‘அன்புள்ள . . .’

அன்று அவள் எழுதவில்லை. முகவரியைக் குறித்துக் கொண்டாள். நம்பரை ஆட்டோகிராஃப் நோட்டில் எழுதினாள். அதில் அருட்தந்தையர், மதர் சுப்பீரியர்கள், கன்யாஸ்திரிகள், கல்லூரிப் பேராசிரியர்கள் போன்றவர்களின் கையொப்பங்களும் வாழ்த்துகளும் இருந்தன. அதிலொரு சிவப்புநிற பக்கத்தில் 1051 என்று குறித்துவைத்தாள்.

கடிதங்களை மறுநாள், ஜோஸஃபின் அம்மாவிடம் கொண்டுபோய்க் கொடுத்தாள்.

பிறகு தினமும் அங்கே போக ஆரம்பித்தாள் மரியாம்மா. அறைக்குள் உட்கார்ந்து பேசிக்கொண்டிருப்பாள். அதிகமும் அந்த அம்மா பேசுவதைக் கேட்டுக்கொண்டிருந்தாள்.

இப்படியாக, விடுமுறை காலம் முடிந்தது. ஜோஸஃபின் அம்மாவைக் கட்டிப்பிடித்து அழுதவாறு அவள் விடைபெற்றாள்.

கன்யாஸ்திரி மடத்திற்குச் சென்ற உடனேயே அவள் ஜோஸஃபிற்குக் கடிதம் எழுதிவிடவில்லை. மீண்டும் தயக்கம். இயலாமை. அவளுக்குள் ஒரு மாற்றம் ஏற்படத் தொடங்கியது. அரசியல் விவகாரங்களை உன்னிப்பாகக் கவனிக்க ஆரம்பித்தாள். அவளால் முழுமையாக எதையும் அறிந்துகொள்ள முடியவில்லை. நிறைய அறிந்துகொள்ளவும் செய்தாள். இரண்டுவகையான பத்திரிகைகள் அப்போது வெளிவந்துகொண்டிருந்தன. பெரும் பாலும் அரசாங்கத்தைச் சார்ந்து செய்திகளை வெளியிடுகிற பத்திரிகைகள். மிகக்குறைவான பத்திரிகைகள் மட்டுமே அரசுக் கெதிரான இயக்கங்களைச் சார்ந்து செய்திகள் வெளியிட்டு வந்தன. இந்தப் பத்திரிகைகள் எதுவும் மடத்திற்கு வந்துவிடக் கூடாதென்பதில் மதர் சுப்பீரியர் கவனமாக இருந்தார். இருந்தாலும் மடத்தைச் சேர்ந்த கல்லூரியில் படித்து, வெளியே தங்கியிருக்கும் ஒரு தோழியிடமிருந்து அது அவளுக்குக் கிடைத்து வந்தது. இப்படி போராளிகள்மீதான அளவுகடந்த அன்பும் ஆதரவும் அவளுக்குள் உருவானது. அரசியல் இயக்கச் செயல்பாடுகளில் ஆர்வம் காட்ட ஆரம்பித்தாள். சாலைகளில் செல்லும் ஊர்வலங்களின் இரைச்சலைக் கேட்கும்போது அவள் மனம் துடிக்கும்.

“அரசியல் கைதிகளை விடுதலை செய்.” இந்தக் கோஷத்தைக் கேட்கும்போது அவளது மனத்தினூடே ஒரு மின்னல் தாவும்.

இரவும் பகலும் ஜோஸஃபைப் பற்றிய சிந்தனைகள்தான். ஜோஸஃப் ... ஜோஸஃப் ... நிரந்தர எண்ணங்களினூடே அவள் ஜோஸஃபுடன் நெருக்கமானாள். இதுவரையிலும் அவனுக்கு ஒன்பது கடிதங்கள் எழுதிவிட்டாள். ஆனால் ஒன்றைக்கூட அவள் அனுப்பவில்லை. எல்லாவற்றையும் சிறிதாகக் கிழித்து, அறையின் ஜன்னல் வழியாக வெளியே பறக்கவிட்டாள். எழுதாமலிருக்கவும் முடியவில்லை. ஆகவே எழுதினாள். மடத்திலிருந்து வெளியே போவதும் வருவதுமான எல்லாக் கடிதங்களுமே மதர் சுப்பீரியரின் பார்வைக்குச் சென்றுவிடும். ஜோசஃபிற்கு மரியாம்மா ஒரு கடிதம் எழுதி, அதை வெளியிலுள்ள ஒரு தோழியின் முகவரிக்கு அனுப்பிவைத்தாள். அவள் மிகவும் யோசித்து எழுதி ஜெயிலுக்கு அனுப்பிவைத்த அந்தக் கடிதத்தில்:

“அன்பு நண்பரே,

தங்களுக்கு என்னைத் தெரிந்திருக்க வாய்ப்பில்லை. ஆனால் தங்களை எனக்குத் தெரியும். நான் ... மடத்தில் தங்கிப் படிக்கும் ஒரு மாணவி. உங்கள் அம்மாவையும் குடும்பத்தையும் நான் நன்கறிவேன். எனது பெற்றோர்கள் இப்போது தங்கள் வீட்டின் அருகில்தான் வசிக்கிறார்கள். அப்பா இம்பீரியல் வங்கியில் காசாளராகப் பணியாற்றுகிறார். விடுமுறைக் காலத்தில் உங்கள் அம்மாவை நான் தினமும் போய்ப் பார்ப்பதுண்டு. நீங்கள் அம்மாவுக்கு எழுதிய எல்லாக் கடிதங்களையும் நானும் வாசித்திருக்கிறேன். அம்மா நலமாக இருக்கிறார்.

என்னுடைய தனிப்பட்ட ஒரு தேவைக்காகக் கேட்கிறேன். ஜெயிலைப் பற்றிய எல்லா விவரங்களையும் எனக்கு எழுதியனுப்பினால் உபயோகமாக இருக்கும்.

தங்களுக்கு எல்லா நன்மைகளும் விளைய நல்வாழ்த்து களுடனும் பணிவன்புடனும்,

எம்.பி. மரியாம்மா”

கடிதத்தை மரியாம்மா மிகுந்த தயக்கத்தின் பிறகுதான் அனுப்பி வைத்தாள். அது அவளது இதயம் அல்லவா? இந்த ரகசியத்தை ஜோஸஃபால் புரிந்துகொள்ள இயலுமா?

இருபது நாட்களில் பதில் கடிதம் வந்தது. ஆனால், அவளுக்குத் தான் வந்ததா? யாருக்கென்று குறிப்பாக இல்லை. பெயரும் முகவரியுமில்லாத ஒரு பதில். உபசார வார்த்தைகள் இல்லை. இருந்தாலும் அதில் ஜெயிலைப் பற்றிய முழுவிவரணைகளும் இருந்தன.

“சிறைச்சாலை மனிதர்களால் உருவாக்கப்பட்ட தனியொரு உலகம். இங்கே ஏக்கங்கள் மட்டுமே உள்ளன. போலீஸ் லாக்கப்களில் கிடந்து நரக வேதனை அனுபவித்த பின் சிறைக்கு வருவார்கள்.”

மரியாம்மா மனத்துடிப்புடன் வாசித்தாள். ஜோஸஃபின் கைப்பட எழுதிய கடிதம். ஜோஸஃப் . . . ஜோஸஃப் . . .

“உயர்ந்த பெரிய கறுப்பு மதில் கட்டுகளால் சூழப்பட்ட இந்த இடத்தில் ஆயிரத்து அறுநூறுக்கும் மேற்பட்ட ஆண்களும் பெண்களும் கைதிகளாக இருக்கிறார்கள். குறுகிய காலம் முதல் ஆயுள்வரைக்கும் தண்டனை விதிக்கப்பட்ட கைதிகள். ஆசைகளும் மோகங்களும் ரத்தமும் நீருமுள்ள ஆண் –பெண்கள். தொலைதூரக் காட்சியைக்கூட மறைக்குமளவிலான பெரிய மதில் சுவர்கள். எங்கே பார்த்தாலும் ஆகாயம். இதனுள் ஏராளமான சிறு மதில் கட்டுகளால் பிரிக்கப்பட்ட தனித் தனிக் கட்டடங்கள்.

சூபரின்டென்ட், ஜெயிலர், வார்டன், கான்விக்ட் வார்டன், மேஸ்திரி . . . இப்படியான உத்தியோகஸ்தர்கள். இவர்களுடன் பெண்கள். பெண் வார்டன்களும் உண்டு. கூடவே டாக்டர்.

கான்விக்ட் வார்டன்கள், மேஸ்திரிகள் ஆகியோருடன் நீண்ட காலமாகத் தண்டனை அனுபவித்து வரும் கைதிகள். பெரும்பாலும் யாரையாவது கொன்றுவிட்டுச் சிறைக்கு வரும் இவர்கள், கைதிகளைக் கட்டுப்படுத்தவும் வேலைகள் செய்ய வைக்கவும் வார்டன்களுக்கு உதவியாக இருப்பார்கள். இவர்களது வார்த்தைகளையும் செய்கைகளையும் இங்கே குறிப்பிட இயலாது. மிக மோசமாக இருக்கும். யாராக இருந்தாலும் தரம் தாழ்த்தியே பேசுவார்கள். அரசியல் கைதிகள் உட்பட அனைவரையும் வேலை செய்ய வைப்பவர்கள் இவர்கள்தான். அனல் தகிக்கும் வெயிலிலும் உறைந்துபோகும் குளிரிலும்.

வெட்டவெளியில், இரண்டு வரிசைகளாக நெருக்கமான கற்கள். இதுதான் கக்கூஸ். முகத்தோடு முகம் பார்த்து, தோளோடு தோள் உரச, ஐநூறு அறுநூறு மனிதர்கள் . . .

உண்பதும் குளிப்பதும்கூட ஒன்றாகச் சேர்ந்துதான். மிக மோசமான மனித உணர்வுகளென்று எவையெல்லாம் உருவாகுமோ அனைத்துக்கும் இதுவே நாற்றங்கால். இவற்றைச் செழிப்பாக வளரவைக்கிறார்கள். தண்டனை முறைகளென்று முக்காலியில் கட்டிவைத்து அடிப்பது, குச்சு விலங்கு உட்பட எல்லாமே உண்டு – தேவாலயங்களும் புரோகிதர்களும் தனியறைகளும் தூக்கு அறைகளும், கழுமரமும் . . .

ஒரு மனிதன் திருந்துவதற்கு இவை போதாதா?

பதினான்கு வருடங்கள்வரை, பெண்களைப் பார்த்திராத ஆண்களும் ஆண்களைப் பார்த்திராத பெண்களும். கற்பனைகள் . . . வெறுப்பைத் தோற்றுவிக்கும் கற்பனைகள் . . . மிக மோசமானவை, வெளிப்படையான உண்மைகளாக! ஆண்களும் ஆண்களும் . . .

பெண்களும் பெண்களுமென ... இதுவே, இங்கு வாழ்க்கை முறைகள்.

நமது பரந்து விரிந்த தாய்நாட்டிலுள்ள சிறைக்கொட்டடிகள் அனைத்தும் இதுபோல்தான். இது செயற்கையான ஒரு தனி உலகம். இங்கே ஏக்கங்கள் மட்டுமே உள்ளன. பூமியில் எப்போதும் சிறைச்சாலைகள் இருக்கவே செய்யும். சிறைச்சாலைகள்!

அன்புடன்
1051"

"தங்கள் கடிதத்தைப் படித்தேன். என்னுடைய தோழிகளுக்கும் வாசித்துக் காட்டினேன். எனக்கு இதை உலகத்தின் முன் உரக்க வாசித்துக்காட்ட வேண்டும் போலிருப்பது ஏனோ தெரியவில்லை.

நான்... மடத்தின் பெரிய மதில் கட்டினுள்ளிருந்து நினைத்துப் பார்க்கிறேன். தங்கள் அம்மாவுடன் சேர்ந்து நானும் உங்களை நினைவுகூர்வதுண்டு. ஜெயிலைப் பற்றிய மேலும் தகவல்களுடன் உங்கள் உடல் ஆரோக்கியம் குறித்தும் அறிந்துகொள்ள விரும்புகிறேன்.

நான் உட்பட பொதுமக்களின் வளமான சுதந்திர வாழ்க்கைக்காக நீங்கள் செய்யும் தியாகமும் பயமுமற்ற மகா சேவையின்முன் கூப்பிய கைகளுடன் எனது பணிவன்பான வணக்கங்கள்.

தங்கள்,
எம்.பி. மரியாம்மா"

"எனக்கு அறிமுகமில்லாத தோழி,

தங்களுடைய கடிதத்தை வாசித்த நான், நீண்ட நேரம் அப்படியே யோசனையில் ஆழ்ந்துவிட்டேன். என்ன பதில் எழுதுவதென்று ...

பெரிய அளவிலான தியாகங்கள் எவற்றையும் நான் செய்து விடவில்லை. இதை வெறும் சம்பிரதாய வார்த்தையாகவும் கருதிவிட வேண்டாம். என்னுடைய பெற்றோர்கள்போல் அனேகமாயிரம் பெற்றோர்கள் நம்நாட்டில் உள்ளனர். அவர்களது ஆண் – பெண் வாரிசுகள் நாடு முழுவதிலுமுள்ள போலீஸ் லாக்கப்புகளிலும் கான்சென்ட்ரேஷன் முகாம்களிலும் சிறைக்கொட்டடிகளிலும் இருக்கிறார்கள். இதில் இருபது முப்பது முறை தண்டனை அனுபவித்தவர்களும் இருக்கிறார்கள். கைகால்களைப் பறிகொடுத்தவர்கள், காசநோய் பிடிபட்டவர்கள், மனநிலை சரியில்லாமல் ஆனவர்கள், தூக்கு மரமேறியவர்கள் என ... இதை யோசித்துப் பார்த்தால், நான் என்ன தியாகம்

செய்துவிட்டேன் என்பதைப் புரிந்துகொள்ள முடியும். தியாகம் என்று சொல்லவே நான் வெட்கப்படுகிறேன். நமது விடுதலை இயக்கத்தை மேலும் வலுப்படுத்தி வெற்றிபெறச் செய்ய நீங்கள் என்ன செய்திருக்கிறீர்கள்? இதைக் கேட்பதற்காக என்னை மன்னிக்க வேண்டும். உங்கள் வயதென்னவென்பது எனக்குத் தெரியாது. பல்வேறு வயதிலுள்ள பெண்கள் இங்கே இருக்கிறார்கள். நாடு முழுவதிலுமுள்ள போலீஸ் லாக்கப்களிலும் கான்சென்ட்ரேஷன் முகாம்களிலும் சிறைக் கொட்டடிகளிலும் வாழ்கிறார்கள். அவர்களை நீங்கள் மறந்துவிட வேண்டாம். அந்த வீர சகோதரிகளை.

கடந்த இரண்டு வருடங்களில் மட்டும் அரசியல் கைதிகளில் ஒன்பதுபேர் இறந்திருக்கிறார்கள். இதில் ஆறுபேர் பெண்கள். இதுபோல் எல்லா இடங்களிலும் தண்டனை பெற்றவர்களில் எத்தனை பெண்கள் இறந்துபோயிருப்பார்கள் என்று எண்ணிப் பாருங்கள். இந்த வீர சகோதரிகளை நீங்கள் மறந்துவிட வேண்டாம்.

சிறைச்சாலையைப் பற்றி இன்னும் என்னென்ன தகவல்கள் தேவை? ஏற்கெனவே நான் எழுதியிருந்தேன். சிறைச்சாலை செயற்கையாக உருவாக்கப்பட்ட ஒரு தனி உலகம்.

அதன் உயர்ந்த மதில் சுவருக்கு மூன்றுதிசைகளிலாக மொத்தம் மூன்று வாசல்கள். இரண்டு சிறுவாசல்களும் ஒரு பெரிய வாசலும். மூன்றுமே இரும்புக் கதவுகள். பெரிய வாசல் உள்ளே நுழைவதற்கானது. இதில் எப்போதுமே ஆயுதம் தாங்கிய காவலர்கள் நிற்பார்கள். யாராக இருந்தாலும் நன்றாக சோதனையிட்ட பிறகுதான் உள்ளே அனுமதிப்பார்கள். இதன் வழியாகவே கைதிகள் அழைத்துவரப்படுவார்கள்.

மற்ற இரண்டு வாசல்களும் கைதிகளை வெளியே அழைத்துச் செல்வதற்கானவை. இங்கே சோதனையோ வெளியே கொண்டு செல்லப்படும் கைதிகளுக்கு உயிரோ இருக்காது. இதிலொன்று தூக்குமேடையின் அருகிலும் மற்றொன்று மருத்துவமனையின் அருகிலுமுள்ள வாசல்கள்.

சிறைச்சாலையின் நுழைவுவாசலின் அருகில் சூபரின்டெண்ட், ஜெயிலர் போன்ற அதிகாரிகளின் அலுவலகங்கள். அதைக் கடந்தால் சிறையின் நடுவே பெரியதொரு டவர். இதன்மீது நின்று பார்த்தால் வெளியிலுள்ள நகரம் தெரியும். சிறைக்குள் தூக்கு மரம், பெண்களுக்கான சிறை, மருத்துவமனை என எல்லாப் பகுதிகளும் தெரியும்.

இந்த டவரில் இருந்துதான் பதினைந்து நிமிடத்திற்கொருமுறை மணி அடிக்கும். இந்தச் சத்தம் பயங்கரமான முழக்கத்துடன் பயமூட்டும்.

சிறைச்சாலையின் எல்லாப் பகுதிகளிலும் மின்சார விளக்குகள் உண்டு. இரவும்பகலும் ஒரே மாதிரியான வெளிச்சம் இருக்கும்.

பொழுது அஸ்தமிப்பதற்கு முன், கைதிகளின் எண்ணிக்கையைச் சரிபார்த்து, அறைக்குள் வைத்துப் பூட்டுவார்கள். ஒவ்வொரு கட்டடத்தின் உள்ளேயும் வெளியேயும் காவல் உண்டு. உள்ளே கான்விக்ட் வார்டன்களும் வெளியே சாதாரண வார்டன்களும்.

சிறைச்சாலைக்குள் எதுவும் நடக்கும். எது வேண்டுமானாலும் கிடைக்கும். சாராயம், கள்ளு, கஞ்சா, பிற போதை மருந்துகள். பீடி, வெற்றிலை, தேயிலை, சர்க்கரை – இப்படியாகப் பலவும் கிடைக்கும். கைதிகள்தான் வியாபாரிகள். கான்விக்ட் வார்டன்கள், வார்டன்கள், ஹெட் வார்டன் – இவர்களுக்கெல்லாம் இதில் பங்குண்டு. வெளியே ஆறு பைசா விலையுள்ள பொருள் இங்கே ஒரு ரூபாய். லாபத்தில் ஒரு பங்கு, நுழைவுவாசலில் இருப்பவர்களுக்கும் கொடுக்க வேண்டும்.

இந்தப் பொருட்கள் அனைத்தும் அடிவயிற்றில் வைத்துக் கட்டிக்கொண்டுவரப்படுகின்றன. சிறைச்சாலைக்கு வெளியிலுள்ள தோட்டங்களில் வேலைக்கு அழைத்துச் செல்லப்படும் கைதிகள், வார்டன்களுக்குத் தெரிந்தே இந்தப் பொருட்களைக் கொண்டுவருகிறார்கள். கைதிகளுக்கு இவற்றை விற்பனை செய்யவும் வெளியே ஆட்கள் இருக்கிறார்கள். உள்ளே வரும்போது சோதனையில் இதைக் கண்டுபிடித்தால் முக்காலியில் கட்டிவைத்து அடிப்பதுதான் தண்டனை.

திருடியும் வழிப்பறி செய்தும் கொலை செய்தும் உள்ளே வந்து, ஆறாயிரம் ரூபாய்வரை சம்பாதித்து ரகசியமாக வீட்டுக்கு அனுப்பிவைத்தவர்கள் உண்டு. திருடாதவனையும் திருடக் கற்பிக்கும் ஓர் இடம் நம்முடைய சிறைச்சாலைகள். நாடு முழுவதிலுமுள்ள போலீஸ் லாக்கப்களும் வதைமுகாம்களும் சிறைக்கொட்டடிகளும் குற்றவாளிகளை உருவாக்கும் இடங்கள்.

போலீஸ்காரர்களைப்போல் வார்டன்களுக்கும் சம்பளம் மிகவும் குறைவு. இவர்களும் வாழ வேண்டாமா? மனைவி மக்களைக் காப்பாற்ற வேண்டாமா? கிடைக்கிற சம்பளம் ஒரு மாதம் சிற்றுண்டிக்கே போதாது. பிறகெப்படி உயிர் வாழ முடியும்? அவர்களது எல்லா மோசமான செயல்பாடுகளும் எனக்குத் தெரியும். இருந்தாலும், அவர்கள்மீது எனக்கு அனுதாபம்தான். குரூர மனம்கொண்டவர்களாக அவர்களை உருவாக்கியது அரசாங்கம் அல்லவா? நம்முடைய தாய்நாடு உட்பட அக்கிரம

ஆட்சி நடைபெறும் உலகிலுள்ள போலீஸ் லாக்கப்கள், கான்செண்ட்ரேஷன் முகாம்கள், சிறைக்கொட்டடிகளால் என்ன நன்மையை அடைந்துவிட்டோம்? தண்டனைகள், குறிப்பாக சிறைத்தண்டனை, குற்ற வாசனையை இல்லாமல் செய்து குற்றவாளியை நல்லவனாக மாற்றுவதற்கான ஏற்பாடாம்.

நான் எதையெல்லாமோ எழுதிக்கொண்டிருக்கிறேன். மனத்தில் இருப்பதையெல்லாம் எழுதுவதற்குக் காகிதத்தில் இடமில்லை. இந்தப் பென்சில்துண்டை வைத்துக்கொண்டு எழுத்துக்களைத் தெளிவாக எழுதவும் முடியவில்லை.

இப்போது அரசியல் கைதிகளுக்குத்தான் கடும் தண்டனை. எல்லாருக்கும் உணவு வேண்டும். வீடு, கல்வி வசதிகள், மருத்துவ வசதிகள் வேண்டும். சமத்துவம், சகோதரத்துவம் வேண்டும். அன்பு, பரிவு, கருணை . . . அக்கிரமம் கூடாது . . . என்றெல்லாம் சொன்னால் கடும் தண்டனை. அரசன், கடவுளின் பிரதிநிதியாம். எல்லா அரசாங்கமும்.

அன்புத் தோழி, என்னுடைய கருத்துகளுடன் நீங்கள் உடன்பட வேண்டுவதில்லை. இவற்றை நான் எழுதுவதற்கான காரணம், வேதனை நிரம்பிய பல்வேறு அனுபவங்கள்தான். என்னைப்போல் அனுபவங்களுள்ள அனேகமாயிரம் ஆண் – பெண்கள் இருக்கிறார்கள். இவர்கள் அனைவரும் லாக்கப்களிலும் வதைமுகாம்களிலும் சிறைக்கொட்டடிகளிலும் கிடந்து வதை படுகிறார்கள். நாங்கள் என்ன குற்றம் செய்தோம்?

வன்முறைகள் அரங்கேறும் மேடையாகத் திகழ்கிறது நமது தாய்நாடு. பூமியில் எல்லா நாடுகளும்தான். பிரஜைகள் என்று யாருமில்லை. ஆட்சியாளர்களும் ஆளப்படுபவர்களும் தான் உள்ளனர். அடிமைகள்.

மனதையும் உடலையும் முடக்கிப்போடுகிற பயங்கரமான காராக்கிரக வாழ்க்கை! ஆண்டவா, இதென்ன அக்கிரமம்!

அன்புத் தோழி, நான் எதையெல்லாமோ எழுதியிருக்கிறேன். நீங்கள் கன்யாஸ்திரி மடத்தில் தங்கியிருந்து படிக்கிறீர்கள் அல்லவா? எந்த வகுப்பில்? வேத நூல்களையும் பாடப் புத்தகங்களையும் தவிர வேறெதையாவது நீங்கள் படிப்பதுண்டா? இப்படிக் கேட்பதற்காக மன்னிக்கவும். மாணவ – மாணவிகள்தான் நாட்டின் எதிர்காலக் கண்கள். நீங்கள் அடிமைகளாக வளரக் கூடாது.

ஒளிமிகுந்த எதிர்காலம் அமைய வாழ்த்துக்களுடன்
தங்களுடைய,
1051"

"பிரியமுள்ள 1051,

தங்கள் கடிதம், மனத்தை மிகவும் இளகச்செய்துவிட்டது. நான் எளியவள்; ஏதுமறியாதவள். இருந்தாலும் தங்களுடைய இயக்கத்தின்மீது அன்பு செலுத்துகிறேன். அதன் வெற்றிக்காக என்னால் இயன்றதைச் செய்வேன். நான் இன்டர்மீடியட் படிக்கிறேன். வயது இருபத்திரெண்டு. அறிவு குறைவாகவும் சோம்பல் அதிகமாகவும் உள்ளவள். ஆகவே பல வகுப்புகளிலாக நான்கு வருடம் தோற்றேன். நான் அழகற்றவள்; கறுப்பு நிறம்.

தங்களுடைய எல்லாக் கருத்துகளுடனும் நான் முழுமையாக உடன்படுகிறேன். தாங்கள் எதையும் விவரித்துச் சொல்லத் தேவையில்லை. நீங்கள் சொல்வதையெல்லாம் நான் நம்புகிறேன். வேத நூல்களையும் பாடப் புத்தகங்களையும் தவிர, நம்முடைய அந்தப் பத்திரிகையையும் நான் படிப்பதுண்டு. அதை மடத்துக்குள் அனுமதிக்கக் கூடாதென்பது மதர் சுப்பீரியர் உத்தரவு. இருந்தாலும் நான் அதை வாசிக்கிறேன். அதில் சொல்லப்படுகிற புத்தகங்களையும் வாசிக்கிறேன். வேறு எதையெல்லாம் வாசிக்க வேண்டுமென்று தாங்கள் எழுதியனுப்பவும். அரசியல் கைதிகளுக்குக் கடும் தண்டனை விதிப்பதாகத் தாங்கள் எழுதியிருந்ததைப் படித்து மனம் வேதனைப்பட்டது. அதைச் சற்று விளக்கமாக எழுதவும்.

தங்கள் அம்மாவிடம் இருக்கும் புகைப்படத்தில் தங்களது அழகை மட்டுமே பார்த்த நான் இவற்றை எதிர்பார்க்கவில்லை. இப்போது அந்தப் புகைப்படம் என் மனத்திற்குள் நிற்கிறது.

தங்களுக்கு எப்போது விடுதலை கிடைக்கும்? எப்போது வீட்டுக்குச் செல்வீர்கள்?

எல்லா விவரங்களுக்கும் உடனே பதிலெழுதும்படிக் கேட்டுக்கொள்கிறேன். பதில் தாமதமாகும்தோறும் மனவேதனை அதிகரிக்கிறது. மனம் உருகி இறந்துவிடுவேனோ என்றும் தோன்றுகிறது.

தாங்கள் நல்ல மனத் திடம் பெற வாழ்த்துகளுடன் . . .

தங்களுடைய
எம்.பி. மரியாம்மா"

பதில் வரத் தாமதமானது. மரியாம்மா மனத்திற்குள் நீறிக் கொண்டிருந்தாள். பாடங்களில் கவனம் செலுத்த இயலாமல் போனது. கண்களைத் திறந்தபடி அப்படியே அமர்ந்திருப்பாள். ஏன் இன்னமும் பதில் வரவில்லை? நடுச்சாமத்திலும் இருட்டையே பார்த்தபடி இமைகொட்டாமல் படுத்திருப்பாள். பொழுது விடிந்தாலும் யோசனைதான். இன்று கடிதம் வரும், இன்று

கடிதம் வரும் என்று ஒன்றரை மாதம் கடந்தது. அவள் பொறுமை இழந்தாள். மீண்டும் ஒரு கடிதமெழுதுவதாக முடிவு செய்த நிலையில் பதில் வந்தது.

"அன்புச் சகோதரி,

அம்மாவிடம் இருக்கும் என் புகைப்படத்தை நீங்கள் பார்த்தீர்கள். ஆனால், அது ஒரு சிறைப் பறவையின் புகைப்படம் அல்ல!

நீங்கள் அறிவுகுறைந்தவளும் சோம்பல்நிறைந்தவளும் அழகற்றவளும் கறுப்பியும் என்று எழுதியதன் உட்பொருள் எனக்கு விளங்கவில்லை. என்னை நீங்கள் காதலிக்கிறீர்களா? ஆமாம் என்றால் அந்த எண்ணத்தை உடனடியாக விட்டுவிடுங்கள். என்னை முழுவதுமாக மறந்துவிடுங்கள்.

நானோர் அரசியல் இயக்கத்தைச் சார்ந்தவன். இதன் பொருள் எனக்குக் காதலோ காமமோ இல்லை என்பதல்ல. ஒன்றை நீங்கள் புரிந்துகொள்ள வேண்டும். என்னுடைய வாழ்க்கை பாதுகாப்பானதல்ல. நான் பல்வேறு போலீஸ் லாக்கப்களிலும் சிறைக்கொட்டடிகளிலும் வாழ்ந்தவன். நாட்டிலுள்ள எல்லாச் சிறைகளிலும் வாழும் என்போன்ற அரசியல் கைதிகளுக்குள் இப்போது பல்வேறு மாற்றங்கள் நிகழ்ந்துள்ளன. இதையெல்லாம் விளக்கத் தேவையில்லை.

எங்களுக்குக் கால அவகாசமென்று எதுவுமில்லை. எப்போது விடுதலையாவோமென்று சொல்ல இயலாது. அம்மாவும் அப்பாவும் இதை அறிய வேண்டாம்."

அப்பா . . . மண்மறைந்து போனவர். மரியாம்மா கண்ணீர் ததும்ப தொடர்ந்து வாசித்தாள்.

"நீங்கள் கடிதமெழுதிய விவரத்தை அம்மாவோ அப்பாவோ அறிந்து, என்னுடைய விடுதலைக் குறித்து கேட்டால், சீக்கிரமாக விடுதலை செய்துவிடுவார்களென்று மட்டும் சொல்லுங்கள். அவர்களும் வேதனைப்பட வேண்டாம்.

எங்களுக்குத் தனிமைச் சிறை. பரஸ்பரம் பார்க்கக் கூடாது; பேசக்கூடாது. நான்கு சுவர்களுக்குள் ஏகாந்த வாசம். அக்கிரமம். மனிதர்கள் இழைக்கும் குரூரம்.

இரவு நேரங்களில் நட்சத்திரங்களையும் சந்திரனையும் பார்த்து எவ்வளவு காலமாகிறதென்று எனக்கு நினைவில்லை.

நான் தனியாக ஒரு கட்டடத்தில். அதாவது குறுகலான ஒரு தனியறை. இப்படியான அறைகளில்தான் அரசியல் கைதிகள்

சிறைவைக்கப்பட்டுள்ளனர். எங்களை ஒன்றாக அடைத்து வைப்பதற்கான தைரியம் அரசாங்கத்திற்கு இல்லை. பிற கைதிகளுடன் அடைக்கவும்கூட! பிரித்தாளும் சூழ்ச்சி. இது, தூக்குத் தண்டனைக் கைதிகளை அடைத்துவைக்கும் அறை. இதில் கிடந்து சிலர் தற்கொலைசெய்திருக்கிறார்கள்.

இந்தக் கொட்டடியைப் பற்றி நிறையவே சொல்லலாம். பன்னிரண்டு அடி நீளமும் இதே அளவிலான உயரமும், ஆறடி அகலமும்கொண்ட ஒரு கொட்டடி இது. வெளிப்பகுதி, இதே அளவில், கருங்கற்களாலான, வெளியே கறுப்பும் உள்ளே வெள்ளை நிறத்திலுமாக ஒரு பெரிய தீப்பெட்டியின் வடிவத்தில் இருக்கும். முன்புறம் கறுப்புக் கிராதிகள்கொண்ட இரும்புக் கதவு. வெளிப்புற வாசலின் அருகில், உள்ளே இருந்து கைக்கெட்டாத தொலைவில் அதிக வெளிச்சமுள்ள ஒரு மின்சார விளக்கு. கொட்டடிக்கும் பெரிய மதில் சுவருக்கும் இடையில் நான்கடி முற்றம். பெரிய மதில் சுவரிலும் ஓர் இரும்புக் கதவு. மதிலின் உட்புறம் தண்ணீர்க் குழாயும் கக்கூசும்.

பகல் நேரங்களில் வெளிப்புற மதில் கதவைப் பூட்டி விடுவார்கள். இரவு நேரங்களில், அதைத் திறந்துவிட்டுக் கொட்டடியைப் பூட்டிவிடுவார்கள்.

நான் எழுதுகிற இந்தக் கடிதமும் வெளியிலுள்ள எனது நண்பரின் முகவரியில் எனக்கு வரும் கடிதங்களும் எப்படி பட்டுவாடா செய்யப்படுகின்றன என்பதை நான் இதில் எழுதப்போவதில்லை. இது வேறு யாரிடமாவது கிடைத்து விட்டால்...பல வார்டன்களுக்கு வேலைபோய்விடும். அவர்களது குடும்பமும் ஆதரவற்றவர்களாகிவிடும். உங்களுடைய கடிதம், ஜெயிலுக்குள்ளிருக்கும் இந்த ஜெயிலுக்கு வருவதே ஆச்சரியம்தான். நான் எதையாவது யோசித்தபடி அப்படியே அமர்ந்திருப்பேன்.

இரவு நேரங்கள், ஆச்சரியப்படுமளவில் பயங்கரமான அமைதியில் மூழ்கிவிடும். பக்கத்திலுள்ள பெண்கள் ஜெயிலிலிருந்து திடீரென்று சத்தம் வரும். அப்படியே அது நின்றுவிடவும் செய்யும். மீண்டும் மயான அமைதி. தொலைவிலிருக்கும் மிருகக்காட்சி சாலையிலிருந்து சிங்கங்களின் வருத்தம் தோய்ந்த, கம்பீரமான உறுமல்களும் கர்ச்சனைகளும் . . . பூமியிலிருந்து ஆகாயத்தை நோக்கிச் சோகத்தின் இடி முழக்கங்கள்.

சகோதரி, நீங்கள் என்னை மறந்துவிட வேண்டும். எப்போதாவது என் வீட்டுக்கு நீங்கள் செல்ல நேர்ந்தால் அம்மா அப்பாவிடம் எனது புகைப்படத்தை நீக்கிவிடச் சொல்லுங்கள். நீங்கள் எனக்காக...ஏதாவது சொல்லுங்கள். இந்த உண்மைகளை என் பெற்றோர் அறிந்துவிட வேண்டாம். என் தலைமுடி

கிட்டத்தட்ட முழுவதுமாக உதிர்ந்துவிட்டது. மிச்சமிருப்பது நரைத்தும். எனது கண்களில் இப்போது வலது கண் மட்டும் தான் இருக்கிறது. சிவந்து பிதுங்கி ரத்த நட்சத்திரம்போல் . . .

மங்கள வாழ்த்துகளுடன்

உங்கள் சிறைக்கைதி

நம்பர் *1051"*

ஒரு கண் எப்படி இல்லாமல் போனது? தலைமுடி உதிர்ந்தும் நரைப்பதற்குமான காரணமென்ன?

மரியாம்மா மனவருத்தத்துடன் ஜோஸஃபிற்குப் பதில் எழுதினாள். எதுவுமே கேட்கவில்லை:

"தங்களுக்காக நான் காத்திருப்பேன் . . . தேவைப்பட்டால் மரணம்வரைக்கும்" என்று மட்டும் எழுதினாள். இரு பக்கங்களிலு முள்ள ரகசியங்கள் அவள் மனதை . . . அண்மையில் ஜோஸஃபின் வீட்டுக்குச் சென்றிருந்தாள். அவன் எழுதிய கடிதங்கள் அவளது ஜாக்கெட்டில் இருந்தன. அவள் மிகுந்த மன வேதனையுடன் சென்றாள். அம்மா அப்போதும் அறைக்குள்தான் இருந்தாள்.

நடுவில், பல வர்ணக் கலவையில் யேசுநாதரின் படம். இருபுறமும் இரண்டு சாதாரண புகைப்படங்கள். ஒன்றில், சோர்ந்த முகத்துடன் ஒரு நடுத்தர வயதினர். மற்றொன்று, அடர்ந்து சுருண்ட தலைமுடியும், புன்னகை தவழும் பெரிய கண்களும் . . . மலர்ந்த முகத்துடன் அழகான ஓர் இளைஞன்.

1945

✦

மனைவியின் காதலன்

மனைவிக்கு ஒரு காதலன் இருந்ததாக அறியும்போது கணவன் இவ்வளவு கோபப்படுவானேன்? மனைவியைத் தவிர கணவனுக்கென்றும் ஒரு வாழ்க்கை இருக்கும்தானே? அதில் நிறைய ரகசியங்களும் இருக்கும். கணவனுக்கு ஏன் ஒரு காதலி இருக்கக்கூடாது?

திருமணத்துக்கு முந்தைய கணவனின் வாழ்க்கை முறை எதுவாக இருந்தது? பல பெண்களைக் காதலித்திருப்பான். பலருக்கும் காதல் கடிதங்கள் எழுதியிருப்பான். சந்ததி விருத்திகூட நடந்திருக்கும். இதையெல்லாம் ஒரு மனைவி விசாரித்துக் கொண்டிருப்பதில்லை. ஆனால் மனைவியின் முந்தைய வாழ்க்கை குறித்துக் கணவனுக்கு அறிந்தாக வேண்டும். இந்தத் தேடுதலின் பின் செயல்படுவது எது? கணவன் ஒரு முதலாளி. மனைவி அவனிடம் வேலை பார்ப்பவள். கணவனுக்கென்று சில நல்ல நடவடிக்கைகள் இருக்கும். இதை அவன் எப்போது வேண்டுமானாலும் மீறலாம். மனைவி ஒருபோதும் மீறக்கூடாது. கணவனின் கடந்தகாலம் முழுவதும், நிகழ்காலத்தின் பெருமளவும் ரகசியம். அங்கே

1945இல் வெளிவந்த 'ஐந்து ஆபாசக் கதைகள்' என்னும் தொகுப்பில் இடம்பெற்ற கதை இது. மற்ற நான்கு கதைகளையும் எழுதியவர்கள்: தகழி சிவசங்கர பிள்ளை, எஸ்.கே. பொற்றேக்காடு, பி. கேசவதேவ், பொன்குன்னம் வர்க்கி.

நடந்ததும் நடந்துகொண்டிருப்பதும் எதையுமே மனைவி அறிய வேண்டிய தேவையில்லை. கணவனைக் கண்மூடித்தனமான நம்பிக்கையுடன் மனைவி ஆராதிக்க வேண்டும். ஆனால் கணவன், மனைவியின் ஒவ்வொரு நடவடிக்கையையும் சந்தேகத்துடன் பார்க்கிறான்; கேள்வி கேட்கிறான்.

மனைவிக்கு ஒரு காதலன் இருந்தான் என்ற விஷயம் வெளியே தெரிந்துபோய்விட்டது. வெளியே என்று சொன்னால் மனைவி, மனைவியின் அம்மா, காதலன், காதலனின் சித்தி . . . இத்தனை பேருக்குத்தான் தெரியும். சரி, இதற்காகக் கணவன் ஏன் இவ்வளவு கோபப்பட வேண்டும்? திருமணத்துக்கு முன் மனைவிக்குச் சில ரகசியங்கள் இருந்தன. காதலனுக்கு அவள் ஏராளமான கடிதங்கள் எழுதியிருந்தாள். காதலனின் சித்தியின் மூலம் இந்தக் கடிதங்கள் கணவனிடம் வந்து சேர்ந்தன. இவை மனைவியின் திருமணத்துக்கு முந்தைய வாழ்க்கையின் பிரதிபலிப்பு. சுருக்கமாகச் சொன்னால் மனைவியின் மனமும் உடலும் காதலனுக்குக் கீழ்ப்படிந்திருந்தன.

அதில், 'என்னுயிர் மணாளா' என்று தொடங்கி, காதலனுக்கான தகவலை எழுதுகிறாள் காதலி. மேலும், "பகல் நேரங்களில் வீட்டுக்கு அதிகமாக வரவேண்டாம்" என்றும் எழுதுகிறாள். காதலி இதை முழுமனத்துடன் எழுதவில்லை. "தங்களைப் பார்க்காமல் இருக்க முடியவில்லை. இருந்தாலும், சகோதரனுக்கும் மற்றவர்களுக்கும் சந்தேகம் உருவாகியிருக்குமோ என்று சிறு சந்தேகம். எதுவாயினும் . . ."

"நம்முடைய ஆட்களின் மற்றவர்களின் சந்தேகங்கள் விலகட்டுமே. அப்புறம், அந்த ரகசியம் . . ." அது என்ன ரகசியம்? "எதுவாயினும் அம்மா பார்த்துவிட்டாள் . . . அதிகமாக ஒன்றும் சொல்லவில்லை. ஆனால் சொல்லாமலும் இருக்கவில்லை. இப்போது எத்தனை பேருக்குச் சந்தேகம் உருவாகியிருக்கிறது என்று கடவுளுக்குத்தான் வெளிச்சம். எனக்கு எதுவும் எழுதத் தோன்றவில்லை. எல்லாம் கடவுள் சித்தம்போல் நடக்கட்டும். தங்களின் காதலுக்குப் பாத்திரமான இந்தப் பாவப்பட்ட நான்."

பெயர் எல்லாம் கிடையாது. காதலியின் கையெழுத்து மட்டும். அடுத்த கடிதம் இரண்டு மாதம் கழித்து. கர்க்கடகம் (ஆடி) இரண்டாம் தேதி. அதில் மனைவிக்கு ஏற்பட்ட மனவருத்தம் குறித்தும் ஆதரவற்ற மனநிலை குறித்தும் அவளுக்கான ரகசியங்களின் திரையை நீக்கி மிகுந்த மனவருத்தத்துடனும் எழுதுகிறாள்.

"இறுதி விடைபெற்றுச் செல்வதுதான் எண்ணமாக இருந்தால் என்னிடம் வரவேண்டாம். நான் தங்களை நம்பவில்லை என்று

சொல்வது கடவுளுக்கே அடுக்காது. என் வயிற்றிலிருக்கும் . . . தங்களை நான் நம்பாததன் காரணம் அல்லவா?

தாங்கள் இந்த அளவுக்குக் கடின மனம் படைத்தவரா? அல்லது என்னைச் சோதித்துப் பார்க்கிறீர்களா? தாங்கள் அனுப்பிய கடிதம் வியாழக்கிழமை இரண்டுமணிக்குப் பள்ளிக்கூடத்தில் வைத்துக் கிடைத்தது. அங்கிருந்து பதில் எழுத முடியவில்லை. இன்று இந்தக் கடிதத்தை வாசித்தபோது நான் உலகையே மறந்துவிட்டேன். ஒருமணிநேரம் சென்றபிறகுதான் என்னால் பேசவே முடிந்தது. குழந்தைகள் எதையெல்லாமோ என்னிடம் கேட்கிறார்கள். நான் அவர்களிடம் ஏதேதோ பொய் சொன்னேன்.

கண்ணீரும் கம்பலையுமாக என்று சொல்லிக் கேள்விப்பட்டிருக்கிறேன். அப்படித்தான் இந்தக் கடிதத்தை வாசித்தேன். இன்றுதான் என்னுடைய வாழ்க்கையின் கடைசிநாள். இதில் எந்தச் சந்தேகமுமில்லை. நான் யாருக்காக, எதற்காக வாழ வேண்டும்? இனிமேலும் வாழ்வதாக இருந்தால், இதன் மிச்சம் மீதியைத்தானே அனுபவிக்க வேண்டும். இவ்வளவு கடினமான சோகத்தைச் சுமக்க நான் என்ன பாவம் செய்துவிட்டேன்? இப்படி என்னைக் கஷ்டப்படுத்த வேண்டாமென்று கடவுளிடம் பிரார்த்தனை செய்கிறேன்.

நீங்கள் வேலைபார்க்கும் இடத்துக்கு எப்போது செல்கிறீர்கள்? எந்த நம்பிக்கையின் அடிப்படையில் நான் உயிர் வாழ்வது? நீங்கள் திரும்பிவரும்போது என்பிணத்தைக்கூட பார்க்க முடியாது. என்னுடைய ஆன்மா, பரலோகத்திலிருந்து உங்களை அன்புடன் நினைவுகூருகிறது என்பதையாவது நீங்கள் நம்ப வேண்டும்."

இதன் பிறகு, காதலி, காதலனுக்குக் கன்னி (புரட்டாசி) மாதம் ஒன்பதாம் தேதி கடிதம் எழுதியிருக்கிறாள்:

"என்னுயிர் நாதா,

தங்களுக்கு என்மீது இவ்வளவு கோபம் வருமளவுக்கு நான் அப்படி என்ன தவறு செய்துவிட்டேன்? நான் வேறு யாரையாவது தேடிச்சென்றதாக தாங்கள் அறிந்தீர்களா? என்னைப் பற்றி இப்படி நினைப்பதற்கான காரணமென்ன? நான் தங்களைத் தவிர வேறு யாரையும் காதலிக்கவில்லை. உங்களுக்கு விருப்பமில்லையென்றால் எனக்குக் கடிதம் எழுத வேண்டாம். தங்களுடைய காதல் இப்போது வேறு ஏதாவது பெண்மீது இருக்கலாம். அதற்காக, நான் என்ன செய்ய முடியும்? உங்கள் விருப்பம்போல் நீங்கள் வாழலாம். அதற்காக இவ்வளவு மோசமாகக் கடிதமெழுதி என்னை ஏன் வேதனைப்படுத்த வேண்டும்? 'ஸ்திரீணாஞ்சஸித்தம்

புருஷஸ்ய பாக்யம்' ('மனைவி அமைவதெல்லாம் கணவன் பெற்ற வரம்') என்று சொல்வது வெறுமொரு அபவாதம். ஒரு பெண்ணுக்கு அடிமையாக வாழ்வதை நான் விரும்பவில்லை. என்னுடைய விருப்பம்போல் எனக்கு வாழ வேண்டும்' என்று எழுதியிருந்தீர்கள் அல்லவா? என்னுடைய அடிமையாக உங்களை நான் வாழச்சொல்லவில்லை, சொல்லவும் மாட்டேன். உங்கள் விருப்பம்போல் நீங்கள் நடக்கலாமென்றால் என் விருப்பம்போல் நான் நடக்கக் கூடாதென்று எதுவுமில்லை அல்லவா?

மிகவும் சாதாரணமான இந்த மனிதப் பிறவியை எதற்கு இவ்வளவு பெரிய விஷயமாகக் கருதுகிறீர்கள்? இனியும் இதுபோன்ற கடிதங்களை அனுப்புவதாக இருந்தால் என்னுடைய எழுத்தையோ என்னையோ பார்க்கலாமென்று நினைக்க வேண்டாம். இது நிச்சயம்.

ஜெகதீஷ்வரா! ஆண் வர்க்கத்தின்மீது அன்பு காட்டியதன் பலன் இதுதானா? எதுவாயினும் எனக்கு இப்படி நிகழ்ந்து விட்டது. என்னைப்போன்ற மற்ற சகோதரிகள் எவருக்கும் இப்படியான நிலையை ஏற்படுத்திவிடாதே! அல்லது ஒரே சாதியாகவாவது இருக்கட்டும். தன்னுடைய சாதியென்ற அனுதாபமாவது மிச்சமிருக்கும்.

நான் கள்ளங்கபடமில்லாமல் அன்பு காட்டியதற்கு இதுவா பலன்? நான் தங்களை வஞ்சிக்கவுமில்லை, வஞ்சிக்கவும் மாட்டேன். வஞ்சனை செய்வதும் பாசாங்கு காட்டுவதும் தாங்கள்தான்.

என்னைப் பார்க்கவில்லை என்றால் என்ன? அங்கே நல்ல அழகான இளம்பெண்கள் நிறைய இருப்பார்கள்தானே? பிறகு எதற்காக வரவேண்டும்? கண்கள் விலகும்போது மனதும் விலகும் என்று சொல்வது எவ்வளவு பெரிய உண்மை."

அடுத்த கடிதம், துலாம் (ஐப்பசி) முப்பதாம் தேதி.

"தாங்கள் அனுப்பிய கடிதமும் ரூபாயும் கிடைத்தன. என்னிடம் இறுதிவிடை பெறுவதற்கு வரவேண்டாம். எழுத்தை இத்துடன் முடித்துக்கொள்கிறேன். என்னிடம் விடைபெற்றுச் செல்வதுதான் உங்கள் விருப்பமா?"

அடுத்த கடிதம், விருச்சிகம் (கார்த்திகை) இருபத்திரண்டாம் தேதி. மேலே இறுதிக் கடிதம் என்ற குறிப்புடன்.

"இந்த மாதத்தில் இது மூன்றாவது கடிதம். ஒரு கடிதத்திற்கும் கூட பதில் வராததில் வருந்துகிறேன். இதுதான் என்னுடைய இறுதிக் கடிதம்.

“இதற்கும் பதில் வரவில்லையென்றால் நம் இரண்டுபேருடைய மரணம்வரைக்கும் என்னுடைய ஒரு கடிதத்தைக்கூட நீங்கள் நிச்சயம் பார்க்க முடியாது. தங்கள் மனம் இவ்வளவு கடினமாக மாறிவிடுமென்று கடவுள் மீதாணையாக எனக்குத் தெரியாது. எதுவாயினும் என்னுடைய திறமையால் குழந்தையை இதுவரைக்கும் யாரும் பார்க்கவில்லை . . .

“என்மீது இவ்வளவு வைராக்கியம் காட்டுமளவுக்கு நான் என்ன தப்பு செய்தேன்? கடவுள் அனுக்கிரகத்தால் நாம் சந்திக்கும் வாய்ப்பு கிடைக்குமென்றால் இதன் மீதியைச் சொல்கிறேன்.

இப்படிக்கு
. . . தாலுக்கைச் சேர்ந்த, பாவப்பட்ட நான்.

அடுத்த கடிதம் விருச்சிகம் இருபத்தைந்தாம் தேதி, காதல் மலர்ச்சியுடன் மனைவி காதலனுக்கு எழுதியிருக்கிறாள்.

“என்னுடைய அன்பு நிரம்பிய எனது ஆத்ம நாயகனான பிரிய கண்மணி. இப்போதாவது ஒரு கடிதம் அனுப்ப மனம் வந்ததில் கடவுளுக்கு நன்றி செலுத்துகிறேன்.

இருந்தாலும் உங்கள் மனம் இவ்வளவு கடினமாக மாறிவிட்டதே? எனக்கும் மிகுந்த பச்சாதாபமும் வருத்தமும் உண்டு.

தாங்கள் அனுப்பிய ரூபாய், இருபத்துமூன்றாம் தேதி கிடைத்தது. நான் காலையில் பள்ளிக்கூடத்திற்குப் போகும்போது, சந்திப்பில் வைத்து அஞ்சல் பியூனைப் பார்த்தேன். ஒரு மணியார்டர் இருக்கிறது, கையொப்பமிட வேண்டும் என்று சொன்னான். நான் வழியோரத்திலுள்ள ஒரு கடைத் திண்ணையிலேறிப் பெயரை எழுத ஆரம்பிக்கும்போது என்னுடைய அண்ணன் அங்கே வந்தான். பிறகு ஒப்பிட்டுக்கொடுத்துப் பணத்தைப் பெற்றுக்கொள்ள என்னால் இயலாமல் போயிற்று. அண்ணன், அஞ்சல் சிப்பாயிடம் யார் அனுப்பியது, எங்கிருந்து, எவ்வளவு ரூபாய் என்றெல்லாம் கேட்டான். அவன் தனக்குத் தெரியாதென்று சொல்லிவிட்டான். இப்படியாக ஓர் ஆபத்தும் நிகழ்ந்தது. அனுப்பியது யாரென்றும் எங்கிருந்தும் என்றெல்லாம் இதுவரை அவனுக்குத் தெரியாது. . . . லிருந்து மூத்த மகன் அனுப்பியதாக அம்மா சொன்னாள். இதை முழுவதுமாக நம்பினானா இல்லையா தெரியவில்லை. என்னைப் பொறுத்தவரைக்கும் எந்த நம்பிக்கையுமில்லாத நிலை. ஒருவேளை நம்பவும் செய்திருக்கலாம். பரீட்சை நாளை முடிவடையும். எல்லாவற்றையும் விளக்கமாக எழுதியிருக்கிறேன். இந்த வருடம் பாஸாவேன் என்று நம்புகிறேன்.

இங்கிருந்து சென்றபிறகு, ஒரு பெண்ணைக்கூட தொட்டதில்லை அல்லவா? என்றால் என்னையும் ஒரு ஆண்கூட தொட்டதில்லை. வண்டு, தேன்குடிக்க மலர்களைச் சுற்றித் திரிவதுபோல் ஒருவன் என்னைச் சுற்றித் திரிகிறான். ஆனால் நான் சாகும்வரைக்கும் அவனால் என்னைத் தொடக்கூட இயலாது. இது நிச்சயம்.

எல்லாருக்கும் இருப்பதுபோல், காமமோ ஆணுறவுக்கான ஆசையோ சிறிதளவும் எனக்கில்லை. தெரியுமல்லவா?

கடந்த திங்கட்கிழமை எதிர்பாராமல் நான் ஒரு கனவு காண நேர்ந்தது. கனவில் கண்டது தங்களைத்தான். தாங்கள் இங்கே வந்தீர்கள். என்னிடம் எதுவுமே பேசவில்லை. வந்தீர்கள். பெஞ்சில் படுத்தீர்கள். நான் உங்கள் தலைமாட்டில் உட்கார்ந்து ஒவ்வொன்றாகக் கேட்கிறேன். ஆனால் என்னிடம் நீங்கள் ஒரு வார்த்தைகூட பேசவில்லை. நானொரு முத்தம் தந்தேன். இதற்காக என்னிடம் கோபப்பட்டுவிட்டு உடனடியாக வண்டியேறிப் போய்விடவும் செய்தீர்கள். நீங்கள் வரும்போது நடந்துகொள்வதும் இப்படியாகவே இருக்கலாம்.

கடந்த முறை நீங்கள் வந்தபோது சமையல் கட்டில் அரிசி களைந்துகொண்டிருந்த என்னைப் பிடித்தீர்கள் அல்லவா? அப்போது நான் ஒரு முத்தம் தந்ததற்காகச் சற்றுக் கோபத்துடன் எனக்குத் தேவையில்லை என்று என்னுடைய முகத்துக்கு நேராகவே சொன்னீர்கள். அதற்குப் பிறகு நான் தந்ததுமில்லை, நீங்களாகப் பெற்றுக்கொள்ளவுமில்லை.

ஆனால் எனக்கு இப்போது ஒரு பெரிய ஆசை இருக்கிறது. அது என்று நிறைவேறுகிறதோ அன்றுதான் நான் திருப்தியடைவேன். அது வேறொன்றுமில்லை. காதலுடன் என்னைக் கட்டிப் பிடித்து ஒரு முத்தம் தரவேண்டும். எனக்கும் அப்படியே செய்ய வேண்டும். ஆகவே கடிதம் கிடைத்ததும் உடனடியாக இங்கே வரவேண்டும். இந்த ஒரு ஆசை அனுதினமும் அதிகரித்துக்கொண்டிருக்கிறது. என் கண்மணிக்கு இந்தக் கடிதம் மூலம் ஓராயிரம் முத்தங்கள். உடனடியாகப் பதில் அனுப்பவும். பதில் தாமதமாகும்தோறும் எனக்கு ஏற்படும் மனவேதனையை முன்கூட்டியே சொல்ல இயலவில்லை.

இப்படிக்கு
தங்களின் . . .”

அடுத்தது, இறுதிக் கடிதம், மேடம் (சித்திரை) மாதம் ஏழாம் தேதி.

“பிராணநாதா! நான் நடுங்கும் கரங்களுடன் இதை எழுதுகிறேன். நீங்கள் இதற்குப் பதில் அனுப்ப வேண்டாம். பதில் வரும்போது என்னுடைய திருமணம் முடிந்திருக்கும்.

இப்படிக்கு,
தங்களின் ...”

கணவன் இந்தக் கடிதங்களை மனைவியிடம் காட்டினான். அவள் எதையுமே ஏற்றுக்கொள்ளவில்லை. கணவனுக்கும் காதலனை நன்றாகவே தெரியும். இருந்தாலும் அவனிடம் என்னவென்று கேட்பது? நான் திருமணம் செய்திருப்பவளும் தன்னுடன் காலம்காலமாக வாழ வேண்டியவளும் தனது குழந்தைகளின் அம்மாவுமான தன் மனைவியை அந்நிய ஆடவன் ஒருவன் முத்தமிடவும் கட்டிப்பிடிக்கவும் செய்திருக்கிறான். இதை மறந்துவிடவா முடியும்?

கணவன் நினைத்துப்பார்ப்பான்.

மனைவியின் உதடுகளையும் கண்களையும் மார்பகங்களையும் பார்ப்பான். அந்த இடங்களிலிருந்து எதையும் அவனால் யூகித்தறிய முடியவில்லை; முடியவும் முடியாது. ஏராளமான ரகசியங்கள் புதையுண்ட இடங்கள் அவை. கணவன் வீட்டை விட்டு வெளியே இறங்குவதே இல்லை. இரவுநேரங்களில் சருகுகள் அசைந்தால்கூட திடுக்கிட்டு மனைவியை அழைத்துக் கேட்பான்:

“யாருடீ அவன்?”

1945

அம்மா

ஏதோ தொலைதூரப் பட்டணத்தில் பல வகையான மனச்சஞ்சலங்களுடன் உயிர் வாழும் தன் மகனுக்கு மிகுந்த வேதனையுடன் ஒரு அம்மா எழுதுகிறாள்.

'மகனே, எங்களுக்கு உன்னைப் பார்க்க வேண்டும் போலிருக்கிறது.' மட்டுமல்ல, நிறைய நிறைய வார்த்தைகள். அது, இலக்கண விதிப்படியான சொற்றொடர்களாக இல்லை. ஆனால் உம்மாவின் மனவேதனை முழுவதும் அதில் பிரதிபலித்தது. நாங்கள் நேரில் சந்தித்து நீண்ட காலங்களாகிவிட்டன.

உம்மா தினமும் தன்னை எதிர்பார்த்திருக்கும் விஷயம் அந்த மகனுக்கும் தெரியும். ஆனால் என்ன செய்ய முடியும்? ஊருக்குப் போய்ச் சேருவதற்குக் கூடப் பணமில்லை. தினப்பாடே சிரமத்தில் இருந்தது. 'நாளைக்கு எப்படியாவது புறப்பட்டுவிட வேண்டும்; போய் உம்மாவைப் பார்க்க வேண்டும்' என்று தன்னை அவன் தேற்றிக் கொள்வான். இதனிடையே நாட்கள் வாரங்களாகவும், வாரங்கள் மாதங்களாகவும், மாதங்கள் வருடங்களாகவும் – காலம் அப்படியே நகர்ந்துகொண்டிருந்தது.

உம்மா, தினமும் அப்படியாக மகனை எதிர்பார்த்திருந்தாள்.

நான் இதுவரை சொன்னதும் இனி சொல்லப் போவதும் எனது உம்மாவைப் பற்றித்தான். பாரதத்தில் ஒவ்வொரு அம்மாக்களைப் பற்றியும் எல்லாப் பிள்ளைகளுக்கும் சொல்வதற்கு நிறைய

இருக்கிறது. ஆகவே, இந்திய சுதந்திரப் போராட்டத்தைப் பற்றி நான் சொல்லப்போகிறேன். நினைத்துப்பார்க்கவும் இயலாத விஷயம். மட்டுமல்ல, எனக்கு உம்மாவுடன் பெரிய தொடர்புகள் எதுவுமில்லை. நான் எனது உம்மாவின் மகன் என்ற அளவிலான தொடர்புதான். என்னைப் போன்ற பிள்ளைகளைப் பெற்ற தாய்மார்கள் பாரதம் முழுவதும் படர்ந்துகிடக்கிறார்கள். அவர்களது வாரிசுகள், தேசத்தின் விடுதலைக்காகப் போராடிய குற்றத்திற்காகச் சிறைச்சாலைகளில் அடைபட்டிருக்கும் நிலையில் பாவம், அந்தத் தாய்மார்களால் என்ன செய்ய முடியும்? பாரதத்தின் தீரமிக்க ஆண் பெண் பிரஜைகளை எங்கிருந்தோ வந்தேறிய வெள்ளை அரசாங்கத்தின் அடியாட்களான இந்தியர்களே அடித்து உதைத்து, எலும்புகளை உடைத்துச் சிறைக் கொட்டடிகளில் அடைத்துப்போட்டிருக்கும் இந்நிலையில் வெளியே லட்சக்கணக்கான வீடுகளுக்குள் இருக்கும் அவர்களது அம்மாக்களால் என்ன செய்துவிட முடியும்? நினைத்துப் பார்க்க முடியவில்லை. எதையுமே என்னால் யூகித்துவிட இயலவில்லையென்றாலும், என் அம்மா செய்த வேலை என்னவென்பதை நான் நன்றாகவே அறிவேன்.

இங்கே எழுதப்போகும் இந்தப் பழைய புராணத்திற்கு குறிப்பிட்ட எந்த நோக்கமும் கிடையாது. அம்மாவின் கடிதத்தை வாசித்தபோது பழைய சில நினைவுகள் எனக்குள் வந்தன. நான், வைக்கம் தலயோலப்பரம்பிலிருந்து நூற்றுச் சொச்சம் மைல் தூரத்திலுள்ள கோழிக்கோட்டுக்கு உப்புச் சத்தியாக்கிரகம் செய்யப்போன கதை இது.

உப்புச் சத்தியாக்கிரகம். நினைவுபடுத்திப்பார்க்க முடிகிறதா?

அதை இங்கே குறிப்பிடுவதற்கு முன்பு சில விஷயங்களைச் சொல்ல வேண்டியதும் இருக்கிறது. அது, நான் இதை எழுதும் வருடம், ஆயிரத்துத்தொள்ளாயிரத்து முப்பத்தெட்டு என்பதைப் பற்றியதோ இந்தியா இப்போதும் சுதந்திரமடையவில்லை என்ற உண்மையைப் பற்றியதோ அல்ல. மோகன்தாஸ் கரம்சந்த் காந்தி எனும் மனிதர்தான் நான் முதன்முதலாக அடியும் உதையும் வாங்குவதற்கான காரணம் என்ற இரகசியத்தைத்தான் எனக்கு இதில் குறிப்பிட வேண்டியிருக்கிறது. எதுவாக இருந்தாலும் அம்மா என்னைப் பிரசவிக்காமலிருந்தால் நான் சம்பந்தப்பட்ட எந்த ஒரு பிரச்சினையும் ஏற்பட்டிருக்க வாய்ப்பில்லை. அம்மாவுக்கும் என்னைப் பற்றிய எந்த மனவருத்தமும் ஏற்பட்டிருக்காது. அடிமைத்தனமும் வறுமையும் இதுபோல் பல நோய்களுமுள்ள துரதிர்ஷ்டம் பிடித்த இந்த நாட்டில் அம்மா ஏன் என்னைப் பெற்றுப்போட்டாள்? இந்தக் கேள்வியை இந்தியாவிலுள்ள எல்லாத் தாய்மார்களிடமும் அவர்களது பிள்ளைகளும் பெண்களுமான

சந்ததியினர் ஒவ்வொருவரும் கேட்டிருப்பார்களா? சரி, இந்திய தேசம் எப்படி இவ்வளவு வறுமைக்குள்ளானது? நான் ஒரு இந்தியன் என்று என்னால் பெருமையாகச் சொல்லிக்கொள்ள முடியவில்லை. நான் வெறும் ஓர் அடிமை! அடிமைத் தேசமான இந்தியாவை நான் வெறுக்கிறேன். ஆனால் இந்தியா எனது தாயல்லவா? என்னைப் பெற்ற தாய் என்னை எதிர்பார்த்துக் காத்திருப்பதுபோல் பாரதமும் என்னை எதிர்பார்க்கிறதல்லவா?

எதிர்பார்ப்பு.

நான் நினைத்துப் பார்க்கிறேன்.

அம்மா என்னைப் பிரசவித்தாள். தாய்ப்பாலெல்லாம் தந்து என்னை வளர்த்தாள். அப்படி என்னையும் ஒரு மனிதனாக்கினாள். ஆசையாய், தவமிருந்து பெற்ற அருமாந்தப் புத்திரன் நான் என்பது என் அம்மா தரப்பு வாதம், “நா ஆசையா நேந்து பெத்த புள்ளெ நீ.” இப்படி ஒவ்வொரு வாரிசுகளையும் பார்த்து ஒவ்வொரு அம்மாமார்களும் சொல்வார்களா? என் மனத்தில் அலையடித்து வருவதையெல்லாம் இங்கே எழுதிவிட முடியவில்லை. எதிர்ப்பின் கைவிலங்குகள்போல் போலீஸ் லாக்கப்புகள், சிறைகள். தூக்குமரம் நினைவுவருகிறதா?

‘மனத்தையும் உடலையும் பூட்டிவைக்கும் உன்னதச் சுற்றுப் புறச் சுவர்களாலான ஒரு காராக்கிரகம்தான் இந்தியா.’ மகாத்மா காந்தி சொன்னதுதான். எப்போதென்பது ஞாபகமில்லை. மகாத்மா காந்தியால் நான் அடியும் உதையும் வாங்கியது மட்டும் எனக்கு நினைவிருக்கிறது. அடித்த ஆள் ஒரு பிராமணர். பெயர் வெங்கடேசய்யர். இவர் வைக்கம் ஆங்கில உயர்நிலைப் பள்ளியின் தலைமையாசிரியராக இருந்தார். கம்பால் ஏழு அடி ஓங்கி ஓங்கி அடித்தார். அது வைக்கம் சத்தியாக்கிரகக் காலம்; அனைத்துத் தாழ்ந்த ஜாதி இந்துக்களும் ஆலயப்பிரவேசம் செய்ய அனுமதிக்க வேண்டும். சத்தியாக்கிரகம் செய்பவர்களின் கண்களில் மேல்ஜாதி இந்துக்கள் சுண்ணாம்பைக் குத்தித் திணிக்கிறார்கள்; அடிக்கிறார்கள். இதற்கெல்லாம் ஒரு முடிவு கட்ட வேண்டும். மகாத்மா அங்கே வருகிறார். யாருக்காவது நினைவிருக்கிறதா?

வைக்கம் துறைமுகத்திலும் கால்வாய்க் கரையிலும் பெரும் ஜனத்திரள். எங்கு பார்த்தாலும் ஆரவாரம். மற்ற மாணவர்களுடன் நானும் முண்டியடித்துக் கூட்டத்துக்கு வந்து சேர்ந்தேன். காந்திஜி படகிலிருப்பதைத் தூரத்திலிருந்தே பார்த்துவிட்டேன். படகு, துறைமுகத்தையடுத்தது. ஆயிரமாயிரம் தொண்டைகளுக்குள்ளிருந்து சத்தம் முழங்கியது. இந்தியாவிலுள்ள அத்தனை அநீதிகளுக்கும் எதிராக முழங்கும் போராட்ட அறிவிப்புபோல், தீவிரமான ஒரு சவால்போல். அத்தனைத்

தொண்டைகளிலும் இருந்தும், கடலின் பேரிரைச்சல்போல் "மகாத்மா காந்தீக் கீ...ஜே."

அந்த அரை நிர்வாண பக்கீர், இரண்டு பற்களில்லாத ஈறுகளைக் காட்டிச் சிரித்தபடியே கூப்பிய கரங்களுடன் கரையில் வந்து இறங்கினார். பெரும் ஆரவாரம். திறந்த காரில் அவர் மெதுவாக ஏறியமர்ந்தார். நெருக்கியடித்திருக்கும் ஜனத்திரளினூடே கார், சத்தியாக்கிரக ஆஸ்ரமத்தை நோக்கி மெல்ல நகர்ந்தது. மாணவர்கள் பலர் காரின் பக்கவாட்டில் பிடித்துத் தொங்கினார்கள். அதில் நானும் இருந்தேன். அந்தக் களேபரத்தினிடையில் எனக்கு ஒரு ஆசை. உலகம் போற்றும் அந்த உத்தமரை ஒரு தடவை தொட்டுப் பார்த்துவிட வேண்டும். தொடமுடியாமலிருந்தால் நான் செத்துப்போய்விடுவேன்போல் தோன்றியது. லட்சோபலட்சம் மக்களின் நடுவே, யாராவது பார்த்துவிட்டால்? எனக்குப் பயமும் பதற்றமும் தொற்றிக் கொண்டன. அனைத்தையும் ஒருநொடி மறந்து நான் காந்திஜியின் வலது தோளை மெதுவாகத் தொட்டுவிட்டேன். அப்போது நிலை தடுமாறி விழப்போனதால் அவரது கையைப் பற்றிப் பிடித்தேன். தசையில் வலுவில்லை. குளுகுளுவென்று இருந்தது. காந்திஜி என்னைப் பார்த்துப் புன்னகைத்தார்.

அன்று சாயங்காலம் வீட்டுக்குச் சென்றதும் பெருமையுடன் சொன்னேன்:

"உம்மா, நா காந்தியெத் தொட்டேன்."

காந்தியென்றால் என்னவென்று தெரியாத என் தாய் பயந்து அரண்டுபோனாள். "அல்லா... எம் புள்ளெ..." என்றபடியே திறந்த வாயுடன் என்னைப் பார்த்தாள்.

நினைத்துப்பார்க்கிறேன்.

தலைமையாசிரியர் ஆலயப் பிரவேசப் போராட்டத்திற்கு எதிரானவர். அவருக்கு காந்திஜியுடனும் எதிர்ப்பிருந்தது. ஆகவே மாணவர்கள் யாரும் கதராடை அணியக் கூடாதென்று தடைவிதித்திருந்தார். சத்தியாக்கிரக ஆஸ்ரமத்திற்குப் போகக் கூடாதென்றும் சொல்லியிருந்தார்.

நான் அப்போதெல்லாம் கதர்தான் உடுத்திக்கொண்டிருந்தேன். ஆஸ்ரமத்திற்கும் போவதுண்டு. ஒருமுறை நான் வகுப்பறைக்குப் போகும்போது தலைமையாசிரியர் என்னைக் கூப்பிட்டுக் கோபத்துடன் பரிகாசம் செய்வதுபோல் கேட்டார்:

"அட... அவனுக்கெ வேஷத்தைப் பாரேன்."

நான் எதுவும் பேசவில்லை. அவர் திரும்பவும் கேட்டார்:

"உன் வாப்பா இந்த உடுப்பெ போட்டிருக்காராடா?"

நான் சொன்னேன்: "இல்லெ."

அப்போது ஒருநாள் நான் வகுப்பறைக்கு வரும்போது மணியடித்து இரண்டு மூன்று நிமிடமாகிவிட்டிருந்தது. தலைமையாசிரியர் கையில் பிரம்புடன் வராந்தாவில் நின்றுகொண்டிருந்தார். என்னைக் கூப்பிட்டுக் கேட்டார். நான் ஆஸ்ரமத்திற்குப் போயிருந்ததாகச் சொன்னேன்.

"அங்கெ உனக்கு யாரிருக்கா?" என்று கேட்டுவிட்டு அவர் நிமிர்ந்து நின்று 'சடாபுடா' இரண்டு மூன்று அடி உள்ளங்கையில் வைத்தார். "இனி போவக்கூடாது, தெரியுமோ" என்று பிருஷ்டத்திலும் ஒன்று வைத்தார்.

"இனிமே போனா உன்னெ டிஸ்மிஸ் பண்ணிருவேன்" என்றார்.

ஆனால், நான் திரும்பவும் போனேன்.

நினைத்துப்பார்க்கிறேன்.

அப்போது என்னிடம் கதர்ச்சட்டையும் கதர்வேட்டியும் இருந்தது. ஒரு சட்டையும் ஒரு வேட்டியும் மட்டும். அக்கால கட்டத்தில் கதர், சுதந்திரத்தின் குறியீடாகவும் எதிர்ப்பின் குறியீடாகவும் இருந்தது. அன்னியப் பொருட்களை உபயோகிப் பதில்லை என்ற நிர்ப்பந்தம் எனக்கிருந்தது.

நான் ஒருவேளை மரித்துப்போனால் என்னைக் கதராடையுடன்தான் கபரடக்கம் செய்ய வேண்டுமென்று நான் சொல்வதுண்டு. உம்மா ஒருதடவை கேட்டாள்:

"காந்திக்கு எங்கேயிருந்துடா கெடச்சிது. இந்தக் கடிமுண்டு?"

கதர்த்துணி, உடலில்பட்டால் நமைச்சல் ஏற்படும் என்பது உம்மாவின் நம்பிக்கை.

நான் சொல்வேன்:

"இது, நம்ம இந்திய தேசத்திலேயே செய்தது."

அப்படி காந்திஜி, அலி சகோதரர்கள், மௌலானா அபுல்கலாம் ஆசாத், ஜவஹர்லால் நேரு, சுயாட்சி, பிரிட்டிஷ் மேலாதிக்கம்—இதுவெல்லாம்தான் பேச்சுக்கான ஊர் விஷயங்கள். ஊரிலுள்ள வயதான ஆட்களுக்குச் சீனாவைப் பற்றியோ இங்கிலாந்தைப் பற்றியோ ஏதாவது சந்தேகங்கள் கேட்பதற்கு அப்போது இரண்டு இளைஞர்கள்தான் இருந்தார்கள். ஒன்று, மிஸ்டர் கே.ஆர். நாராயணன். விடாமுயற்சி கொண்ட மிஸ்டர்

நாராயணன் பெரும்பாலான அன்றைய பத்திரிகைகளின் முக்கியமான கட்டுரையாளராக இருந்தார். யாராவது வந்து எதைப் பற்றியாவது என்னிடம் சந்தேகங்கள் கேட்டால் தெரியாது என்று சொல்லமாட்டேன். ஆனால் ஒருதடவை எனக்குப் பதில் தெரியவில்லை.

உம்மா கேட்டாள்:

"டேய், இந்த காந்தி நம்ம பட்டினியைப் போக்குவாரா?"

இது உண்மையில் மிகப்பெரிய ஒரு பிரச்சினைதான். இந்தியாவை ஒட்டுமொத்தமாகப் பாதித்திருக்கும் விஷயம். இதைப் பற்றியெல்லாம் எனக்கொன்றும் தெரியாது. இருந்தாலும் நான் சொன்னேன்:

"இந்தியாவுக்குச் சுதந்திரம் கிடைத்தால் பட்டினி தீரும்."

இது நடந்தது, ஆயிரத்துத் தொள்ளாயிரத்து முப்பதில் என்று நினைக்கிறேன். காந்திஜி, பதினொரு அம்சங்களடங்கிய அவரது பிரசித்திபெற்ற கடிதத்தை அன்றைய வைஸ்ராய் இர்வின் பிரபுவுக்கு சபர்மதி ஆஸ்ரமத்திலிருந்து அனுப்பி வைத்தார். ரினால்டு என்ற ஓர் ஆங்கிலேய இளைஞன் என்று நினைக்கிறேன். இவன்தான் அந்தக் கடிதத்தைக் கொண்டு சென்றவன். ஆனால் திருப்தியான பதிலெதுவும் கிடைக்க வில்லை. கடிதத்தில் குறிப்பிட்டிருந்ததைப்போல் காந்திஜி சத்தியாக்கிரகம் செய்யத் தொடங்கினார். உப்புச் சட்டத்தை மீறுவதற்காக எழுபது ஆதரவாளர்களுடன் காந்திஜி தண்டி கடற்கரைக்குப் புறப்பட்டார். இந்தியாவின் அனேகம் கோடி ஏழைகள் கஞ்சிக்கும் கூட்டுக்கும் பயன்படுத்தும் உப்புக்குக்கூட அந்நிய நாட்டிலிருந்து வந்தேறி, ஆதிக்கத்தை நிறுவிக்கொண்ட பிரிட்டிஷ் அரசாங்கம் தீர்வை விதித்திருந்தது. இந்தியாவைக் குலுங்கச் செய்த அந்தத் தண்டி யாத்திரைக்குப் புறப்படுவதற்கு முன் காந்திஜி அறிவித்தார்:

"ஒன்று, கோரிக்கையில் குறிப்பிடப்பட்ட காரியங்களை நான் நிறைவேற்றிவிட்டு ஆஸ்ரமத்துக்குத் திரும்பிவருவேன். அல்லது அரபிக்கடலில் எனது பிணம் மிதப்பதைத்தான் பார்க்க முடியும்."

மகாத்மா காந்தி இறப்பதா? இமயம் முதல் குமரிவரை அது எதிரொலித்தது. பாரதம் முழுவதும் கொந்தளித்தது. பிரிட்டிஷ் அரசாங்கமும் இந்தியாவின் சமஸ்தான மன்னர்களும் அவர்களது அனைத்துச் சக்தியையும் பிரயோகித்து நிராயுத பாணிகளான ஹிந்து, முஸ்லிம், கிறிஸ்தியானி, பார்சி, சீக்கியர் என்று சத்தியாக்கிரகம் இருந்தவர்கள்மீது பாய்ந்தார்கள். இராணுவம், போலீஸ், சிறைச்சாலை, தூக்குமரம் – நிர்வாகமே

இதுவாகத்தான் இருந்தது. காந்திஜியும் அவரது ஆதரவாளர்களும் தண்டி கடற்கரையில்வைத்துக் கைது செய்யப்பட்டார்கள்.

இந்தியாவின் மற்ற பகுதிகளைப் போலவே கேரளத்திலும் சூழ்நிலை அமைதியாக இல்லை. கோழிக்கோடு கடற்கரையில் உப்புச் சட்டமீறலில் ஈடுபட்டவர்கள்மீது இந்தியனான போலீஸ் சூபரின்டென்டின் உத்தரவின்படிக் கடினமான முறையில் தாக்குதல் தொடுக்கப்பட்டது. பூட்ஷூக் காலால் மிதிப்பது, லத்தி சார்ஜ். இதுதான் போராட்டத்தை ஒடுக்கும் தாக்குதல் முறையாக இருந்தது. இதைச் செய்தவர்கள், இந்தியர்களான போலீசும் ராணுவமும்தான்.

கேளப்பன், முகம்மது அப்துரஹ்மான் போன்றவர்களைக் கைதுசெய்தார்கள். தொடர்ந்து, சட்டமீறலும் கைதும் போலீசாரின் அடக்குமுறைகளும் நடந்தன. அதில் கோழிக்கோடு கடற்கரையில் மாணவர்களின் மீது நடத்தியதுதான் அதிகபட்சக் கொடுமை, சிறுவயது மாணவர்கள். கேரளத்தின் வருங்கால நம்பிக்கை நட்சத்திரங்கள். இவர்களைக் கேரளாக்காரர்களான போலீசாரே அடித்துச் சாய்த்தார்கள். தலை உடைந்தும் குருதி கொட்டியபடியும், கோழிக்கோடு கடற்கரையில் அவர்கள் சிதறிக்கிடந்தார்கள். நூற்றுக்கணக்கான மாணவர்கள். ‘மாத்ருபூமி’ பத்திரிகையில் ஒரு தலைவர் எழுதிய பரிதாப அறிக்கை ஒன்றில்:

‘தாய்நாட்டின் மீதான தங்களது கடமையை நிறைவேற்று வதற்காகக் கோழிக்கோடு கடற்கரையில் கூடிய பாவம், மாணாக்கர்களை – நிராயுதபாணிகளும் நிரபராதிகளுமான இளம் மாணாக்கர்களை – ஈவிரக்கமில்லாமல் இப்படிக் குரூரமாக, லத்தியால் தாக்கித் தலையை உடைக்கவும் கை கால்களை அடித்து நொறுக்கவும் மலையாளிப் பெண்கள் பெற்றதாகச் சொல்லப்படும் போலீசாரின் கைகள்கூட உயர்ந்திருக்கிறதே! இந்த நகரில் யோக்கியர்களென்றும் பணக்காரர்களென்றும் முக்கியப் பிரமுகர்களென்றும் தங்களைச் சொல்லிக்கொள்பவர்கள் இதையெல்லாம் பார்த்தபிறகும் கேட்டறிந்த பிறகும் கண்டுகொள்ளாமலிருப்பதைப் பார்க்கும்போது மேலதிகாரிகளின் உத்தரவுகளுக்குக் கண்மூடித்தனமாகக் கீழ்ப்படியும், சுய அறிவில்லாத இந்தப் போலீசாரை நாம் எப்படிக் குற்றம் சொல்ல முடியும்...?’

அப்படி கேட்பாரும் கேள்வியுமில்லாத ஒரு காலம் அது. இருந்தாலும் அதிகாரவர்க்கத்திற்குப் பொதுமக்கள் கீழ்ப்படிந்து விடவில்லை. அவர்கள் ஒருங்கிணைந்து போராடினார்கள்.

வாருங்கள், வாருங்கள் தோழர்களே,
தோள்நின்று போராடும் காலமிது.

அப்படியாக நானும் சேர்ந்தேன். யாரிடமும் கேட்காமல், படிப்பை உதறிவிட்டுக் கோழிக்கோட்டுக்குச் சென்றேன். அன்று, சாயங்காலம் உம்மா அடுப்படியில் உணவு தயாரித்துக் கொண்டிருந்தாள். உம்மாவுக்கு விஷயம் ஒன்றும் தெரியாது. நான் உம்மாவிடம் கடைசியாக ஒரு தம்ளர் தண்ணீரையும் வாங்கிக் குடித்துவிட்டு உம்மாவை ஒருதடவை பார்த்துவிட்டு இறங்கி நடந்தேன்.

யாராவது பின்தொடர்ந்து வந்துவிடுவார்களோ என்ற பயம் இருந்தது. மறுநாள் எரணாகுளத்தில் படகிலிருந்து இறங்கி இடப்பள்ளிக்கு நடந்து ரெயில்வே ஸ்டேசனுக்கு வந்தேன். சாயங்காலம் கடந்திருந்தது. வண்டி வருவதற்கு மிகவும் தாமதமாகிக்கொண்டிருந்தது. அப்போது நான்கைந்து போலீஸ்காரர்கள் கையில் விளக்குடன் வந்தார்கள். நான் பயந்து நடுங்கிவிட்டேன். ஒவ்வொருவராக அழைத்து அவர்கள் விசாரித்தார்கள். நான் தூங்குவதுபோல் படுத்துக்கிடந்தேன். ஒருவன் லத்தியால் எனது விலாவில் தட்டியெழுப்பினான். விளக்கை என் முகத்தில் படும்படியாகவைத்துக் கேட்டான்:

"எங்கடா போறே நீ?"

என்ன சொல்வது? காங்கிரசில் சேருவதற்கு திருவிதாங்கூரிலிருந்து கோழிக்கோட்டுக்குப் போகிறேன் என்று சொல்வதற்கு எனக்குப் பயமாக இருந்தது.

நான் பொய் சொன்னேன்:

"சொரணூருக்குப் போறேன்."

"எதுக்கு?"

திரும்பவும் ஒரு பொய் சொன்னேன்:

"அங்கெ என் மாமாவுக்கு சாயாக்கடையிருக்கு."

அதிர்ஷ்டவசமாகத் தொடர்ந்து எதுவும் கேட்கவில்லை. ஒரு திருடனைத் தேடியலைந்துகொண்டிருக்கிறார்கள் அவர்கள். சொரணூருக்கு டிக்கெட் வாங்கி அங்கிருந்து பட்டாம்பிவரை நடந்தேன். மீண்டும் புகைவண்டியில் பயணம் செய்து கோழிக்கோட்டுக்கு வந்து சேர்ந்தேன். முகம்மது அப்துரஹ்மானின் 'அல் – அமீன்' பத்திரிகையின் அல் – அமீன் லாட்ஜில் தங்கியிருந்தேன். நான் முதலில் செய்த வேலை, என் ஊர்க்காரராகிய செய்யது முகம்மதுவுக்குப் பெல்லாரி சிறைக்கு இரகசியமாக ஒரு கடிதம் அனுப்பியதுதான். அனைத்தையுமே நான் இந்தியத் தாயின் பாதங்களில் அர்ப்பணிப்பதாக முடிவு

செய்திருக்கிறேன். அடிமைச் சங்கிலியைத் தகர்த்தெறிய எனது சர்வ சக்தியையும் நான் அர்ப்பணம் செய்கிறேன். சீக்கிரமாகவே நான் கைது செய்யப்பட விரும்புகிறேன்.

இதற்கு அவர் எழுதிய பதிலில், இனி என் விடுதலைக்குச் சிலநாட்கள்தான் இருக்கின்றன. சீக்கிரமாக நான் வெளியே வந்துவிடுவேன். நாம் நேரில் சந்தித்த பிறகு நீ, காங்கிரசில் சேர்ந்தால் போதும். அவர் அல் – அமீன் பத்திரிகையின் ஆசிரியர்களில் ஒருவரும் அப்போதைய தலைவர்களில் ஒருவருமாவார். ஒற்றப்பாலத்தில் வைத்து இ.மொய்து மௌலவி போன்றவர்களுடன் சேர்ந்து ஆமு சூபரின் டென்டின் கடுமையான தாக்குதலுக்குள்ளானவர். அவர் வருவதுவரை காத்திருக்கும் பொறுமை எனக்கில்லை. பாரதத்திற்கு உடனே சுதந்திரம் கிடைக்கும். அதற்கான போராட்டத்தில் என்னுடைய பங்கும் இருக்க வேண்டும். எனது ஊரிலிருந்து என் ஜாதிக்காரர்கள் யாரும் அதிகமாக இதில் பங்கு வகிக்கவில்லை. இந்தக் குறைபாட்டை எனக்கு நேர் செய்ய வேண்டும். அப்போது என் வாப்பா வந்தார். செய்யது முகம்மதுவின் கடிதத்தை வாப்பாவிடம் காண்பித்துவிட்டுச் சொன்னேன். “நான் காங்கிரசிலும் சேர மாட்டேன். பாடசாலைக்கும் போக மாட்டேன். ஒரு வேலைக்கு முயற்சி செய்துகொண்டிருக்கிறேன். வேலை உடனே கிடைக்கும்.” அப்படி ஒருவழியாக வாப்பாவைச் சமாளித்து அனுப்பினேன். பிறகு, நேராக காங்கிரஸ் அலுவலகத்திற்கே சென்றேன். அங்கும் எனக்கு ஏமாற்றம்தான். நான் ஒரு சி.ஐ.டி. என்பதாக அவர்கள் தவறாகப் புரிந்துகொண்டார்கள். அதற்குக் காரணமாக அமைந்த விஷயம் என்னுடைய டயரிக் குறிப்புகள். அதில் நான் இங்கிலீஸ், தமிழ், ஹிந்தி, அரபி, மலையாளம் இப்படியாகப் பல பாஷைகளில் எழுதியிருந்தேன். அதை மேஜையின் மீது வைத்துவிட்டுச் சிறுநீர் கழிப்பதற்காகச் சென்றிருந்தேன். திரும்பிவரும்போது செகரட்டரி அதை எடுத்து வாசித்துக்கொண்டிருப்பதைக் கண்டேன். அவருக்கு அதில் அதிகமாக எதுவும் புரிந்துகொள்ள முடியவில்லை. இருந்தாலும் சந்தேகிப்பதற்குப் போதுமான காரணமாக அது அமைந்திருந்தது. நான் செய்யது முகம்மதுவின் கடிதத்தைக் காண்பித்தேன். இருந்த பிறகும் சந்தேகம் தீரவில்லை. எனது முகபாவனைகளையும் நடவடிக்கைகளையும் முழுவதுமாக அவர்கள் கண்காணித்துக்கொண்டிருந்தார்கள். அந்த அலுவலகத்தில் பல அரசியல் தலைவர்களின் படங்கள் தொங்கவிடப்பட்டிருந்தன. ஃபெல்ட் ஹாட்டை ஒருபுறம் சரித்தபடி வைத்து, பெரிய காலருள்ள வெள்ளைச் சட்டையும் அணிந்து மேலுதட்டில் நீளமான மெல்லிய மீசையுடன் சோக கம்பீரமான முகபாவனையுடனும் இருந்த அந்தப் படத்தில்

இருப்பது யார் என்று கேட்டேன். காரணம், வெள்ளைக்காரனின் வேஷத்திலிருக்கும் அந்தத் தலைவர் மீது எனக்கு வெறுப்புத் தோன்றியிருந்தது. செகரட்டரி சொன்னார்:

"பகத்சிங்."

இதைக் கேட்டதும் என்மனம் ஆடிப்போய்விட்டது. வீரப் பராக்கிரமியான பகத்சிங். அப்போது அவருக்குத் தூக்குத் தண்டனை விதிக்கப்படவில்லை. பகத்சிங், ராஜகுரு, சுகதேவ். பஞ்சாப் சதிவழக்கில் குற்றம் சாற்றப்பட்ட அந்த மூன்று புரட்சிக்காரர்களைப் பற்றியும் நான் பத்திரிகைகளில் வாசித்திருக்கிறேன். சட்டசபைக்குள் குண்டுவீசியதையும் வைஸ்ராய் சென்ற புகைவண்டியைத் தகர்க்க முயற்சிசெய்ததையும் நான் ஏற்கெனவே அறிந்திருந்தேன். அந்தப் புகைப்படத்தையே நான் கண் இமைக்காமல் பார்த்துக்கொண்டிருந்தபோது, செகரட்டரி சொன்னார்.

"பகத்சிங்கோட முகச்சாயல்தான் உங்களுக்கும். மீசையும் காலரும்கூட அப்படியேதான் இருக்கு. ஒரு ஃபெல்ட் ஹாட் மட்டும் போட்டாப் போதும்."

நான் எதுவும் சொல்லவில்லை. எனக்கு பகத்சிங்கின் சாயலிருப்பதைப் பற்றி நான் யோசித்துக்கொண்டிருந்தேன். செகரட்டரி மீண்டும் என்னிடம் கேட்டார்.

"உண்மையாகவே நீங்க முஸல்மான்தானா?"

நான் கேட்டேன்: "உங்களுக்கேன் இவ்வளவு சந்தேகம்?" பிறகு, அதுவரையிலான என் வாழ்க்கைக் கதையையும் சொன்னேன். கடைசியில் அவர் கேட்டார்.

"நாளைக்குக் கடப்புறத்துலெ உப்பு காய்ச்சும் போராட்டத்துலெ கலந்துக்கிடத் தயாரா?"

"தயார்." நான் ஒப்புக்கொண்டேன்.

அப்படியாக மறுநாள் அதிகாலையில் எழுந்தேன். பாத்திரம், கொடி போன்ற சாதனங்களுடன் நாங்கள் புறப்படத் தயாரானோம். அப்போது ஏணிப்படியில் சடபுடாவென்று சத்தம் கேட்டது. திகைப்புடன் பார்த்தோம். ஆறேழு போலீஸ்காரர் களுடன் இன்ஸ்பெக்டர் ஒருவர் உள்ளே புகுந்தார். எங்கள் பதினொருபேரையும் கைது செய்துகொண்டுபோனார்.

அது ஒரு ஞாயிற்றுக்கிழமை காலை. நாங்கள் யாரும் எதுவுமே சாப்பிட்டிருக்கவில்லை. தூக்க அசதியும் எனக்கு அதிகமாக இருந்தது. எங்களின் பின்னால் ஒரு மக்கள்

கூட்டமே வந்தது. ஸ்டேசனுக்குப் பக்கத்தில் வந்ததும் எனது தைரியமெல்லாம் ஆவியாகப் பறந்துவிட்டது. முதன்முதலாக நான் போலீஸ் ஸ்டேஷனுக்குப் போகிறேன். வாளும் பயனெட்டும் கைவிலங்குகளும் சுவரில் கிடந்து பயங்கரமாக மின்னிக்கொண்டிருந்தன. அதன் அச்சமூட்டும் பளபளப்பும் ஸ்டேசனுக்குள் நின்றிருந்த போலீஸ்காரர்களின் குரூரமான முக பாவமும் என்னை மிகவும் பயமுறுத்தின. நரகத்தின் ஏதோ ஒரு நினைவுதான் எனக்குள் உருவானது.

எங்களை வராந்தாவில் வரிசையாக நிறுத்தினார்கள். சிறுத்த, பூனைக்கண்கள் கொண்ட இன்ஸ்பெக்டர் உள்ளே போனார். எங்களின் எதிரில், ஆஜானுபாகுவான ஒரு போலீஸ்காரர் அங்குமிங்குமாக நடந்துகொண்டிருந்தார். சிவந்த, முறைக்கும் கண்கள் எங்கள் ஒவ்வொருவரையும் நோட்டமிட்டுக் கொண்டிருந்தன. அவரது எண்: 270. முதலில் நின்றிருந்த கேப்டனின் பிடரியைப் பிடித்து அவர் உள்ளே தள்ளிவிட்டார். உள்ளேயிருந்து அடியும் உதையும் அலறல் சத்தமும் கேட்டன. என் மனத்துக்குள் பதற்றம் அதிகரித்தது. நான் நான்காவது நபராக நின்றுகொண்டிருந்தேன். பத்து நிமிடம் கழிந்ததும் இரண்டாவது நபர் உள்ளே கொண்டு போகப்பட்டார்.

இதயமே தகர்ந்துபோகும்படியான அவரது அலறல் சத்தம் கேட்டதும் நான் நடுங்கிப்போய், மன்னிப்புக் கேட்டுவிடலாமென்று முடிவு செய்தேன். ஒரு நிமிடம் மட்டும்தான். மறுபடியும் தோன்றியது, எதற்காக மன்னிப்புக் கேட்க வேண்டும்? நாம் எந்தத் தப்பும் செய்யவில்லையே? சுதந்திரம். இதற்காக எத்தனை யெத்தனை இளம் ஆண் பெண்கள் போராடிச் செத்திருக்கிறார்கள்? நான் பகத்சிங்கையும் தோழர்களையும் நினைவுகூர்ந்தேன். செத்துப்போய்விடலாம். அதுதான் நமது கடமை.

எதிரில் நடந்துகொண்டிருந்த 270, ஒவ்வொருவரிடமும் சொந்த ஊர் எதுவென்று கேட்டார். எல்லோரும் சொன்னார்கள்.

"கண்ணூர்", "தலச்சேரி", "பொன்னானி."

என்னிடமும் கேட்டார்: "எந்த ஊரு?"

"வைக்கம்."

"வைக்கம்?" அவர் ஆச்சரியத்துடன் என்னைப் பார்த்தார். திருவிதாங்கூர்க்காரன்.

"பேரு?"

நான் பெயரைச் சொன்னேன். நெஞ்சை நிமிர்த்திய படியே அவர் கேட்டார்:

"திருவிதாங்கூருக்கு சுயாட்சி கெடச்சாச்சா?"

"இல்லெ. காந்திஜி சொல்லியிருக்கார், சமஸ்தான ஆட்சிக்குள்ளெ இருப்பவங்க சத்தியாக்கிரகம் செய்யத் தேவையில்லைன்னு."

"ம்ஹூம்?" அவர் பயங்கரமாக ஒருமுறை முனகிவைத்தார். பெரும் ரௌத்திரத்துடன் என் பக்கத்தில் வந்து இரண்டு கன்னங்களிலும் படார் படாரென்று இரண்டு அடி. பிறகு பிடரியைப் பிடித்துக் குனியவைத்துக் குத்த ஆரம்பித்தார். செம்புப் பாத்திரத்தின் மீது குத்துவதுபோல் சத்தம் கேட்டது. சுமார் பதினேழு அல்லது இருபத்தேழு அடிகள். முதலில் எண்ணத் தொடங்கினேன். பிறகு எண்ணவில்லை. எதற்கு எண்ண வேண்டும்?

கடைசியில், தளர்ந்துபோயிருந்த என்னை இரண்டு போலீஸ்காரர்களின் உதவியுடன் உள்ளே கொண்டுபோனார்கள். என் நிலைமையைக் கண்டதும் இன்ஸ்பெக்டர் கேட்டார்:

"உம்?"

ஒரு போலீஸ்காரர் சொன்னார்:

"நம்பியாரு ரெண்டு தட்டு குடுத்தாரு."

"உம்," பரவாயில்லை என்பதுபோல் இன்ஸ்பெக்டர் முனகிக்கொண்டார்.

வேறொரு போலீஸ்காரர் என் உடுப்புகளைக் கழற்றினார். உயரம், எடை போன்ற அடையாளங்களையெல்லாம் பார்த்துச் சொன்னார்.

கடைசியில் எங்கள் பதினொருபேரையும் லாக்கப்பில் அடைத்தார்கள்.

சிமென்டாலான சிறு அறை அது. இரும்புக்கேட்டின் மேல்பகுதியில் மிகவும் பிரகாசமான ஒரு பல்பு எரிந்துகொண் டிருந்தது. லாக்கப் அறையின் மூலையில் பயங்கரமான துர்நாற்றத்துடன் ஒரு குடம் நிறைய மூத்திரம் வைக்கப்பட்டிருந்தது. அன்று முழுவதும் எங்களுக்கு உணவு கிடைக்கவில்லை. இரவில் பயங்கரமான குளிர். படுப்பதற்குப் பாய் கிடையாது. மறுநாள் காலையில் எழுந்தபோது எல்லோருடைய முகமும் நீர்கெட்டி வீங்கிப்போயிருந்தது. எங்களால் நடக்கவே முடியவில்லை. கைவிலங்குடன் எங்களைக் கோழிக்கோடு சந்தைவழியாகத் துப்பாக்கியும் வாளுமேந்திய போலீஸ் பாதுகாப்புடன் நீதிமன்றத்திற்குக் கொண்டுபோனார்கள்.

பதினான்கு நாள் ரிமான்டின்பேரில் எங்களைக் கோழிக்கோடு சப்ஜெயிலுக்கு அனுப்பிவைத்தார்கள். அங்கே போன பிறகுதான் நண்பர்கள் சொன்னார்கள். 270, முதலில் என் முதுகில் கையை முஷ்டி சுருட்டிக் குத்திவிட்டுக் கடைசியில் முழங்கையை மடித்து மூட்டால் குத்தினான் என்று. மற்றொரு கைதி என்னுடைய முதுகில் எண்ணெய் இட்டுத் தடவிவிட்டார். ஒன்பது இடங்களில் நாணயம்போல் வட்டமாகக் கறுத்துப் போயிருப்பதாகச் சொன்னார்கள்.

எனக்குக் கிடைத்தது மூன்று மாதக் கடுந்தண்டனை. அதற்காக என்னைக் கண்ணூர் சென்ட்ரல் ஜெயிலுக்கு மாற்றினார்கள். டி. பிரகாசம், பாட்லிவாலா, இ.மொய்து மௌலவி போன்றவர்கள் உட்பட சுமார் அறுநூறு அரசியல் கைதிகள் அங்கே இருந்தார்கள்.

சிறை உணவு மிகமோசமாக இருந்தது. கஞ்சியில் தேங்காய்ச் சக்கை போல் புழுக்கள் மிதந்துகிடக்கும். அதை எடுத்துப் போட்டுவிட்டுக் கஞ்சியைக் குடிப்போம். வெளியே உள்ள செய்திகளைப் புதிதாகத் தண்டனை பெற்று வருபவர்களிடமிருந்துதான் அறிந்துகொண்டோம். அப்போது ஒருநாள் பகத் சிங்கையும் தோழர்களையும் தூக்கில்போட்டதை அறிந்து மூன்றுநாட்கள் உண்ணாவிரதம் மேற்கொண்டோம். எனது முதல் உண்ணாவிரதம் இது. மூன்றாவது நாள் தண்ணீர் குடிக்கும்போது தொண்டையே உடைந்துவிட்டது போலிருந்தது.

இந்தியாவின் நாலாபாகங்களிலிருந்தும் கொண்டு வரப்பட்டிருந்த கைதிகள் அங்கே அடைக்கப்பட்டிருந்தார்கள். புரட்சியாளர்கள், தீவிரவாதிகள், சோஷியலிஸ்டுகள், கம்யூனிஸ்டுகள் – இப்படிப் பல்வேறு சித்தாந்தவாதிகள். எல்லோரது லட்சியங்களும் இந்திய விடுதலை ஒன்றுதான். சில மாதங்களுக்குப் பிறகு காந்தி இர்வின் ஒப்பந்தப்படி நாங்கள் அனைவரும் விடுதலை செய்யப்பட்டோம். வெளியே வந்தபிறகு எங்கே செல்வது என்று எனக்குத் தெரியவில்லை. என்னைப் போல் சிரமங்களுள்ள அரசியல் கைதிகள் நிறையபேர் இருந்தார்கள். பெரும்பாலானவர்களுக்கு ரெயில்வே பாஸ்கூடக் கிடைக்கவில்லை.

எனக்கு இரண்டு ஆசைகள் இருந்தன. இரண்டாவது ஆசை, ஒரு சால்வை. இரு தலைகளிலும் முந்திரிக் கரைகள் வைத்த கதர் சால்வையொன்றை மிஸ்டர் அச்சுதன் எனக்கு வாங்கித் தந்தார். முதலாவது ஆசை, அந்த 270ஐக் கொல்ல வேண்டும். ஆனால் என்னிடம் எந்த ஆயுதமுமில்லை. ஒரு ரிவால்வர் கிடைத்தால்? நான் ஆசைப்பட்டேன். அந்த 270, பாளையத்தில்

சாலைப்போக்குவரத்துப் பணியில் ஈடுபட்டிருப்பதையும் நான் பார்த்தேன். ஆறடி உயரமான ஒரு ராட்சசன். நான் குத்தினால் அவனுக்குப் பற்றாது. கத்தியால் நெஞ்சைக் குத்திக் கிழிக்க வேண்டும். அல் – அமீன் லாட்ஜிலிருந்து நான் ஒரு கத்தியைத் திருடினேன். கத்தியுடன் போகும்போது மிஸ்டர் அச்சுதனைக் கண்டேன். அவர் ஆச்சரியப்பட்டார்.

"போகலியா?"

நான் சொன்னேன்: "இல்லெ."

"வீட்டுக்குப் போய் வாப்பாவையும் உம்மாவையும் பார்க்க வேண்டாமா?"

"அதுக்கு முன்னாலெ எனக்கொரு வேலை செய்து முடிக்க வேண்டியதிருக்கு." நான் விஷயத்தை அவரிடம் சொன்னேன். அவர் என்னை மானாஞ்சிற என்ற இடத்திற்குக் கூட்டிக் கொண்டுபோய் மிகவும் பரிவாக, "நீங்க ஒரு சத்தியாக்கிரகி தானா?" என்று கேட்டுவிட்டு காந்திஜிக்குப் பல்போன கதையை விவரித்தார்.

"சரி, அப்படிக் கொல்லுவதாக இருந்தாலும் இன்னைக்கு உயிரோட வாழ்றதுக்கான அருகதெ உள்ள ஒரு போலீஸ்காரன்கூட கிடயாது. இன்னைக்குள்ள அதிகார வர்க்கத்தோடெ ஒழிக்க முடியாத ஒரு அம்சம் போலீஸ்காரன். அரசாங்கத்தினுடைய கருவிகள் மட்டும்தான் அந்த அப்பாவிங்கெ. அவுங்களெ வதைச்சு என்ன ஆகப் போவுது? விட்டுடுங்க, வீட்டுக்குப் போங்க."

மிஸ்டர் அச்சுதன் என்னை வண்டியில் ஏற்றி அனுப்பி வைத்தார். எரணாகுளத்துக்கு வந்து முஸ்லிம் ஹாஸ்டலில் ஒருமாதம் தங்கியிருந்தேன். வீட்டுக்குப் போக வெட்கமாக இருந்தது. விருப்பமின்மையும் வருத்தமும் மனச்சோர்வும் இருந்தன. கடைசியில் ஒருநாள் இரவு படகுமூலம் வைக்கத்துக்கு வந்து சேர்ந்தேன். அங்கிருந்து தலயோலப் பரம்பிற்கு நடந்தேன். நான்கைந்து மைல் தூரமிருக்கும். கூரிருட்டு. பாம்புகளெல்லாம் நிறைந்த பாதை அது. சுருவேலிக் குன்றின் பக்கத்தில் மாங்கிளை ஒன்றில் ஒரு மனிதர் தூக்குப்போட்டுச் செத்துக்கிடந்தார். இரவு மணி மூன்றைக் கடந்திருந்தது. நான் வீட்டின் முற்றத்தில் சென்றதும் "யாரது," என்று என் உம்மா கேட்டாள். நான் வராந்தாவில் ஏறினேன். உம்மா, விளக்கைப் பற்றவைத்தாள். எதுவுமே நடக்காததுபோல் கேட்டாள்.

"நீ ஏதாவது சாப்பிட்டியா மோனே?"

நான் பதில் சொல்லவில்லை. நான் அப்படியே உள்ளுக்குள் உடைந்துகொண்டிருந்தேன். உலகம் முழுவதும் உறங்கிக்கிடக்கிறது. என் தாய் மட்டும் விழித்திருக்கிறாள். தண்ணீரும் கெண்டியும் கொண்டுவந்து வைத்துவிட்டு உம்மா என்னிடம் கைகால் அலம்பிக்கொள்ளும்படிச் சொன்னாள். பிறகு சோற்றுப் பாத்திரத்தை நீக்கிவைத்துத் தந்தாள்.

எதுவுமே கேட்கவில்லை.

எனக்கு ஆச்சரியமாக இருந்தது.

"நா இன்னைக்கு வருவேன்னு உம்மாவுக்கு எப்பிடித் தெரியும்?"

உம்மா சொன்னாள்: "ஓ... சோறும் கொழம்பும் வச்சிட்டுத் தெனமும் ராத்திரி நா, ஒன்னெக் காத்திருப்பேன்."

மிகச் சாதாரணமான ஒரு பதில். நான் வராமலிருக்கும் ஒவ்வொரு நாள் இரவும் உம்மா உறக்கம் விழித்து எனக்காகக் காத்திருந்திருக்கிறாள்.

வருடங்கள் மீண்டும் நகர்ந்தன. வாழ்க்கையில் பலதும் நிகழ்ந்தன.

அம்மா இப்போதும் மகனை எதிர்பார்த்திருக்கிறாள்.

'மகனே, எங்களுக்கு உன்னைப் பார்க்க வேண்டும் போலிருக்கிறது.'

1946

*

போலீஸ்காரனின் மகள்*

போலீஸின் கண்களிலிருந்து தப்பித்துக் கொண்ட ஜகதீசன், இருட்டில் தட்டுத்தடுமாறிய படி வந்து பதற்றத்துடன் அறையைத் திறந்தான். விளக்கை எரியவைத்துவிட்டுக் கதவைத் தாளிட்டான். அப்படியே கொஞ்ச நேரம் காதுகளைக் கூர்மையாக்கியபடி நின்றிருந்தான். அரெஸ்ட் வாரண்டுடன் போலீஸ்காரர்கள் வருகிறார்களா? இல்லை. வெளியே அமைதியாக இருந்தது. பாக்கெட்டிலிருந்து அவசரக் கடிதத்தை எடுத்து விளக்கின்முன் குனிந்து உட்கார்ந்து பதற்றத்துடன் வாசித்தான்.

அன்புள்ள ஜகதீஷ்,

அரெஸ்ட் வாரண்டுடன் போலீசார் மீண்டும் தங்கள் வீட்டைச் சோதனையிடுகிறார்கள். டி.எஸ்.பி., இன்ஸ்பெக்டர், சுமார் ஐம்பது ரிசர்வ் போலீசார் உட்பட பத்து எண்ணூறு பேர் வீட்டைச் சூழ்ந்திருக்கிறார்கள். வீட்டைச் சுற்றி போலீஸ்காரர்களும் அவர்களைச் சுற்றி மக்களும்.

மாவட்ட நீதிமன்ற உத்தரவை டி.எஸ்.பி. வாசித்துச் சொன்னார். அவர்தான் தங்கள் அப்பா அம்மாவையும் சகோதர சகோதரிகளையும் வெளியே இறங்கி நிற்கும்படி உத்தரவிட்டார். அவர்கள் இறங்கி முற்றத்தில் மழையில் நின்றிருந்தனர்.

---

* நான் பிறந்து வளர்ந்த நாட்டை, கண்கண்ட தெய்வமும் ராஜாதிராஜனும் பிரிட்டனின் அடிமையுமான பொன்னு தம்புரன் அடக்கியாண்ட காலம். – வை.மு.ப.

சோதனை இரண்டு மணி நேரம் நீடித்தது. பழைய பெட்டிகள், துணிமூட்டைகள் என எல்லாவற்றையும் இழுத்து வெளியே போட்டனர். தங்களுடைய எந்த ஆதாரமும் அவர்களுக்குக் கிடைக்கவில்லை. அப்பாவையும் அம்மாவையும் போலீஸ் இன்ஸ்பெக்டர் ரொம்பவே மிரட்டினார். “எதுக்குடீ அவனைப் பெத்தே” என்று தங்கள் அம்மாவிடம் இன்ஸ்பெக்டர் கேட்டார். அம்மா இதற்கு என்னவோ பதில் சொல்ல, இன்ஸ்பெக்டர் பல்லைக் கடித்துக்கொண்டு உதைப்பதற்காகக் காலை ஓங்கினார்.

நண்பரே, தங்களைப் பிடித்துக்கொடுப்பவர்களுக்கு நிறைய பணம் பரிசளிப்பதாக அறிவிக்கப்பட்டுவிட்டது. தங்கள் இருப்பிடத்தைத் துப்பறிந்துவிட்டார்கள். ஆகவே, சீக்கிரமாக இடத்தைக் காலிசெய்துவிடுங்கள்.

ராகவன்.

வேர்வையை வழித்தெறிந்துவிட்டுக் கடிதத்தைக் கசக்கிய ஜகதீசன், பாயின் கீழிருந்த பிச்சுவாக் கத்தியை எடுத்தான். அப்போது மற்றொரு கவர் தட்டுப்பட்டது. அதனுள்ளிருந்த காகிதத்துண்டை எடுத்து வாசித்தான்:

மகனே,

முன்பின் யோசிக்காமல் எந்த நடவடிக்கையிலும் நீ இறங்கிவிடாதே. பிரச்சினைகளை நினைத்து நீ கவலைப்பட வேண்டாம். தற்போதைக்கு எங்காவது தலைமறைவாகிவிடு.

இப்படிக்கு
உன் அம்மா.

சொட்டுச்சொட்டாக வேர்வைத் துளிகள் வடிவதைப் பார்த்தபடி உட்கார்ந்திருந்தான் ஜகதீசன். வெளியே கேட்ட காலடியோசைகள் அருகில் நெருங்கின. திடுக்கிட்டு எழுந்தான் . . . காலடியோசைகள் இப்போது தெளிவாகக் கேட்டன. ஒன்றல்ல, பல.

“டும் . . . டும் . . .” வாசலைத் தொடர்ந்து தட்டுகிற சத்தம்.

“கதவைத் திற” கனத்தக் குரல். தொடர்ந்து டும் . . . டும் . . .

சத்தம்.

கடிதங்களையும் புத்தகங்களையும் சில செய்தித்தாள் துண்டுகளையும் வாரிச்சுருட்டி இடுப்பில் திணித்துவிட்டுச் சுற்று முற்றும் பார்த்தான். தப்பியோட என்ன வழி? வெளியே தொடர்ந்து சத்தம் கேட்டுக்கொண்டிருந்தது. கதவை உடைக்கப்போகிறார்கள்.

கத்தியைக் கடித்துப்பிடித்துக்கொண்டு, ஜன்னல் கம்பியைப் பலமாகப் பிடித்து அங்குமிங்குமாக வளைத்து உடலை வெளியே நுழைத்தான். இரும்புக் கம்பிகளைப் பிடித்துத் தொங்கியபடி ஒரு நிமிடம் வெளியே கிடந்தான். மறுபக்கம், கீழே பயங்கரமான கூரிருட்டு. முன்பக்க வாசல் உடைந்துகொண்டிருந்தது. ஆயுதம் தாங்கிய போலீஸ்காரர்கள் உள்ளே நுழைகிறார்கள். ஜகதீசன் பிடியைவிட்டான்.

"ப்ளும்."

முழங்கால்வரைக்கும் சகதியில் விழுந்தான். சில்வண்டுகளின் ஓசை. துர்நாற்றம். ஆட்கள் ஓடுகிறார்கள். டார்ச் வெளிச்சங்கள். கூக்குரல்கள்.

ஜகதீசன் இழுத்து இழுத்துக் கரையேறினான். வாழைத் தோட்டங்களினூடே முட்செடிகளினூடே ஓடினான். பின்னால் வெளிச்சமும் விசில் சத்தமும் போலீஸும்.

ரோட்டுக்கு வந்த ஜகதீசன், வண்டிகளின் ஆட்களினூடே நெடுக ஓடிக்கொண்டிருந்தான்.

கூச்சல், ஆரவாரம்.

"பிடியுங்க. அதோ ஓடுறான், பிடியுங்க."

தடுத்தவர்களைக் கீழே தள்ளிவிட்டு ஜகதீசன் பாய்ந்து கொண்டிருந்தான். ரோட்டின் ஒரு திருப்பத்தைத் தாண்டியதும் இடைவழியினூடே ஓடினான். உயரமான ஒரு மதிலில் தப்பித் தடுமாறி ஏறி, ஊர்ந்து மறுபுறம் குதித்தான். அப்படியே மதிலில் சாய்ந்து மூச்சுவாங்க நின்றிருந்தான். அமைதியும் இருளும். பார்வை மெல்லத் தெளிவடைந்தது. ஒரு வாழைத் தோட்டமும் வீடும் கண்ணில்பட்டன. மதிலுடன் ஒட்டியபடி மெல்ல முன்பக்கம் நகர்ந்தான். வீட்டு ஜன்னலில் வெளிச்சம் தெரிந்தது. கொடியில் தொங்கிய புடவைகளும் உடுதுணிகளும். ஆள் நடமாட்டம் இருந்தது.

மூச்சு விடாமல் இழுத்திழுத்து நடந்தான். இனி, எதிர்ப் புறமிருக்கும் ஒரு மதிலைக் கடக்க வேண்டும். காய்ந்த சருகுகளில் சத்தம் வராமல் கால்களை மெதுவாகத் தூக்கிவைத்துப் பதுங்கிப் பதுங்கி முன்னேறிக்கொண்டிருந்தான். காய்ந்த ஒரு மரக்கம்பு ஒடிந்து கீழே விழுந்த ஓசையைக் கேட்டதும் நடுங்கிப்போன ஜகதீசன், அப்படியே மூச்சை அடக்கி அசையாமல் நின்றான்.

அமைதி! திடீரென்று முற்றத்தில் விழுந்த ஒளி, ஒரு தூண் நிற்பதுபோல் ஜகதீசனைத் தெளிவாகக் காட்டியது. அவன் அப்படியே நின்று பதற்றத்துடன் பார்த்தான். வலது கையில்

அரிக்கேன் விளக்கும் இடது கையில் குடமுமாக மார்க்கச்சை மட்டும் அணிந்த ஓர் இளம்பெண்.

"யாரது?" அவள் பயத்துடன் கேட்டாள். ஜகதீசனிடம் சத்தம் இல்லை. நாவு எழ மறுத்தது. ஒரு அடி பின்வாங்கிய அவள் நடுங்கிய குரலில் மீண்டும்: "யார் நீ?" என்றாள். இந்தக் கேள்வி சுற்றுப்புறமெங்கும் எதிரொலித்தது. இனி தப்பிக்க இயலாது. இடது புறம், கிணறு. எதிரில், பயத்துடன் உற்றுப் பார்க்கும், முன்பின் தெரியாத இளம்பெண்.

ஜகதீசனின் கால்கள் தன்னையும் அறியாமல் முன்னால் நகர்ந்தது. எங்கிருந்தோ புறப்பட்ட சத்தம் அவனது தொண்டையினூடே தெளிவில்லாமல் வெளிவந்தது:

"என்னைக் காட்டிக்கொடுத்துடாதீங்க. நான் திருடன் இல்லை."

மேலும் ஒரு அடி முன்னால் நகர்ந்தான் ஜகதீசன். அவள் சுவர்ந்து பார்த்தாள். நீளச்சட்டை, சகதி புரண்ட வேட்டி, கையில் காகிதக்கட்டு.

பயம் விலகியவளாக, "யார் நீங்க?" என்று ஆச்சரியத்துடன் கேட்டாள்.

"என் பெயர் . . ." அவன் சொன்னான்: "ஜகதீசன். நானொரு அரசியல் போராளி. என்னைக் கைது பண்றதுக்காக போலீஸ் காரங்க பின்னால அரெஸ்ட் வாரண்டோட வர்றாங்க. பிடிபட்டால் என்னை அடிச்சே கொன்னுடுவாங்க. என்னைக் காட்டிக் கொடுத்துடாதீங்க."

அவன் முகத்தை உயர்த்தியபடிக் கேட்டுக்கொண்டான். அவள் என்னசெய்வதென்று தெரியாமல் திகைத்து நின்றாள்.

தொலைவில் கேட்ட ஆரவாரம் நெருங்கிக்கொண்டிருந்தது.

"அந்தப் பக்கம்தான் போனான். இந்த வழியாதான் ஓடினான். நான் பாத்தேன்." ரோட்டில் ஆரவாரம்.

அவளது முகத்தில் வேர்வைத் துளிகள் படர்ந்தன. கண்களில் உறுதி தென்பட்டது. கோபத்தை அடக்கிய குரலில் அவள் மெதுவாகச் சொன்னாள்:

"வாங்க."

வீட்டுக்குள் நுழைந்ததும் வெளி வாசலைத் தாழிட்டாள். ஒரு செயரை எடுத்துவந்து வராந்தாவில் போட்டுவிட்டு, உள்ளே சென்று பிளவுஸ் அணிந்துகொண்டு வந்து வாசலில் சாய்ந்து நின்றாள்.

செயரில் அமர்ந்து பயத்துடன் மூச்சு வாங்கிக்கொண்டிருந்தான் ஜகதீசன். என்ன நடக்கப்போகிறதோ?

எதிர்பாராத வகையில், ஆபத்தான சூழ்நிலையில், சந்திக்க நேர்ந்த இருவர். பரஸ்பரம் முகம் பார்க்காத அந்நிமிடங்கள் அமைதியில் கரைந்தன.

"உங்களை ..." அவள் மெதுவாக ஆரம்பித்தாள். "ஏன் போலீஸ் அரெஸ்ட் பண்ணணும்?"

அவன் சட்டை பாக்கெட்டிலிருந்த கடிதத்தை எடுத்து நீட்டினான். அதை வாசித்துப் பார்த்த அவளது முகம் வெளிறியது. கடிதத்தைத் திருப்பிக் கொடுத்துவிட்டு, மனவுணர்வுகளைக் கட்டுப்படுத்தியவளாகக் கேட்டாள்:

"அந்தக் காகிதக் கட்டில் என்ன இருக்கு?"

"என்னோட எழுத்துக்களும் தடை செய்யப்பட்ட சில நூல்களும் . . ."

"ஓஹோ!"

அவள் ஏறிட்டுப் பார்த்தாள். வெளிறிய முகமாக இருந்தாலும் அழகான முகம். வலது கன்னத்தில் மச்சம். பதற்றமில்லாத அமைதியான கண்கள்.

"பார்கவீ ... பார்கவீ ..." கனத்தக் குரலில் பின்பக்க வாசலைத் தட்டும் சத்தம் கேட்டது. அவள் திடுக்கிட்டு விழித்தாள். ஜகதீசன் பதற்றத்துடன் எழுந்தான். உதட்டில் விரல் வைத்துக் கண்களால் சைகை காட்டிய அவள், சமையல் கட்டைத் திறந்து அவனை உள்ளே போகச் சொல்லிவிட்டு, "அங்கேயே இருந்துக்குங்க" என்று சொல்லிக் கதவை மூடினாள்.

"பார்கவீ . . . என்னடீ பண்றே?" கனத்தச் சத்தம் தாழ்ப் பாளை அசைத்தபடியே அதிகாரித்தது. ஜகதீசன் இருட்டில் பதுங்கிப் பயந்துபோய் உட்கார்ந்திருந்தான். உடல் நடுங்கியது.

பதற்றம் ... தாகம் ... மூச்சடைத்தது. வீட்டுக்குள் காலடியோசை களும் சத்தமும். காதுகளைக் கூர்மையாக்கினான்.

"சீக்கிரமா . . . அந்த டார்ச் லைட்டை எடு."

"டார்ச் எதுக்கு அப்பா?"

"பிடிபட்டிருக்க வேண்டியது ... எவ்வளவு பணம் தெரியுமா?"

"எதுக்கு அப்பா?"

“ஜகதீசன்ங்கிற ஒரு தீவிரவாதி. இன்னைக்கு அவன் ஒளிஞ்சிருந்தக் குகையைக் கண்டுபிடிச்சித் தகர்த்துட்டோம். அவனோட வீட்டிலேயும் காவல் போட்டிருக்கு. எப்படியாவது இன்னைக்குள்ள அவனைப் பிடிச்சு லாக்கப்பில தள்ளியே தீருவோம். அவ்வளவுதான் அவன் கதி.”

“அப்ப, நீங்க வர்றதுக்கு நேரமாகுமா?”

“ஆகும். நான் வெளியே பூட்டிக்கிறேன். சாப்பிட எனக்கெதுவும் வேண்டாம். நீ சாப்பிட்டுப் படுத்துக்க.”

தொடர்ந்து, வாசலை அடைத்துப் பூட்டுகிற சத்தம் கேட்டது. வேர்வையில் மூழ்கிய ஜகதீசன் சமையல்கட்டின் கதவைத் திறந்து தலையை மெல்ல வெளியே நீட்டிச் சுத்தமான காற்றை வயிறு நிறைய உள்வாங்கி, நீண்டதொரு பெருமூச்சை உதிர்த்தான். கையிலிருந்து நடுங்குகிற விளக்கும் வெளிறிய முகமும் பளபளக்கும் கண்களுமாக வந்த பார்கவி, சிறு புன்சிரிப்புடன் கேட்டாள்:

“ரொம்பவே பயந்துட்டீங்க இல்லையா?”

“ஆமா.” சிறு புன்னகையுடனும் வெட்கத்துடனும் பதில் சொன்னான்: “பதற்றமாகத்தான் இருந்தது. சமையல்கட்டுக்குள்ள காற்றுகூட நுழையாது.”

“சமையல் செய்யும்போது கதவைத் திறந்து போட்டுக்குவேன்.”

பரஸ்பரம் அவர்கள் முகம் பார்த்துச் சிரித்தனர். வெளியே வந்து செயரில் உட்கார நினைத்தான் ஜகதீசன். அதைக் காணோம்.

“கதவைத் திறக்கும்போது செயரைத் தூக்கி, வேற இடத்துல போட்டேன்” என்றாள் பார்கவி.

“தாகமா இருக்கு. ஒருகிணற்றுநீரையும் குடிக்கிற அளவுக்குத் தாகம்.”

ஒரு பாத்திரத்தில் தண்ணீர்கொடுத்துவிட்டு, செயரைக் கொண்டுவந்து புன்சிரிப்புடன் வைத்தாள்.

ஜகதீசன் கேட்டான்: “இங்க உங்களுக்கு வேறு யாருமில்லையா?”

“இல்லை.” பார்கவியின் முகம் பொலிவிழந்தது. “அம்மா இறந்துபோய் ரெண்டு வருஷமாகுது.”

புடவையை ஒதுக்கிப்பிடித்துக்கொண்டு முற்றத்தில் இறங்கிய அவள், ஒரு குடம் தண்ணீருடன் வந்து ஜகதீசனின் முன்நின்றாள்.

“அதையெல்லாம் கழுவி விடணும்.”

"நான் கழுவிக்குறேன்."

குடத்தைக் கையில் வாங்கினான் ஜகதீசன். உடைகளில் ஒட்டிய சகதியையும் முகத்தையும் கைகால்களையும் கழுவினான்.

"படிச்சுட்டிருக்கீங்களா?" என்றான் ஜகதீசன்.

"ஃபிஃப்த் வரைக்கும் படிச்சுட்டு நிறுத்திட்டேன்" என்றாள் பார்கவி.

"ஏன்?"

"அம்மா இறந்த பிறகு . . . போகலை."

"அப்புறம்?"

"ஃபீஸும் ஸ்கூல் செலவுகளையும் அம்மாவோட தங்கைதான் கவனிச்சுக்கிட்டாங்க. டீச்சராக இருக்காங்க. அவங்களுக்குக் கல்யாணம் ஆயிட்டதாலயும்தான் . . ."

முற்றத்தில் இறங்கி ஒரு வாழையிலையை ஒடித்துக்கொண்டு வந்த பார்கவி தயக்கத்துடன் சொன்னாள்:

"சாப்பிட்டிருக்க மாட்டீங்க . . . கொஞ்சம் சாப்பிடுங்க."

"சாப்பிடணும்னு இல்லை." நிறைவான மனத்துடன் சொன்னான். "நான் போறேன். நீங்க செய்த இந்தப் பெரிய உதவிக்கு . . ." சொல்ல வந்ததை ஜகதீசன் முடிக்கவில்லை.

"தேசாபிமானிகளுக்கு உதவி செய்யிறது, மற்றவங்களோட கடமையில்லையா?" என்றாள்.

"தேசாபிமானி." ஜகதீசன் ஆச்சரியமடைந்தான்: "அது யாரென்பது இங்கே கேள்விக்குரிய விஷயம்."

"யாராகவும் இருக்கட்டும்; நீங்க சாப்பிட்டுட்டுப் போங்க."

"தாமதமாகும்தோறும் பிரச்சினையல்லவா?"

"அப்பா இப்ப ஒண்ணும் வரமாட்டார்." சிறு வெட்கத்துடன் சொன்னாள் பார்கவி: "உங்களை அரெஸ்ட் பண்ண பிறகுதான் வருவார் . . ."

கண்கள் பரஸ்பரம் புன்னகைத்து விலகின.

அவள் கேட்டாள்: "போலீஸ்காரங்களோட சோற்றைத் தின்பதை வெறுப்பா நினைக்கிறீங்க போலிருக்கு?"

"கிடையவே கிடையாது" என்று உறுதியாக மறுத்த ஜகதீசன், "அரசாங்க உத்தியோகஸ்தர்கள்மீது எனக்கு எந்தப் பகையும் கிடையாது. போலீஸ்காரங்களை பொறுத்தவரைக்கும் . . . அவங்க

மேல எனக்கு அனுதாபம்தான். ஆனால், ஒரு உண்மை... மிருகக்குணமுள்ள எந்த மனிதர்களிலும் சிறு அளவேனும் நல்ல குணங்கள் இல்லாம இருக்காது. அரசாங்க ஊழியர்களாகும்போது, குறிப்பா, போலீஸ்காரனாகும்போது மட்டும் அது இல்லாமப் போயிடுது." தொடர்ந்து, அரசு ஊழியர்களின் அராஜகங்களையும் மக்களின் இயலாமையையும் அவன் விவரித்தான்.

"மக்களோட நெற்றி வேர்வையில தங்களோட வாழ்க்கையை வளப்படுத்திக்கொண்ட அதிகார வர்க்கமும் ஆட்சிப் பீடமும்..."

அவன் தன்னை ஆசுவாசப்படுத்திக்கொண்டான். பார்கவி கேட்டாள்: "இதையெல்லாம் எங்க நின்னு பேசுறீங்கன்னு தெரியுமா?"

"தெரியுமே!"

"இப்பதான் தைரியம் வந்திருக்கு." அவள் கேலி செய்தாள். "கன்னத்தில கரி புரண்டிருக்கு."

ஜகதீசன் தன்னையறியாமல் கன்னத்தைத் துடைத்தான். அவள் சிரித்தாள்.

"பிடிச்சுக் கொடுத்து, அரசாங்கம் தர்ற பணத்தை வாங்கிக்கலாம்னுதான் நெனைச்சேன்."

"பிறகேன் முடிவை மாத்திட்டீங்க?"

"அதெல்லாம் பிறகு சொல்றேன்... முதல்ல சாப்பிடுங்க."

"சரிதான். உத்தரவை மீற விரும்பலை." அவன் சாப்பிட முன்வந்தான். இலையைக் கழுவித் துடைத்த அவள், பரிவுடன் பரிமாறினாள்.

சாப்பிட்டு முடித்ததும் ஜகதீசன் கேட்டான்: "இனி, நான் போகலாமா?"

"எங்க போவீங்க?"

"முடிவு பண்ணலை." ஜகதீசனுக்கு வேர்த்தது. உண்மையில், எங்கேதான் போவது?

"ஆங்... ராகவன் இருக்கார்... அவர்கிட்ட."

"ராகவன்." ஜகதீசன் சிரித்தான். "அங்க போனால் அசைய முடியாது. டி.எஸ்.பி.யின் மோட்டார் டிரைவர். மற்ற நண்பர்களிடம் போகவே முடியாது. ஏற்கெனவே அவங்க கண்காணிப்பில இருப்பாங்க."

தலையைக் கையால தாங்கியபடிச் சிந்தனையில் ஆழ்ந்தான் ஜகதீசன். இதற்கொரு நல்ல தீர்வைக் கண்டுபிடித்துச் சொல்ல அவளது மனம் தவித்தது. இயலாமையுடன் ஜகதீசனின் நெற்றியையே பார்த்தபடி அவள் நின்றிருந்தாள். தூக்கத்திலிருந்து எழுபவன்போல் ஜகதீசன் தலையை உயர்த்தினான்.

"ஒரு இடமிருக்கிறது. ராமச்சார் . . . அப்பாவின் ஒரு நண்பர். நாலுமைல் தூரத்தில் இருக்கிறார்."

அவன் எழுந்தான். அவளுக்குச் சொல்வதற்கு எதுவுமில்லை. இருந்தாலும் ஏதோ ஒரு போதாமை. மனத்திலொரு பதற்றம்.

ஜகதீசன் கேட்டான்:

"எனக்கு இன்னொரு உதவி செய்யலாமா?"

"என்ன உதவி?" அவளது குரலில் வேதனையின் தெளிவற்ற நிழல் படிந்திருந்தது.

ஜகதீசன் சொன்னான்: "இந்தப் புத்தகங்களையெல்லாம் இப்போதைக்கு இங்கே பாதுகாக்க வேணும்."

அவளது உடல் சிலிர்த்தது. உறுதியுடன் பதிலளித்தாள்: "கண்டிப்பாக!"

அவற்றை வாங்கிக்கொண்டாள். கைகள் இரண்டும் உரசிக் கொண்டன. அவள் அவற்றை மார்பில் சேர்த்துப் பிடித்தபடி உள்ளே சென்றாள். திரும்பிவந்த அவள், ஜகதீசனிடம் இரண்டு ரூபாயையும் ஒரு டார்ச் லைட்டையும் தயக்கத்துடன் நீட்டினாள்.

"இதை கையில வச்சுக்குங்க."

ஜகதீசனின் மனம் இளகியது. கண்கள் நிரம்பின. நீட்டிய கையுமாக நின்றிருந்த அவளது முகத்தைப் பார்த்தான். அதில் தென்பட்ட தூண்டுதல் அதைப் பெற்றுக்கொள்ளும்படி வற்புறுத்தியது. சிலையாக நின்றபடி அதை வாங்கினான்.

"நான் ஞாயிற்றுக்கிழமை வருவேன்."

"இன்னைக்குப் புதன்கிழமை" என்றாள் பார்கவி.

"ஆமா."

ஜகதீசன் முற்றத்தில் இறங்கினான். சருகுகளை மிதித்தபடி ஜகதீசன் நடந்துசெல்வதைப் பார்த்தபடியே நின்றிருந்தாள் பார்கவி. அவளது மனம் உடலில் இருந்து பிரிந்து சென்றது. இதற்குமுன் அனுபவித்திராத ஒரு வேதனை. வாழ்க்கையில் மாற்றங்கள் எவ்வளவு துரிதமாக நிகழ்ந்துவிடுகின்றன? மதில்

சுவரில் டார்ச் வெளிச்சம் மின்னி மறைந்தது. நிரம்பிவழிந்த கண்ணீரில் அவளது மார்பகங்கள் ஈரமாயின.

வீட்டுக்குள் சென்ற பார்கவீ விளக்குத் திரியைத் தூண்டினாள். வெளிச்சம் போதாது. காகிதக் கட்டை மடியில் வைத்தபடி, நீண்ட நேரம் அப்படியே அமர்ந்திருந்தாள்.

அவளது உடலில் சூடு அதிகரித்தது . . . எழுந்துசென்று குளிர்ந்த நீரில் முகத்தைக் கழுவினாள். சாப்பிட விருப்பமில்லை. புத்தகங்களை ஒவ்வொன்றாக எடுத்துப் பார்த்தபடி அமர்ந்திருந்தாள். வெளியே, கதவில் சாவியைப் பொருத்தும் ஓசை கேட்டதும் விளக்கை அணைத்தாள்.

வாசல் திறந்தது. டார்ச்லைட்டின் வெளிச்சமும் வேர்வைப் படிந்த காக்கி உடையின்,தோலின் நெடியும் வீட்டுக்குள் நுழைந்தன.

"பார்கவீ" தளர்ந்துபோன கனத்தக் குரல்: "பார்கவீ."

"அப்பா."

பார்கவி எழுந்து உட்கார்ந்தாள். அங்குமிங்கும் அலைபாய்ந்த டார்ச் வெளிச்சம், கடைசியில் அரிக்கேன் விளக்கின்மீது வட்டமாகப் பதிந்தது. பார்கவி விளக்கைப் பற்றவைத்தாள். அப்பா சோர்ந்துபோன நிலையில் அப்படியே தரையில் அமர்ந்தார். தொப்பியை உருவி அதனுள்ளிருந்த பழைய துணியால் முகத்தைத் துடைத்துக்கொண்டார்.

"பாழாப்போயிட்டது."

"என்னது அப்பா?"

"தலைமறைவாயிட்டான் துரோகி."

எழுந்து பெல்ட்டை உருவி சட்டைப் பொத்தான்களைக் கழற்றியபடியே சொன்னார்:

"சோறு வை."

"இன்னும் சாப்பிடலையாப்பா?"

"எங்க சாப்பிட?" சிவந்த கண்களும் முறுக்கிய மீசையும் அவளை நோக்கித் திரும்பின. பார்கவி சோறு வைத்தாள். சாப்பிட்டுக் கை கழுவிவிட்டு வரும்போது கேட்டார், "இங்க சேற்றை மிதிச்சிட்டு வந்து ஏறுனது யாரு?"

பார்கவியின் இதயம் ஒரு நிமிடம் அசைவற்று நின்றது.

"என் காலிலுள்ள சேறுதான் அப்பா."

"சவம்."

2

நீல பிளவ்சும் சிவப்புக் கரையுள்ள நீலப் புடவையும் அணிந்து நெற்றியில் குங்குமப் பொட்டும் வைத்த பார்கவி கண்ணாடியின் முன் நின்றிருந்தாள். அவளது மனம் திக் . . . திக் . . . என்று அடித்துக்கொண்டிருந்தது. வளர்பிறையின் மெல்லிய ஒளியில் வாழைத் தோட்டம் அமைதியாக இருந்தது. நிழல்கள் அசைகின்றனவா, சருகுகள் மிதிபடுகின்றனவா?

ஞாயிற்றுக்கிழமை நள்ளிரவும் கழிந்து, திங்கள் பொழுதும் ஜகதீசன் வராமலேயே விடிந்தது. செவ்வாய்க்கிழமையன்று பத்திரிகையில் அவள் வாசித்தாள்:

'போலீஸிடம் பிடிபடாமலிருந்த ஜகதீசனுக்கு அடைக்கல மளித்ததாக ராமச்சாரென்னும் ஒரு வேளாளர் நேற்று கைதானார். ஜமீனும் கவர்மெண்ட் அநுதாபியுமான சங்கரன் நாயரின் காரியதரிசியான அய்யப்பன் பிள்ளை என்பவர், ராமச்சாரின் வீட்டில் ஜகதீசனைக் கண்டதுடன் மேற்படி விவரத்தை போலீசுக்கும் அறிவித்தார். ஆனால் போலீஸ் வருவதையறிந்த ஜகதீசன் அங்கிருந்தும் தப்பியோடினார். இவரைப் பற்றிய தகவல்களைத் தெரிவிப்பவர்களுக்குத் தக்க சன்மானமும், அடைக்கலம் தருபவர்களுக்குத் தகுந்த தண்டனையும் அளிக்கப்படுமென்று போலீஸாரால் ஏற்கெனவே அறிவிக்கப்பட்டுள்ளது.'

நீண்டப் பெருமூச்சுடன் பத்திரிகையைக் கீழே போட்டுவிட்டு, ஜன்னலினூடே தெருவைப் பார்த்தபடி அசைவற்று நின்றாள் பார்கவி.

நடுச்சாமம் கடந்த பிறகும் பார்கவிக்குத் தூக்கம் வரவில்லை. அப்பாவின் இடைவிடாத குறட்டைச் சத்தத்தைக் கேட்டபடியே படுத்திருந்தாள்.

மெல்ல அரைமயக்கத்தில் ஆழ்ந்தாள். அப்போது, "பார்கவி" என்றொரு குரல். மிக மெதுவாகக் கேட்ட அந்தக் குரலை அவளது மனதும் ஆன்மாவும் உணர்ந்துகொண்டன. உடலில் சூடு பரவ, மெதுவாக எழுந்த அவள் சத்தம் வராமல் கதவைத் திறந்து வெளியே வந்தாள். கிணற்றுச் சுவரில் மறைந்திருந்த ஜகதீசன் எழுந்தான் . . . கார்மேகங்களினூடே தலை நீட்டிய நிலவு, எதையோ கண்டு வெட்கித்ததுபோல் மீண்டும் மறைந்து கொண்டது. ஜகதீசனின் காதுகளில் அவள் மந்திரித்தாள், "அப்பா?"

"பரவாயில்லை; தூங்கத்தானே செய்கிறார்." அவன் அவளது முதுகை வருடினான்.

தொடர்ந்து பார்கவி சொன்னாள்: "செய்திகளை நானும் அறிந்தேன்."

அவன் கேட்டான்: "நான் இன்னைக்கு வருவேன்னு உனக்கெப்படி தெரியும்?"

"ஏனோ, எனக்கு அப்படித் தோன்றியது."

பார்கவி கேட்டாள்: "இரண்டுமூணுநாட்களாக எங்கே தங்கியிருந்தீங்க?"

"ஒரு புலையக்குடியில."

"புலையக்குடியிலா?"

"ஆமா, என்ன வாழ்க்கை அது!"

"ரொம்பவே கஷ்டப்படுறீங்க."

"எந்தக் கஷ்டமுமில்லை . . . அவங்களை எல்லாம் கண்டிப் பாகப் பார்க்கணும். இரவு பகல்னு பார்க்காம, யாருக்காகவோ உழைக்கிறவங்க. நாட்டு மக்களில் பெரும்பான்மையும் இப்படிப்பட்ட ஏழைங்கதான். உடுத்திக்க துணியோ வயிற்றுக்கு உணவோ கிடையாது. யாருக்கும் எழுத்து வாசனையும் கிடையாது. மருத்துவ உதவிகளும் இல்லை. என்ன வாழ்க்கை?" அவன் வானத்தை நோக்கி முகம் உயர்த்தினான்.

மார்பு நனைவதுபோல் உணர்ந்த ஜகதீசன், பார்கவியின் முகத்தை மெல்ல உயர்த்தி, அவளது கண்ணீரைத் துடைத்து விட்டுக் கேட்டான்:

"ஏன் அழறே?"

"ஒண்ணுமில்லை." அவள் நெடுமூச்செறிந்தாள்.

"நான் போய் வரட்டுமா?"

"எங்கே போவீங்க?" அவள் தொண்டை அடைக்கக் கேட்டாள்.

"எங்காவது . . ."

"அப்ப நான்?" அவளது குரல் உடைந்தது.

"எங்கிருந்தாலும் நான் வருவேன்."

அவள் மெதுவாகச் சொன்னாள், "எங்கிட்ட கொஞ்சம் பணமிருக்கு."

திடீரென்று, காய்ந்த சருகுகளில் கால்கள் பதியும் சத்தம். அவள் திடுக்கிட்டாள். யாரோ பதுங்கிப்பதுங்கி வந்து கொண்டிருக்கிறார்கள். அவள் அலறினாள்.

“அய்யோ . . . அப்பா.”

பதைப்புடன் எழுந்த ஜகதீசனின் தலையில் இரும்புக் கம்பியொன்று பலமாகப் பதிந்தது.

குலைநடுங்கச்செய்யும் ஒரு சிரிப்பும் கண்களைக் கூசவைக்கும் டார்ச் வெளிச்சமும்.

3

நாட்கள் வழக்கம்போல் ஒவ்வொன்றாக உதிர்ந்து கொண்டிருந்தன. இரண்டு வருடக் கடுங்காவல் தண்டனையை அனுபவித்த ஜகதீசன் வீட்டுக்கு வந்தான்.

சுக சேம விசாரணைகளும் அன்பின் வெளிப்பாடுகளும் சற்று அடங்கியதும் ஜகதீசனின் அம்மா அவனை அழைத்து ரகசியக் குரலில் சொன்னாள்:

“உன்னைப் பார்க்க யாரோ வந்து காத்திருக்காங்க.”

“எங்கே?”

கிழக்குப் பக்கமுள்ள அறையைக் காட்டினாள் அம்மா, “அந்த அறையில் . . .”

“யார் வந்திருக்காங்க?”

“எனக்கென்ன தெரியும்?” அம்மா சிரித்தாள். “பார்கவின்னோ என்னமோ சொன்னாள். யார்னு போய்ப் பார்த்துட்டு வா. உங்கிட்ட ஒரு முக்கியமான விஷயம் பேசணுமாம்.”

“பார்கவியா?” ஸ்தம்பித்து நின்ற அவன் கொடுங்காற்றுபோல், கதவைத் தள்ளித் திறந்துவிட்டு அறைக்குள் பாய்ந்தான்.

அவள் மேஜையின்மீது தலை கவிழ்ந்து அமர்ந்திருந்தாள். “பார்கவீ.” பரிவுடன் அழைத்து அவளது முகத்தை உயர்த்தினான். கண்ணீரில் நனைந்த நான்கு கண்கள் பரஸ்பரம் எதிர்கொண்டன.

ஜகதீசனின் காயம்பட்ட தலையின் தழும்பை வருடிய பார்கவி வாய்விட்டழுதாள்.

“பார்கவீ.”

“ம் . . .?”

“அப்பா நலமா இருக்காரா?”

“அப்படித்தான் நினைக்கிறேன்.”

“உனக்குத் தெரியாதா?”

“தெரியாது.”

“ஏன் அப்படி?”

“நான் இப்ப அப்பாகூட இல்லை.”

“பிறகு?”

“அப்பாவுக்குப் பதவி உயர்வு கிடைச்சிடுச்சு. அதிகச் சம்பளமும். அப்பா வேறொரு கல்யாணம் பண்ணிட்டார்.”

“அது சரி.”

பார்கவி தொடர்ந்தாள்: “உங்களுக்குத் தண்டனை கிடைச்சதும் நீதிபதி முன்னால ஆஜராகி, நானும் குற்றவாளிதான், என்னையும் தண்டிக்கணும்னு கேட்டேன்.”

“முட்டாள். அப்புறம்?”

“நான் மனநிலை சரியில்லாம பேசறதா அப்பா சொல்லிட்டார். எல்லாருமே இதை நம்பிட்டாங்க. எனக்குப் பைத்தியமாம் . . . இது பத்திரிகைகளிலும் வெளிவந்தது.”

“இது நல்லாயிருக்கே! பைத்தியம் . . . சரி அப்புறம்?”

“என்னோட உடல்நிலையும் மோசமானது. சித்திகூட தங்கியிருந்த என்னைப் பார்க்க அம்மாவும் வந்தாங்க.”

“யாரோட அம்மா?”

புன்னகை தவழும் முகத்துடனிருந்த ஒரு புகைப்படத்தைக் காண்பித்தாள். ஜகதீசனின் அம்மா.

ஜகதீசன் கேட்டான்: “அப்ப, நீங்க ஏற்கெனவே ஒண்ணாயிட்டீங்க?”

பார்கவியின் தலை கவிழ்ந்தது. அவளது தலையை நீவியபடியே தொடர்ந்தான்:

“இதைப் பற்றியெல்லாம் அம்மா எங்கிட்ட சொல்லவே இல்லையே?”

பார்கவி கேட்டாள்: “ஜெயிலிலேயும் தொந்தரவு பண்ணாங்களா?”

“ஜெயில்ல பெரிய அளவிலான தொந்தரவுகள் எதுவுமில்லை. லாக்கப்தான் . . .”

“லாக்கப்தான் . .?”

“ம் . . . பரவாயில்லை. கொஞ்சம் அடி, உதை, மோசமான வார்த்தைகள். கூட்டாளிங்க பெயர்களைச் சொல்லலைங்

குறதுக்காக நகக் கண்களில பெரிய குண்டூசிகளைக் குத்தி யேத்தினாங்க. தாகம் தீர்க்க அவங்க தந்த சிறுநீரைக் குடிக்கலேன்னதும் திரும்பவும் நகக்கண்களில குண்டூசி ஏத்தினாங்க. இதெல்லாம் மயக்கம்போட்டு விழுறவரைக்கும் நடக்கும்.”

பார்கவியின் முகம் பயத்தில் வெளிறியது. ஜகதீசன் ஆறுதல் சொன்னான், “எல்லா போலீஸ் லாக்கப்களிலேயும் இது வழக்கம்தான்.”

அன்றிரவு ஜகதீசனின் அம்மா வேதனையுடன் கேட்டாள்:

“நான் கண்மூடுறதுக்குள்ள உனக்கொரு கல்யாணம் செய்து பார்க்க முடியுமா?”

“அம்மா, சொல்ல விரும்பின முக்கியமான விஷயம் இதுதானா?”

“ஆமா.”

“அது சரி, பெண் பார்த்திட்டீங்களா?”

அக்கம்பக்க வீடுகளிலுள்ள பெண்களின் குணாம்சங்கள் குறித்து விவரித்தாள் அம்மா. தான் பார்த்த நிறைய பெண்களைப் பற்றிச் சொன்னாள்.

“இதில உனக்குப் பிடிச்சவளை நீயே தேர்வு செய்துக்கலாம்.”

“இதில யாரையும் எனக்குப் பிடிக்கலையே அம்மா.”

ஜகதீசன் ஜன்னலினூடே ஆகாயத்தைப் பார்த்தான். அம்மா கேட்டாள், “அப்புறம் . .?”

“உலகத்தில வேற பெண்களே இல்லையா?”

“எனக்குத் தெரிஞ்ச பெண்களைப் பற்றி நான் சொல்லிட்டேன். இதில ஒருத்தரைக்கூடவா உனக்குப் பிடிக்கலை?” சற்று இயலாமையின் குரலில், எதுவுமறியாதவள்போல் மீண்டும் கேட்டாள் அம்மா:

“சரி, உனக்குப் பிடிச்சவளை நீயே சொல்லிடு.”

“பார்கவீ.” ஜகதீசன் புன்னகையுடன் உச்சரித்தான்.

“போலீஸ்காரனின் மகள்.”

1946

•

அபூர்வ தருணங்கள்

நீயும் நானும் என்ற யதார்த்தத்திலிருந்து இறுதியில் நீ மட்டும் எஞ்சியிருக்கப் போகிறாய்.

நீ மட்டும்!

புறப்படுவதற்கான நேரம் அண்மித்துவிட்டது.

சூல்கொண்ட கார்மேகங்களைப் போன்ற இந்நினைவானது, எனது உள்ளறைகளுக்குள் உறைந்துகிடந்து வீங்கி வெடிப்பதுபோல் இருக்கிறது.

இந்த உண்மையை எனது நண்பர்கள் எவரும் அறியவில்லை. அவர்கள் முன்போலவே என்னைப் பார்க்க வருகிறார்கள்; அவர்களைக் கேலிசெய்து களிப்பூட்ட வேண்டிய கட்டாயம் எனக்கும் இருக்கிறது.

அவர்களுக்காக நான் ஏதேதோ தமாஷ் பேசுகிறேன். அவர்களுடன் சேர்ந்து சிரிக்கிறேன். எனது சிரிப்பின் அடிநாதமாக விளங்கும் சோக முழக்கத்தை அவர்களும் உணரவில்லை.

நான் வெறுமையில் கலந்துவிட இருக்கிறேன்.

வெறுமை.

எதுவுமற்ற ஒன்று. அல்லது பிரதானமான ஒன்றா? எதுவோ ... உருவானது ... அதுவா பிரதானம்? எதுவாயினும் இரண்டுக்குமிடைப்பட்ட ஒரு அபூர்வ தருணம் நான். நிகழ்காலத்தின் எல்லையில் நிற்கும் கடந்த காலம்.

நேற்றைய தினங்களில் முழுமையாகக் கலந்துவிட இருக்கும் இன்றைய தினம். யுகாயுகங்கள் ... அனாதி காலங்கள் ... எல்லைகளற்ற கடந்த காலங்கள் ... சாஸ்வதமான இன்றைய தினத்தில்.

விடை பெறுகிறேன்.

முடிவடைந்தது ... இல்லை, முடிவடையப்போகிறது.

அடுத்த நிமிடம் முதல், மயக்கத்தில் ஐக்கியமான கோடானு கோடி நேற்றைய தினங்களில் நானும்.

தெரிந்தவர்கள் ஏராளம். பலரும் சென்றுவிட்டனர்.

எங்கு சென்றார்களோ?

எனக்கு முன்சென்ற அனந்தகோடி ... காரணமற்ற நினைவுகள் வெறுமனே தொடக்கத்தைச் சென்றடைகின்றன. தொடக்கம் ..!

முடிவின்மையின், அற்புதமான மறைபொருளின், அறியாமையின் எல்லையை அடைந்துவிட்டதுபோல். அதோ, ஒரு முழக்கம் ... நாத ப்ரஹ்மத்தின் முடிவற்ற ஓசை.

செவிமடுக்க முடிகிறதா?

இத்தனைக் காலமும் மிகுந்த கருணையுடன் என் மீது அன்பு செலுத்தினாய். சகித்துக்கொண்டாய். என்னைப் பற்றிய அனைத்தும் நீ அறிவாய். இன்னும், உன்னுடைய சந்தர்ப்பங்களுக் கேற்ப வாசித்தறிந்துகொள்வதற்கான ஒரு சிற்றேடு அல்லவா நான்?

இப்போதுகூட நீ எனக்கு ஒரு மறைபொருள்தான்.

இத்தனைக் காலமாகியும் . . . உன்னை என்னால் அறிந்து கொள்ள முடியவில்லை. அறியாமலேயே அன்பு செலுத்தினேன். அறியாமலேயே வெறுக்கவும் செய்தேன். அறிந்து எதையேனும் செய்திருக்கிறேனா?

இருந்தபோதும் என்மீது நீ அன்பு செலுத்தினாய்; சகித்துக் கொண்டாய்.

உன்னிடம் பல்வேறு ரகசியங்களை நான் பகிர்ந்திருக்கிறேன். என்னுடைய எல்லா செயல்பாடுகளையும் நீ அறிந்திருக்கிறாய். உன்னுடைய கேலிப்பொருளாக நான் மாறுவேனா?

நான் செல்கிறேன்.

உன்மீதான அன்புடனேயே! இதை நீ புரிந்துகொள்ள வேண்டும். பரஸ்பரம் நாம் எப்போது ஒன்றானோம்? ஒன்றானோமா? நான் முயற்சி செய்தேன். இறுதியில் அன்பு காட்ட மட்டும் கற்றுக்கொண்டேன். இல்லை. எதையுமே சரியாக அறிந்துகொள்ளவில்லை. அறியாமை. விசேஷமாக எதுவும் தெரியாது.

வந்ததுபோல் தனியாகவே நான் செல்கிறேன்.

பயணத்திற்கான நேரம் மிகமிக அண்மித்துவிட்டது.

நீயும் நானும் என்ற யதார்த்தத்திலிருந்து இறுதியில் நீ மட்டும் எஞ்சியிருக்கப்போகிறாய்.

நீ மட்டும்.

1946

புனிதரோமம்

"பால்ஷரீஃப்... யா... பால்ஷரீஃப்!" என்று அந்த இறையில்லத்தின் முன் புரோகிதரைச் சுற்றிக் கூடிநின்ற இலட்சக்கணக்கான ஜனங்கள் மிகுந்த பக்திப் பரவசத்துடன் ஆரவாரக் குரலெழுப்புவதைக் கேட்டபோது இது வெறுமனே ரோமத்தைப் பற்றிய விஷயமென்று நான் நினைக்கவே இல்லை. பால்ஷரீஃப் என்பதன் பொருள் புனித ரோமம் என்பதுதான். புனித குர்ஆன், புனித பைபிள், புனித கீதை, புனித பூமி என்றெல்லாம் இருப்பதைப் போல், இது புனித ரோமம்... இதைக் காட்டி, புரோகிதர்கள் ஜனங்களிடம் பணம் வாங்கியதையெல்லாம் நான் பார்த்திருக்கிறேன். இதை ஏதோ ஓர் அதிசய நிகழ்வாக நான் இங்கே சொல்ல வரவில்லை. பொதுவாக எதைப் பற்றியும் தைரியமாகச் சிந்தித்துப் பார்க்கவே பயப்படுபவர்கள்தான் பெரும்பாலான ஜனங்களும். இந்தப் பேடித்தனத்தின் திரைக்குள்தான் நம்பிக்கைகள் பதுங்கியிருக்கின்றன. நான் சொல்ல வருவது, எதன்மீதும் நம்பிக்கை வைத்துவிடக் கூடாது என்றல்ல, கண்களும் காதுகளுமில்லாமல் வெறும் புழுக்களைப் போல் கிடைப்பதையெல்லாம் விழுங்கிவைப்பது அவ்வளவு ஆரோக்கியமானதல்ல என்பதைத்தான். ஆனால் நாம் இப்போது அப்படித்தான் வாழ்ந்துகொண்டிருக்கிறோம். சிந்தித்துப் பார்க்க வேண்டும். வெறுமொரு ரோமம். இதற்குத் திவ்ய சக்தி இருப்பதாக உங்களையும் என்னையும்போலுள்ள மனிதர்கள் நம்புகிறார்கள். நான் இந்த அதிசயக் காட்சியைக் காண நேர்ந்தது, எனது சஞ்சாரக் காலத்தின்போதுதான். அன்று நான்

முஸ்லிம்களின் மஸ்ஜிதுகளிலும் இந்துக்களின் கோயில்களிலும் கிறிஸ்தவர்களின் தேவாலயங்களிலும் ஒன்றுபோலவே ஏறியிறங்கி நடந்து திரிந்தேன். இதற்கான காரணம், எல்லாப் பிரிவினர்களுடனும் சேர்ந்து பழகி அவர்களைப் பற்றிய விஷயங்களைத் தெரிந்துகொள்வதற்காக மட்டுமே! மற்றபடி ஆராதனை செய்வதற்காக அல்ல. அப்படித் தெரிந்துகொண்ட விஷயம்தான் இந்தத் திருமுடியும்.

இதைப் பற்றி நான் அண்மையில் எழுதியனுப்பிய கட்டுரை தவறிப்போய்விட்டதாகச் சொல்லிவிட்டார்கள். அச்சக மேஜையிலிருந்து எலியோ வேறு எதுவோ எடுத்துக்கொண்டு போய் விட்டதாக யூகமாம். இனி தேட வேண்டிய இடமே இல்லையாம். எதுவாக இருந்தாலும் எனது திருமுடி இதில் வெளியாகும் என்று விளம்பரம் செய்துவிட்ட நிலையில் எப்படியாவது வெளியிட்டேயாக வேண்டும். திருமுடி என்றால் என்னவென்றும், அது யாருடைய திருமுடி என்றெல்லாம் அறிந்துகொள்வதற்கு வாசகர்கள் ஆர்வமாக இருப்பார்கள். வாசகர்களை ஏமாற்றிவிடக் கூடாது. வேறொன்று உடனே எழுதிக் கொடுக்க வேண்டும்.

ரொம்ப சரி! ஒரு கட்டுரை எழுதுவதென்பது பிரமாதமான விஷயமொன்றுமில்லையே. என் மனத்திற்குள் எனக்குச் சொந்தமான பல கதைகள் இருக்கின்றன. ஆனால் எழுதுகிற விஷயத்தில் நான் மிகப்பெரிய சோம்பேறி. எழுதாமலும் முடியாது. என்னை அந்த விஷயங்கள் மிகவும் தொந்தரவு செய்வதாகத் தோன்றும் நேரங்களில் அவற்றைக் காகிதத்தில் பதிவு செய்வேன். பிறகு அச்சாகிப் பார்ப்பதில் சின்னதாக ஒரு ஆர்வம் மட்டும் ஏற்படும். இப்படியான நிலையில் எழுதி முடித்த ஒரு விஷயத்தை அதாவது, அதே விஷயத்தைத் திரும்பவும் எழுதுவதென்பது மிகவும் சலிப்பைத் தரும் வேலை. முதல் விஷயம், எல்லாவற்றையும் திருப்பி நினைவுக்குக் கொண்டுவந்துவிட இயலாது. இரண்டாவது, மனத்திற்குள் முதலிலிருந்த உந்துதல் பிறகு ஏற்படாது. எதுவாக இருந்தாலும் சரி, மனிதனின் கண்ணுக்குப் படாத ஏதாவது பொந்துகளிலோ கிடங்குகளிலோ எலி, கொண்டு போய் வைத்திருக்கும். அந்தத் திருமுடி என்ற கட்டுரையில் நான் என்னவெல்லாம் எழுதியிருந்தேன் என்பதை இப்போது நினைவுபடுத்துவதற்கு முயற்சி செய்கிறேன்.

திருமுடி, சாதாரணமான ஒரு ரோமம்தான். இரண்டங் குலம் நீளம், நல்ல கறுப்பு நிறம், ஒரு ஸ்படிகக் குப்பியினுள் பாதுகாக்கப்பட்டு அந்த இறையில்லத்தில் வைக்கப்பட்டிருந்தது.

அந்தத் திருமுடியின் பெயரில் மக்கள் நேர்ச்சைகள் நேர்ந்தார்கள். தேவைகளை நிறைவேற்றிவைப்பதற்கும்

வியாதிகளைத் தீர்த்துவைப்பதற்கும் அந்தத் திருமுடிக்குச் சக்தியிருப்பதாக அவர்கள் நம்புகிறார்கள். அதன் காரணமாக ஆண்டுதோறும் நல்ல வருமானமும் வருகிறது. ஆண்டுக்கொருமுறைதான் அந்தத் திருமுடியை வெளியே எடுப்பார்கள். அன்றுதான் இறையில்லத்தின் விசேஷ நாள். திருமுடியை ஒருமுறை காண்பதற்கும், வைத்திருக்கும் பாத்திரத்தை ஒருமுறை முத்தமிடவும் ஆயிரக்கணக்கான ஆண் பெண்கள், புரோகிதரைச் சுற்றிக் கூடிவிடுவார்கள். நெரிசலில் நிறைய பேர்களுக்குக் காயம் ஏற்படவும் செய்யும். சில நேரங்களில் மரணம்கூட சம்பவித்ததுண்டாம். திருமுடியைக் காணவும் முத்தமிடவும் இயலாமல் ஏராளமான மக்கள் ஏமாற்றத்துடன் திரும்பிச் செல்வார்கள்.

இவ்வளவும்தான் முதலில் நான் எழுதியிருந்தேன். பிறகு, தொடர்ந்து இறையில்லங்களில் நேர்ச்சைகள் நேர்வது பற்றியும் எழுதியிருந்தேன்.

நேர்ச்சைகள், வழிபாட்டுமுறைகள் இவை எப்படி ஏற்பட்டன? ஒருவேளை இதுவுமொரு கையூட்டு ஏற்பாடாக இருக்கலாம். தலைமுறைகளாக ஜனங்கள் இதை ஆதரித்துப் போற்றி வந்திருப்பார்கள். இந்துக்கள் கோயில்களுக்கும், கிறிஸ்தவர்கள் தேவாலயங்களுக்கும், முஸ்லிம்கள் தர்காக்களுக்கும் நேர்ச்சைகளை நேர்கிறார்கள். அங்கே இருப்பவர்களெல்லாம் யார்? கருங்கல்லில் உருவகிக்கப்பட்ட பிம்பங்கள்தான் கோயில்களில் இருக்கின்றன. தேவாலயங்களில் மரத்தால் செய்யப் பட்ட சாயம் பூசப்பட்ட கர்த்தரும் புனித மாதாவும் திருக்குமாரனும், கூடவே புனித ஆத்மாக்களது நிச்சலன உருவங்களும் இருக்கும். முஸ்லிம்களது பள்ளிவாசலில் இதுபோன்ற எதுவுமில்லையென்றாலும் அங்கும் ஏராளமான வழிபாட்டுச் சடங்குகள் நிகழ்கின்றன. அவுலியாக்கள் எனப்படும், புனித உடல்களை அடக்கம் செய்திருப்பதாக நம்பப்படும் தர்காக்களில்தான் நேர்ச்சைகளின் சீர்வரிசைகள். மண் மறைந்துபோன புனிதர்களின் சவக்கல்லறைகள் – இவை கருங்கல் சிற்பங்களுக்கும் மரச்சிற்பங்களுக்கும் நிகரானவை. தங்கக்கால், வெள்ளிக்கண், ஆடு, பசு, எருமை, தானியங்கள். இப்படியாகப் பலவகை நேர்ச்சைகளை ஏற்று வாங்கிக் கருங்கல் சிற்பங்களும் மரப் பொம்மைகளும் கல்லறைப் பிணங்களும் பக்தர்களின் தேவைகளையெல்லாம் முறைப்படித் தீர்த்தும் வைக்கின்றனவாம். இங்கெல்லாம் நிறைய அற்புதங்களும் நிகழ்த்திக் காட்டப்படுகின்றனவாம். இவை, கூப்பிட்ட குரலுக்குச் செவி சாய்க்கவும் செய்கின்றன. இதுபோலவே, ஏராளமான நேர்ச்சைகளை ஏற்று வாங்கி ஏராளமான அற்புதங்களைச்

சிருஷ்டித்துக் காட்டி வாழ்ந்தருளும் சாதனம்தான் இந்தத் திருமுடியும்.

திருவிழா, பெருநாள், சந்தனக் கூடுபோல் ஒரு புனிதக் கொண்டாட்ட தினத்தில்தான் நான் திருமுடியைப் பார்த்தேன். ஒரு மத்தியான நேரம். மலையடிவாரத்தில் இருக்கும் பரந்து விரிந்த ஒரு நீர்த்தேக்கத்தின் கரையில்தான் அந்தப் புராதனமான மஸ்ஜித் இருக்கிறது.

நீண்ட காலத்திற்கு முன் பார்த்த ஞாபகத்திலிருந்துதான் நான் இதை எழுதியிருக்கிறேன்.

ஒருவேளை, இன்று அந்தத் திருமுடி அங்கே இல்லாமலும் இருக்கலாம். யாராவது எரித்துவிட்டிருக்கவும் கூடும். ஆனால், இப்படிச் செய்வதற்கு ஏதாவது இளைஞர்களுக்குத் தைரியம் வருமா? தெரியவில்லை. விஷயம், இறையில்லம் சம்பந்தப்பட்டதல்லவா?

இந்துக்களும் கிறிஸ்தவர்களும் முஸல்மான்களும் மத பக்தி நிரம்பிய சமூகத்தினர்கள்தான். கருங்கல் சிற்பங்களும் மரப்பொம்மைகளும் சவக்கல்லறைகளும் மதங்களின் இருப்புக்குத் தேவையான விஷயங்கள். இவற்றை அழிப்பதற்கு யாருக்குத் தைரியம் வரும்? மட்டுமல்ல, இந்துக்களை விடவும் கிறிஸ்தவர்களை விடவும், ஏன் மற்றெல்லா மதத்தினர்களையும் விட முஸல்மான் தனது மதத்தின் மீது பற்றுள்ளவனல்லவா? இந்த நிலையில் அவர்கள் நித்தமும் நினைவுகூரும் அந்த மாமனிதரின் திருமுடியென்று நம்பப்படும் ஒன்றை அழித்து விடும் தைரியம் யாருக்கு வரும்? ஒருவேளை அப்படி நடந்தால் இரத்தப் பிரளயம்தான் உருவாகும். இதன் சிருஷ்டி கர்த்தாக்களும் கூட புரோகிதர்களாகவே இருப்பார்கள்.

இஸ்லாத்தில் புரோகிதர்களுக்கு இடமில்லையென்று சொல்லப்படுவது அதன் கிரந்தங்களில் மட்டுந்தான். எப்படியாக இருந்தாலும் இருநூறு ஆண்டுகளுக்கும் மேலாகத் திருமுடி அந்த இறையில்லத்தில் இருக்கிறது. இன்றும் அது அங்கேதான் இருக்கும் என்று நம்புகிறேன்.

நான் அதைப் பார்க்க நேர்ந்தது இப்படித்தான்:

ஒரு சிறுபடகில் நான் அந்த நீர்த்தேக்கத்தைச் சுற்றி வந்துகொண்டிருந்தேன். கரையோரமாக அந்தப் படகு நகர்ந்து கொண்டிருந்தது. மஸ்ஜிதோ, அதைச் சுற்றிக்கூடி நின்ற ஜனத்திரளோ அந்த ஆரவாரமோ என்னை ஆகர்ஷிக்கவில்லை. மஸ்ஜிதின்

வாசல்படியில் வெள்ளைத் தலைப்பாகையுடன் தாடியும் மீசையும் வைத்து நீண்ட வெள்ளை நிற அங்கியுடன் ஒரு மனிதர் நின்றிருந்தார். அம் மனிதரின் கையிலிருந்த மயில் தோகையின் கீழ், ஜனங்கள் முத்தமிடுவதற்காகப் புற்றீசல்போல் ஆரவாரத்துடன் அப்பிக் கூடிநிற்பதைக் கண்டதும் நான் படகோட்டியிடம் என்னவென்று விசாரித்தேன். அவன் அதை விவரித்தபோது என்னால் நம்பவே முடியவில்லை. என்னை நம்பவைப்பதற்காக, அவன் கரைக்கு வந்து நெரிசலினூடே என்னை அழைத்துப்போய் மஸ்ஜிதின் வாசலுக்கு வந்து புரோகிதரிடம் விஷயத்தைச் சொன்னான்: "இவர் ஆறாயிரம் மைல் தூரத்திலிருந்து வந்திருக்கிறார். திருமுடியைப் பார்த்து அதை முத்தமிட வேண்டுமாம்."

நான் அதற்கான சடங்குகளை அனுஷ்டித்தேன். ஒரு ரூபாயோ என்னமோ நேர்ச்சையிட்டதாக நினைக்கிறேன். திருமுடியைப் பாதுகாத்துவைத்திருந்த குப்பியை என் கையில் தந்தார். உலகில் அது ஒன்று மட்டுமே இருக்கிறதாம்! படகோட்டி சொன்னதைப் போலவே அந்தப் புரோகிதரும் திருமுடியின் மகத்துவத்தைப் பற்றிச் சொன்னார். ஆனால், பல காரணங்களால் என்னால் அதை நம்ப முடியவில்லை. இருந்தாலும், அதன்மீது நம்பிக்கைகொண்டிருக்கும் பல்லாயிரக்கணக்கான ஆண் பெண் பக்தர்கள் பெருங்குரலில் ஆவேசமாக முழங்கிக்கொண்டிருந்தார்கள். என் காதில் விழுந்தது இதுதான்.

"பால்ஷரீஃப் . . . யா . . . பால்ஷரீஃப்."

1946

பூ நிலவில்

“அழகிய நிலவொன்றில் ஒரு பெண்ணின் உடல்கூடு உடைந்து கலக்கும் பரிதாபமான காட்சி. இதை இடிந்து தகர்ந்த புராதன நகரின் சிதிலங்களில் வைத்துக் கண்ட நான் கீழே விழுந்தேன்.” கண்களிருந்த பகுதியில் சிவந்து புடைத்த மாமிசக் கவளங்கள்கொண்ட அம்மனிதன் சொல்லத் தொடங்கினான்:

“இதை உங்களால் நம்பமுடியுமா என்று தெரியவில்லை. ஆனால், அது நிகழ்ந்தது. இத்துடன் எனக்கு வந்த வைசூரியில் கண்கள் இப்படியாகி விட்டன.

முன்பு, நானொரு தேசாந்திரியாக வாழ்ந்து திரிந்தேன். கையில் தாராளமான பணமும் உடல் ஆரோக்கியமுமுள்ள ஒரு தேசாந்திரி. புதிய அறிவைக் கண்டடைய வேண்டும் என்பதற்காக அல்ல. வாழ்க்கையில் மிகப் பெரிய நோக்கங்களுக்கான காரணங்கள் எதுவுமில்லையென்பதை ஏற்கெனவே நான் புரிந்துகொண்டிருந்தேன். மானுட வர்க்கம் உருவான காலம்முதல் இன்றுவரையிலான நிகழ்வுகளைக் கொஞ்சம் யோசனை செய்து பாருங்கள். மானுடப் பிறவியின் நோக்கமென்ன? கோடானுகோடி ஆண் – பெண் ஜீவராசிகள். கணங்கள் தோறும் பிறக்கின்றன; இணைகின்றன; பிறப்பிக்கின்றன; செத்து மடிந்து மண்ணில் கலக்கின்றன; அதிலிருந்து கிடைக்கும் நீரையும்

உணவையும் உண்டு நாம் உயிர் வாழ்கிறோம். இதுதான் எனது சிந்தனை. இருந்தாலும் நான் சாக விரும்பவில்லை. சஞ்சாரம் செய்தேன். மண்மறைந்துபோன தலைமுறைகள் உருவாக்கியதும் இழந்ததுமான சிதிலங்களைப் பார்ப்பதில்தான் எனக்கு ஆர்வம் அதிகமாக இருந்தது. பாலைவனங்களில் தகர்ந்து கிடக்கும் தேவாலயங்கள், மலைப்பகுதிகளின் சிற்பப்பணிகள், பாழ்நிலங்களில் நகரச் சிதிலங்கள் . . . இவற்றையெல்லாம் பார்த்திருக்கிறேன். இந்த இடங்களிலிருந்து வாழ்க்கையைச் சிந்திப்பது சுவாரஸ்யமாக இருக்கும். இப்படியாக, நான் ஒரு புராதன நகருக்குச் சென்றேன். அங்கேதான் என் கண்களை இழந்தேன்.

குளிர்மையாகப் பிரகாசிக்கும் தூய வெண்ணிறத் துகள் போல் முழு வட்டப் பூ நிலவு . . . ஆகாயத்தின் நடுவே . . . அதை இப்போதுகூட என்னால் நினைவுகூர முடிகிறது. வெப்பமில்லாத வெளிறிய பகல்போல் இரவு. இருண்ட விருட்சங்களும் யானையின் மத்தகம்போல் கறுத்துருண்ட பாறைக்கூட்டங்களும். உருகியோடும் வெள்ளிபோல் பளபளத்து ஓடுகிற விரிந்த மகாநதி . . .

நான் இந்த இடத்துக்கு வந்து சேர்ந்தது குறித்த என் நினைவுகள் இவைதாம்:

பூநிலாபோல் ஒரு வெள்ளி வட்டம் என் மனத்தில் இருக்கிறது. நினைவுகளின் தொடக்கமும் அதுவே! நெடுநீளத்தில் வான் முட்டும் ஒரு மலை. இது ஒரு புகைப்படலமாக மட்டும். இதன் அதலபாதாளத்தில் கொடும்காடுகளும் செங்குத்தான மலையிடுக்குகளும். இதைக் கடந்தால், கடும் நீலநிறத்தில் அமைதியாக ஓடும் நதி. அதன்மீது ஒரு பெரிய பாலம். அதில் வடக்கு நோக்கி ஓடும் புகைவண்டி. அதில் அமர்ந்திருக்கும் நான் கிழக்கு திசையைப் பார்த்துக்கொண்டிருக்கிறேன்.

நதியின் இடது புறம், அதாவது என்னுடைய வலதுபுறம், யானையின் மத்தகம்போல் கறுத்துருண்ட பாறைக்கூட்டங்கள். அருகில் அடர்ந்த மரங்கள். அதையடுத்து ஒரு குன்று. அது கிட்டத்தட்ட சாய்ந்து படுத்திருக்கும் ஒரு பெண்ணுருவம் போல் இருந்தது.

“முன்பு, இது ஒரு பெருநகரமாக இருந்தது.” வண்டியிலிருந்த ஒருவர் சுட்டிக்காட்டினார். நான் திடுக்கிட்டேன். கடந்த காலத்தின் கதவுகள் கம்பீர ஓசையுடன் திறந்தன. புராதன தேவாலயங்கள். பிரதாபத்தின் சகல ஐஸ்வரியங்களோடும் திகழ்ந்த மகாநகரம். கடைத் தெருக்கள், கோலாகலங்கள் . . .

என்னுடைய சிந்தனைகள் இப்படி, எங்கெங்கோ பறந்து கொண்டிருந்தன. வண்டி என்னையும் சுமந்து, சீறிப் பாய்ந்து கொண்டிருந்தது, எல்லைப் பகுதிகளை நோக்கி.

அந்த இடங்களில் நான்கு மாதங்கள் நான் சுற்றித் திரிந்தேன். என்னுடைய மனம் மட்டும் சாய்ந்துகிடக்கும் பெண்ணுருவம் கொண்ட அந்தப் பெருநகர சிதிலங்கள்மீதே பதிந்துகிடந்தது. இரவின் நிசப்தங்களினூடே அங்கிருந்து யாரோ என்னை அழைப்பதாகச் சதா காலமும் உணர்ந்துகொண்டிருந்தேன். அது தனித்துவிடப்பட்ட ஓர் ஆன்மாவின் பரிதாபக் குரல்போல் ஒலித்தது. நான் எதிர்பார்ப்புடன் திரும்பினேன்.

என்னை அங்கே இறக்கிவிட்டு, சோகம் நிறைந்த கூக்குரலுடன் புகைவண்டி பாய்ந்து சென்றது. இத்துடன் அந்தச் சிறு புகை வண்டி நிலையம் மீண்டும் அமைதியானது. அதில் இறங்கிய ஒரே ஒரு பயணி நான் மட்டும்தான்.

நிலையத்திலிருந்து அந்த நகரச் சிதிலங்கள் ஒரு மைல் தூரத்திலிருந்தது. அங்கே பார்ப்பதற்கு எதுவுமில்லை. ஒரு சிறு கிராமம். விசேஷமாகச் சொல்வதற்கு ஒரு சிறைச்சாலை மட்டும் இருந்தது. கூடவே, தோண்டியெடுத்த புராதனப் பொருட்களைச் சேகரித்துவைப்பதற்கான ஒரு கட்டடமும். நிலைய அதிகாரி இவ்வளவுதான் சொன்னார். அங்கே ஓட்டல்கள் எதுவும் இருக்கிறதா என்று அவரால் நிச்சயமாகச் சொல்ல இயலவில்லை. அவர் அங்கெல்லாம் சென்றதில்லையாம்.

“இதைப் பார்க்க நீங்கள் ஆயிரம் மைல் தொலைவிலிருந்து வந்திருப்பது ஆச்சரியமாக இருக்கிறது.” ஒரு ஜட்கா வண்டியைச் சுட்டிக்காட்டிவிட்டு அவர் நடந்தார்.

யுகங்களைக் கடந்த சிதிலம்போலவே அந்த வாகனமும் இருந்தது. தகர்ந்து சிதிலமடைந்த மேற்கூரை. குதிரையும் அப்படியே இருந்தது. பூனைக்கண்களுடன் எலும்புகள் உந்தி, மெலிந்துபோயிருந்தது. வழுக்கை விழுந்த காகம்போல் இருந்தான் வண்டிக்காரன். பழைய கறுப்புக்கோட்டால் உடலை மூடி, கூனிக்குறுகியபடிக் கையில் சாட்டை வாருடன் அமர்ந்திருந்தான். தனது தவளைக் கண்களால் என்னைப் பார்த்து, பற்களில்லாத ஈறுகளால் சிரித்தான்.

எனது பெட்டிப் படுக்கைகளைத் தூக்கி வண்டியில் வைத்தான். நானும் ஏறிக்கொண்டேன். அவன் முடிந்தவரை முயற்சி செய்தும் குதிரை அசையவில்லை. எதிரில் எதையோ பார்த்துப் பயப்படுவதுபோல் நடுங்கியது. பட்டாசு வெடிக்கும்

ஓசையுடன் சாட்டையால் குதிரையைப் படபடவென்று அடித்தான். குதிரை அசையவே இல்லை. கீழே இறங்கி, அதன் கடிவாளத்தைப் பிடித்துக்கொண்டு கொஞ்ச தூரம் நடந்தான். பிறகு அதன் காதில் எதையோ சொன்னான். குதிரை காதுகளைத் துளைப்பதுபோல் கனைத்தது. வண்டிக்காரன் மீண்டும் வண்டியில் ஏறிக் கூனிக்குறுகினான். குதிரை தலையையும் வாலையும் உயர்த்தியபடி ஓடத்தொடங்கியது.

உருளைக்கற்கள் நிறைந்த செம்மண் பாதையினூடே வண்டி குன்றின்மீது ஏறத் தொடங்கியது. இருபுறமும் முற்றிய புதர்க்காடுகள். தொலைவில் கண்ணாடிச் சில்லுகள் போல் பளபளக்கும் மகாநதி. ஆங்காங்கே நிறம் மங்கிய மண் வீடுகள். அதன் மேற்கூரைகள் தட்டையாக இருந்தன. வழியோரங்களில் நின்றிருந்த மனிதர்களும் கால்நடைகளும் ஏறிட்டுப் பார்த்தனர். அந்தக் கண்கள்... மனத்திலிருந்து எதுவோ மாய்ந்துபோவதுபோல். இரக்கமற்றப் பார்வை.

வண்டி குன்றின் சரிவிலுள்ள வீடுகளின்முன் நின்றது. வண்டிக்காரன் இறங்கி, என்னிடம் ஈறுகளைக் காட்டிச் சிரித்தபடி எதுவோ சொன்னான்.

நான் கீழே இறங்கினேன். தகர்ந்துபோன வீடுகள். சீக்குப் பிடித்த நாய்கள். சுத்தமில்லாத குழந்தைகள். பொந்துகள்போன்ற இடங்களிலிருந்து எட்டிப் பார்க்கும் ஆண்களும் பெண்களும்... பயத்துடன் பார்க்கும் பறவைகள்போல்... குரல் கொடுத்தால் அனைத்தும் பறந்துபோய்விடுமோ? அசைவுகளை இழந்துபோன தோற்றம். காற்று வீசுகிறது. இலைகள் அசைகின்றன. மனிதர்கள் பரஸ்பரம் பேசிக்கொள்கிறார்கள்... ஆனால் சத்தமெதுவும் கேட்கவில்லை. செத்துப்போன சூழல்!

"தங்குவதற்கு இடம் வேண்டாமா?" வண்டிக்காரன் கறுத்த ஈறுகளைக் காட்டிச் சிணுங்கினான். நான் வேண்டுமென்று சொல்வதற்குள் அவன் நடக்க ஆரம்பித்தான். சிறிதுநேரத்தில் திரும்பிவந்த அவனுடன் திடகாத்திரமான மற்றொருவனும் வந்தான். இவனுடைய வீட்டில் தங்கலாம்; உணவும் தருவான். எல்லாவற்றிற்கும் சேர்த்துப் பத்து ரூபாய். அதை முன்பணமாகவே கொடுத்துவிட வேண்டும். சம்மதமா என்றான். ஒப்புக்கொண்டேன்: "சரி."

நான் தங்கியிருந்த அறையின் மேற்குப் புறமாக ஒரு ஜன்னல். அதைத் திறந்தால் படுபயங்கரமான தாழ்வாரப்பகுதி. கீழே நீரோடைகள், பளபளப்புடன் பாம்புகள்போல் ஊர்ந்து செல்வதைப் பார்த்தபடி நீண்ட நேரம் நின்றிருந்தேன். அதிலிருந்து

ஒருவகை ஆவி. அடியில் ஏதாவது அழுகிக்கிடக்கிறதா ..? ஒன்றுமில்லை. அது சூரிய வெளிச்சம் படாத ஒரு பகுதி.

வீட்டுக்காரன் சொன்னான்: "முன்னொரு காலத்தில் இது ஓர் அகழியாக இருந்தது." என் தலைக்குள் இது முழங்கிக் கொண்டிருந்தது . . . 'முன்னொரு காலம்.'

அன்றே நான் சிறைச்சாலையைப் போய்ப் பார்த்தேன். அதில் தொலைதூரத்திலுள்ள ஏராளமான குற்றவாளிகள் அடைக்கப்பட்டிருந்தனர். ஆனால் அங்கும் அசைவுகள் இல்லை. மூச்சடைத்தது; வெளியே வந்தேன்.

புத்தரின் கற்சிலைகளும் பல்வேறு கல்வெட்டுகளும் நிறைந்த கட்டடத்தில் நீண்ட நேரம் செலவிட்டேன் . . . மண் மறைந்த மாபெரும் தலைமுறைகளின் மிச்சசொச்சங்கள் . . . இவற்றைக் கட்டுவித்த கைகள் எங்கே? அம்மனிதர்கள் . . . அழகையும் ஆரோக்கியத்தையும் பாதுகாத்த ஆண் – பெண்கள். இவர்களெல்லாம் எங்கே போய் ஒதுங்கிக்கொண்டனர்?

எனக்குள் இனம்புரியாத சோகம். அழவேண்டும் போல் இருந்தது. நதிக்கரையிலுள்ள கடைவீதியைப் பார்த்துவிட்டு வரலாமென்று ஒற்றையடிப் பாதையினூடே கீழே இறங்கினேன். தாகமெடுத்தது ... பயங்கரமான தாகம். புதிதாய் மலர்ந்த பன்னீர்ப் பூக்களின் வாசம்! ... எங்கோ ஒரு பூந்தோட்டம் இருக்கிறது. எதிரில் காண்பதெல்லாம் தகர்ந்து போன வீடுகள்தான். நான் அவற்றினிடையே நடந்தேன். திடீரென்று அந்த ஏகாந்த வீதியிலிருந்து ஏதோ பாடல் வரி கேட்டது. பெண் குரலா? ... அதன் இனிமை மனத்தை வருடிச் சென்றது . . . சுற்றிலும் பார்த்தேன். அடுத்த நிமிடம், ஆச்சரியம் மேலிட அப்படியே உறைந்துபோய் நின்றேன் ... அழகு ... அற்புதமான அழகு ... மெல்லிய ஆடையினூடே உடல் முழுவதையும் வெளிக்காட்டியபடி. பார்க்காததுபோன்ற பாவனைகளுடன், அவள் ஒரு மண்குடிலின் முன் நின்றுகொண்டிருந்தாள் ... இரவைவிடவும் கறுத்த கூந்தல் பாரம் சுருள்சுருளாக அப்படியே பரவிக்கிடக்கிறது. அழகிய நிலவு போன்ற அவளது மலர் முகம் உயர்ந்தது. கண்கள் பிரகாசித்தன. உதடுகள் மலர்ந்தன. சிறு வெட்கத்துடன் கேட்டாள்:

"என்ன வேண்டும்?"

"எனக்குத் தாகமாக இருக்கிறது."

"நீங்கள் யார்?"

"நானொரு தேசாந்திரி."

"தேசாந்திரி." குடிலுக்குள் சென்ற அவள் ஒரு பாத்திரத்தில் தண்ணீருடன் வந்தாள். அந்தக் குடிலை அதிகமாகக் கவனிக்காமல், அவளையே பார்த்தபடித் தண்ணீர் முழுவதையும் ஒரே மூச்சில் குடித்தேன்.

"இன்னும் வேண்டுமா?"

"வேண்டும்."

அவள் சிரித்தபடியே கொண்டு வந்தாள். அதையும் குடித்துவிட்டு மீண்டும் கேட்டேன். அவ்வளவு தாகம்... அவளது கையிலிருந்து இறுதி மூச்சு அடங்கும்வரை குடித்தாலும் தாகம் தீராதுபோல் தோன்றியது.

"உங்கள் கையால் நீர் தருவதாக இருந்தால் நதியே வற்றிப்போகும்... உலகில் ஒருதுளிநீர்கூட மிச்சமிருக்காது."

"நீங்கள் எதற்காகச் சஞ்சாரம் செய்கிறீர்கள்?"

"இதுவரைக்கும் தெரியாமல்தான் இருந்தது."

"இப்போது?"

"தெரிந்துவிட்டது. உங்களைப் பார்க்க... உங்கள் குரலைக் கேட்க."

"எங்கே செல்கிறீர்கள் இப்போது?"

"இங்கே எங்கோ ஒரு கடைவீதி இருப்பதாக அறிந்தேன்."

"கொஞ்ச தூரம் மேற்கே நடந்தால் கடைவீதி" என்றபடி வீட்டுக்குள் நுழைந்த அவள் வாசல் கதவை மூடினாள்.

நான் சிறிது தூரம் சென்று, திரும்பிப் பார்த்தேன். அவள் சுவரில் மறைந்து நின்று என்னையே பார்க்கிறாள். அந்தக் கண்களின் தீட்சண்யம் ஒரு கணம் என்னைப் பயமுறுத்தியது. எனக்குள் நடுக்கம் உருவாகவும் அவள் குறுநகையுடன் தலையை உள்ளே இழுத்துக்கொண்டாள்.

கடைவீதியிலிருந்து திரும்பிவரும் வழியில் அவளைக் காணவில்லை. கடைவீதி சொல்லிக்கொள்வதுபோல் இல்லை. இருந்த ஐந்தாறு கடைகளில் இரண்டு கடைகளைத் தவிர மற்றவை பூட்டிக்கிடந்தன. அதிலொன்று கசாப்புக்கடை. அதில் ஒரு ஆட்டைக் கொன்று தூக்கியிருந்தார்கள். ஈக்கள் இரைச்சலுடன் அதை மொய்த்திருந்தன. நாக்கைத் துருத்தியபடி வெறித்த கண்களுடன் ஆட்டின் கறுப்புத் தலை. கடைக்குள் தூங்கிவழியும் வயதுமுதிர்ந்த கசாப்புக்காரன். அவனது கசாப்புக் கத்தியை நக்கித் துடைத்துக்கொண்டு நின்றிருந்த நாய் என்னைப்

பார்த்ததும் உறுமியது. மற்றொன்று, ஒரு மளிகைக்கடை. நிறைய நாய்கள் அங்குமிங்குமாகப் படுத்திருந்தன. ஆனால் என் கண்களில் அவளுடைய முகம் மட்டும்தான் தங்கி நின்றது. அதையே தியானித்தபடி நான் ஒரு கல்லில் அமர்ந்தேன். என் முன், பரந்துவிரிந்துகிடக்கும் நீலக் கடல்போல் நதி. அதில் சிறு அலைகூட இல்லை. எல்லைகளற்ற பெருவெளியை நோக்கிக் கண்கள் பாய்ந்தன ... இப்படி எவ்வளவு நேரம் அமர்ந்திருந்தேன் என்று எனக்கே தெரியாது.

நதியில் இறங்கினேன். வெறுமொரு ஆர்வத்துடன், ஒரு கைத் தண்ணீரை மொண்டு முகத்தருகில் ஏந்தினேன். நீரினூடே கை விரல் ரேகைகள் தெளிவாகத் தெரிந்தன. மெல்ல நான் கரையேறினேன். ஹா . . . மனதை மயங்கவைக்கும் வாசம்! மூளையை ஸ்பரிசித்த அந்த வாசம், நாடி நரம்புகளினூடே பரவியது. அவள் மேலே ஒரு வட்டப் பாறைமீது அமர்ந்திருந்தாள்.

அன்றலர்ந்த பன்னீர்ப் பூக்கள்போல் அவள் புன்னகைத்தாள்.

“கீழே எங்கே போயிருந்தீர்கள்?”

“தண்ணீர் அடர் நீல நிறத்தில் தெரிந்தது ... பார்ப்பதற்காக.”

“பார்த்த பின்?”

“பார்த்ததுபோலில்லை.”

“உண்மைதான்.” அவள் சிரித்தாள். ஹா . . . என்னவொரு அழகு . . . நான் பார்த்த பெண்களில் யாருடைய சாயல்

இவள் ..? யார் சாயலுமில்லை . . . ஆனால் எல்லாருடைய சாயலும் இருந்தது. யார் இவள்? . . . இந்த அழகுத் தாமரை மயானத்தில் மலர்ந்தது எப்படி?

“எல்லா இடங்களையும் பார்த்தாகிவிட்டதா?”

“பெருமளவும் . . .”

“இந்நதியை நீங்கள் அழகிய முழுநிலவு வெளிச்சத்தில் பார்த்ததுண்டா?”

“இல்லை.”

“இன்று பௌர்ணமி.”

“ஆம், அந்த வதனம் பௌர்ணமிதான்.”

“எந்த வதனம்?”

“உங்கள் அழகிய . . .”

இதைச் சொல்லி முடிப்பதற்குள் அவள் எழுந்து நடந்தாள். அன்று அந்திப் பொழுதிலும் நான் அங்கே சென்றிருந்தேன். வீட்டின் உரிமையாளரான அந்தத் திடகாத்திரன் கடை வீதியிலிருந்து வரும் வழியில் என்னைக் கண்டான்.

“இங்கே தனியாக இருப்பது நல்லதல்ல. போய்விடுங்கள். வீட்டிலிருந்து பார்த்தாலும் நதி தெரியும்தானே?” அவன் என் பக்கத்தில் வந்து அமர்ந்துகொண்டான். மனத்திற்குள் அவனைச் சாபமிட்டேன். எட்டுமணிக்கு நாங்கள் திரும்பினோம்.

கார்மேகக் கூட்டம் ஒன்றில் சந்திரன் ஒளிந்துகொண்டான். இரவு வெளிறியது. நான் படுத்துக்கொண்டேன். மெல்ல தூக்கத்தில் வீழ்ந்தேன் . . . யாரோ அழைக்கிறார்கள் . . . அவசரமாக . . . இடைவிடாமல் . . . இது அவளுடைய குரல் அல்லவா?

எழுந்தேன். அழகிய முழுவட்ட நிலவு அறைக்குள் எட்டிப் பார்க்கிறது.

நான் ரிஸ்ட் வாட்சை எடுத்துப் பார்த்தேன். மணி பத்துதான் கழிந்திருக்கிறது. ஆச்சரியம் . . . பூரண சந்திரன் கிழக்கில் அல்லவா உதிக்கிறது? அல்லது என்னுடைய அறைதான் கிழக்குத் திசையில் இருக்கிறதா? எனக்குத் தலைச்சுற்ற ஆரம்பித்தது. எல்லாமே சுழலுகின்றன . . . அதன் நடுவே அழகிய முழுவட்ட நிலவு.

நான் படுக்கையில் சாய்ந்தேன். மனத்திற்குள் என்னுடன் வேறு யாரோ படுக்கையில் இருப்பதுபோல் தோன்றியது. குட்டையான ஓர் உயிரி.

இருதோள்களிலும் கையைவைத்து என்னை அது ஒளிந்து பார்க்கிறது. அருவருப்பை உருவாக்கும் கண்கள் ..! பயத்தை விடவும் அதிகம் எனக்கு வெறுப்பு தோன்றியது. வெறுப்பு . . . என்னால் அசைய முடியவில்லை. அது என் நெஞ்சிலேறி அமர்ந்திருக்கிறது. மலைபோல் பாரம்! என் முகத்துடன் தன் முகத்தை அது அமர்த்துகிறது. நான் கைகளால் தள்ளினேன் . . . எங்களுக்குள் இழுபறி நடக்கிறது.

புலி ஆட்டின் கழுத்தைக் கடித்துக் குதறுவதுபோல் நான் குதறியதாகவும் அது கீழே விழுந்ததாகவும் எனக்குத் தோன்றியது. மயக்கம் தெளிந்தபோது நடுங்கிவிட்டேன். நான் ஜன்னலில் உட்கார்ந்திருக்கிறேன். எனது இதயத் துடிப்பு நின்று போனது. அந்தப் பயங்கரமான தாழ்வாரம் வாய்பிளந்துகிடந்தது.

நடுக்கத்துடன் மெல்ல ஜன்னலை விட்டுக் கீழே இறங்கினேன்.

இதைப் பற்றிப் பகல்பொழுதில் யோசித்தேன். நடந்ததெல்லாம் கனவா நினைவா? எல்லாமே எப்போதோ நடந்த

நிகழ்ச்சிகள்போல் இருந்தன. அனைத்தும் தொலைதூரமாகிப் போனதுபோல் தோன்றியது. அவள் மட்டும் உண்மை. அந்தப் பார்வையும் . . . குரலும் . . .

என்னுடைய இரத்தம் சூடேறியது. புதியதொரு வேதனையால் மனம் கனத்தது.

மண்துகள் விழும் ஓசைகூட உலகம் முழுவதும் கேட்பது போன்ற பேரமைதி. நதிக்கரையில் நான் எதிர்பார்த்திருந்தேன். அந்தி மயங்கியது. சந்திரன் உதித்தெழுந்தது. உலகம் ஒரு புது வண்ணமயமானது. அவள் வந்தாள். நான் கவனிக்கவில்லை. ஒரு குரல்:

“காட்சிகள் எப்படி இருக்கின்றன ?”

மகிழ்ச்சியுடன் நான் சொன்னேன்: “சொர்க்கம்போல்.”

“நேற்றிரவு ?”

“நரகம்போல்.”

“காரணம் ?” தரையில் உட்கார்ந்த அவள், மணல் பரப்பில் சாய்ந்தாள் ... என்னுடலில் நடுக்கம் தொற்றிக்கொண்டது. நான் கேட்டேன்:

“நேற்றிரவு நீ எங்கிருந்தாய் ?”

“நான்தானே வந்தேன் ?” அவளது மார்புத் துணி காற்றில் விலகியது. நான் அனைத்தையும் மறந்தேன்.

என் மடியில் அவளது தலை இருந்தது . . . அவளது கைகள் என் கழுத்தைச் சுற்றிக்கொண்டன ... பவழம்போன்ற அதரங்கள் திராட்சை ரசத்தை விடவுமா இனிமை ? அவளது மூச்சுக் காற்றுக்கு... பன்னீர்ப் பூக்களை விடவுமா வாசம் ? எங்கள் இதயங்கள் ஒன்றாகத் துடிக்கின்றன.

அவள் உச்சரித்தாள்:

“நாம் உள்ளே போகலாம்.”

“ஏன் குளிரடிக்கிறதா ?”

“இல்லை, பயமாக இருக்கிறது.”

“பயம் ?” இதற்கான பதில்போல் நாய்கள் ஊளையிட்டன. இல்லை, அதுபோன்ற சில நீண்ட மெல்லிய அலறல் குரல்கள். காய்ந்த சருகுகள் பறந்து, உயிர்களாக மாறி, மரங்களிலிருந்து பார்ப்பதுபோன்ற தோற்றமும். நான் அவளை அள்ளியெடுத்து

மார்போடு அணைத்துக்கொண்டு நடந்தேன். வீட்டுக்குள் பூ நிலவுபோல் வெளிச்சம்.

அவர் முடிக்கவில்லை:

"மேலே பார்த்த நான் பதற்றமடைந்தேன். மேற்கூரையில்லாத வீடு. சுற்றிலும் நான்கு சுவர்கள் மட்டும் ... உச்சியில் முழு நிலவு. அவளது முகத்தைத் திகைப்புடன் பார்த்த நான் அப்படியே நடுங்கிவிட்டேன். நான் ஆலிங்கனம் செய்திருப்பது வெறித்துப் பார்க்கும் வெளுத்த ஒரு எலும்புக் கூடு ..! நான் வெட்டுண்ட மரக்கிளைபோல் விழுந்தேன். அந்த உடல்கூடு, உடைந்து சுண்ணாம்புப் பொடிபோல் துகள்களாகி உலகம் முழுவதும் பரவுவது போலும் பிறகு, அவை பூ நிலாவில் பற்றிச் சேர்ந்து வெண்மையுடன் கலந்ததாகவும் தெளிவற்ற ஒரு நினைவு."

1946

•

அனல் ஹக்

'அனல் ஹக்' என்று இயல்பாகச் சொல்லித் திரிந்த மன்சூர் அல் ஹல்லாஜை அரசாங்கமும் மதப்பண்டிதர்களும் சேர்ந்து கொன்று, துண்டு துண்டுகளாக வெட்டி, எரியூட்டி யூஃப்ரடீஸ் நதியில் கரைத்தபோது மகாசமுத்திரம்போல் கொந்தளித்தெழுந்த அந்நதி அனல் ஹக், அனல் ஹக் என்று கம்பீரத்துடன் முழங்கியதாக ஓர் ஐதீகம். இம்முழக்கம் மிகைப்படுத்தலாக இருந்தாலும் மன்சூரின் வாழ்க்கை, கொந்தளிப்பை உருவாக்குகிற ஒன்றுதான். இப்படி அனேகமாயிரம் சம்பவங்கள் மதங்களின்பேரால் நிகழ்ந்ததாக உலக வரலாற்றிலிருந்து அறிய முடியும். இதில் மன்சூர் செய்த குற்றம் அவர் அனல்ஹக்...அனல் ஹக் என்று சொல்வது. அனல் ஹக் என்பதன் பொருள் நானே சத்தியம், அகம் ப்ரஹ்மாஸ்மி என்பது. இறைவனுக்கு இணைவைப்பதில் இதுவும் ஒன்று. சுருக்கமாகச் சொல்வதென்றால், மன்சூர் தன்னை இறைவன் என்றார். அவர் இதைத் தெளிவாகவே சொன்னாரா என்று தெரியவில்லை. அப்படிச் சொன்னால்தான் என்ன தவறு? ஒரு பைத்தியத்தின் உளறலென்று அதைப் புறக்கணித்திருக்க முடியும். ஆனால் மன்சூர் பைத்தியமல்ல! தெளிந்த ஆன்மிகவாதியான ஒரு சூஃபி. மகாசமுத்திரத்தின் சிறுதுளி, தன்னை மகாசமுத்திரமென்று சொல்வதுபோலவோ, பெரும் மலையின் சிறு கல், தன்னைப் பெருமலையென்று சொல்வதுபோலவோ அவர் சொல்லியிருக்கலாம். எல்லாமே இறைவனின் அம்சங்கள்தான் என்பதால்... எதுவாயினும் இரத்தத்தில் தோய்ந்த அந்நிகழ்வு இதுதான்.

கோட்பாடுகளின் வளர்ச்சியில் கோபம்கொள்கிற ஒரு காலகட்டம். ஹிஜ்ராவுக்குப் பிந்தைய நான்காம் நூற்றாண்டின் தொடக்கம். ஞானிகளும் முனிவர்களும் கவிஞர்களும் கலைஞர்களும் சர்வாதிகாரிகளின் முன் தலைகுனிந்து நின்றிருந்தனர், வெறும் ஸ்துதி பாடகர்களாக! பாரசீகத் தேசம் திராட்சை மதுவின் இனிமையிலும், பன்னீர்ப்பூக்களின் அழகிலும், அழகிகளின் ஆலிங்கனத்திலும் மூழ்கிக்கிடந்தது. அப்போதுதான் மன்சூர் ஹல்லாஜ் வருகிறார். வெற்று ஆர்ப்பாட்டங்களில் மூழ்கிக்கிடந்த ராஜதானியிலிருந்து வெகுதொலைவிலுள்ள பைஸா என்னும் ஓர் குக்கிராமத்தின் அமைதியில் மன்சூர் அல் ஹல்லாஜ் வளர்ந்தார். மன்சூர் அல் ஹல்லாஜ் ..! சிந்திப்பதை வழக்கமாகக்கொண்ட அச்சிறுவன் இளமையின் கம்பீரத்தை எட்டினார். அண்மைநகரமான துஷ்தாரின் பெரிய பாட சாலையில் சேர்ந்தார். ஆன்மிகம், மதம், சமூகம், இலக்கியம் என அனைத்துத் துறைகளிலும் நிகரற்ற புலமை பெற்றார். பண்டிதராக வெளிவந்த மன்சூருக்குள் போதாமைகள் இருந்தன. மேலும் அறிந்துகொள்ள வேண்டுமென்ற ஆர்வம். கற்றதை மென்மேலும் கற்க விரும்பாத ஆன்ம தாகம். அறிவை அறிந்துகொள்ளவும், நெருங்கிச் செல்லவுமான பேரார்வம். அவர் இருளில் வழியறியாமல் தவிப்பதாக உணர்ந்தார். தேடுதலில் ஈடுபட்டார். ஏதாவது வெளிச்சக்கீற்று தென்படாதா என்று தேடி அலைந்தார். ஃபக்கீராக அலைந்தார். இறுதியில், உமற் இப்ன் உஸ்மானைச் சந்தித்தார். அவரது ஆஸ்ரமம், பாலைவனத்தின் பசுமையான பகுதியில் இருப்பதாக உணர்ந்தார். சற்குரு ஒரு புதிய பாதையைக் காட்டினார்; சூஃபிஸம்.

ஆன்மிக அறிவின் ஒளிமிகுந்த மேன்மை. அதில் அவர் ஆழ்ந்து இறங்கினார். யுகங்களின் ஆர்வத்துடனும் கொடுங்காற்றின் வேகத்துடனும் பௌதிகத்தின் எல்லையைக் கடந்தார். அழிவற்றதும் நிரந்தரமானதுமான பேரொளியில் சிறு மேகப்படலம்போல் மயக்கத்தில் ஆழ்ந்தார். தியான வயப்பட்ட நிலையில் மன்சூர் அறிவித்தார்: ‘அனல் ஹக்! அனல் ஹக்!’

யதார்த்தம் அழிவற்றது . . . சிருஷ்டிப்பவன் நானே . . . சிருஷ்டியும் நானே!

அழிவற்ற யதார்த்தம்! ஆஸ்ரமம் நடுங்கியது. குருவும் சீடர்களும் நடுநடுங்கினர். அவர்கள் பயத்துடன் மன்சூரைப் பார்த்து முறைத்தனர். இது என்ன கதை? நூற்றாண்டுகளாகக் கொண்டுவரும் நம்பிக்கைகளின் மேற்கட்டுமானத்தைத் தகர்ப்பதுபோன்ற அறிவிப்பு. ‘அனல் ஹக் . . .’ மன்சூர் மதிமயக்கத்தில் ஆழ்ந்தவர் என்று அவர்கள் ஆறுதல்பட்டுக் கொண்டனர். இறுதியில் குரு உபதேசித்தார்:

“மன்சூர், சிருஷ்டித்தவனையும் சிருஷ்டியையும் ஒன்றாகப் பார்ப்பது மாபெரும் தவறு. இது சமூகச் சட்டங்களுக்கு எதிரான பார்வை. ‘சரீஅத்’தை, மீறினால் மரணதண்டனை கிடைக்குமென்பதை நீங்களும் அறிவீர்கள்தானே?”

மரண தண்டனை!

எல்லாவற்றையும் மறந்து மீண்டும்மீண்டும் ஆவேசம் கொள்வது மன்சூரின் வழக்கமாகிப் போனது. சமூகச்சட்டம் ஆஸ்ரமத்தை அழித்துவிடும். பீதியடைந்த குரு, ஆஸ்ரமத்தை விட்டு மன்சூரை வெளியேற்றினார். மக்கள் கூச்சலிட்டனர். தொத்து வியாதியஸ்தர்போல் அவரைக் கல்லால் அடித்து விரட்டினர். பஸரில் அவரால் வாழ இயலாமலாயிற்று. தங்கியிருக்க இடமின்றி மன்சூர் மீண்டும் அலைந்து திரிந்தார். பற்பல சூஃபி ஞானிகளின் ஆஸ்ரமங்களில் ஏறி இறங்கினார். கடைசியில் பாக்தாதுக்கு வந்து சேர்ந்தார். புகழ்பெற்ற சூஃபி ஞானியும் மகாபண்டிதருமான ஹஸரத் ஜுனைத், அகற்றப்பட வேண்டியவரென்று அறியப்பட்ட மன்சூருக்கு அபயமளித்தார். ஆனால் தன்னுடைய கருத்துகளை வெளிப்படுத்தக் கூடாதென்ற ஓர் அறிவுரையும் நல்கினார். சுதந்திரக் காற்றை சுவாசிக்க இயலும் ஒருபிடி மண்கூட இவ்வுலகில் இல்லையே என்பதை நினைத்து மன்சூர் வருந்தினார். இருந்தாலும் அங்கே தங்கிக்கொண்டார். சீடர்களுடன் வாதப் பிரதிவாதங்கள் செய்து ஆவேசமடைவதை அவர் வழக்கமாகக் கொண்டார். ஹஸரத் ஜுனைத், வேதனையுடன் முன்னறிவிப்பு செய்தார்:

“மன்சூர், கவனம் தேவை. ஆபத்தான நாளொன்று உம்மை அண்மித்துக்கொண்டிருக்கிறது. சூடான உமது நிணநீர், யூஃப்ரடீஸ் நதிக்கரையின் வெண்மணலைச் சிவப்பாக்கும் அந்த அந்திம தினத்தின்மீதும் உமது கவனம் பதியட்டும் . . .”

“அந்திம தினம்!” மன்சூர் சொன்னார்: “அதை எண்ணி நான் அஞ்சப்போவதில்லை. அந்த அந்திம நாளில், இவ்வுன்னத இருக்கையை விட்டு நீர் கீழே இறக்கப்படுவீர். அணிந்திருக்கும் துறவு ஆடைகளை இழக்கும் நீர் வெறுமொரு நீதிமானாக அன்று தரம் தாழ்த்தப்படுவீர். ஆகவே ஹஸரத் ஜுனைத் அவர்களே, கவனம் உமக்கும் தேவை. அனல் ஹக்.”

இப்படியாகச் செல்கிறது வரலாறு.

நிகழ்வுக் குவியல்களான காலப்புத்தகத்தின் பக்கங்கள் பல புரண்டன. மன்சூர் வெளியேறினார். தேவாலயங்களிலும் கடைவீதிகளிலும் மைதானங்களிலும் மன்சூரின் ஆவேச உரைகள் முழங்கின. புதிய கோட்பாடுகள் மக்களை வசீகரித்தன. சிந்தனை உலகில், புரட்சிப் பேரோசையுடனான கொடுங்காற்று. பண்டிதர்

வர்க்கம் பதற்றமடைந்தது. மிகுந்த புகழ்பெற்ற மன்சூரைச் சுற்றியிருந்த இரகசிய ஆலோசனைக் கண்ணிகள் மேலும் இறுக்கமடைந்தன. மதத்துரோகி, அவநம்பிக்கையாளன் . . . வதந்திகள் பல உலா வந்தன. மன்சூரைக் கொலை செய்யும் இரகசிய ஆலோசனைகள் நடந்தேறின. இக்காலகட்டத்தில்தான் அவர், தேசாடனங்கள் செய்ததும் நூல்கள் எழுதியதும். பல்வேறு இடர்ப்பாடுகளைச் சந்தித்த நிலையிலும், இந்த ஐந்து வருட காலத்தினுள் அவர் நாற்பத்தேழு நூல்கள் எழுதினார். இந்நூல்களை அரசாங்கம் தடை செய்தது, அவை மிகப்பெரும் புகழ்பெறுவதற்குக் காரணமாக அமைந்தது. சிற்சில சிந்தனையாளர்களும் கவிஞர்களும் மன்சூரை வாழ்த்தத் தவறவில்லை. மகாகவி, மாபெரும் தத்துவஞானி என்றெல்லாம் மன்சூரின் புகழ் நாடு முழுவதும் பரவியது. சுல்தானின் பலவீன அரசாங்கம் பயந்துபோனது. புரோகிதர்களின் எதிர்ப்பு பலமடைந்தது. இப்படியாக, அதிகாரமும் ஆச்சாரமும் மன்சூரின் இருபெரும் எதிரிகளாக மாறின. அவர்கள் மன்சூருக்குப் பல்வேறு வாக்குறுதிகள் அளித்தனர். பண்டிதர் வர்க்கம் தந்திரமான முறையில் மன்சூரை வாதம் புரிய அழைப்புவிடுத்தன. அறிஞர்கள் நிரம்பிய பாக்தாத் மகாசபையை எதிர்கொண்ட மன்சூர் முழங்கினார்: "மனிதக் கோட்பாடுகளைக் கோட்டைக்குள் அடைத்துவிட இயலாது. அது பூவுலகைத் தழுவியபடியே வானுலகைக் கடந்து மென்மேலும் பாய்ந்து செல்லும். என்னுடைய கருத்துகளோ சிந்தனையோ உங்கள் உத்தரவுகளுக்குக் கீழ்ப்படியாது. என்னை உங்கள் கூட்டத்தில் சேர்த்துக்கொள்ள வேண்டியதில்லை."

ஆயிரமாயிரம் அறிஞர்களின் கோபக்கனல் தெறிக்கும் விழிகள் மன்சூரை நோக்கித் திரும்பின. அடக்கவியலாத கோபத்துடன் சபையிலிருந்து எழுந்த ஒரு ஞானவான், மன்சூரைக் கீழே தள்ளி உதைக்க ஆரம்பித்தான். மயக்கத்தில் வீழ்ந்த மன்சூரைச் சுற்றிலும் கழுகுகள்போல் அவர்கள் கூடி நின்றனர். அப்போது மதப் பண்டிதர்களின் ஒருமித்தக் கருத்துடன் பத்வா தயாரானது.

'சரீஅத் சட்ட விதிகளை மீறிய நிலையில் மன்சூர் காஃபிராகிவிட்டார். இதன்மூலம் அவர் மரண தண்டனைக் குரியவராவார் . . .'

ஆயிரத்திற்குமதிகமான உலமாக்கள் எந்த எதிர்ப்புமின்றி அதில் கையெழுத்திட்டனர். மன்சூருக்கெதிரான குற்றப் பத்திரிகையை பாக்தாதின் அமைச்சரான ஹமீத் இப்ன் அப்பாசும் ஏற்றுக்கொண்டார். சுல்தான் முக்ததிர்பில்லா மட்டும் அதில் கையெழுத்திட மறுத்தார். ஹஸரத் ஜுனைத் கையெழுத்திடாத குற்றப்பத்திரிகையில் தன்னுடைய முத்திரையைப் பதிக்க இயலாதென்று அவர் சொல்லிவிட்டார். ஹஸரத் ஜுனைதின்

ஒப்புதலைப் பெறுவதற்காக அவரது ஆஸ்ரமத்திற்கு ஆறுமுறை சென்றும் பண்டிதர் குழு தோல்வியுடன் திரும்பியது. இறுதியில் குற்றப்பத்திரிகையை மறுத்தோ அல்லது ஆதரித்தோ ஒரு பதிலைச் சொல்லும்படி கலீஃபாவே அவரிடம் கேட்கும்படியாயிற்று. வேதனையுடன் தனது சூஃபி ஞான ஆடையணிகலன்களைக் கழற்றியெறிந்த ஹஸரத் ஜுனைத், வெறும் நீதிமானின் ஆடைகளை அணிந்து ஃபத்வாவில் கையெழுத்திட்டார். அவரது கண்களில் நீர் நிரம்பியது. நடுங்கும் கைகளுடன் அவர் அதில் எழுதினார், 'சமூகச் சட்டவிதிகளின்படி மன்சூர் மரண தண்டனைக் குரித்தானவர். ஆனால் சத்தியத்தை அடிப்படையாகக் கொண்டால் – இவ்வுலகைப் படைத்தவனும் பரிபாலிப்பவனுமாகிய சர்வ வல்லமை படைத்த அவனே அனைத்தையும் அறிந்தவன்.'

சர்வ வல்லமையும் சமூகச் சட்ட விதிகளுக்கு அல்லவா?

கைகளில் விலங்கிடப்பட்ட மன்சூர், ராணுவ வீரர்கள் புடைசூழ யூஃப்ரடீஸ் நதிக்கரைக்கு அழைத்து வரப்பட்டார். ஒரு மரச்சிலுவையில் கட்டிவைத்து, சித்திரவதை செய்து இறுதியில் அவரைக் கொட்டடியில் அடைத்தனர். கம்பிகளினுள் சிறைப்பட்ட நிலையிலும் மன்சூர் முழங்கினார். நாட்கள் செல்லச்செல்ல சிறைச்சாலையின் முன், மக்கள் கூட்டம் அதிகரிக்க ஆரம்பித்தது. மன்சூர் குற்றமற்றவர் என்னும் குரல்களும் எழுந்தன. சிறையைப் பார்வையிட உலமாக்கள் வந்தனர். தகவலறிந்த சுல்தான் உத்தரவிட்டார்: "மன்சூரை இனிமேலும் சிறையில் வைத்திருந்தால் நாட்டில் குழப்பங்கள் அதிகரிக்கும். மக்கள் நலனை முன்வைத்து, அவனது மரணதண்டனையை நிறைவேற்றியாக வேண்டும். அவன் அனல் ஹக் என்று குரலெழுப்பினால், கம்பால் அடியுங்கள். அவனது மரண தண்டனையை இன்றே நிறைவேற்றியாக வேண்டும் . . .'

ஹிஜ்ரீ 304, துல்கஃதா 29 . . . வரலாறு திகைப்புடன் நினைவுகூரும் ஒரு மாபெரும் நாள்.

சிறைக்கொட்டடியிலிருந்து வெளியே கொண்டுவரப்பட்டார் மன்சூர். திரண்டிருந்த மக்களின் ஆரவாரக் குரல்களினிடையே மரண சாசனம் வாசிக்கப்பட்டது. மன்சூர் குறுநகை புரிந்தார். அமைதியாகவும் மகிழ்ச்சியுடனும் இருந்த அவர் உரத்தக் குரலில் சொன்னார்:

'அனல் ஹக்! அனல் ஹக்!'

அப்போது மன்சூரின்மீது முந்நூற்றுக்கும் மேற்பட்ட அடிகள் விழுந்தன. சுட்டெரிக்கும் வெய்யிலில் நிர்வாணமாக நிறுத்தப்பட்டார். காயம்பட்டு வீங்கிய உடல் முழுவதும் இரத்தம்

வடிந்தது. மக்கள் கூட்டம் ஆரவாரம் எழுப்பியது. மன்சூர் கழுமரத்தை நோக்கிக் கொண்டுசெல்லப்பட்டார்.

"வீரர்களைப் பொறுத்தவரைக்கும் தூக்குமரத்தை நோக்கிக் கொண்டுசெல்லப்படுவது, சொர்க்க வாசலைத் திறப்பதற்கு நிகர்." மன்சூர் கழுமரத்தை மார்போடு சேர்த்தணைத்தார். கொலையாளிகள் தயாராயினர். மன்சூர் இறுதிப் பிரார்த்தனையில் ஈடுபட்டார். அப்போது மக்கள் கூட்டத்தின் இடையிலிருந்து இரைந்துசென்ற கற்கள் அவர்மீது பதிந்து விழுந்தன. மன்சூர் அப்போதும் புன்னகைத்தார். வெறிகொண்ட மக்கள் கூட்டம் சொன்னது:

"மன்சூரின் உடலுறுப்புகள் துண்டிக்கப்பட வேண்டும்."

கொலையாளிகள் இதை ஏற்றுக்கொண்டனர்.

"எனது பௌதிக உறுப்புக்களைத் துண்டிப்பது மிகவும் எளிது" என்றார் மன்சூர்.

அவரது கால்கள் இரண்டும் வெட்டி நீக்கப்பட்டன. கொட்டிய குருதியின்மீது முகம் கவிழ்ந்து வீழ்ந்தார் மன்சூர். அவரைத் தூக்கியெடுத்தனர் கொலையாளிகள்.

"வெளிறிய என் முகத்தை இவ்வுலகம் தரிசிக்க வேண்டாம்."

பயத்தின் சுவடுகளற்ற மன்சூரின் கண்கள் இரண்டும் பிரகாசித்தன. அவை உடனே தோண்டியெடுக்கப்பட்டன.

மக்கள் கூட்டம் அலறியது:

"அந்த காஃபிரின் நாவும் இழுத்தெடுத்துத் துண்டுகளாக்கப்பட வேண்டும்."

"சற்றுப் பொறுங்கள்." மன்சூர் கேட்டுக்கொண்டார்: "இறுதியாக நான் ஒன்றைச் சொல்ல வேண்டும்."

இல்லாத கண்களை ஆகாயத்தை நோக்கி உயர்த்திய மன்சூர் இறுதியாக வேண்டிக்கொண்டார்.

"எனது சிந்தனைகளின் உன்னத லட்சியமே, என்னை இம்சிப்பவர்களின், க்ஷேம சௌபாக்யங்களை நீ இல்லாமல் செய்துவிடாதே! அனல் ஹக்!"

உடனே ஒரு முதியவயது பெண்மணி முன்வந்து மன்சூரின் நாவைப் பிடித்திழுத்து, அவரது முகத்தில் காறித் துப்பினாள். தொடர்ந்து அவரது நாவைத் துண்டித்தாள்.

இறுதியில், மன்சூரின் பெருமிதம் மிக்க சிரசு, உடலை இழந்து குருதிகட்டிநின்ற மண்ணில் வீழ்ந்தது; இருந்தபோதும் மக்களின் கோபம் அடங்கவில்லை.

ஐதீகம் சொல்கிறது: "... அவர்கள் ஆயிரமாயிரம் துண்டு களாக மன்சூரை வெட்டினார்கள். ஒரு பெரிய சிதை மூட்டி, துண்டுகளைக் கூட்டி அதிலிட்டுத் தீ மூட்டினார்கள். தீயின் ஜுவாலையைப் பார்த்து அவர்கள் அட்டகாசக் குரலெழுப்பினார்கள். இறுதியில் அந்தச் சாம்பலை நதியில் கரைத்தார்கள். இப்படியாக அவர்களது பெருங்கோபம் அடங்கியது."

ஆனால் ..!

அதுவரை அமைதியாகத் தவழ்ந்துகொண்டிருந்த யூஃப்ரடீஸ் நதி, திடீரென கலங்கிப் புரண்டு இரத்த நிறமானது. இயற்கை நிச்சலனமானது. அப்போது, ஹூங்காரத்துடன் மலைபோல் உயர்ந்த நதியலைகள் ஆர்ப்பரித்தன. கோபத்தில் கொந்தளித்த மகா சமுத்திரமாக, அண்டசராசரங்களையும் நடுங்கவைப்பதுபோல் உக்கிரத்துடன் கன கம்பீரமாக இரைந்தது யூஃப்ரடீஸ் நதி:

'அனல் ஹக்! அனல் ஹக்!'

1946

பின் குறிப்பு:

இதை நான் நாற்பது வருடங்களுக்கு முன் எழுதினேன். இப்போது, 1982. 'அனல் ஹக்' என்றும் 'அஹம் ப்ரஹ்மாஸ்மி' என்றும் இறைவனின் அநேக சிருஷ்டிகளில் ஒன்றான மனிதன் சொல்வது தவறென்பது என்னுடைய நம்பிக்கை. மன்சூரின் வரலாறாக எழுதியவை முழு உண்மையும் அல்ல. எல்லாவற்றையும் சேர்த்து ஒரு ஃபான்டஸி என்று மட்டும் கருதினால் போதும். 'அனல் ஹக்.' – வை.மு.ப.

மூடர்களின் சொர்க்கம்

அவள் எதற்காக அப்படி ஊன்றிப் பார்க்கிறாள் இதயத்தைப் பெயர்த்து எடுத்துவிடப் போவதைப்போல்? அவன் அலட்சியத்துடன் புத்தகத்தின் பக்கங்களில் மீண்டும் கண்களை ஓட்டினான். கொஞ்ச நேரத்திற்குப் பிறகு மைதானத்தைச் சுற்றிக் கண்களை அலையவிட்டான். அடிவானத்தின் எல்லைவரை எதுவுமே இல்லை. ஆனாலும் கடைசிவரை பார்க்கமுடியவில்லை. சூரிய ஒளி, பளபளக்கும் நிழல்போல் பயங்கரமாக அலையடிக்கிறது. லேசான பதற்றத்துடன் அவன் மீண்டும் திரும்பிப் பார்த்தான்.

அவள் போகவில்லை.

அவனையே பார்த்தபடி நின்றுகொண்டிருந்தாள். இடைவழிப்பாதையின் கடையில்தான். ஆசையைத் தூண்டும் புஷ்டியான உடல்வாகு. ரோஜா நிறச் சேலையினுள் வெள்ளை பிரேசியர். வெள்ளையா, கறுப்பா . . . அறுதியிட்டுச் சொல்ல முடியவில்லை. வட்ட முகமும் அகலம் குறைந்த நெற்றியும். நீண்டநேரம் அழுதுகொண்டிருந்ததைப் போன்ற கண்கள். வட்ட வடிவமான சிறு தங்க மூக்குத்தி ஒருபுற மூக்கில் ஒட்டியிருந்து பிரகாசித்தது. தலைமுடியை அடிக்கடி அவிழ்த்துக் கட்டியபடியே அவள் எதற்காகக் கட்கத்தின் கறுத்த ரோமக்குழிகளைக் காட்டுகிறாள்? யௌவனத்தின் திமிர்ப்பு அவளது ஒவ்வோர் அசைவிலும் துல்லியமாகத் தெரிகிறது. அந்தத் திமிர்த்த பெரிய மார்பகங்களும் கொழுத்த பிருஷ்டமும் ஏனோ

மனத்தை அலட்டிக்கொண்டிருந்தன. நாடி நரம்புகளினூடே சூடு வியாபித்தது. விரும்பத்தகாத ஒரு சிந்தனை மனத்தில் உருவாகிக்கொண்டிருந்தது. அவள் ஓர் ஆர்வமாக உருமாறுகிறாள். அவளைக் கட்டியணைத்து நெஞ்சோடு இறுகச் சேர்த்து முத்தமிடவும்... ஆமாம், அந்த ஆசை வலுவாகிக்கொண்டிருந்தது. அந்நிய ஆணொருவன், அந்நியப் பெண் ஒருத்தியின் எதிரில் . . . கூடாது. அவன் எழுந்து லட்சியம் ஏதுமின்றி நடந்து சென்றான். திரும்பிப் பார்த்தால் ஒருவேளை ஆசை கீழ்ப்படுத்திவிடுமோ?

மறுநாளும் அவன் அங்கே போனான். அவளைப் பார்ப்பதற்காக இல்லையென்றாலும் அங்கே போனான். அந்த வழியோரத்தில், மைதானத்தை அடுத்திருக்கும் பெஞ்சுகளில் ஒன்றில் அவன் அமர்ந்தான். அந்தப் பக்கம் பார்க்கவே கூடாது என்று நினைத்தபோதும்கூட ஒருநூறு தடவையாவது அங்கே பார்த்திருப்பான்.

அவளைக் காணவில்லை.

அவன் தங்கியிருந்த இடத்திற்கே திரும்பினான். இனி அங்கே போகக் கூடாது. அவன் வேலையில் கவனம் செலுத்த முயற்சி செய்தான். ஏனோ, மனம் கட்டுக்குள் இல்லை. அறிமுகமில்லாத நகரம். தெரியாத மொழி. ஆமாம் எல்லாமே தெரியாதவைதான். அதனால் என்ன? பெண்ணும் ஆணும் ஆகர்ஷிக்கப்படுகிறார்கள். அவன் நினைத்துப்பார்த்தான். இந்த உலகில் வாழத்தொடங்கி எவ்வளவோ காலங்களாகிவிட்டன. இரத்தமும் நீருமுள்ள ஒரு ஆண், அபிலாசைகளையெல்லாம் அடக்கியடக்கி வைத்திருக்கிறான். இப்படி இனி எவ்வளவு காலம் வாழ்வது? மனத்துக்குள் ஏனோ பெரிய குற்ற உணர்வு. இந்தத் தனிமை சரிதானா? இரவில் அவன் எழுந்து நடந்தான். நல்ல நிலாவெளிச்சம் இருந்தது. சத்தம், ஆரவாரம். மக்கள் நடக்கிறார்கள். வாகனங்களும் ஓடுகின்றன. அவன் அப்படியே மைதானத்தை அடுத்தான். மரத்தினடியிலிருந்த பெஞ்சில் அமர்ந்தான். சூடான உடலைத் தழுவிச் சென்றது, குளிர்ந்த காற்று. ஆகாயம் நிறைய பூக்கள்போல் நட்சத்திரங்கள். ஆனால் இடைவழி சூன்யம்.

அவள் எங்கே?

பிறகு, தினமும் அவளைக் காணத் தொடங்கினான். கண்களுக்குப் பரிச்சயமாகிவிட்டிருந்தது. அவள் எந்தத் தடையுமில்லாமல் புன்னகை தூவினாள். ஓர் ஆண்மகனான தன்னால் பதிலுக்கு ஏன் சிரிக்க முடியவில்லை? ஒழுக்கச் சிந்தனைக்குள் அமிழ்ந்து இறுகிச் செத்துக்கிடந்தது ஆண்மை. இல்லை. பதிலுக்குப் புன்னகைக்க

வேண்டும். ஒருவேளை அது ஒழுக்க நடைமுறைக்கெதிராகப் புரிந்துகொள்ளப்பட்டுவிட்டாலோ? அவன் எழுந்து இருப்பிடத்தை நோக்கி நடந்தான்.

அவனைப் போன்ற திருமணமாகாத நண்பர்கள் பெண்களைப் பற்றிப் பேசிக்கொண்டிருந்தார்கள். பெண்களைப் பற்றிய ஆர்வம் மிகுந்த சிந்தனைகள் எங்கும் தளம் கெட்டி நின்றிருந்தன. அவனைக் கண்டதும் விஷயத்தை மாற்றினார்கள். அனைவருமே பாலியல் சார்ந்த பயங்கர மோகத்துடன்தான் இருந்தார்கள். வருடங்களாகவே அவர்கள் இப்படித்தான் வாழ்ந்துகொண்டிருக்கிறார்கள். யாருக்குமே திருமணம் செய்து ஒரு பெண்ணுடன் வாழ்வதற்கான பொருளாதாரத் திறனில்லை. நகர வாழ்க்கை. கிடைக்கும் சம்பளம் எதற்குமே பற்றாது. ஆனாலும்... பெண்கள் அந்த வழியாக நடக்கும்போது எல்லாரும் ஆவலுடன் பார்ப்பார்கள். ஆரம்பத்தில் எல்லாருமே அவனைப் போல் ஒழுக்கம் பாவித்தவர்கள்தான். படிப்படியாக அது தேய்ந்து

மாய்ந்து இல்லாமல் போனது. பெண்களைப் பற்றிய பேச்சு வரும்போது அவன் மட்டும் சொல்வான்:

"சே... என்ன இது, நாமெல்லாம் பண்பாடு உள்ளவங்க இல்லியா?"

இதில் யாருக்கும் மாற்றுக் கருத்து இருக்கவில்லை. பண்பாடில்லாதவர்களாக இருக்க யார்தான் விரும்புவார்கள்? சொற்பொழிவுக் கூடங்களில், பத்திரிகைகளில்... பகல்பொழுதுகளில் அனைவருமே பண்பாட்டுக் காவலர்கள்தான். நண்பர்களை அவன் குற்றம் சொல்வான். அதற்கான காரணமும் இருந்தது. பெண்களைப் போலவே அவர்கள் ஏதாவதொன்றின் மீது அன்பு செலுத்தினார்கள். ஒருவன், ஒரு கிளியை. வேறொருவன், ஒரு நாயை. ஒருவன், பூனையை. மற்றொருவன், ஓர் அணிலைப் பிடித்து வளர்ப்பதற்கு முயற்சி செய்துகொண்டிருந்தான். இந்தப் பண்பாட்டை அறியாதவள். அவன் முகத்தில் பவுடர் போட்டுக்கொண்டான். தலைமுடியை அழகாகச் சீவிக் கொண்டான். ஒரு திருடனைப் போல் இறங்கி நடந்தான். ஒழுக்கசீலரே எங்கே செல்கிறீர்? அவன் அந்தப் பெஞ்சில் ஒரு காலைத் தூக்கிவைத்துக்கொண்டு சாலையின் எதிர்ப்புறமிருந்த அந்த இடைவழியின் அடிவானக் கடைசிவரை எட்டிப்பார்த்தான். விருட்சங்களினிடையே இருந்த குடிசையின் முற்றத்தில் அவள் நின்றிருந்தாள். கூந்தலில் காட்டுப் பூக்கள். மார்பகங்களின் செழுமையையும் அழகையும் வெளிப்படுத்தும் வெள்ளை பிரேசியர். மிக மெல்லிசான சிறு பாவாடை. அதனூடே... ஓ... எவ்வளவு பயங்கரமான வேகத்துடன் மார்பு துடிக்கிறது. அப்பாடி, அவனை அவளும் பார்த்துவிட்டாள்.

வேறு யாராவது அவனைக் கவனிக்கிறார்களா?

வாயில் உமிழ்நீர் ஊறவில்லை. இரத்தத்தை உறிந்தெடுத்தது போலிருந்தது. அவன் பெஞ்சில் அமர்ந்திருந்தான். மைதானத்தின் தொலைவில் காக்கி நிக்கர் அணிந்த கறுத்த மனிதர்கள் கிரிக்கெட் விளையாடுகிறார்கள். பக்கத்துப் பெஞ்சுகளில் பெண்களும் ஆண்களும். அதிகமும் ஆண்கள்தான். அவனுக்கு மிகுந்த பொறாமையும் வருத்தமும் ஏற்பட்டன. வேறு யாரும் அவளைப் பார்த்துவிடக் கூடாது. என்ன செய்யலாம்? மனம் நோக ஒரு பிரார்த்தனை மட்டும் செய்யலாம். வேறு யாருமே அந்த அற்புதமான தருணீமணியைப் பார்த்துவிடாமலிருக்க வேண்டும். அக்கம்பக்கம் பார்த்துவிட்டு அவன் திரும்பவும் எழுந்தான்.

அவள் அங்கேயே நின்றிருந்தாள்.

எதனாலோ அவனது இதயம் நொறுங்கிவிடும் போலிருந்தது. என்ன காரணம்? தினந்தோறும் நூற்றுக்கணக்கான பெண் களைப் பார்ப்பதுதானே? இவளிடம் மட்டும் என்ன விசேஷ அம்சம்? பெண்ணெனப்படும் ஓர் உயிரை ஆணெனப்படும் மற்றொரு உயிர் ஏன் இப்படி காரணங்கள் ஏதுமில்லாமல் ஆர்வத்துடன் பார்க்கிறது?

இதனுள் எதுவோ ஒரு அம்சம் நிலைபெற்றிருக்கிறது. காதலெனும் மொட்டு விரிந்து காயாக மாறுவதுதான் காமமா? பெண்ணெனப்படுபவள் இந்த பூமி. ஆணின் பீஜமான வித்து. ஓ... சிந்தனைகள் எதுவுமே தெளிவுடன் இல்லை. அவன் தளர்ந்துபோனான். ஒரேயொரு எண்ணம் மட்டும். மனம் அதில் ஒன்றிப்போயிருந்தது.

சூரியன் அஸ்தமித்தது. எங்கும் விளக்குகள் எரிந்தன. இடைவழியில்தான் அவள் நின்றுகொண்டிருந்தாள்.

அவனது மனம் சூடானது. மற்றவர்கள் அனைவரும் போகத் தொடங்கினார்கள். அவன் தனிமையிலானான்.

அவள் நெருங்கி வந்தாள்.

எழுந்து அவளைக் கட்டிப் புணர்ந்து முத்தமிட்டால்? வந்ததுமே அவள் பரிதாபமாகக் கேட்டாள்:

"எனக்கு அஞ்சுப் பைசா தருவீங்களா?"

ஐந்து காசு...ஹோ, அவள் எந்த அளவுக்கு மலிந்துபோய் விட்டாள். தவறு! அவளை இவ்வளவுக்குத் தரம் தாழ்த்திவிடக் கூடாது. அவன் பாக்கெட்டிலிருந்து பர்சை உருவினான். அதிலிருந்து ஒரு ரூபாய் எடுத்து அவளிடம் கொடுத்தான். பிறகு, மெதுவாகச் சொன்னான்.

"சில்லறையில்லெ."

"மாற்றிக்கொண்டு வரட்டுமா?"

"வேண்டாம்." அவள், அருகிலேயே நின்றிருந்தாள். தொட்டு அருகில். பவுடர் வாசம் எதுவுமில்லை. வியர்வையின் வாசம். பெண்ணின் அற்புதமான வாசம். அது அவனிடம் உணர்ச்சித் தீயை மூட்டியது. அவளது கையைப் பற்றி முத்தமிடுவோமா?

அவள் சொன்னாள்:

"பாக்கும்போதே தெரிஞ்சுது, இந்த ஊர் ஆளில்லைன்னு. எங்க ஊர்ப்பாஷை முழுசாத் தெரியாதா?"

"தெரியாது."

"என்ன வேலை செய்யுறீங்க."

அவன் வேலையைச் சொன்னான்.

அவளுக்கு அது புரிந்ததோ இல்லையோ, அவள் கேட்டாள்:

"மனைவி?"

அவன் இல்லையென்று சொன்னான்.

"எங்கெ தங்கியிருக்கீங்க?"

அவன் தெருப்பெயரையும் வீட்டு எண்ணையும் சொன்னான்.

அப்போது அவள் ஏனோ திருப்தியுடன் சொல்லிக் கொண்டாள்.

"இங்கெ பக்கத்துலெதான்."

அவன் கேட்டான்:

"பெயரென்ன?"

அவள் பெயரைச் சொன்னாள். பிறகு கொஞ்சநேரம் மெதுவாகப் பேசினாள். அவளுக்குத் தாயும் தகப்பனும் இருக்கிறார்கள். கணவனும் இருக்கிறான். ஆனால், அவன் வருவதே இல்லை. பக்கத்திலுள்ள நகரில் சிறு ஹோட்டல் நடத்திக் கொண்டிருக்கிறான். அங்கே அவனுக்குப் பிடித்தமான ஒரு வைப்பாட்டி இருக்கிறாள். "இது சரியா," என்று அவள் கேட்டாள்.

"உனக்குக் குழந்தைகள் இருக்குதா?"

"எங்களுக்குத் திருமணமான ஒரு வாரத்துக்குள்ளாவே நாங்க தகராறாகிப் பிரிஞ்சுட்டோம். இது நடந்தே மூணு வருஷமாகுது."

பிறகு, நிசப்தம். மூன்றாண்டுகள். அவனுக்குத் தோன்றியது: அவளிடம் பெஞ்சில் தன் பக்கத்தில் உட்காரச் சொல்லுவோமா?

நாட்கள் கடந்துசென்றன. ஓ...எத்தனை நாட்கள். அப்படியான, ஒருநாள் மத்தியான நேரத்திற்குப்பிறகு அவன் தங்கியிருந்த இடத்தின் முன்புறமாக அவள் நடந்துபோய்க்கொண்டிருந்தாள்.

வேண்டாம். அவன் ஒளிந்துகொண்டான். நண்பர்கள் ஆசையுடன் அவளைப் பார்த்திருக்கலாம். "எங்க உள்ள சரக்குடா

இது?" அவர்கள் தங்களுக்குள் கேட்டுக்கொண்டார்கள். "அவ குறிப்பா இங்கெ கவனிச்சுப் பாத்தாளே?"

அவன் அதில் பங்குசேரவில்லை. ஒழுக்க பாவனையுடன் ஒதுங்கிக்கொண்டான்.

கிளிக்காரன் சொன்னான்:

"அவ, இங்கே குறிப்பா யாரையோ தேடுறதுபோல அல்லவா பாத்தாள்?"

அணிலை வளர்க்க முயல்பவன் கேட்டான்:

"யாராக இருக்கும்?"

அவன் இதிலொன்றிலுமே கவனத்தைச் செலுத்தாமல் சாயங்காலமாவதற்கு முன் வெளியில் இறங்கினான். லட்சியம் தவறாமல் கால்கள் வழிகாட்டின. பாக்கெட்டில் பதினைந்து ரூபாய் இருந்தது. அதில் ஒன்பது ரூபாய் மெஸ் பணம் கொடுக்க வேண்டியது. அவன் நடந்தான். குளிர்ந்த காற்று வீசியது. ஆகாயம் நிறைய கார்மேகங்கள். பூமி, அவனைப் போலவே காய்ந்து வறண்டு காலங்கள் பல கடந்துவிட்டிருந்தன. மழை பெய்யுமா? பெய்தால் என்ன? பெய்யாமல் போனால் என்ன? அவன் அந்தப் பெஞ்சினருகில் போய் எட்டிப் பார்த்தான். இல்லை..! எங்கே போயிருப்பாள்? வீட்டுக்குள் இருப்பாளோ?

அவனைக் கண்டதுமே அவளது முகம் மலர்ந்தது. அவன் பக்கத்தில் வந்துவிடுவானோ என்று பயந்து அவள் படபடவென்று கண்களையடைத்து எச்சரித்தாள். பகல் நேரமல்லவா? யாராவது பார்த்துவிடக் கூடாதே? அவன் அப்படியே அமர்ந்துகொண்டான்.

சாயங்காலத்திற்குப் பிறகு அவள் வந்தாள்.

"கொஞ்ச நாளா காணோம்?" அவள் ஆர்வத்துடன் கேட்டாள்.

அவன் சொன்னான்: "ஒண்ணுமில்லெ."

"நான் ஆஸ்பத்திரிக்கும் போவும்போது உங்க வீட்டைக் கண்டுபிடிச்சேன். அங்கே இருப்பவங்கள்லாம் யாரு?"

"என்னோட நண்பர்கள்தான்."

அவள் ஒரு தினுசாகச் சிரித்தாள்.

"என்ன?"

"நாம் போவோம்."

"எங்கெ?"

"என் வீட்டுக்கு."

அவனுக்குப் பயமாக இருந்தது. ஏதாவது பிரச்சினையாகி விட்டால் என்ன செய்வது? நண்பர்கள் அறிந்தால் அவமானமல்லவா? இருந்தாலும், கடிவாளத்துடன் முன்னால் செல்லும் குதிரைக்காரனைப் பின்தொடரும் குதிரையைப்போல் அவளது பின்னாலேயே நடந்தான்.

அடர்ந்த விருட்சங்களின் இடையில் இருந்தது அந்த ஓலைக் குடிசை. கருங்குவியல்போல் இருட்டில் அது தெளிவற்றுத் தெரிந்தது. வெளிச்சமில்லை. ஆரவாரங்களில்லை. கம்பீரமான நிசப்தம். அவன் தயங்கி நின்றான்.

"பயப்பட வேண்டாம், வாங்க." அவள் அவனது கையைப்பிடித்தாள்.

அவன் பதற்றத்துடன் கேட்டான்:

"அக்கம் பக்கத்துலே?"

அவள் தைரியமாகச் சொன்னாள்:

"இது என் சொந்த வீடு. இதுக்கு நான்தான் வரி கட்டுறேன். யாராவது என் அனுமதியில்லாம உள்ளே வந்தா கண்ணை நோண்டிடுவேன்."

அவளுக்கு மிகுந்த தைரியம்.

அவன் அவளுடன் சென்று வராந்தாவில் ஏறித் தீக்குச்சியை உரசியபோது திடுக்கிட்டுவிட்டான். அந்த மங்கிய வெளிச்சத்தில், வராந்தாவில் ஒரு பெண் கூனிக்குறுகியபடி அமர்ந்திருக்கிறாள்.

"அம்மா." அவள் சொன்னாள். "உள்ளே வாங்க."

அவனது உணர்வுகள் சோர்வடையத் தொடங்கின. அம்மாவைப் பார்த்தபிறகு மனத்துக்கு என்னமோ சரியாகப் படவில்லை. "என்ன இது, சே...சே...திரும்பிப் போய்விடுவோமா?"

அவள் வாசலைத் திறந்தாள். சத்தம் இந்த உலகம் முழுவதும் கேட்டிருக்குமோ? அவன் உள்ளே சென்றான். அழுக்கடைந்த ஆடைகள் மற்றும் என்னென்னமோ கலந்த ஒரு வீச்சம்.

அவள் சொன்னாள்:

மூடர்களின் சொர்க்கம்

"ஒரு தீக்குச்சிகூட உரசுங்க."

அவன் உரசினான். ஒரு மண்ணெண்ணெய் விளக்கின் தீ நாக்கு எழுந்தது. உடனே மற்றொரு வாசல் திறந்தபோது அவனது விகாரம் செத்து மடிந்தது. நடைப்பிணங்கள்போல் வெளிறி, மஞ்சள் நிறம்படிந்த இரண்டு குழந்தைகள். அசையாமல் அந்த இடத்தில் அப்படியே மல்லாந்துகிடந்தன. உப்பிய வயிறு, மெலிந்த கை கால்கள், அருகே, வயதான மனிதர் ஒருவர்.

"அப்பா." அவள் மெதுவாகச் சொன்னாள். "கண் தெரியாது."

அவனும் மெதுவாகக் கேட்டான். "குழந்தைகள்?"

அவள் அது காதில் விழாததுபோல் ஆடைகளை அவிழ்த்துப் போட்டாள். பரிபூரண நிர்வாணம். ஆரோக்கியமான, நிர்வாணப் பெண்ணுடம்பை முதன்முதலாகப் பார்க்கிறான். அவள் விளக்கை அணைத்தாள். பெரும் இக்கட்டான மனச் சூழல், வாய் விட்டழுதுவிடலாம்போல் தோன்றியது. ஆசை, இதோ செத்துப்போய்க்கிடக்கிறது. என்ன வாழ்க்கை இது?

அவள், அவனது கையைப் பிடித்து முத்தமிட்டுவிட்டு தனது மார்பகங்களின் மீது பதித்தாள். கல்லினாலான பெண் சிற்பத்தின் மார்பகங்களைத் தொட்ட உணர்வுக்கு மேலாக எதுவும் அவனுக்குத் தோன்றவில்லை. அவளது வயிறு ஒட்டிப்போய்க் கிடந்தது. என்ன காரணம்?

அவன் கேட்டான்:

"சாப்பிடல்லியா?"

"இல்லெ." அவள் சொன்னாள். "காலையிலே கொஞ்சம் பயறு வேக வெச்சிச் சாப்பிட்டேன்."

அவன் பாக்கெட்டிலிருந்து ஒரு நோட்டை எடுத்தான். பத்துரூபாயோ, ஐந்துரூபாயோ?

"இந்தா, இதெ வெச்சுக்கோ." அவன் சொன்னான். "இது, வேற எதுக்காகவும்னு நெனைச்சுட வேண்டாம்."

அவள் அந்த நோட்டை வாங்கி வாசலைத் திறந்து அம்மாவிடம் கொடுத்துவிட்டு என்னவெல்லாமோ சொல்லிவிட்டு வந்தாள். மழை, மெதுவாக மெதுவாகப் பெய்யத் தொடங்கியது. இனி பெரிதாகப் பெய்யக்கூடும்.

அவன் சொன்னான்: "நான் போறேன்."

அவள், அவனை ஆடைகளுடன் சேர்த்துக் கட்டியணைத்தாள்.

“அப்பிடியெல்லாம் போகக்கூடாது.”

“எனக்கு மனசு சரியில்லை.”

அவள் கேட்டாள்: “எதனாலே?”

ஓலைக் கீற்றுகளைத் திறந்துகொண்டு குளிர்ந்த காற்று வீசியது. சிறுசிறு கற்களைப் பொறுக்கி வீசுவதுபோல் கனத்த மழைத்துளிகள் குடிசையின் மீது விழுந்தன. படிப்படியாகப் பெருமழையடிக்கத் தொடங்கியது. பூமி குளிர்ந்தது. அவனது அக மனம் . . . சாகப்போகிறது. மூச்சடைப்பதுபோல் . . . ஏன் இப்படியெல்லாம் நிகழ்கிறது? பசியால் துடித்திருப்பவனின் எதிரில் வைத்த உணவில் கரப்பான்பூச்சி செத்துக்கிடப்பதுபோல். அவனால் பொறுத்துக்கொள்ள முடியவில்லை. ஓடிவிட வேண்டும். மனதைத் திறந்து ஒரு தடவை அழ வேண்டும்.

அவன் சொன்னான்: “நான் போறேன்.”

“ஏன், என்னெப் பிடிக்கலியா?” அவள் கேட்டாள்.

அவன் எதுவும் சொல்லாமல் மிச்சமிருந்த ரூபாய் நோட்டுகளையெடுத்து அவளிடம் கொடுத்துவிட்டு வெளியில் இறங்கினான். எதையோ வாரிச்சுருட்டி உடம்பில் போட்டுக்கொண்டு அவளும் வெளியே வந்தாள். மழையில் நனைந்தபடியே அவளும் ரோடுவரை நடந்தாள். மழையில் நனைந்தபடியே அவன் திரும்பிப் பார்க்காமல் நடந்தான். இலேசாக அழவும் செய்தான். விசித்திரமான வாழ்க்கை . . . அவள் . . . அம்மா . . . அப்பா . . . பிணம்போல் இரண்டு குழந்தைகள் ... அந்த நாற்றம் ... நடந்தவாறே நினைத்தான். ஏன் இப்படியெல்லாம் நிகழ்கிறது? இதற்காகத்தானா அவள் என் இதயத்தைப் பெயர்த்தெடுப்பதுபோல் அப்படி உற்று உற்றுப் பார்த்தாள்?

மங்களம். சுபம்.

1948

பூவன்பழம்

ஒன்று

பூவன்பழம் என்ற இந்தக் கதையை நான் சுய விருப்பத்துடன் எழுதவில்லை. அப்துல்காதர் சாகிபின் உபத்திரவம் தாங்க முடியாமல்தான் எழுதுகிறேன். அவர் நினைக்கிறார், இதில் பெரிய நீதி இருப்பதாக. பெரியவரின் பெஞ்சாதியான ஜமீலாபீவியைப் பற்றியதுதான் கதை.

ஜமீலாபீவி பி.ஏ.படித்தவள். அப்துல்காதர் சாகிபு பள்ளிப் படிப்பை இறுதிவரை முடித்திருக்கிறார். ஊர் வழமைப்படி பி.ஏ. காரியைப் பள்ளிப்படிப்பு முடித்தவன் கல்யாணம் செய்திருக்கலாமோ? ஆனால், யுத்தத்தில் தான் வெற்றிபெற்றுவிட்டதாக அப்துல் காதர் வம்பு பேசுகிறார். பண்டைய காலங்களில் பெண்களை ஆண்கள் சிறையெடுத்துச் சென்றதுண்டு. நீண்ட கயிற்றின் ஒரு நுனியில் சுருக்குப்போட்டு அதை வீசியும் பெண்களைக் களவாடியதுண்டு. பலவகையிலான பலாத்கார முறைகளையும் பெண்கள்மீது ஆண்கள் பிரயோகித்திருக்கிறார்கள். அப்துல்காதர் சாகிபு நாகரிக மனிதரென்பதால் அப்படியெல்லாம் எதுவும் செய்யவில்லை. பெரியவர், டவுண் சண்டியரும் பீடித் தொழிலாளர் யூனியனின் செயலாளரும் நல்ல ஒரு கால்பந்து வீரருமாவார். நாலாம் வகுப்புமுதல் பள்ளி இறுதிவரை ஜமீலாபீவியுடன் சேர்ந்து படித்ததாகவும் அப்போது முதலே ஜமீலா பீவியின் மீது மையல் கொண்டிருந்ததாகவும் அப்துல் காதர் சாகிபு உரிமை

கொண்டாடுகிறார். ஜமீலாபீவி சொல்கிறாள்: ‘இது வெறும் பச்சைப் பொய்’ என்று.

எது எப்படியிருந்தாலும் ஜமீலாபீவி பி.ஏ. பாஸாகியிருக்கிறாள். வாப்பாவின் பீடிக் கம்பெனியிலிருந்து விருப்பம் போல் பணம் எடுத்துச் செலவுசெய்து ஒரு பெரிய ‘லேடி’யாக கௌரவமாக அவள் நடந்து திரிந்த காலம் அது. ஊரிலுள்ள எல்லா இளந்தாரிப் பையன்களும் ஜமீலாபீவியின் மீது மையல் கொண்டவர்கள்தான். ஜமீலா பீவியைப் பற்றி ஒருவரி சுலோகங்கள், பெரிய பெரிய காதல் காவியங்கள் எனப் பலவற்றையும் கவிப் பையன்கள் இயற்றினார்கள். ஜமீலாபீவியின் இதயத்தைக் குறிவைத்து ஊரிலுள்ள முக்கியஸ்தர்களான இளந்தாரிகளின் ஒரு வியூகம் என்றே சொல்லலாம், வரிசையே நின்றிருந்தது. அப்துல்காதர் சாகிபு இதில் எதிலுமே கிடையாது. ஐயா, கவிதை எழுதவோ காதல் கடிதம் எழுதவோ முயற்சிசெய்ததும் கிடையாது. அதெல்லாம் எனக்குத் தெரியாது என்று சொல்கிறார். அவர், தன்னைப் பீவியைப் பற்றி ஒரு ‘கெஸ்ஸூபாடல்’* எழுதியதாக ஜமீலாபீவி சொல்கிறாள்.

இது வெறும் ஆகாசப் புளுகென்பது அப்துல்காதர் சாகிபின் வாதம். அவர் செய்தது இதுதான்: ஒருநாள் ஜமீலாபீவியை இடைவழியில் சும்மா தடுத்துநிறுத்திக் கேட்டார்: “ஓம் பேரு, ஜெமீலாவீவிதானே?” ஜமீலாபீவிக்கு இது பிடிக்கவில்லை. ஜமீலாபீவியைத் தெரியாத ஏதாவது இளவட்டப் பையன்கள் அந்த ஊரிலுண்டோ? அம்மாளு தனி லேடி பாவனையுடன் மிகுந்த கௌரவத்துடன் கேட்டாள்.

“ஆமான்னு ஒத்துக்கிட்டாலோ?”

அப்துல்காதர் சாகிபு சிரித்தார். மிகவும் கவர்ச்சிகரமான சிரிப்பு. இதை ஜமீலாபீவி பார்த்திருக்கிறாள். பிடித்துமிருந்தது. ஆனால், அந்தப் பாவனை. ஜமீலாபீவியை இளக்காரமாக நினைக்கும் அந்தப் பாவனை, ஜமீலாபீவிக்குச் சுத்தமாகப் பிடிக்கவில்லை.

“என்னெ விஷயம்?”

“விசேஷமாக ஒண்ணுமில்லெ.” அப்துல்காதர் சாகிபு சொன்னார்: “ஜெமீலாவியோட வாப்பாவோட பீடிக் கம்பெனி இருக்குதுல்லே, அதுலெ நூத்தியிருவது பீடி சுத்துற தொழிலாளிமார் உண்டு. நான் அவுங்க செக்ரட்டரி. பேரு, அப்துல் காதரு.”

“ரொம்ப சந்தோசம்” ஜமீலாபீவி சொன்னாள். “டவுண் சண்டியர்னும் கேள்விப்பட்டிருக்கேன்.”

---

* கதைப்பாடல்

“உண்மைதான். பீடித் தொழிலாளிங்க ஒரு வேலை நிறுத்தத்துக்கு ஆலோசனை செய்துட்டிருக்காங்க. நாங்க உங்க கம்பெனியெ மூடுவோம்.”

ஜமீலாபீவி சொன்னாள்:

“இதெ எங்கிட்டெ எதுக்குச் சொல்லணும்? வாப்பாட்டெ போய்ச் சொல்றது?”

“ஜெமீலாவீவிட்டெ சொல்றதுக்கு ஒரு காரணம் இருக்கு.”

“என்ன காரணம்?”

அப்துல்காதர் சாகிபு சொன்னார்:

“நான் ஜெமிலாவீவியைத் தீவிரமாக நேசிக்கிறேன்.”

ஜமீலாபீவியின் மனங்குளிர்ந்தது. இருந்தாலும் காட்டிக் கொள்ளக் கூடாது. ஜமீலாபீவி சிரித்தாள். மிகுந்த எள்ளலுடன் கூடிய ஒரு சிரிப்பு.

“சரி, ரொம்ப நல்லது.” ஜமீலாபீவி சொன்னாள்: “அப்புறம், சொல்லுங்க. ஊர்லெ என்னென்ன விசேஷங்கள்?”

இந்தக் கேள்விக்கு சாதாரணமாக வரிசையில் நின்றிருக்கும் இளவட்டமென்றால் வெளிறிப் போயிருப்பான். ஆனால், அப்துல்காதர் சாகிபு ஒரு சவால்போல் சொன்னார்:

“ஜெமீலா, நீ என்னெக் கலியாணம் செய்துக்காமெ இருந்தா...”

ஜமீலாபீவியும் இதைச் சவாலாகவே எதிர்கொண்டாள்.

“இருந்தா. .? என்ன செய்துடுவீங்க?”

‘நான் நாண்டுக்கிட்டு செத்துடுவேன்’, என்றெல்லாம் அப்துல் காதர் சாகிபு சொல்லவில்லை அவர் சொன்னார்:

“அடிச்சு உன் எலும்பை ஒடைச்சுடுவேன்.”

ஜமீலாபீவி பதில் சொல்லவில்லை.

அப்துல்காதர் சாகிபு சொன்னார்:

“ஜெமீலா, நீ என் வாழ்க்கைலெ வெளயாடிடாதெ. நான் உன்னெ உயிருக்குயிராகக் காதலிக்கிறேன். உன் உடுப்புகளையும் நான் காதலிக்கிறேன். உன்னை நான் அங்குலம் அங்குலமாக

காதலிக்கிறேன். நீ நடந்துபோற பாதையெக்கூட நான் காதலிக்கிறேன்.”

என்ன சொல்வது? ஜமீலாபீவிக்கு இது பிடித்திருந்தது. இருந்தாலும் வெளியே காட்டிக்கொள்ளலாமோ? ஜமீலாபீவி கேட்டாள்: "இப்பிடி பாக்குறெ வயசுப் பெண்களெ எல்லாம் வழியிலெ தடுத்து நிறுத்திக் காதல் பிரசங்கம் செய்றதுண்டு, அப்பிடித்தானே?"

"அப்பிடியில்லெ ஜெமீலா, நான் உன்னெத் தவிர வேற எந்தப் பெண்ணோடும் பேசுனதுகூட கிடையாது. பாத்ததும் கிடையாது. இனிமேலும் அப்படி எதுவுமே நடக்காது. நீதான் என் கண்ணுக்குள்ளாவே இருக்குறியே?"

அம்மாளு கௌரவத்துடன் கேட்டாள்:

"சரி, அப்புறம்?"

ஆனா காவன்னா சொன்னார்:

"உனக்கு நான், எனக்கு நீ."

"சரி, ரொம்ப நல்லது" என்று சொல்லிவிட்டு ஜமீலாபீவி நடந்தாள். இப்படியாக யுத்தம் ஆரம்பித்தது. வாக்குவாதங்கள் ஏற்பட்டன. வீட்டார் எதிர்த்தார்கள். ஊரார் எதிர்த்தார்கள். வேலைநிறுத்தப் பிரச்சினை. கடைசியில் ... எதற்கு நீட்டிக் கொண்டுபோக வேண்டும்? ஜமீலாபீவியை அப்துல்காதர் சாகிபு கல்யாணம் கட்டினார். அப்படியே மகிழ்ச்சியாக வாழ்ந்து கொண்டிருக்கும்போது வருகிறது, பூவன்பழப் பிரச்சினை.

இரண்டு

நேரம் சரியாக ஐந்தரை மணி.

மழைக்காலம். வெய்யிலும் அடித்தது, மழையும் பெய்தது. நினைத்திருக்காத நேரத்தில் இரண்டுமே சேர்ந்து வரும். பக்கத்திலுள்ள ஆற்றில் நீர் அப்படியே கும்மென்று பொங்கிவிடும். சும்மா அதைப் பார்க்கவும் குளிப்பதற்குமென அப்துல்காதர் சாகிபு சட்டையணியாமல், வெறும் துண்டை மட்டும் தோளிலிட்டு முற்றத்தில் இறங்கியபோது ஜமீலாபீவி மெதுவாக வாசல் பக்கத்தில் வந்து கூப்பிட்டாள்:

"இன்னேருங்க, இன்னா."

அப்துல்காதர் சாகிபுக்குப் புரிந்துவிட்டது. சட்டையை அணிந்துகொண்டு போகச் சொல்வதற்காக இருக்கலாம். ஏனென்றால், கல்யாணம் முடிந்து அவர்கள் சேர்ந்து வாழத் தொடங்கியதுமே ஜமீலாபீவியின் புதிய சில அவசரச் சட்டங்கள் வெளியாயின.

அப்துல்காதர் சாகிபு ஜென்டில்மேனாக உலாவ வேண்டும். நல்லதுபோல் உடையணிந்துதான் வெளியே இறங்க வேண்டும். நடை உடை பாவனைகள் கௌரவமாக இருத்தல் வேண்டும். வழியில்வைத்துப் பழைய நண்பர்களாகிய அலவலாதிகளுடன் பேசக்கூடாது. பீடி சுற்றுபவர்கள், கவிஞர்கள், சுமட்டுக்காரர்கள், அரசியல்வாதிகள், மோட்டார் ஓட்டுபவர்கள், ரிக்ஷா வண்டிக்காரர்கள் போன்றவர்களுடன் சரிசமமாக நடந்துகொள்ளக் கூடாது. அப்புறம், வீட்டில் ஒரு வேலைக்காரி வைத்துக்கொள்ள வேண்டும். அப்துல்காதர் சாகிபு சோறோ குழம்போ சமைக்கக் கூடாது. டீசென்டாக வாழ வேண்டும். சுருக்கமாகச் சொன்னால் அ.கா. சாகிபு திருந்த வேண்டும். ஜென்டில்மேனாக மாற வேண்டும். எந்தப் பெண்ணாக இருந்தாலும் ஓர் ஆணைக் கல்யாணம் செய்வதன் முக்கியமான நோக்கம், கணவனைத் திருத்துவதுதானே? கணவனைச் சரியான வழிக்குக் கொண்டுவர வேண்டும். அவனது மனம் சார்ந்ததும் உடல் சார்ந்ததுமான சகல சங்கதிகளிலும் தலையிட்டுத் தாறுமாறாக்க வேண்டும். இதெல்லாம்தான் பெண்ணின் கடமையென்று ஜமீலாபீவி நம்பினாள். எல்லாப் பெண்களும் இப்படித்தான் நம்பியிருக்கிறார்கள். உன்னதமான இந்தப் பெண் ஃபிலாசஃபியைப் பற்றி அப்துல்காதர் சாகிபு எந்தக் கருத்தும் சொல்லவில்லை. சொல்வதற்கு என்ன இருக்கிறது? கல்யாணம் முடிந்து அதிகக் காலமொன்றும் ஆகிவிடவுமில்லையே? பெரியவர், புதுமெருகு குலையாமல் சொன்னார்:

“என்ன ஜெமீலா, குளிக்கப் போவும்போதும் சட்டெ போட்டுட்டா போவாங்க?”

“ஹூம்.” ஜமீலாபீவி மனம் நொந்துபோய்ச் சொன்னாள்: “நான் சொல்றதெ ஒண்ணும் கேட்கவே மாட்டேங்கிறீங்க.”

“ஜெமீலா, நீ சொல்லி நான் எதையாவது கேட்காமெ இருந்திருக்கேனா?” என்று சொன்னபடியே வீட்டுக்குள் ஓடிச் சட்டையை அணிந்துவிட்டு வெளியே வந்தார். ஆனால், சட்டையில் ஒரு பித்தான்கூட இல்லை.

பாருங்களேன், ஆணாப் பிறந்தவனின் இலட்சணத்தை. ஜமீலாபீவி மூன்று பித்தான்களை எடுத்துக்கொண்டு வந்து போட்டுவிட்டாள்.

அப்துல்காதர் சாகிபு நடந்தார்.

ஜமீலாபீவி திரும்பவும் கூப்பிட்டாள்:

“இன்னேருங்க இன்னா.”

அப்துல்காதர் சாகிபு திரும்பி நின்றார். அவருக்குப் புரிந்துவிட்டது. யா ரப்புல் ஆலமீனே*. சமையல்காரியின் பிரச்சினைதான். என்ன செய்வது? அடுப்படி வேலைக்கு ஆளில்லாமல் வாழமுடியாதா? நம்முடைய வேலைகளை நாம்தானே செய்ய வேண்டும்? ஒருத்தி, பி.ஏ. பாஸாகிவிட்டாள் என்பதற்காக அவள் சோறு பொங்கக் கூடாதாமா? பி.ஏ. மட்டுமல்ல, எம்.ஏ., பிஎச்.டி. காரியாக இருந்தாலும் சரி, சோறு பொங்க வேண்டும், கூட்டுக்கறி வைக்கவேண்டும். அதை அவள் அறியமாட்டாள் எனில் அப்துல்காதர் சாகிபு அறியவைப்பார். ஏற்கெனவே அறிவிக்கத்தொடங்கியும்விட்டார். பிரியாணி வைப்பது முதல் சாயா போடும் வேலைவரை ஐயாவுக்குத் தெரியும்.

"என்ன ஜெமீலா, சமையல்காரியோட பிரச்சினைதானே?"

"இல்லெ". ஜமீலாபீவி வருத்தத்தோடு சொன்னாள்: "நான், பி.ஏ. பாஸானது சமையல் வேலை செய்றதுக்குத்தானே?"

"என் ஈரக்கொலையே" அப்துல்காதர் சாகிபு சொன்னார்: "எந் தங்கம் அடுக்களெக்கு இனி போகவே வேண்டாம். எல்லாத்தையுமே நான் சரிப்படுத்திடறேன்; போதுமா?"

"ஆமா, போதும். தெனமும் இதையே சொல்லுங்க."

"இன்னைக்கு மட்டும் என் ராஜாத்தி அடுக்களெக்குப் போ. நாளெமுதல் உன்னோட இந்த சேவகன்..."

"சும்மா பொலம்பாதீங்க."

"இப்போ, எதுக்குக் கூப்பிட்டே ஜெமீலா?" தலை சீவி முகத்தில் பவுடர் போட்டுவிட்டுப் போகக் கூப்பிட்டிருப்பாளோ என்றும் பெரியவர் நினைத்துக்கொண்டார்.

ஆனால் ஜமீலாபீவி மிகுந்த வெட்கத்துடனும் பரிதாபத்துடனும் காதலுடனும் சொன்னாள்:

"பூவன்பழம்..."

"என்னது பூவன்பழம்?" பெண்கள் எதையாவது நேராக, ஒழுங்காகச் சொல்கிறார்களா? அ.கா. சாகிபு கேட்டார்.

"என்னதான் சொல்றே?"

"பூவன்பழம், ரெண்டு வாங்கிட்டு வருவீங்களா?"

"இவ்வளவுதானா? பூவன்பழந்தானே? சாப்பிட ஆசையா இருக்கு, அப்படித்தானே? வாங்கிட்டு வாறேன், வாங்கிட்டு வாறேன்." ஆற்றங்கரைக்குப் பக்கத்திலுள்ள கடையில் கிடைக்கும்.

---

* இறைவா

அங்கே இல்லையென்றால் பரிசலில் அக்கரைக்குப் போய் ஒரு இரண்டு பர்லாங் நடந்தால் அங்குள்ள சிறு பஜாரில் வாங்கலாம். பெரியவர் சொன்னார்:

"பூவன்பழம்தானே? ஒரு குலையே வாங்கிட்டு வந்திடுறேன்."

"ரெண்டெண்ணம் போதும்." ஜமீலாபீவி சொன்னாள்: "கண்ட கண்ட இடங்கள்லாம் அலைஞ்சு திரிய வேண்டாம். சீக்கிரமா வந்துடணும். சாயங்காலம்வரை ஆயிடக்கூடாது. தனியா இருக்க எனக்குப் பயமா இருக்கும். சொன்னதெல்லாம் ஞாபகம் இருக்கணும் என்ன?"

"சரி" என்று சொல்லிவிட்டு அ.கா.சாகிபு நடந்தார். பெண்கள் சொல்வதைப் பாருங்களேன். அலைந்து திரியக் கூடாதாம். அப்துல்காதர் சாகிபுவுக்குச் சிரிப்பு வந்தது. கூடவே, காதல் உணர்வும் மேலிட்டது. ஜமீலா முதன்முதலாகக் கேட்ட ஒரு விஷயம். மற்ற பெண்களாக இருந்தால் யா ரப்புல் ஆலமீனே! என்னென்ன சாதனங்களெல்லாம் கணவனிடம் வாங்கிக் கேட்பார்கள். தங்க ஆபரணம், பட்டுச்சேலை, வளையல், மோட்டார் கார், டகோட்டா விமானம்... அதெல்லாம் போகட்டும். சாதாரணமான விஷயங்கள்தானே? பெரியவர் நினைத்துக்கொண்டார். சிலர் இருக்கிறார்கள், இவர்கள் கணவன்மார்களிடம் கேட்பது, சும்மா கிடைக்கும் சில விஷயங்களை. காட்டில், பிரசவித்துக் கிடக்கும் பெண் சிங்கத்தின் மீசையிலிருந்து இரண்டு முடி. அதைக் கொண்டுவந்து கொடுக்கத் தவறினால் வேதனைப்படுவார்கள். "இருந்தாலும் . . . நான் என்ன கேட்டுட்டேன்? பூனைபோல இருக்குற சிங்கத்தோட முகத்திலேருந்து ரெண்டு ரோமம் . . . எல்லாமெ இவ்வளவுதான்" என்று சொல்லிக் குமுறிக் குமுறி அழுவார்கள். அவன் தான் என்ன செய்வான்? வேறு சிலர் இருக்கிறார்கள். இவர்களுக்குத் தேவை எவரெஸ்ட் மலைச் சிகரத்திலிருந்து ஒரு சிறுதுண்டு பனிக்கட்டி. அதைக் கொண்டுவந்து கொடுக்காமலிருந்தால் நிறைந்த கண்களுடன் தழுதழுக்கும் குரலில் சொல்வார்கள். "ஆமா, ஒரு துண்டு பனிக்கட்டி கொண்டுவர முடியாத ஆளுதானே . . . என்னை அப்படியே கொன்னுடுங்களேன்." ஒரு ஆணாகப் பிறந்த மனிதன் என்னதான் செய்வான்? ஆனால், ஜமீலாபீவி கேட்டது இதுபோன்ற ஏதாவது சாதனம் ஒண்ணுமில்லை. இரண்டே இரண்டு பூவன்பழங்கள். அப்துல்காதர் நினைத்துக்கொண்டார். குளித்து முடித்து ஒளுவும் செய்துவிட்டுப்போய் ஒரு குலை பூவன்பழம் வாங்க வேண்டும். பெரியவர் அப்படியாக ஆற்றங்கரைக்கு வந்தார்.

அந்த ஆறு, காவி நிறம்பூண்டு கடல்போல் ஓடியது. என்ன ஒரு வேகம். இரு கரைகளிலும் ஆற்றைப் பார்த்துச் சாய்ந்து

நிற்கும் மரங்களைக் காணவில்லை. என்னவெல்லாமோ பொருட்கள் ஆற்றில் அடித்துப்போய்க்கொண்டிருந்தன. ஆறு பயமுறுத்துவதுபோல் ஓடிக்கொண்டிருந்தது.

அப்துல்காதர் சாகிபு ஆற்றிலிறங்கிக் குளித்தார். அதாவது ஒரு தடவை முங்கியெழுந்தார். நீர், பனிக்கட்டியை விடவும் குளிர்ந்துபோயிருந்தது. அ.கா. சாகிபு ஒளு* செய்ய மறந்து, வேகமாகக் கரையேறினார். தலையைத் துவட்டிவிட்டுப் பரிசல் துறையிலிருந்த கடைக்கு ஓடினார். அங்கே... கண்ணன் பழம் இருக்கிறது. பாளயங்கோடன் பழம் இருக்கிறது. படத்தி இருக்கிறது. ஆனால் பூவன்பழம் மட்டும் இல்லை. என்ன செய்வது? அ.கா. சாகிபு பரிசலில் ஏறினார். பரிசல் நகர்ந்தது. நடு ஆற்றில் வந்ததும் பெருங்காற்று வீசத்தொடங்கியது. உலகம் இருண்டு போகத் தொடங்கியது. பரிசலை ஒருவழியாக அக்கரையில் கொண்டுவந்து சேர்த்தான் பரிசல்காரன். அப்துல்காதர் சாகிபு இறங்கி ஓடினார். நடுவழியில் வைத்து மழை பெய்யத் தொடங்கியது. அவர் ஓடிப்போய் பஜாரில் ஒரு கடையில் ஒதுங்கிக்கொண்டார். நல்ல மழை. கடைகளில் விளக்குகளைப் பற்றவைத்தார்கள். மழை குறைவதை எதிர்பார்த்து அப்துல்காதர் சாகிபு அப்படியே நின்றிருந்தார். பரவலான காற்றும் வீசியது. நேரம் போனதே தெரியவில்லை. பழைய நண்பர்களான சில அலவலாதிகளுடன் பேசியபடி அமர்ந்திருந்தார். பிறகு பார்க்கும்போது மணி எட்டாகப்போகிறது. அப்துல்காதர் சாகிபுக்குப் பதற்றமாகிவிட்டது. ஜமீலாபீவி இரவு தனியாக இருந்து பயந்து கொண்டிருப்பாள். அவர் இறங்கினார். நிறைய கடைகளில் விசாரித்துப் பார்த்தார். பூவன்பழம் மட்டும் இல்லை. என்ன செய்வது? பெரிய ஏமாற்றமாகப் போய்விட்டது. கடைசியில், அ.கா. சாகிபு ஒரு டஜன் ஆரஞ்சுப்பழம் வாங்கினார். பூவன் பழத்தை விடவும் நல்லதல்லவா இனிப்பான ஆரஞ்சுப் பழம்? விலையுயர்ந்த சாதனமும்கூட. நிறைய விட்டமினும் உண்டு. ஆரஞ்சுப் பழங்களைக் காகிதத்தில் பொதிந்து வாங்கிவிட்டு அ.கா. சாகிபு நடந்தார். மழையும் கூரிருட்டும். எந்த இடத்திலும் வெளிச்சமில்லை. பூவன்பழமும் மழையும் சேர்ந்து ஒரு மிகப்பெரிய சதியாலோசனை நடத்துகின்றன. அப்துல்காதர் சாகிபு பரிசல்துறைக்கு வந்தார். யாருமில்லை. இருட்டைப் பார்த்து மழையினூடே பரிசல்காரனைக் கூப்பிட்டுப் பார்த்தார். பத்திருபது தடவை "ஹோய்..." என்று கூவிப் பார்த்தார். யார் காதிலும் விழவில்லை. தொண்டை கட்டிக்கொண்டதைத் தவிர விசேஷமான எந்தப் பலனும் கிடைக்கவில்லை. எதுவுமாகட்டும் என்று பெரியவர் நீந்த முடிவு செய்தார். சட்டையைக் கழற்றினார். மேல் துண்டில் ஆரஞ்சுப் பழத்தைக் கட்டி, தலையில் வைத்துத்

---

* வழிபாட்டு முறையிலான உடல் சுத்தி

துண்டின் இருமுனைகளையும் தாடையுடன் சேர்த்துப் பலமாகக் கட்டிக்கொண்டார். சட்டையையும் வேட்டியையும் ஆரஞ்சுப் பழப்பொதியின் மீது கட்டிவைத்தார். அம்மாளு இப்போது என்ன செய்துகொண்டிருப்பாள் என்று நினைத்துப் பார்த்தார். "பாரு, ஜெமிலா." அப்துல்காதர் சாகிபுவுக்குச் சிந்தனையோடியது. கல்யாணம் செய்துகொள்ளாமலிருந்தால் எந்த இடத்தில் வேண்டுமென்றாலும் போய்ப் படுத்துக்கொள்ள முடியுமல்லவா? பாருங்களேன், ஒரு ஆணாகப் பிறந்தவனின் சுதந்திரம் பறிபோகிற போக்கை. யா ரப்புல் ஆலமீனாய தம்புரானே, நான் ஆற்றில் குதித்து நீந்தப்போகிறேன், எனக்கு நீதான் துணை. மனத்திற்குள் நினைத்தபடியே அப்துல்காதர் சாகிபு ஆற்றோரம் கிழக்குப் பக்கமாக ஒரு பர்லாங் தூரம்வரை நடந்தார். ஆறு, கிழக்கிலிருந்து மேற்காகப் பாய்ந்துகொண்டிருந்தது. நேராக நீந்தினால் ஆற்றின் போக்கில் ஒரு பர்லாங்குக்கும் அதிகமான தூரம்வரை கீழ்ப்பக்கமாகக் கொண்டு போய்விடும்.

அப்துல்காதர் சாகிபு தைரியமாக இறங்கினார். இருந்தாலும், ஆற்றில் மூழ்கி இறந்துபோனால்? ஜமீலாபீவிக்காக அல்லவா? தண்ணீர், இடுப்புவரை வந்தது. கால்கள் பதியாமலாயின. அ.கா. சாகிபு அப்படியே நீந்தத் தொடங்கினார். தலைமட்டும் வெளியே இருந்தது. நீந்தியும் துழாவியும் முன்னகர்ந்து சென்றார். இருட்டில், ஆற்றின் போக்கில் முன்புறமேது, பின்புறமேது? எதுவும் தெரியவில்லை. ஏதோ ஒரு யூகத்தை வைத்துப் போய்க்கொண்டிருந்தார். நடு ஆற்றில் எப்போது போய்ச் சேர்ந்தோமென்றோ எப்போது கரைசேருவோமென்றோ ஒன்றுமே தெரியவில்லை. கைகளும் கால்களும் ஓய்ந்துபோகத் தொடங்கின. கடைசியில், ஏதோ ஒன்றில் அ.கா.சாகிபுக்குப் பிடி கிடைத்தது. நீரின் போக்கு அவரை வேகமாக, கீழ்ப்பக்கமாக இழுத்துச் சென்றுகொண்டிருந்தது. பிடியை விடவில்லை. இரண்டு மூன்று வாய் தண்ணீரும் குடித்துவிட்டார். அப்துல்காதர் சாகிபுக்குப் புரிந்துவிட்டது. பிடி கிடைத்திருப்பது ஒரு மூங்கில் கூட்டத்தில். ஏராளமான முட்களின், கிளைகளின் கூரான எதிர்ப்பைக் கண்டுகொள்ளாமல் ஐயா கரைசேர்ந்து குளிரில் நடுங்கிப்போய் அமர்ந்திருந்தார். நினைத்துப் பார்த்ததும் பயந்து நடுங்கினார். சும்மா இப்படி இருந்தால்? காட்டில், முட்களினூடே அப்துல் காதர் சாகிபு நடந்தார். பிறந்த மேனியுடன்தான். வேட்டியும் சட்டையும் வெள்ளத்தில் எங்கோ அடித்துக்கொண்டு போய்விட்டன. தாடையுடன் சேர்த்துக் கட்டப்பட்டிருந்த துண்டும் ஆரஞ்சும் அப்படியே இருந்தன. குறைவான இலைகளுள்ள சுமாரான ஒரு கிளையை ஒடித்தெடுத்து ஊன்றுகோலாக்கிக் கொண்டு அப்துல்காதர் சாகிபு நடந்தார். ஒரு மின்னல் அடித்தபோது தான் அவருக்கு உலகம் தெரிந்தது. வாழைத் தோட்டம். ஒரு வீடும்

இருந்தது. அப்போதுதான் விஷயம் தெரிந்தது. போக வேண்டிய இடத்தைத் தாண்டி அரைமைல்தூரம் வந்துவிட்டோம் என்று.

அந்த வீட்டின் வாசலைத் தாண்டித் தப்பித்தடுமாறி ஒரு தென்னைமரப் பாலத்தைக் கடந்து அப்படியே நடந்தார். அப்போது ஒரு நாய் குரைத்தது. அதைத் தொடர்ந்து மற்றொன்றும். அப்படியாக ஊரிலுள்ள எல்லா நாய்களும். ஒழுக்கம் சார்ந்த காரணங்கள் இருக்கலாம் அவை குரைப்பதற்கு. அ.கா. சாகிபு யோசித்தார். என்ன செய்யலாம்? இடைவழிகளும் பாலங்களும் பெருவழிகளும் தாண்டி ஒருவழியாக வசிப்பிடத்தை வந்தடைந்தார். அம்மாடி தப்பித்துக்கொண்டோம். அங்கே வெளிச்சம் இருந்தது. பிரியமுள்ள ஜமீலா தூங்கவில்லை. அப்துல்காதர் சாகிபு நினைத்துக்கொண்டார். கொண்டவனை நேசிக்கும் மனையாள். ஜெமீலா, கதவெத்திற என்று பெரியவர் கூப்பிட வில்லை. துண்டை உடுத்தியபிறகு கூப்பிடலாமே என்று வராந்தாவில் ஏறினார். பிறகு ஜன்னல் வழியாக உள்ளே பார்த்தார். குளிரில் நடுங்கிக்கொண்டிருந்தபோதும்கூட அப்துல்காதர் சாகிபு சிரித்துவிட்டார். அழகான ஒரு காட்சி.

மேஜையின்மீது ஒரு விளக்கு எரிந்துகொண்டிருந்தது. பக்கத்தில் இரண்டு பெரிய சாப்பாட்டு பிளேட்டுகள், இரண்டும் வேறு பிளேட்டுகளால் மூடப்பட்டிருந்தன. பக்கத்தில் இன்னும் சில சின்னச் சின்ன பிளேட்டுகள். எல்லாமே மூடிவைக்கப் பட்டிருந்தன. சோறும் கூட்டுக்கறிகளும் அதிலிருந்தன. கணவனை எதிர்பார்த்து மனைவியும். கையில் பயங்கரமான ஒரு வெட்டரிவாளுடன் ஜமீலாபீவி செயரில் அமர்ந்தபடியே மேஜைமீது தலைசாய்த்துத் தளர்ந்து தூங்குகிறாள்.

இதுமட்டுமல்ல, வேறு விசேஷங்களுமுண்டு. முன்புறவாசல், உள்ளேயிருந்து தாழ்ப்பாள் போடப்பட்டிருந்தது. ஒருவேளை திருடர்கள் யாராவது வெளியிலிருந்து கதவைத்தள்ளி, தாழ்ப்பாளை உடைத்து உள்ளே புகுந்துவிட்டால் என்ன செய்வது? எனவே ஒரு மேஜையைத் தள்ளி நீக்கி வாசல் கதவோடு சேர்த்துப் போடப்பட்டிருந்தது. மேஜைக்குக் கனம் பற்றாதது போல் அதன்மீது ஒரு சிறுதலையணையும் வைக்கப்பட்டிருந்தது. இது போதாதா?

பெண்களுடைய அறிவைப் பாருங்களேன் என்று நினைத்த படியே அப்துல்காதர் சாகிபு ஜமீலாபீவியை எழுப்ப நினைக்கும்போது மற்றொரு வேடிக்கை. சமையலறை வாசலினூடே நல்ல வெளிச்சம் முற்றத்தில் வந்து விழுகிறது. அது என்ன? பெரியவர் அந்தப் பக்கமாகச் சென்றார். வேடிக்கைதான்! அம்மாளு பதற்றத்தினிடையே சமையலறைக் கதவை அடைக்க

மறந்துவிட்டாள். உலகிலுள்ள எல்லாத் திருடர்களும் ஊர்வலமாக வந்து எந்தத் தடங்கலுமில்லாமல் உள்ளே புகுந்துவிடலாம் என்றெல்லாம் நினைத்தபடியே, அப்துல்காதர் சாகிபு உள்ளே நுழைந்தார். சத்தம் கேட்காமல் மெதுவாக, மிக மெதுவாகக் கதவையடைத்துத் தாழ்ப்பாள் இட்டார். கையிலிருந்த கம்பைச் சமையலறையில் வைத்துவிட்டு மெதுவாக உடைமாற்றும் அறைக்குள் சென்றார். உடம்பில் பல இடங்களிலும் காயம் பட்டிருக்கிறது; இரத்தமும் கசிந்துகொண்டிருக்கிறது. ஜெமீலா, உனக்காக நான் எவ்வளவு இரத்தம் சிந்தியிருக்கிறேன், பார். அ.கா. சாகிபு, அம்மாளு முகத்தில் பூசும் வாசனைப் பவுடரை உடலெங்கும் பூசிக்கொண்டார். பிறகு உடையணிந்து, தலை வாரினார். ஆரஞ்சுப் பழத்தை அந்த அறையிலேயே வைத்தார். அதற்குப் பிறகு ஜமீலாபீவியை எழுப்ப நினைக்கும்போது தொழுகைக்கான ஞாபகம் வந்தது. மஃரிபும்* இஷாவும்** தொழவில்லை. அதை முடித்துவிடுவோம். பெரியவர் தண்ணீர் எடுத்து ஒளு செய்துவிட்டு வந்து தொழுதார். ஜமீலாபீவிக்காகத் தனது உயிரைக் காப்பாற்றியதற்காக ரப்புல் ஆலமீனாய தம்புரானிடம் பிரார்த்தனை செய்து நன்றி தெரிவித்தார். அது முடிந்ததும், ஆரஞ்சுப் பழங்களை இரண்டு பாத்திரங்களில் வைத்துக்கொண்டு வந்து மேஜையின் மீது வைத்துவிட்டு மனைவியை எழுப்பினார்.

"ராஜாத்தீ."

ஜமீலாபீவி நடுங்கிப்போய் வெட்டரிவாளுடன் கண்களைத் திறந்தாள்.

"பாவம், என்னெ வெட்டிராதே." அப்துல்காதர் சாகிபு சொன்னார். "நான் கள்ளன் ஒண்ணுமில்லெ. அறிவில்லாத, பாவப்பட்ட அப்துல்காதரேதான்."

"கண்ட இடங்கள்லாம் அலைஞ்சுத் திரிஞ்சுட்டு வந்துருக்கீங்க இல்லியா," என்றபடியே வாசலைப் பார்த்ததும் அம்மாளு திகைத்துவிட்டாள்.

"உள்ளெ எப்படி வந்தீங்க?"

அப்துல்காதர் சாகிபு சொன்னார்:

"இந்தப் பையனைக் கண்டால் எல்லாக் கதவுகளும் தானாகவே திறந்து கொடுக்கும். மூடப்பட்ட எல்லா இதயங்களும் தானாகவே…"

---

* அஸ்தமன நேரத் தொழுகை
** இரவு எட்டு மணித் தொழுகை

"மடத்தனமாப் பேசாதீங்க, உள்ளே எப்படி வந்தீங்க?"

பெரியவர் சொன்னார்:

"அடுக்களெ வழியா,"

அம்மாளு கேட்டாள்:

"கம்பை ஏதாவது உள்ளெ விட்டு தாப்பாளை எடுத்தீங்க, இல்லீயா? ஏதாவது கள்ளன்மாரு இதைப் பாத்தா? இனி அவனும் இப்படி உள்ளெ வருவான். இனி இந்த வீட்டுலெ மனநிம்மதியா எப்படி வாழ முடியும்?"

அப்துல்காதர் சாகிபு சொன்னார்:

"பிளடி ஃபூல், நீ கதவெ அடைக்கவே இல்லை."

ஜமீலாபீவி சொன்னாள்:

"ஓரளவுக்காவது நாகரீகமா பேசுங்க, என்ன? நான் கதவை அடைக்கல்லியாமே."

"யா ரப்புல் ஆலமீன்." அப்துல்காதர் சாகிபு நினைத்துக் கொண்டார். பெண்கள் செய்த தவற்றை அவர்கள் ஒப்புக்கொள்ள வைப்பது நடக்கக்கூடிய விஷயமா?

பெரியவர் கேட்டார்:

"நீ தொழுதியா?"

"தொழுதேன்" என்றபடி எழுந்திருக்கும்போது அம்மாளுவின் கண்களில் ஆரஞ்சு தென்பட்டது. முகம் இறுகியது. கோபம் வந்தது. கொண்டுவந்து வைத்திருப்பதைப்பார்.

மிகுந்த வெறுப்புடன் எரித்துவிடுவதுபோல் ஜமீலாபீவி ஆரஞ்சுப் பழத்தைக் கோபமாகப் பார்த்தாள்.

ஆனால், அபிப்ராயம் எதுவும் சொல்லவில்லை.

அப்துல்காதர் சாகிபு சொன்னார்:

"பூவன்பழம் ஒரு இடத்திலெயுமே இல்லெ."

ஜமீலாபீவி பதிலெதுவும் சொல்லவில்லை. சொல்வதற்கு என்ன இருக்கிறது? கொண்டுவந்து வைத்திருப்பதைப் பாருங்களேன்..! கையலம்புவதற்கு அம்மாளு தண்ணீர் கொண்டுவந்து வைத்தாள். இரண்டு பேரும் கைகழுவிவிட்டுச் சாப்பிட்டார்கள்.

“கூட்டுக்கறி ரொம்ப நல்லாயிருக்கு.” அப்துல்காதர் சாகிபு சொன்னார். உண்மையில் கூட்டுக்கறிகளெல்லாம் வாயில் வைக்கவே முடியாதபடி மோசமாக இருந்தன. உப்பில்லை. சிலதில் உறைப்பு அதிகம். இருந்தாலும் இல்லக் கிழத்தியல்லவா? குறைசொல்வது நியாயமா?

அம்மாளு மகிழ்ச்சியான ஒரு செய்தியைச் சொன்னாள்.

“நான் தூங்கப் போறேன்.”

பெரியவர் சொன்னார்:

“ஆரஞ்சைத் தின்னுட்டுத் தூங்கலாம். பூவன்பழம் கிடைக்கல்லெ. நான் காட்டாற்றை நீந்திக் கடந்துகொண்டுவந்த ஆரஞ்சு.”

அம்மாளு சொன்னாள்:

“சும்மா புளுவவேண்டாம். எனக்கு ஆரஞ்சுப்பழம் பிடிக்காது. கொண்டுவந்த நீங்களே அதெத் தின்னுங்க.”

அம்மாளு மூக்கின் நுனியை உயர்த்தியவாறே நடந்துபோய்ப் படுக்கையில் விழுந்தாள்.

அப்துல்காதர் சாகிபு ஆரஞ்சுத்தோலை உரித்தார். சுளைகளை ஒரு பாத்திரத்தில் நிறைத்துவைத்தார். பிறகு கூப்பிட்டார்:

“ஜெமீலா . . .”

“விருப்பமில்லெ.”

விருப்பமில்லியா? அப்துல்காதர் சாகிபு நினைத்துக் கொண்டார். கல்யாணமான புதுசுலே புதுப்பெண்ணின் விலாவைக் குறிபார்த்து ஒரு ஆறு குத்து வைத்திருக்க வேண்டும்.

“ஜெமீலா, சீக்கிரம் வா, எழும்பி.”

“எனக்குத் தூக்கம் வருது.”

“அப்படியா?” பெரியவர் எழுந்துசென்று மிகுந்த வாத்சல்யத்துடன் சொன்னார்.

“ஜெமீலா, நான் ரொம்பவெல்லாம் கஷ்டப்பட்டுக் கொண்டு வந்ததாக்கும். இங்கெ பாரு, ஆத்துலெ நீந்தி, தண்ணி குடிச்சி, நான் ஒருவேளை இறந்துபோயிருந்தேன்னா?”

ஜெமீலா படுத்தவாறே தலையணைக்குள் முகம்புதைத்தாள்.

“நான் கேட்டது பூவன்பழமாக்கும்.”

“ஊருலே பூவன்பழமே இல்லெ, ஜெமீலா. நாளைக்கு நான் எங்கேயிருந்தாவது வாழைக்கன்னு கொண்டு வாறேன்.”

“ஆமா, அது குருத்து விட்டு, காயாமாறி பழுத்த பெறகு திங்கலாம்.”

“ஆகட்டும்! இப்ப இந்த ஆரஞ்சைத் தின்னு, இதுலெ நல்ல விட்டமின் இருக்கு.”

“எனக்கு வேண்டாம்.”

“இல்லெ, நீ திங்கணும்.”

ஜமீலாபீவி எழுந்தாள். மிகுந்த அதிகாரத்துடன் தனி லேடி பாவனையுடன் கேட்டாள்.

“திங்கல்லேன்னா, அடிச்சுத் திங்க வெப்பீங்களோ?”

ரைட்டு! அப்துல்காதர் சாகிபு நினைத்துக்கொண்டார். இது ஒரு நல்ல கருத்து. அவர் எதுவும் சொல்லாமல் சமையலறைக்குள் சென்றார். கம்பிலிருந்து இரண்டு சிறு சுள்ளிக்குச்சுகளை ஒடித்தெடுத்துக்கொண்டு வந்தார்.

ஜமீலாபீவி, சுள்ளிக் கம்பைப் பார்த்தபிறகும் ‘அட . . . சீ’ என்பதுபோல் அப்படியே இருந்தாள்.

ஆனா காவன்னா சொன்னார்:

"எழுந்துரு..."

"விருப்பமில்லெ."

"விருப்பமில்லியா?" அவர் போய் வெட்டரிவாளைக் கொண்டுவந்தார்.

"இம்புடுதானா?" என்பதுபோல் ஜமீலாபீவி இருப்பை மேலும் உறுதி செய்தாள்.

"வா, இங்கே..." அ.கா.சாகிபு.

அம்மாளு சொன்னாள்: "விருப்பமில்லெ."

"அப்படியா?" பெரியவர் ஜமீலாபீவியின் தொடையில் இரண்டு சுட்ட அடி வைத்தார். பிறகு வெட்டுக் கத்தியைக் காட்டினார்.

"அடுத்தது, வெட்டுவேன்."

அம்மாளு கலங்கிய கண்களுடன் எழுந்தாள்.

அந்தக் கண்ணீர்... அதைக் கண்டதும், என்ன சொல்வது? அப்துல்காதர் சாகிபின் இதயமே தகர்ந்துபோனது. ஆண் அல்லவா? பெண்ணின் கண்ணீரைக் கண்டால் பொறுக்க முடியுமா? இருந்தாலும் அப்துல்காதர் சாகிபு சிறிதுநேரத்திற்குத் தனது இதயத்தைக் கல்லுருண்டையாக மாற்றிக்கொண்டார். பிறகு சொன்னார்.

"ஜெமீலா... கண்ணீரைச் சும்மா பாழாக்க வேண்டாம். வேணும்னா ஒரு ஜாடியிலெ அழுது வெச்சுக்கோ. நான் பெறகு அதுலெ குளிக்கிறேன். என்னா?"

ஜமீலாபீவி குரல் தழுதழுக்கக் கேட்டாள்.

"என்னெ கொல்லப் போறீங்களா?"

"ஆமா." பெரியவர் சொன்னார்: "உன்னெ கண்டந்துண்டமா வெட்டி, பொடியா கொத்தி பிரியாணி வெக்கப் போறேன்."

பெரியவர், அம்மாளுவின் கையைப் பிடித்து அடுத்த அறைக்குக் கூட்டிச்சென்று ஆரஞ்சுப் பழத்தின் முன்னால் நிறுத்தினார்.

"எடுத்துத் தின்னு." அப்துல்காதர் சாகிபு உத்தரவிட்டார்.

ஜமீலாபீவி அதைக் காதில் விழுந்ததாகவே காட்டிக் கொள்ளவில்லை. ஆமா, பெரிய இவுரு என்பது போல் நின்றாள்.

கணவன் சொல்வதைக் கேட்கமாட்டாய் இல்லையா? அ.கா. சாகிபு சுள்சுள்ளென்று ஆறு அடி அம்மாளுவின் குண்டிவாக்கில் வைத்தார்.

அம்மாளு ஒரு சுளையை எடுத்துத் தின்றாள்.

"பத்தாது, இன்னும்." பெரியவர் மெதுவாகக் கர்ஜித்தார். கூடவே, வெட்டரிவாளையும் காட்டினார்:

"பாத்தியா? தின்னுரு, தொலெச்சுப் போடுவேன், ஆமா."

அம்மாளு படபடவென்று தின்றாள்.

பெரியவர் சொன்னார்:

"வித்தெ தூர எறிஞ்சுட்டு மெதுவாகத் தின்னாப் போதும்."

அப்படியாக, ஜமீலாபீவி கண்ணீர் விட்டபடியே வித்துகளை உதிர்த்துவிட்டு மெதுவாகத் தின்னத் தொடங்கினாள்.

அப்துல்காதர் சாகிபு நெருக்கடியான உடனடித் தேவைகளைப் பற்றிக் கேட்டார்:

"நான் உனக்கு யாரு?"

அம்மாளு சொன்னாள்:

"தெரியும்."

"வெட்டரிவாளைப் பாத்தியா, சொல்லு, நான் உனக்கு யாரு?"

"புருசன்."

பெரியவர் கேட்டார்:

"வெட்டரிவாளைப் பாத்தேல்லியா, இனி நீ என்னெ திருத்த நெனப்பியா? சொல்லு, சீக்கிரம் மாட்டேன்னு சொல்லு. வெட்டரிவாளு இருக்கு."

"மாட்டேன்."

பெரியவர் கேட்டார்:

"நீ திங்கிறதோட பேரு என்ன?"

"ஆரஞ்சஸ்."

பெரியவர், அம்மாளுவின் குண்டியில் மற்றொரு அடி வைத்தார். "வெட்டரிவாளெப் பாத்துட்டுச் சொல்லு. நீ திங்கிறது பூவன்பழம்."

"பூவன்பழம்."

"வீட்டு வேலைக்கு வேலெக்காரி வேண்டான்னு சொல்லு. வெட்டரிவாளெப் பாத்துக்கோ."

"வேண்டாம்."

"நீஎன்ன சீமாட்டியா ? வெட்டரிவாளெப் பாத்துச் சொல்லு… நீ என் பெண்டாட்டி, அப்பிடித்தானே ?"

"ஆமா .. !"

"மோட்டார் வண்டி டிரைவர்மாரு, ரிக்ஷா வண்டி ஓட்டுறவன்மாரு, கவிஞும்மாரு, சொமட்டுக்காரன்மாரு, அரசியல்வாதி, பீடிச்சுத்துறவன் இவுங்ககூட நான் சரி சமமா நடக்கலாமா ? வெட்டரிவாள் இருக்கு. நடக்கலாம். நடக்கலாம்னு சொல்லு."

"நடக்கலாம், நடக்கலாம்."

"நீ என்ன திங்கிறே ?"

"பூவன்பழம்."

வெட்டரிவாளையும் கம்பையும் கீழே எறிந்துவிட்டு 'எந்தங்கமே' என்று சொல்லியபடியே அப்துல்காதர் சாகிபு ஜமீலாபீவியைக் கட்டிப்பிடித்து முத்தமிட்டார். அம்மாளுவின் தொடையிலும் பிருஷ்டத்திலும் அடிபட்ட தழும்புகள். அதில் கைபட்டபோது அ.கா. சாகிபின் இதயம் சுக்கு நூறாக உடைந்துபோனது.

"எஞ் சக்கரெக் கட்டிக்கு ரொம்ப வலிச்சிதா ?" பெரியவர் கேட்டார்.

அம்மாளு நீண்ட பெருமூச்சுடன் சொன்னாள்:

"இல்லெ."

மூன்று

இருந்தாலும் அ.கா. சாகிபின் மனத்துக்கு மிகுந்த வருத்தமாக இருந்தது. இருக்காதா பின்னே ?

அப்படியாக அன்றிரவு கழிந்தது. பகல்பொழுது நாட்கள், வருடங்களாகி உருண்டோடின. ஆற்றில் பலதடவை நீர்ப் பிரளயம் ஏற்பட்டது. ஜமீலாபீவி ஒன்பதுமுறை பிரசவித்தாள். உலகில் பல மாற்றங்கள் உருவாயின. சாம்ராஜ்யங்கள் தகர்ந்தன. கிரீடங்களும் செங்கோல்களும் சிம்மாசனங்களும் பறந்தன. புதிய புதிய கருத்தியல்கள் முக்கியத்துவம் அடைந்தன. மானுட சமூகம் மிகவும் முன்னேற்றமடைந்தது. அப்துல்காதர் சாகிபுக்கும் ஜமீலாபீவிக்கும் நிறைய வயதாகிவிட்டது. பல்லெல்லாம் விழுந்துவிட்டன. இரண்டுபேரும் நரைத்துக் கூனும் விழுந்துவிட்டார்கள். படுகிழவனும் கிழவியும் பிள்ளைகளுக்குப் பிள்ளைகளும். இப்படியாக வாழ்ந்துகொண்டிருந்தாலும் பழைய சம்பவங்களில் சிலவாவது நினைவுக்கு வராமலிருக்குமா? அப்துல்காதர் சாகிபு சிரித்தபடியே ஜமீலாபீவியிடம் கேட்பார்.

“ராஜாத்தீ... பண்டு நீ பூவன்பழம் வேணும்னு கேட்டப்போ, ராத்திரி ஆத்துலெ நீந்தி நான் என்ன கொண்டுவந்தேன்?”

ஜமீலாபீவியும் சிரித்தபடி சொல்வாள்:

“பூவன்பழந்தான்.”

பெரியவர் கேட்பார்:

“அது, பாக்க எப்படியிருந்தது?”

அம்மாளு சொல்வாள்:

“ஆரஞ்சுபோலெ.”

“ஹ... ஹ... ஹ... என்று சிரித்தபடியே பெரியவர் கேட்பார்,” என்ன கொண்டுவந்தேன்?”

அம்மாளு சொல்வாள்:

“பூவன்பழம்! பூவன்பழம்!”

1948

•

நிலவைக் காணும்போது

நிலவைப் பார்க்கும்போது . . . என்பது ஒரு காதல் கதை. அது சரி, காதல் கதை என்றால் என்ன? நான் அதை விவரமாகச் சொல்ல விரும்பவில்லை. உங்களுக்கெல்லாம் தெரிந்த விஷயம்தான் அது. சமூக வரலாற்றின் . . . அதெல்லாம் வேண்டாம். வரலாற்றுக்கு முற்பட்ட காலம் முதல், காதல் கதைகளும் பேய்களும் . . . நான் சொல்லப்போவதின் சாரப்பொருள் உங்களுக்கும் புரிந்திருக்கு

மல்லவா . . ? இங்கே இன்னொரு கேள்வி எழுகிறது. பேய் என்று ஒன்று இருக்கிறதா . . ?

இல்லை . . . அல்லது . . . இருக்கிறது.

மற்றொரு கேள்வி: பேய் பிசாசுகளில் உங்களுக்கு நம்பிக்கை இருக்கிறதா . . ? இந்தக் கேள்வியின் முன் நான் அமைதியாகிவிடுவேன். எந்தப் புரிதலுக்கும் அடங்காத சில அனுபவங்கள் எனக்கு ஏற்பட்டதுண்டு. மனித வாசமில்லாத பாலைவனங்களில் . . . மலையுச்சிகளில் . . . குகைகளில் . . . மயானத்தில் . . . புராதன நகரங்களின் இடிபாடு களில் . . . பாழடைந்த வீடுகளில் . . . கடற்கரையில் . . . நிலவொளி வீசும் ஏகாந்தப் பெருவெளிகளில் . . .

இங்கே கடற்கரையில் வைத்து நடந்த ஒரு சம்பவத்தை விவரிக்க இருக்கிறேன். நான் யோசிக்கிறேன். எதைக் குறித்து? விவரிக்கவே இயலாத ஒரு சம்பவம். இதை என்னுடைய கற்பனை என்று நீங்கள் கருதலாம். ஆனால் என்னைப் பொறுத்தவரைக்கும் இது உண்மை. இதைக்

கற்பனையாக எடுத்துக்கொள்ள நானும் முயற்சி செய்திருக்கிறேன். என்னவோ தெரியாது, நிலாவைக் காணும்போது ... அதெல்லாம் நினைவுக்கு வந்துவிடுகிறது.

பண்டொரு காலத்தில், நானோர் இளைஞனாக இருந்தேன். அன்று நானொரு தீவிரவாதக் குழுவின் தலைவர். பகத்சிங், ராஜகுரு, சுகதேவ், அஃப்ஸாக்குல்லாகான், சந்திரசேகர ஆஸாத் போன்ற தீவிரவாதிகள் குழு. பிச்சுவாக்கத்தி, ரிவால்வார், வெடிகுண்டுகள், ரத்தம் சிந்துவது என அடிமை பாரதத்தின் சுதந்திரத்திற்கான முயற்சிகள். இதில் சுமார் முந்நூறு உறுப்பினர்கள் இருந்தனர். பெரும்பாலும் மாணவர்கள். கூடவே நகரிலுள்ள முக்கியமான ரௌடிகள். சண்டியர்களான ரிக்ஷாக்காரர்கள், ஓட்டல் பணியாளர்கள், ஒன்றிரண்டு சமையல்காரர்கள் ... இப்படியாக முந்நூறு பேர்.

ஒரு தீப்பொறி பத்திரிகையும் நாங்கள் நடத்தி வந்தோம். அதன் ஆசிரியரும் நான்தான். இன்றைய முக்கியமான எழுத்தாளர்கள் பலர் அதில் கட்டுரைகள் தானம் செய்திருக்கிறார்கள். சொன்னேன் அல்லவா, அதுவொரு தீப்பொறி பத்திரிகை. ரத்தத்தைச் சூடேற்றும் கட்டுரைகள்தாம் அதில் வெளிவரும். ஆயிரம் பிரதிகள் அச்சடிப்போம். ஆனால் ஃபைலில் வைப்பதற்குக் கூட ஒரு பிரதி மிச்சம் இருக்காது. ஏற்கெனவே விற்பனை செய்த யாரிடமிருந்தாவது வாங்கிவந்து ஃபைலில் வைப்போம்.

இது ஒரு தீவிரவாதக் குழுவின் பத்திரிகை என்ற விஷயம் யாருக்குமே தெரியாது. ஆனால் இந்தக் குழு சில நடவடிக்கைகளில் ஈடுபட்டிருக்கும் விஷயம் அரசாங்கத்திற்குத் தெரியும். போலீஸும் சி.ஐ.டி.யும் மிகுந்த கண்காணிப்புடன் விசாரணையில் ஈடுபட்டு வந்தனர்.

இந்தக் குழுவுக்குப் பெரிய அளவிலான நோக்கங்கள் எதுவுமில்லை. வெறுமொரு ரகசிய அமைப்பு. அரசியல் அதிகாரத்தைக் கைப்பற்றுவதற்காக ஒன்றும் ... ஆமாம், அப்போது ஓர் அரசியல் இயக்கம் களத்தில் நின்றிருந்தது.

இவர்களுக்கு உதவியாகச் செயல்படுவது மட்டும்தான் எங்களுடைய நோக்கம். இதை அவர்கள் சொல்லி நாங்கள் செய்யவும் இல்லை. எங்களுடைய சொந்தக் கருத்து. எங்களை இதற்குத் தூண்டியது எதுவென்றா? அரசாங்கத்தின் மோசமான அடக்குமுறைகளும் போலீஸின் பைசாசிகச் செயல்பாடுகளும்தான். இயக்கவாதிகள்மீது அராஜகங்களை அவர்கள் கட்டவிழ்த்துவிட்டனர். பற்களை உடைப்பது; கை கால்களை ஒடிப்பது கண்களில் குத்துவது, அவர்களது தாயையும் சகோதரிகளையும் மானபங்கம் செய்வது ... இப்படியாக நிறைய.

இதுபோன்ற அராஜகங்களில் ஈடுபட்ட போலீஸ்காரர்கள், இன்ஸ்பெக்டர்களின் பட்டியல் ஒன்று எங்களிடம் இருந்தது. நாங்கள் . . . இந்த முந்நூறு பேர் நினைத்தால் என்ன நடக்கும் என்பதை அவர்களுக்குப் புரியவைத்தோம்; நன்றாகவே புரிய வைத்தோம்.

கடைசியில், எதற்கு . . . நான் சொல்ல வருவது அதெல்லாம் இல்லை. இந்த முந்நூறு பேரில் முக்கியஸ்தர்களாக நாங்கள் ஒன்பதுபேர் இருந்தோம். இதிலொருவர் ஏற்கெனவே குறிப்பிட்ட அரசியல் இயக்கத்தில் சேர்ந்தார். மட்டுமல்ல, அதன் தலைவரும் இவரும் சேர்ந்து எங்களை போலீஸாரிடம் காட்டிக்கொடுத்தனர். பத்திரிகை கைப்பற்றப்பட்டது. நாங்கள் கைதுசெய்யப்பட்டோம். எங்களை நாடுகடத்துவதற்கான எல்லா நியாயங்களும் அவர்களிடம் இருந்தன. ஆனால் குற்றம் உறுதிசெய்யப்படவில்லை. அதாவது, வழக்கை அரசாங்கமே பலவீனமாக்கியது. ஏனென்றால், கைதுசெய்யப்பட்டவர்களில் இருவர் பெரும் செல்வந்தர்களின் வாரிசுகள். சரி, அதை விடுவோம். காட்டிக்கொடுத்த அந்த மனிதர் இருக்கிறாரே, அவர் இன்றொரு அமைச்சர். பெயர் . .?

நான் சொல்ல வந்தது இதுவல்ல. கைதுசெய்வதற்கும் வழக்கு தொடுப்பதற்கும் முன் . . . தீவிரவாதக் குழுவின் செயல்பாடுகள் வீரியத்துடன் நடந்துகொண்டிருந்தன. சொன்னேன் அல்லவா, நிறைய மாணவர்கள் இருந்தனர். இதில் நான்குபேர் மேநிலைப் பள்ளி மாணவர்கள். அவர்கள் படிக்கவே இல்லை. பரீட்சை நெருங்கியது. தோற்றுப்போய்விடுவோமென்ற பயம் . . . (இந்த நான்குபேரில் ஒருவர் இன்று போலீஸ் இன்ஸ்பெக்டராக இருக்கிறார். சில போலீஸ்காரர்களுடன் வந்து, என் வீட்டை இவர் சோதனை செய்ததுடன் என் பெற்றோர்களுக்கும் சகோதர சகோதரிகளுக்கும் நிறைய தொல்லைகள் கொடுத்தார். எழுதுகிற எனது வலது கையை ஒடித்துவிடுவதாக மிரட்டினார்.) சொன்னேன் அல்லவா? பரீட்சையில் தோற்றுவிடுவோமென்பது அவர்களுக்குத் தெரியும். அந்தப் பள்ளிக்கூடத்தை நடத்திவந்தவர் ஒரு பாதிரியார். பரீட்சைக்கான கேள்வித்தாள்கள், அவரது மேசையிலோ அலமாரியிலோ இருக்குமென்று அவர்களாகவே முடிவுசெய்தனர். சமையல்காரனின் உதவியுடன் மேசைக்கும் அலமாரிக்கும் கள்ளச்சாவிகளைத் தயார்செய்தனர். இரவில் பாதிரியாரின் சாப்பாட்டு வேளையில் அவரது அறைக்குள் நுழைந்து மேசையையும் அலமாரியையும் திறந்தார்கள். கேள்வித்தாள்கள் மட்டுமல்ல, வேறொன்றும் அவர்களது கண்ணில் பட்டது. வலைத் துணியிலான ஒரு பெரிய மடிச்சீலை. அதில் நிறைய ரூபாய் நோட்டுகள். ஆறாயிரம் ரூபாய்வரை இருக்குமென்று

அவர்கள் யூகித்தார்கள். மாணவர்கள் செலுத்திய கட்டணமாகவோ ஆசிரியர்களின் சம்பளப்பணமாகவோ இருக்கலாம்.

கேள்வித்தாள்களில் ஒவ்வொரு பிரதி எடுத்துக்கொண்டனர். பணத்தையும் எடுத்துக்கொள்ள நினைத்தார்கள். இதில் எதையுமே எங்கள் அனுமதியுடன் அவர்கள் செய்யவில்லைதான். இருந்தாலும், பணத்தை மட்டும் எங்கள் ஒன்பதுபேரிடமும் அனுமதி கேட்டு எடுக்கலாமென்று முடிவுசெய்தார்கள். இந்தச் சம்பவம் இரவு ஒன்பதுமணிக்கு நடக்கிறது. எங்களிடம் வந்து பிரச்சினையை முன்வைத்தார்கள். என்னுடைய தனிப்பட்ட கருத்து, அந்தப் பணம் நமக்கு வேண்டாம் என்பதுதான். எவ்வளவு பணமிருந்தாலும் அதற்கான தேவைகளும் இருந்தன. இருந்தாலும் அதை எடுக்கச் சொல்வதற்கான தைரியம் எனக்கில்லை. என்னால் இதை அனுமதிக்க இயலாதென்று சொல்லிவிட்டேன். சுதந்திரப் போராட்ட வீரர்களைத் தொந்தரவு செய்த போலீஸ்காரர்களையோ இன்ஸ்பெக்டரையோ தண்டிப்பதை நான் மறுத்துப் பேசியதில்லை. ஆனால், நிரபராதியான போலீஸ்காரர்களைத் தொந்தரவு செய்வதை நான் ஏற்றுக்கொள்வதில்லை. இந்தப் பணத்தைப் பொறுத்தவரைக்கும், இது ஒருவகையான திருட்டு. அது போகட்டும். பத்திரிகை மூலம் வாராவாரம் கொஞ்சம் பணம் கிடைக்கிறது. குழுவுக்கான அத்தியாவசியச் செலவுகளுக்கு இதுவே போதும். பிறகு எதற்காக அந்த ஆறாயிரம் ரூபாய்?

துப்பாக்கிகள் வாங்கலாம்; பிச்சுவாக்கத்திகள் செய்யலாம்; வெடிகுண்டுகள் தயாரிக்கலாம் . . .

எங்களிடம் இரண்டு துப்பாக்கிகள் இருந்தன; பிச்சுவாக் கத்திகளும் இருந்தன. கொஞ்சம் அதிகமாக இருப்பது நல்ல விஷயம்தான். எதுவாயினும் இது ஒரு முக்கியமான விஷயம். ஒன்பதுபேரும் கலந்தாலோசனை செய்து ஒரு முடிவுக்கு வருவதாகத் தீர்மானித்தோம். இரவு ஒருமணிக்கு ஏகாந்தமான கடற்கரையில் ஒன்று கூடினோம்.

நான் ஒரு பழைய சைக்கிளில் சென்றேன். ரோட்டிலிருந்து சீனிபோன்ற மணல் பரப்பினூடே ஒரு பர்லாங் நடக்க வேண்டும். அந்தப் பகுதியில் கறுத்தப் பாறைக்கூட்டங்கள் நிறைய இருந்தன. கரைகளில் வந்து மோதும் அலைகளின் ஓசையைத் தவிர நிசப்தமான சூழல். முழுநிலவின் வெளிச்சம்.

நாங்கள் ஒன்பதுபேரும் உறுப்பினர்கள் நான்குபேருமாக மொத்தம் பதின்மூன்றுபேர். அந்த ஆறாயிரம் ரூபாய்ப் பணத்தை எடுத்துக்கொள்வது குறித்து நாங்கள் விவாதித்தோம். கருத்துகள், வாதப் பிரதிவாதமாகி, பரஸ்பரம் சர்ச்சையாக மாறியது.

கிட்டத்தட்ட கோபமான சூழ்நிலை. எங்களைக் காட்டிக்கொடுத்த அந்த அமைச்சர் சொன்னார், "நீங்க ஒரு மழுங்கலான ஆள் மிஸ்டர். முக்கியமான ஒரு பிரச்சினைனு வரும்போது நீங்க மழுங்கலாயிடுறீங்க." என்னைப் பற்றித்தான் சொல்கிறார்.

நான் சொன்னேன்: "இந்த ஆறாயிரம் ரூபாயையும் திருடுறதுக்கான தேவையிருப்பதாக நான் நினைக்கலை என்பது மழுங்கலான குணமாக இருந்தா, நீங்க சொல்றது சரிதான். நம்ம கையில நிறைய துப்பாக்கிகளும் கத்திகளும் இருப்பது நல்ல விஷயம்தான். ஆனா நாம யாரைக் கொல்லப் போறோம்? அரசாங்கத்தோடு மோதி, அதிகாரத்தைக் கைப் பற்றுகிற நோக்கமும் நம்மகிட்ட இல்லை. தற்போதைய அரசியல் அமைப்புகளுக்கு நாம ஒரு எளிய உதவி செய்றோம் என்பது மட்டும்தான் உண்மை. போலீஸ், அவங்களுக்கு மிகமோசமாகத் தொல்லை கொடுக்குது. நீங்கள் அவங்களைத் தொந்தரவு பண்ணினா, உங்களைத் தொந்தரவு செய்யவும் ஆட்களிருக்கிறாங்க என்கிறதை போலீஸுக்குப் புரியவைக்கிறோம். இதுதானே நம்முடைய இப்போதைய நோக்கம்?"

சுருக்கமாகச் சொன்னால், பெரும்பான்மை பலமும் திருட்டுக்கு எதிராகவே இருந்தது. பிறகு சிரிப்பும் வேடிக்கையுமாக நேரம் போனது. சுமார் இரண்டுமணிக்கு அனைவரும் பிரிந்து சென்றார்கள். எனக்குக் கொஞ்ச நேரம் தனியாக அமர்ந்திருக்க வேண்டும்போல் தோன்றியது. தனியாக உட்கார்ந்திருப்பது எனக்கு மிகவும் பிடிக்கும். நான் மட்டும் அப்படியே அமர்ந்திருந்தேன்.

எதிரில் எல்லைகளற்ற கடல். பின்பக்கம் ஒரு நகரம் இருப்பதையே நான் மறந்துவிட்டேன். நிலவு வெளிச்சத்திற் கொரு ... என்ன சொல்வது? ... ஒரு மனோலயமும் பயங்கரமும் ... இவை இரண்டும் சேர்ந்து ஏதோ ஒன்று உண்டல்லவா . . . நான் அதில் மூழ்கினேன். கடலைப் பார்த்தபடியே அமர்ந்திருந்தேன். அலைகள் ... ஒன்றன்பின் ஒன்றாக ... இனம் புரியாத ஓசைகள். இரைச்சல், முழக்கம், மனப்பதற்றம். எதுவெல்லாமோ சேர்ந்த தொடர் ஓசைகள் . . . நூறு நூறாயிரம் யுகங்களுக்கு முன்பே ஆரம்பமானவை. உயிர்கள் வருகின்றன . . . போகின்றன . . . ஆனால் கடலின் இந்த ஓசை நிரந்தரமானது. இதற்கு மட்டும் முடிவே கிடையாது.

இந்த எண்ணங்கள் மனத்திலிருந்தனவா தெரியவில்லை. எங்கள் தீவிரவாதக் குழுவின் நிகழ்வுகளைப் பற்றி நான் யோசித்துக்கொண்டிருந்தேன். எனது உடலில் அப்போது யாரோ தண்ணீரைத் தெளித்ததுபோல் உணர்ந்தேன். தண்ணீர் தானாகவே தெறித்ததுபோல் அல்ல, யாரோ தெளித்ததுபோல்.

நான் பார்க்கும்போது . . . முழு நிர்வாணக் கோலத்தில் அழகிய வெண்ணிறமான பெண்ணொருத்தி. என்னெதிரில் அவள் கடலில் குளித்துக்கொண்டிருக்கிறாள்.

நேரம் அதிகாலை மூன்று மணியென்பதோ, ஏகாந்தமான கடற்கரை என்பதோ . . . அதாவது சூழ்நிலை உணர்வு குறித்து எனக்கு எதுவுமே தோன்றவில்லை. ஒரு பெண் குளித்துக் கொண்டிருக்கிறாள். அவ்வளவுதான். எனக்குள் சிறு கோபம் கலந்த பயம் உருவானது. எங்களுடைய வாதப்பிரதி வாதங்களை எல்லாம் அவளும் கேட்டிருக்கக்கூடும். உண்மையிலேயே எனக்கு வேர்த்துவிட்டது. அவளுக்குக் கேட்பதுபோல் சொன்னேன்:

"ஓரளவுக்காவது மரியாதை தெரியணும். குறிப்பாக, பெண்களுக்கு. எதிர்ல அறிமுகமில்லாத ஒரு ஆண் இருக்கிறான். அவன் முன்னால இப்படியா பிறந்தமேனியாக நின்னுக் குளிக்கிறது? ஓ... பெண்ணில்லையா... இதுவே ஆணாக இருந்தா, இந்நேரம், ஐயோ ... பண்பாட்டோட எல்லாக் கட்டுமானங் களும் தகர்ந்துவிழுந்திருக்கும். என்னவெல்லாம் கூக்குரல்கள் கேட்டிருக்கும். மோசமான நடத்தையுள்ளவன்; நாகரிகம் தெரியாதவன்னு என்னவெல்லாம் சொல்லியிருப்பாங்க? பெண்ணில்லையா? அவ உலகம்."

இதைச் சொல்லிவிட்டு நான் மெதுவாக எழுந்தேன். அவள் எனது முகத்தைப் பார்க்கவோ பதில் சொல்லவோ இல்லை. என் கவனத்தைத் தன்மீது திருப்புவதற்காக வேண்டுமென்றே தண்ணீரைத் தெளித்திருக்கிறாள் என்பதை நான் புரிந்துகொண்டேன். எங்கள் தீவிரவாதக் குழுவின் பேச்சுக்களையும் அவள் கவனித்திருப்பாள். எனக்கு ரொம்பவே கோபம் வந்தது.

நான் சைக்கிளைத் தள்ளிச் சென்று தொலைவில் போய் அமர்ந்தேன். காற்று பலமாக வீசியது. சிரமத்துடன் தீக்குச்சியை எரியவைத்து சிகரெட் பற்ற வைத்தேன். நாங்கள் பேசுவதை அவள் கேட்டாளா? இதை எனக்கு அறிந்தாக வேண்டும். அவளிடம் மெல்லப் பேச்சுக் கொடுத்துத் தந்திரமாக இதை அறிய வேண்டும். அவள் எப்போது குளிக்க வந்தாள்? உடைகளை எங்கே வைத்திருக்கிறாள். இந்த நள்ளிரவில் அவள் தனியாக வருவதற்கான காரணமென்ன? இதெல்லாம் எனக்குத் தோன்றவே இல்லை. சொன்னேன் அல்லவா? எனக்குக் கோபம்தான் வந்தது. எங்கள் ரகசியப் பேச்சுகளை அவள் அறிந்துவிட்டாள். போதாக்குறைக்கு என்மீது தண்ணீரையும் தெளித்தாள்.

பேச்சை எப்படி ஆரம்பிப்பது? நான் நினைத்துக்கொண்டேன். அவளாகவே வந்து ஏதாவது பேசட்டும். அப்படி இருக்கும்போது

நிலவைக் காணும்போது

என் எதிரில் நின்று தண்ணீரைத் தெளித்துவிட்டு ஓடி வருகிறாள்! என்னை மிதித்துவிட்டு ஓடப்போவதுபோல்... நான் துள்ளியெழுந்தேன். இப்போது அவள் என்முன் . . . இடுப்பில் கைகளை ஊன்றியபடி சிருங்கார பாவனையுடன் நிற்கிறாள். தலை முடியிலிருந்தும் உடலிலிருந்தும் நீர் வடிந்துகொண்டிருக்கிறது. திடமான, உந்தி நிற்கும் வெளுத்த மார்பகங்கள் . . .

என் மனத்தில் கோபத்தைத் தவிர வேறெதுவும் இல்லை. நான் கேட்டேன்: "என்னடீ, கண்ணு தெரியாதா உனக்கு? எதிர்ல ஒரு மனுஷன் நிக்கிறது உனக்குத் தெரியலையா? என்னை யார்னு நினைச்சிருக்கே நீ?"

அவளது சிருங்கார பாவனையில் சற்றுக் கௌரவமும் சேர்ந்துகொண்டது. என்னையே பார்த்தாள்.

நான் கேட்டேன்: "என்னடீ நினைச்சிருக்கே நீ? உன் உடைகளெல்லாம் எங்கே?"

அவள் பதில் சொல்லவில்லை.

நான் மீண்டும் கேட்டேன்:

"உன் வாயில நாக்கு இல்லையாடீ?"

அவள் மிகுந்த கௌரவத்துடன் என்னையே பார்த்தாள்.

நான் சொன்னேன்:

"முறைச்சுப் பார்த்தா பயந்துடுவேனா? உதைச்சு எலும்பை உடைச்சிடுவேன். போ . . . போ. போயிடு இங்கிருந்து."

இதை நான் உரத்தக் குரலில் சொன்னேன். அவள் என் சைக்கிளை விட்டு விலகி நடந்தாள். சரியாக என்னெதிரில் வந்தபோது, விரிந்து கிடந்த தலைமுடிகளினூடே என்னை ஒரு தினுசாகப் பார்த்தாள். மீண்டும் நடந்தாள்.

நான் பார்த்துக்கொண்டிருக்கும்போது . . . திடீரென்று அவளைக் காணவில்லை.

என்னுடல் முழுவதும் சில்லிட்டது . . . என்ன இது? எங்கே போய்விட்டாள்? பரந்து விரிந்த சூனியமான கடல் பரப்பு. நட்சத்திரங்கள் நிறைந்த, நிலவுடன்கூடிய வானம். ஏகாந்தமான மணல்வெளி. அவள் எங்கே? கடல் நீரைக் குடித்து இறந்து போன பெண்ணின் ... என் மனத்தில் பயத்தின் நிழல் படர ஆரம்பித்தது ... அதாவது, எதுவோ சரியில்லைபோல் தோன்றியது. நான் சைக்கிளைத் தள்ளியபடியே நடக்கத் தொடங்கினேன். அப்போது ஒரு வேடிக்கை.

சைக்கிள் அசையவில்லை.

நான் அப்படியே உறைந்துபோனேன். வேர்வை துளிர்த்தது. குளிர்ந்த வேர்வை. அந்த இடத்தில் அப்படியே நின்றபடியே தொண்டையைக் கனைத்துக்கொண்டேன். எதுவோ எனக்குப் புரிந்துவிட்டதுபோல் சொன்னேன்:

"ஓ . . . அதுவா விஷயம்? சரி, இதில, யார் வெற்றி பெறப்போறாங்க என்கிறதையும் பாத்துடுவோம்; நீயா அல்லது நானான்னு. பாத்துட்டே இரு."

நான் சைக்கிளைத் தூக்கித் தோளில் வைத்துக்கொண்டு நடந்தேன். பின்பக்கமிருந்து கடலில் இரைச்சலுடன் கூடவே மற்றொரு ஓசையையும் நான் கேட்டேன். பத்து இருபது பெண்கள் ஒன்று சேர்ந்து குரவையிடுவதுபோல். தெளிவாகக் கேட்கவில்லை. எதிரொலிபோல். அத்துடன் எனது உடம்பில் மண் விழுந்தது.

நான் திரும்பியே பார்க்கவில்லை. காற்றும் மண்ணும் கடல் இரைச்சலும் குரவைச் சத்தமும் . . . நான் நடந்தேன். ஷூவில் மண் ஏறி, விரல்களில் தோலுரிவதுபோல் இருந்தது. நான் நடந்துகொண்டிருந்தேன். இதற்குச் சிலமணி நேரங்களானது போல் இருந்தது. மின்விளக்குகள் எரியும் ஆளரவமற்ற ரோட்டுக்கு வந்த பிறகு திரும்பிப் பார்த்தேன்.

"இதற்கெல்லாம் என்ன அர்த்தம்?" என்று எனக்குள் கேட்டுக்கொண்டேன். பயங்கரமாக மூச்சு வாங்கியது. பிறகு சைக்கிளில் ஏறி விரைந்தேன். தங்கியிருந்த இடத்துக்குச் சென்று உடைகளையெல்லாம் மாற்றித் தண்ணீரில் வைத்துவிட்டு நன்றாகக் குளித்தேன். துவைத்த உடைகளை அணிந்துகொண்டேன். அப்போதும் எனக்குள் கேட்டுக்கொண்டேன்: "இதற்கெல்லாம் என்ன அர்த்தம்?"

காலங்கள் கடந்தன. நாடு சுதந்திரமடைந்தது. பல்வேறு மாற்றங்கள் உருவாயின. கடல் மட்டும் மாறவே இல்லை. கறுத்துருண்ட பாறைக்கூட்டங்களும். அவ்வப்போது இந்தச் சம்பவம் நினைவுக்கு வருவதுண்டு. குறிப்பாக நிலவைக் காணும்போது.

1948

•

முதல் முத்தம்

சபை உரையாடலின் கருப்பொருள் முதல் முத்தம் குறித்தல்ல. வேறு எது? எதுவுமில்லை. ஆனால் எல்லாமே இருந்தது. சபையில் யாரெல்லாம் இருந்தார்கள் என்றா? ஐந்து சிறுகதை ஆசிரியர்கள், மூன்று கவிஞர்கள், இரண்டு விமர்சகர்கள். பிறகு விஷயத்துக்கா பஞ்சம்?

சந்திப்புக்குக் குறிப்பிட்ட நோக்கங்கள் எதுவுமில்லை. ஆனாலும் நோக்கம் இருந்தது. அவர்கள் அனைவரும் ஒரு கூட்டம் முடிந்து, சோம்பேறியும் ஏதுமறியாத அப்பாவியும் சிறுகதை ஆசிரியனும் வழுக்கைத் தலையனும் காமாந்தகனுமான . . . ஆம், அந்த நல்ல மனிதனின் அறையில் வந்து கூடியிருக்கிறார்கள்.

கூட்டத்தில் அவர்கள் அனைவரும் பண்பாடுகள் குறித்துச் சிறப்பாக உரையாற்றினார்கள். கவிஞர்கள் தொண்டை நரம்புகள் புடைக்க, கவி பாடினார்கள். விமர்சகர்கள் தீயொழுக்கவாதிகளைக் குத்தீட்டிச் சொற்களால் கொலைசெய்தார்கள். சபையோர் ஆவேசம் கொண்டனர். பண்பாடு மற்றும் ஒழுக்கப் பிரதிநிதிகளான இலக்கிய கர்த்தாக்களுக்கு மலர்மாலை அணிவித்தனர். இதையெல்லாம் முடித்துக்கொண்டுதான் சோம்பேறியும் அப்பாவியும் சிறுகதை ஆசிரியனும் வழுக்கைத் தலையனும் காமாந்தகனுமான அந்த நல்ல மனிதனின் அறையில் கூடியிருக்கிறார்கள்.

கதவை மூடியதும் அவர்களது முகபாவங்கள் மாறின. "அப்பாடா . . ." என்று சொல்லித் தங்களை ஆசுவாசப்படுத்திக்கொண்ட அவர்கள், பொதுமக்களைத் திட்டினார்கள். பொதுமக்களின் அப்பன்களுக்கும் ஆத்தாள்களுக்கும் திட்டு விழுந்தது. கழுதைகள் என்றும் சொன்னார்கள். சொந்தத் தாய் தகப்பன்களையும்கூட வைதார்கள். இத்தனையும் செய்துமுடித்தபிறகுதான், அவர்களுக்கு மனப்பாரம் குறைந்தது. இவை அனைத்தையும் பண்பாட்டுப் பேருரையின்போது மனத்திற்குள் அவர்கள் பதுக்கி வைத்திருந்தனர். அதையெல்லாம் வெளியில் கொட்டியதும் அவர்களது மனம் இலேசானது. பிறகு தேனீர் அருந்தினர்; பலகாரம் தின்றனர். முடிவில், சிலர் சிகரெட் பிடித்தனர்; சிலர் பீடி இழுத்தனர்; சிலர் தாம்பூலம் தரித்தனர்; சிலர் மூக்குப்பொடி போட்டனர். இதனிடையே ஒரு விமர்சகர், நம்முடைய சோம்பேறியும் அப்பாவியும் சிறுகதை ஆசிரியனும் வழுக்கைத் தலையனும் காமாந்தகனுமான அந்த நல்ல மனிதனிடம் கேட்டார்: "அடேய் பையா, இந்த வழியாக ஏதாவது ஒழுக்கவாதப் பொதுமக்கள் வருவார்களா?"

அந்த நல்ல மனிதன் சொன்னான்: "குழந்தைகாள், பயம் வேண்டாம். இவன், இந்தப் பையன் இங்கே தங்கியிருக்கும் தகவலை ஒழுக்கவாதிகள் அனைவரும் அறிவர். ஆகவே அப்படியாகப்பட்ட எவரும் இவ்வழியே நடக்கமாட்டார்கள். நடப்பவர்கள் அனைவரும் நம்முடைய தோழர்கள்; வழிகேடர்கள்; பண்பாட்டுப் பிறழ்வினர்கள்."

"அப்பாடா." இப்படியாக அவர்கள் உரையாடலைத் தொடங்கினார்கள். இதில் இரண்டுபேர்களைத் தவிர மற்றவர்களுக்கு மனைவிகள் உண்டு. மனைவிகள் பற்றிக் கணவர்கள் சிருங்கார பாவனையுடன் பேசுவது இயல்பான வழக்கம்தானே? மனைவிகளிடம் இல்லாத குணநலன்கள் குறித்து அவர்கள் வீம்புடன் விதந்தோதுவார்கள். ஒவ்வொருவனும் சவால்விடுவதைப்போல் தங்கள் மனைவியரைப் போற்றிப் புகழ ஆரம்பித்தனர். பச்சைப் புளுகுகள். இதில் அவர்களுக்குள் போட்டி இருந்தது. கவிஞர்கள் தன்னிலை மறந்து மனைவி கவிபாடினர். இப்படியாக, யாருமறியாமலேயே பேசுபொருள் காதலில்போய் விழுந்தது. காதல் என்றால் என்ன?

அவர்கள் இதை மனசாஸ்திரம் சார்ந்து . . . அதாவது, மனஅஸ்திரம் சார்ந்து விவரித்தனர். அதன் கட்டுமானங்களைக் குலைத்தெறிந்து மீண்டும் புனரமைத்தனர். ஒரு கதாசிரியர் சொன்னார்: "காதலென்பது வெறுமொரு குயுக்தியப்பா! படுகுழி! வர்க்க உற்பத்திதான் இதன் பிரதான நோக்கம்."

"காதல் நித்தியமானது." ஒரு கவிஞன் சொன்னான்: "இது அனாதிகால உணர்வு; இது . . ."

"கொல்லுடா அவனை" என்றான் ஒரு சிறுகதை ஆசிரியன். சிருங்காரியான ஒரு விமர்சகன் கவிஞனின் மென்னியைப் பிடித்தான்.

"நான் பேச மாட்டேன்" என்ற கவிஞன், "நான் போய்க் காதல் கவிதை எழுதுவேன்" என்றான்.

"நாங்க உன்னைக் கொன்னே புடுவோம்." ஒரு கதாசிரியர் சொன்னார். "இன்று முதற்கொண்டு நீ காதலைப் பற்றிக் கவிதை எழுதக் கூடாது."

"இதை என்னால் ஏற்றுக்கொள்ள முடியாது." நல்லவனான அந்த வழுக்கைத் தலை காமாந்தகன் பரிதாபத்துடன் அறிவித்தான்: "இன்னவற்றை எழுதலாம், இன்னவற்றை எழுதக் கூடாது என்பதுபோன்ற வரையறைகளை என்னால் ஏற்றுக்கொள்ள முடியாது. அது படைப்புச் சுதந்திரம். மானீய மகா ஜனங்களே, என்ன சொல்கிறீர்கள்?"

"நீ உன் வேலையைப் பாருடா." நீண்டு மெலிந்து மயிரடர்ந்த ஒரு சிறுகதை ஆசிரியர் அறிவித்தார். "இதிலெல்லாம் நீ தலையிட வேண்டிய தேவையில்லை. நீ உன்னுடைய அந்த . . . அவளைப் பற்றி நினைச்சிட்டு அப்படியே படுத்துக்க. அடேய், பையா, நீ அவளை எத்தனை தடவை முத்தமிட்டிருப்பே?"

இப்படியாக அந்த உரையாடல் காதலையும் தாண்டி, முத்தத்தை நோக்கி நகர்ந்தது. பிறகு மெல்ல முதல் முத்தத்தைச் சென்றடைந்தது.

"உங்க வாழ்க்கையில முதன்முதலாக நீங்க யாருக்கு முத்தம் கொடுத்தீங்க?"

இரண்டு

நினைவுப்படுத்திப் பார்க்க அனைவரும் முயன்றனர். பெரும்பாலோருக்கு அந்தக் காட்சி நினைவிலேயே இல்லை. இருந்தாலும் மோகதாபங்களுடனும் விகாரங்களுடனும் வாழ்க்கையில் முதன்முதலாக நீங்கள் யாரையுமே முத்த மிட்டதில்லையா?

அது யார்?

அந்த அழகிய காட்சி மயக்கத்தில் ஆழ்ந்து கிடக்கிறது. அதற்காக விட்டுவிட முடியுமா என்ன? கண்டுபிடியுங்கள்;

நினைவுகூருங்கள் . . . முகம், மனத்தின் கண்ணாடியெனில் . . . அம்முகத்தின் அப்போதைய பாவம் எது?

சபை அமைதியானது. யாரை முத்தமிட்டோம்? ஒவ்வொரு வரும் நினைவுப்படுத்திப் பார்க்க முயற்சிசெய்தனர். ஆனால் பிடிபடவில்லை. இது ஒரு பேரிழப்புதானே? அந்த வரலாறு மீண்டும் இனி நிகழப்போவதில்லை. ஓ கடந்த காலமே! உன் திரையை விலக்கு. புளகாங்கிதம் கொள்ளும் அந்த அழகிய காட்சியை மீண்டும் தரிசிக்க அனுமதி வழங்கு. சபையோர் கடந்த காலத்தில் கரைந்துபோக ஆரம்பித்ததும், கூட்டத்திலிருந்த வயதில் இளையவனும் திருமணமாகாதவனும் கூச்ச சுபாவியுமான அந்த சிறுகதை ஆசிரியன் திடீரென்று சொன்னான்:

"எனக்கு நினைவிருக்கு."

"சொல்லு." அனைவரும் ஒரே குரலில் சொன்னார்கள்: "முதன்முதலாக யாரை முத்தமிட்டாய்?"

அவன் வெட்கத்துடன் சொன்னான்:

"ஒரு விமர்சகியை."

"விமர்சகியா?" ஒரு விமர்சகன் கேட்டான்: "யார் அவள்?"

"என்னோட ஒரு வாசகி. அவளை முதன்முதலாக முத்த மிட்டது எனக்கு நன்றாக நினைவிருக்கு."

"அந்தக் கதையைச் சொல்லு மவனே." கறுப்பனும் கோடு மீசைக்காரனும் தடியனுமான அந்தக் கண்ணாடிபோட்ட கதாசிரியர் சொன்னார்: "என் மவனில்லையா, அந்தக் கதையைச் சொல்லிப்போடு."

"கதைகளில்லாமல் முத்தமிட முடியுமா?" கூர்ந்து சிறுத்தக் கண்ணுடையோனும் தொடர்ந்து தாம்பூலம் தரிப்பவனும் உயரமும் தடிமனுமில்லாத அந்தக் கதாசிரியர் சொன்னார்: "கதையைச் சொல்லுடா படுவா."

அந்தக் கூச்ச சுபாவி, நல்லவனான வழுக்கைத் தலையனின் முகத்தைப் பார்த்தான். வழுக்கைத் தலையன் சொன்னான்: "சும்மா சொல்லு. உனக்கு இங்கே முழு சுதந்திரமுண்டு. சொல்லு."

மனம் முழுக்கக் காதலுணர்வு ததும்பிநிற்கும் சோர்வடைந்த கவிஞன், தழுதழுத்தக் குரலில் சொன்னான்: "தாங்க முடியலைடா; சீக்கிரம் சொல்லு."

மூன்று

கூச்ச சுபாவி சொல்லத் தொடங்கினான்.

"அழகிய சிவப்பு ரோஜாவின் வண்ணம் அவளது அதரங்கள்."

"அடடா!" அனைவரும் சேர்ந்து சொன்னார்கள்.

"நல்ல வெள்ளை நிறம்." கூச்ச சுபாவி ஆவேசத்துடன் தொடர்ந்தான்: "சுருண்ட கார்மேகக் குழல். விம்மி வளரும் கனதனங்கள். ஒளிர்மிகு நயனங்கள். அருமையாகப் பாடுவாள். அவளைப் பார்க்கும்போது எனது ஆன்மாவில் கீதம் . . . அதாவது நானும் ஏதேனுமொரு பாடலை முணுமுணுப்பேன். அவளை அள்ளியெடுத்து ஆலிங்கனம் செய்து முத்தமிடத் தோன்றும். அவள் எனது சாதியைச் சேர்ந்தவளல்ல. இருந்தாலும் என்னை அவளுக்கும் பிடிக்கும். நான் அவள்மீது மையல் கொண்டேன். அவளோ ஏதுமறியாத பாப்பா. வயது பதினான்கு. காதலைப் பற்றிப் பாவம், என்ன தெரியும் அவளுக்கு?

"அவளுடைய அக்காமார் என்பெயரைச் சொல்லி அவளைக் கேலி செய்வதுண்டு. என்னைக் கண்டதும் அவளிடம் சொல்வார்கள்: "அதோ வர்றாண்டீ, உன் கதையாசிரியன்."

இதைக் கேட்கும்போது எனக்கு வெட்கமாக இருக்கும். அவளுக்கு இதில் எந்தப் பிரச்சினையும் இல்லை. நான் அவளுடையவன் என்ற எண்ணம் மட்டும்தான். அவள் புன்னகை புரிவாள். ஓடோடி வருவாள். வந்ததும் கேட்பாள்: "கதை கொண்டு வந்தீங்களா?"

அதாவது நான் போகும்போதெல்லாம் ஒரு புதிய கதை கொண்டுபோக வேண்டும். தினமும் நான்குமுறையாவது அவளைப் பார்க்கச் செல்வேன். தினமொரு கதையும் இருக்கும். அவள் வாசிக்கும்போது அவளது முகத்தையே பார்ப்பேன். கதை அவளுக்குப் பிடித்திருக்கிறதா? முகம் சிவக்கவோ வெளிறவோ வேர்க்கவோ செய்கிறதா? துடிக்கும் மனத்துடன் நான் கவனித்துக்கொண்டிருப்பேன். வாசித்து முடித்ததும் அவள் உற்சாகமில்லாமல் சொல்வாள்: "கதை எனக்குப் பிடித்திருக்கிறது."

பிறகு, கதையை முத்தமிடுவாள். எனக்கும் முத்தம் தருவாள். அதை முகத்தில் தந்தால் என்ன என்று நினைத்துக்கொள்வேன்.

கூடவே ஆறுதல்பட்டுக்கொள்வேன்: "சின்னப் பாப்பா தானே, உணர்வுகள் முளைவிட ஆரம்பித்திருக்காது."

சில நேரங்களில் கதையை வாசித்துவிட்டுக் கேட்பாள்: "கிழிச்சி எறிஞ்சிடவா?"

கதையை முத்தமிடாமல் திருப்பித் தருவாள். நான் அதைக் கிழித்துச் சிறுதுண்டுகளாக்கிக் காற்றில் பறக்கவிடுவேன். மொக்கைக் கதை. வாசித்த அவளுக்கு எதுவுமே தோன்றவில்லை. எழுதியவன் நான் என்பதால் மட்டும் வாசித்திருக்கிறாள். உணர்வைத் தூண்டவில்லையென்றால் எப்படி கதையாக இருக்க முடியும்?

இதையெல்லாம் அவள் சொல்லவில்லை. எனக்குத் தோன்றியதுதான். வேண்டுமென்றே நான் இப்படிச் சொல்வதாக நினைத்துவிடாதீர்கள். அவள் கிழித்தெறியச் சொன்னால் கிழித்தெறிவேன்; அவ்வளவுதான். அவளுக்காக நான் எதையும் செய்வேன். அவள்மீது அனவரதமும் நான் காதலாகிப்போனேன். அவளது வாசம்கூட எனக்குப் பிடிக்கும். சோப்போ பவுடரோ சென்ட் வாசமோ அல்ல அது. ஆன்மாவின், இதயத்தின், உடலின் வாசம். அவளது ஒவ்வோர் உரோமக்கால்களையும்கூட எனக்கு முத்தமிடத் தோன்றும். ஆனால் நான் அதைக் காட்டிக்கொள்வதில்லை. மனத்துக்குள் மறைத்துக்கொள்வேன். பாவம், சின்னப் பாப்பா.

அவளது மனங்கவர்ந்த என்னுடைய ஒரு கதையைப் பற்றித் தோழி ஒருத்தி ஏதோ குறைசொல்லிவிட்டாளாம். அவர்களுக்குள் வாக்குவாதம் ஏற்பட்டு, தோழியின் வயிற்றில் அவள் பென்சிலால் குத்திவிட்டாள். தலைமையாசிரியை இதை அறிந்தார். வழக்கு அவளது அப்பாவிடம் சென்றது.

இதைச் சொல்லி அவளது அக்காமார் எங்களைக் கேலி செய்தார்கள். நாங்கள் ஒரு வட்டமேசையைச் சுற்றியமர்ந்து பேசிக்கொண்டிருந்தோம். அப்போது அவளது இருகைகளும் அபயம் தேடுவதுபோல் என் கைகளில் வந்தது. இதை அக்காமார் பார்த்துச் சிரித்தபிறகுதான் நாங்களே கவனித்தோம். நாங்கள் வேண்டுமென்றே இதைச் செய்யவில்லை. கவனக்குறைவாக நிகழ்ந்தது. எனக்கு வெட்கமாகப் போய்விட்டது. அவள் கோபத்துடன் அக்காமாரைப் பார்த்து முறைத்தாள். பிறகு என்னை நோக்கித் திரும்பிய அவளது முகத்தில் பரிவு தென்பட்டது... ஆமாம், அதில் புன்னகை அரும்பியிருந்தது.

நான் கணவனாக வரவேண்டும். அவள் யாரிடமோ இப்படிச் சொன்னதாக ஒரு தகவல், அவர்களது வீட்டிலுள்ளவர்கள் என்னை மதம் மாற்றியெடுப்பார்களாம்; அல்லது அவள் என்னுடைய மதத்துக்கு வருவாளாம். அவள் இப்படிச் சொன்னதாக அக்காமார்தான் சொன்னார்கள். இதை அவள் மறுக்கவோ ஏற்கவோ இல்லை. அவள் என்னருகில் வந்து

முதல் முத்தம்

அமர்வாள். நெருக்கமாக என்றால் மிக நெருக்கமாக... அப்படியே அவளை என் மடியில் உட்காரவைத்து அணைத்து முத்தமிடத் தோன்றும். ஆனால் பாவம் அவள் சின்னப் பாப்பா. என்ன தெரியும் அவளுக்கு?

இப்படி இருக்கும்போது நடந்த ஒரு சம்பவம்: அவளுக்குக் காதுவலி. அழுதுபுரண்டுகொண்டிருந்தாள். அப்போது பார்த்து நான் அங்கே சென்றேன். அவளது அம்மாவும் அக்காமாரும் அப்பாவும் காதில் மருந்துவிட முயற்சிசெய்து தோற்றுப்போய் நின்றிருந்தனர்.

"நான் மருந்து விடுகிறேன்" என்று சொல்லிப் பக்கத்தில் சென்றதும் அழுதுபுரண்ட கண்களுடன் என்னைப் பார்த்தாள். இமைகளினூடே கண்ணீர் வடிகிறது. நான் சொன்னேன்: "என்கிட்ட ஒரு கதை இருக்கு."

கண்ணீருடன் கையை நீட்டினாள். கதையைக் கொடுத்து விட்டு ஆறுதல் சொன்னேன். அழுவதை நிறுத்தினாள். நான் காதில் மருந்து ஊற்றினேன். கதையை அவள் வாசிக்கவில்லை. அதை நெஞ்சில் வைத்தபடி அப்படியே படுத்திருந்தாள். இரண்டு கண்களிலிருந்தும் கண்ணீர் வடிகிறது.

சற்று நேரம் கழிந்ததும், நாங்கள் இருவரும் தனிமையிலானோம். அவள் அப்போதும் சத்தமில்லாமல் அழுதுகொண்டிருந்தாள். காதுவலி தீரவில்லைபோலிருக்கிறது என்று நினைத்து: "காது வலிக்கிறதா?" என்று கேட்டேன். அவள் சொன்னாள்: "இப்ப காதுவலி இல்லை."

"பிறகு ஏன் அழறே?"

இதைக் கேட்டதும் மீண்டும் அழ ஆரம்பித்தாள். ஏதோ மிகப் பெரிய சோகம் அவளைச் சூழ்ந்துகொண்டதுபோல். இதயமே நின்றுவிடப் போவதுபோல்.

என்ன விஷயம் என்று கேட்டதும் சொன்னாள்: "நீ என்னைக் காதலிக்கலேங்கிற விஷயம் எனக்குத் தெரியும். பொய்யெல்லாம் சொல்ல வேணாம். எனக்குத் தெரியும்."

நான் திகைத்துப்போனேன். பாவம், சின்னப் பாப்பா, என் காதலைப் பற்றி அவளுக்கென்ன தெரியும்? நான் சொன்னேன்:

"நான் உன்னைக் காதலிக்கிறேன். உன்னை மட்டும். என்னோட காதலின் ஆழத்தைப் பற்றி உனக்கென்ன தெரியும்?"

அவள் சொன்னாள்: "இது கதையொண்ணுமில்லை. எதுக்காகப் பொய் சொல்றே? என் மனசே வெடிச்சிடும் போலிருக்கு."

“என் மனசும்தான் வெடிச்சிடும்போலிருக்கு. நான் இங்கே வர்றதே உன்னைப் பாக்கத்தான்.”

“பொய்” என்று சொன்ன அவள், “உன் காதல் என்மீதில்லை. நீ இங்க என் அக்காவைப் பாக்குறதுக்காக வர்றே. உன் காதல் எல்லாம் அவகிட்டதான். எனக்கு எல்லாம் தெரியும். என்கிட்ட இதுக்கான ஆதாரம் இருக்கு” என்றாள்.

எனக்கு அப்போது அவளை ஆலிங்கனம் செய்து முத்தமிட வேண்டும்போலிருந்தது. நான் அதைச் செய்யவில்லை. நேராக நான் தங்கியிருந்த இடத்துக்குச் சென்றேன். இது ஒரு முக்கியமான பிரச்சினை. எதற்காக அவளை முத்தமிட வேண்டும்? எதற்காக ஆலிங்கனம் செய்ய வேண்டும்? அவளைத் திருமணம் செய்து கொள்ள முடியுமா? எவ்வளவு வயது வித்தியாசம்? என்னை விடவும் பதினொரு வயது இளையவள். உண்மையாகவே நான் இப்படியெல்லாம்தான் யோசித்தேன். கையிலிருக்கும் ஒரு பன்னீர்ப்பூவின் மொட்டைக் கிள்ளிப் பார்த்து வாட விட வேண்டுமா? இப்படியெல்லாம் யோசிப்பதற்கான காரணமே, நான் அவளை மனமார நேசித்ததுதான். இரண்டு மூன்று நாட்கள் நான் அங்கே போகவில்லை. சாயங்கால வேளைகளில் நான் கடற்கரைக்குப் போவது வழக்கம். அவளது வீட்டின் முன்பாகவே போக முடியும். நான் அந்த வீட்டைத் திரும்பியே பார்க்கவில்லை. மதிலை ஒட்டியபடிக் கடந்துவிடுவேன். அப்போது ஓர் அழைப்பு. ஊர் முழுவதும் கேட்கும்படியாக. அழுவதுபோல். என் பெயரைச் சொல்லி. ஒரே ஒரு தடவை மட்டும்தான். அது அவள்தான். மாடியில் நிற்கிறாள்.

புதுவானில் முகிழ்த்தெழும் குளிர்நிலவுபோல் அவள் நின்றிருந்தாள். நான் மாடிக்குச் சென்றேன். அவளை நெருங்க நெருங்க என்னுள் சூடேறியது. காதுகள் புகைவதுபோல். எனக்கு அழுகைவரும்போல் இருந்தது.

அருகில் சென்றேன். அவள் அசையவில்லை. நான் அவளது வலது புறம் நின்றேன். இருவரும் எதிர்த்திசையைப் பார்த்த படி அப்படியே நிற்கிறோம். நகரம். வாகனங்கள். மக்கள். அதற்குமப்பால் அலைகடல். கனல் கோளம்போன்ற அருணன் கடலைத் தொட இருந்தான். அவளது கழுத்தில் விரவிக்கிடந்த முடியை இடது கையால் மேல் நோக்கி வருடியபடி நின்றிருந்தேன். அவளுக்கும் உடல் சிலிர்த்திருக்க வேண்டும்; அல்லது எனக்கு மட்டும். என் இதயம் அசைவற்றுவிடும்போலிருந்தது. அவளது உடல் வாசம். எனக்குள் சுவாசம் தடைபடும் உணர்வு. நான் மெல்லத் திரும்பினேன். அவளது நீள இமைகள் மெல்லிய படலம்போல் கண்களை மூடியிருந்தன.

மெல்ல இரு கைகளாலும் அவளது முகத்தைப் பற்றினேன். உதடுகளில் ஆழ்ந்த முத்தம் பதித்தேன். அவள் தளர்ந்து குழைந்தாள். மூச்சுவாங்க என்னை அணைத்துக்கொண்டாள். முத்தமிட்டாள். நான் அந்த முகத்தைப் பார்த்தேன் . . .

தீக்கனல்போல் . . . அந்தக் கண்கள். அதில் ஆனந்தம், வேதனை, வெட்கம், பயம், தீவிரம், காதல் . . . இப்படி, எதுவெல்லாமோ சேர்ந்த இனிய வேதனையுடன் அழகிய பார்வை.

நான்கு

ஒரு கூச்ச சுபாவி இப்படி வர்ணித்து முடிந்ததும் கூட்டத்திலிருந்த வயது அதிகமான கதாசிரியர் சொன்னார்: "பேஷ். பேஷ். ரொம்ப நன்னா இருக்குடா."

"ஒரு ஓவியன் பதிவுசெய்ய வேண்டிய விஷயம்." மற்றொரு கதாசிரியர் சொன்னார்: "அல்லது, சிற்பி ஒருவன் சிலை வடிக்கலாம்."

"இனிய கவிதைக்கான பாடுபொருள்." ஒரு கவிஞன் சொன்னான்: "ஆஹா . . . முதல் முத்தம்!"

"ஆனால் . . ." என்று ஒரு விமர்சன நண்பன், கூச்ச சுபாவியான அந்தக் கதாசிரியனின் மனத்தில் குத்தீட்டியைச் சொருகினான்: "அவளை முதல்முதலாக முத்தமிட்டவன் நீதான்னு எப்படி அவ்வளவு உறுதியாச் சொல்றே?"

"ஞாயம்தானே?" அனைவரும் கேட்டனர்: "அதையெப்படி அவ்வளவு உறுதியாச் சொல்ல முடியும்?"

"என்னால அதை உறுதியாச் சொல்ல முடியும்" கூச்ச சுபாவி வருத்தத்துடன் சொன்னான்.

"சொன்னாப் போதுமா?" விமர்சகனின் பக்கம் அனைவரும் சாய்ந்தனர். சான்று? ஆதாரமில்லாத எதையும் ஏற்றுக்கொள்ள முடியாது.

கதைசொன்ன கூச்ச சுபாவி முகம் வெளுத்தான். வாழ்க்கையில் வெப்பத்தையும் வெளிச்சத்தையும் பறிகொடுத்தவன்போல் அப்படியே இடிந்துபோய் உட்கார்ந்தான்.

அவர்கள் மீண்டும் கேட்டனர்: "ஏதாவது ஆதாரமிருக்கா?"

அவன் சொன்னான்: "நம்பிக்கையைத் தவிர வேறென்ன ஆதாரமிருக்கு வாழ்க்கைக்கு?"

"இதைச் சொல்லித் தப்பிக்க வேணாம்." வெற்றிப் பாவனையுடன் – பொறாமையுடன் என்றுதான் சொல்ல வேண்டும் – அவர்கள் சிரித்தார்கள்.

கூச்ச சுபாவி அப்போது மற்றவர்களைச் சற்றுச் சுருங்க வைக்கிற, ஆனால், பதில்சொல்ல முடியாத சலிப்பான ஒரு கேள்வியை முன்வைத்தான்:"உங்கமனைவியையோ காதலியையோ முதன்முதலாக முத்தமிட்டது நீங்கதான் என்கிறதுக்கான ஆதாரம் உங்க யாரிடமாவது இருக்கா? எனக்கு இதில ஆதாரமெதுவும் தேவையில்லை. தளர்ந்து குழைந்துபோன அவள். சூடேறிப் பிரகாசிக்கும் அவளது முகம். இனிய வேதனையுடனான அழகான அந்தப் பார்வை. இது எப்போதுமே என் நினைவில் இருக்கும். இது, முதல் முத்தம்."

1948

கால் சுவடு

கால் சுவடு என்னும் இந்தக் கதை, சில வருடங்களுக்கு முன் இரவு நேரத்தில், ஒரு இலக்கிய வாதி தங்கியிருந்த அறைக்கு வந்த ஒரு இயக்கவாதி சொன்னது.

கதையைக் கேட்ட நான் கொஞ்ச நேரம் அப்படியே திகைத்துப்போய்விட்டேன் என்றும் அந்த இலக்கியவாதி சொன்னார்.

அந்தப் பழங்கதையை இப்போது நினைவு கூர்வதற்கான காரணம்... அதைப் பிறகு சொல்கிறேன்.

இலக்கியவாதியைப்போலவே, அவரும் பிறரது வேண்டுகோளுக்காக ஒன்றும் இயக்க வாதியாகி விடவில்லை. இதற்கான காரணம் அகத்தூண்டுதலாகவும் இருக்கலாம். இப்படிச் சொல்வது சரியா என்றெல்லாம் தெரியவில்லை. தன்னைச் சுற்றிலும் வாழ்கிற மக்களின் வாழ்க்கைத் தரம் சரியில்லை. அடிமைத்தனமும் அறிவீனங்களும் நிரம்பியது. சரியான, ஆரோக்கியமான, சுதந்திரமான ஒரு சூழல் ... இப்படியான ஒரு செயல் திட்டம் தான் அந்த இயக்கவாதியின் மனத்தில் இருந்தது. அவர் பெரிய அளவில் படித்தவர் ஒன்றுமில்லை; மிகவும் ஏழ்மையான குடும்பத்தில் பிறந்தவரும்.

தனது பதினெட்டாவது வயதில் அவர் இயக்கத்தில் சேர்ந்தார். பல்வேறு தடவைகளாக ஒன்பதுவருடங்கள் சிறைவாசம் அனுபவித்தவர். நன்றாகச் சொற்பொழிவாற்றுவார். நிறைய வாசிப்பார். நல்ல புத்திமானும்கூட.

கடைசியில் அவர் அந்தப் புரட்சிகர செயல்திட்டங்களுடன் கூடிய பேரியக்கத்தின் தலைவரும் ஆனார்.

இதற்கும் முன்பே, இந்தத் தலைவரை இலக்கியவாதிக்குத் தெரியும். அவர்கள் ஒன்றாகச் சிறைவாசம் அனுபவித்திருக்கிறார்கள். அவர்களிடையிலான பல்வேறு முரண்பாடுகளில் ஒன்று முக்கியமானது. ஆனால் வினோதமானது. அந்த இயக்கவாதி, சகஜப் பிரியன் அல்ல என்றாலும் இலக்கியவாதியிடம் மட்டும் சிரிக்கச்சிரிக்கப் பேசுவார்.

இலக்கியவாதி, இயக்கவாதியிடம் அவரது நிறத்தைப் பற்றிக் கேலி செய்தார்:

"தலைவரே" அந்த இலக்கியவாதி சொன்னார்: "உம்ம பல்லுகளும் கண்ணுல உள்ள வெண்படலமும் மட்டும்தான் வெள்ளையாக இருக்கு."

"நகங்கள் ?"

"ஆமா, நகங்களும் வெளுப்புதான். ஆனாலும் நீர் இவ்வளவு கறுப்பா இருக்கீரே, என்ன காரணம் ?"

"திமிர் பிடிச்ச மனுஷா, என் நிறத்தைச் சொல்லியெல்லாம் என்னைக் கோபப்படுத்த முடியாது."

போலீஸ்காரன் அவரது நிறத்தைச் சொல்லித் திட்டியிருக்கிறான். போலீஸ்காரர்களுக்குத் திட்டவோ அடிக்கவோ விசேஷ காரணங்கள் எதுவும் தேவையில்லை. அக்காலகட்டத்தில் வெள்ளைத்தோலன்கள்தான் நமது நாட்டை ஆண்டு வந்தனர். அவர்களது அடிமைகளாகத் தவிட்டு நிற அரசர்கள் இருந்தனர். அரசர்களின் அடிமைகளாக வெகுசனங்கள்.

இப்படியான வெகுசனங்களில் ஒருவன், அதுவும் ஒரு கறுப்பு நிறத்தவன் அரசியல் விவகாரங்களைப் பேசுவது முறையா ?

பெருமளவிலான எதிர்ப்புகள் மக்களிடமிருந்தே உருவாயின. இருந்தாலும் அந்த அரசியல் பேரியக்கம் வளர்ந்து வந்தது. பல்வேறு இடர்ப்பாடுகளை எதிர்கொண்டு வளர்ந்தது. இப்படி வளர்ந்துவரும் காலத்தில் . . . ஒரு இரவு நேரத்தில் – பத்துமணி இருக்கும் – அந்த இலக்கியவாதி ஓர் இளங்கொடியாளுக்குக் கடிதம்எழுதிக்கொண்டிருந்தார். கதவையெல்லாம் மூடி விட்டுத்தான். அப்போது வெளியிலிருந்து ஒரு குரல்: "திமிர் பிடிச்ச மனுஷா உள்ள இருக்கீரா ?"

இலக்கியவாதிக்கு ஆள் யாரென்று புரிந்துவிட்டது. அவர் சொன்னார்:

"இல்லை. அவசரமா ஒரு இடம்வரைக்கும் போயிருக்கார். என்ன விஷயம்?"

"திமிர் பிடிச்ச மனுஷா, கதவைத் திறவும்."

இலக்கியவாதி சொன்னார்: "விருப்பமில்லை."

வெளியே இருட்டில் நின்றிருந்த தலைவர் சொன்னார்: "நான் இரண்டரை மைல் தூரம் நடந்துவந்திருக்கேன். எனக்கு வேற இடமா இல்லை? கதவைத் திறவும்."

இலக்கியவாதி சொன்னார்: "என்னுடைய இந்த அறை, அரசியல் துறவிகளுக்கான தர்மச் சத்திரமில்லை."

"கதவை உடைப்பேன்."

"தலைவரே, நான் வாடகை கொடுத்து இதில தங்கியிருக்கேன்."

"சரி, பரவாயில்லை. கதவைத் திறவும்."

"நான் உம்ம அணியில இல்லை."

"பிறகு?"

"ஒரு இளங்கொடியாளின் அணியில இருக்கேன். அவளது கண்கள் கருங்குவளையின் நிறமல்ல, அவளது கூந்தல் இரவு மலரின் வாசமல்ல. இருந்தாலுமே நான் அவளோட அணிதான்."

வெளியே இருந்து பலத்தச் சிரிப்புச் சத்தம் கேட்டது:

"கிறுக்குப் பிடிச்ச மனுஷனை என்ன பண்ண முடியும்?"

"எனக்கொண்ணும் கிறுக்கில்லை."

"அப்படின்னா கதவைத் திறவும்."

"திறக்கிறேன். ஆனா, நீர் ஒரு உதவி செய்யணும்."

"என்ன உதவி?"

"உம்ம இயக்கத் தோழர்கள், ராத்திரி பகல்னு பாராம, இங்க வந்து என்னைத் தொந்தரவு பண்றாங்க. நீர் அதைத் தடுக்கணும்."

"அது நடக்காத காரியம்."

"அப்ப சரி."

"கதவைத் திறவும்."

"திறக்கறேன். உம்ம இயக்கம் ஆட்சிக்கு வந்தா, எனக்கு என்ன பண்ணுவீரு?"

"உமக்கு போலீஸ் கான்ஸ்டபிள் வேலை போட்டுத் தருவேன்."

"வேண்டாம்."

"சரி, போலீஸ் இன்ஸ்பெக்டர்."

"வேண்டாம்."

"கமிஷனர்?"

"வேண்டாம்."

"சுதந்திரப் படையின் கமாண்டர் இன் சீஃப்."

"அதுவும் வேண்டாம்."

"பிறகு?"

"என்னை ஒரு இஸ்பேடு ராஜாவாக்கணும்."

"அது நடக்காது. ஏன்னா, நம்ம சுதந்திர அரசுல ராஜாக்கள் கிடையாது."

"இருந்தாலும், வரலாற்றை நினைவு கூர்வதற்காகவாவது என்னை ராஜாவாக நியமிக்கணும். எனக்குப் பிரஜைகள் யாரும் தேவையில்லை. உண்மையாகவே சொல்றேன். ராஜாவானாலும் நான் கதைதான் எழுதுவேன். என்னுடைய விருப்பம் இதுதான். நம்முடைய ஆட்சிக்குட்பட்ட அந்தக் காயலில சின்னதாக ஒரு தீவு இருக்கிறதல்லவா? அதில ஒரு சின்ன வீடு வச்சித் தரணும். நிறைய மரங்களும் அதில இருக்கணும். ஒரு அல்லி மலர்ப் பொய்கையும் பூந்தோட்டமும் இருக்கணும்."

"அப்புறம்?"

"அந்தத் தீவையும் வீட்டையும் எனக்கு வாடகையில்லாம தரணும். அங்கே ரேடியோ இருக்கணும். டெலிஃபோன் இருக்கணும். அப்புறம், சிறு உல்லாசப் படகும் வேணும்."

"சரி, ஒப்புக்கொள்றேன். கதவைத் திறவும்."

இலக்கியவாதி கதவைத் திறந்தார். இயக்கவாதி உள்ளே வந்தார்.

இதுவரை பார்க்காத வேடம். சட்டை இல்லை; வேட்டி இல்லை. ஒரு கிழிந்த டவல் மட்டும் உடுத்தியிருந்தார்.

இலக்கியவாதியின் செயரில் அமர்ந்த தலைவர், எதுவும் நடக்காததுபோல் சொன்னார்:

"நல்ல தாகமும் பசியும் . . ."

இலக்கியவாதி சொன்னார்:

"தாகமாக இருந்தா சாப்பிடும். பசிச்சா . . . ஆமா பசிச்சா என்ன பண்றது?"

அதைக் கேட்காததுபோல் தலைவர் சொன்னார்: "ஒரு சட்டை வேணும்; வேட்டியும் வேணும்."

இலக்கியவாதி தனது பெட்டியைத் திறந்து ஒரு புதிய சட்டையையும் வேட்டியையும் எடுத்துக்கொடுத்தார்.

"உம்மைப்போலுள்ள கறுப்பன்கள் போடுற கறுப்புப் பவுடர் வேணும்னா . . ."

"எனக்குப் பசியாகவும் தாகமாகவும் இருக்கு." ரொம்ப நாளாகவே எதுவும் சாப்பிடாதவர்போல் சிறு பரிதாபத்துடன் சொன்னார்.

இலக்கியவாதி ஓட்டலுக்குச் சென்று ஒரு பார்சல் வாங்கி வந்தார்.

சாப்பிட்டுத் தண்ணீர் குடித்துவிட்டு ஒரு பீடியும் பற்ற வைத்த தலைவர் சொன்னார்: "அப்பாடா ..! அதிகாரத்துக்கு வந்த பிறகு நம்ம முதல் திட்டம் என்ன தெரியுமா?"

"தெரியும்." இலக்கியவாதி சொன்னார்: "அந்தத் தீவை எனக்குச் சரி பண்ணிக் கொடுக்குறது."

"தேங்காய்க்குலை . . . கேளும் ஓய். இலக்கியவாதிகளை இனப்படுகொலை செய்வதுதான்."

"அப்புறம்?"

அவர் கேட்டார்: "இலக்கியவாதிக்கும் இயக்கவாதிக்கு மிடையிலான வேறுபாடு என்ன?"

இலக்கியவாதி சொன்னார்: "இது எல்லாருக்கும் தெரிஞ்ச விஷயம்தானே?"

"என்னான்னு சொல்லுமே?"

"இயக்கவாதிக்கு அறிவில்லை; இலக்கியவாதிக்கு அது இருக்கு."

அவர் சிரித்துவிட்டுச் சொன்னார்: "இலக்கியவாதிங்க சோம்பேறிங்க; திருடனுங்க; கொ . . ."

இலக்கியவாதி சொன்னார்: "எழும்பி கால்ல விழுந்து நமஸ்காரம் பண்ணும் ஓய். கால்களைத் தொட்டுத் தலையில வையும். இலக்கியவாதிகளான நாங்க, இயக்கவாதிகளான உங்களை ஏதாவது சொன்னா பலிச்சுடும். அந்த அளவுக்கு நாங்க நல்லவங்க. எங்களைப்போல கடினமா உழைக்கிற ஒரு வர்க்கம் . . ."

“நான் கதவைத் திறக்கச் சொல்லும்போது என்ன பண்ணிட்டிருந்தீரு?”

“ஒரு பெண்மணிக்கு ... அதாவது ஒரு இளங்கொடியாளுக்குக் கடிதம் எழுதிட்டிருந்தேன். அவ ஒரு கல்லூரி மாணவி.”

“அந்தக் கல்லூரி மாணவிக்கு என்ன வேணுமாம்?”

“அவளுக்கு என்ன வேணும்னு எனக்குத் தெரியாது. அல்லது தெரியும். அவ ஒரு ஜாலக்காரி.”

“அப்படியா? ஜாலக்காரிகள்கிட்ட கவனமா இருக்கணும். இந்தத் தடவை சப் ஜெயில்ல இருக்கும்போது நான் ஒரு ஆபத்துல மாட்டிக்கிட்டேன்.”

“என்ன ஆபத்து?”

“காதல்.”

“காதல், ஆபத்தா ஓய்?”

“ஒரு இயக்கவாதியைப் பொறுத்தவரைக்கும் . . . குறிப்பாக, தேவையில்லாத இந்தக் காலகட்டத்தில ... எதுவானாலும் நான் சிக்கல்ல மாட்டிக்கிட்டேன். சீக்கிரமா அவளைக் கல்யாணம் பண்ணிக்கணும். இதில ஒரே ஒரு பிரச்சினை என்னான்னா அவ நிறைய படிச்சவ.”

“அழகா இருப்பாங்களா?”

“பேரழகி.”

“ஆச்சரியமா இருக்கே! உம்மைப் போலுள்ள ஒரு

கறுப்பனை . . . அதை விடும். இது எப்படி நடந்தது?”

“அவ என்னோட ஒரு ஆதரவாளர்.”

“ஆதரவாளரா? ஆச்சரியம்தான். ஒரு கறுப்பு நிற இயக்க வாதிக்குப் பெண் ஆதரவாளரா?”

“ஆமா. என்னோட சொற்பொழிவைக் கேட்டு எவ்வளவு பெண்கள் அழுதிருக்காங்க தெரியுமா? நிறைய பெண்கள் கழுத்திலயும் கையிலுமுள்ள ஆபரணங்களைக் கழற்றித் தந்திருக்காங்க.”

“உம்மோட இந்தப் பேரழகி என்ன தந்தாங்க?”

“அவ என்னோட ஒரு உறவினர்னு சொல்லி என்னைப் பார்க்க வந்தா. அவ வீடு சப் ஜெயில் பக்கத்துல இருக்கிறதுனால தினமும் நல்ல ஆகாரங்கள் சமைச்சி, அவளே கொண்டுவர

ஆரம்பிச்சா. இப்படியாக நான் அந்தச் சிக்கல்ல மாட்டிக்கிட்டேன். சரி, உம்ம அந்த இளங்கொடியாள் என்ன மாய்மாலம் செய்தாங்க?"

இலக்கியவாதி சொன்னார்: "நானொரு அப்பிராணி"

"அது உலகறிஞ்ச உண்மை."

"ஆமா, போன வெள்ளிக்கிழமை அவ என் கையில ஒரு கவர் தந்துட்டுச் சொன்னா, 'ஒரு சிறுகதை. வாசிச்சுப் பார்த்து கொஞ்சம் திருத்தித் தந்தால் நல்லது.' நான் இங்க கொண்டு வந்து அதைப் பிரிச்சுப் பாத்தேன். அது வேறொண்ணுமில்லை. ஐந்து, பத்துரூபா நோட்டு."

"இதுதான் சிறுகதையா? ஐம்பது ரூபா."

"ஆமா."

"சரி, இப்ப அதில எத்தனை ரூபா மிச்சமிருக்கு?"

"அதிலிருந்து இரண்டு மாச வாடகை பாக்கியைக் கொடுத்தேன். ஓட்டல் பாக்கில கொஞ்சம் கொடுத்தேன். ஒரு புதிய சட்டையும் வேட்டியும் வாங்கினேன். தலைவர் இப்ப போட்டுருக்குறது ... மிச்சம் ஆறரை ரூபா இருக்கும்."

"அதில எனக்கு ஒரு இரண்டு ரூபா வேணும்."

இலக்கியவாதி இரண்டு ரூபாய் கொடுத்தார்.

தலைவர் கேட்டார்: "உமக்கு ஏராளமான வாசகர்கள் இருக்காங்க இல்லையா?"

"நிறைய பேர் இருக்காங்க."

"இவங்க யாராவது உம்மைப் பாக்க வந்தா நீரு என்ன பண்ணுவீரு?"

"முதல்ல அவங்க சட்டை பாக்கெட்டைத் தடவிப் பார்ப்பேன். எதுவுமே இல்லைன்னா, என்னைப் பாக்க வேண்டாம் போயிடுங்கனு சொல்வேன்."

"எனக்கும் ஏராளமான ஆதரவாளர்கள் இருக்காங்க. நான் ஒரு கதை சொல்றேன். ஆனா, எங்கிருந்து ஆரம்பிக்கணும்னு தெரியலை."

"சும்மா அப்படியே ஆரம்பியும். பண்டொரு காலத்தில ..."

"ஆமா." அந்த இயக்கவாதி சொல்லத் தொடங்கினார்:

"பன்னெடுங்காலங்களுக்கு முன் என்னைப்போல் கறுப்பனாகிய ஒரு இயக்கத் தலைவர் இருந்தார். பதினெட்டு

வயதில் தனது அரசியல் செயல்பாடுகளைத் தொடங்கிய அவர், போலீஸிடமிருந்து நிறையவே அடி வாங்கினார். நிறையவே பட்டினி கிடந்தார். தொழிலாளர்கள், விவசாயிகள், அறிவு ஜீவிகள் மட்டுமில்லை, பொதுமக்களின் நலனுக்காகவும் அமைதியான வாழ்க்கைக்காகவும் இரவுபகலாக உழைக்கும் மிகவும் முற்போக்கான ஓர் அரசியல் இயக்கத்தின் தலைவராக இருந்தார் அந்த மகான்.

"அவரது இல்லம்தான், அந்த அரசியல் இயக்கத்தின் அலுவலக அறை. அது, அரசியல் துறவிகளின் மட்டுமல்ல, அனைவருடையவும் தர்மச் சத்திரமாக இருந்தது. இதற்காக அவர் யாரையும் குறைபட்டுக்கொள்ளவில்லை. மக்களுக்காகப் பாடுபடுபவர்களிடம் மக்கள் வருகிறார்கள். இரவு பகலென் றில்லாமல் மக்கள் வருகிறார்கள். இதில், யாரைக் குறை சொல்ல முடியும்?

"இப்படியாக அவர் வாழ்ந்துவரவே, ஒருநாள் இரவு அவரைப் பார்க்க ஓர் ஆதரவாளர் வந்தார். நேரம் கிட்டத்தட்ட நள்ளிரவு. முன்புற வராந்தாவில் விளக்கு வெளிச்சம் இருந்தது. அப்போது நமது கறுப்பன் தலைவர், தனது ஒரே ஒரு சட்டையையும் வேட்டியையும் சோப்புப் போட்டுத் துவைத்து வராந்தாவிலுள்ள கொடியில் உலரப்போட்டுக்கொண்டிருந்தார்.

"நடந்து சோர்வுடன் வந்தேறிய ஆதரவாளரிடம் அவர் அதிகமாக ஒன்றும் பேசவில்லை. ஆதரவாளர் பக்கத்திலுள்ள ஒரு நகரத்தில் வேலைதேடிப்போகிறார்.

"ஆதரவாளருக்கு வராந்தாவில் பாயும் தலையணையும் போட்டுக்கொடுத்துவிட்டு 'காலையில் பார்ப்போம்' என்று சொன்ன அரசியல் தலைவர், தனது அறைக்குள் நுழைந்து, கதவை மூடிக்கொண்டார். இரண்டு மூன்று செய்திப் பத்திரிகைகளை விரித்து அவர் படுத்துக்கொண்டார். வேறு பாயும் தலையணையும் இல்லை. உலகில் இப்படி ஏராளமான மக்கள் வெறும்தரையில் படுத்துக்கொள்வதாக நினைத்துக்கொண்டார் அந்தத் தலைவர். அப்படியே அவர் தூங்கிவிட்டார்.

"காலையில் தலைவர் கண்விழிக்கும்போது மணி எட்டு. வாசலைத் திறந்து பார்த்தார். ஆதரவாளரைக் காணோம். அவர் சொல்லிக்கொள்ளாமல் சென்றதில் அரசியல் தலைவருக்கு . . . எதுவும் தோன்றவில்லை. பலர் இப்படி நடந்துகொண்டதுண்டு. இந்த அரசியல் தலைவரே பல வீடுகளில் இதுபோல் சொல்லிக் கொள்ளாமல் சென்றவர்தான். ஆனால் இங்கே ஒரு விசேஷ நிகழ்வாக, பாயும் தலையணையும் சுருட்டிவைக்கப்படாமல்

அப்படியே கிடந்தன. அதன் நடுவில், பாயில் இதயம்போன்ற பகுதியில் ... செம்மண்ணில் மிதித்த ஒரு கால் சுவடு.

"இதற்கு முன், இப்படி நிகழ்ந்ததற்கான முன்மாதிரிகள் எதுவுமில்லை. இருந்தாலும் இதை ஒரு விசேஷ நிகழ்வாக அரசியல் தலைவர் எடுத்துக்கொள்ளவில்லை. அவர் குளித்து முடித்துக் கொடியில்கிடந்த சட்டையையும் வேட்டியையும் பார்க்கும்போது ...

'பாக்கும்போது?' இலக்கியவாதி அதிர்ச்சியுடன் கேட்டார். தலைவர், வெறுப்புடன் சொன்னார்:

"பார்க்கும்போது ... உலரப் போட்டிருந்த சட்டையையும் வேட்டியையும் காணோம்."

"இது, நேற்றுப் பகல்ல நடந்த சம்பவமா?"

"ஆமா."

"தலைவர் நீண்ட நேரம் அமைதியாக உட்கார்ந்திருந்தார். பிறகு, சென்றுவிட்டார்.

"வருடங்கள் சில சென்றன. இதனிடையே தலைவர் அந்தப் பேரழகியைத் திருமணம் செய்துகொண்டார்.

"என்னிடம் இந்தக் கதையைச் சொன்ன இலக்கியவாதிக்கு அவரது வாசகியை ஏனோ திருமணம்செய்துகொள்ள முடியவில்லை.

இப்போது, கறுப்பனான அந்த அரசியல் தலைவர் நினைவு வருவதற்கான காரணம் என்னவென்றா? பழைய போலீஸ்காரன் புதிய அரசுக்காக அடித்துக்கொன்றானோ என்னமோ, பாம்பு கடித்ததாகச் சொல்லப்படுகிறது ... நேற்று முன்தினம் அவர் இறந்துபோனதாக இன்றைய பத்திரிகையில் வாசித்த எனது கண்முன் செம்மண் நிறத்திலான அந்தக் கால் சுவடு தெரிந்தது.

1948

*

ஆளரவமற்ற வீடு

“எனக்கு உடம்புக்கு முடியவில்லை. நான் தூங்கிக்கொண்டிருக்கிறேன். தயவுசெய்து என்னை எழுப்பிவிடாதீர்கள்” என்னும் வினோதமான ஒரு வேண்டுகோள், மூடிக்கிடக்கும் ஜன்னலின் நீல நிறக் கதவில், சிவப்பு எழுத்துக்களால் எழுதப் பட்டிருப்பதை இன்றும் பார்க்க முடியும்.

சரி, எழுப்பிவிடுவதற்கு அந்த வீட்டில் யார் வசிக்கிறார்கள்?

பலவருடங்களாக யாரும் அங்கே வசிக்க வில்லை. அதற்கான தைரியம் யாருக்கும் இல்லை. முற்றத்தில் புற்களும் காட்டுச் செடிகளும் வளர்ந்துநிற்கின்றன. வீட்டுச் சுவர்களின் நிறம் மங்கிப்போய்விட்டது. எங்கு பார்த்தாலும் எட்டுக்கால் பூச்சிகள். வீட்டுக்குள் அமைதி . . . அல்லது வேறு எதுவோ. வெளியே எந்த அசைவும் இல்லை. பயத்தை விடவும், எதையும் புரிந்துகொள்ள முடியாத மனஅவஸ்தை. வரலாற்றுக்கு முற்பட்ட ஒரு காலகட்டத்தில் . . . பழைமையான, ஆள் நடமாட்டமில்லாத பகுதியி லுள்ள ஒரு தேவாலயத்தின் அருகில் நிற்பதுபோல்.

ஆளரவமற்ற அந்த வீட்டைப் பற்றி அநேகம் கதைகள் சொல்லப்படுகின்றன.

உலகப்புகழ்பெற்ற ஓர் ஓவியன் அங்கே வசித்துவந்தான். அவனுக்கு உறவினர்களென்று எவருமில்லை. வாழ்க்கையென்றால் என்னவென்று

மற்றவர்களுக்குக் கற்பிப்பதற்காக இருக்கலாம்; அல்லது அது குறித்த தன்னுடைய அனுபவங்களைப் பதிவுசெய்வதற்காக இருக்கலாம் . . . பல்வேறு ஓவியங்களை அங்கே அவன் தீட்டிவைத்திருந்தான்.

ஓய்வுநேரங்களில் சங்கீதம்கேட்பது அவனுக்கு மிகவும் பிடிக்கும். பாட ஆள் இல்லை. ஒரு கிராமஃபோன் இருந்தது. ஏராளமான நல்ல ரிக்கார்டுகளும். வீட்டுக்குள்ளிருந்து எந்நேரமும் இனிமையான பாடல்கள் கேட்டுக்கொண்டிருக்கும்.

அப்போது அவன் உலகப்புகழ் பெறவில்லை. இருந்தாலும்... ஆனால், புகழைத் தேடித்தந்த பல்வேறு ஓவியங்களை அப்போதே அவன் தீட்டிவைத்திருந்தான்.

வரையப்பட்ட காலகட்டங்களில் ஏன் அவை உலகப்புகழ் பெறவில்லை? பார்க்க வேண்டியவர்களும் உலகப்புகழ்பெறக் காரணமானவர்களும் அப்போதே அதைப் பார்த்துவிட்ட போதும்?

ஆனால் அன்றெல்லாம் அவர்கள் குற்றமும் குறையும்தான் சொன்னார்கள். குற்றத்தையும் குறையையும் அவர்களால் விளக்கிச் சொல்லத்தான் முடியவில்லை. தாங்கள் சொல்ல நினைப்பது குறித்தும் அவர்களுக்குத் தெளிவில்லை. ஒருவேளை புதிய கருத்துகள், புதிய கலைவடிவங்கள்மீதான பயமாகவும் இருக்கலாம் ... பழையன எப்போதுமே மக்களின் நன்னம்பிக்கையைப் பெற்றதாகவே இருக்கும். புதியவைமீது ஒரு . . . அவநம்பிக்கையும்.

மக்கள் குறைபட்டுக்கொண்டனர். படைத்தவனை மட்டுமல்ல, படைப்புகளையும்தான். ஓவியர் நிம்மதியை இழந்தார். இரவும்பகலும் ஆரவாரக் கோலாகலம். மக்களுக்குக் கும்பலாகப் பைத்தியம்பிடித்ததுபோலாயிற்று. பத்திரிகைகள், மத அமைப்புகள், அரசியல் இயக்கங்கள் ... அனைத்துமே சொன்னது: அந்த ஓவியன் ஒரு பிசாசு. ஆத்திகன், நாத்திகன் . . .

வாழ்க்கையின் நம்பிக்கைக்கு உலைவைக்கிறான் . . . ஒழுக்க விரோதம், பண்பாட்டு இழுக்கு.

இதையெல்லாம் கேட்டு ஓவியன் சிரித்துக்கொண்டான். அவன் கேளிக்கைப் பிரியனாக இருந்தாலும் ஆட்கள் சந்திக்க வருவதை அவ்வளவாக அவன் விரும்புவதில்லை.

இந்தத் தகவல்கள் அனைத்தையும் அந்த ஓவியனுக்குப் பிடித்தமான ஒரு கவிஞன் தனது, 'ஒரு ஓவியனின் சுயசரிதை' நூலில்

குறிப்பிட்டிருந்தான். ஒருநாள் கவிஞனிடம் ஓவியன் சொன்னான்:
"அந்த ஜன்னலில் சிவப்பெழுத்திலுள்ள வேண்டுகோளைத் தவறாக நினைத்துவிட வேண்டாம். வருகையாளர்களால் தனிமையை நான் பறிகொடுத்துவிட்டேன். ஆகவே, வாசல்களும் ஜன்னல்களும் அடைந்திருந்தாலும்... உள்ளே பாட்டு கேட்காமலிருந்தாலும்... நான் உள்ளேதான் இருப்பேன். நீங்கள் ஒரு பேனாக் கத்தியால் அந்த ஜன்னல் கொக்கியை நீக்கிவிட்டு உள்ளே வரலாம்."

இப்படியாக அந்தக் கவிஞன் வந்து, இரவுபகல் பாராமல், ஓவியனுடன் பேசிக்கொண்டிருப்பான்.

ஓவியனின் அதே வாழ்க்கைதான் கவிஞனுக்கும்.

அனைத்தையும் மிக அழகாகவே அந்தக் கவிஞன் சித்தரித்திருக்கிறான். அதன் இறுதிக்கட்டம் மிகவும் பயங்கரமானது.

அந்த ஆளரவமற்ற வீட்டின் தொலைவிலுள்ள மற்றொரு காட்சி.

இரண்டு

ஓவியன் உலகைப் பார்த்துச் சிரித்துக்கொண்டு நிற்கிறான். உயிருடனல்ல, பெரியதொரு சிலை வடிவத்தில். நகரின் நடுவே உள்ள பூங்காவனத்தில்.

சிலை அப்படியே நின்றுகொண்டிருக்கிறது. அதன் தலையில் வெள்ளை நிறத்தில் ஏதோ படிந்து உறைந்திருக்கிறது. பறவைகள் வந்து தலையில் அமர்ந்திருக்கின்றன.

அதைப் பார்க்கும்போது தன்னையறியாமல் சிரிப்புதான் வரும்.

அந்தச் சிலை, ஓவியனின் ஊர்க்காரர்கள் உபயம்.

இதைப் பற்றி, 'ஒரு ஓவியனின் சுயசரிதை'யில் கவிஞன் குறிப்பிட்டிருந்தான்.

"இன்மையில் கரைவதென்பது அசாதாரண நிகழ்வல்ல. அதை ஓர் இடைவெளியாகக் கருதவேண்டியதுமில்லை. நான் இறந்துபோனால்... அந்த இடைவெளி நிரப்பப்படுமா..? இங்கே நான் என்று குறிப்பிடுவது என்னையல்ல. மனித சமூகத்தின் தொடக்கம்முதல் நீங்கள்வரையிலான ஒரு 'நான்' உண்டல்லவா? அந்த நான் என்றே புரிந்துகொள்ளுங்கள். இதை உங்களுடைய கதை என்பதாகப் புரிந்துகொள்ளுங்கள். கவிஞர், கலைஞர், அரசியல் சிந்தனையாளர், பாடகர் அல்லது முதுமையை அடைந்த ஒரு

பத்திரிகையாளர் என நீங்கள் யாராக இருந்தாலும், மக்களுடன் இருக்கிறீர்கள். உங்கள் திறமைகளை நீங்கள் மக்களுக்காக உபயோகிக்கிறீர்கள்.

“ஆனால் நீங்கள் வாழ்ந்துகொண்டிருக்கும் காலகட்டத்தில் உங்களுடன் நல்லதொரு ஆதரவு வார்த்தைகூடப் பேசுவதற்கு யாருமில்லை. அதற்கான நேரமில்லை என்று வைத்துக் கொண்டாலும் உங்களை வேதனைப்படுத்துவதற்கான, உங்களை மோசமாகப் பேசுவதற்கான நேரம் இருக்கிறது. அனைவரும் உங்களுக்கெதிராக இருக்கிறார்கள்.

“நீங்கள் பட்டினிகிடக்கிறீர்கள். வெறும் வயிற்றுடன் வேலை செய்கிறீர்கள். தளர்ந்துபோன நிலையில் தண்ணீரைக் குடித்து வயிற்றை நிரப்பிவிட்டு கிராமஃபோனில் பாட்டுக் கேட்டு மகிழ்கிறீர்கள்.

“அப்போதும் உங்களைப் பற்றி நாடு முழுவதும் பேசுகிறார்கள். எல்லாப் பத்திரிகைகளிலும் உங்களைப் பற்றிய செய்திகள் வருகின்றன. எல்லா சொற்பொழிவுகளிலும் உங்களைக் குறிப்பிடுகிறார்கள்.

“எல்லா மதத்தினரும் எல்லா நம்பிக்கையாளர்களும் உங்களுக்கு எதிராக இருக்கிறார்கள். கடவுள் இருக்கிறாரென்று சொல்பவர்களும் இல்லையென்று சொல்பவர்களும். நீங்கள் மோசமான நபர், தவறான வழியில் செல்பவர், விபச்சாரம் செய்பவர், குடிகாரன், இப்படியான ஆயிரங்கள் சேர்ந்த ஒருவர் நீங்கள். சுருக்கமாகச் சொல்வதானால் மனித குலத்துக்கே நீங்கள் ஜென்ம விரோதி.

“இதையெல்லாம் ஒப்புக்கொண்ட நீங்கள் பட்டினிகிடந்து ஒருநாள் இரவில் அல்லது பகலில் வெறுமனே அப்படியே மரணமடைந்து விடுகிறீர்களென்று வையுங்கள். உங்களுடைய எல்லாக் கஷ்டங்களும் தீர்ந்துவிட்டன என்றா நினைக்கிறீர்கள். இல்லை. மனம் கரைந்து உருகுகிறார்கள். குழப்பங்கள். ஓட்டம், மீட்டிங், சொற்பொழிவு . . . எல்லா மதத்தினரும் எல்லா பத்திரிகையாளர்களும் எல்லா அரசியல் இயக்கங்களும் நம்பிக்கையாளர்களும் அவநம்பிக்கையாளர்களும் அனைவரும் ஒன்றாகச் சேர்ந்து வருந்துகிறார்கள். கதறுகிறார்கள். மாரடிக்கிறார்கள்.

“அய்யோ . .! போயிட்டாரே. உத்தமசீலனாயிற்றே. ஒளிவீசும் வதனனாயிற்றே. அய்யோ !”

"இப்படியாகக் கொஞ்ச நாட்கள் ... பிறகு உங்களைப் பற்றிய நினைவேந்தல்கள். சொற்பொழிவுகள். பாட்டுகள், கவிதைகள் ...

"இதையெல்லாம் கேட்டால் அல்லது வாசித்தால் நீங்கள் இந்த உலகத்தில் மக்களுடன் வாழ்ந்திருந்த ஒரு மனிதன் என்று மட்டுமே தோன்றாது.

"இத்துடன் முடிந்துவிடவில்லை. சாவுக்குப் பின்னும் உங்கள் கஷ்டகாலங்கள் தொடரும். கட்டியெழுப்பப்படும் வாசிப்புச் சாலைகள், அகாதமிகள், சாலைகள், ஓட்டல்கள், சந்தைகள், பஸ் சர்வீஸ்கள், நாடக மன்றங்கள், பூங்காவனங்கள் ... இதற்கெல்லாம் உங்கள் பெயரைச் சூட்டுவார்கள். 'உங்கள்' விலாசம் பூங்கா. 'உங்கள்' விலாசம் சந்தை.

"இத்துடன் முடிந்துவிடுமா உங்கள் கஷ்டகாலம்? அழைக்கின்றன உங்கள் திருவுருவச் சிலைகள் நாற்சந்திகளில், பூங்காக்களில், காற்றிலும் மழையிலும் வெயிலிலும் வாடியும் நனைந்தும் காய்ந்தும் நின்றுகொண்டிருப்பீர்கள். உங்கள் தலை பறவையினங்களின் நிரந்த கக்கூஸாக மாறும்.

"உலகமே! ஏன் இந்தக் கோமாளித்தனங்கள்? எதற்காக இவ்வளவு பொய்கள்?

"இதையெல்லாம் நினைத்துப் பார்க்கும்போது உங்களுக்குச் சிரிப்பு வரவில்லையா? ஒரு வேளை, இதையெல்லாம் நினைத்துத் தான், நமது பூங்காவில் நிற்கும் அந்த ஓவிய மகானின் உருவச் சிலை புன்னகைக்கிறதா?

"அந்தப் பயங்கர காட்சியைக் கவிஞன் பார்த்தது ஓவியனின் வீட்டில் வைத்துதான்.

மூன்று

அன்று அது ஆளரவமற்ற வீடாக இல்லை. முற்றத்தில் புற்களும் காட்டுச் செடிகளும் வளர்ந்திருக்கவில்லை. அதில் பயத்தின், அழிவின் அடையாளங்கள் எதுவுமில்லை. வாதப் பிரதிவாத நோக்கத்துடன் வரும் பார்வையாளர்களின் ஆரவாரம்; அல்லது அமைதியில் எழுகிற இனிய கீதம்.

இப்படியாகக் காலம்கழிந்துகொண்டிருந்தது.

ஒரு நாளிரவு. அந்த வீடு இருளில் மூழ்கிக்கிடக்கிறது. வாசல் கதவுகளும் ஜன்னல்களும் அடைக்கப்பட்டிருக்கின்றன.

எந்த அசைவும் இல்லை. இருந்தாலும் வீட்டுக்குள் ஓவியன் இருப்பதாகவும் விளக்கு எரிந்துகொண்டிருப்பதாகவும் கவிஞனுக்குத் தோன்றியது.

ஜன்னல் கதவுகளின் இடைவெளியினூடே வெளிச்சம் இரண்டு பொன்னூல்கள்போல் தெரிந்தன.

பனியில் மூழ்கிவிட்டாற்போலிருக்கிறது. கவிஞன் நினைத்துக் கொண்டான். தொந்தரவு செய்ய வேண்டாம். தன்னுடைய கவிதை நூலின் ஒருபிரதியை வாசலில் தொங்கிய கடிதப் பெட்டியில் ஓரம் வெளியில் தெரியும்படியாக வைத்துவிட்டுக் கவிஞன் சென்றுவிட்டான்.

இதற்குப் பிறகு, இருபத்தொன்றோ இருபத்திரண்டோ நாட்கள் சென்றன.

அன்றிரவு. கவிஞன் ஓவியனின் வீட்டுக்குச் சென்றான். இரவு வெகுநேரமாகிவிட்டிருந்தது. அன்று ஓவியனுடன் இரவைக் கழிக்க வேண்டுமென்பது கவிஞனின் நோக்கம்.

ஆனால் எல்லா இடமும் அமைதி. கையிலிருந்த டார்ச் லைட்டை எரியவைத்து வராந்தாவில் ஏறினான் கவிஞன். கடிதப் பெட்டி நிறைந்து கடிதங்கள் வெளியில் கிடக்கின்றன. கவிஞனின் புத்தகமும் கடிதப் பெட்டியில் இருந்தது.

கவிஞன் லைட்டை அணைத்துவிட்டு அங்கேயே நின்றான். ஒன்றிரண்டு முறை ஓவியனின் பெயரைச் சொல்லி அழைத்தான். கதவைத் தட்டினான். ஜன்னல் கதவுகளின் இடைவெளியினூடே ஒளியின் பொன்னூல்கள்.

உள்ளே சிற்சில அசைவுகளும் சிறுசத்தங்களும். எதுவும் தெளிவாக இல்லை. கவிஞனுக்குள் சிறுசந்தேகமும் பதற்றமும். அவன் பேனாக் கத்தியின் முனையை நுழைத்து ஒரு கதவைத் திறந்தான். பயங்கரமான துர்நாற்றம். நல்ல வெளிச்சம். எலிகள் சத்தமிட்டபடியே ஓடின.

மேசையின்மீது கிராமஃபோன் திறந்தே இருக்கிறது. அதில் ஒரு ரிக்கார்டும் இருந்தது. ரிக்கார்டின் ஓரத்தில் சவுண்ட் பாக்ஸின் ஊசி நிற்கிறது. இத்தனையும் கவிஞனின் ஒரே பார்வையில் பதிந்தது.

அறையின் நடுவே, உயரத்தில் மின்சார பல்பு முடிவற்ற வெளிச்சத்துடன் எரிந்துகொண்டிருந்தது. ஓவியன் படுத்திருக்கும்

இடத்தைப் பார்த்த கவிஞன், பயந்து நடுங்கி 'அய்யோ' என்று கூச்சலிட்டான்.

படுக்கையில் நீண்டு நிமிர்ந்து வெளுத்து வெளிறிய ஓர் எலும்புக் கூடு.

மங்கிய வெளிச்சத்தில் நீலநிற ஜன்னல் கதவில் வேடிக்கையான அந்த வேண்டுகோள் சிவப்பு எழுத்துக்களில்:

"எனக்கு உடம்புக்கு முடியவில்லை. நான் தூங்கிக் கொண்டிருக்கிறேன். தயவுசெய்து என்னை எழுப்பிவிடாதீர்கள்."

1948

●

நீலவெளிச்சம்

நீலவெளிச்சமென்ற இந்தக் கதையும் என் வாழ்க்கையில் நிகழ்ந்த ஆச்சரியமான சம்பவங்களில் ஒன்றுதான். சம்பவம் என்பதைவிட அற்புதங்களின் ஒரு குமிழ் என்று குறிப்பிடுவதுதான் சரியாக இருக்கும். அறிவியலின் ஊசி முனையால் இதனை நான் பலதடவை உடைத்துப் பார்க்க முயற்சி செய்திருக்கிறேன். ஆனால், என்னால் இயலவில்லை. ஒருவேளை உங்களால் இயலவும் கூடும். ஆய்வுசெய்து விளக்கம் சொல்லவும் இயலும். இதைத் தான் அற்புத நிகழ்வென்று முதலில் குறிப்பிட்டது... ஆமாம், இதை நான் வேறு எப்படிச் சொல்வது?

சம்பவம் இதுதான்:

கிழமையும் மாதமும் வருடமுமெல்லாம் வேண்டாமல்லவா? நான் வாடகை வீடு தேடி அலைந்துகொண்டிருந்தேன். புதிய விஷய மொன்றுமல்ல, இது. அப்போது நான் வீடு தேடி நடந்து திரியும் காலம்தான். எனக்கு விருப்பமான வீடோ அறையோ எப்போதுமே கிடைத்ததில்லை. தங்கியிருக்கும் இடத்தைப் பற்றியென்றால்... ஒரு நூறு குற்றங்குறைகளாவது சொல்ல முடியும். ஆனால் யாரிடம் சொல்வது? பிடிக்கலேன்னா இடத்தைக் காலி பண்ணு. சரி, எங்கே போவது? இப்படியாகச் சமாளித்துக்கொண்டிருக்கிறேன். மொத்தம் நான் சமாளித்த அறைகளும் வீடுகளும் எத்தனையிருக்கும் என்றா கேட்கிறீர்கள்? இதில் மற்றவர்களின் குற்றம் எதுவுமில்லை. எனக்குப் பிடிக்கவில்லை, நான் மாறுகிறேன். அவ்வளவுதான். பிடித்தமுள்ள

மற்றொருவர் என் இடத்திற்கு வருவார். வாடகை வீடுகளென்றால் இப்படியெல்லாம்தானே? ஆனால், வீடுகளுக்குப் பஞ்சம் மிகுந்த காலம். பத்து ரூபாவுக்குக் கிடைத்துக்கொண்டிருந்தது, இப்போதெல்லாம் அறுபது கொடுத்தாலும் கிடைப்பதில்லை. இப்படியாக நான் அல்லாடிக்கொண்டிருக்கும்போது – ஒரு வீடு இருக்கிறது.

பார்கவி நிலையம் சிறுபங்களாதான். நகர்ப்புற ஆரவாரங் களிலிருந்து தொலைவில் விலகி, கிட்டத்தட்ட நகராட்சி எல்லையில். 'வாடகைக்குக் கிடைக்கும்' என்ற மிகப் பழைய போர்டும் இருந்தது.

எனக்கு வீடு மிகவும் பிடித்திருந்தது. பழைய வீடு. பார்ப்பதற்கு என்னவோபோல இருந்தாலும் பரவாயில்லை. வசிப்பதற்குத் தகுதியானதுதானே? மாடியில் இரண்டு அறைகளும் ஒரு போர்ட்டிகோவும். கீழ்ப் பகுதியில் நான்கு அறைகள். குளியலறையும் சமையலறையும் இருந்தன. தண்ணீர்க் குழாயும் இருந்தது. வெளிச்சத்திற்கான மின்சார வசதி மட்டுமில்லை. சமையலறையின் எதிரில் தோட்டத்தில் ஒரு கிணறு. பக்கத்தில் ஒரு மூலையில் கக்கூஸ். முற்றத்திலிருந்த அந்தக் கிணறு பழைமையானது. கல் கட்டிய சுற்றுச்சுவருடன் இருந்தது. முற்றத்தில் நிறைய மரங்களும் இருந்தன. தோட்டத்தைச் சுற்றி மதில் கட்டப்பட்டிருந்தது. பப்ளிக் ரோட்டின் ஓரத்தில்தான் வீடு.

எனக்கு ஆச்சரியமும் மகிழ்ச்சியும். இந்த வீட்டை ஏன் இதுவரை யாரும் வாடகைக்கு எடுக்கவில்லை. இவ்வளவு அழகான ஒரு பெண்ணை... ஹா! இவளை யாரும் பார்த்துவிடக் கூடாது. ஒரு பர்தா போட்டு மூடிவிட வேண்டியதுதான். இப்படியான ஒரு மனோபாவத்தைத்தான் அந்தப் பழைய பங்களா என்னுள் உருவாக்கியது. நான் பதற்றத்துடன் ஓடினேன். குதித்தேன். பணம் கடன் வாங்கினேன். இரண்டு மாத வாடகையை முன்பணமாகக் கொடுத்துச் சாவியை வாங்கினேன். அவ்வளவு ஏன்? உடனடியாக என் வசிப்பிடத்தைப் பங்களாவின் மாடிக்கு மாற்றிவிட்டேன். சாதனங்களை ஏற்றி வந்த வண்டிக்காரன் பயந்துபோய் உள்ளே வராமல் கேட்டுக்கு வெளியிலேயே இறக்கிவைத்தான். அன்றைய தினமே நான் ஒரு அரிக்கேன் விளக்கும் மண்ணெண்ணெய்யும் வாங்கிக்கொண்டேன்.

மாடியையும் கீழ்ப்பகுதியையும் மற்றுமுள்ள அறைகளையும் நானே கூட்டித் தண்ணீர் தெளித்துச் சுத்தம் செய்தேன். நிறைய குப்பை கிடந்தது. பயங்கரமாகத் தூசும் படிந்திருந்தது. அடுத்ததாக, எல்லா இடங்களையும் கழுவி, திரும்பவும் சுத்தம் செய்தேன். திறக்காத ஒரு அறையும் இருந்தது. அதை

அப்போது நான் திறக்கவில்லை. பிறகு, குளித்து முடித்தேன். மனத்திற்கு அமைதி கிடைத்தது. அந்தக் கிணற்றின் கரையில் நான் அமர்ந்துகொண்டேன். எவ்வளவு மகிழ்ச்சியாக இருந்தது தெரியுமா? சும்மா அப்படியே உட்கார்ந்து கனவு காணலாம்போல். தோட்டம் முழுக்க ஓடியாடலாம். முற்றத்தில் ஒரு தோட்டம் போட வேண்டும். அதிகமும் பன்னீர்ப் புஷ்பங்களாக, ரோஜாப் பூக்களாக இருக்க வேண்டும். முல்லையும் அதில் இடம்பெற வேண்டும். நான் நினைத்துக்கொண்டேன், ஒரு சமையல்காரன். வேண்டாம், அது ஒரு சிரமம். காலையில் குளித்துமுடித்துவிட்டு சாயா குடிக்கப்போகும்போது ஒரு தெர்மஸ் ஃப்ளாஸ்க் நிறைய சாயா வாங்கிக்கொண்டு வந்தாலே போதும். மத்தியானச் சாப்பாட்டுக்கு ஓட்டலில் ஏற்பாடு செய்துவிடலாம். இரவு இங்கேயே அனுப்பிவைக்கவும் சொல்லிவிட வேண்டும். அப்புறம் தபால்காரரைப் பார்த்து விலாசம் மாறிய விவரத்தைச் சொல்ல வேண்டும். இந்த இடத்தை யாரிடமும் சொல்லவேண்டா மென்றும் தபால்காரரிடம் சொல்ல வேண்டும். ஏகாந்தம் நிரம்பிய அழகான இரவுப் பொழுதுகள். அழகான பகல்பொழுதுகள். நிறைய எழுதலாம். இப்படியெல்லாம் நினைத்தபடியே நான் கிணற்றைப் பார்த்தேன். தண்ணீர் இருக்கிறதா இல்லையா என்பதைத் தெரிந்துகொள்ள முடியவில்லை. செடிகளாக நிறைந்துகிடந்தன. என்னவெல்லாமோ வளர்ந்துகிடந்தன. ஒரு கல்லையெடுத்துப் போட்டுப் பார்த்தேன்.

ப்ளுமென்றொரு சத்தம் கேட்டது. தண்ணீர் இருக்கிறது.

இவ்வளவும் பகல் பதினொரு மணிக்கு நடந்த விஷயங்கள்.

முதல் நாளிரவு ஒரு இமைகூட நான் தூங்கவில்லை. இரவே ஓட்டல் கணக்கைத் தீர்த்தேன். வீட்டின் உரிமையாளரைப் பார்த்து விஷயத்தைச் சொன்னேன். கேன்வாசுக்குள் அத்தனைப் பொருட்களையும் சுருட்டிக் கட்டினேன். கிராமஃபோன், ரிக்கார்டுகள் போன்ற எல்லாவற்றையும் சேர்த்துக்கட்டிப் பத்திரப்படுத்தினேன். தஸ்தாவேஜுகள், சாய்வு நாற்காலி, செல்ஃப் போன்ற தேவைப்படும் ஆஸ்திகளையெல்லாம் முறைப்படிச் சரிப்படுத்தி வைத்தேன். நேரம் பளபளா வெளுக்கும்போது ஓரிரு வண்டிகளில் சாதனங்களுடன் இங்கே வந்து சேர்ந்தேன்.

புதிய வீட்டின் வாசல்களையெல்லாம் அடைத்து முன்புறம் பூட்டிவிட்டு ரோட்டுக்கு வந்தேன். கேட்டையும் அடைத்தேன். அப்படி, சாவியைப் பெருமையாகப் பாக்கெட்டில் இட்டு நடந்தேன்.

மனத்திற்குள் யோசித்துப்பார்த்தேன். இன்று யாருடைய பாடலைப் போட்டுப் புதிய வீட்டின் கிரகப்பிரவேசத் திறப்பு

விழா நடத்தலாம்? என்னிடம் நூற்றுக்குமதிகமான ரிக்கார்டுகள் இருக்கின்றன. இங்கிலீஷ், அராபிக், ஹிந்தி, உருது, தமிழ், பெங்காலி. மலையாளத்தில் எதுவுமில்லை. பாடத்தெரிந்தவர்கள் இங்கே பலர் இருக்கிறார்கள். அவர்கள் பாடிய ரிக்கார்டுகளும் இருக்கின்றன. ஆனால், அவற்றின் டைரக்ஷன் சரியில்லை. மலையாளத்தில் இப்போது நல்ல மியூசிக் டைரக்டர்களும் பாடகர்களும் உருவாகி வருகிறார்கள். கொஞ்சம் மலையாள ரிக்கார்டுகள் வாங்க வேண்டும். சரி, இன்று முதன்முதலாக யாருடைய பாடலைப் போடலாம்? பங்கஜ்மல்லிக், திலீப்குமார் ராய், சைகால், பிங்க்குரோஸ்பி, பால்ராப்சன், அப்துல்கரீம்கான், கனான்தேவி, குமாரி மஞ்சுதாஸ் குப்தா, குர்ஷித், ஜூதிகாரே, எம்.எஸ். சுப்புலட்சுமி ... இப்படியாகப் பத்திருபது பேரை நினைவுபடுத்திப் பார்த்தேன். கடைசியில் ஒரு முடிவுக்கு வந்தேன். 'அயல்தேசவாசி இதோ வந்திருக்கிறான்' என்றொரு பாடல் இருந்தது. 'தூர்தேஷ்கா ரெஹ்னேவாலா ஆயா?' என்று தொடங்கும் பாடல். இதைப் பாடியது யார்? ஆணா, பெண்ணா..? ஏனோ, ஞாபகம் வரவில்லை. வந்த பிறகு பார்க்கலாம் – அப்படியாக நடந்தேன்.

முதலில் தபால் சிப்பந்தியைப் பார்த்து விவரத்தைச் சொன்னேன். புதிதாகத் தங்கியிருக்கும் இடத்தைப் பற்றிச் சொன்னதும் அவர் பயந்ததுபோல் சொல்கிறார்:

"அய்யோ, சார் . . . அந்த வீட்டில் ஒரு துர்மரணம் நடந்திருக்கிறது. அங்கே யாருமே தங்கியிருக்க முடியாதே? அதுதான் அந்த வீடு இதுவரை காலியாகக் கிடக்கக் காரணம்."

துர்மரணம் நடந்த வீடா ..? நான் கொஞ்சம் பதறி விட்டேன் என்றே வைத்துக்கொள்ளுங்கள். நான் கேட்டேன்:

"துர்மரணம் என்றால்?"

"அந்த வீட்டின் முற்றத்தில் ஒரு கிணறு இருக்கிறதல்லவா..? அதில் குதித்து யாரோ செத்துப்போய்விட்டார்கள். அதற்குப் பிறகு அந்த வீட்டில் நிம்மதியில்லை. பலரும் வந்து தங்கியிருந்து பார்த்திருக்கிறார்கள். இரவாகிவிட்டால் கதவுகள் படார் படாரென்று தானாகவே அடிக்கும். தண்ணீர்க் குழாய், தானாகவே திறக்கும்."

கதவுகள் படார் படாரென்று அடைபடும் . . . தண்ணீர்க் குழாய்கள் தானாகத் திறக்கும் ... அதிசயம்தான்! அந்த இரண்டு குழாய்க்கும் பூட்டும் தாழ்ப்பாளும் இருந்தன. வழிப்போக்கர்கள் மதிலேறிக் குதித்துக் குளிக்கிறார்கள் என்பதற்காகக் குழாயைப் பூட்டி வைத்திருப்பதாகத்தான் வீட்டுக்காரர் சொல்லியிருந்தார். சரி, ஆனால் குளியலறைக்குள்ளிருக்கும் குழாயைப் பூட்ட

வேண்டிய தேவையென்ன ... அதை அப்போது கேட்கத் தோன்றவில்லை.

தபால் சிப்பந்தி தொடர்ந்து சொன்னார்:

"குரல்வளையை நெரித்துப்பிடித்துக்கொள்ளும்..! சாரிடம் இதைப்பற்றியெல்லாம் யாரும் எதுவும் சொல்லவில்லையா?"

மனத்திற்குள் நான் நினைத்துக்கொண்டேன். 'சரியாப் போச்சு ... ரெண்டு மாச வாடகையையும் முன்பணமாகக் கொடுத்த பிறகு இனி என்ன செய்ய முடியும்?' நான் சொன்னேன்:

"சரி, பரவாயில்லை. இதெல்லாம் மந்திரவாதம் மூலம் சமாளித்துவிடக்கூடிய விஷயங்கள்தான். எது எப்படியிருந்தாலும், எனக்கு வருகிற கடிதங்களையும் மற்றவைகளையும் இந்த விலாசத்துக்குக் கொண்டு தர நீங்க ஏற்பாடு செய்துடுங்க."

இதை என்னமோ வீரமாகச் சொல்லிவிட்டேனே தவிர நான் வீரனுமில்லை கோழையுமில்லை. பொதுவாக எல்லோரும் பயப்படும் விஷயங்களில் எனக்கும் பயமிருந்தது. ஆகவே, கோழையென்றுதான் சொல்ல வேண்டும். இதுபோன்ற சந்தர்ப்பங்களில் நீங்கள் என்ன செய்வீர்கள்?

எனது நடை மந்தகதியிலானது. என்ன செய்யலாம்? ஓர் அனுபவம் கிடைக்கும் என்பதற்காக, சாதாரணமாக நான், அனுபவங்களை உற்பத்தி செய்பவனில்லை. ஆனால், அது தானாகவே வருகிறதென்றால்..? சரி, என்னதான் வரப்போகிறது?

நான் ஒரு ஓட்டலில் ஏறிச் சாயா குடித்தேன். சாப்பிடத் தோன்றவில்லை. அடிவயிற்றில் ஏதோ எரிவது போல். பசியும் குறைவாகத்தான் இருந்தது. சாப்பாட்டை வழக்கமாக அனுப்பிவைக்கும் விஷயத்தைப் பற்றி ஓட்டல்காரரிடம் பேசினேன். எந்த இடத்துக்கு என்பதை அறிந்தபோது அவரும் சொன்னார்:

"பகலில் வேண்டுமானால் அனுப்பிவைக்கிறேன் ... இரவு... பையன்மார் யாரும் அங்கே வரமாட்டார்கள். அந்த வீட்டில் ஒரு பெண் கிணற்றில் குதித்துச் செத்துப்போய்விட்டாள். அவள் அங்கே எங்கயாவதுதான் நிற்பாள் ... சாருக்குப் பேய் பூதங்களின்மீது நம்பிக்கைக் கிடையாதோ?"

எனது பாதிப் பயம் போய்விட்டது. தற்கொலை செய்தது பெண் அல்லவா? நான் சொன்னேன்:

"அது ஒண்ணும் பெரிய விஷயமல்ல. போதாக்குறைக்குக் கைவசம் மந்திரமுமுண்டு."

என்ன மந்திரமென்று எனக்கே தெரியாது. ஆனால், பெண்தானே? நான்தான் சொன்னேனே, அரை நிம்மதி! சிறு அளவிலாவது கனிவு இல்லாமலிருக்க முடியாது. நான் அங்கிருந்து பக்கத்திலுள்ள ஒரு வங்கிக்குச் சென்றேன். அங்கே, எனது இரண்டு மூன்று நண்பர்கள் குமாஸ்தாவாக வேலைபார்த்து வந்தார்கள். அவர்களிடம் விஷயத்தைச் சொன்னதும் என்னைக் கோபித்துக்கொண்டார்கள்:

"இது பெரிய முட்டாள்தனமான வேலை. அந்த வீட்டில் பேய் உபத்திரவம் உண்டு. அது ஆண்களைத்தான் அதிகமாகத் தொந்தரவு செய்யும்."

அது சரி! அவளுக்கு ஆண்களின் பேரில் வெறுப்பிருக்கிறது அல்லவா?

மற்றொருவர் சொன்னார்:

"பார்கவி நிலையத்தை வாடகைக்கு எடுப்பதற்குமுன் எங்களிடம் கேட்டிருக்கக்கூடாதா?"

"இது இப்படியெல்லாம் ஆகுமென்று யாருக்குத் தெரியும்? ஒரு விஷயம் கேட்கட்டுமா? அந்தப் பெண் ஏன் கிணற்றில் குதித்துச் செத்தாள்?"

"காதல்தான்." வேறொருவர் சொன்னார்: "அவளுடைய பெயர் பார்கவி. இருபத்தொரு வயது. பி.ஏ. படித்திருந்தாள். அவள் ஒருவனைக் காதலித்தாள். தீவிரமான லவ்வு. பிறகு, அவன் மற்றொரு பெண்ணைத் திருமணம்செய்துகொண்டான். பார்கவி கிணற்றில் குதித்துத் தற்கொலைசெய்துகொண்டாள்."

என் பயம் முக்காலே அரைக்கால் வீதமும் விலகியது. ஆண்மீதான வெறுப்புக்குக் காரணம் இவ்வளவுதானே?

நான் சொன்னேன்: "பார்கவி என்னைத் தொந்தரவு செய்யமாட்டாள்."

"ஏன்?"

நான் சொன்னேன்:

"மந்திரம்! மந்திரம்!"

"பார்த்துவிடலாமே. இரவு நேரத்தில் அய்யோ ஆத்தான்னு நீங்கள் அலர்றதை."

நான் பதில் சொல்லவில்லை.

திரும்பவும் பங்களாவுக்கே வந்தேன். கதவுகளையும் ஜன்னல்களையும் திறந்து போட்டுவிட்டுக் கீழே வந்து கிணற்றினருகில் சென்றேன்.

"பார்கவிக்குட்டீ," நான் மெதுவாகக் கூப்பிட்டேன். "நமக்குள் எந்த முன்பரிச்சயமுமில்லை. நான் இங்கே குடியிருக்க வந்திருக்கிறேன். நான் ரொம்ப நல்ல மனிதன் என்பதுதான் என்னுடைய பொதுவான அபிப்ராயம். நித்திய பிரம்மச்சாரியும் கூட. பார்கவிக்குட்டியைப் பற்றி நான் நிறைய அபவாதங்களைக் கேள்விப்பட்டிருக்கிறேன். நீ இங்கே யாரையுமே தங்கியிருக்க அனுமதிக்கமாட்டாயாம். இரவானால் தண்ணீர்க்குழாய்களைத் திறந்துவிடுவதுண்டாம். கதவுகளைப் படாரென்று அடைப்பாயாம். ஆட்களின் குரல்வளைகளையும் நெரிப்பதுண்டாம்... இப்படியெல்லாம் நிறைய கேள்விப்பட்டேன். நான் இப்போது என்ன செய்ய வேண்டும்? இரண்டு மாத வாடகையை முன்பணமாக வேறு கொடுத்துவிட்டேன். என்னிடம் காசு குறைவாகவே இருக்கிறது. எனக்கு பார்கவிக்குட்டியின் இந்த வீடு ரொம்பப் பிடித்திருக்கிறது. உன் பெயர்தானே வீட்டுக்கும்? பார்கவி நிலையம்.

"எனக்கு இங்கிருந்து வேலை செய்ய வேண்டும். அதாவது கதைகள் ஏதாவது எழுத வேண்டும். ஒரு விஷயம் கேட்கட்டுமா? பார்கவிக்குட்டிக்குக் கதைகள் பிடிக்குமா? பிடிக்குமென்றால் நான் எழுதுவதையெல்லாம் உனக்கு வாசித்துக் காட்டுகிறேன், என்ன?... எனக்கு உன்னுடனான எந்தப் பிணக்கமுமில்லை. அதற்கான காரணங்களும் எதுவுமில்லையல்லவா?... முதலில் நான் ஒரு கல்லையெடுத்துக் கிணற்றிலிட்டுவிட்டேன். இது தெரியாமல் நடந்த விஷயம். இனிமேல் இப்படியெல்லாம் எதையும் செய்யமாட்டேன். மன்னித்துவிடு! பார்கவிக்குட்டிக்குத் தெரியுமா? என்னிடம் அருமையான ஒரு கிராமஃபோன் இருக்கிறது. இனிமையான பத்திருநூறு பாடல்களும் இருக்கின்றன. உனக்குச் சங்கீதம் பிடிக்குமா?"

இவ்வளவும் சொல்லிவிட்டு நான் பேசாமல் இருந்தேன். நான் யாரோடு பேசிக்கொண்டிருக்கிறேன்? எதையுமே விழுங்கிவிடத் தயாராக வாய்பிளந்து நிற்கும் கிணற்றிடமா? மரங்கள், வீடு, காற்று, பூமி, ஆகாயம், பிரபஞ்சம்... இவற்றில் எதனிடம்? என் அக மனத்திலிருக்கும் பயத்துடனா? நான் நினைத்துக்கொண்டேன். ஒரு கருதுகோளிடம் பேசிக்கொண்டிருக்கிறேன். பார்கவி! அவளை நான் பார்த்ததே இல்லை, அந்த இருபத்தொரு வயதான யுவதியை. அவள் ஓர் ஆண்மகனைத் தீவிரமாகக் காதலித்திருக்கிறாள். அவனது மனைவியாகவும் வாழ்க்கைத் துணையாகவும்... இப்படியான ஒரு வாழ்க்கையை அவள் கனவு கண்டாள். ஆனால்,

அந்தக் கனவு ... ஆம் ... அது வெறுங் கனவாகவே முடிந்துபோனது. வெறுப்பு அவளைக் கவ்விக்கொண்டது. அவமானமும் ...

“பார்கவிக்குட்டீ” நான் சொன்னேன்: “நீ அப்படிச் செய்திருக்க வேண்டாமாக இருந்தது. உன்னை நான் குறைசொல்வதாக நினைத்துக்கொள்ள வேண்டாம். நீ விரும்பிய அந்த ஆண் மகன் உன்னை முழுமையாகக் காதலிக்கவில்லை. அவன் வேறொரு பெண்ணைத்தான் அதிகமாக விரும்பியிருக்கிறான்.

“ஆகவே வாழ்க்கை உனக்குக் கசப்பு மிகுந்ததாகத் தோன்றியிருக்கிறது. அது சரியாகவுமிருக்கலாம். ஆனால், வாழ்க்கை அவ்வளவுக்குக் கசப்பு நிறைந்ததாகவுமில்லை. விடு! உன்னைப் பொறுத்தவரை இனி ... வரலாறு மீண்டுமொரு முறை திரும்பாது.

“பார்கவிக்குட்டீ, நான் உன்னைக் குற்றம் சொல்வதாக நினைத்துக்கொள்ளாதே! உண்மையாகவே நீ காதலின் காரணமாகத்தான் இறந்தாயா? காதலென்பது முடிவுகளற்ற வாழ்க்கையின் பொன்விடியல் ... வெறும் முட்டாள் கழுதையான உனக்கு ஒரு மண்ணாங்கட்டியும் தெரியாது. உனது இந்த ஆண்மீதான வெறுப்பிலிருந்து இது மட்டுந்தான் நிரூபணமாகிறது. உனக்கு, ஆக மொத்தம் ஒரேயொரு ஆண் மட்டுமே பரிச்சயமாகி யிருந்தான் என்று வைத்துக்கொள்வோம், ஒரு வாதத்திற்காக! அவன் உனக்குத் துரோகம் செய்துவிட்டதாகவும் வைத்துக் கொள்வோம். அதற்காக, அந்த இடைவெளி வழியாகத்தான் நான் மற்ற ஆண்களையும் பார்ப்பேன் என்பது சரிதானா? தற்கொலை செய்துகொள்ளாமல் இன்னும் கொஞ்சநாள் நீ வாழ்ந்திருந்தால் உனது இந்த அபிப்ராயம் தவறென்பதை நீயாகவே உணர்ந்துகொண்டிருப்பாய். உன்மீது அன்பு செலுத்தவும் ‘தேவீ’ என்றழைத்து உன்னை ஆராதனை செய்யவும் வேறு யாராவது வந்திருப்பார்கள். இனி, இப்போது நான் சொன்னதைப்போல், உன்னைப் பொறுத்தவரை இனி . . . வரலாறு திரும்பவும் நிகழ்த்தப்படுவதில்லை. உனது வரலாற்றை முழுவதுமாக நான் அறிந்துகொள்வதற்கு என்ன வழியிருக்கிறது, பார்கவிக்குட்டீ?

“எது எப்படியாயினும் சரி. நீ என்னைத் தொந்தரவு செய்யக்கூடாது. இது எச்சரிக்கை ஒன்றுமில்லை. விண்ணப்பம்! நீ இன்றிரவு என் குரல்வளையை நெரித்துக்கொன்றுவிடுவாயென்றால் உன்னிடம் வந்து ஏனென்று கேட்பதற்கு யாருமே இல்லை. நான் கேட்க முடியும் என்றெல்லாம் நான் சொல்ல வரவில்லை. யாருமே கிடையாதென்றுதான் சொல்கிறேன். ஏன் அப்படியென்றால் ... எனக்கு யாருமே இல்லை.

"பார்கவிக்குட்டிக்கு விஷயம் புரிந்துவிட்டதல்லவா? நான் இங்கேயே தங்குகிறேன். அதாவது தங்கியிருக்க நினைத்திருக்கிறேன். நியாயமாகப் பார்க்கப்போனால் இந்தக் கிணறும் வீடுமெல்லாம் இப்போது என்னுடையவை. இருந்தாலும், நீ கீழே இருக்கும் நான்கு அறைகளையும் கிணற்றையும் பயன்படுத்திக்கொள். சமையலறையையும் குளியலறையையும் நாம் சமமாக உபயோகிப்போம். என்ன சொல்கிறாய்?"

இரவு வந்தது. நான் தெர்மோ ப்ளாஸ்க் நிறைய சாயாவும் வாங்கி வந்தேன். எனது கையிலிருந்து எலெக்ட்ரிக் டார்ச்சை எரியவைத்து அரிக்கேன் விளக்கைப் பற்றவைத்தேன். மஞ்சள்

வெளிச்சத்தில் மூழ்கியது அறை.

டார்ச் லைட்டுடன் திரும்பவும் நான் கீழே வந்தேன். கூரிருட்டில் அப்படியே அசையாமல் கொஞ்சநேரம் நின்றேன். எனது நோக்கம், தண்ணீர்க் குழாயைப் பூட்டுவதுதான். நான் ஜன்னல்களையெல்லாம் திறந்து விரித்துவைத்தேன். பிறகு, கிணற்றின் பக்கத்தில் இருந்த சமையலறையின் அருகில் சென்றேன். அப்போது தண்ணீர்க் குழாயைப் பூட்ட வேண்டாமென்று தோன்றியது.

நான் வாசல் கதவுகளை மூடித் தாழ்ப்பாளிட்டுவிட்டு ஏணிப்படியேறி மேலே வந்து கொஞ்சம் சாயா குடித்தேன். ஒரு பீடியும் பற்றவைத்து இழுத்தவாறே சாய்வுநாற்காலியில் அமர்ந்திருந்தேன். அப்படியே எழுதவும் தொடங்கினேன். அப்போது எனக்குத் தோன்றியது, என் செயரின் பின்பக்கம்... பார்கவி நிற்கிறாள்.

நான் சொன்னேன்:

"நான் எழுதிக்கொண்டிருப்பதை யாராவது பார்ப்பது எனக்குப் பிடிக்காது."

திரும்பிப் பார்த்தேன் ... யாருமில்லை.

ஏனோ தொடர்ந்து எனக்கு எழுதத் தோன்றவில்லை. ஒரு செயரை எடுத்து என் எதிரில் போட்டேன். "பார்வதிக்குட்டி இதில் உட்காரு." சூன்யமான செயர். நான் எழுந்து இரண்டு அறைகளிலுமாக உலாத்தத் தொடங்கினேன். காற்றில்லை. வெளியே மரங்களில் ஒரு இலைகூட அசையவில்லை. நான் ஜன்னல் வழியாகக் கீழே பார்த்தேன் ... ஒரு வெளிச்சம்!

நீலமா, சிவப்பா, மஞ்சளா... என்ன நிறமென்று தெரியவில்லை. ஒரு நிமிடம்தான் தெரிந்தது.

சும்மா வெறுங் கற்பனை. நான் எனக்குள்ளேயே சொல்லிக் கொண்டேன். அந்த வெளிச்சத்தை உண்மையிலேயே நான் பார்த்தேன் என்று என்னால் உறுதியாகச் சொல்ல முடியாது. இருந்தாலும், இல்லாத ஒன்று கண்ணுக்குத் தெரிந்ததாக எப்படித் தோன்றமுடியும்? மின்னுட்டாம் பூச்சியாக இருக்கலாமோ?

நான் நீண்ட நேரமாக அப்படியே நடந்துகொண்டிருந்தேன். ரொம்ப நேரம் ஜன்னலின் எதிரிலேயே நின்றிருந்தேன். விசேஷம் எதுவுமே இல்லை. ஏதாவது வாசிக்கலாம் என்று நினைத்தேன். மனம் ஒரு இடத்தில் நிற்கவில்லை. சூன்யமான செயர்.

சீக்கிரம் தூங்கிவிடலாமென்று நினைத்துப் படுக்கையை விரித்துவிட்டு விளக்கை அணைத்தேன். அப்போது ஒரு ரிக்கார்டு வைத்துப் பாட்டுக் கேட்கலாம்போல் தோன்றியது.

திரும்பவும் விளக்கைப் பற்றவைத்து கிராமஃபோனைத் திறந்துவைத்தேன். ஒரு புதிய ஊசியை சவுண்ட் பாக்சில் பொருத்தினேன். பிறகு கிராமஃபோனுக்குச் சாவி கொடுத்தேன்.

யாருடைய பாடலை வைக்கலாம்? . . . உலகம் நிசப்தமாக இருந்தது. ஆனாலும் ஒரு முழக்கமிருந்துகொண்டே இருந்தது. "ஹூ" என்று. எனது இரண்டு செவிகளுக்குள்ளும். பயம், என்னைப் பிடிகொண்டுவிட்டதா? . . . என் முதுகிலொரு குடைச்சல். பயங்கரமான அந்த அமைதியை இலட்சோப லட்சம் துண்டுகளாகத் தகர்த்தெறிய விரும்பினேன். அதற்கு யாருடைய பாடலைத் தேர்வு செய்யலாம்? ஒரு முடிவுடன் நீக்ரோ அமெரிக்கப் பாடகனான பால் ராப்சனின் ஒரு ரிக்கார்டை எடுத்துவைத்தேன். கிராமஃபோன் பாடத்தொடங்கியது. இனிமையும் கம்பீரமும் இணைந்த ஆண் குரல்.

'Joshua fit the battle of Jericho'

அந்தப் பாடல் முடிந்தது. பிறகு பங்கஜ் மல்லிக்.

'தூ டர்னா ஸராபீ!' நீ சிறிதும்கூடப் பயப்பட வேண்டாம்!

இதற்குப் பிறகு, இனிமையும் மென்மையும் அழகும் நிறைந்த பெண் குரல்.

'காற்றினிலே வரும் கீதம்.'

அப்படியாக எம்.எஸ். சுப்புலட்சுமியும் பாடி முடித்தார்.

இந்த மூன்று பாடல்களும் முடிந்தபிறகு எனக்கென்னவோ ஒரு அமைதி கிடைத்தது. அப்படியே கொஞ்ச நேரம் அமர்ந்திருந்தேன். கடைசியில், சாட்சாத் சைகாலை அழைத்தேன். அவர், மெதுவாகச்

சோர்ந்துபோன ஸ்வரத்தில் சோகத்துடன் இனிமையாகப் பாடினார்.

'ஸோஜா ராஜகுமாரீ?'

'ராஜகுமாரீ தூங்கு. அழகிய கனவுகளுடன் நீ கண் மூடு.'

அதுவும் முடிந்தது.

அவ்வளவுதான்! இனி நாளைக்கு என்று சொல்லி கிராம ஃபோனை மூடி, ஒரு பீடியைப் பற்றவைத்து, விளக்கை அணைத்து

விட்டுப் படுத்தேன். பக்கத்தில் டார்ச் லைட் இருந்தது, வாட்சும் இருந்தது, பிச்சுவாக்கத்தியும் இருந்தது. கூடவே, சூன்யமான செயர் இருந்தது.

போர்ட்டிகோவின் வாசலை மூடிவிட்டுத்தான் படுத்தேன். நேரம், பத்து மணியிருக்கும். நான் காதுகளைக் கூர்மையாக்கிப் படுத்திருந்தேன்.

வாட்சின் மிக மெல்லிய டிக் டிக் சத்தத்தைத் தவிர வேறெதுவுமில்லை. நிமிடங்களும் மணித்துளிகளும் அப்படியே நகர்ந்துகொண்டிருந்தன. என் மனத்திற்குள் பயமில்லை. இருந்த தெல்லாம் ஒரு ... ஒரு ... எச்சரிக்கை உணர்வு. இது எனக்குப் புதிய அனுபவமில்லை. ரொம்ப காலமாக, நிறைய நாடுகளில் ஏராளமான இடங்களில் ... ஒரு இருபது வருட ஏகாந்த வாழ்க்கையில் ... எனக்கே பொருள் விளங்காத சில அனுபவங்கள் ஏற்பட்டதுண்டு. ஆகவே எனது சிந்தனை கடந்த காலத்தை நோக்கியும் ... நிகழ்காலத்தை நோக்கியும் ... அப்படியே போய்வந்துகொண்டிருந்தது. இடையில் வாசலைத் தட்டும் சத்தம் வருமோ ... குழாயில் தண்ணீர் விழும் சத்தம் கேட்குமோ ... குரல்வளையை நெருக்கிப் பிடிக்குமோ ... இப்படியாக மூன்றுமணிவரை கவனித்துக்கொண்டிருந்தேன்.

எதுவும் கேட்கவில்லை. எந்த அனுபவமும் ஏற்படவில்லை. முழு அமைதி! நான் தூங்கினேன். எந்தக் கனவும் வரவில்லை. மறுநாள் ஒன்பது மணிக்கு எழுந்தேன்.

எதுவுமே நடந்திருக்கவில்லை.

"குட்மார்னிங் பார்கவிக்குட்டீ, ரொம்ப நன்றி..! ஒரு விஷயம் எனக்குப் புரிந்துவிட்டது தெரியுமா? ஆட்கள் சும்மா உன்னைப் பற்றி அபவாதம் பேசுகிறார்கள். அவர்கள் அப்படிப் பேசிக்கொண்டே இருக்கட்டும். இல்லையா?"

இப்படியாக இரவுகளும் பகல்களும் நகர்ந்துகொண்டே யிருந்தன. பார்கவிக்குட்டியைப் பற்றி நினைத்துப் பார்ப்பேன். அம்மா, அப்பா, சகோதர சகோதரிகள். . . வெளியே தெரியாத

கதைகளும் நிறைய இருக்குமல்லவா . . . பெரும்பாலான இரவுகளிலும் நான் எழுதிச் சோர்ந்துவிடும்போது ரிக்கார்டு வைப்பேன். பாட்டைக் கேட்பதற்கு முன் அதைப் பாடுவது யார், பாடலின் பொருள் என்னவென்பதையெல்லாம் முதலிலேயே அனௌன்ஸ் செய்துவிடுவேன். நான் சொல்வேன்: இதோ இந்தப் பாடலைப் பாடுபவர் பங்கஜ் மால்லிக் எனும் இசை மகான். பெங்காலி பாடகர். இது ஒரு சோக கீதம். நினைவுகளைத் தூண்டிவிடக் கூடியது. கடந்த காலங்கள் எல்லாருக்கும் இருக்குமல்லவா? கவனமாகக் கேட்க வேண்டும்.

"குஸர்கயா வஹ் ஸமானா கைஸா . . . கைஸா."

அல்லது, நான் சொல்வேன்:

"இதோ, இது பிங்க் குரோஸ்பியுடைய பாடல். *In the moon light.* அப்படியென்றால் நிலவொளியில் . . . ஓ . . ., நீ, பி.ஏ., படித்தவளல்லவா . . . மன்னித்துவிடு."

இப்படியும் நான் தனக்குத்தானே சொல்லிக்கொள்வேன். இப்படியாக இரண்டரை மாதம் கழிந்தது. நான் அங்கே ஒரு தோட்டம் போட்டேன். பூக்கள் மலர்ந்தால் அத்தனையும் பார்கவிக்குட்டிக்குத்தான் என்றும் சொல்லிக்கொண்டேன். இதனிடையில் ஒரு சிறுநாவலும் எழுதிவிட்டேன். என்னுடைய நெருங்கிய நண்பர்கள் சிலரும் இங்கே வந்திருந்தார்கள். இங்கே பலர் இரவில் தங்கியும் இருக்கிறார்கள். தூங்குவதற்குமுன் அவர்களுக்குத் தெரியாமல் நான் கீழே இறங்கிவந்து இருட்டைப் பார்த்து மெதுவாகச் சொல்வேன்:

"கேட்டியா பார்கவிக்குட்டீ, எனது நண்பர்கள் சிலர் இன்றிரவு இங்கே தூங்குகிறார்கள். அவர்கள் யாரையும் நீ குரல்வளையைப் பிடித்து நெரித்துக் கொல்லக்கூடாது. அப்படி ஏதாவது நடந்தால் போலீஸ்காரர்கள் என்னைப் பிடித்துக்கொண்டுபோய்விடுவார்கள். கவனமாக இரு... குட்நைட்."

சாதாரணமாக வெளியே இறங்கப்போகும் வேளையில் நான் சொல்வேன்:

"பார்கவிக்குட்டீ, வீட்டைக் கவனித்துக்கொள். ஏதாவது திருடர்கள் வந்து உள்ளே ஏறினால் கழுத்தை நெரித்துக் கொன்றுவிடு. பிணத்தை இங்கேயே போட்டுவிடாதே. ஒரு மூன்று மைல் தூரத்துக்கு இழுத்துக்கொண்டுபோய் எறிந்துவிடு. அல்லது நமக்குத்தான் கஷ்டமாகிப்போகும்."

இரவு, இரண்டாவது ஆட்டம் சினிமா பார்த்துவிட்டுத் திரும்பிவரும்போது சொல்வேன்:

“நாந்தான், பார்கவிக்குட்டீ.”

இதெல்லாம் புதுமோடியில் நான் சொன்னவைதான். காலம் கொஞ்சம் கடந்தபிறகு நான் பார்கவியை மறந்துவிட்டேன். அதாவது பெரிய அளவிலான பேச்சுகள் எதுவுமில்லை. எப்போதாவது ஞாபகம் வரும், அவ்வளவுதான்.

ஞாபகங்கள் எப்படிப்பட்டவையென்று சொல்கிறேன். இந்தப் பூமியில் அநேகக் கோடி . . . அதாவது மானுட சமூகத்தின் உற்பத்திக்குப் பிறகு . . . எண்ணற்ற ஆண் பெண்கள் மரணமடைந்திருக்கிறார்களல்லவா? அவர்கள் அனைவருமே இந்தப் பூமியில் கரைந்தும் புகைந்தும் துகள்களாகவும் கலந்திருக்கிறார்கள். இது அனைவருக்கும் தெரியும்தான். இந்தவகையிலான ஒரு ஞாபகமாக மட்டுமே மிச்சமிருக்கிறாள் பார்கவி.

அப்படியிருக்கும்போதுதான் ஒரு சம்பவம் நிகழ்ந்தது. அதைத்தான் இனி சொல்லப்போகிறேன்.

ஒரு நாளிரவு, சுமார் பத்துமணியிருக்கலாம். ஒன்பது மணி முதல் நான் கதை எழுதிக்கொண்டிருந்தேன். மிகுந்த உணர்வுபூர்வமான கதை. வேகமாக எழுதிக்கொண்டிருந்தேன். விளக்கு மெதுவாக மங்கிக்கொண்டிருப்பதாக எனக்குத் தோன்றியது.

விளக்கையெடுத்து மெல்ல ஒருமுறை குலுக்கிப் பார்த்தேன். மண்ணெண்ணெய் இல்லை. ஆனாலும் ஒருபக்கம் கூட எழுதி விடுவோமே என்று நினைத்துக்கொண்டேன். தெளிவாக எடுத்த முடிவொன்றுமில்லை இது. எனது கவனம் முழுவதும் எழுதிக்கொண்டிருந்த கதையில்தான் இருந்தது. இதற்கிடையில் வெளிச்சம் குறைந்துவிட்டது. இந்த நேரத்தில் என்ன செய்ய வேண்டும்? ஏற்கெனவே செய்ததுபோல் விளக்கில் எண்ணெய் இருக்கிறதா என்று பார்க்கலாம். பார்த்தேன். மீண்டும் திரியைத் தூண்டினேன். பிறகு எழுத்தைத் தொடர்ந்தேன். சிறிது நேரத்திற்குள் திரும்பவும் விளக்கு மங்கியது. திரியைத் தூண்டிவிட்டேன். இப்படியே கொஞ்ச நேரம் கழிந்தது. அரை அங்குல அகலமும் நான்கு அங்குல நீளத்திலுமாக ஒரு சிவந்த கனலாக விளக்குத் திரி மட்டும் மிச்சமானது.

நான் எலெக்ட்ரிக் டார்ச்சை எரியவைத்து அரிக்கேன் விளக்கின் திரியை முழுவதுமாகத் தாழ்த்தினேன். விளக்கு அணைந்துவிட்டதைத் தனியாகச் சொல்ல வேண்டாமல்லவா?

எனக்கு நானே சொல்லிக்கொண்டேன்.

“வெளிச்சம் வேண்டுமே, என்ன செய்வது?”

மண்ணெண்ணெய் தேவை. நான் யோசனை செய்தேன். வங்கிக்குச் சென்றால் குமாஸ்தாக்களின் ஸ்டவ்விலிருந்து கொஞ்சம் மண்ணெண்ணெய் கடன் வாங்கலாம். நான் டார்ச் லைட்டும் மண்ணெண்ணெய்க் குப்பியுமாக வாசலைப் பூட்டிவிட்டு வெளியே வந்தேன். கேட்டை அடைத்துவிட்டு ஏகாந்தப் பெருவழியினூடே நடந்தேன். மங்கிய நிலவு வெளிச்சம் இருந்தது. நல்ல மழைக் கூறும் இருந்தது. நான் வேகமாக நடந்தேன்.

ரோடுவழியாக நடந்து வங்கியின் முன்சென்று மேலே பார்த்து ஒரு குமாஸ்தாவின் பெயரைச் சொல்லிக் கூப்பிட்டேன். இரண்டு மூன்று தடவை கூப்பிட்டபிறகு ஒருவர் இறங்கி வந்தார். சைடு கேட்டைத் திறந்து பின்புறவழியாக வங்கியின் பின்வாசலுக்குச் சென்று ஏணிப்படிவழியாக மேலே போனோம். அப்போதுதான் தெரிந்தது, அவர்கள் மூன்றுபேரும் சீட்டு விளையாடிக்கொண்டிருக்கிறார்கள் என்பது.

நான் மண்ணெண்ணெய் விஷயத்தைப் பற்றிச் சொன்னதும் அதில் ஒருவன் சிரித்தபடியே கேட்டான்:

“இவ்வளவுதானா? உங்களின் அந்தப் பிடித்தமான பார்கவியிடம் சொன்னால் போதாதா, மண்ணெண்ணெய் கொண்டுவர. சரி, பார்கவியின் வாழ்க்கைச் சரித்திரம் எழுதி முடித்தாகிவிட்டதா?”

நான் பதிலெதுவும் சொல்லவில்லை. எழுத வேண்டும். மனத்திற்குள் நினைத்துக்கொண்டேன். அவர்களில் ஒருவர் ஸ்டவ்விலிருந்து குப்பியில் மண்ணெண்ணெய்யை ஊற்றிக்கொண்டிருக்கும்போது திடீரென்று மழை வந்துவிட்டது.

நான் சொன்னேன்:

“ஒரு குடையும் வேண்டும்.”

அவர் சொன்னார்:

“குடையை விடுங்கள். குடையின் ஒரு பிடிகூட இல்லை. நாம் கொஞ்ச நேரம் சீட்டு விளையாடுவோம். மழை விட்ட பிறகு போகலாம்.”

அப்படியாக நாங்கள் சீட்டு விளையாடினோம். நானும் என் நண்பனும் மூன்று தடவை ‘ஸலாம்’ வைத்தோம். இதில் அதிகமும் என்னுடைய கவனப்பிசகால் ஏற்பட்டதுதான். என் மனது எழுதிக்கொண்டிருந்த கதையிலிருந்ததால் விளையாட்டில் தேவையான கவனமெடுத்துக்கொள்ள முடியவில்லை. ஒரு

மணி நேரத்திற்குப் பிறகுதான் மழை ஓய்ந்தது. விளையாட்டை முடித்துவிட்டு மண்ணெண்ணெய்க் குப்பியையும் டார்ச்சையும் எடுத்துக்கொண்டேன். அவர்களும் படுப்பதற்குத் தயாரானார்கள். நான் கீழே இறங்கி ரோட்டுக்கு வந்ததும் அவர்கள் விளக்கை அணைத்தார்கள்.

ரோட்டில் எவ்வித அசைவுகளுமே இல்லை. வெளிச்சமும் இல்லை. நான் நடந்துகொண்டிருந்தேன். எந்த இடத்திலுமே வெளிச்சமில்லை. நான் திருப்பம் கடந்து வீட்டைப் பார்த்து நடந்தேன். அந்த மங்கலான நிலவொளியில் உலகமெல்லாம் தெளிவற்ற மாயையில் மூழ்கிக்கிடந்தது. என்னென்ன சிந்தனைகளெல்லாம் என் மனத்தினூடே வேகமாகப் போய்க் கொண்டிருந்தனவென்பதை என்னால் புரிந்துகொள்ள முடியவில்லை. ஒருவேளை எவ்விதமான சிந்தனைகளுமே இருந்தும் இருக்காது. சூன்யமும் அமைதியும் நிரம்பிய இருண்ட

வழியினூடே எலெக்ட்ரிக் விளக்கை எரியவிட்டபடி நடந்து சென்றேன். வழியில் எந்த ஓர் உயிரினத்தையும் காண முடியவில்லை.

தங்கியிருந்த இடத்துக்குச் சென்று கேட்டைத் திறந்தேன். உள்ளே நுழைந்தேன். வாசல் கதவைத் தாழிட்டேன். மேலே அசாதாரணமாக ஏதாவது நடந்திருக்கிறதா என்று சிந்திக்க வேண்டிய தேவையொன்றும் இல்லையல்லவா? ஆனால், எதுவோ ஒன்று ... தெளிவான எந்தக் காரணங்களுமின்றி என் மனத்தில் சோகம் கவிந்துகொண்டிருந்தது. வெறுமனே ஒருதடவை அழுதுவிடலாம் போல் தோன்றியது. என்னால் உடனடியாகச் சிரித்துவிட முடியும். ஆனால், ஒரு துளிகூட அழ முடிவதில்லை. கண்ணீர் வராது. இப்படியான சந்தர்ப்பங்களில் என்னுள் ஓர் அமானுஷ்ய பாவம் உதயமாவதுண்டு. இப்போதும் அதுதான் நடந்தது. கம்பாஷன்!

அதே உள்ளுணர்வுடன் நான் மேலே ஏறிச் சென்றேன், எப்போதும் போவதுபோல். ஆனால் ஓர் அபூர்வ நிகழ்வைக் கண்கள் கவனித்துவிட்டன. அகமனது அதை உணர்ந்து கொள்ளவும் செய்தது. விஷயம் இதுதான்:

நான் அறையைப் பூட்டிவிட்டுப் போகும்போது எண்ணெய் தீர்ந்துபோனதால் விளக்கு அணைந்துபோயிருந்தது. அறைக்குள் இருட்டும் படர்ந்திருந்தது. பிறகு ஒரு மழையும் பெய்தது. இவ்வளவும் நடந்து இரண்டு மூன்று மணிநேரமும் கடந்துபோய் விட்டது. ஆனால், இப்போது அறைக்குள்ளிருந்து அதிசயம்போல் ஒரு வெளிச்சம் வருகிறது. வாசல் கதவின் விரிசலினூடே அது தெரிகிறது ... இந்த வெளிச்சம்தான் என் கண்களுக்குத் தெரிந்ததும்

அக மனது உணர்ந்ததுமெல்லாம். ஆனால், இந்த ரகசியம் எனது... எனது பிரக்ஞைக்குள் உறைக்கவில்லை.

வழக்கம்போல் நான் சாவியை எடுத்து, தாழ்ப்பாளில் லைட் வெளிச்சத்தைக் காட்டினேன். தாழ்ப்பாள் வெள்ளிபோல் மின்னியது... இப்படிச் சொல்வதைவிட தாழ்ப்பாள் சிரித்தது என்று சொல்வதுதான் சரியாக இருக்கும்.

நான் அறையைத் திறந்து உள்ளே நுழைந்தேன். அப்போது தான் ஒரு திகைப்புடன் அனைத்தையும் உணர்ந்துகொண்டேன். அதாவது, அதிர்ச்சியுடன் எனது ஒவ்வொரு அணுவுக்குள்ளும் விஷயம் தெளிவுபட்டது. நான் பயந்து நடுங்கிப்போய்விடவில்லை. அன்பும் கருணையும் சேர்ந்து ஒன்று கலந்த உணர்வுதான் மனத்தில் மேலோங்கியது. அதிர்ச்சியுடன் நின்றுபோனேன் என்பது மட்டும்தான்! எனக்குள் என்னவோ ஒரு வெம்பல் போலவும் வேர்வை படர்ந்ததுபோலவும் அழுவதற்கான உணர்வு ஏற்பட்டது போலவும் தோன்றியது.

நீல வெளிச்சம்!

வெள்ளைச் சுவர்களும் அறையும் அந்த நீல வெளிச்சத்தில் மூழ்கியிருந்தன. வெளிச்சம் விளக்கிலிருந்து இரண்டங்குல நீளத்தில் ஒரு நீலநிறத் திரி நாளம்... நான் அதிர்ச்சியுடன் ஸ்தம்பித்துப்போய் அப்படியே நின்றிருந்தேன்.

மண்ணெண்ணெய் இல்லாமல் அணைந்துபோயிருந்த விளக்கு, எப்படி, யாரால் பற்றவைக்கப்பட்டது... பார்கவி நிலையத்தில்? இந்த நீல வெளிச்சம் எங்கிருந்து வந்தது?

1952

●

போலீஸ்காரனின் மகன்

நடுச்சாமம் கடந்திருந்தது. போலீஸ் லாக்கப்பி லிருந்த கைதிகள் தூக்கத்தில் ஆழ்ந்திருந்தனர். அப்போதுதான் 'அய்யோ' என்ற பயங்கரமான அந்த அலறல் சத்தம் கேட்டது. மனித மனங்களை நடுங்கவைத்த அந்தச் சத்தத்தில் போலீஸ் ஸ்டேஷன் சுவர்கள்கூட நடுங்கின. பயத்துடன் திடுக்கிட்டு விழித்த கைதிகள் பொந்துகளில் வாழும் உயிரினங்கள்போல் லாக்கப் வாசலினூடே எட்டிப்பார்த்தனர். வீரியத்துடன் எரிந்த மின்சார விளக்கின்கீழ் மேசையின் முன் உட்கார்ந்திருந்த தலைமைக்காவலரும் எதிரில் நின்றிருந்த போலீஸ் காரர்களும் திண்ணையில் கிடந்த இளைஞனிடம் உத்தரவிட்டார்கள்:

"எழுந்திருடா."

ஒற்றை வேட்டி மட்டும் உடுத்திருந்த அந்த இளைஞன், நடுக்கத்துடன் எழுந்து நின்றான். வாயிலிருந்து ரத்தம் வடிந்துகொண்டிருந்தது. தலைமைக் காவலர் கேட்டார்:

"சொல்லுடா யாருக்கு விலைக்குக் கொடுத்தே?"

இளைஞன் பதில் சொல்லவில்லை. பக்கத்தில் நின்றிருந்த ஒரு போலீஸ்காரன் முஷ்டி சுருட்டி அவனது முதுகில் பலமாகக் குத்தினான். 'அய்யோ' என்ற சத்தத்துடன் அவன் அப்படியே மல்லாந்து விழுந்தான். மற்றொரு போலீஸ்காரன் அவனது நெஞ்சில் மிதிக்க ஆரம்பித்தான். இன்னொருவன் லத்தியால் கால் மூட்டுகளில் ஓங்கியோங்கி

அடித்தான். ஒரு மனித உயிரை இப்படிக் குரூரமான முறையில் தாக்குவதைக்கண்ட லாக்கப் கைதிகள் பயந்து நடுங்கினார்கள். லாக்கப்பிலிருந்த அரசியல் கைதிகளில் ஒருவன் சத்தமாகச் சொன்னான்:

"நிறுத்துங்க, ஏன் இப்படியெல்லாம் பண்றீங்க?"

போலீஸ்காரர்களும் ஏட்டையாவும் தலையுயர்த்திப் பார்த்தனர். ஏட்டு சிரித்தபடியே கேலியாகச் சொன்னார்:

"எங்களுக்குத் தெரியும். நீங்க ஒண்ணும் எங்களுக்குப் புத்திமதி சொல்ல வேண்டாம். பேசாமப் படுத்துத் தூங்கப்பாருங்க."

உண்மையை வரவழைக்கும் தங்கள் கர்மத்தை அவர்கள் மீண்டும் தொடர்ந்தனர். அரசியல் கைதிகளிலிருந்த ஒரு பழைய ஆள், நிறுத்தச் சொன்ன புதிய ஆளிடம் சொன்னார்:

"இதில நாம தலையிட்டு எந்தப் பயனுமில்லை. நம்மால என்ன பண்ண முடியும்? நாம..."

"இந்தக் கொடுமையைப் பார்த்துட்டும் பேசாம இருக்கணும்னு சொல்றீங்களா?"

"நண்பா, நீங்க சிறுவயது; போலீஸ் லாக்கப்புக்கு முதல் தடவையா வந்திருக்கீங்கனு நினைக்கிறேன். இல்லையா? போலீஸ்காரங்களோட நீங்க இன்னும் நெருக்கமா பழகலை. என் வாழ்க்கையில நான் இருபத்திரண்டு லாக்கப்களில இருந்திருக்கேன். இது இருபத்து மூன்றாவது லாக்கப். நம்ம நாட்டுல மொத்தம் எத்தனை போலீஸ் லாக்கப்கள் இருக்குன்னு யோசிச்சுப் பாருங்க. உலகத்திலுள்ள எல்லா நாடுகளிலும் சேர்ந்து எவ்வளவு லாக்கப்கள் இருக்கும்? எல்லா இடங்களிலுமே நிலைமை இதுதான்..."

அந்த இளைஞன் திண்ணையில் கிடந்து 'அய்யோ அய்யோ' என்று அலறுகிறான். போலீஸ்காரர்கள் சிறுகருணைகூட இல்லாமல் அவனை உதைத்துக்கொண்டிருக்கிறார்கள்.

"...போலீஸ்காரங்க மனிதர்களே இல்லை. மனித உருவத்தில் வாழுற குரூரமான மிருகங்க. அரசாங்கத்தோட பிரதிநிதிங்க. இவங்களுக்குக் கல்வியறிவு கிடையாது. பண்பாடற்றவங்க. தந்தையில்லாமையும் தர இழிவு காட்டுறதையும், அநீதியும் அக்கிரமும் செய்யிறதையும் தவிர இவங்களுக்கு வேற வழியே இல்லை" என்று சில வருடங்களுக்கு முன் ஒரு லாக்கப்பில் வைத்து போலீஸ்காரன் ஒருவன் என்னிடம் சொன்னான். ஒவ்வொரு போலீஸ்காரனுடையவும் உண்மையான வாக்குமூலமும் இதுவாகவே இருக்க முடியும். நிரபராதியைக் குற்றவாளியாக்குவது; உண்மையைப் பொய்யாக மாற்றுவது; மான மரியாதைக்கு

அஞ்சுபவர்களை அவமானப்படுத்துவது ... இதிலெல்லாம் திறமை பெற்றவர்கள். அவமரியாதை செய்வது, பண்பாடின்றி நடந்துகொள்வது, அருவருப்பு, அடுத்தவன் பொருளுக்கு ஆசைப்படுவது, சுயலாபத்துக்காக நாயின் ஆசனத்தைக்கூட நக்குவது. கூடவே அகம்பாவமும் அதிகாரத் திமிரும் ...

"டேய்" என்றபடி ஏட்டையா மீசையை விரித்தார்: "உண்மையைச் சொல்லுறியா ..?"

"சொல்லிடுறேன்."

"சொல்லு."

"நான் ..." அந்த இளைஞன் சொன்னான்: "விலைக்கு விற்கலை. வீட்டுல வாழைமரத்தின் கீழே புதைச்சு வச்சிருக்கேன்."

"பாத்தேல்லே?" பழைய அரசியல் கைதி சொன்னார்: "இனி, அவங்க சொல்லிக் கொடுக்குறதை இவன் பேசுவான். வழக்கு பலமாயிடும். நிரபராதியான பலர் இந்த வழக்குல மாட்டிக்குவாங்க. பணம் நிறையவே கிடைக்கும். சரி, நாம தூங்குவோம்."

கைதிகள் தங்களுக்கான இடங்களில் படுத்துக்கொண்டனர். இளைஞனும் அடிப்பதை நிறுத்தச் சொன்னவனுமான அந்த அரசியல் கைதிக்குத் தூக்கம் வரவில்லை. பாயில், சுவரின்மீது சாய்ந்து அவன் உட்கார்ந்திருந்தான். நண்பர்கள் பேசியபடியே தூங்க ஆரம்பித்தனர். இளைஞனின் கண்கள் நிறைந்தொழுக ஆரம்பித்தன. அவன் எழுந்துவந்து லாக்கப் வாசலின் கம்பியைப் பிடித்துக்கொண்டு அமைதியாக நின்றான். எதிரில் கூப்பிய கைகளுடன் நின்று உண்மையைச் சொல்லும் இளைஞனையோ எழுதிக்கொண்டிருக்கும் ஏட்டையாவையோ, அங்கே சுற்றிக்கொண்டிருக்கும் போலீஸ்காரர்களையோ அவன் பார்க்கவில்லை. நீர்நிரம்பிய கண்களுடன் அவன் நின்று கொண்டிருந்தான். நீண்ட நேரத்துக்குப் பிறகு ஏட்டையா சொன்னார்:

"நீ போய் உட்காரு."

அவன் ஒரு மூலையில் போய் உட்கார்ந்தான். ஏட்டையாவின் பார்வை லாக்கப் வாசலில் பதிந்தது.

"என்ன, இன்னும் தூங்கலையா?"

அரசியல் கைதி பதில் சொல்லவில்லை. ஏட்டையா எழுந்து வந்தார்.

"எதுக்காக அழுறே?"

“சும்மாதான்.”

“தங்கமே என் சகோதரா.” ஏட்டையா சொன்னார், “உங்களுக்கு எதுவுமே தெரியாது. உலகத்தை இன்னும் நீங்க புரிஞ்சுக்கலை. மூலையில உட்கார்ந்திருக்குற அவன் உங்களைப் போல இல்லை. குரூரமான ஒரு மிருகம். முடிச்சவிழ்க்கிறவன். பிச்சுவாக் கத்தியோட திரியறவன். எங்க இடத்தில நீங்க இருந்தால், ஊசியைப் பழுக்க வச்சி, அவனோட ஒவ்வொரு மயிர்க்காலிலேயும் ஏத்துவீங்க. வீட்டுல நீங்க செல்லமா வளர்த்துற ஒரு பசு சினையா இருக்கு. ஒருநாள் காலையில எழுந்திருச்சுப் பார்க்கும்போது, அதைக் கொன்னு எவனோ தோலை உரிச்சிருக்கான். இதைச் செய்தவன் உங்க கையில கிடைச்சா என்ன பண்ணுவீங்க? உங்க அம்மாவை நெஞ்சில மிதிச்சிக் கீழே தள்ளி, கழுத்தை நெரிச்சு, காதை அறுத்து நகைகளைத் திருடுனவன் உங்க கையில் கிடைச்சா என்ன பண்ணுவீங்க?”

“அந்த ஆள் இதையெல்லாம் செய்தாரா?”

“அந்த ஆள் ... அந்தக் கொடூரன் செய்ததுதான் இதெல்லாம். இதுக்காக மூணு தடவை ஜெயில் தண்டனையும் அனுபவிச்சிருக்கான். இந்த வழக்கு, ஒரு பொண்ணோட காதை அறுத்தது. நாங்க நேற்றைக்கு அவளைப் போய்ப் பார்த்தோம். எங்களால என்ன ஆறுதல் சொல்ல முடியும் அவளுக்கு? திருட்டுக்கும் விபச்சாரத்துக்கும் காரணம் வறுமைதான்னு முழங்குறவங்க கவனிக்க வேண்டிய விஷயம் இது. இவன் செய்த கொடூரங்களுக்குக் காரணம் வெறும் வறுமையல்ல. இவனோட அப்பாவுக்கு அரசாங்க வேலை. ஆமா, அவரும் ஒரு போலீஸ்காரர்தான். எங்க சக பணியாளரோட மகன் . . .”

அவன் கூனிக்குறுகி மூலையில் உட்கார்ந்திருந்தான். எதிரில் ரத்தம் படிந்து கிடக்கிறது.

“இவனை நாங்க என்ன பண்ணணும் சொல்லுங்க?”

இளைஞனான அந்த அரசியல் கைதி எதுவும் பேசாமல், படுக்கையில் வந்து உட்கார்ந்து, தாடையில் கையை ஊன்றிய படியே கம்பிகளினூடே பார்த்துக்கொண்டிருந்தான். மூலையில் உட்கார்ந்திருக்கும் இளைஞனின் வாயிலிருந்து ரத்தம் சிவப்புக் கம்பிபோல் வடிந்துகொண்டிருந்தது. ஆண்டவா . . . ஒரு போலீஸ்காரனின் மகன்!

1952

ஏழைகளின் விலைமாது

அழகான அந்த இளம் நர்ஸுக்குச் சிரிப்பு வந்தது. தன் காதலனிடம் அவள் சொன்னாள், “பிறப்பையும் இறப்பையும் தினந்தோறும் பார்த்துட்டிருப்பவ நானு. புத்தகங்களில் அல்ல, நேரடியாகவே. இதில என்னோட பங்கும் இருக்கு. ஆஸ்பத்திரியை நான் ஆன்மிகத்தின் தொடக்கப் பள்ளியாக நினைக்கிறேன். டியூட்டி முடிஞ்சு வெளியே வரும்போது இதையெல்லாம் மறந்திடவும் நினைக்கிறேன். குளிச்சு, நல்ல உடைகள் உடுத்திக்கணும். பவுடர் போட்டுக்கணும். செண்ட் போட்டுக்கணும். சுவையான உணவுகள் உண்ணணும். கொஞ்ச நேரம் மகிழ்ச்சியாக இருக்கணும். இந்த நேரம் பார்த்துதான், என் தங்கம் வந்து தத்துவம் பேசுறீங்க.”

“நான் தத்துவம்லாம் பேசலை. இந்த உலகத்திலுள்ள கொடூரம், அன்பின்மை, அக்கிரமம்...இதைப்பற்றியெல்லாம் என் அனுபவத்திலிருந்து பேசறேன்.”

“சொந்த அனுபவமா?”

“ஆமா.”

“அப்படின்னா சொல்லுங்க. நானும்

அறிஞ்சுக்குறேன்.”

“இடையில பேசக்கூடாது. ஏதாவது கேட்கணும் போல இருந்தா, கடைசியில கேட்கணும்.”

“உத்தரவு.”

“நேற்றிரவு, நான் டவுண் பார்க்கில் உட்கார்ந்திருந்தேன்.” காதலன் சொல்ல ஆரம்பித்தான்: “கொஞ்ச நேரத்துக்குப் பிறகு, என் எதிர் பெஞ்சில ஒரு இள வயசுப் பொண்ணு தனியா வந்து உட்கார்ந்தாள். சோர்ந்துபோன நிலைமையில். பொழுது விடிஞ்ச பிறகு, இன்னுமே அவ குளிக்கலபோலிருக்கு. சாப்பிட்டது போலவும் தெரியலை. முகம் வாடியிருந்தது. உதடுகள் காய்ந்து இழுத்துப்போயிருந்தன. வெள்ளைப் புடவையில செம்மண் புரண்டிருந்தது. நல்ல வெள்ளை நிறம். கறுப்பு ஜாக்கெட் அணிஞ்சிருந்தா. திரட்சியான உடம்புல அது ரொம்பவே கீழே இறங்கிக்கிடந்தது. உந்தி நிக்கிற இரண்டு கரும்பந்துகள்போல மார்பகங்கள்.

“பார்க்கிலிருந்த ஆண்கள் அனைவருடைய கண்களும் அவமேலதான். சிலபேர் கேலியாக எதையோ சொல்லிச் சிரிக்கிறாங்க. இன்னும் சிலர், ஏக்கமாகப் பார்க்கிறாங்க. சிலர் அவளை நினைவுப்படுத்த முயற்சிப்பதுபோல் இருக்கிறாங்க. அவள் பலருக்கும் அறிமுகமானவள்தான். அவளை ஏழைகளின் விலைமகள்னு சொல்லலாமான்னு தெரியலை. ஒரு வாடகை வீடாக உவமிக்கிறது இன்னும் பொருத்தமாக இருக்கும். பார்க்க ஓரளவு அழகாக இருக்குற ஒரு ஓலைக்குடில்னும் சொல்லலாம்.

“என் சிந்தனைகள் இப்படியாகச் சென்றன. இவ்வுலகில் குடிசைகள், வீடுகள், மாளிகைகள், கொட்டாரங்களில் வாழும் விலைமாதர்களைக் குறித்து நான் சிந்தித்தேன். உலகிலுள்ள எல்லா நாடுகளிலும் விலைமாதர்கள் இருக்கிறார்கள்

அல்லவா ..? இந்த வாடகை அழகிகள், ஓட்டல்கள். பாலியல் பசியையும் தாகத்தையும் தீர்க்கும் ஓட்டல்கள்.

“இங்கே யாரெல்லாம் செல்கிறார்கள்? சொந்த வீடிருப்பவர்களும் இல்லாதவர்களும் செல்கிறார்கள். ஆண்களில் பெருமளவும் இப்படித்தானா என்றால், ஏன் இவர்கள் இப்படியாகி விட்டார்கள்? இவர்களுக்கு அன்பு கிடைக்கவில்லையா? பெரும்பான்மையினரும் திருப்தியில்லாமல்தான் வாழ்கிறார்களா? அல்லது விலைமாதர்கள் அவர்களை ஈர்க்கிறார்களா? உண்மையைச் சொல்ல வேண்டுமல்லவா? என்னால் எந்த முடிவுக்கும் வர இயலவில்லை. இது என்னைப் பாதிக்கிற பிரச்சினையாக இல்லாமல் இருக்கலாம். இருந்தாலும் சிந்திக்கிறேன். ஒரு பெண் ஏன் விலைமாதாக மாறுகிறாள்? இதற்குப் பணம்தான் முக்கியக் காரணமாக இருக்க வேண்டும் என்றில்லை. இருக்கும் பல்வேறு தொழில்களில் அவர்கள் இதை ஏற்றுக்கொண்டிருக்கிறார்கள் அவ்வளவுதான். பாலியல்தான்

உலகின் புராதனமான தொழில் என்று கேள்விப்பட்டிருக்கிறேன். வாழ்க்கைத் தேவைகளைப் பூர்த்திசெய்துகொள்ளவும் பதவிகளை அடையவும் நாடுகளைப் பிடிக்கவும் விபச்சாரம் ஆயுதமாகப் பயன்பட்டிருக்கிறது. இதில் நடிகைகள், பாடகிகள், நாட்டியக்காரிகள், ராஜகுமாரிகள் ... இப்படியாகப் பரத்தைமை நிலைபெற்று வருகிறது.

சொன்னேன் அல்லவா? என் எதிரில் பெஞ்சில் உட்கார்ந்திருந்த அந்தப் பெண்ணின் முகத்தில் மகிழ்ச்சிக்கு மாறாக ஆழ்ந்த சோகம் நிழலாடியது. அழகிய இளவயதுப் பெண்ணொருத்தி ஆழ்ந்த சோகத்துடன் இப்படித் தென்பட்டால் காரணம் குறித்த ஆர்வம் அனைவருக்குள்ளும் ஏற்படுவது இயல்புதான். மூதாட்டி ஒருத்தி வாய்விட்டழுதால் திரும்பிப் பார்க்காதவர்களுக்கும் கூட! என்னுள் கருணை உருவாவதற்கு அவளது பருவமும் அழகும்தான் காரணமாக இருந்திருக்க வேண்டும். உன் பேரென்ன? ஏன் சோகமா உட்கார்ந்திருக்கே? நீ எங்கிருந்து?

அவளது அருகில் சென்று விசாரிக்கவில்லை. இந்நேரத்தில் ஒரு விபச்சாரியின் முன்நின்று பேசுமளவுக்கு எனக்கு மனத் தைரியமில்லை. ஒருவேளை, நான் பக்கத்தில் போய் ஆறுதல் சொல்ல, அவள் பசிக்கிறது என்றால் என்ன செய்வேன்? என் கையில் நாலணாவோ என்னவோதான் இருந்தது. இதற்குச் சாப்பாடெல்லாம் கிடைக்காது. வழியில போறதைப் பிடிச்சுத் தலையில போட்டுக்கக் கூடாதல்லவா? நான் பார்க்கிலிருந்து வெளியேறினேன். பொழுது சாய்ந்துகொண்டிருந்தது. வழியெங்கும் மக்கள். நான் பொதுநூலகத்தின் அருகில் வந்தேன். சாலையின் திருப்பத்தை அடைந்ததும், அங்கே நின்றிருந்த கறுத்துத் தடித்த போலீஸ்காரன் எரிச்சலுடன் சொன்னான்: "வர்றதைப் பாரேன்? ராஸ்கல்."

நான் திடுக்கிட்டேன். அவன் என்னைச் சொல்வது போலிருந்தது. எனக்குப் பயங்கரமாகக் கோபம் வந்தது. "ப்ளடி ராஸ்கல். யாரை ராஸ்கல்னு சொல்றே?" என்று நான் கேட்க நினைக்கும்போது அவனது போலீஸ் கண்கள், என்மீது அல்ல! நான் திரும்பிப் பார்த்தேன். என் பின்னால், அந்த இளம் வாடகைப் பெண் வந்துகொண்டிருந்தாள்.

அவன் கோபாவேசத்துடன் அவளைப் பார்த்தான். மலைப் பாம்பைக் கண்ட முயல்குட்டி போல் அவள் அப்படியே அசைவற்று நின்றுவிட்டாள். போலீஸ்காரனின் கறுத்துப் புடைத்த முகத்தின் சிறுத்த இரு கண்களும் சிவந்தன. சிறு இடியோசைபோன்ற குரலில் அவன் கேட்டான்: "எங்கடீ புறப்பட்டுட்டே?"

அவளது அகன்ற கருவிழிகள் கருணைக்காக யாசிப்பதுபோல் தோன்றியது. அவள் பயத்துடன் சொன்னாள்: "வீட்டுக்கு . . ."

"உனக்கொரு வீடு . . ."

அவளது பின்னால் வந்த இரண்டு வண்டிக்காரர்களை முறைத்துப் பார்த்த போலீஸ்காரன் கேட்டான்: "இவனுங்களை எங்கடீ அழைச்சிட்டுப் போறே?"

"நான் அழைச்சிட்டுப் போகலை."

வண்டிக்காரன் சொன்னான்: "சார், நாங்க பஜார்ல இருந்து துணி வாங்கிட்டு வர்றோம்." ஆதாரமாக அவர்கள் இரண்டு காகிதப் பொதிகளைப் பிரித்து வெள்ளைத்துணிகளைக் காண்பித்தார்கள்.

"ஆங் . . . தெரியிது" என்றபடியே அவளை நோக்கித் திரும்பிய போலீஸ்காரன், "ஏண்டீ, இப்படி நடக்கக்கூடாதுன்னு உங்கிட்ட எத்தனை தடவை சொல்லியிருக்கேன்?" என்றபடியே, அவளது நெஞ்சில் லத்தியால் ஓங்கிக் குத்தினான்.

மண் நிறைத்த கோணிப்பையில் குத்தியதுபோல் சத்தம் கேட்டது.

'அய்யோ கடவுளே' என்று அலறியபடியே அவள் கீழே விழவும் விளக்குக் கம்பத்தில் விளக்கு எரிந்ததும் ஒரே நேரத்தில் நிகழ்ந்தது. போலீஸ்காரன் நீதியை அமலாக்கம் செய்வதை நூறு நூற்றைம்பது ஆட்கள் வேடிக்கை பார்த்தபடி நின்றிருந்தனர். யாரும் எதுவும் கேட்கவில்லை. அவரவர் வேலையைப் பார்த்துச் சென்றுகொண்டிருந்தனர்.

விளக்குத் தூணின் வெளிச்சம் ஒரு பெரிய வட்டமாகப் பதிந்துகிடந்தது. அதன் நடுவே, தேம்பியழுதபடி அவளும் கிடந்தாள்.

போலீஸ்காரன் ஒரு இளித்த சிரிப்புடன் என்னிடம் சொன்னான்: "இந்தச் சவங்களையெல்லாம் சுட்டெரிக்கணும் சார். இவளுங்க நகரம் முழுவதும் நிறைஞ்சுட்டாளுங்க. அழுகின வியாதிகளையெல்லாம் வினியோகம் செய்ய நடக்குறாளுங்க. இந்த வண்டிக்காரனுங்கதான் இதுக்கு டி.எம். வேலை பாக்குறானுங்க" என்று சொல்லிவிட்டு: "நடங்கடா நாய்களே, ஸ்டேஷனுக்கு" என்றார். அவர்கள், நடுக்கத்துடன் தாங்கள் டாபர் மாமாக்கள் இல்லையென்றும் தங்களை விட்டுவிடும்படியும் கேட்டுக்கொண்டார்கள். ஆனால், பலனில்லை. போலீஸ்காரன் அவர்களையும் ஸ்டேஷனுக்கு அழைத்துக்கொண்டு போனான்.

நான் அவளருகில் சென்றேன். மார்புகள் குலுங்கத் தேம்பித் தேம்பி அழ ஆரம்பித்த அவள், “பாருங்க சார்” என்றபடி ஜாக்கெட்டை உயர்த்திக் காண்பித்தாள். வலது மார்பகத்தின் மேற்பகுதியில் சிவந்த நெய்யப்பம்போல் லத்தியால் குத்திய தடம் புடைத்துத் தெரிந்தது.

நீதியைப் பரிபாலித்த அடையாளம். அந்த வண்டிக்காரர்களுக்கு அடையாளங்கள் எங்கெங்குப் பதியப்போகின்றனவோ?

அவள் சொல்லத் தொடங்கினாள்: “ஐயா, போன திங்கட்கிழமை அரளிக்காயைத் தின்னு தற்கொலை பண்ணிக்கலாம்னு முடிவுபண்ணிட்டு, செத்தபிற்பாடும் பேயாத் திரிய வேண்டாமேன்னு கைவிட்டேன்.”

நான் கேட்டேன்: “உனக்கு அம்மா அப்பா இல்லையா?”

“இல்லை. சின்ன வயசில ஒரு தம்பி மட்டும் இருக்கான். விஷக்காய்ச்சல் வந்து அவன் அஞ்சாறு நாளா ஆஸ்பத்திரியில கிடக்கான். நான் தினமும் அவனைப் பார்க்கப் போவேன். கேட்டுல நிக்கிறவனுங்க உள்ளே விடமாட்டானுங்க. காசு கொடுக்கணும். காலையில கொஞ்சம் பழையது குடிச்சேன். இந்தக் காலன்மாரால நிம்மதியை இழந்துட்டேன். எப்படியாவது செத்துட்டா நல்லதுன்னு நினைக்கிறேன். நேற்று ராத்திரி, ஒரு போலீஸ்காரன் ஒரு இடத்துக்குப் போகச் சொன்னான். அங்கே போயிட்டிருக்கும்போது வேற இரண்டு போலீஸ்காரனுங்க தடுத்து, வேறொரு இடத்துக்கு அழைச்சிட்டுப் போயிட்டானுங்க.”

நான் பதிலெதுவும் பேசவில்லை. கையிலிருந்த நாலணாவை அவளிடம் கொடுத்துவிட்டு வந்தேன். அன்று நடுச்சாமம் ஆகியும் எனக்குத் தூக்கம் வரவில்லை. அவளது வலது மார்பகத்தின் மேற்பகுதியில் லத்தியால் குத்தி, சிவந்த நெய்யப்பம்போல் புடைத்தத் தடம் கண்களைவிட்டு அகலாமல் நின்றது.

“அய்யோ பாவம்!” அழகான அந்த இளவயது நர்ஸ் சொன்னாள்: “கொஞ்சம் யோசிச்சுப் பாருங்க. அவ, விலையுயர்ந்த சேலையும் ஹைஹீல் செருப்பும் தோள்ல வானிட்டி பேக்கும் போட்டுட்டு, அப்படியே, செருக்கா நடந்துட்டிருந்தா. இப்படித் தொந்தரவு பண்றதுக்கான தைரியம் எவனுக்காவது வருமா?”

1952

•

இடியன் பணிக்கர்

இடியன் பணிக்கர், டவுண் போலீஸ் ஸ்டேஷனிலிருந்து அவுட் போஸ்டுக்கு மாறுதலாகும் தகவலை அறிந்த லாக்கப் கைதிகள் பெருமகிழ்ச்சி அடைந்தனர். அவர்களில் ஒருவரான தானியேல் மன வேதனையுடன் தனக்குள் சொல்லிக்கொண்டான்: "இதுதான் நீ போற கடைசி இடமாக இருக்கும்."

ஓர் அரசு உத்தியோகஸ்தனையா இப்படி சாபமிடுவது? ஆனால் இடியன் பணிக்கரினூடே தானியல் பார்த்தது ஓர் அரசாங்கத்தை. இது தவறான பார்வையென்று தானியேலுக்குத் தெரியாது. அந்த அளவுக்கெல்லாம் அவன் படித்தவனில்லை. சிரமப்பட்டு எழுதவும் வாசிக்கவும் செய்வான். அவனுக்கு மனைவியும் மூன்று மக்களும் இருந்தனர். வயிற்றுப்பாட்டுக்கு ஒரு வேலையும் கைவசம் இருந்தது. அச்சுக்கோக்கும் வேலையிலிருந்து பிரித்து விடப்பட்டதுடன் வேலை தேடியலைந்தான். வீட்டிலிருந்து அறுபதுமைல் தொலைவிலுள்ள நகருக்கு வந்து, அச்சகங்களில் வேலை கேட்டான். வேலை எங்குமே காலியில்லை. இப்படியாக அலைந்து திரிந்த அவனை இடியன் பணிக்கர் சந்தித்தார். நிறையவே இடிக்கவும் செய்தார். வேலை கிடைக்காமல் அலைந்தவன். சந்தேகத்தின் பேரில் வழக்கு போடப்பட்டு, லாக்கப்பில் தள்ளப்பட்டான்.

இடியன் பணிக்கருக்கு இடம் மாற்றம் வந்ததில் லாக்கப் கைதிகளைப்போல் போலீஸ்காரர்களும் மகிழ்ச்சியடைந்தனர்.

இடியன் பணிக்கரை யாருக்குமே பிடிக்காது. இன்ஸ்பெக்டரின் திருப்திக்காக எதை வேண்டுமானாலும் செய்வார். என்ன வேண்டுமானாலும் சொல்வார். மூச்சுக்கு நூறுமுறை, உத்தரவு, உத்தரவு என்று உருகி நிற்பார். சந்தர்ப்பம்வாய்க்கும்போதெல்லாம் புறம்பேசவும் செய்வார். இப்படியாக இடியன் பணிக்கர் அனைவருடைய சாபத்தையும் ஏற்று வாங்கினார்.

தானியேலும் கைதிகளும் லாக்கப் கம்பிகளினூடே பார்த்தனர். இனி ஜால்ரா ஓசை கொஞ்ச நாட்கள்தான் கேட்கும். ஆகவேதான் இடியன் பணிக்கரால் எல்லாரையும் இடிக்க முடிகிறது.

"போயிட்டு வரட்டுமா ரைட்டர் சார்," என்று கேட்டு இடியன் பணிக்கர், ரைட்டரின் மேசையின் முன் நின்றார். நீண்டு மெலிந்த, வெளுத்த உடல், சுருட்டைத் தலைமுடி, சாத்விகமான கண்கள், புன்னகையுடன் அவர் கைதிகளையும் பார்த்தார்.

ரைட்டர் சிரித்தவாறே விடைகொடுத்தார்.

வெள்ளைச் சட்டையும் வெள்ளை வேட்டியும் இடது கையில் உடுதுணிகள்கொண்ட ஒரு கட்டுமாக இறங்கினார் இடியன் பணிக்கர்.

"இதுதான் கடைசிப் பயணம்." தானியேல் மீண்டும் மனத்திற்குள் சொல்லிக்கொண்டான்.

நாட்கள் கடந்தன. ஒரு சோகச் செய்தி: 'அவுட் போஸ்ட் போலீஸ் ஸ்டேஷனில் தூக்குப்போட்டுத் தற்கொலைசெய்து கொண்டார் இடியன் பணிக்கர்.'

தானியேல் அடுத்ததாக அறிந்த செய்தி: 'இன்ஸ்பெக்டரும் மற்றவர்களும் அவுட் போஸ்ட் ஸ்டேஷனின் அருகில் வரும்போதே அவரது உயிரற்ற உடலைப் பார்த்துவிட்டார்கள். ஸ்டேஷனுக்குள் நின்ற பூவரசம் மரத்தில் தூக்குப்போட்டு இறந்திருக்கிறார். சுவரை ஒட்டி ஒரு மேசை. அதில் ஏறி மரக்கிளையில் உட்கார்ந்து, கழுத்தில் சுருக்குப் போட்டு ... இப்படியாக தற்கொலை மகஜர் தயாரிக்கப்பட்டது.

தானியேலுக்கு வருத்தமாகிவிட்டது. இடியன் பணிக்கருக்கு மனைவியும் ஐந்துமக்களும் இருக்கிறார்கள். அவர்கள் நடுத் தெருவுக்கு வந்துவிடுவார்களே? அவரது மரணத்துக்குக் காரணம், தானியேலின் சாபமல்லவா?

தானியேல் சிலவேளைகளில் ஆறுதல்பட்டுக்கொள்வார். அவரது குரூர நடவடிக்கைகள்தான் தன்னைச் சாபமிட வைத்து விட்டது. போலீஸ்காரர்களும் கைதிகளும் அவரைப் பற்றிப் பேசிக்கொள்வதே இதற்கான சான்று. நிரபராதியான ஒரு பெண்ணின் உடலில் மிளகை அரைத்துப் பூசி, அவளிடமிருந்து வாக்குமூலம் பெற்றது. ஓர் அரசியல் கைதியின் ஆண் குறியில் பழந்துணியைச் சுற்றி எண்ணெய்விட்டுத் தீவைத்து, அரசாங்கத்திடம் அவரை மன்னிப்புக் கேட்க வைத்தது. இப்படி அநேகம் கதைகள். தானியேல் நினைத்துக்கொண்டார். எல்லா போலீஸ்காரர்களும் இப்படியா நடந்துகொள்கிறார்கள்? இவர் அளவுக்கு யாரும் இவ்வளவு குரூரம் காட்டுவதில்லையே? என்ன இருந்தாலும், அவர்மீது அன்பு காட்டும் மனைவியும் மக்களும் இருக்கிறார்கள். மனைவி அவரை 'ப்ராண நாதா' என்று அழைத்திருப்பாள். குழந்தைகள் 'அப்பா' என்று அழைத்திருக்கும். இப்படியான ஒரு குடும்பம் ஆதரவற்றதாக ஆகிவிட்டது. இது தானியேலின் சாபம்தானா?

தானியேலால் எந்த முடிவுக்கும் வர இயலவில்லை. இடியன் பணிக்கருக்குப் பிறகும் நிறைய அடி, உதைகள் கிடைத்தன. சொறிசிரங்கும் வந்தது. ஒருவருட கடுந்தண்டனை விதிக்கப் பட்டது. மத்திய சிறையில் அடைக்கப்பட்டார்.

ஒருநாள் இரவு மீண்டும் இடியன் பணிக்கரைப் பற்றிய ஒரு தகவல். நாடக நடிகையைக் கொன்று பணம் கொள்ளையடித்த வழக்கில் ஆயுள் தண்டனை பெற்றவனும் முகத்தில் வைசூரித் தழும்பும் ஒற்றைக்கண்ணுமுள்ள கறுத்த ஒரு தடியன், வாழ்க்கையில் தான் செய்த வீரப் பராக்கிரமங்களைப் பட்டியலிடும்போது தானியேலிடம் சொன்னான்: "யாரெல்லாம் என்னைத் தொந்தரவு செய்தார்களோ, அவர்களை நானும் தொந்தரவு செய்திருக்கிறேன். ஒரு மனிதனை ஒருமுறைதானே கொலை செய்ய முடியும்."

தானியேல் கேட்டார்: "யாரையாவது மீண்டும் கொல்லவேண்டும்போல் இருந்திருக்கிறதா?"

"ஒரே ஒருத்தனை மட்டும். அவன் செத்துப்போனதில எனக்கு ஏமாற்றம்தான். கண்டந் துண்டமாக வெட்டியெறியப்பட வேண்டிய ஒரு நபர் ஒரே அடியில செத்துப்போனா, ஏமாற்றம் ஏற்படும்தானே? நான் தொட்டதுதான் தாமதம். முகத்தில ஒண்ணு வச்சேன். அப்படியே விழுந்து செத்துட்டான். மேசையைச் சுவரோடு சேர்த்துப்போட்டுக் கழுத்துல ஒரு சுருக்குக்கயிற்றை மாட்டி இறுக்கினேன். அப்படியே அதைப் பூவரசம் மரத்தில கட்டித் தொங்கவிட்டேன்."

தானியேல் கேட்டார்: "யாரு அந்த ஆள்?"

ஆயுள் தண்டனை கைதி சிரித்தபடியே சொன்னான்.

"ஒரு போலீஸ்காரன். பெயர், இடியன் பணிக்கர்."

1952

வளையிட்ட கை

“வளையிட்ட கைகளைப் பார்க்கும் போதெல்லாம் என்னையறியாமல் சிரிப்பு வந்துவிடும்” என்று சிரித்தபடியே சொன்ன திருமணமாகாத அந்தத் தோழர் தொடர்ந்தார்: “ஏன்னா, என்னோட சிந்தனை முழுவதும் வெளுத்த நீண்ட விரல்களுள்ள வளையிட்ட கையை நோக்கித் திரும்பிவிடும். அதை நினைத்துப்பார்ப்பதுகூட எனக்கு மகிழ்ச்சியான விஷயம்தான். படுத்திருக்கும் போதும் இது நினைவுக்கு வந்தால் சிரிப்பு வந்துடும். அம்மாவோ யாராவதோ கேட்டால் கனவுகண்டு சிரித்ததாக மழுப்பிடுவேன். இப்படி தனிமையில் சிரிப்பதை நண்பர்கள் கேலி செய்வாங்க. உனக்கு மறைகிறை கழன்றுவிட்டதா என்று கேட்பாங்க. எதை நினைத்துச் சிரிக்கிறேன்னு இதுவரைக்கும் நான் யார்கிட்டயும் சொன்னதில்லை. இதன் கதாபாத்திரங்கள் எல்லாருக்கும் தெரியும். புகழ்பெற்ற அந்த ஹாஸ்ய இலக்கியவாதியை தெரியாதவங்க யார் இருக்க முடியும்? அவரது முன்னாள் மனைவியும் அந்த மனைவியின் இந்நாள் கணவனுமான பேங்கரின் மகளையும் அறியாதவங்க யார் இருக்க முடியும்? போதாக்குறைக்கு அந்த ஹாஸ்ய இலக்கியவாதி, என்னோட ஆத்ம நண்பன் வேறு. அதாவது பல்வேறு போக்கிரித்தனங்களில் நாங்கள் சேர்ந்தே ஈடுபட்டவங்க. பார்க்க அழகாக இருக்கும் இளம்பெண்களின் வீடுகளுக்குச் சென்று பெண் கேட்போம். டிஃபன் சாப்பிட்டுவிட்டு, ஏதாவது குற்றம்குறையைக் கண்டுபிடித்துவிட்டு வந்துவிடுவோம்.

இதெல்லாம் பழைய விஷயங்கள். நான் சொல்லவருவது, அவரது திருமணத்துக்குப் பிந்தைய நிகழ்வு. அவரது மனைவியை நான் பார்த்ததில்லை. ஊரிலுள்ள பெண்களையெல்லாம் குறைசொல்லித் திரிந்தவருக்கு வாய்த்தவள் எப்படியிருக்கிறாள் என்பதை அறிந்துகொள்ளும் ஆர்வம் உருவானது. அவரைப் பார்த்தும் நீண்ட காலமாகிவிட்டது. பஸ் பிடித்து ஒரு மத்தியான நேரத்தில் அங்கே போய்ச் சேர்ந்தேன். கறுப்புக் கோட்டு அணிந்திருந்தேன். பாக்கெட்டில் ஐந்துரூபாய் இருந்தது.

"இந்தச் சவம்தான் என்னோட மனைவி. இனி சாகுறது வரைக்கும் தினமும் இந்த மிருகத்தைத் தரிசிக்கணும். தம்பீ, நீயாவது தற்கொலைக்கு நிகரான இந்தச் செயலில் இறங்கிடாதே! எனக்கு ஒரு அபத்தம் நிகழ்ந்துபோனது. நீயாவது சூதானமாக இருந்துக்க. பாரேன், சவம் நிக்கிறதை? போடீ அந்தப் பக்கம்," என்று ஊர் வழமைப்படி மனைவியை அறிமுகம்செய்துவைக்கும் அந்தக் காட்சியை நான் மனத்திரையில் பார்த்துக்கொண்டேன். ஆனால் என்னை அவர் வரவேற்ற விதம், சுவாரஸ்யமற்றதாக இருந்தது. பழைய சிரிப்போ கேலியோ கிடையாது. சிந்தனையில் ஆழ்ந்திறங்கிய ஒரு கவிஞனைப்போல் இருந்தார். ஹாஸ்ய நீரூற்று வற்றிவறண்டுபோய்விட்டது. அவரது சொற்களில் கண்ணீரின் சுவை இருப்பதுபோல் தோன்றியது. இருந்தாலும் நான் அட்டகாசமாகச் சிரித்துவைத்தேன். குரலைக் கேட்டாவது மனைவி வெளியே வருவாளென்று எதிர்பார்த்தேன். எனது கண்கள் இடையிடையே அவளைத் தேடின. ஆனால் மேற்படியானின் ஜீவிதசகியைக் காணவே முடியவில்லை. சமையல்கட்டிலிருந்து சில உத்தரவுகள் வருவதை மட்டும் அறிய முடிந்தது. சோறு பரிமாறியவன் வேலைக்காரன்தான். உன்னோட ஆள் எங்கேன்னு கேட்க பலமுறை நினைத்தேன். உடம்பு கிடம்பு சரியில்லாமல் இருக்குமோ என்றுகூட நினைத்தேன். அப்படியென்றால் அதையாவது சொல்லியிருக்கலாம். இந்த மனிதன் எப்படி இவ்வளவு புரிதலற்றவனாக மாறிவிட்டான்? இருந்தாலும் நான் வெளிக்காட்டிக்கொள்ளவில்லை.

சாப்பிட்டு முடிந்து, ஓய்வெடுக்கத் தந்த பாயையும் தலையணையையும் மேற்குப்புற வாசலில் போட்டு அதே திசையில் தலைவைத்து நான் படுத்துக்கொண்டேன். அவர் வெற்றிலையைக் குதப்பியபடியே வராந்தாவின் சாய்வு நாற்காலியில் சாய்ந்துகொண்டார். நான் படுத்திருந்த அறையை ஒட்டிய கிழக்குப்புற அறைக்கதவு மூடியிருந்தது. அந்த அறையின் ஒரு ஜன்னல் கம்பியில்தான் கோட்டைத் தொங்கவிட்டிருந்தேன். அந்த அறையில் தொங்கவிடப்பட்டிருந்த ஆடைகளை அதன் இடைவழியாக என்னால் பார்க்க முடியும். பக்கத்தில்தான்

அவளது நடமாட்டமும் இருக்குமென்று யூகித்தேன். அரைமணி நேரம் அப்படியே பார்த்துக்கொண்டு படுத்திருந்தேன். எனக்குக் கோபம் வந்தது. அந்த அறைக்குள்ளாவது அவள் வந்திருக்கலாம் அல்லவா? நான் கொஞ்சம் பார்த்துவிடுவதால் என்ன நஷ்டம் வந்துவிடப்போகிறது? நண்பனாமே...? சாய்வு நாற்காலியில் கிடந்து அவன் நிம்மதியாகத் தூங்குகிறான். அவனால் தூங்க முடியும். திருமணமான மனிதர்கள் இந்த அளவுக்குத் தரம் தாழ்ந்துபோவதற்குக் காரணமென்ன? நான் சிந்தித்தேன். திருமணமான எல்லா நண்பர்களைப் பற்றியும் சிந்தித்தேன். சாதுக்கள். தனக்கும் உலகத்திற்குமான அனைத்தையும் இழந்து விட்டவர்கள். கணவன்கள் என்னும் சுவாரஸ்யமற்ற அந்த உயிர்களைப் பற்றிச் சிந்தித்து என்ன பலன்? கண்கள் அடைந்தன. பயணக் களைப்பும் உண்ட மயக்கமும். சுகமான நித்திரையில் ஆழ்ந்துகொண்டிருந்த நான் திடுக்கிட்டேன். மிக மெல்லிய ஒரு வளையோசை. வந்துவிட்டாயா என்று மனத்திற்குள் கேட்டபடிக் கண்களைப் பகுதியளவு திறந்தேன். என் வாயில் உமிழ்நீர் வற்றிப் போனது. மூச்சுக்கூட விட இயலாமல் நான் படுத்திருந்தேன்.

கிழக்குப்புற அறையிலிருந்து ஜன்னல் கம்பிகளினூடே பாம்பு தலையை நீட்டுவதுபோல் நீண்டுவந்த ஒரு வளையிட்ட கை மெதுவாக என் கோட்டுப் பாக்கெட்டைத் தடவிப் பார்த்தது. விருந்தினர் தூக்கத்திலாழ்ந்த நிலையில் குடும்பத் தலைவி அவனது கோட்டுப் பாக்கெட்டில் கையை விடுகிறாள்; அதுவும் மறைந்து நின்று. இடுப்பின் வெளுப்பும் மார்பகத்தில் சிறிதளவும் தலைமுடியின் ஒரு பகுதியும்தான் வெளியே தெரிகிறது. எழுந்துசென்று கையைப் பிடித்தால் என்ன? ஆனால் நான் அப்படியே படுத்துக்கொண்டேன். அந்தக் கை என்னுடைய பர்சை எடுத்துக்கொண்டு மறைந்துவிட்டது; ஆச்சரியம்தான். நண்பனின் மனைவி பிக்பாக்கெட் அடித்துவிட்டாள். என்ன செய்யலாம்? நான் யோசித்தபடியே படுத்திருந்தேன். ஒருவேளை என்னைக் கேலிசெய்வதற்காக நண்பரே சொல்லியிருக்கலாம்.

'அடேய் மவனே, என் மனைவியைப் பற்றி நீ என்ன நினைக்கிறாய்?' 'தேர் செலுத்தினாயே ...' நினைவிருக்கிறதா? நீ ஒரு கவிதை எழுது. பிக்பாக்கெட் அடித்தாயே ...' என்று அவர் என்னைக் கேலி செய்து சிரிப்பார் என்று நினைத்தேன். ஆனால் சிற்றுண்டியின்போதோ, சர்வதேசப் பிரச்சினைகளைப் பற்றி அலசும்போதோ என்னிடம் பிக்பாக்கெட் அடித்த சம்பவம் பற்றி நான் பேசவில்லை. சாயங்காலம் விடைபெறும்போது ஒன்றுமே நடக்காததுபோல் விடை கொடுத்தார். நான் மடையனானேன். குடையை அடமானம் வைத்து வேதனையுடன் பஸ் ஏறி வந்து சேர்ந்தேன்.

இந்நிகழ்வை நான் யாரிடமும் சொல்லவில்லை. 'ஓ ... மகாத்மாவே, உமது தர்மபத்னி என்னிடம் பாக்கெட் அடித்த நிகழ்வை நீவிர் அறிவீரா?' என்று கடிதம் எழுதிக் கேட்கலாமா என்றுகூட நினைத்தேன். பிறகு வேண்டாமென்று வைத்தேன். ஏனென்றால் இது அவருக்குத் தெரியாமல் நடந்த சம்பவம் அல்ல. ஹாஸ்ய இலக்கியத்தை விடவும் பிக்பாக்கெட் லாபகரமான தொழில் அல்லவா? பெரிய அளவில் மூலதனம் தேவையில்லை. ஒரு மனைவி மட்டுமே போதும். ஆனால் அவளது விரல்கள் நீளமாக இருக்க வேண்டும். இப்படியான ஒரு வாழ்க்கைத் துணை எனக்கும் கிடைத்திருந்தால்... ஆனால், கிடைக்கவில்லை. திருமணம்வரைக்கும் நெருங்கிவந்த ஓரிரு பெண்களின் விரல்களைப் பரிசோதனை செய்து பார்த்தேன். திருப்தியாக இல்லை. போதுமான அளவு நீளமில்லை. அந்த வளையிட்ட கையுடன் ஒப்புநோக்குமளவுக்கு எவருடைய விரல்களுமில்லை. *அது மட்டுமே எனது நினைவில் தங்கி நின்றது.*

உண்ணும்போதும் உறங்கும்போதும் என் கண்களை விட்டு அது நீங்க மறுத்தது. பாம்பு பொந்துக்குள் நுழைவதுபோல் அது என்னுடைய கோட்டுப் பாக்கெட்டுக்குள்..! அதிகம் சொல்வானேன். அந்த வளையிட்ட கரங்கள்மீது அனவரதமும் நான் கசிந்துருகினேன். தோளிலிருந்து, நீண்ட அந்த விரல் நுனிவரைக்கும். அதை ஒருமுறை ஸ்பரிசிக்கவும் முத்தமிடவும் விரும்பினேன். அப்படியிருக்கும்போது அதாவது மேற்கண்ட சம்பவம் நிகழ்ந்த மிகச்சரியாக ஐந்துமாதங்களுக்குப் பிறகு, பத்திரிகைச் செய்தி மூலம் அறிந்துகொண்டேன். புகழ்பெற்ற ஹாஸ்ய இலக்கியவாதியான ஸ்ரீ...க்கும் மனைவிக்குமிடையிலான திருமண உறவு இருவரது ஒப்புதலின்படி முடிவுக்கு வந்தது. என்ன காரணம் என்று விசாரித்தேன். முன்போல் அவரது வீட்டுக்குச் சென்றேன்.

கார்மேகத்திலிருந்து விடுபட்ட முழுநிலவுபோல்... அதாவது, பெரும் மகிழ்ச்சியுடன் அவர் என்னை வரவேற்றார். நான் அடிக்கடி அவரைப் பார்க்கப் போகாததில் வருத்தப்பட்டது மட்டுமல்ல, பலமுறை என்னைப் போக்கிரி என்றும் அழைத்தார். பழைய மகிழ்ச்சியும் உற்சாகமும் திரும்பக் கிடைத்திருக்கிறது. எங்களது உரையாடல் இறுதியில் விவாகரத்தை நோக்கிச் சென்றது. அவர் சொன்னார்: "நான் அவளை இலக்கியவாதியாக்கினேன். அவளைப் புகழ்பெறவைத்தேன். ஆனால், என்னுடைய வாசகரான ஒரு பேங்கரின் மகனுடன் அவள் ஓடிப்போய்விட்டாள். அவன் என்மீதான ஆராதனையில் பார்க்க வருவதாகவே நினைத்திருந்தேன். ராஸ்கல்! அவளை ஆராதிக்க வந்திருக்கிறான். இப்போது அவன் அவளைத் திருமணமும் செய்திருக்கிறான்."

“இதற்குப் பிறகா விவாகரத்து நடந்தது?”

“இல்லை. இதற்கு இரண்டுவாரங்களுக்கு முன்.”

“அப்போது வேறு காரணங்கள் எதுவும் இருந்ததா?”

“ஒரு கோபத்துல அவளை நான் அடிச்சுட்டேன். அவளால எனக்கு எந்த நஷ்டமும் ஏற்படலை. ஆனால் நிறைய பர்சு, பவுண்டன் பேனா, வாட்சு எல்லாம் தந்திருக்கா. வாக்கிங் போயிட்டுத் திரும்பிவரும்போதெல்லாம் இப்படி ஏதாவது கொண்டு வருவா. தினமும் யாராவது ஒருவனைப் பாக்கெட் அடிக்கலைன்னா அவளுக்குத் தூக்கமே வராது. படிக்கிற காலம் முதல் உருவான பழக்கம். எங்கிட்ட அவள் முதன்முதலாகத் திருடியது என்னுடைய இதயத்தைதான். பிறகுதான், எங்கிட்ட பிக்பாக்கெட் அடிச்சா.

அவளுடைய சகோதரன் என் மிக நெருங்கிய நண்பன். நான் ஒருநாள் அவ வீட்டில தங்கியிருந்தேன். சட்டையையும் வேட்டியையும் குளியலறை தகரக் கதவில் தொங்கவிட்டுட்டு நான் உள்ள நின்னு குளிச்சிட்டிருந்தேன். அது, சாயங்காலம் கழிந்த நேரம். தலை துவட்டும்போது யாரோ கதவைத் தட்டுற சத்தம் கேட்டது. யார்னு கேட்டபடியே நான் கதவைத் திறந்தேன். அவதான். கையில என் பாக்கெட்டிலிருந்த ரூபாய் பொதியும் இருந்தது. தமாஷ் பண்றதா நினைச்சி நான் எதுவும் சொல்லலை. சிரித்தபடியே, நான் உங்ககிட்ட பாக்கெட் அடிச்சிட்டேன்னா. முதல்ல நீ என் மனசைத் திருடினே, இப்ப பணத்தையும் திருடிட்டேன்னு சொல்லி நானும் சிரிச்சேன். மறுநாள், அங்கிருந்து நான் புறப்படும்போது அவள் அதைக் கொண்டு வந்து என்மடியில் போட்டுட்டு, பயணச் செலவுக்குன்னு சொல்லிட்டு ஓடிட்டாள். பிரிச்சுப்பார்க்கும்போது, நான் வச்சிருந்த ரூபாயுடன் இரண்டு ரூபாய் அதிகமாகவும் இருந்தது. இந்த இரண்டுரூபாய் அவளுக்கு எங்கிருந்து கிடைத்தது என்றா யோசிக்க முடியும்? எங்க திருமணம் முடிந்தபிறகு நடந்த சில சம்பவங்கள் என்னை யோசிக்க வெச்சுது. ஒரு சிறுசம்பவத்தை மட்டும் சொல்லிடறேன். பஸ்ஸில பயணம் செய்யும்போது நடந்த சம்பவம். என் பாக்கெட்டிலிருந்த பவுண்டன் பேனாவைப் பார்த்த, பக்கத்திலிருந்த ஒரு போலீஸ் இன்ஸ்பெக்டர், இந்த பவுண்டன் பேனா என்ன விலைன்னு கேட்டார். ஒரு நண்பன் தந்ததாகச் சொன்னதும் அந்த நண்பர் யார்னு கேட்டார். ஏன்னா, அந்தப் பேனா அவருடையதாம். மூடியில் அவரோட பெயரின் இரண்டு எழுத்துக்கள் இருக்குமாம். அது காணாமல் போய் ஐந்தெட்டு நாட்களாகுதாம். இதை எனக்கு அன்பளிப்பாகத் தந்த அந்த நண்பன் யார்? நான் இதற்குப் பதில் சொல்லாமல் பேனாவை அவரிடமே கொடுத்துட்டேன். அவர் என்னோட நண்பர்

என்பதால் வேறு பிரச்சினைகள் எதுவும் உருவாகலை. இதைச் சொல்லி எனக்கும் அவளுக்குமிடையில் வாக்குவாதம் எழுந்தது. மூட்டைப்பூச்சி அளவுக்குக்கூட கற்பனா சக்தி இல்லையென்று அவளையும், கழுதை அளவுக்குக்கூட அறிவில்லாதவன் என்று என்னையும் பரஸ்பரம் நாங்க திட்டிக்கொண்டோம். பேனா மூடியிலிருந்த எழுத்துக்கள் என்னுடைய பெயரிலுள்ள இரண்டெழுத்துக்கள்னு சொல்லியிருந்தா இப்படியான பிரச்சினை வந்திருக்குமானு கேட்டாள். உண்மைதான். அவ சொன்ன பிறகுதான் எனக்கே இது உறைத்தது. தாங்கமுடியாத கோபத்தில அவளை நான் ஜன்னல் கம்பியில கட்டிப்போட்டு, புளியம் விளாரால சாத்தினேன். இதற்குப் பிறகு எங்களுக்குள் எதுவுமே ஒத்துப்போகலை. அந்த நிலைமையிலதான் நீ இங்கே வந்தது."

இப்படியாக அவர் எல்லாக் கதைகளையும் சொன்னார். அங்கிருந்து புறப்படுவதற்குமுன் நான் அந்தப் பெண் கலைஞரைப் போய்ப் பார்த்தேன். எனக்கு நல்லதாக ஒரு சான்றிதழும் வயிறு நிறைய சாயாவும் தந்து விடைகொடுத்தாள். இதற்குக் காரணம் என்னை ஒரு நல்ல கைரேகை ஜோசியனாக அவள் நினைத்துவிட்டாள் என்பதுதான். அது ஒரு சாயங்காலம். கணவன் வீட்டில் இல்லை என்கிற தகவலையும் அறிந்துகொண்டுதான் அவளைப் பார்க்கச் சென்றேன். நான் செல்லும்போது, அழகாக உடைகள் அணிந்து முகத்தில் பவுடர் பூசி, தலையில் பூச்சூடி, கையில் அழகான ஒரு பேக்குடன் கடைவீதிக்குச் செல்ல தயாராக நின்றிருந்தாள்.

நான் சொன்னேன்: "சும்மா, பார்க்கலாம்னு வந்தேன்."

"அவர் வீட்டில இல்லை. வாக்கிங் போயிருக்கார். உள்ள வந்து உட்காருங்க. எங்கிருந்து வர்றீங்க? நீங்க யார்னு பிடிபடலை."

"நான் வந்த விஷயம் . . . உங்க கையைப் பார்க்குறதுக்காக. ரொம்ப தொலைவிலிருந்து வர்றேன். உங்க முகத்தைப் பார்க்கும் போதே நல்ல கை ராசியுள்ளவங்கன்னு தெரியுது."

"ஓ . . ." சிவப்புச் சாயம் தோய்த்த வாய் சிறு பூஜ்ய வடிவம் பெற்றது. தொடர்ந்து, மனம் மயக்கும் மந்தகாசப் புன்னகையுடன் பாக்கெட்டில் கண்களைப் பதித்தபடி சொன்னாள்:"பாமிஸ்டரியில் எனக்கு நம்பிக்கையில்லை. இருந்தாலும் . . ." உள்திண்ணையில் சிறுவட்டமேசையின் முன் செயரில் உட்கார்ந்தாள். எதிரிலுள்ள ஒரு செயரில் நான். அவள் வலது கையை நீட்டினாள். நான் இடது கையையும் நீட்டச் சொன்னேன். வயதென்ன என்று கேட்டேன்.

"எத்தனை இருக்கும்; பார்த்துச் சொல்லுங்களேன்" என்றாள்.

உத்தேசமாக, இருபத்தேழு வயதிருக்கும். இருந்தாலும் "பத்தொன்பது," என்றேன்.

"ஆங்..." மனம் குளிர்ந்த அந்தப் பதிவிரதை கிளிமொழியில் சொன்னாள்:

"சரிதான். வரும் கன்னி(புரட்டாசி)யில் இருபது தொடங்கும்."

கோடி ரூபாய்க்குக் காப்பீடு செய்ய வேண்டிய அந்தக் கைகளிரண்டும் என் கைக்குள். அழகிய நீள் விரல்கள் ... பாக்கெட் அடிப்பதற்கென்றே படைக்கப்பட்டதுபோல். இல்லை யென்றால், சேஃப்டி லாக்கர்களை உடைக்கவும் வங்கிகளைத் தகர்க்கவும் ... இப்படியான பல்வேறு செயல்திட்டங்களுக்காக. நான் சொன்னேன்:

"இவ்வளவு அம்சமான கைகளை இதற்கு முன் நான் பார்த்ததே இல்லை. இதை நீங்க நல்ல முறையில பராமரிக்கணும். இந்தக் கைகளுக்கு செங்கோல் ஏந்தும் அதிர்ஷ்டமிருப்பதாக எனக்குத் தோணுது. உங்களோட முதல் திருமணம் அவ்வளவா சரியில்லை."

"உண்மைதான். அது முடிஞ்சுபோயிடுச்சு." புளியம்விளாறின் சூடு நினைவுக்கு வந்திருக்கலாம். "அந்த ஆள் மகா துஷ்டன். எனக்குக் கரப்பான் பூச்சி அளவுக்குக்கூட மூளையில்லைன்னு சொன்ன ஆள்."

"இலக்கியவாதியாக இருப்பானோ?"

"ஆமா. ஹாஸ்ய இலக்கியவாதி. பிழையில்லாமல் ஒரு வார்த்தைகூட எழுதத் தெரியாத ..."

"அது எனக்கும் தெரியும். பெண் இலக்கியவாதிகளின் கணவர்கள்தான் பொதுவாக, இலக்கியவாதியாக மாறுவார்கள். கல்யாணத்துக்கு முந்தினநாள்வரைக்கும் ஒரு வார்த்தை கூட எழுதியிருக்காத ஆண்கள் திடீர்னு பெரிய எழுத்தாளர்களாக மாறுவதை நிறையவே நம்மால பார்க்க முடியும்தானே? இலக்கிய கர்த்தாக்களான மனைவிமார் எழுதித் தருவதாக எந்த பர்த்தாவும் இதுவரை ஒப்புக்கொண்டதில்லை."

"உண்மைதான். என்னோட வாழ்க்கையே இதற்கான ஆதாரம்."

"அப்புறம், அம்மாளின் மறுவிவாகம் மிகச் சிறப்பாக இருக்கும். அதோட பின்னணியில பணப்பெட்டியுமிருக்கும்."

"அவர் பேங்கர்."

"ஆமா. நானும் அதைத்தான் சொல்ல வந்தேன்."

இப்படி ஏராளமான தீர்க்கதரிசனங்களை அருளிச்செய்தேன். எல்லாமே உண்மைகள். முடிவில், ஒளிமயமான எதிர்காலம் அமைய வாழ்த்து சொல்லி அந்தக் கைகள் இரண்டையும் என் முகத்தில் சேர்த்து ஆழமாக ஒரு முத்தம் பதித்தேன். கைகளில் குட்டிக்கூராவின் வாசம்.

நான் ஆச்சரியத்துடன் கேட்டேன்: "இதில கமகமவென நறுமணம் வீசுதே?"

அந்தப் பெண் கலைஞர் தனது வளையிட்ட கரங்களைப் பார்த்து மந்தகாசப் புன்னகை பூத்தாள்: "இது இயற்கையான... நறுமணம்."

1952

உலகப் புகழ்பெற்ற மூக்கு

திடுக்கிடச் செய்யும் அற்புதச் செய்தி அது. ஒரு மூக்கு, புத்திஜீவிகளிடையிலும் சித்தாந்தவாதிகளிடையிலும் பெரும் விவாத விஷயமாக மாறியிருக்கிறது. உலகப் புகழ்பெற்ற ஒரு மூக்கு.

அந்த மூக்கின் யதார்த்த வரலாறுதான் இங்கே பதிவு செய்யப்படுகிறது.

வரலாற்றின் தொடக்க காலம், அவரது இருபத்து நான்காம் வயது முடிவில்தான். அதுவரையிலும் அவரை யாருமே அறிந்திருக்கவில்லை. இந்த இருபத்து நான்காவது வயதுக்கென்று ஏதாவது விசேஷத் தன்மைகள் இருக்கின்றனவோ என்னமோ. ஒரு விஷயம் மட்டும் உண்மை. உலக வரலாற்றின் ஏடுகளைப் புரட்டிப்பார்த்தால், பெரும் பாலான மகோன்னதர்களின் இருபத்து நான்காவது வயதுகளும் சில விசேஷத் தன்மைகளுடன்தான் இருந்திருக்கின்றன. வரலாற்று மாணவர்களுக்கு இதைக் குறிப்பிட்டுச் சொல்ல வேண்டிய தேவை கிடையாதல்லவா?

நம்முடைய இந்த வரலாற்று நாயகன், ஒரு சமையல்காரர். குக்! சொல்லிக்கொள்ளும்படியான எந்தப் புத்தி சாதுரியமும் இல்லை. எழுத்துவாசனை கிடையாது. சமையலறைதானே அவரது உலகம்? அதற்கு வெளியேயுள்ள விஷயங்களில் அவருக்கு எந்தக் கவனமுமில்லை. எதற்காகக் கவனம் செலுத்த வேண்டும்?

திருப்தியாகத் தின்ன வேண்டும்; சுகமாகப் பொடி போட வேண்டும்; நன்றாகத் தூங்க வேண்டும்; மறுநாள் எழும்பிச் சமையல் பணியைத் தொடங்க வேண்டும். இவ்வளவும்தான் அன்னாரது தினப்படி வேலைகள்.

மாதங்களின் பெயர்களை அன்னார் அறியமாட்டார். சம்பளத் தேதி வரும்போது தாயார் வந்து சம்பளம் வாங்கிக்கொள்வார். பொடி வாங்க வேண்டுமென்றால் அந்தத் தாயே வாங்கிக்கொடுத்தும்விடுவார். இப்படி, சுகமாகவும் திருப்தியுடனும் வாழ்ந்துகொண்டிருக்கவே, அவருக்கு இருபத்து நான்காவது திரு வயது நிறைவடைகிறது. அதைத் தொடர்ந்துதான் அற்புதமும் நிகழ்கிறது.

வேறு விசேஷமாக எதுவுமில்லை. மூக்கு சற்றே நீண்டிருக்கிறது. வாயையும் தாண்டி அது தாடைவரை இறங்கியிருக்கிறது.

அப்படியாக அந்த மூக்கு பிரதிதினம் வளரத் தொடங்கியது. மறைத்துவிட முடிகிற காரியமா இது? ஒரே மாதத்திற்குள் அது நாபித் தடம்வரை நீண்டுவிட்டது. சரி, அதனால் ஏதாவது அசௌகரியம் உண்டோ என்றால் அதுவும் கிடையாது. மூச்சுவிட முடிகிறது. பொடிபோட முடிகிறது. எல்லா வாசனைகளையும் இனம் காண முடிகிறது! குறிப்பிடும்படியான எந்தப் பிரச்சினையும் இல்லை.

ஆனால், இவ்விதமான மூக்குகள் ஏதோ, ஒன்றிரண்டாவது உலக வரலாற்றின் ஏடுகளில் புதைந்துகிடக்கலாம் – ஆனால், அதுபோன்ற பெரியண்ணன் மூக்கா இது? இந்த மூக்கின் காரணமாகபாவப்பட்ட இந்தச் சமையல்காரரை வேலையிலிருந்து நீக்கிவிட்டார்களே.

என்ன காரணம்?

விலக்கப்பட்ட தொழிலாளியைத் திருப்பியெடுக்க வேண்டும் என்றெல்லாம் சொல்லித் தர்ணா செய்ய எந்தவொரு சங்கமும் முன்வரவில்லை. அரசியல் கட்சிகள் அனைத்துமே இந்தக் கொடும் அநீதிக்கெதிராக முகம் திருப்பிக்கொண்டன.

அவரை வேலையிலிருந்து நீக்குவதற்கான காரணமென்ன? மனிதாபிமானிகளென்று சொல்லிக்கொள்ளும் யாருமே இந்தக் கேள்வியை முன்வைக்கவில்லை. எங்கே போய்விட்டார்கள் இந்தப் புத்திஜீவிகளும் சித்தாந்திகளும், அப்போது.

பாவம் தொழிலாளி, பாவம் சமையல்காரர்.

வேலை பறிபோவதற்கான காரணமென்னவென்பதை யாரும் அவரிடம் எடுத்துச்சொல்ல வேண்டிய தேவையும்

ஏற்படவில்லை. வேலைக்கு வைத்திருந்த வீட்டுக்காரர்களுக்கு நிம்மதியில்லாமல் ஆகிவிட்டது என்பதுதான் ஒரே காரணம். மூக்கனைப் பார்க்கவும் மூக்கைப் பார்க்கவுமென்று அல்லும் பகலும் ஜனத்திரள். புகைப்படம் எடுப்பவர்கள், நேர்முகம் காண்பவர்கள், வானொலி, திரைப்படம், தொலைக்காட்சி, நானா ஜாதி பத்திரிகைக்காரர்கள், ஆர்ப்பரித்துவரும் மக்கள் கடல்.

அந்த வீட்டிலிருந்த பல பொருட்களும் திருட்டுப்போய் விட்டன. பதினெட்டு வயதான ஓர் அழகான பெண்ணையும் களவாடிச் செல்வதற்கான முயற்சிகள் நடந்தன.

இப்படியான நிலைமையில் வேலைபறிபோன அந்தச் சமையல்காரர் பட்டினி கிடந்தாலும்கூட ஒரு விஷயத்தை மட்டும் நன்றாகப் புரிந்துகொண்டார். தானும் தன்னுடைய மூக்கும் பெரும் பிரபல்யமடைந்துவிட்டிருக்கிறோம்.

தூரப் பிரதேசங்களிலிருந்தும் ஆட்கள் அவரைக் காண்பதற்காக வருகிறார்கள். நீண்டு வளர்ந்த மூக்கைக் கண்டு ஆச்சரியத்தால் ஸ்தம்பித்துப்போய் நின்றுவிடுகிறார்கள். சிலர் தொட்டுப்பார்த்தும்கொள்கிறார்கள். ஆனால் யாரும் . . . யாருமே, “நீங்க ஏதாவது சாப்பிட்டீங்களா? ஏன் இவ்வளவு சோர்ந்துபோயிருக்கிறீங்க,” என்று கேட்கவில்லை. ஒரு சிட்டிகை மூக்குப்பொடி வாங்கவும்கூட அந்த வீட்டில் தம்பிடிக் காசு இல்லை. பட்டினி போடப்பட்டிருக்கும் காட்சி மிருகமா அவர்? மடையனாக இருந்தாலும் மனிதரல்லவா? அவர் தனது வயோதிக மாதாவை அழைத்து இரகசியமாகச் சொன்னார்.

“இந்த சனியனுகளெப் புடிச்சி வெளியெ தள்ளிக் கதவைச் சாத்தும்மா.”

அம்மா நைசாக அவர்களை வெளியே போகச் சொல்லி விட்டுக் கதவை மூடினாள்.

அன்றுமுதல் அவர்களுக்கு நல்ல காலம் பிறந்தது. அம்மாவுக்கே சிலர் லஞ்சம் கொடுத்து மகனின் மூக்கைப் பார்க்கத் தொடங்கினார்கள். மூட மகா ஜனங்கள்தானே? தலைவிரித்தாடும் இந்த லஞ்ச லாவண்யத்திற்கெதிராக நீதிபரிபாலகர்களான சில புத்திஜீவிகளும் சித்தாந்தவாதிகளும் போர்க் குரலெழுப்பினார்கள். ஆனால், இது சம்பந்தமாக அரசாங்கம் எந்தவிதமான நடவடிக்கைகளையும் மேற்கொள்ளவில்லை. தெரிந்ததாகக்கூட அது காட்டிக்கொள்ளவில்லை. அரசின் இந்தப் பாராமுகப் போக்கிற்கெதிராக மனுதாரர்கள் பலர் அரசுக்கெதிரான கவிழ்ப்புக் கட்சிகளில் சேர்ந்தார்கள்.

மூக்கனின் வருமானம் தினந்தோறும் அதிகரித்துக் கொண்டேயிருந்தது. எதற்கு அதிகமாகச் சொல்ல வேண்டும்? எழுத்து வாசனையற்ற அந்தச் சமையல் வேலைக்காரர் ஆறே வருடத்தில் இலட்சாதிபதியானார்.

அவர், மூன்று திரைப்படங்களில் வேறு நடித்தும்விட்டார். ‘தி ஹ்யூமன் சப்மெரின்’ எனும் டெக்னிக் கலர் திரைப்படம் பல கோடிக்கணக்கான இரசிகர்களைக் கவர்ந்தது. நீர்மூழ்கி மனிதன். ஆறு மாபெரும் கவிஞர்கள் மூக்கனின் தீர்க்கதரிசனங்களைப் போற்றும் பெருங்காவியங்களை எழுதி வெளியிட்டார்கள். ஒன்பது பேரிலக்கியவாதிகள் மூக்கின் சுயசரிதையை எழுதிப் பணமும் புகழும் சேர்த்தார்கள்.

மூக்கனின் பங்களா ஒரு விருந்தினர் மாளிகையும்கூட. யாருக்கும் அங்கே எப்போதும் ஆகாரம் கிடைக்கும். ஒரு சிட்டிகை மூக்குப்பொடியும் கிடைக்கும்.

அப்போது அவருக்கு இரண்டு அந்தரங்கக் காரியதரிசிகள் இருந்தார்கள். இரண்டு அழகான பெண்கள். மெத்தப் படித்தவர்கள்.

இந்த இரண்டு பேருமே மூக்கனைத் தீவிரமாகக் காதலித்து வந்தார்கள். இரண்டு பேருமே மூக்கனை ஆராதிப்பவர்கள்தான். எந்த மடையனையும் எந்தத் தீவட்டிக் கொள்ளைக்காரனையும் எந்த முடிச்சவிழ்ப்பவனையும் காதல்செய்ய எப்போதுமே அழகிய பெண்களும் இருப்பார்களல்லவா?

உலக வரலாற்றின் ஏடுகளைத் திருப்பித் திருப்பிப் பார்த்தால் இரண்டு அழகான பெண்கள் ஓர் ஆண்மகனை ஏககாலத்தில் காதல் செய்யும்போது சில்லறைப் பிரச்சினைகள் ஏற்பட்டிருப்பதைக் காண முடியும்தானே? மூக்கனின் வாழ்க்கையிலும் அது நடந்தது.

இந்த இரண்டு பெண்களையும்போலவே மக்கள் அனைவருமே மூக்கனைக் காதலிக்கிறார்கள். தொப்புள்குழிவரை தொங்கிக்கிடக்கும் பிரபஞ்சப் பிரசித்திபெற்ற அழகிய மூக்கு மகத்துவத்தின் குறியீடல்லவா? நிச்சயமாக!

உலகில் நிகழும் எல்லா முக்கியச் சம்பவங்களைப் பற்றியும் மூக்கன் கருத்துத் தெரிவிப்பார். பத்திரிகைக்காரர்கள் அதைப் பிரசுரம் செய்வார்கள்.

“ஒரு மணி நேரத்தில் ஆயிரம் மைல் வேகத்தில் பறக்கும் விமானம் தயாரிக்கப்பட்டுள்ளது. மூக்கன் இதைப் பற்றிக் காணும்படித் தனது கருத்தைத் தெரிவித்துக்கொண்டார் . . .!”

“இறந்துபோன மனிதனை டாக்டர் புந்த்ரோஸ் ஃபுராஸிபுரோஸ் உயிர்ப்பித்தார். இதுகுறித்துத் தனது கருத்தை மூக்கன் தெரிவித்தபோது . . .”

சிலர், உலகிலேயே மிகவும் உயரமான மலைச்சிகரத்தில் ஏறிய செய்தியைக் கேள்விப்பட்டதும் மக்கள் கேட்டார்கள்:

"இதைப் பற்றி மூக்கனின் கருத்தென்ன?"

மூக்கன் எதுவுமே சொல்லாமலிருந்தால் ... ஃபூ! அந்தச் சம்பவத்தில் எந்த விசேஷமுமில்லை. இப்படியாக கிரக சஞ்சாரம், பிரபஞ்ச உற்பத்தி, ஓவியம், வாட்சு வியாபாரம், மெஸ்மரிசம், போட்டோகிராபி, ஆன்மா, வெளியீட்டுத் துறை, நாவல் இலக்கியம், மரணத்திற்குப் பிந்திய வாழ்க்கை, பத்திரிகைச் செயல்பாடு, மிருக வேட்டை போன்ற எல்லாவற்றையும் பற்றியும் மூக்கன் கருத்துத் தெரிவிக்க வேண்டும்; அவர் தெரிவிக்கவும் செய்வார்.

இந்தக் காலகட்டத்தில்தான் மூக்கனைக் கைப்பற்றுவதற்கான மிகப்பெரிய சதியாலோசனைகள் நடைபெற்றன. கைப்பற்றுவதென்பது புத்தம்புதிய ஏற்பாடு எதுவுமில்லையே? கைப்பற்றுவதைப் பற்றிய கதைகள்தானே உலக வரலாற்றின் மிகப்பெரும் பகுதியும்.

அது என்ன, கைப்பற்றுவது என்பது?

நீங்கள் தரிசு நிலத்தில் சில மரக் கன்றுகளை நடுகிறீர்கள். தண்ணீர் விடுகிறீர்கள், உரமிடுகிறீர்கள், வேலியமைக்கிறீர்கள். எதிர்பார்த்திருந்த வருடங்கள் கழிந்ததும் கன்றுகள் குலை விடுகின்றன. குலைகுலையாகத் தேங்காய்கள் அப்படியே கனஜோராகத் தொங்கிக்கிடக்கின்றன. அப்போது உங்களிடமிருந்து அந்தத் தென்னந்தோப்பைக் கைப்பற்றிவிட யாருக்காவது தோன்றாமலிருக்காது ... மூக்கனைக் கைப் பற்றிவிட வேண்டும்.

முதன்முதலில் மூக்கனைக் கைப்பற்றும் பெரும் புரட்சிக்கான ஆயத்தத்திலிறங்கியது அரசாங்கம். அது அரசாங்கத்தின் ஒரு அடாஸ் வேலைதான். 'நாசிப் பிரமுகர்' என்ற ஒரு விருதுடன் மூக்கனுக்கு அரசாங்கம் ஒரு மெடலும் அணிவித்தது. ஜனாதிபதிதான் அந்த உறுதிவாய்ந்த தங்க மெடலை மூக்கனின் கழுத்தில் அணிவித்தார். பிறகு கைக்குலுக்குவதற்குப் பதிலாக மூக்கனின் மூக்குத் தும்பைப் பிடித்துக் குலுக்கினார். இந்தக் காட்சி செய்திப்படமாக எல்லாத் திரைப்படக் கொட்டகைகளிலும் தொலைக்காட்சிகளிலும் காண்பிக்கப்பட்டது.

அப்போதுதான் அரசியல் கட்சிகள் உஷாராகிப் புதிய அணுகுமுறைகளுடன் முன்வந்தன. மகத்தான மக்கள் போராட்டத்திற்குத் தோழர் மூக்கன் தலைமை வகிக்க வேண்டும். தோழர் மூக்கனா? யாருடைய தோழர், எதற்கான தோழர்? பகவானே, பாவம் மூக்கன்..! மூக்கன் கட்சியில் சேர வேண்டும்.

எந்தக் கட்சியில்?

உலகப் புகழ்பெற்ற மூக்கு

கட்சிகள் பல உள்ளன. அனைத்திலுமே புரட்சிதான் நோக்கம். மக்கள் புரட்சி. எல்லா மக்கள் புரட்சிப் பாசறைக் கட்சிகளிலும் ஒரே நேரத்தில் எப்படி மூக்கன் சேரமுடியும்?

மூக்கன் சொன்னார்:

"நா எதுக்குக் கச்சீலெல்லாம் சேரணும், என்னாலெ ஏலாது."

இப்படியாக இருக்கும்போது இரு அழகிய செயலர்களில் ஒரு அழகிய செயலர் சொன்னாள்:

"எங்கிட்டெ பிரியமிருந்தா தோழர் மூக்கன், நீங்க எங்க கட்சியிலெதான் சேரணும்."

மூக்கன் மூச்சுவிடவில்லை.

"நா ஏதாவது கச்சீலெ சேரணுமா?" மூக்கன் மற்றொரு செயலரிடம் கருத்துக் கேட்டார். அவளுக்கு விஷயம் புரிந்து விட்டது.

"ஆமா, எதுக்காம்?"

அதற்குள் அந்த புரட்சிப் பாசறைக்காரர்கள் கோஷமிடத் தொடங்கிவிட்டார்கள்.

'நமது கட்சி, மூக்கனின் கட்சி! மூக்கனின் கட்சி, புரட்சிப் பாசறை!'

இதைக் கேட்டதும் இன்னொரு மக்கள் புரட்சிப்பாசறைக் காரர்களுக்குக் கோபம் அதிகரித்தது. அவர்கள் மூக்கனின் அழகிய தனிச் செயலர்களில் ஒருத்தியைப் பிடித்து மூக்கனுக் கெதிராக ஒரு திடுக்கிடவைக்கும் அறிவிப்பை வெளியிட வைத்தார்கள்.

"மக்களுக்கு வஞ்சகம் செய்த மூக்கன். மூக்கன் ஒரு பிற்போக்குவாதி. இத்தனை ஆண்டுகளாக அவன் மக்களை ஏமாற்றிக்கொண்டிருந்தான். இந்தப் பாதகச் செயலில் என்னையும் பங்குபெறவைத்தான். இதற்காக நான் வருந்துகிறேன். மக்களிடம் இப்போது நான் ஒரு உண்மையைச் சொல்லப்போகிறேன். மூக்கனின் மூக்கு வெறும் ரப்பர் மூக்கு."

ஹோ... இந்த அறிவிப்பை உலகிலுள்ள அனைத்துப் பத்திரிகைகளும் பெரிய தலைக்கெட்டுடன் வெளியிட்டன. மூக்கனின் மூக்கு ரப்பர் மூக்கு. பெரிய பிற்போக்காளன் இந்த மூக்கன். திருடன். வஞ்சகன். இது ஒரிஜினல் மூக்கல்ல!

இதையறிந்த கோடானு கோடி மக்களால் அமைதியாக இருக்க முடியுமா? கோபப்படாமல் முடியுமா? மூக்கு ஒரிஜினல் இல்லையா? இல்லை. உலகின் நாலா பாகங்களிலிருந்தும்

தந்திகள், தொலைபேசி அழைப்புகள், கடிதங்கள். ஜனாதிபதிக்கு இருப்புக்கொள்ளாமலானது.

"மக்கள் விரோத சக்தியான ரப்பர் மூக்கன் ஒழிக. இங்குலாப் சிந்தாபாத்." இந்த அறிவிப்பை மூக்கனின் எதிர்க்கட்சிக்காரர்கள் வெளியிட்டதும் மற்ற புரட்சிப் பாசறைக்காரர்கள் மிச்சமிருந்த அழகிய தனிச்செயலரை வைத்து மாற்றுச் சக்திவாய்ந்த புரட்சிகர அறிக்கையொன்றை வெளியிட்டார்கள்.

"நாட்டு மக்களே, உலகோரே, அவள் சொன்னது முற்றிலும் பொய். அவளைத் தோழர் மூக்கன் காதலிக்க மறுத்துவிட்டார். இந்த ஆற்றாமைதான் அவளுக்கு! தோழர் மூக்கனின் பொருளையும் புகழையும் அவள் கைப்பற்றிவிட முயற்சி செய்தாள். அவளுடைய சகோதரன் ஒருவன் மாற்றுக் கட்சியில் உறுப்பினராக உள்ளான். அந்த மாற்றுக் கட்சித் திருடர்களின் தோலை உரித்துக்காட்டுவதற்கு நான் இந்தச் சந்தர்ப்பத்தைப் பயன்படுத்திக்கொள்கிறேன். தோழர் மூக்கனின் நம்பிக்கைக்குரிய அந்தரங்கக் காரியதரிசி நான்தான். நான் நேரடியாகவே அறிவேன். தோழரின் மூக்கு ரப்பர் அல்ல. எனது இதயம் போல் சுத்த அசலானது. மாயமெதுவுமில்லை. மந்திரமும் இல்லை. பிற்சேர்க்கை இல்லை. சுத்தமானது . . . என்னுடைய இதயத்தைப்போல். எந்தப் பிரதிபலனையும் கருதாமல், இக்கட்டான இந்தச் சூழலில் தோழர் மூக்கனின் பின்னால் அணிதிரண்டு நிற்கும் மக்கள் புரட்சிப் பாசறைக் கட்சி சிந்தாபாத். தோழர் மூக்கன் சிந்தாபாத்! தோழர் மூக்கனின் கட்சி மக்கள் நலம் பேணும் புரட்சிப் பாசறை! இங்குலாப் சிந்தாபாத்!"

என்ன செய்வது? அனைத்து மக்களும் கருத்தியல் தடுமாற்றத்துடன் இருந்தார்கள். அதற்குள் மூக்கனின் எதிர்ப் பாசறைக்காரர்கள் அரசாங்கத்தையும் ஜனாதிபதியையும் பிரதம மந்திரியையும் கெட்ட வார்த்தையால் திட்டத் தொடங்கினார்கள்.

'செயல்பட முடியாத அறிவு கெட்ட அரசாங்கம்.' ரப்பர் மூக்கன், மக்கள் விரோதிக்கு நாசிப் பிரமுகர் விருது. பளபளக்கும் தங்கமெடல். இந்த மக்கள் விரோத நடவடிக்கையில் ஜனாதி பதிக்கும் பிரதமருக்கும் பங்கிருக்கிறது. இந்தப் பயங்கர சதித் திட்டத்தில் ஒரு பிரிவினை வாதமும் இருக்கிறது. ஜனாதிபதியும் பிரதமரும் உடனே ராஜினாமா செய்ய வேண்டும். மந்திரி சபையைக் கலைத்துவிட வேண்டும். ரப்பர் மூக்கனைக் கொல்ல வேண்டும்.

இதையறிந்ததும் ஜனாதிபதிக்குக் கோபம் வந்தது. பிரதமருக்கும் கோபம் வந்தது. ஒருநாள், பட்டாளமும் டாங்குகளும் பாவம், மூக்கனின் பங்களாவை முற்றுகையிட்டு மூக்கனைக் கைதுசெய்துகொண்டு போனது.

பிறகு, கொஞ்ச நாட்கள் மூக்கனைப் பற்றிய எந்தச் செய்தியும் வரவில்லை. ஜனங்கள் மூக்கனை மறந்தே போனார்கள். எல்லாமே அமைதி, ஆனால் பிறகு வந்ததோ சாட்சாத் ஹைட்ரஜனும் அணுவும் நியூக்ளியரும். அது என்னவென்றா? ஜனங்கள் மறந்துபோன இந்நிலையில் ஜனாதிபதியின் சிறியதொரு அறிக்கை வெளியானது.

மார்ச் 9ஆம் தேதி, நாசிப் பிரமுகரைப் பற்றிய வெளிப்படையான ஒரு விசாரணை மேற்கொள்ளப்படும். மூக்கனின் மூக்கு ஒரிஜினல்தானா...? 48 நாடுகளைச் சேர்ந்த நிபுணத்துவம் பெற்ற மருத்துவக் குழுவொன்று மூக்கனைப் பரிசோதனை செய்யும். உலக நாடுகளைச் சேர்ந்த அனைத்துப் பத்திரிகைப் பிரதிநிதிகளும் இதில் கலந்துகொள்கிறார்கள். கூடவே வானொலி, திரைப்படம், தொலைக்காட்சி போன்ற ஊடக மேதாவிகளும். இந்த விசாரணையை அனைத்துலக நாடுகளும் செய்திப்படம் மூலம் பார்க்க இயலும். மக்கள், அமைதிப் போக்கை மேலும் கடைப்பிடிக்க வேண்டும்.

மடைய சிரோன்மணிகளல்லவா மக்கள். தனி மண்டூசுகள். புரட்சியாளர்கள். அவர்கள் அமைதியை மேலுமொன்றும் கடைப்பிடிக்கவில்லை. அவர்கள் தலைமாநகரில் குவிந்தார்கள். ஓட்டல்களைக் கைப்பற்றினார்கள். பத்திரிகை அலுவலகங்களைத் தகர்த்தெறிந்தார்கள். திரைப்படக் கொட்டகைகளுக்குத் தீவைத்தார்கள். மதுச் சாலைகளைக் கைப்பற்றினார்கள். வாகனங்களை உடைத்தார்கள். காவல் நிலையங்களுக்கும் தீ வைத்தார்கள். அரசுக் கட்டடங்களைச் சூறையாடினார்கள். நிறைய வகுப்புக் கலவரங்கள் உருவாயின. நிறைய பேர்கள் இந்த மூக்கன் ஆர்ப்பாட்டத்தின்போது உயிர்த்தியாகம் செய்தார்கள். மங்களம். சாந்தி.

மார்ச் 9, மணி பதினொன்று. ஜனாதிபதி மாளிகையின் முன்புறம் மனித மகா சமுத்திரமே ஆர்ப்பரித்துக் கொண்டிருந்தது. அப்போது ஒலிபெருக்கிகள் உலகுக்கே அறிவிப்பது போல் ஓசையை முழக்கின. 'மக்கள் அமைதி காக்க வேண்டும். வாய்களை மூடிக்கொள்ளுங்கள்.' பரிசோதனை ஆரம்பித்தது.

ஜனாதிபதியும் பிரதமரும் பிற அமைச்சர்களும் பங்கு வகித்த மகாசபையில் மருத்துவர்கள் திருவாளர் மூக்கனைச் சுற்றிக் கூடினார்கள்... பதற்றத்துடன் மக்கள் கூட்டம் மூச்சையடக்கிப்பிடித்தபடி நின்றிருந்தது.

ஒரு மாமருத்துவர், மூக்கன்ஜியின் மூக்கின் தும்பை அடைத்தார். அப்போது மூக்கன்ஜி வாயைத் திறந்தார். மற்றொரு மாமருத்துவர் குண்டூசியால் தும்பு மூக்கில் குத்தினார். அப்போது ஆச்சரியமென்றுதான் சொல்ல வேண்டும், திருவாளர் மூக்கனின் மூக்குநுனியிலிருந்து ஒரு சொட்டு சிவந்த பரிசுத்த இரத்தம் துளிர்த்தது.

"மூக்கு, ரப்பர் அல்ல! ஒட்ட வைத்ததல்ல. சுத்தமான ஒரிஜினல்." மாபெரும் மருத்துவர் குழு ஏக மனத்துடன் தீர்ப்பளித்தது.

மூக்கன்சாகிபின் அழகிய தனிச்செயலர் மூக்கன்ஜியின் திருமூக்கின் நுனியில் ஆழமான ஒரு முத்தம் பதித்தாள்.

"தோழர் மூக்கன், சிந்தாபாத். நாசிப் பிரமுகர் சிந்தாபாத். தோழர் மூக்கனின் மக்கள் முன்னேற்றக் கட்சி சிந்தாபாத். ஜனாப் மூக்கனின் மூக்கு ஒரிஜினல்! ஒரிஜினல்!"

அண்ட சராசரங்களும் தகர்ந்துவிடுவதுபோன்ற சத்தம். "ஒரிஜினல்! சுத்தமான ஒரிஜினல்!"

இந்த ஆரவாரம் தொடங்கிய உடனே ஜனாதிபதியெனும் மகா குடிமகன் மேலுமொரு புத்தம் புதிய அடவு வேலை காண்பித்தார். தோழர் மூக்கனுக்கு 'மூக்கஸ்ரீ' எனும் மாபெரும் விருதுடன் அவரை நாடாளுமன்றத்திற்கு நியமனம் செய்தார்.

"மூக்கஸ்ரீ மூக்கன், எம்.பி."

இரண்டு மூன்று பல்கலைக்கழகங்கள் மூக்கஸ்ரீ மூக்கன் சாகிபுக்கு 'எம்.லிட்'டும் 'டி.லிட்'டும் அளித்துக் கௌரவித்தன.

மூக்கஸ்ரீ மூக்கன் – மாஸ்டர் ஆஃப் லிட்ரேச்சர்.

மூக்கஸ்ரீ மூக்கன் – டாக்டர் ஆஃப் லிட்ரேச்சர். இருந்தாலும் மடைய சிரோன்மணிகளல்லவா, மக்கள். தனி மண்டூகங்கள். மண்டூகங்களை ஆளும் அரசு.

மூக்கஸ்ரீ மூக்கனை அடைய முடியாத அழகிய பழைய அந்தரங்கக் காரியதரிசியின் கட்சிக்காரர்கள் இப்போது ஒரு ஐக்கிய முன்னணியாகச் சேர்ந்து பேசியும் எழுதியும் சொற்பொழிவாற்றியும் திரிகிறார்கள். ஜனாதிபதி ராஜினாமா செய்ய வேண்டும். பிரதமர் ராஜினாமா செய்ய வேண்டும். மந்திரி சபையைக் கலைத்துவிட வேண்டும். இது மக்கள் விரோதம் . . .! மூக்கனின் மூக்கு ரப்பர் மூக்கு. ஒரிஜினல் இல்லவே இல்லை.

பாருங்களேன், புரட்சியின் போக்கை.

புத்திஜீவிகள், சித்தாந்திகள்–என்ன செய்வார்கள்? கருத்தியல் தடுமாற்றமில்லாமலிருக்க முடியுமோ... விஷயம், புனிதப் புகழ்ப்பெற்ற ஒரு மூக்கல்லவா?

1954

தங்கம்

அருமைக் குழந்தைகளே,

ஒரு கதை சொல்லப்போகிறேன், கேளுங்கள்.

கவிஞர்கள் சூழ நின்று மனமுவந்து வாழ்த்தும் தகுதிபெற்ற, சுவை நிரம்பிய, அழகியல் ததும்பி நிற்கும் அதி உன்னதமான ஒரு கலவையாகவே எனது இந்தத் தங்கமும் இருப்பாள் என்று நீங்கள் நினைத்திருந்தால் அது மிகப்பெரிய தவறு. சௌந்தர்ய உபாசகர்களாகிய நமது கவிஞர்களில் யாரும் அவளைப் பார்த்திருக்கவும் மாட்டார்கள்.

எனது தங்கத்தின் நிறம் சுத்தமான கறுப்பு. தண்ணீருக்குள் அமிழ்த்தியெடுத்த, எரிந்த தீக்குச்சிபோல். கறுப்பாகத் தெரியாத அவளது ஒரேயொரு உடல்பகுதி, கண்கருவிழியைச் சுற்றிய வெள்ளை மட்டுந்தான். பற்களும் நகங்களும் கூடக் கறுப்பு.

தங்கம் சிரிக்கும்போது அவளது முகத்தைச் சுற்றி ஒரு ஒளி பரவும். ஆனால் அந்த ஒளிகூட இருளின் பனித் திரை போர்த்தியதுதான். கறுத்த சிம்னிக் கண்ணாடிக் குள்ளிருந்து பரவும் வெளிச்சத்தின் மங்கிய ஸ்படிக ஒளி.

எப்போதும் என்னிடம் அவள் கொஞ்சிக் குழைந்து காதல் சல்லாபம் செய்வாள் ... தங்கத்தின் அந்தக் குரல்: அது, வசந்தகாலப் புலர்வேளையில் கேட்கும் கருங்குயிலின் ஸ்வரச்

சேர்க்கையுடனிருக்காது. என் தங்கத்தின் குரல், உண்மையாகவே அது கோகில நாதம் அல்ல. இருளின் ஏகாந்தத்தினுள், குடோனுக்குள்ளிருந்து உலர்ந்த வறுவறுப்பான கொட்டைகளை முறுமுறுவென்று கடித்துடைக்கும் கறுத்த பெருச்சாளியின் கரமுரா சத்தத்துடன்தான் ஓரளவுக்கு என் தங்கத்தின் குரலினிமையை ஒப்பிட முடியும்.

தங்கத்திற்கு வயது பதினெட்டுதான் ஆகிறது. அங்க லாவண்யங்கள் ததும்பி நிறைந்து இளமையின் தீட்சண்யத்துடன் அப்படியே ஜொலித்துக்கொண்டிருப்பவள் என் தங்கம்.

தங்கம் என் உயிரினும் மேலான தலைவி. வெறும் உயிருக்கு மட்டுமல்ல. அனைத்திற்குமே அவள்தான் தலைவி. தங்கத்தின் காதல் கொடிவேர் படர்ந்து வளரும் அந்த ஒரேயொரு தேன் மாங்கிளை நான்தான்.

அடக்க ஒடுக்கமான தங்கத்தின் அன்புக்குப் பாத்திரமான என்மீது சிறிதளவிலான பொறாமையும் மிகச்சிறு மரியாதையும் உங்களுக்குள் ஏற்பட்டிருப்பதை நான் அறிவேன்.

நல்லவனும் பெரும் தியாகியுமான ஓர் இளங்காளை நான். எனது ஓரக்கண் பார்வையில் எந்த ஒரு அழகு தேவதையும் கீழ்ப்படிவாள். காதல் யாசகம் கேட்டு என் கால்களில் வீழ்ந்து கண்ணீர் சிந்துவாள். சாயங்காலப் பொழுதுகளில் தெருவீதிகளினூடே நான் சாந்த கம்பீரத்துடன் உலாத்தும் அந்த அரிய சுபவேளைகளை எதிர்பார்த்து இந்நகரிலுள்ள கண்ணின் மணிகள் போன்ற பெண்மணிகளெல்லாம் என்னை ஒருகண் பார்த்துவிடுவதற்கான ஆவலுடன் தங்களது உப்பரிகைகளின் சிறு சாளரங்களினூடே எதிர்பார்த்து நிற்பார்கள். அந்நேரங்களில் நான் சர்வபுலன்களையும் அடக்கி ஆளுகை செய்யும் தியாக சீல ரிஷிபுருஷனாகக் கண்களைப் பாதியடைத்து நீண்டு நிமிர்ந்து அப்படியே நடந்துசென்றுவிடுவேன் ... என்றெல்லாம் பெருமையாக உங்களிடம் சொல்ல எனக்கு ரொம்பவும் ஆசைதான். ஆனால், என்ன செய்யமுடியும். பொய் பேசக்கூடாதென்பதல்லவா இறை நியதி.

உண்மையை உண்மையாகவே சொல்வதென்றால் எனக்குக் கால்கள் இரண்டும் இருக்கின்றன. ஆனால், அதிலொன்று இவ்வளவுபோல் நீளம் கூடுதல். காய்ந்துலர்ந்த கொடிவேலியின்

தண்டுபோல்! மூங்கில் குச்சியின் உதவியுடன் வழிப்பாதையில் துள்ளிக் குதித்து சூம்பிய காலைத் தரையில் இழுத்தபடியே நான் நடப்பேன். கயிற்றை இழுத்துக்கொண்டு போயிருப்பது போன்ற ஒரு நீண்ட அடையாளத்தை நீங்கள் மண்பாதையில் பார்த்தால் அதன் மற்றொரு முனையில் என்னைப் பார்க்கலாம். கோணிப்பையில் பொதிந்த பலாப்பழத்தை முதுகில் தொங்க விட்டிருப்பதைப் போன்ற ஒரு கூனும் எனக்கிருக்கிறது. எனது சிரசுப் பகுதி ஒரு தர்ப்பூசணி போலிருக்கும். மோட்டார் டயரின் துண்டுபோல் அலங்காரமாக இரண்டு உதடுகளுமிருக்கின்றன. இதன் ஓரத்தில் எப்போதுமே புகைந்துகொண்டிருக்கும் ஒரு பீடித்துண்டும் இருக்கும்.

எனது இரண்டு கண்களும் இரண்டுவித அபிப்ராயங்களைக் கொண்டவை – சுருக்கமாகச் சொன்னால் இவற்றுக்குள் ஒற்றுமையென்பது துளிகூடக் கிடையாது. ஒரு கண்ணின் நோக்கம், நேராகக் கிழக்கே தெரியும் மின்கம்பம் என்றால் மற்றொரு கண், நாக்கைத் தொங்கவிட்டு வாலையும் சுருட்டிக்கொண்டு வடக்கிலிருந்து தெறித்து ஓடிவரும் தெரு நாயைப் பார்க்கும்.

தங்கம், சில நேரங்களில் சொல்வதுண்டு. ஒரு கண்ணால் என்னைப் பார்த்துக்கொண்டிருக்கும்போது இன்னொரு கண்ணால் அடுப்படிக்குள் நுழைந்து சட்டிக்குள் தலையை விடும் திருட்டுப் பூனையையும் பார்க்கலாமே என்று.

எனது குரலுக்குப் பெரிய அளவிலான ஆட்சேபம் எதுவுமிருப்பதாக எனக்குத் தெரியவில்லை. ஆனால், வெளியே ஏதாவது கழுதை கத்தும் சத்தம் கேட்டால் தங்கம் ஓலைக் கீற்றை விலக்கிஎதிர்பார்ப்புடன்வெளியேஎட்டிப்பார்ப்பாள்.ஒருதடவை நான் இதைப் பற்றிக் கேட்டபோது தங்கம் சொல்கிறாள்: "நான் நீங்களோன்னு நெனச்சிட்டேன்."

சரி, இப்போது என்னைப் பற்றிய அழுத்தமான ஒரு சித்திரம் உங்கள் மனத்தில் பதிந்துபோயிருக்கும். இனி, வழியில் வைத்து எங்காவது என்னைப் பார்த்தால் பார்த்தது போலவே காட்டிக்கொள்ளாமல் நீங்கள் கடந்துபோய் விடமாட்டீர்கள் என்றும் எனக்குத் தெரியும். எனக்கென்று விசேஷமான எந்த வேலையும் கிடையாது. சிறு அளவிலான யாசகம் செய்கிறேன். அவ்வளவுதான்!

தங்கத்துக்குப் பக்கத்து வீட்டில் முற்றம் கூட்டும் வேலை. ஒருநாள் அதிகாலையில் எழுந்த வீட்டு முதலாளியின் மகன், தங்கத்தைப் பார்த்துப் பயந்துவிட்டான். ஆகவே, வேலையிலிருந்து பிரித்துவிடப்பட்டாள். இப்போது அவளுக்கு ஒரு வாழைத் தோட்டத்தைக் கவனிக்கும் வேலை. மாடுகள் ஏதாவது உள்ளே

வராமல் பார்த்துக்கொள்ள வேண்டும். சிலநேரங்களில், இலையையும் நாரையும் வெட்டிக் கடைகளுக்குக் கொண்டு போய்க் கொடுப்பாள்.

தங்கமும் நானும் முதன்முதலாகச் சந்தித்துக்கொண்டது, அடித்துப்பெய்துகொண்டிருந்த மழையில், கர்க்கடக* மாதத்தில், அமாவாசை இரவொன்றில்தான் . . . வழக்கம்போல் நான் அன்றும் வேலைக்குப் போயிருந்தேன். கிடைத்த ஓரிரு செம்புத் துட்டுகளை வேட்டித் தலைப்பில் முடிந்துவைத்திருந்தேன். நேரம் இருட்டியிருந்தது. ஒரு ஓட்டலிலிருந்து கிடைத்த கொஞ்சம் சோற்றையும் சாப்பிட்டுவிட்டு ஒரு பெரிய வீட்டின் வெளித் திண்டில் ஒரு மூலையில் போய்ச் சுருண்டு படுத்துக்கொண்டேன். நல்ல மழை. இலேசான காற்றும் இருந்தது. அவ்வப்போது அந்த மாளிகையிலிருந்து சங்கீதம் கேட்டுக்கொண்டிருந்தது. இடையிடையே சிரிப்புச் சத்தமும் வந்தது. வாழ்க்கையின் மகிழ்ச்சிகரமான இந்தப் பகுதி என்னுள் சிந்தனையைத் தூண்டியது. உலகின் பெரும்பான்மையும் என்னைப் போல் துயரங்களை அனுபவித்துக்கொண்டிருக்கும்போது மிச்சமிருக்கும் கொஞ்சம்பேர்கள் மட்டும் ஆனந்த சாகரத்தில் மூழ்கிக்கிடக்கிறார்கள். இதற்கான காரணமென்ன? யார் இதற்குப் பொறுப்பு? நான் யோசனையில் மூழ்கிவிட்டேன். அப்படியே தூங்கியும்விட்டேன். திடீரென்று ஒரு முழக்கமும் கண்களைத் துளைத்தேறிய இரண்டு வெளிச்ச ஈட்டிகளும். நான் திகைத்துப்போய்ப் பார்த்தேன். ஒரு மோட்டர் கார்!

காரிலிருந்து இரண்டுபேர் இறங்கினார்கள். பெரிய எஜமானும் அவரது மகன் குட்டி எஜமானும். பெரும் செல் வந்தர்கள். இந்த மாளிகை இவர்களுடையதுதான்.

"யாருடா அவன்?" குட்டி எஜமான் என்னைப் பார்த்துக் கர்ஜித்தான். நான் பதில் சொல்லவில்லை.

"படுத்துட்டுப்போட்டு மவனே, ஏதாவது பாவப்பட்டதுகளா இருக்கும்." பெரிய எஜமான் பரிவாகச் சொன்னார்.

"பாவப்பட்டதுகளா? அப்பாவுக்கு எல்லாருமே பாவப் பட்டதுகதான். இவன் ஏதாவது திருடனா இருப்பான்" என்றபடியே குட்டி எஜமான் கையிலிருந்த விளக்கின் வெளிச்சத்தை ஈட்டிபோல என் முகத்தில் பாய்ச்சினான். என்னை மேலிருந்து கீழாக ஒரு தடவை பார்த்துவிட்டு அலறினான்.

"போடா, வெளியிலெ. உம், போ."

---

* ஆடி

“அய்யோ, பொன்னு மொதலாளி.” நான் மிகுந்த தாழ்மையுடன் சொன்னேன்: “அடியேன், பிச்செக்காரன்தான், திருடன் ஒண்ணும் இல்லெ. இந்த மழெயிலெ நான் எங்க போவேன்? நடக்கக்கூட ஏலாது.”

குட்டி எஜமான்: “சீ . . . கழுதெ. வெளியிலெ எறங்கு. பிச்செக்காரனாம் . . . எதாவது வேலெ செய்து கவுரவமா வாழ நெனக்காம கையேந்திப் பிழைக்கிறதுகெ. உம், வெளியிலெ போ.”

நான் நகர்ந்து, சிறிது விலகி உட்கார்ந்தேன். பேய்மழை பொழிந்துகொண்டிருக்கும் பயங்கரமான கூரிருட்டைப் பார்த்து அப்படியே பயந்துபோய் உட்கார்ந்திருந்தேன். குட்டி எஜமான் முன்னால் வந்தான். கையிலிருந்து தங்கப்பூணிட்ட கைத்தடியால் ஓங்கி மூன்றுமுறை அடித்தான். நான் வாய் விட்டலறினேன்.

“சே . . . விட்டுடுப்பா அவனெ, அடிக்காதே.” பெரிய எஜமான் இடையில் புகுந்து தடுத்தார்.

“அப்பாவுக்கென்ன தெரியும்? விலகுங்க” என்று சொல்லி விட்டு என்னை பூட்சுக் காலால் உதைத்து வெளியே தள்ளினான் மகன்.

நான் காலை இழுத்தபடி நனைந்துகொண்டே நடந்தேன். நேரம் அதிகமாகிவிட்டது. மழை இன்னும் பலமாகப் பெய்து கொண்டிருந்தது. ஒதுங்கலாம் என்று பல இடங்களிலும் ஏறினேன். வெறிநாய்களைப்போல் எல்லோரும் என்னைக் குதறி விரட்டினார்கள்.

கடைசியில் நகரைவிட்டு வெளியில் வந்தேன். ஓர் இடை வழியினூடே தப்பித் தடுமாறி அப்படியே நடக்கும்போது ஒரு வெளிச்சம் தெரிந்தது. ஓலைக்கீற்றின் இடைவெளியினூடே தெளிவாகத் தெரிந்தது அந்த வெளிச்சம். எதுவுமாகட்டும் என்று ஓலைக்கீற்றைத் தட்டிக் கூப்பிட்டேன்.

“யாரது . . ?” அந்தச் சத்தம் முழங்கிக் கேட்டது.

“நான்தான்.” நான் சொன்னேன்: “ஒரு பாவப்பட்ட ஜென்மம் மழையிலெ கெடக்குது.”

ஓலைக்கீற்றினாலான கதவை யாரோ திறந்தார்கள். நான் முன்பக்கமாக நகர்ந்தேன். ஒரு குடத்தில் கால்தட்டிக் கீழே விழுந்தேன்.

கண்ணைத் திறந்தபோது ஒரு கட்டு தேங்காய்ச் சவுரியின் பக்கத்தில் கிழிந்த பாயில் படுத்திருக்கிறேன். பக்கத்தில் கீற்றில் சாய்ந்தபடி ஒரு வாலைக்குமரி. அந்த முகத்தை நான்

பார்க்கும்போது முதலில் தெரிந்தது, ஈரம் படிந்த விழிகளை அகலத்திறந்து ஆர்வத்துடன் என்னைப் பார்க்கும் அவள்.

என் தங்கம்.

நான் மெல்ல எழுந்தேன். தங்கத்திடம் என் கதைகளை யெல்லாம் சொன்னேன். தங்கம் அழுதாள். நானும் அழுதேன். நானும் தங்கமும் சேர்ந்து கொஞ்சநேரம் அழுதோம்.

"அழாதெயுங்க." நீண்ட பெருமூச்சுடன் சொன்னாள் தங்கம். "நான் தனியாத்தான் இருக்கேன். அம்மா, போன மாசம் செத்துப் போயிட்டா. நீங்க வேணும்னா இங்கெயே தங்கிக்கலாம்."

அப்படியாக நானும் தங்கமும் சேர்ந்திருந்தோம். ஒரு மாதத்திற்குப் பிறகு, என்மீது மையல்கொண்ட தங்கம் என் இல்லக்கிழத்தியாக வாழச் சம்மதம் தெரிவித்தாள்.

நாங்கள் அப்படியாகஇப்போதுவாழ்ந்துகொண்டிருக்கிறோம். ஆனந்த சாகரத்தின் ஆரம்பகாலப் பொற்கதிர்கள் வீசும் குளிர்காலைப் பொழுதுகளில் நட்பின் பூஞ்சிறகுகளை விரித்துப் பறந்து திரியும் இரு பைங்கிளிகள் நாங்கள். தங்கம். ஆமாம் என்னுடைய தங்கம். பத்தரை மாத்துத் தங்கம்தான். வானவில்லை நாணச்செய்யும் பொன்னாடை உடுத்திய வசந்தத்தின் புலர்காலைப் பொழுது அவள்.

1954

ஒரு பகவத் கீதையும் சில முலைகளும்

தேவாசீர்வாதத்துடனே தொடங்குவோம். சங்கம் புழை கிருஷ்ணபிள்ளை, ஜோஸஃப் முண்டசேரி, வைக்கம் முகம்மது பஷீர் – இந்த மூன்று பேர்களில் அதிக யோக்கியன் யார்? பிரச்சினை தீவிரமானதுதான். மூளையைக் கசக்கி யோசிக்கவேண்டிய விஷயம்...இந்தச் சந்தேகத்தைக் கிளப்பியது யார் என்றா கேட்கிறீர்கள்? பிரம்மஸ்ரீ ஏ.கே.டி.கே. எம்.வாசுதேவன் நம்பூதிரிபாடு அவர்கள்தான். மங்களோதயம் புத்தகக் கம்பெனியின் மேனேஜிங் டைரக்டர். நன்றாகக் கொளுத்து, பளபளப்பாக வெளுத்துருண்டு, பூவன்பழம்

போலிருக்கும் யோக்கியர். ஐந்தாம் தம்புரான் என்று பயபக்தியுடன் மரியாதையாக அழைக்கப்படுபவர். கொச்சி மகாராஜாவின் சகோதரியைப் பாணிக்கிரகணம் செய்திருக்கிறார். மணஉறவு மட்டுமல்ல, ராஜகொட்டாரத்திலிருந்து தம்பு ராட்டியைக் கிளப்பிக்கொண்டுவந்து சொந்த ஊரான தேசமங்கலம் இல்லத்தில் குடியிருத்தவும் செய்திருந்தார். இப்படியெல்லாம் இதற்குமுன் நடந்தது கிடையாது. நம்பூதிரிக்கு ராஜகொட்டாரத்திலேயே பெண்ணைக் குடியிருத்தும் திருமண உறவுதான் மரபு. தம்புராட்டி கொட்டாரத்தில்தான் இருப்பார். நம்பூதிரி வசதி கிடைக்கும்போது அங்கே போனால் போதும். புண்ணிய பீஜம் எல்லாம் சரிதான்! அதற்காக,துள்ளினால் துவைத் தெடுத்துவிடுவார்கள். இப்படியான சித்திரவதைகளும் கொலையும் நடக்கும் காலத்தில்தான் தம்புராட்டியைத் தேசமங்கலம் இல்லத்துக்குக் கூட்டிக்கொண்டு வந்திருந்தார். ஆள், பெரிய தன்திடம் கொண்டவர் என்பதைச் சொல்ல வேண்டியதில்லை அல்லவா?

அவரது ராஜகுலப் பெருமையுடன் திருசிவ பேரூர் மங்களோதயம் கம்பெனியின் மேல்மாடியில் பச்சை விரிப்பிடப்பட்ட பெரிய மேஜையினெதிரில் அமர்ந்திருக்கிறார். இரண்டு கண் கண்ணாடிகள் – ஒன்று மேஜையின் மீது. மற்றொன்று, கண்களில். அழகுக்காகவும் வாசிப்பதற்காகவும். மேஜையைச் சுற்றிக் காலிச்செயர்கள். செயர்களுக்குப் பின்புறம் தாழ்மையுடன் நிற்கும் ஆட்கள். பெரும்பாலும் கவிஞர்களும் இலக்கியவாதிகளும்தான். “அடியேன் ... அடியேன் ... ஐயனே ...” இதுபோன்ற சொல்லாடல்கள்தான் அங்கே அதிகமும் கேட்கும்.

யாருமே அவரெதிரில் அமருவதில்லை.

இந்த விவரங்கள் எதையும் அறியாமல் நான் முதன்முதலாக அவரது எதிரில் சென்றேன். கதர் ஜிப்பா, கதர் வேட்டி, கையிலொரு குடை, வேட்டியை மடித்துக் கட்டியிருந்தேன். நான் உள்ளே போகும்போது சில நபர்கள் செயருக்குப் பின்புறம் பணிவன்புடன் நின்றுகொண்டிருந்தார்கள். நான் உள்ளே நுழைந்து ஒரு வணக்கமும் போட்டுவிட்டு செயரில் அவரெதிரில் உட்கார்ந்தேன். குடையை மேஜையின் மீது வைத்தேன். பிறகு ஜிப்பா பையிலிருந்து தீப்பெட்டியையும் பீடியையும் எடுத்தேன். பீடியைப் பற்றவைத்து இழுத்தேன். எரிந்த தீக்குச்சியைப் போட இடமில்லை. உடனே அவர் எங்கிருந்தோ ஒரு ஆஸ்ட்ரேயை எடுத்து என்முன் வைத்தார். நான் தீக்குச்சியை அதில் போட்டேன்.

நாங்கள் ஒரு பிசினெஸ் விஷயமாகப் பேசப்போகிறோம். எனது ஒரு புத்தகம் வேறொரு பதிப்பகத்திற்காக மங்களோதயம் அச்சகத்தில் அச்சாகிறது. அதன் ப்ரூஃபைப் பார்க்கத்தான் நான்

எரணாகுளத்திலிருந்து வந்திருக்கிறேன். அப்போதுதான் இவர் என்னைக் கூப்பிட்டார். எனது எல்லாப் புத்தகங்களையும் மங்களோதயம் கம்பெனியே வெளியிடுமாம்; அது சம்பந்தமாகப் பேச வேண்டுமாம்.

நான் சொன்னேன்:

"நமக்குள் ஒத்துப்போகாது."

அதாவது, இலக்கியக்காரர்களுக்குப் பிரதிபலன் எதுவும் வழக்கமாகக் கொடுப்பதில்லை. ஐந்து ரூபாய், பத்து ரூபாய், நூறு ரூபாயென்று காப்பிரைட்டை வாங்கிக்கொள்வார்கள். இதுதான் பதிப்பாளர்களின் வழக்கமாக இருந்தது. இலக்கிய வாதியாக இருக்க வேண்டுமென்றால் முதலில் கையில் ஒரு துணி வைத்திருக்க வேண்டும், கக்கத்தில் இடுக்கிப் பணிவு காட்டுவதற்கு. சௌகரியப்படுமென்றால் முதுகெலும்பை மூன்றாக ஒடிப்பது நல்லது. என்றால்தானே தேவையான அளவுக்கு பவ்யமாகக் குனிந்து நிற்க முடியும்?

அவர் கேட்டார்.

"அது ஏன், நமக்குள் ஒத்துப்போகாதுன்னு சொன்னீங்க?"

நான் சொன்னேன்:

"ஐயன் மன்னித்துக்கொள்ள வேண்டும். எனக்கு ஏராளமான வாழ்க்கையனுபவங்கள் உண்டு. நான் ரொம்பகாலமாக நிறைய நாடுகளில் அலைந்து திரிந்த ஒரு மனிதன். எனக்குப் பல தொழில்கள் தெரியும். கூடவே எழுதவும் தெரியும். எழுதியதை அச்சடித்துப் புத்தகமாக்கி விற்கவும் தெரியும்."

பிறகு புத்தகங்கள் அச்சடிப்பதைப் பற்றிப் பேசினேன். விற்பதைப் பற்றியும் பேசினேன். ஓட்டல்களின் சாப்பாடு விலை ஒன்றே காலணா. பெரிய ஓட்டல்களில் இரண்டணா. ஒன்றே காலணா சாப்பாடே தாராளமாகப் போதும். ஆகவே, ஒரு புத்தகத்தின் விலையும் ஒன்றே காலணா. ஒரு புத்தகம் விற்றால் ஒரு சாப்பாடு உறுதி. அப்படியாக, புத்தகங்களைக் கடைகடையாக, வீடுவீடாகக் கொண்டு அலைந்து திரிந்து விற்கலாம். அது ஐந்து நிமிடமோ ஆறு நிமிடமோ வாசிப்பதற்குத்தான் இருக்கும். புத்தகத்தை விற்றுக் காசு வாங்கிய பிறகும் நான் அந்த இடத்திலேயே நிற்பேன். வாசித்து முடித்ததும் நான் கேட்பேன், "இதை நானே எடுத்துக்கொள்ளட்டுமா?" பெரும்பாலானவர்களும் சம்மதம் தெரிவித்துவிடுவார்கள். அப்படியாக, ஒரு பிரதியையே எட்டுப் பத்துத் தடவை விற்றுவிடலாம். சில தரித்திரவாசிகளும் இருக்கிறார்கள். அவர்கள் சொல்வார்கள். "ம்ஹூம். அது

முடியாது. என் மனைவி வாசிக்க வேண்டும்.” ஆமா, பெரிய மனைவி. இப்போது இதை வாசிக்காமல் அவளால் இருந்துவிட முடியாதோ?

நான் சொன்னேன்:

“என்னுடைய புத்தக வியாபாரம் இப்படித்தான்.”

“பரவாயில்லையே.” அவருக்கு சுவாரஸ்யம் தட்டியது. உடனே பெல்லை அழுத்தினார். பியூன் வந்தார்.

“சாயாவா காஃபியா? உங்க ஜாதிக்காரர்களுக்குப் பொதுவாக எது பிடிக்கும்?”

“ஜாதிக்காரர்களுக்கா?”

“சே . . . சே . . . இலக்கியவாதிகளைச் சொன்னேன். இப்படிப்பட்ட இலக்கியவாதியை நான் முதலில் இப்போதுதான் பார்க்கிறேன்.”

“பொதுவாக மனிதர்கள் குடிக்கும் எல்லாவற்றையும் நானும் குடிப்பேன்.”

“அப்படியென்றால் காபியே இருக்கட்டும். நல்ல காபி கிடைக்கும். மசால்தோசையும். என்ன?”

“ஆகட்டும். எனக்கு ஒரு கிளாஸ் தண்ணீரும் வேண்டும்.”

பியூன் போனதும் அவர் சொன்னார்.

“ஒரு புத்தகத்தை இப்படிப் பலதடவை விற்க வேண்டாம். கடையும் வீடுமாக ஏறியிறங்கவும் வேண்டாம். அதையெல்லாம் நாங்களே செய்துகொள்கிறோம். ஒரு இடத்தில் உட்கார்ந்து எழுதினால் மட்டுமே போதும். திருச்சூருக்கே வந்து தங்கி விடுங்கள். வீடெல்லாம் நானே ஏற்பாடு செய்கிறேன். முண்டசேரி மாஸ்டரும் இங்கேதான் இருக்கிறார். அவருடன் பழக்கமிருக்கிறதல்லவா?”

“ஒன்றிரண்டு தடவை பார்த்ததுண்டு.”

“அதுபோதாது. ஆள் ரொம்ப நல்ல மனிதர். நன்றாகப் பழக வேண்டும். இங்கேயே தங்க வேண்டும். கேசவதேவையும் தகழி சிவசங்கரபிள்ளையையும் தெரியுமல்லவா? அவர்களும் ஆளுக்கொரு புத்தகம் தந்திருக்கிறார்கள். சங்ஙாதிகளும்*, அண்ணத்தெ நாடகமும்.”

---

* நண்பர்கள்

அந்தக் கதை எனக்கு நன்றாகவே தெரியும். தேவுக்கும் தகழிக்கும் எவ்வளவு கிடைத்தது என்பதும் எனக்குத் தெரியும். அதை மனதில் வைத்துதான் நான் சிறுகோபத்துடனும் அகம் பாவத்துடனும் பேசிக்கொண்டிருந்தேன்.

நான் சொன்னேன்:

"இலக்கியக்காரர்களும் பிழைக்க வேண்டும். புத்தக வியாபாரிகளைப் போல் காரும் பங்களாவும் தேவையில்லை தான்... என்றாலும் நான் தாராளமாகக் காசு செலவுசெய்து வாழ்ந்த ஒரு ஆள். மட்டுமல்ல, போதுமான அளவிலான எல்லா வேண்டாத்தனங்களும் என்னிடம் உண்டு. இலக்கியப் பணிசெய்து வாழ்ந்துவிடலாமென்ற தியாகச் சிந்தனையொன்றும் எனக்கில்லை. வேறு தொழில்செய்வேன்."

"என்ன தொழில்?"

"மீன் பிடிப்பேன்."

"சீ... நாறாதா?

"கொஞ்சம் நாறத்தான் செய்யும். ஒரு காசுக்கு சோப்பு வாங்கிக் கழுவிவிட்டால் போதும். அரையணா முதலீடு செய்தால் அருமையான ஒரு தூண்டில் கிடைக்கும். எட்டணாவுக்கு மீன்பிடித்து விற்கலாம். அதை வைத்தும் என்னால் வாழ முடியும்."

"இலக்கியவாதியாக இருந்துவிட்டு மீன்பிடிக்கப்போவது சரியான விஷயம்தானா?"

"அப்படியென்றால் வேறு வேலை செய்வேன். சமையல் வேலை. நான் நல்ல ஒரு சமையல்காரன். பெங்காலி, பஞ்சாபி, மராத்தி, குஜராத்தி, காஷ்மீரி, பெர்ஷியன் – இதுபோன்ற ஓரளவு சமையல் வேலைகளெல்லாம் எனக்குத் தெரியும். ஏதாவது ஓட்டலில் வேலை பார்ப்பேன்."

"ஓட்டலில் குக் வேலை பார்த்திருக்கிறீர்களா?"

"எச்சில் பாத்திரம் கழுவும் வேலை செய்திருக்கிறேன்."

"அப்படியா! பிரியாணி சமைக்கத் தெரியுமா? வெஜிட்டபிள் பிரியாணி?"

மூன்றுவிதமான வெஜிட்டபிள் பிரியாணி சமைக்கும் முறைகளைச் சொல்லிக் கொடுத்தேன்.

"ரொம்ப நன்றாக இருக்கும்போலிருக்கிறதே. நமக்கு ஒரு தடவை பிரியாணி சமைக்க வேண்டும். ஒரு சமையல் புத்தகம் எழுதக்கூடாதா? சமையல் கலை?"

(இதே கேள்வியைத்தான் பிற்காலத்தில் ஸ்ரீமான் டி.சி. கிழக்கேமுறியும் கேட்டார்.)

நான் சொன்னேன்:

“எழுதலாம்.”

அதற்குள் மசால்தோசையும் காஃபியும் தண்ணீரும் வந்து சேர்ந்தன. அதைச் சாப்பிட்டுவிட்டு நாங்கள் ஒரு முடிவுக்கு வந்தோம். புத்தகங்களையெல்லாம் மங்களோதயம் வெளியிடும். விலையில் முப்பத்துமூன்று சதவீதம் ராயல்டி கிடைக்கும். யாரும் அறிய வேண்டாம். இதற்குமுன் இப்படி யாருக்குமே புத்தக விலையின் அடிப்படையில் சதவீதம் பார்த்துக் கொடுத்ததில்லை. அக்ரிமெண்ட் போட்டுக்கொள்ளலாம். சம்மதமா? அட்வான்சும் கிடைக்கும். சம்மதித்தேன். (பிறகு இதை நான் நாற்பது சதவீதமாக்கினேன்.) வசிப்பிடத்தைத் திருச்சூருக்கே மாற்றினேன். பணம் தருவது, புத்தகங்கள் விற்ற பிறகல்ல. வெளியிடும் அன்றைய தினமே மங்களோதயம் மானேஜர் நாராயணய்யர் பி.ஏ. என்னிடம் செக் தந்துவிடுவார். முண்டசேரியும் நானும் ரொம்ப நெருக்கமாக இருந்தோம். நாங்கள் பகல் நான்கு மணிமுதல் இரவு இரண்டு மணிவரை ஊர் சுற்றுவோம். அப்போது ஓட்டல்களெல்லாம் அடைத்திருப்பார்கள். ஏதாவது சாப்பிட வேண்டாமா?

“நீ வாடா.” முண்டசேரி கூப்பிடுவார். “வீட்டில் ஏதாவது இருக்குமா என்று பார்க்கலாம்.”

வீட்டில் எல்லாரும் தூங்கிக்கொண்டிருப்பார்கள். நாங்கள் முண்டசேரியின் வீட்டினுள் புகுந்து சமையலறையில் ஏதாவது தேடித் திரிவோம். “ஓ..! மேஜையில் எதுவோ இருக்கிறது.” அதைச் சாப்பிட்டுவிட்டுப் பிரிந்துபோவோம்.

அப்படியிருக்கும்போது சங்கம்புழை கிருஷ்ணபிள்ளைக்கு உடல்நிலை சரியில்லையென்று அறிந்தோம். ஏ.கே.டி.கே.எம்., முண்டசேரியையும் என்னையும் காரில் அழைத்துக்கொண்டு போனார். இடப்பள்ளிக்குச் சென்று சங்கம்புழையைப் பார்த்தோம். ஏ.கே.டி.கே.எம்மின் வற்புறுத்தலுக்கிணங்கி சங்கம்புழை வசிப்பிடத்தைத் திருச்சூருக்கு மாற்ற ஒப்புக்கொண்டார். சங்கம்புழைக்கு இலேசான இருமலிருந்தது. ஒரு உல்லன் சால்வையைக் கழுத்தில் சுற்றியிருந்தார். வழியில் நாங்கள் குற்றிப்புழை கிருஷ்ணப்பிள்ளையைப் போய்ப் பார்த்தோம். அவர் திருமணம் செய்துகொள்ளாமல் ஒரு சன்னியாசிபோல் ஆலுவாவில், பெரியாற்றின் பக்கத்தில் தங்கியிருந்தார், சமையல்காரனுடன். எங்களைக் கண்டவுடனே அவருக்கு இந்தப்

பிரபஞ்சத்தையே நடுங்கவைக்கும் ஒரு பிரச்சினையை முன்வைக்க வேண்டியதாயிற்று.

"விறகே இல்லை. மனிதன் எப்படி உயிர் வாழ முடியும்?"

இருந்தாலும் குடிப்பதற்கென்று வைத்திருந்ததில் பால் ஊற்றிச் சூடாகத் தந்தார். குற்றிப்புழையையும் காரிலேற்றிக் கொண்டு நாங்கள் பரவூருக்கு வந்தோம். ரொம்பவும் சிரமப்பட்டு, ஏ.பாலகிருஷ்ணபிள்ளையின் வீட்டையடைந்தோம். மழுங்க வெட்டிய தலைமுடியும் நீண்டுவளர்ந்த வெளுத்த தாடியும் மீசையுமாகப் பளபளக்கும் கண்ணாடியுடனும் சட்டையும் வேட்டியுமுடுத்து செடிகளினிடையே நின்றிருந்தார் பாலகிருஷ்ணபிள்ளை.

முண்டசேரியும் குற்றிப்புழையும் ஏ.கே.டி.கே.எம்.மும் நிறைய பேசினார்கள். நான் அதையெல்லாம் கேட்டுக்கொண்டே இருந்தேன். இடையிடையே கண்ணாடி பளபளக்க பாலகிருஷ்ண பிள்ளை என் பக்கம் திரும்புவார்.

"பஷீருக்கு என்ன வேண்டும்?"

"எதுவுமே வேண்டாம் சார்."

"நிறைய எழுதுங்க, ஏன் இவ்வளவு சோம்பல்?"

முண்டசேரி சொன்னார்; குரலை இறுக்கி, சலித்துக் கொள்வதுபோல்:

"அவரைப் பற்றி எதுவுமே சொல்வதற்கில்லை."

கடைசியில் நாங்கள் பிரிந்தோம். அனைவரும் ஏ.பால கிருஷ்ணபிள்ளையை வணங்கினோம். அவரும் அனைவரையும் வணங்கினார்.

குற்றிப்புழை, ஆலுவாவில் இறங்கினார். நாங்கள் திருச்சூருக்கு வந்தோம். வாய்ப்பு கிடைக்கும்போதெல்லாம் இலக்கியவாதிகளுக்கு ஏதாவது நல்லது செய்கிற ஒரு ஆள், முண்டசேரி. இவர் சொல்லி ஏ.கே.டி.கே.எம். யாருமறியாமல் ஏ. பாலகிருஷ்ண பிள்ளைக்கு ஏதோ உதவி செய்தார். அப்போது கறவை மாடுகளும் மனைவியும் பிள்ளைகளுமாக சங்கம்புழை திருச்சூருக்கே வந்திருந்தார். மங்களோதயம் அப்போது கேரளத்தில் மிகவும் கௌரவமான வெளியீட்டாளர்கள். ஜி.சங்கரக்குறுப்பு, பொன்குன்னம் வர்க்கி, எஸ்.கே. பொற்றேக்காட், பி.சி. குட்டி கிருஷ்ணன், குட்டிகிருஷ்ணமாரார், தகழி சிவசங்கரபிள்ளை, வெட்டூர் ராமன் நாயர், வைலோப்பிள்ளி, ஸ்ரீதர மேனோன், பி. கேசவதேவ், இ.எம். கோவூர், என்.வி. கிருஷ்ணவாரியர்,

ஒரு பகவத் கீதையும் சில முலைகளும்

போஞ்ஞிக்கரை ராஃபி, குட்டிப்புழை கிருஷ்ணபிள்ளை, வக்கம் அப்துல்காதர் போன்ற ஓரளவிலான எல்லோரும் மங்களோதயத்திற்கு வருவார்கள்.

முண்டசேரி, சங்கம்புழை, நான் – மூன்றுபேரும் ஓரளவு நெருக்கமான சகபாடிகளானோம் என்றே சொல்லலாம். இரவு, ஒன்றோ இரண்டோ மணிவரை எல்லோரும் என் அறையில் இருப்பார்கள். சிலவேளைகளில் மங்களோதயம் புக் ஸ்டால் மேனேஜர் கிருஷ்ணன்நாயரும் இருப்பார். அவ்வப்போது தகழி, பொன்குன்னம் வர்க்கி போன்றவர்களும் வருவார்கள். பேசுவது, தின்பது, குடிப்பது, தாம்பூலம் தரித்தல், சங்கீதம் – இவ்வளவு நிகழ்ச்சிகளும் நடக்கும். என்னிடம் ஒரு கிராம போனும் நிறைய நல்ல ரிக்கார்டுகளுமிருந்தன.

இந்த கிராமபோனை ஏ.கே.டி.கே.எம்.தான் எனக்குத் தந்திருந்தார். நான் ஒரு கிராமபோன் வாங்கவிருப்பதை அறிந்ததும், “தேவையில்லாமல் பணம் செலவு செய்ய வேண்டாம். இதை எடுத்துக்கொள்ளுங்கள்” என்று தந்தார்.

ஏ.கே.டி.கே.எம்முக்குப் பொதுவாகவே இலக்கியவாதி களை ரொம்பப் பிடிக்கும். குறிப்பாக முண்டசேரியையும் சங்கம்புழையையும் என்னையும். ஒரு தடவை அவர் திருச்சூரில் எனக்கு ஒரு வீடும் தோட்டமும் வாங்கித் தரவிருந்தார். வீட்டையும் தோட்டத்தையும் பார்க்க என்னையும் அழைத்துக்கொண்டு போயிருந்தார். என் பெயரில் வாங்கித் தருவதாகவும், கிடைக்கும் ராயல்டி தொகையிலிருந்து கொஞ்சம் கொஞ்சமாகத் திருப்பிக் கொடுத்தால் போதுமென்றும் சொன்னார். அப்போது சனி திசை உச்சத்திலிருந்த காலமாக இருக்கலாம் – நான் வேண்டாமென்று சொல்லிவிட்டேன்.

முண்டசேரியும் சங்கம்புழையும் நானும் ஐந்தாம் தம்புரானின் எதிரில் சர்வசாதாரணமாக அமர்வதுண்டு. (பிறகு, படிப்படியாக ஓரளவிலான எல்லாரும் அப்படி இருக்கத் தொடங்கினார்கள். திருமேனிக்கு அதில் திருமனத் தாங்கல் எதுவுமில்லை.) எங்களை ராஜகொட்டாரத்திற்கு அழைத்துக்கொண்டுபோய்க் கொட்டாரத்திற்குள் வைத்தே சோறும் தருவார். கேட்டில் காவலாளிகளெல்லாம் நிற்பார்கள். கொட்டாரத்தினுள் வைத்துப் பொதுவாக கிறிஸ்தவர்களுக்கும் முஸ்லிம்களுக்கும் சோறு தரமாட்டார்கள். நாயர்களுக்குக் கொடுப்பார்களா மாட்டார்களா என்பது தெரியாது. ஒருநாள் நாங்கள் சாப்பிட்டுக்கொண்டிருக்கிறோம். முண்டசேரியும் சங்கம்புழையும் நானும். இரண்டு பட்டர்*கள்

* தமிழ்ப் பிராமணர்

பரிமாறிக்கொண்டிருக்கிறார்கள். ஏ.கே.டி.கே.எம். பக்கத்தில் செயரில் அமர்ந்திருக்கிறார்கள் சில பெண்களும் இருந்தார்கள். வேறு சில நம்பூதிரிகளும் அங்கே இருந்தார்கள். சாப்பிட்டுக் கொண்டிருந்தபோது – சாம்பாரிலிருந்தோ என்னமோ, ஒரு முருங்கைக்காய்த் துண்டு என் வாய்க்குள் சிக்கிக்கொண்டது. அதை என்ன செய்வது? அரைத்து விழுங்கிவிடவோ துப்பி விடவோ தைரியமில்லை. நான் அதை மேலுதட்டினுள் அப்படியே நீளமாக ஃபிட்பண்ணிவைத்துவிட்டுச் சாப்பிட்டு முடித்தேன். கடைசியில், ஏ.கே.டி.கே.எம்மிடம் விவரத்தைச் சொல்லிக் கேட்டேன்: "இதை என்ன செய்யலாம்? பொதுவான சாப்பாட்டு விதிமுறை என்னவாக்கும்?"

"சரியான மடையன்."

எல்லாரும் சிரித்தார்கள். ஐந்தாம் தம்புரான் சொன்னார்:

"பஷீரே, அதையெடுத்து இலையின் ஓரத்தில் வைத்துவிட்டால் போதாதா? எதுக்கு இந்த மாதிரி ஆபத்தான வேலைகளைச் செய்கிறீர்கள்?"

நான் சொன்னேன்:

"நான் என்ன கல்வியறிவு உள்ளவனா?"

அப்போதெல்லாம் மங்களோதயத்தில் அச்சாகும் எந்தப்

புத்தகமாகஇருந்தாலும்சரி,எனக்குஒருபிரதிதந்துவிடுவார்கள். அதுதான் விதி. முண்டசேரிக்கும் சங்கம்புழைக்கும்கூடக் கொடுப்பார்களாக இருக்கலாம். அப்படியிருக்கும்போது அனந்த நாராயண சாஸ்திரியின் வியாக்யானத்துடன் ஸ்ரீமத் பகவத்

கீதையை மங்களோதயம் வெளியிட்டது. பைண்ட் செய்யப்பட்ட பெரிய புத்தகம். ஏழரை ரூபாய் விலை.

பெரிய புத்தகமான பகவத்கீதை வெளியாகி ஒரு வார காலமான பிறகும் நியாயமாக எனக்கு வந்துசேர வேண்டிய அந்த ஒரு தர்ம காப்பியைத் தரவில்லை.

என்ன காரணம்?

நான் புக்ஸ்டால் மேனேஜர் கிருஷ்ணன்நாயரிடம் கேட்டேன். கொஞ்சம் உருண்டு தடித்த சுவாரஸ்யமான ஆள் இந்த கிருஷ்ணன் நாயர். அவர் ஒரு புளித்த சிரிப்பை உதிர்த்துவிட்டு என்னிடம் கேட்கிறார்:

"மேத்தன்மாருக்கு* பகவத்கீதை எதுக்கு?"

---

* முஸ்லிம்

நான் அவரது கையை எட்டிப் பிடித்து நெரித்தேன். அவர் உடனே சொன்னார்:

"நாராயணய்யரிடம் போய்க் கேளுங்கள். என்னைக் கொன்றுவிடாதீர்கள்."

நான் போய் நாராயணய்யரிடம் கேட்டேன். நாராயணய்யர் பொருளறியாப் பெரும் மூடன் என்பதுபோல் என்னைப் பார்த்து ஒரு சிரி சிரித்துவிட்டுச் சொன்னார்:

"போய் தம்புரானிடம் கேளுங்கள்."

அது சரி!

"தம்புரான் சொல்லியா மற்ற புத்தகங்களெல்லாம் தந்தீர்கள்?"

"முஸல்மானுக்கு எதுக்கு பகவத்கீதை?"

நல்லாயிருக்கே இந்துக்களோட நியாயம்? நாராயணய்யர் பூஞ்சையான ஒரு ஆள். அதனால் கையைப் பிடிக்கவில்லை. நெரிக்கவில்லை.

நான் கேட்டேன்:

"முஸல்மான் என்று தெரியும்தானே, அப்புறம் எப்படி நாராயணீயம் தந்தீர்கள்?"

நாராயணய்யர் பதில் சொல்லவில்லை.

நான் கேட்டேன்:

"முஸல்மானுக்கு தேவீ மகாத்மியம் எதுக்காகத் தந்தீர்கள்? எனக்கு ஸ்ரீமத் பகவத்கீதை தரவில்லையென்றால்..."

"வைக்கம் முகம்மது பஷீர் பயமுறுத்தியிருப்பதாகத் தம்புரானிடம் சொல்கிறேன்."

சொன்னாரோ என்னமோ? எனக்கு பகவத்கீதை கிடைக்க வில்லை ... சங்கம்புழைக்கும் முண்டசேரிக்கும் பகவத்கீதை சம்பந்தமாக இதுபோல் ஏதாவது பிடிவாதமிருந்ததா என்பதும் தெரியவில்லை. இதுசம்பந்தமாக நாங்கள் எதுவும் பேசிக் கொள்ளவில்லை. இருந்தாலும்... எனக்குப் பிடிவாதம் வலுத்தது. பகவத்கீதை கிடைக்க வேண்டும். வாங்கியே தீர வேண்டும். ஆனால், எப்படி வாங்குவது?

ஒருநாள் நான் மாடிக்கு ஏறிப்போகும்போது அங்கே மகாப்பிராமணராகிய அனந்தநாராயண சாஸ்திரி அமர்ந் திருக்கிறார். ஏ.கே.டி.கே.எம்மின் எதிரில் கறுத்து மெலிந்த, மண்டை

உச்சியில் கொஞ்சம் மயிர்களுள்ள, கூர்மையான கண்கள் கொண்ட ஒரு அட்டகாசமான மனிதர் அவர் மிக வேகமாகப் பேசினார். என்னைக் கூர்ந்து பார்த்துவிட்டு, "வாங்கோ பசீர், வாங்கோ உட்காருங்கோ" என்று சொன்னார். நான் அவரது அருகில் அமர்ந்தேன்.

"பகவத்கீதையைப் பாத்தேளோ?"

"தூரத்தில்வைத்துப் பார்த்தேன்."

"அதென்ன?" கொஞ்சம் நீட்டிக் கேட்டார்.

நான் சொன்னேன்:

"முஸல்மான் ஜாதியல்லவா? பகவத்கீதையைத் தொட முடியுமா? தீட்டுப்பட்டுவிடாதா?"

நான், ஏ.கே.டி.கே.எம்மைக் கூர்மையாகப் பார்த்தேன் அவர் நான் சொன்னதைக் கேட்டதாகவே பாவிக்கவில்லை. வேண்டாம், தேவையில்லை.

"வியாக்யானம் ரொம்ப நன்றாக இருப்பதாக பாண்டித்யமுள்ளவர்கள் சொல்கிறார்கள். நான் வாசித்துப் பார்க்கவில்லை."

"கிண்டல் பண்ணாதேயுங்கோ பஷீர். வாசித்துப் பாருங்கோ. பஷீர் இப்போ என்ன கட்டுக்கதை எழுதுறீங்கோ?"

"நான் எழுதுவது கட்டுக்கதையல்ல. உண்மை வரலாறு. அதைக் கதைபோல் எழுதுகிறேன்."

"உண்மையான வரலாறு இல்லையா ...? ஹஹ்ஹ ஹ்ஹா ... நிறைய எழுதுங்கோ."

"உங்களைப் போன்றவர்களின் அனுக்கிரகத்துடன்."

"பஷீருக்கு எல்லாருடைய அனுக்கிரகமும் உண்டு."

நான், ஏ.கே.டி.கே.எம்மின் முகத்தைப் பார்த்தேன். பகவத் கீதை சம்பந்தமாக அதில் எந்த பாவமாற்றமுமில்லை. வேண்டாம். தேவையில்லை.

அப்போதெல்லாம் எனக்கு ஒரு பழக்கமிருந்தது. எழுதப் போகும் கதையின் முக்கியக் கதாபாத்திரமாக என்னைப் பாவனை செய்து நடப்பேன். பேச்சு, நடவடிக்கை என அப்படியே திரிவேன். சிலநேரங்கள் எழுதவும் செய்வேன். ஏ.கே.டி.கே.எம்மின் எதிரில் நான் ஒரு புது கைக்குட்டையுடன் சென்றேன். முண்டசேரியும்

சங்கம்புழையும் அங்கிருந்தார்கள். பிறகு, நான் கைக்குட்டையின் ஓரத்தைப் பிடித்து முடிச்சுப்போட்டு இழுத்துத் தலையைச் சுற்றித் தூர எறிந்தேன். இதை இரண்டு மூன்றுதடவை நான் செய்ததைப் பார்த்ததும் ஐந்தாம் தம்புரான் கேட்டார்.

"இது என்ன?"

நான் சொன்னேன்:

"ஒரு கெட்டபழக்கம்! சிறு வயதிலேயே பழகிப்போய் விட்டது. யானையைக் கண்டால் அதன் வாலைப் பிடித்துச் சுழற்றித் தலையைச் சுற்றித் தூரத்தில் எறிவேன்."

"அப்படியா?"

"ஆமாம்! என்ன செய்வது? எங்களிடம் இப்போது யானை இல்லை. அதற்காகப் பழக்கம் மாறிவிடுமோ?"

சங்கம்புழை சொன்னார்:

"இவருக்கு ஒரு யானையைக் கொடுத்துவிட வேண்டும். பார்க்கலாமே என்ன செய்கிறார் என்று."

"எங்களிடம் நிறைய ஆண் யானைகளும் பெண் யானைகளும் இருக்கின்றன." ஏ.கே.டி.கே.எம் சொன்னார்: "தேசமங்கலத்தில்."

"அது ரொம்ப தூரத்திலிருக்கிறது, சரிப்படாது."

ஒரு சிறு இடி முழக்கம்போல் முண்டசேரி சொன்னார்:

"பக்கத்தில் இருந்திருந்தால் நிச்சயமாக ஒரு கை பார்த்திருப்பார்தான். ஏன் வடக்கும்நாதன் கோயிலில் இருப்பதெல்லாம் யானைகள்தானே?"

"பகவான் எழுந்தருளுவதற்காகக் கொண்டு வரப்பட்டதையெல்லாம் வாலைப் பிடித்துத் தூக்கித் தலையைச் சுற்றி எறிவது தவறு. அது தெய்வக் குற்றம்."

அப்படியிருக்கும்போதுதான் ஸ்தனங்களின் வருகை நிகழ்கிறது. நான் கொஞ்சம் அதிகமாகவே ஸ்தனங்களைப் பார்த்திருக்கிறேன். பேட்டுகொங்கை, நெல்லிக்காய் கொங்கை, ஊசிக் கொங்கை, பாக்குக் கொங்கை, புன்னைக்காய் கொங்கை. வழுதலங்காய் கொங்கை. பம்பரக் கொங்கை, பப்பாளிக் கொங்கை, பலாப்பழக் கொங்கையென. ஆனால், எல்லாவற்றையுமே முகமூடி, சாரி, முலமூடியுடன்தான் பார்த்திருக்கிறேன். அம்மா மார்பற்றி ஞாபகமில்லை. மார்பகங்களைக் காணும்போது நான் ஆச்சரியத்துடன் யோசித்துப் பார்ப்பதுண்டு. உயிரின்

ஆதாரம்..! ஆன்மாவுக்கு? ஆன்மாவின் பசியையும் தாகத்தையும் தீர்ப்பதற்கானவையல்லவா புனிதமான வேத கிரந்தங்கள்? பகவத்கீதை, குர்ஆன், பைபிள் போன்றவை. மதங்கள் நிறைய உண்டு. வேதக்கிரந்தங்களும் அதுபோலவே! வேதக்கிரந்தங்கள் ஆன்மாவுக்குச் சாந்தியளிக்கின்றன. வேதக் கிரந்தங்களையும் மதங்களையும் நம்பாதவர்களும் இருக்கிறார்கள். இவர்களும்கூட ஒரு காலகட்டம்வரை உடலின் பசியையும் தாகத்தையும் தீர்க்கப் பால்குடித்து வளர்ந்தவர்கள்தான். இதற்குமுன் மண்மறைந்துபோனவர்களும் இப்போது உயிரோடு வாழ்பவர்களும்கூடப் பால் குடித்தவர்கள்தான். இனி வரவிருப்பவர்களும் பால் குடிப்பார்கள். கொங்கைகளை எங்கே கண்டாலும் நான் ஆச்சரியமாகப் பார்ப்பேன். பசு, எருமை, குதிரை, கழுதை, ஆடு, சிங்கம், யானை, பன்றி, நாய், பூனை, எலி போன்றவை நிர்வாணக் கொங்கையர்கள். மனிதப் பிறவிகள் மட்டும்தான் கொங்கைமூடி அலங்காரிகள். நிர்வாணமான எதையும் கண்டதாக எனக்கு ஞாபகமே இல்லை. அப்படியிருக்கும்போதுதான் இந்த நிர்வாணக் கொங்கைகளின் அலங்கார அணிவகுப்பு.

பார்க்கப்போகிற பூரத்திருவிழா பற்றிய எந்த ஒரு சிந்தனையுமில்லாமல் நான், எம்.பி.போளுடன் பேசியபடியே முண்டசேரியின் வீட்டுக்குப் பக்கத்தில் வந்துகொண்டிருந்தேன். ஓர் அவசர வேலைக்காகத் திருச்சூருக்கு வந்த எம்.பி.போளுடன் முண்டசேரியின் வீட்டுக்கும் போய்விட்டு வருகிறோம். எம்.பி. போளுடன் அவரது மனைவியும் இருந்தார். மனைவி சற்று பின்னால் வந்துகொண்டிருந்தார். நானும் எம்.பி. போளும் ஏதேதோ பேசியபடியே நடந்துகொண்டிருந்தோம். எங்களுக்குள் மிகுந்த அந்நியோன்னியம் இருந்தது. எம்.பி.போளைப் பற்றி நிறைய சொல்வதற்கிருக்கிறது. அடக்கமும் ஒடுக்கமும் உள்ள ஒரு மனிதர். மிகுந்த பாண்டித்யம் உள்ளவர். மனித நேயமிக்கவர். நல்ல சிந்தனையாளர். நாங்கள் எரணாகுளத்திலிருக்கும்போது விடிய விடியப் பேசிக்கொண்டே உட்கார்ந்திருப்போம். புத்தன் காவு மாத்தன்தரகன்தான் எங்களை அறிமுகம்செய்துவைத்தார். எனது கதைகளை அவர் வாசித்ததில்லை. வெளியிடப்பட்ட எல்லாவற்றையும் தரும்படிக் கேட்டார். நான் கொடுத்தேன். வாசித்துப்பார்த்துவிட்டுப் பிறகு சொன்னார்.

“கதைகளெல்லாம் ரொம்ப நன்றாக இருக்கின்றன. சிலவற்றில் உணர்வுகளுக்குத் தீப் பிடித்தது போலிருக்கிறது. இனி, கதைகளை வெளியிடுவதற்குமுன் என்னிடம் ஒரு தடவை காட்ட வேண்டும்.” நானும் காட்டுவதுண்டு. அவர் அதில் அடித்தலோ திருத்தலோ செய்யமாட்டார். ஆனால் எம்.பி. போளின் கருத்தை நான் மிகவும் மதிக்கிறேன்.

‘பெண்’ என்றொரு சிறு நாவலை நான் எழுதினேன். உணர்வுகளின் ஒரு சுழல்காற்று அது. அவர் அதை வாசிப்பதை நான் பார்த்துக்கொண்டே அமர்ந்திருந்தேன். சாந்தம் நிறைந்த வெளுத்த முகம். முதலில் அது சிவந்தது. கொஞ்ச நேரத்திற்குப் பிறகு வெளிறி நீலம் பாவித்தது போலானது. பிறகு கறுத்தது. கொஞ்ச நேரத்திற்குப் பிறகு திரும்பவும் வெளிறி வெளுத்தது. பிறகு பழைய சாந்தமான வெளுத்த முகமாக மாறியது... வாசித்து முடித்தார். ஒரு இரண்டு நிமிட நேரத்திற்கு அவர் எதுவுமே பேசவில்லை. கடைசியில் சொன்னார்: “வெளியிடலாமென்றோ வெளியிட வேண்டாமென்றோ நான் சொல்லப் போவதில்லை. சுவையும் உணர்வுகளும் இதில் அளவு கடந்துபோயிருக்கின்றன. பஷீரின் விருப்பம்போல் முடிவுசெய்து கொள்ளலாம்.” நான் அந்தப் ‘பெண்’ என்ற நாவலைப் பத்துப் பன்னிரண்டு துண்டுகளாகக் கிழித்து வேம்பநாட்டுக் காயலில் எறிந்தேன். நான் அப்போது சங்கனாசேரியிலிருந்து படகில் எரணா குளத்திற்குப் போய்க்கொண்டிருந்தேன்.

எம்.பி.போள் கேட்டார்:

“மங்களோதயம் சரியாகப் பட்டுவாடா பண்ணுகிறார்களா?”

“ஆமா! சாருக்கு, ஏ.கே.டி.கே.எம்.வாசுதேவ நம்பூதிரிபாடு அறிமுகம்தானே?”

“அறிமுகம்தான். திருச்சூர் வாழ்க்கை எப்படியிருக்கிறது?”

“பரவாயில்லை.”

“நானும் இங்கே இருந்திருக்கிறேன். பஷீருக்கு எரணா குளம்தான் சரிப்பட்டு வரும். இங்கேயிருந்து எதுவுமே எழுதவுமில்லையல்லவா?”

“நான் எரணாகுளத்துக்கே வந்துவிடுகிறேன்.”

“வந்து ஏதாவது எழுதப் பாருங்கள்.”

அவரும் மனைவியும் வண்டியேறினார்கள். மனைவி சொன்னார்:

“எரணாகுளத்துக்கு வாங்க பஷீர்.”

“வருகிறேன்.”

நான் வணங்கிவிடை கொடுத்தேன். அவர்கள் புறப்பட்டார்கள். அப்படியே நடந்து வரும்போது மங்களோதயத்திலிருந்து ஒரு ஆள் ஓடிவந்து சொன்னார்:

“எங்கெல்லாமோ உங்களைத் தேடிப் பார்த்துவிட்டு வருகிறேன். தம்புரான் கூப்பிடுகிறார். உடனே வர வேண்டுமாம்.”

நான் உடனே ஒரு ரிக்ஷாவில் புறப்பட்டேன். ஐந்தாம் தம்புரானின் எதிரில் ஒரு கறுத்த நம்பூதிரி பணிவோடு நின்றுகொண்டிருக்கிறார் ஏ.கே.டி.கே.எம். மிகுந்த கௌரவத்துடன் சொன்னார்:

“நமக்கு தேசமங்கலம்வரை ஒன்று போக வேண்டிய திருக்கிறது. கார் இருக்கிறது. எங்களது ஒரு ஆண் யானை மூன்று நான்குநாட்களாகக் கோபத்துடன் சங்கிலியை அறுத்துப் போட்டுவிட்டு நிறைய பொருட்களைச் சேதப்படுத்திக்கொண்டிருக்கிறது. ஊரிலுள்ளவர்களுக்குத் தூக்கமில்லாமலாகிவிட்டது. அது பெரிய சீமத்தனம் பிடித்த யானை. மூன்று நான்கு பேரைக் கொன்றுமிருக்கிறது. அதைச் சுட்டுக்கொல்வதற்காக இன்ஸ்பெக்டரின் தலைமையில் ரிசர்வ் போலீஸ்காரர்கள் ஒரு வேனில் புறப்பட்டுவிட்டார்கள். அவர்கள் அதைச் சுட்டுக்கொல்வதற்குள் நாம் அங்கே போய்ச் சேர்ந்துவிட வேண்டும். இந்தக் கறும்பன் நம்பூதிரிதான் யானைப்பாகன். இரண்டு மூன்று ராத்தல் அபின் வாங்க வந்திருக்கிறான். போதுமான அளவு கிடைக்கவில்லை. கஞ்சாவும் அபினும் கடைகளில் கிடைக்கும் காலம்தான். இரண்டு மூன்று குலை வாழைப்பழத்தைக் குழைத்துச் சிறுசிறு உருண்டைகளாக்கி அதனுள் கொஞ்சம் அபினையும் உருட்டிவைத்தால் அது தின்றுவிட்டுப் போதையில் மயங்கி நின்றுவிடும். ஆனால் தேவையான அபின் கிடைக்கவில்லை. அப்புறம் பலகைத் துண்டுகளில் ஆணிகளை அறைந்து வைப்பதுமுண்டு. கூர்மையான பாகம் மேலே வரும்படியாக. அதில் மிதித்துவிட்டாலும் யானை அப்படியே நின்றுவிடும். ஆனால் அது பாவம். பஷீர் வந்து அதன் வாலைப் பிடித்துச் சுழற்றித் தலையைச் சுற்றி அப்படியே தூர எறிந்துவிடாமலிருந்தால் போதும். போகலாம்.”

இந்தச் சொற்பொழிவைக் கேட்டதுமே வேர்த்துவிட்டேன் என்று சொல்வது சரியாக இருக்காது. பயந்து வெலவெலத்துப் போய்விட்டேன். பிறகு எல்லாத் தைரியத்தையும் சேர்த்துத் திரட்டி மெதுவாகச் சொன்னேன்.

“கொஞ்சநாளாகவே வலதுகையின் புஜத்தில் ஒரு உலைச்சல்.”

“இடது கை வசப்படாதாமா?”

“ம்ஹூம்.”

“பரவாயில்லை, இந்தக் கறும்பன் நம்பூதிரி ஒரு வர்மாணி தான். தடவி, சரிப்படுத்திவிடுவான். போவோம்.”

நாங்கள் மூன்றுபேருமாகக் காரில் ஏறினோம். சங்கம் புழையையும் முண்டசேரியையும் தேடிப்பார்த்தோம். கிடைக்க வில்லை. நாங்கள் புறப்பட்டோம்.

தேசமங்கலம் இல்லத்தைக் கிட்டத்தட்ட அடைந்திருப்போம். அப்போது அங்கே ஓர் இடத்தில் ரிசர்வ் போலீஸ் வேன் கிடக்கிறது, ஒரு மாதிரியாக சப்பிப்போய்! அது நிறைய துப்பாக்கியேந்திய போலீஸ்காரர்களும் ரிவால்வர் ஏந்திய ஒரு இன்ஸ்பெக்டரும் வந்திருந்தார்கள். அவர்களைக் கண்டவுடனே யானை ரோட்டிலிறங்கி வந்திருக்கிறது. மதயானை வருவதைக் கண்டதும் வேனை நிறுத்திய போலீஸ்காரர்கள் துப்பாக்கியை உயர்த்திக் குறிவைத்தார்கள். யானை பாய்ந்துவந்து வேனைக் குத்தத் தொடங்கியது. போலீஸ்காரர்களின் கைகள் நடுங்கின. இன்ஸ்பெக்டரின் தலைமையில் பின்வாசல்வழியாகப் போலீஸ் படை வெருண்டோடியது. நேற்றே போனவர்கள். இதுவரை அவர்களைப் பற்றிய எந்த விவரங்களுமில்லை. இரண்டுமைல் தூரத்தில் இன்ஸ்பெக்டரின் தொப்பி கிடந்தது. யானை, பானெட்டில் குத்தியது. எங்கிருந்தோ கொஞ்சம் சூடு தண்ணீர் வந்து அதன் முகத்தில் விழுந்திருக்கிறது. அது உடனே போய் ஒரு தென்னந்தோப்பையும் வீட்டையும் தகர்த்தது. பிறகு அப்படியே வந்து ஒரு மேட்டில் நிற்கிறது.

இவ்வளவு விவரங்களும் ஒரு யானைப்பாகனிடமிருந்து எங்களுக்குக் கிடைத்தன. நாங்கள் தைரியமாகக் காரிலிருந்து இறங்கி வெளியே நிற்கிறோம். அப்போதுதான் நான் பார்த்தேன்... ஈஸ்வரா! அப்படியே திரவமாக உருமாறிப் பூமிக்குள் போய்விட முடிந்தால்! விஷயம் என்னவென்றால் கஜராஜன் எங்களின் எதிரில் ஒரு மேட்டில் நிற்கிறான். சுத்தமான சிவப்புக் காதுகளை அசைக்காமல் லேசாகச் சாய்த்துத் தந்தங்களை உயர்த்தியபடி எங்களையே பார்த்துக்கொண்டு நிற்கிறது.

'மகா கஜேந்திரா! திருமனதில் தவறாக எடுத்துக்கொள்ளக் கூடாது. தயைகூர்ந்து அடியேனை ரெட்சிக்க வேண்டும். இவன் வெறுமொரு அப்பாவி. கஜராஜாக்களான உங்களைப் பற்றி அடியேன் ஏதேனும் அபவாதம் சொல்லியிருந்தால் பிழை பொறுத்தருள வேண்டும். தாங்களே சாட்சாத் அந்த ஐராவதம்.' மனத்துக்குள் ஒரு நிசப்த பிரார்த்தனையும் உருவிட்டுக் கொண்டேன்.

"என்ன, ஒரு கை பார்த்துவிடலாம்தானே? கறும்பன் நம்பூதிரீ, பஷீரின் கையைக் கொஞ்சம் தடவி உளுக்கெடுத்துவிடு."

நான் சொன்னேன்:

“மன்னிக்கணும். நான் அந்த இன்ஸ்பெக்டருடைய தொப்பியை எடுத்துக்கொண்டு போய் கொடுக்கிறேனே? பாவம், தொப்பியைத் தேடி அந்த மனிதனை அலைந்து திரியவிடுவது நியாயமில்லை. நான் ஓடட்டுமா? எப்போவாவது எங்கேயாவது வைத்துச் சந்திப்போம்.”

“சரி, காரில் ஏறுங்கள். இல்லத்துக்கே போவோம்.” காரில் ஏறியதும் கஜேந்திரனை மீண்டுமொரு தடவை பார்த்துக்கொண்டேன். அவன் செம்மண்ணில் குளித்துச் சிவப்பாக நிற்கிறான். எந்த நிமிடமும் ஓடிக் கீழே வரலாம் ... இருந்தாலும் அதன் நிறத்தைக் கண்டபோது பகவத்கீதை கிடைப்பதற்கான ஒரு ஸ்டைலான ஐடியா மனத்தில் உதித்தது. கம்யூனிஸ்ட் கட்சி! குட்! முதலில் உயிரோடு திருச்சூர் போய்ச் சேருவோம்.

நாங்கள் இல்லத்தின் கேட்டில் சென்று காரிலிறந்து இறங்கி நடந்தோம். சிறிது தூரம் நடந்ததும் எதிர்பாராமல் அடிவிழுந்தது போல் ஒரு காட்சி!

ஒரு பத்திருபது நாயர் குமரிகள். பதினேழு, பதினெட்டு, பத்தொன்பது, இருபது வயதுகளில். எல்லாருமே வெள்ளை நிற அழகிகள். வெள்ளை வேட்டியும் உடுத்திருந்தார்கள். தார் பாய்ச்சியும் இருந்தார்கள். இடுப்புக்குமேல் துணிஎதுவுமில்லை. எல்லாருடைய தலையிலும் விறகுக்கட்டு இருந்தது. அதை இரண்டு கைகளாலும் பிடித்தபடியே நெஞ்சுகளை உந்தியபடியே வருகிறார்கள் . . .! கொங்கைகள், கொங்கைகள் . . . திறந்த கொங்கைகள். எவ்வளவு கொங்கைகள்? எதற்காக எண்ண வேண்டும்? எல்லாமே உயிரின் ஆதாரம்.

நான் தலைகுனிந்து வணங்கவில்லை. போய் காபி குடித்தோம். இல்லம் முழுவதையும் சுற்றிப் பார்த்தோம். இந்த விறகு, யானை வரும்வழியில் இல்லத்தின் முன் நான்கு வரிசைகளாகப் போட்டுத் தீ வைப்பதற்கு. ஏ.கே.டி.கே.எம்மின் அண்ணன் நம்பூதிரிபாடின் கையிலிருந்து அந்த ஆண் யானை வழக்கமாகப் பழம் வாங்கித் தின்பதுண்டு. அந்த ஞாபகத்தில் அது இல்லத்திற்கு வரலாம். அதற்காகத்தான் அக்னி மதில்கள்.

நம்பூதிரி இல்லங்களுக்குள் பிரவேசிக்கும்போது நாயர் பெண்கள் ஜாக்கெட்டோ ரவுக்கையோ உள்பாடியோ அணியக் கூடாது. நம்பூதிரியின் முன்பும் தெய்வத்தின் முன்பும் அரசனின் முன்பும் தேவ அடியாள்கள் கொங்கைகளை மறைக்கக் கூடாது. நம்பூதிரியும் தெய்வமும் அரசனும் சேர்ந்து பத்து எண்ணூறு வருடங்கள் கேரளத்தை ஆண்டார்கள். நம்பூதிரியும் தெய்வமும் அரசனும் ஒருபுறமிருந்தாலும், பழைய அந்தச் சுந்தர காலத்தின் இனிமையான நினைவுகள்தான் இந்த அழகிய ஸ்தனங்கள்.

எல்லாப் பெண்களுக்கும் ஈஸ்வர அனுக்கிரகம் அருளப்படட்டும். ஆண்களுக்கும்தான். எல்லாவற்றையும் நாங்கள் ஆலோசித்தோம். இருக்கும் அபினை வைத்து கஜேந்திரனை மயக்குவதைத் தவிர வேறு வழியில்லை என்ற உபதேசத்துடன் ஒருவழியாக நாங்கள் உயிரோடு திருச்சூருக்கு வந்து சேர்ந்தோம். மறுநாள் முதல் நான் பகவத்கீதை போராட்டத்தில் இறங்கினேன்.

"அடேய், நீ, நம்முடைய தோழர் அனந்த நாராயண சாஸ்திரியைப் பார்த்தாயா? பார்த்தால் உடனே கம்யூனிஸ்ட் பார்ட்டி ஆபீசுக்குப் போகச் சொல்" என்று கிருஷ்ணன்நாயரிடம் சொன்னேன். கிருஷ்ணன்நாயர் என்னைப் பதற்றத்துடன் பார்த்தார். நான் சொன்னேன்.

"ஸ்ரீமத் பகவத்கீதையில் அந்தக் கட்சியின் புரொபகண்டா சுருக்கப்பட்டிருக்கிறது. அதைச் சொல்வதற்காகத்தான் கூப்பிடுகிறார்கள். தோழருக்கு வாழ்த்துகள்!"

கிருஷ்ணன்நாயர் அழுதுவிடுவார்போலிருந்தது. நான் சொன்னேன்:

"மங்களோதயம் வெளியிட்டது ஒரு செம்பகவத்கீதைதான். அனைவரும் அதை வாசித்து கம்யூனிஸ்டாக மாறுவீராக!"

இதை விடவும் தீவிரமான முறையில்தான் பிரச்சாரம் நடந்தது. செம்பகவத்கீதையைப் பற்றி நாராயணய்யர் அறிந்தார். ஐந்தாம் தம்புரானின் டிரைவர் அறிந்தார். அவர் பட்டரோ நம்பூதிரியோ தெரியாது. ஏ.கே.டி.கே.எம்மும் அறிந்துகொண்டார். அதிர்ஷ்டவசமாக அனந்தநாராயண சாஸ்திரி மட்டும் அறிந்துகொள்ளவில்லை.

இப்படியான பிரச்சாரம் ஊதிப் புடைத்து உடைந்துவிடும் தறுவாயில் ஒரு சுபவேளை வருகிறது. ஜோஸப் முண்டசேரியும் சங்கம்புழை கிருஷ்ணபிள்ளையும் இந்த நானும் மங்களோதயத்தின் மாடியில் ஐந்தாம் தம்புரானின் திருமுன்பு அமர்ந்திருக்கிறோம். காபி குடித்தோம். முண்டசேரி வெற்றிலை போட்டார். சங்கம்புழை சிகரெட் பிடித்தார். நான் ஒரு பீடி. அப்போது ஏ.கே.டி.கே.எம். அழைப்புமணியை அழுத்தி பியூனைக் கூப்பிட்டுச் சொன்னார்:

"கீழே போய் பகவத்கீதை காப்பி எடுத்துக்கொண்டுவா – ஒரு காப்பி."

ஓகோ! ஒரே ஒரு காப்பி. எனக்காகத்தான் இருக்கும். ஹிந்துக்கள் தோற்றுப்போய்விட்டார்கள். தீவிரமான பிரச்சாரத்துக்கு எப்போதுமே ஒரு வலுவிருக்கத்தான் செய்கிறது.

அலங்காரம் செய்த பொய்யாக இருந்தாலும் பரவாயில்லை. நோக்கம் பலித்துவிடும்.

பியூன் ஒரு பகவத்கீதையுடன் வந்தான். நான் மெதுவாக மனத்துக்குள் சொல்லிக்கொண்டேன். "கிருஷ்ணா, மன்னித்து விடு. பகவத்கீதை சிவப்பு என்று சும்மாதான் சொன்னேன். என்ன?"

'வித் தி பெஸ்ட் காம்ப்ளிமென்ட்ஸ் ஆஃப் ஏ.கே.டி.கே.எம். வாசுதேவன் நம்பூதிரிபாடு' என்றெழுதிக் கையொப்பமிட்டு ஏ.கே.டி.கே.எம்., பகவத்கீதையை எங்களின் எதிரில் மேஜையின் மீது வைத்தார். யாருமே எடுக்கவில்லை. இது யாருக்கு?

ஐந்தாம் தம்புரான் சொன்னார்:

"ஒரு பகவத்கீதை இருக்கிறது. நீங்கள் மூன்றுபேர். முண்டசேரி, சங்கம்புழை, பஷீர்... உங்களில் அதிக யோக்கியர் யாரோ, அவர் இதை எடுத்துக்கொள்ளலாம். எனது அன்பளிப்பு."

மூன்றுபேரிலும் யார் அதிக யோக்கியன்? பிரச்சினை தீவிரமானதுதான்.

அந்த பகவத்கீதையை எடுத்தது யார்? அன்பான வரலாற்று மாணவர்களே, யோக்கியர் யாரென்பதில் எனக்கு ஏதாவது சந்தேகமிருக்கவா போகிறது? முண்டசேரிக்கும் சங்கம்புழைக்கும் சிந்திப்பதற்கான வாய்ப்பைக்கூட நான் தரவில்லை. பாய்ந்து அதை எடுத்துக்கொண்டேன்.

"தாங்க்ஸ்."

இன்று... இன்று நான் வேதனையோடு நினைத்துப் பார்க்கிறேன். இதில் பலரும் இறந்துபோய்விட்டார்கள். காலத்தின் மிகப்பெரிய இடைவெளி என்முன் விழுந்திருக்கிறது. அப்போது நான் காண்பித்தது அவிவேகம்தான். நான் அந்த பகவத்கீதையை எடுக்காமலிருந்தால்... முண்டசேரியும் எடுக்க மாட்டார். சங்கம்புழையும் எடுக்க மாட்டார்.

அந்த பகவத்கீதை அதிலேயே இருந்திருக்கும்... இன்று –

சங்கம்புழை இல்லை.

ஏ.கே.டி.கே.எம். இல்லை.

அனந்தநாராயண சாஸ்திரிகள் இல்லை.

கிருஷ்ணன்நாயர் இல்லை.

எம்.பி.போள் இல்லை. (எம்.பி.பால்)

ஏ.பாலகிருஷ்ணபிள்ளை இல்லை.

முண்டசேரி இல்லை.

நாராயணய்யர் இல்லை.

இறந்தவர்களின் ஆன்மாக்களுக்கு நித்ய சாந்தி கிடைக்கட்டும்.

இந்தக் கூட்டத்தில் சாகாமல் இருப்பவன் நான் மட்டுமே! எனது இறப்பு எப்போதென்பது தெரியவில்லை. எந்த நிமிடத்திலும் ஆகலாம். கருணாமயமான இறைவா! அமைதியான மரணத்தையளித்து என்னை அனுக்கிரகம் செய்வாயாக! ஆன்மாவுக்கு நித்திய சாந்தியுடன்.

1967

எட்டுக்காலி மம்மூஞ்ஞு

விசியந் தெரியுமா?

எங்கேயாவது ஒரு பெண் கர்ப்பமாகியிருப்பதாகக் கண்டால் "அது நான்தான்" என்று எட்டுக்காலி மம்மூஞ்ஞு சொல்லத் தொடங்கியிருக்கவில்லை. அப்போது அன்று இதற்கெல்லாம் மேற்படியானுக்குத் தைரியமிருக்கவில்லை. புகழ்பெற்ற கள்ளன்மார்களாகிய யானைவாரி ராமன்

நாயர், பொன்குருசு தோமா ஆகியோர்களின் அனுதாபியாக மட்டுமேயிருந்தான் எட்டுக்காலி மம்மூஞ்ஞு. இருந்தாலும் அவர்களினிடையே பெரிய இடமெதுவும் அவனுக்கில்லை. பாக்கெட்டடிக்காரனான மடையன் முத்தபா, மூணு சீட்டுக் காரனான ஒத்தக் கண்ணன் போக்கர் போன்றவர்களும் எட்டுக்காலி மம்மூஞ்ஞுவைப் பெரிய காரியமாக ஒன்றும் எடுத்துக்கொள்வதில்லை.

கொஞ்சகாலத்திற்கு முன்பு பெரிய அளவிலான ஒரு எட்டுக்காலியாக இருந்ததாகவே மம்மூஞ்ஞுவைப் பார்த்தால் தோன்றும். ரொம்பவும் சிறியதான ஒரு தலையும் அறவே உயரமில்லாத உருவமும். ஆக மொத்தத்தில் மம்மூஞ்ஞுவுக்குப் பெருமை தரக்கூடியதாக இருந்தது மீசை மட்டும்தான். அதை இருபுறமும் ஒவ்வொரு முழம் நீளத்தில் அவன் அப்படியே வளர்த்துவிட்டிருந்தான். வழியில் போகும்போது பெண்களின் உடம்பை அவன் மீசையால் தட்டுவதாகவும் ஒரு புகார் இருக்கிறது. எட்டுக்காலி மம்மூஞ்ஞுவைப் பற்றிய மற்றொரு பேச்சு, அவன் ஆணில்லை என்பது.பெண்ணுமில்லை.அரவாணி.இந்த இரகசியம் உள்ளூர்ப் பெண்கள் அனைவருக்கும் தெரியும். இதெப்படி அவர்களுக்குத் தெரியுமென்பது பற்றி யாருக்கும் தெரியாது.

எட்டுக்காலி மம்மூஞ்ஞுவை ஆட்கள் கோட்டு மம்மூஞ்ஞு என்றும் சொல்வதுண்டு. ஐந்தாறுபேர்களாகச் சேர்ந்து சீட்டு விளையாடத் தொடங்கும்போது மம்மூஞ்ஞு குதித்தெழுந்து 'கோட்டு இருக்கா?' என்று கேட்பது வழக்கம். அதிலிருந்து தான் அவனுக்குக் கோட்டு மம்மூஞ்ஞு என்ற பெயர்வந்தது. மம்மூஞ்ஞுவை வைத்து ஏதாவது காரியமாக வேண்டுமென்று நினைப்பவர்கள் கோட்டு சாகிபு என்று சொல்வார்கள். இருந்தாலும் பட்டயத்தில் பதிந்துபோன பெயர், எட்டுக்காலி மம்மூஞ்ஞு என்பதுதான். அவனுக்கு எல்லாரிடமுமே நட்புதான். யார் என்ன சொன்னாலும் எந்தத் தயக்கமுமில்லாமல் செய்து கொடுப்பான். மடையன் முத்தபாவின் சாயாக்கடையைக் கூட்டிச் சுத்தம் செய்வது, பாத்திரங்களைக் கழுவிவைப்பது, விறகு வெட்டுவது, இரண்டு உள்ளூர் போலீஸ்காரர்களின் பெல்ட்டுக்கு பாலீஷ் போடுவது, அவர்களது தொப்பியிலிருக்கும் நம்பரைப் பொடிமணல் தேய்த்துத் தங்க நிறத்திலாக்குவது, போலீஸ் ஸ்டேஷனில் லாக்கப் அறையைக் கூட்டிச் சுத்தம் செய்வது போன்ற எதையும், யார் சொன்னாலும் செய்துகொடுப்பான். இருந்தாலும் யாருக்கும் அவன்மீது பிரியம் கிடையாது; மட்டுமல்ல அவனைப் பற்றிக் குறிப்பிடும்போது, "சரி, எட்டுக்காலி மம்மூஞ்ஞுதானா?" என்று இளக்காரமாகவும் சொல்லிவிடுவார்கள். ஆனால், எட்டுக்காலி மம்மூஞ்ஞுவுக்கு எல்லாரையும் பிடிக்கும்.

விஷயங்கள் இப்படியாக இருக்கும்போது உள்ளூரில் ஒரு முக்கியமான சம்பவம் நடந்தது.

ஒருநாள் யானைவாரி ராமன்நாயர், மடையன் முத்தபாவின் சாயாக் கடைக்குப் புறப்பட்டான். அப்போது பின்புறமிருந்து, "டேய், யானைவாரி" என்றொரு குரல் கேட்டது. ஶ்ரீமான் யானைவாரி ராமன்நாயர் திரும்பிப் பார்த்தபோது நமது எட்டுக்காலி மம்மூஞ்ஞுதான். யானைவாரி ராமன் நாயருக்குக் கோபம் வந்ததைச் சொல்ல வேண்டாமல்லவா? யானைவாரி ராமன்நாயரைப்போய் 'டேய், யானைவாரி' என்று கூப்பிடுவதற்கான லைசென்ஸ் அதிகமாக யாருக்கும் கிடையாது. அது, நமது பிரதமரோ ராஷ்டிரபதியோவாக இருந்தாலும்கூட யானைவாரி ராமன் நாயருக்குப் பிடிக்காது. காரணம், இவர்களில் யாருமே யானைவாரி ராமன்நாயருக்குச் சமமானவர்களில்லை.

ஒற்றைக்கண்ணன் போக்கர்

இவனை, "டேய் யானைவாரி" என்று சொல்லும் உரிமை கீழ்க்காணும் நபர்களுக்கு மட்டும்தான் இருந்தது.

ஶ்ரீமான் பொன்குருசு தோமா, ஜனாப் மடையன் முத்தபா, ஜனாப் ஒத்தக்கண்ணன் பாக்கர், மரியாதைக்குரிய இரண்டு போலீஸ் தரகர்கள், அப்புறம் இந்தப் பணிவான வரலாற்றாசிரியன். எங்களுடன் வேறு சிலருமுண்டு. அவர்கள் அனைவருமே இப்போது அண்டர்கிரௌண்டில்.

விஷயங்களின் போக்கு இப்படி ஒருபுறமிருக்க, எட்டுக்காலி மம்மூஞ்ஞுவின் கழுத்தைப் பிடித்து நெரித்துக்கொன்று, தூக்கித் தூரயெறிந்துவிடலாமா என்றெல்லாம் யானைவாரி ராமன்நாயருக்குத் தோன்றியது. ஆனால் அப்படியொரு பயங்கரம் நடப்பதற்குள் எட்டுக்காலி மம்மூஞ்ஞு பக்கத்தில் போய்க் கேட்டான். "விசியந் தெரியுமா?"

யானைவாரி ராமன்நாயர் ஏதாவது செய்துவிடுவதற்கு முன் எட்டுக்காலி மம்மூஞ்ஞு அந்தப் பயங்கர இரகசியத்தைச் சொல்லிவிட்டான். யானைவாரி ராமன்நாயரால் அதை நம்பவே முடியவில்லை. அவன் ஆச்சரியமாகக் கேட்டான்:

"உள்ளதுதானா?"

எட்டுக்காலி மம்மூஞ்ஞு இருபுற மீசையையும் விரித்து விட்டபடியே மிகுந்த கௌரவத்துடன் சொன்னான்.

"உள்ளதுதான்."

அப்படியாக அவர்கள் இரண்டு பேரும் சேர்ந்து மடையன் முத்தபாவின் கடைக்கு நடந்தார்கள். வழியில் நமது பொன்குருசு தோமாவைப் பார்த்தார்கள். உடனே, எட்டுக்காலி மம்மூஞ்ஞு கேட்டான்:

"டேய் பொங்குருசு, உனக்கு விசியந் தெரியுமா?"

பொன்குருசுவுக்கு எட்டுக்காலி மம்மூஞ்ஞுவின் செவிட்டில் டபார்னு ஒன்று வைக்கலாம்போல் தோன்றியது. காரணம் பொன்குருசு தோமாவையும் "டேய் பொன்குருசு" என்று கூப்பிடுவது பிரதமர், ராஷ்டிரபதி போன்ற ஏதாவது பிரமுகர்களாக இருந்தாலும்கூட அறவே பிடிக்காது. அவர்கள் யாருமே பொன்குருசுவுக்குச் சமமானவர்களில்லையே? யானைவாரி ராமன்நாயரை யாரெல்லாம் "டேய் யானைவாரி" என்றழைக்க உரிமைப்பட்டவர்களோ அவர்கள் அனைவருமே பொன்குருசு தோமாவையும் "டேய் பொன்குருசு" என்றழைக்க உரிமைப்பட்டவர்களாவர். இந்த அட்டவணைக்குள் வருபவனல்லவே நம்முடைய எட்டுக்காலி. மம்மூஞ்ஞுவைச் செவிட்டில் ஒன்று வைப்பதற்குள் யானைவாரி ராமன்நாயர் அந்த இரகசியத்தைப் பொன்குருசு தோமாவிடமும் சொல்லிவிட்டான். பொன்குருசு தோமாவும் ஆச்சரியமாகக் கேட்டான். "டேய், எட்டுக்காலி, உள்ளதுதானாடா?"

அப்போது எட்டுக்காலி மம்மூஞ்ஞு மீசையை முறுக்கி விட்டபடியே சொன்னான்:

"இதையும், இதுக்குமேலெயும் செய்யித ஹராம்* பெறந்தவனாக்கும் நம்மொ."

அப்படியாக அவர்கள் மடையன் முத்தபாவின் சாயாக் கடைக்கு வந்துசேர்ந்தார்கள். அங்கே மடையன் முத்தபா, ஒத்தக்கண்ணன் பாக்கர், இரண்டு உள்ளூர் போலீஸ் தரகர்கள் போன்ற மானஸ்தர்களும் இருந்தார்கள். அவர்களிடமும்

---

* தகப்பன்பெயர் தெரியாதவன்

எட்டுக்காலி மம்மூஞ்ஞு விஷயத்தைச் சொன்னான்: எல்லாருக்குமே ஆச்சரியமாகப் போய்விட்டது. எல்லாரும் கேட்டார்கள்: "உள்ளதுதானா டேய்?"

எட்டுக்காலி மம்மூஞ்ஞு இதற்குப் பதில் சொல்லவில்லை. தனது மீசையை மிகுந்த கௌரவத்துடன் முறுக்கிவிட்டபடியே லேசாகப் புன்முறுவல் செய்தான். உடனே, மடையன் முத்தபா சொன்னான்:

"எங்கணக்குலெ எட்டுக்காலி மம்மூஞ்ஞுக்கு ஒரு சாயா." கூட, ஒத்தக்கண்ணன் பாக்கர் செலவுலெ ரெண்டு துண்டு புட்டு, யானைவாரி ராமன்நாயர் செலவுலெ கடலெக்கறி, பொன்குருசு தோமா ரெண்டு பழம், ரெண்டு போலீஸ்காரன் மார் செலவுலெ ஒரு வடையும் ஒரு மோதகமும். இப்படி, பலகாரமெல்லாம் சாப்பிட்டுச் சாயாவும் குடித்துப் பீடியும் இழுத்து உள்ளூரின் பிரதானிகளிலொருவனாக மாறினான், எட்டுக்காலி மம்மூஞ்ஞு.

பொன்குருசு தோமா

இமைப்பொழுதில் என்றே சொல்லலாம், எட்டுக்காலி மம்மூஞ்ஞு செய்த வீர சாகசச் செயலை ஊரிலுள்ள அனைவரும் அறிந்துகொண்டார்கள். கம்பீரமான ஓர் ஆண் என்ற நிலையில் எட்டுக்காலி மம்மூஞ்ஞு பிரபலமானான். இரண்டு பெண்கள் கூடுமிடத்தில்கூட அவர்கள் குசுகுசுவென்று பேசுவது, எட்டுக்காலி மம்மூஞ்ஞுவைப் பற்றியதாகவே இருக்கும்.

"இருந்தாலும் எட்டுக்காலி மம்மூஞ்ஞு சாமார்த்தியமான ஒரு ஆம்புளெதான்." இதுதான் பெண்களின் தீர்க்கமான முடிவு.

இனி சொல்லப்போவது எட்டுக்காலி மம்மூஞ்ஞுவைச் சாமர்த்தியக்காரனாக்கிய அந்த வீர சாகசச் செயலைப் பற்றிய விஷயம்தான். இது ஒரு இரகசியம் என்பது இதற்குள் எல்லாருக்கும் புரிந்திருக்குமே? ஆகவே இந்த வரலாற்றின் வேகத்தைக் கொஞ்சம் மட்டுப்படுத்தவிருக்கின்றேன். நாம் இந்த வரலாற்றுத் தளத்திலிருந்து இரண்டரை மைல் தூரம் பின்னோக்கிப் போகவேண்டியதிருக்கிறது. ஒரு குன்றின் சரிவுக்கு. மேடு, பள்ளங்களையெல்லாம் தாண்டி நாம் அங்கே போய்ச்சேரும்போது வைக்கோல் வேய்ந்த ஒரு

சிறுவீட்டைக் காணலாம். அங்குதான் ஊரின் பிரபல கருமியான முண்டக்கண்ணன் அந்துரு வாழ்ந்துவருகிறான். சந்தையில் அவனுக்கு ஒரு கடையிருந்தது. வெல்லமும் கருப்பட்டியும்தான் வியாபாரம். முண்டக் கண்ணன் அந்துரு, ஊரின் முக்கியமான பணக்காரர்களில் ஒருவன். ஆனால் ஒரு காசு ஈயமாட்டான். வட்டிக்குப் பணம் கொடுக்கமாட்டான். எந்தப் பொருளும் அடகு பிடிக்கமாட்டான். இந்தப் பணத்தையெல்லாம் அவன் எங்கே பத்திரப்படுத்தியிருக்கிறான் என்ற விஷயம் யாருக்கும் தெரியாது. யானைவாரி ராமன்நாயரும் பொன்குருசு தோமாவும் சேர்ந்து இரண்டு தடவை இரவு நேரத்தில் அங்கே நுழைந்து தேடியுமிருக்கிறார்கள். அந்த வீட்டில் பெட்டிகள் எதுவுமே இல்லை. பணத்தையெல்லாம் குழிதோண்டிப் புதைத்திருப்பதாகவே ஊரிலுள்ளவர்கள் பரிபூரணமாக நம்பியிருந்தார்கள். ஆனால் எங்கே என்பது தான் யாருக்கும் தெரியாது. பண விஷயமிருக்கட்டும், பணம் இப்போது நமக்கு ஒரு பிரச்சினையே இல்லையே? முண்டக் கண்ணன் அந்துருவின் உம்மா இறந்த பிறகு வீட்டில், சமையல் செய்யவும் வீட்டைக் கூட்டிச் சுத்தம் செய்யவும் ஆளில்லை. இந்தத் துர்பாக்கியகரமான சூழ்நிலையிலிருந்து தன்னைப் பாதுகாப்பதற்காக அவன் ஓர் இளம் வேலைக்காரிப் பெண்ணைக் கூட்டிக்கொண்டு வந்திருந்தான். அவளது பெயர், கதீஜும்மா. அவளுக்கு எல்லாச் செலவுகளும் போக மாதச் சம்பளம் இரண்டணா*. இப்படியாக ஓரிரு மாதங்கள் கழிந்ததும் முண்டக்கண்ணன் அந்துருவின் மனத்தில் எரிச்சல் ஏற்பட்டது. என்ன காரணமென்றா? வேறென்ன, இந்தச் சம்பள விஷயம் தான்! அவன் சின்னதாக ஒரு கணக்குப் போட்டுப் பார்த்தான். வருடத்துக்கு ஒன்றரை ரூபாய் வீதம் பத்து வருடத்துக்கு பதினைந்து ரூபாய். நூறு வருடத்துக்கு நூற்றைம்பது ரூபாய். அவன் நடுங்கிப் போனான். உடனேயே அவன் ஒரு முஸல்யாரைக் கூட்டிக்கொண்டு வந்து அவளை நிக்காஹ் செய்து மனைவியாக்கிக்கொண்டான். மனைவியாகிவிட்டால் சம்பளம் கொடுக்க வேண்டாமல்லவா? தோன்றும்போதெல்லாம் உச்சிமுடியைப் பிடித்திழுத்து இரண்டு போடவும் செய்யலாம். யாராவது கேட்டு வந்தால், "போடா கழுவேறிக்குப் பொறந்த பயலே, நா எம் பெண்டாட்டியை அடிக்கவும்புடாதா?" என்று கேட்க முடியும். ஆனால் சம்பவங்கள் இதனுடன் மட்டும் முடிந்துவிடவில்லை. கதீஜும்மா பிரசவிக்கத் தொடங்கிவிட்டாள். இரண்டு மூன்று பிரசவத்திற்குப் பிறகு பேறுகாலத்தின்போது அவளால் சோறு வைக்க முடியாமலாகி விட்டது. இதை முண்டக்கண்ணன் அந்துரு புரிந்துகொள்ளவும் செய்தான்.

* பன்னிரண்டு பைசா. அப்போதெல்லாம் இது போதுமானதாகவே இருந்தது. தொழிலாளர் ஐக்கியமும் சிந்தாபாத்துமெல்லாம் இல்லாத காலம் அது. – வை.மு.ப.

இந்த இக்கட்டான சூழ்நிலையிலிருந்து தப்பித்துக்கொள்ள வேறு ஒரு வழி கிடைத்தது. கதீஜும்மாவின் உறவிலுள்ள தாச்சி என்ற பத்தொன்பது வயதான, திருமணமாகாத ஒருத்தியை வேலைக்காரியாக வைத்துக்கொண்டான், முண்டக்கண்ணன் அந்துரு. அவளுக்கு மாதம் ஒன்றரையணா சம்பளம். தாச்சி, வேலைக்காரியாக வந்து இரண்டு மாதம் கழிந்தபோது அவளும் கர்ப்பமானாள். அது ஒன்பது மாதமான கர்ப்பம்போல் தெரிந்தது. அது எப்படியென்றுதான் யாருக்குமே தெரியவில்லை. தாச்சியின் கர்ப்பத்துக்கான காரணம்? "அது நான்தான்" என்று எட்டுக்காலி மம்மூஞ்ஞு சொல்கிறான். புரிந்ததா?

எட்டுக்காலி மம்மூஞ்ஞு ஊர் முழுவதும் இப்படிச் சொல்லித் திரிந்தாலும் தாச்சி மட்டும் கடைசிவரை இதை ஒப்புக்கொள்ளவே இல்லை. அவள் இதற்கு யாருமே காரணம் கிடையாது என்கிறாள். இதுபோன்ற சந்தர்ப்பங்களில் பெண்களிடமிருந்து உண்மையை வரவழைக்கும் உத்திகளைப் பல நிபுணர்கள் கண்டுபிடித்துச் சொல்லியிருக்கிறார்கள். மட்டுமல்ல, 'பெண்களிடமிருந்து உண்மையை வரவழைக்கும் எளிய வழிவகைகள்' என்றொரு புத்தகமே இருக்கிறது. அதில் மொத்தம் 33,33,333 வழிகள் சொல்லப்பட்டிருக்கின்றன. அதில் முண்டக்கண்ணன் அந்துரு தேர்வுசெய்தது வெறும் மூன்றே வழிகள்தான்.

1. மிளகைப் பொடித்துக் கண்களில் தேய்ப்பது.

2. பெண்ணின் உடல்முழுவதும் கத்தியால் இலேசாகக் கீறி அதில் மிளகும் உப்பும் சேர்த்தரைத்துப் புரட்டுவது.

3. தீக்கனலை அவளது உள்ளங்கையில் வைப்பது.

ஆனைவாரி ராமன்நாயர்

இந்த மூன்றுவழிமுறைகளிலும் முண்டக்கண்ணன் அந்துருவுக்கு மிகவும் பிடித்தது மூன்றாவது முறைதான். ஏனென்றால் இதில் எந்தப் பொருளுக்குமே நஷ்டம் வராது. அப்படியாக தாச்சியின் உள்ளங்கையில் முண்டக்கண்ணன்

அந்துரு தீக்கனலை வைத்தான். பெண்ணல்லவா – இருந்த பிறகும் அவள் உண்மையைச் சொல்லவில்லை. அவள் சத்தியமிட்டுச் சொன்னாள்: "யாருமே இல்லை."

விஷயம் இந்த அளவுக்கு வந்தபிறகு முண்டக்கண்ணன் அந்துருவுக்கு என்ன செய்வதென்று தெரியவில்லை. ஏதாவது நோயாக இருக்குமோ என்று முண்டக்கண்ணன் அந்துருவின் மனைவி கேட்டாள். அப்படியாக கர்ப்பமா, நோயா என்று முண்டக்கண்ணன் அந்துருவின் சிந்தனைகள் கொஞ்ச நாட்கள் அலைந்து திரிந்தன. பிறகு அவன் அதை ஒரு விஷயமாகவே எடுத்துக்கொள்ளவில்லை. ஏனென்றால் அவனுக்கு வெல்ல வியாபாரம்தான் முக்கியம். நிறைய லாபம் கிடைக்கிற வியாபாரமும்கூட. வெல்ல வியாபாரம் செய்து அதிக லாபம் சம்பாதித்துப் பணக்காரனாக ஆசைப்படுபவர்களுக்காக அந்த வியாபார இரகசியத்தைப் பணிவான இந்த வரலாற்றாசிரியன் சொல்லப்போகிறேன்.

அதாவது உடைந்ததும் பொடிந்ததுமான நயம் வெல்லத்தைக் குறைந்த விலையில் வாங்க வேண்டும். அதை ஒரு பெரிய பாத்திரத்திலிட்டு அடுப்பில்வைத்துப் பாகாக உருக்க வேண்டும். பிறகு அந்தப் பாத்திரத்தில் நிறைய தவிட்டையும் புண்ணாக்கையும் சேர்த்துப்போட்டு நன்றாகக் கலக்க வேண்டும். சூழ்ப் பருவமானதும் சிறு சிரட்டைகளில் ஊற்றிவைத்துவிட வேண்டும். அது இறுகிய பிறகு, கூடையில் கொஞ்சம் வைக்கோலெல்லாம் போட்டு அடுக்கிவைத்து, ஹா... சிறுசர்க்கரை என்ற கோஷத்துடன் விற்க வேண்டும். யாராக இருந்தாலும் சரி, சீக்கிரமே பணக்காரனாகிவிடலாம். இதில் ஏதாவது சிரமமிருந்தால் சொல்லுங்கள், வேறு வழி சொல்லித் தருகிறேன்.

சரி, நான் சொல்ல வந்தது தாச்சியின் கர்ப்ப விவகாரம் பற்றியதல்லவா? பதினொரு மாதமான பிறகும் அவள் பிரசவிக்க வில்லை. அப்படியிருக்கும்போது ஒரு வைத்தியன், அவன் முண்டக்கண்ணன் அந்துருவுக்குப் பதினொன்றரை அணாவோ என்னமோ பாக்கிவைத்துக் கொஞ்சகாலமாகிவிட்டிருந்தது. "தொலைஞ்சு போவட்டு" என்று சொல்லி அந்துரு அந்த வைத்தியனை அழைத்துக்கொண்டுவந்து தாச்சியைக் காட்டினான். இது கர்ப்பமில்லையென்று வைத்தியன் சொல்லிவிட்டு ஏதோ மருந்தும் கொடுத்தான்.

இனி நாம் இந்த இடத்திலிருந்து திரும்பி எட்டுக்காலி மம்மூஞ்னு இருக்குமிடத்துக்கே வருவோம். இனியுள்ள

கதைகளையெல்லாம் எட்டுக்காலி மம்மூஞ்ஞுவிடமிருந்தே நாம் புரிந்துகொள்ளப்போகிறோம்.

ஒருநாள் யானைவாரி ராமன்நாயர் மடையன் முத்தப் பாவின் சாயாக் கடைக்குப் போகும்போது எட்டுக்காலி மம்மூஞ்ஞு சோகத்துடன் யானைவாரியைக் கூப்பிட்டுக் கேட்டான்:

"டேய் யானைவாரி, விசியந்தெரியுமா? அவன் நம்ம புள்ளெயைக் கொன்னுட்டான்."

யானைவாரி ராமன்நாயர் ஸ்தம்பித்துப்போய் நின்றான். அவனால் என்ன சொல்ல முடியும்? அவர்கள் அப்படியே நடந்தார்கள். வழியில் பொன்குருசு தோமாவைக் கண்டார்கள். தழுதழுத்தக் குரலில் கேட்டான் எட்டுக்காலி மம்மூஞ்ஞு.

"டேய் பொங்குருசு, விசியந் தெரியுமா... அவன் நம்ம செல்ல மவனைக் கொன்னுட்டான்."

பொன்குருசு தோமாவுக்கு எதுவுமே சொல்லத் தோன்ற வில்லை. அவர்கள் மௌனமாக மடையன் முத்தபாவின் சாயாக் கடைக்கு வந்துசேர்ந்தார்கள். குரல் நடுங்க, கண்ணீர் வடித்தபடியே எட்டுக்காலி மம்மூஞ்ஞு, மடையன் முத்தபாவிடம் சொன்னான்:

"டேய் முத்தபா, விசியந் தெரியுமா. . . நம்ம செல்ல மவனெ அவன் கொன்னுட்டான்."

மடையன் முத்தபாவாலும் எதுவும் பேசமுடியவில்லை. இந்தக் கோரச் செய்தியை ஒத்தக்கண்ணன் பாக்கரும் அறிந்தான். அந்த இரண்டு போலீஸ் தரகர்களும் அறிந்துகொண்டார்கள். எல்லாருமாகச் சேர்ந்து யோசனை செய்து ஒரு முடிவுக்கு வந்தார்கள். கடைசியில் எட்டுக்காலி மம்மூஞ்ஞு சொன்னான்:

"எம் புள்ளெயைக் கொன்ன அந்த ஹராம் பெறந்தவனுக்கெ கொடலை நா உருவி மாலெ போடுவேன்."

அப்போது போலீஸ்காரர்களில் ஒருவன் சொன்னான்:

"சமாதானப்படு."

ஏனென்று கேட்டால் முண்டக்கண்ணன் அந்துருவின் வாப்பாவின், இரண்டாவது மனைவியின், தங்கைப் புருஷனின், தம்பியின் மூத்தமகன் ஒரு ஹெட் கான்ஸ்ட்பிள். ஆகவே முண்டக்கண்ணன் அந்துருவின் குடலை மாலைபோடும் விஷயத்தில்போலீஸ்தரகர்கள்எதிராகஇருந்தார்கள்.பாருங்களேன், அதிகாரவர்க்கமும் முதலாளித்துவமும் கைகோர்த்திருப்பதை.

முண்டக்கண்ணன் அந்துருவை, எட்டுக்காலி மம்மூஞ்ஞும் நண்பர்களும் என்ன செய்துவிட முடியும்? இப்படியாக சோகமும் நிச்சயமற்றதுமாக நாட்கள் பல கடந்தபிறகு ஒருநாள், ஒரு கோரச் செய்தியுடன் எட்டுக்காலி மம்மூஞ்ஞு, மடையன் முத்தபாவின் சாயாக் கடைக்கு வந்தான். அங்கே அப்போது யானைவாரி ராமன்நாயரும் பொன்குருசு தோமாவும் மடையன் முத்தபாவும் ஒத்தைக்கண்ணன் பாக்கரும் இரண்டு போலீஸ் தரகர்களும் இந்தப் பணிவான வரலாற்றாசிரியனும் இருந்தோம். எங்கள் எல்லாரிடமுமாகப் பொதுவாகக் கேட்டான், எட்டுக்காலி மம்மூஞ்ஞு.

"விசியந் தெரியுமா?"

பிறகு, கொஞ்சநேரத்திற்கு எட்டுக்காலி மம்மூஞ்ஞுவால் எதுவும் பேச முடியவில்லை. அவன் சோகமும் கோபமும் வருத்தமும் மிகுந்த ஒரு மூர்த்தியாக ரூபமெடுத்திருந்தான். கடைசியில் அவன் கண்ணீர் சிந்தியபடியே தழுதழுத்தக் குரலில் சொன்னான்.

"அந்த முண்டக்கண்ணன் ஹராம் பெறந்தவன், எஞ் செல்லப் புள்ளெயையும் கொன்னுட்டு எம் பெண்டாட்டி தாச்சியையும் கெட்டீட்டான்."

வரலாற்று மாணாக்கர்களே, நாம் அதற்காக என்ன செய்ய முடியும்?

1967

ரேடியோகிராம் என்னும் ரதம்

ஒருநாள் எனது இல்லாளை அழைத்துச் சொன்னேன்: “எடியே, திடீர்னு ஒருநாள் நான் இறந்துபோனேன்னு வச்சிக்க. உனக்கும் உன்னோட தோழிமாருக்கும் கொஞ்சம் பாட்டுக் கேட்கணும் போலிருந்தா என்னடீ பண்ணுவே? எனவே, நீ இந்த ரேடியோகிராம் சம்பந்தமான சூத்திரங்களைக் கத்துக்கணும். நான் ஒரே நிமிடத்தில கத்துத்தரேன்.”

“ஆமா, இங்கயே ஆயிரத்தெட்டு வேலை கிடக்கு” இல்லாள் சொன்னாள். “மாட்டுக்கு இன்னும் தண்ணி காட்டலை. கோழிகளுக்குத் தீவனம் போடலை. அடுப்பில அரிசி வேற கெடந்து கொதிச்சிட்டிருக்கு. தீ அணைஞ்சுபோகும்.”

“அப்ப சரி” என்றுதானே சொல்ல முடியும். இங்கே தினம் தவறாது மகிளா இரத்தினங்களான மாதுகுலத்தவரின் வருகைகள் நிகழும். கேட்டின் முன், வராந்தாவில் சாய்வுநாற்காலியில் நான் நட்டநடு நாயகமாகப் படுத்திருப்பேன். இந்த ஸ்தாபர ஜங்கம வஸ்துக்கள் அனைத்துக்கும் ஏகபோக உரிமையாளன் நான்தான். இருந்தபோதும் இந்தப் பெண்கள் கேட்பார்கள்: “அவங்க இல்லையா?”

யாரென்று கேட்க வேண்டிய தேவையில்லை அல்லவா? பிரதானியைத் தேடுகிறார்கள். நான் சொல்வேன்: “கூப்பிடுறேன். உள்ள வந்து உட்காருங்க.”

நான் மரியாதையுடன் உபசரித்து வரவேற்பு அறையில், ரேடியோகிராமின் அருகாமையில் அமரவைப்பேன். இவர்களை நேரடியாக உள்ளே

அனுமதிக்கலாகாது. புடவைக்குப் பொருத்தமான ரவிக்கையும் அதற்கேற்ப வால்வைத்த அஞ்சனமும் தீட்டி வந்திருப்பவர்கள். சமையல்கட்டில் நிறப் பொருத்தமற்ற ஆடைகளுடன் இல்லாள் நின்றிருப்பாள். ஆகவே மணியோசைகள் மூலம் சில சமிக்ஞைகளைத் தெரிவிப்பேன். நிறப்பொருத்தம் கபர்தார்.

கையிலிருப்பதையெல்லாம் தூக்கிக் கடாசிவிட்டு, சட்புட்டுன்னு இல்லாள் நிறப்பொருத்தங்களுடன் ஆஜராவாள். சில்லறை கிசுகிசுக்களின் முடிவில், சற்று சங்கீதமும் கேட்டுவைக்கலாமென்று இல்லாள் எனக்கு அறிவிப்பாள். "இதற்கெல்லாம் எந்தத் தேவையுமில்லை. புரிஞ்சுக்க. அவங்க எதுக்காக வந்திருப்பாங்கங்கிறது எனக்குத் தெரியும்." இருந்தும் நான் பாட்டுவைக்கப்போகிறேன், எந்தப் பொருத்தமுமே இல்லாமல்; வெறுமொரு வேட்டியுடன். மூங்கில் முள், துடலி முட்களினூடே நடப்பதுபோல் உடலில் புடவைகள் உரசிவிடாமல் சென்று அரைமணி நேரத்துக்குத் தேவையான அனைத்து ஏற்பாடுகளையும் ரேடியோகிராமில் செய்து வைத்துவிட்டு – அதாவது,இல்லாளுட்பட பத்துபேர்கொண்ட சபையில் பேரமைதி. நான் ரேடியோவை ஆன் செய்கிறேன். சங்கீதம் பெருக்கெடுத்து ஓட ஆரம்பித்ததும், பெண்குலத்தார் பேச ஆரம்பிப்பார்கள். இடியுடன் கூடிய கொடுங்காற்றும் மழைச்சீற்றமும்போல் உரையாடல்கள். மனம் வேதனைப்படும். பல்வேறு நாடுகளிலிருந்து நான் சிரமப்பட்டுச் சேகரித்து வைத்துள்ள கிராமஃபோன் ரிக்கார்டுகள். ஆண்டவா, பெண்கள் பாட்டைக் கவனிக்கவே இல்லையே? அரைமணிநேரத்துக்குப் பிறகு பாட்டு நிற்கவும், கூடவே உரையாடல்களும் கப்சிப்.

என்னுடைய கவனத்தைத் திருப்புவதற்காக ஒரு நாரீமணி அறிவிக்கிறாள்: "பாட்டு முடிந்தது."

நான் எழுந்துசென்று, சர்வதேசச் சங்கதிகளை அலசத் தோதுவாக, மேலும் அரைமணிநேரத்துக்கான சாமக் கிரியைகளை ஏற்பாடு செய்துவைத்துவிட்டு வந்து சாய்வு நாற்காலியில் உட்காருவேன். மேலும் அரைமணிநேரத்தொடர் உரையாடல்களின் முடிவில், இல்லாளின் தலைமையில் அனைவரும் வீட்டுக்குள் செல்கிறார்கள். ஆரவாரங்களினூடே தேநீர் தயாராகிறது. சில குர்முர்களும் தயாராகின்றன. கொண்டாட்டங்களும் பேச்சும் சிரிப்பும்.

நான் ரிக்கார்டுகளை அதன் உறைகளில் போட்டுப் பெட்டிக்குள் வைக்கிறேன். ரேடியோகிராமை ஆஃப் செய்கிறேன். (இதை, முதலிலேயே செய்துவிடுவேன். சொல்லவந்த இடம் மாறி விட்டது; அவ்வளவுதான்.) திரும்பவும் வந்து பூர்வஸ்தானத்தைக்

கைப்பற்றுவேன். கொஞ்சநேரத்துக்குப் பிறகு, பெண்கள் அனைவரும் ஒவ்வொரு சிறு பிளேட்டுகளில் குர்முர்களுடன் வருகிறார்கள். இல்லாள் ஒரு தேநீரையும் சில குர்முர்களையும் தந்துவிட்டு, அது குறித்து என்னுடைய சார்புநிலையற்ற விமர்சனங்களை எதிர்பார்க்கிறாள்.

சபையிலுள்ள ஏக ஆண்மகன் நான் மட்டும். ஆகவே மிகுந்த எச்சரிக்கையுடன் பேச வேண்டும். நான் கேட்பேன்: "இந்தக் கலைப்படைப்பு யாருடையது?"

"என்னுடையதுதான்." வெட்கமும் பெருமையும் கலந்த தொனியில் குமாரி ருக்மிணி தேவி சொல்கிறாள்: "நல்லாயில்லைன்னு நினைக்கிறேன். பஷீர் பெரிய குக்னு கேள்விப்பட்டிருக்கேன். இதை என் தங்கை ஹாங்காங்கிலிருந்து கற்றுக்கொண்டாள். நல்லாருக்கா?"

ரேடியோகிராம் என்னும் ரதம்

“ஹோ . . . அழகா இருக்கு.” அந்த ஹாங்காங் மண்ணை நான் வீரத்துடன் குர்முர்ரென்று கடித்துத் தின்பேன். அவர்கள் தங்களுக்குத் தோன்றுவதுபோல் ஒவ்வொருவராக இறங்கிச் செல்வார்கள்; ஏராளமான புத்தகங்களுடன்; சூழல் நிசப்தமாகிறது. சரி, இதிலிருந்து நீங்கள் கற்றுக்கொண்ட நீதிபோதனை என்ன?

அவர்கள் பேசுவதற்கான பக்கவாத்தியம்தான் சங்கீதம்; போகட்டும். நமக்கு எந்த ஆட்சேபணையும் இல்லை. ரேடியோகிராம் வைத்து அவர்கள் நன்றாகப் பேசிக்கொள்ளட்டும். சாட்சிக்கு நம்மையும் கூப்பிடாமல் இருப்பதே பெரிய விஷயம். பால் ராப்ஸன், யஹூதிமெனுஹின், பிங்க்ரோஸ்பி, உம்முல் குல்சு, படே குலாம் அலீகான், பங்கஜ் மல்லிக், ஸைகால், எம்.எஸ். சுப்புலட்சுமி, பண்டிட் ரவி சங்கர், பிஸ்மில்லா கான் போன்றவர்களை அவமானம் செய்வதைப் பார்த்துக் கொண்டிருக்கும் மனத்திடமும் போதுமான அளவுக்கில்லை. ஆகவே இல்லாளுக்கு இதைக் கற்றுக் கொடுத்துவிட்டு . . . மன்னிக்கணும், எதுவும் சொல்றதுக்கில்லை. இல்லாளை நிர்ப்பந்தம்செய்து கற்றுக்கொடுத்தேன். (அப்போது அவளது கவனம், ஃபாத்திமத்து சொஹ்ரா உடுத்தியிருந்த புடவைமீது பதிந்திருக்கலாம்.) இது சம்பந்தமாக அப்போது, என்னிடம் கேட்டாள். “கண்ணுல வெள்ளெழுத்து வேறயா, சரியாக என்னால் பார்க்க முடியலை” என்று நான் சொல்லவும் செய்தேன். வெள்ளெழுத்து வாழ்க. இல்லாள் கற்றுக்கொள்ள வரும்போது சொன்னேன்: “எடீ, ரேடியோகிராமுங்கிறது துருவல்குற்றியோ கோடாரியோ அம்மியோ ஆட்டுரலோ இல்லை. மிக மென்மையான ஒரு இயந்திரம் இது. இதோட விலை பழைய காலத்திலுள்ள நாலாயிரம் ரூபாய், ரிக்கார்டுகள் உட்பட. ஆகவே, ஜாக்கிரதையாக கையாளணும்.”

முகத்தைக் கறுவிக்கொண்டு ஒரு எரியும் பார்வையைப் பதிலாகத் தந்தாள். ஏனென்றால் இந்த உலகத்திலுள்ள படுகெட்டிக்காரிகளாகிய மகிளா இரத்தினங்களில் இவளும் ஒருத்தி. சகலகலாவல்லி. நான் செய்த பாக்கியம்.

நான் சொன்னேன்: “எடியே, பட்டனைப் பாரு. என்ன தெரியுது?”

“78, 45, 33, 16.”

“ஆங் . . . இவ்வளவு நம்பர்கள்கொண்ட ரிக்கார்டுகள் நம்மகிட்ட இருக்கு. இதோ பாரு.”

பல வரிசைகளிலான ரிக்கார்டுகளை எடுத்துவைத்தேன்.

“சாதாரண கிராமஃபோன் ரிக்கார்டுகள் 78ஆம் நம்பர். இதை வைக்கும்போது, பட்டனின் கீழுள்ள பள்ளத்தின் அருகில்

78ஐ வைக்கணும். ஸ்விட்சை விடணும். அவ்வளவுதான் ரேடியோ கிராம் பாடும். இவ்வளவுதான். சரி, ரிக்கார்ட் உறையிலோ பிளேட்டிலோ 45ஆம் நம்பர் இருந்தால்?"

"பட்டன் பக்கத்திலுள்ள பள்ளத்துக்கு நேரா 45 வரும்படி பார்த்துக்கணும்."

"கெட்டிக்காரி! . . . அப்புறம், 78ஐத் தவிர பாக்கியுள்ள நம்பர்களுக்கு இந்தக் கையின் அடிப்பகுதியிலுள்ள வைரத்தை இந்தப் பக்கமாகத் திருப்பிக்கணும். புரியுதா?"

"புரியுது."

"பஹுத் அச்சா. கெட்டிக்காரி."

ஒவ்வொன்றாக வைத்துப் பார்த்துவிட்டுக் கேட்டாள்:

"நம்பர் 16 ரிக்கார்ட் எங்கே?"

"மன்னிக்கணும், நம்மகிட்ட அதில்லை. மீதியுள்ளதை முழுசாப் படிச்சிட்டியா?"

"இதெல்லாம் ஒரு பெரிய விஷயமா என்ன?" என்று கேட்டாள்.

எந்தப் பெண்ணாக இருந்தாலும் கேட்கத்தான் செய்வார்கள். ஆணாகிய நான் தோற்றேன். இப்படியாக இல்லாள், பின்பொரு முறை ரேடியோகிராம் வைப்பதைப் பார்த்தேன். ஆண்டவா! இத்துடன் . . . மைவிழியாள்களும் யந்திர நுட்பங்களும் என்ற பெயரில் அட்டகாசமான பிரபந்தம் எழுதலாமே என்றும் தோன்றியது. ஏனென்றால் மைவிழியாள்களுக்கும் யந்திர நுட்பங்களுக்குமிடையே பெரிய புரிதல்கள் இருக்கவாய்ப்பில்லை ... இதில் நான் உறுதியாக இருக்கிறேன். என்னுடைய இந்தப் பொதுப்புத்தி அறிவிப்பில் மகிளா ரத்தினங்களான செளபாக்யவதிகள் பலத்த கண்டனங்களைப் பதிவுசெய்வார்கள். தொட்டிலாட்டும் கைகளை ஆட்சேபிப்பதா? பேன் கொல்லும் விரல்களைக் குறைசொல்வதா? என்ன தெரியும் உங்களுக்கு? இந்தக் கைகள் வாளேந்தியிருக்கின்றன. முன்னொரு காலை சகடம் செலுத்திய சுபத்ரா . . . போன்ற இத்யாதி பிரம்புகளால் என்னை நொறுங்க வெளுக்கவும் செய்வார்கள்.

ஆனால் கேளுங்கள். என்னுடைய இல்லாள் இருக்கிறாளே ... இந்த இஸ்லாமிய சுபத்ரா . . . இவளது இரகசிய நாமதேயம் ஃபாபி. இவள் ரேடியோகிராம் என்னும் தேரைச் செலுத்திய கிஸ்ஸா(கதை)வைச் சொல்கிறேன்: ரேடியோகிராமின் சூட்சுமங்கள் அனைத்தையும் இவள் கற்றுத் தேர்ந்தாள். என்னுடைய

உதவியின்றி, இந்த வீட்டையும் சுற்றுப்புறங்கள் அனைத்தையும் இசையில் மூழ்கடிக்கப் போகிறாள். உரையாட ஒரு டஜன் தோழிகள். சாப்பிட்டு முடித்து அனைவரும் தயாராகிவிட்டனர். இஸ்லாமிய சுபத்ரா ரேடியோவை ஆன் செய்தாள். நிமிடங்கள் சென்றன. ரிக்கார்டை வைத்தாள். ஸ்விட்சை விலக்கினாள். இப்படித்தான் செய்திருப்பாள் என்ற ஒரு யூகத்தில் சொல்கிறேன். எதிலுமே தலையிடாமல் நான் ஆன்மிகச் சிந்தனைகளில் மூழ்கி, வராந்தாவில் தொலைவில் சாய்வுநாற்காலியில் படுத்திருந்தேன் . . . அப்போது கேட்கின்றன அழகழகான கர்ஜனைகள் . . . இனிமையான அலறல் சத்தங்கள் . . . தும்மல், சீறல் . . . யானை, புலி, நல்ல பாம்பு, காட்டெருமை, பூனை, எலி, நாய் நரிகள், கரடி, திமிங்கலம், காட்டுப் பன்றி, நீர்க்குதிரை, நீர்க்கோழி, ஓநாய் போன்றவற்றின் பாட்டுக் கச்சேரி.

கொஞ்ச நேரம் . . . எனக்கு . . . என்னடா இது? . . . ஒன்றுமே விளங்கவில்லை கேட்டீர்களா? இப்படியொரு ரிக்கார்ட் என்னிடம் இல்லவே இல்லை. ஹாங்காங்கிலிருந்து தங்கை யாராவது புதிதாக கொண்டுவந்தார்களோ என்னமோ . . . நான் ஏறத்தாழ, மடையன் போல் அப்படியே படுத்திருக்கும்போது, என்னுடைய இஸ்லாமிய சுபத்ரா சபைக்கு வரும்படி எனக்கு அழைப்புவிடுத்தாள்:

"கொஞ்சம் இங்க வந்துட்டுப் போங்களேன்."

நான் துடலி முட்களின் பார்பிட் வயர்களினூடே கவனமாக நடந்தேன். இஸ்லாமிய சுபத்ரா சொன்னாள்:

"பால் ராப்ஸன்."

இப்படி உறுமுவதும் முனகுவதும் சீறுவதும் கர்ச்சிப்பதும் ராப்ஸனா, அடக் கடவுளே!

பெண்கள் பேச்சுமூச்சில்லாமல் நிசப்தமாகக் கவனிக்கிறார்கள். அந்தவரைக்கும் மகிழ்ச்சி.

"இதுதான் பால் ராப்ஸனின் பாட்டா . .?"

பிரபஞ்சம் உருவான பிறகு, வந்த நல்ல பாடகர்களில் ஒருவன் அல்லவா பால் ராப்ஸன் என்னும் இந்த அமெரிக்க நீக்ரோ?

பலநூற்றாண்டுகளாக அடிமைகளாக வைத்திருந்த ஒரு மக்கள் கூட்டத்தின் வேதனையையும் சோகத்தையும் அழுத்தத்தையும் ராப்ஸனின் குரலினூடே நான் உணர்ந்திருக்கிறேன். ஆசீர்வதிக்கப்பட்ட பாடகனே, தங்களுக்கு எளிய மனிதன் ஒருவனின் வாழ்த்துகள் . . . என்று கண்ணீர் ததும்ப நான் சொல்லும்போது, "இதுதான் பால் ராப்ஸனின் பாட்டா?" என்றொரு கேள்வி.

நான் வைத்திருக்கும் பால் ராப்ஸனின் ரிக்கார்டுகள் விலை உயர்ந்தவை. ஒரு பக்க ரிக்கார்ட் அரைமணிநேரம் பாடும். இது எப்படி உறுமவும் முனகவும் ஆரம்பித்தது?

ரேடியோகிராமை நிறுத்திவிட்டுச் சொன்னேன்: "எடீ, திருகாணியை நான் எடுத்து வெச்சிருந்தனே?"

"அது சரி. அப்படின்னா முதல்லேயே சொல்லியிருக்க வேண்டாமா?" நம்ம இஸ்லாமிய சுபத்திராவின் மாபெரும் தலைமையில் தமயந்தி, வத்ஸலா, ருக்மிணி தேவி, ஃபாத்திமத்து சொஹ்ரா, ராஜிலா, ஆயிஷா பீவி, தாட்சாயணி, ரமா, சீதா தேவி... ஆகியோர் இந்த கஸ்மாலத்தை முறைத்துப் பார்த்தனர். சுட்ட நோட்டங்கள் . . . பதிவிரதைகள் அனைவரும் சேர்ந்து என்னை பஸ்பமாக்கிவிடுவார்கள் போல் இருந்தது. நான் அங்குமிங்கும் தொட்டுப் பார்த்துவிட்டு ரிக்கார்டைச் சரியாக வைத்தேன். பால் ராப்ஸன் அழகாகப் பாட ஆரம்பித்தான். பெண்கள் அழகாகப் பேச ஆரம்பித்தார்கள். பிறகு தேநீரும் குர்முர்களும் முடிந்து போகும்போது எதையோ நினைத்து என்மீது சுட்ட நோட்டங்களையும் வீசிச் சென்றனர்.

பொன்னுலகமே, திருகாணியை நான் எடுக்கவில்லை. சௌபாக்யவதிகளான அஞ்சன விழிகளாரின் எதிரில், நம்முடைய இஸ்லாமிய சுபத்ராவைக் குற்றம்சொல்ல வேண்டாமென்ற எண்ணத்துடன் அப்படிச் சொல்லிவிட்டேன். இஸ்லாமிய சுபத்ராவிடம் கேட்டேன்: "பால் ராப்ஸன் ஏன்டீ, முக்கவும் முனகவும் செய்தார்?"

"புரிஞ்சுது." இஸ்லாமிய சுபத்ரா சொன்னாள்: "45க்குப் பதில், நான் 78ஐ வெச்சிட்டேன்."

"நான் திருகாணியை எடுத்தனா?"

"இல்லை."

"அப்படீன்னா, ரேடியோகிராமுங்கிற ரதத்தை இனிமேல் நானே ஓட்டிக்கிறேன். அதைத் தொட்டேன்னா கையை ஒடிச்சே போடுவேன். நான் இறந்து, என் கபர்குழியை மூடினதாக வெச்சுக்க. கொஞ்ச நாட்களுக்குப் பிறகு, உனக்கும் உன்னோட அந்த மைக்கண்ணி தோழிகளுக்கும் பாட்டுக் கேட்கணும் போலிருந்தால், என் கபர்குழியில வந்து கூப்பிடுங்க. 'ஹேய் பஷீர். ரேடியோகிராமுங்கிற அந்த ரதத்தைக் கொஞ்சம் ஓட்டிக் காமிச்சிட்டுப் போயிடேன்.' அப்போ ஒருவேளை வசதிப்பட்டால் வருவேன். ஓடிடு இங்கிருந்து."

1967

•

பர்ர்ர் . . . !

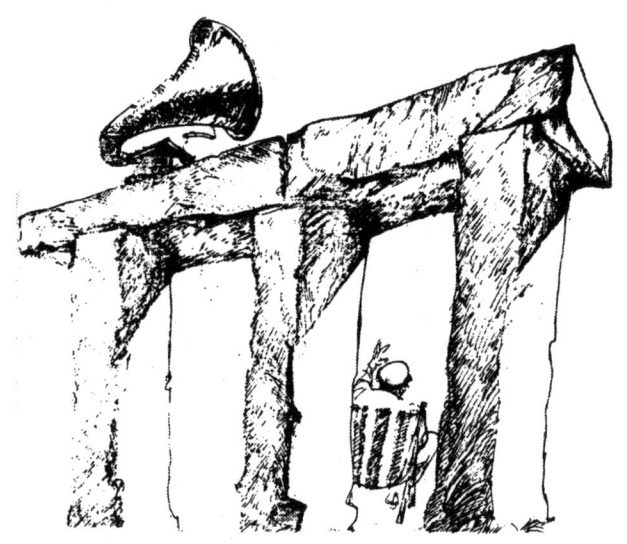

ஒரு 'பர்ர்ர்' சம்பவத்தைப் பற்றிதான் நாம் இப்போது பார்க்கப்போகிறோம். சிறுதோதிலான ஒரு காதலும் இதிலுண்டு. இதிலென்ன காதல்?

ஒரு பெண்ணை நான் காண்கிறேன். அவள் அழகும் ஆரோக்கியமும் நிரம்பியவள். பிறகு என்னால் பொறுத்துக்கொள்ளவே முடியவில்லை. இந்தா பிடித்துக்கொள் என்பதுபோல் அவள்மீது

மையல் கொண்டுவிட்டேன். அவளிடம் எந்தக் குறைபாடுமில்லை. தேவ கன்னிகையவள். தேவதை – ஹூரி*.

அவள்தான் எனது ஐடியல் கேர்ள். கற்பனையில் நானொரு சிம்மாசனம் தயார்செய்து அவளை அதில் குடியமர்த்துகிறேன். அப்புறமென்ன? நான் அவளைத் தொழுத கைகளுமாக, பணிவுடன் ஆராதனை செய்கிறேன்.

இப்படியாக நானொரு பக்தனாக மாறியபின் என்ன நடந்ததென்றா கேட்டீர்கள்? சொல்கிறேன்:

அப்போது எனக்குப் பதின்மூன்றோ பதினான்கோ வயதிருக்கும். கால்களில் செருப்பில்லை. ஒரு வெள்ளை வேட்டி உடுத்தியிருக்கிறேன். சிவப்புக்கோடு போட்ட காலர் வைத்த வெள்ளைச் சட்டை. தலைமுடியை ஒட்ட வெட்டியிருக்கிறேன். என் முன்புறம் வாப்பா நடந்து போய்க்கொண்டிருக்கிறார். நான் உடுத்தியதுபோன்ற உடைகள்தான் வாப்பாவும் உடுத்தியிருந்தார். தலையில் ஒரு தொப்பியும் ஒரு குடையும் அதிகமாகவைத்திருந்தார். நாங்கள் ஒன்றிரண்டு மைல் தூரத்திலிருக்கும் ஒரு வீட்டிற்குப் போய்க்கொண்டிருக்கிறோம். வாப்பாவுக்கு அங்கே பணம் சம்பந்தமான ஏதோ கொடுக்கல் வாங்கல் இருந்தது. வாப்பா, மர வியாபாரி.

நாங்கள் நடக்கும் வழி – ராஜபாதைதான். ஆனால் தார்ரோடல்ல. பாதையின் இருபுறமும் மரங்கள். இடையிடையே வீடுகளும் இருந்தன. வழிப்பாதையில் வாகனங்கள் எதுவுமில்லை. ஆட்களின் சஞ்சாரமெல்லாம் அப்போது நடந்ததுதான்.

"வாப்பாவும் மவனும் எங்கே?" வழியில் சிலர் கேட்கிறார்கள். வாப்பா நின்று பதில் சொல்கிறார். நாங்கள் நடந்து நடந்து ராஜபாதையிலிருந்து விலகித் தாழ்ந்த ஓர் இடைவழிப் பாதையில் இறங்கினோம். கொஞ்ச தூரம் சென்றதும் மனத்திற்கு இதமான ஒருகாட்சி. பரந்துவிரிந்த நெல்வயல்கள். அதன் விசாலப் பரப்பினூடே ஒரு மேடான பகுதி. அதில் ஓடு வேய்ந்த ஒரு சிறுகட்டடம்.

நாங்கள் மேட்டுப் பகுதியிலேறி மரங்களின் இடையினூடே முற்றத்திற்கு வந்தபோது நிற்கிறாள், வெண்ணிற ஆடைகள் தரித்த ஒரு தேவலோகக் கன்னிகை.

நிறைய சிவப்புமலர்கள் பூத்துக் குலுங்கும் பன்னீர் செண்பகச் செடியின் பக்கத்தில் அவள் நின்றிருந்தாள். தலை முடியை

---

* சுவர்க்கலோக அழகி

விரித்துப்போட்டிருந்தாள். அதிக நீளமில்லாத வெளுத்த முகம். உருண்டு திரண்ட மார்பகங்கள், வடிவொத்த உடல் ஆகிருதி.

மனதிற்குவப்பான ஒரு மந்தகாசப் புன்னகையுடன் அவள் என்னைப் பார்த்தாள்.

"பெரியவன்தானே?" தேவலோக இசைபோல் கேட்டாள்.

"ஆமா." வாப்பா சொன்னதும் வீட்டினுள்ளிருந்து ஒரு கனத்த குரல் வந்தது:

"வாங்கோ, வாங்கோ."

அவளது அப்பாதான். வாப்பா வீட்டினுள் சென்றார்.

நானும் தேவதையும் தனித்து!

ஒரு பெரிய பன்னீர் செண்பகப்பூவை அவள் அடர்த்தெடுத்தாள். கொஞ்சநேரம் அதன் அழகைப் பார்த்துவிட்டு என்னிடம் தந்தாள். ஆஹா...! பிரபஞ்சம் முழுவதும் வாசனையிலும் அழகிலும் மூழ்கிப்போனது. நான் அனைத்தையும் மறந்துவிட்டேன். அவளையே பார்த்தபடி நின்றிருந்தேன்.

அவளுக்குப் பத்தொன்பது இருபது வயதிருக்கலாம்.

கண்குளிர அவளை... அவளையே பார்த்தபடி நின்றிருந்தேன்.

அந்த ஹூரி, புன்னகை பூத்தாள்.

என் பெயரைக் கேட்டாள் அவள். எத்தனாவது படிக்கிறாய் என்றும் கேட்டாள்.

வீட்டில் யாரெல்லாம் இருக்கிறீர்கள் என்று கேட்டாள்.

எல்லா விவரங்களுக்கும் நான் திக்கித்திணறித் தப்பித் தடுமாறிப் பதில்சொல்ல முயற்சி செய்தேன்.

அவள் கேட்டாள்:

"எதுக்கு வெட்கப்படுறே?"

ஆண்டவா, நான் வெட்கப்படுகிறேனா?... அவளுடன் எனக்கு நிறைய பேச வேண்டும் போலிருந்தது. ஆனால் எதுவும் பேச முடியவில்லை. நாக்குத் தளர்ந்துபோய், தொண்டை வறண்டிருந்தது. மிகுந்த பதற்றத்துடன் வேர்த்துத் தளர்ந்து அந்தத் திருச்சன்னிதியில் நான் நின்றுகொண்டிருந்தேன்.

அனுராகம்... காதல்.

நறுமணங் கமழும் பொற்கனவு. நான் அதில் மூழ்கினேன். இனிமை நிறைந்த திகைப்பு. திவ்யமான மயக்கநிலை.

எல்லாம் முடிந்தபிறகு நானும் வாப்பாவும் சாயா குடித்தோம். அவளது அப்பாவிடமிருந்து பணமும் வாங்கிவிட்டுத் திரும்பி வந்தோம். வாரத்தில் இரண்டு மூன்றுதடவை நான் அங்கு போனேன்; பணம் வாங்குவதற்காகவோ கொடுப்பதற்காகவோதான்.

காதலும் மையலும் மறைத்துவைத்துவிட முடிகிறவையா? விஷயம், காட்டுத் தீபோல் படர்ந்தெரிந்தது. நான் அவள் மீது மையல்கொண்டுவிட்ட தேவரகசியத்தை அவளது சகோதரி அறிந்துகொண்டாள். அம்மாவும் அப்பாவும்கூட அறிந்துகொண்டார்கள்.

எல்லாருக்கும் அது ஒரு தமாஷ் விஷயமாகிவிட்டது.

அவளைவிடவும் இரண்டு வயது இளையவள் அவளுடைய சகோதரி.

என்னைத் தூரத்தில்வைத்துப் பார்த்ததுமே தங்கையவள் அக்காளிடத்தில் சொல்வாள்:

"வர்றான்."

அப்போது அவள் அரசகுமாரியைப்போல் அல்ல, ஒரு பட்டமகிஷிபோல் கனகம்பீரமாக, அலட்சிய பாவத்துடன் அமர்ந்திருப்பாள். என்னைக் கண்டால் குறுநகை செய்வதில்லை. குசல விசாரணைகள் கிடையாது. ஒருபுறக் கண் புருவத்தை இலேசாக வளைத்தொடித்துப் புழுவைப்போல் ஒருதடவை பார்ப்பதுடன் சரி. அந்த ஒரு பார்வை மட்டும் தான். ஃப்பூ! அப்புறம் நான் அங்கே இல்லை.

இப்படியாக அவள் இந்த மகா பிரபஞ்சத்தை அரசாண்டு கொண்டிருந்தாள்.

நான் அவளது அருகிலேயே, அவளை ஆராதனை செய்த படி...

சிலவேளைகளில் அவளது சகோதரி ஜன்னல் வழியாக எங்களை ஒரு தடவை எட்டிப் பார்ப்பாள். எனக்கு இந்தச் சகோதரியுடனோ அம்மாவுடனோ அப்பாவுடனோ பேசுவதில் எந்தச் சிரமமும் இருக்கவில்லை. சொற்கள் சுலபமாகவே கிடைத்துவிடும். ஆனால் அவள்... அவளிடம் என்னால் பேச இயலவில்லை. நாக்கு உள்ளே புகுந்து வயிற்றினுள் ஒளிந்துவிட்டதைப் போல். ஆனால், என்மீது அவளுக்குச் சிறிதளவாவது இங்கிதம் வேண்டுமே?

அவளுடைய தங்கைக்காரி ஒரு பெரிய குழிப்பீங்கானில் சாயா கொண்டுவருவாள். பயங்கரச் சூடாக இருக்கும். நான் அதைக் கைகளால் வாங்கி, தாங்க முடியாத சூட்டில் வெந்து வேர்த்து, கண்ணீர் வடித்துக்கொண்டிருப்பேன்.

"சூடா இருந்தா கீழே வெச்சிடேன்." அவளது உத்தரவு. சமாளித்துக்கொள்ள முடியாத தயக்கத்துடன் நான் அதைக் கீழே வைப்பேன். பிறகு துண்டால் கண்களைத் துடைத்துக் கொள்வேன்.

"வேர்க்குதுன்னா வெளியேபோய் காற்றுலே இரு, என்ன?" ஹூரியின் உத்தரவு. நான் எழுந்துசென்று வராந்தாவில் போய் நிற்பேன். பிரபஞ்சத்தில் குறிப்பிடும்படியான எந்த அசைவுகளுமில்லை. காற்றெல்லாம் எங்கேதான் போய் விட்டதோ?

நான் அப்படியே நிற்கும்போது அவளது தங்கை வந்து சாயா ஆறிப்போகும் என்று அன்பொழுகச் சொல்வாள். எல்லாருக்குமே என்மீது பரிவுதான். அவள் மட்டும் . . . நான் திரும்பவும் சென்று அவளது சன்னிதியில் அமர்ந்துகொள்வேன். அவளைப் பார்த்தபடியே சாயா குடிப்பேன். பார்த்தபடி என்றால் அவளுடைய முகத்தைப் பார்க்கவா தைரியமிருக்கிறது? அந்தத் தேவலோக மங்கைக்குக் கருவிழிகளுள்ள அகன்ற பெரிய கண்கள். கழுத்து மிகமிக அழகாக இருக்கும். அவளிடமுள்ள எல்லாமே அழகுதான். மூக்கின் கீழ், மேலுதட்டின் மீது துளிர்த்திருக்கும் வேர்வையின் துணுக்குகள். அதுகூட அதற்கேயான அழகுடன் இருக்கும். நேர்த்தியான அதரங்கள். இந்த விசேஷ அம்சங்களெதுவும் நேரடியாகப் பார்த்துப் புரிந்துகொண்டவைகளல்ல. அருகிலமர்ந்து ஒளிந்தும் ஓரக்கண்களாலும் பார்த்து ஆராதிப்பதினூடே அறிந்துகொண்ட உண்மைகள் என்பதுதான் இதன் பொருள். இருந்தாலும் அவள் என்னிடம் நல்லதாக ஒரு வார்த்தையாவது பேசவேண்டாமோ?

அவள் தந்த ரோஜாப்பூவை நான் ஒரு புத்தகத்தில் வைத்திருக்கிறேன். அது உலர்ந்துபோய்விட்டது. இருந்தாலும் நான் அதைப் பக்தி சிரத்தையுடன் பாதுகாத்து வருகிறேன். தினமும் இரவில் அதை எடுத்துப் பார்ப்பேன். இலேசாக அழவும் செய்வேன்.

இந்தக் காலகட்டங்களில் என்னால் சிரிக்க இயல வில்லை. புன்முறுவல்கூட முழுவதுமாக என்னிடமிருந்து மாய்ந்துபோயிருந்தது. மனச்சஞ்சலம். காதலுக்காகச் சாதல் என்பது உயர்வான ஒரு கோட்பாடுபோல் எனக்குத் தோன்றியது. காதல் யாசகம் வேண்டுகிற முயற்சியில் சாக வேண்டும். அவளுடைய வீட்டில் போய்ப் பலாமரத்திலோ மாமரத்திலோ தூக்குப்போட்டு

– சரியான விஷயம்தான். காதலுக்காக அகால மரணத்தை நாடியவர்கள்தான். மகான்கள்.

அப்போதெல்லாம் எனக்குக் கவிதை எழுதத் தெரியாது. தெரிந்தால் முதலில் அவளைப் பற்றிப் பெரும்காவியங்களை இயற்றியிருப்பேன். பின் அந்தத் தேவலோகக் காரிகையின் திருச்சன்னிதிக்குச் சென்று தூக்குப்போட்டு நாண்டிருப்பேன்.

அவள் அழ வேண்டும்.

ஆனால், தூக்குப்போட்டுச் சாவதற்கான தன்திடம் இருக்கவில்லை. எந்த மரமாக இருந்தாலும் சரி, நான் ஏறிவிடுவேன். ஒரு கிளையிலிருந்து மற்றொரு கிளைக்குத் தாவவும் முடியும். ஒரு துண்டு கயிறு மட்டும் கையிலிருந்தால் போதும், விஷயம் குசாலாக முடிந்துவிடும். ஆனால், தைரியம் ...? இப்படியாக, காதல் மேலிட சோகம் ததும்பி நடக்கிறேன். வாரங்களும் மாதங்களும் கடந்துபோயின.

அப்போதுதான் வருகிறது, என் குருந்து வாழ்க்கையில் அற்புத ஒளி வீசும் மனமோகனமான ஓர் அதிகாலை விடிவெள்ளி.

அன்று நான் குதியாட்டமிட்டு அகமகிழச் சிரித்தேன். அப்போது நான் அவளது முகத்தைச் சங்கோஜமின்றி, தைரியமாகவே எதிர்கொண்டேன். விஷயம் என்னவென்றால் –

அதிகாலை நேரமென்று சொன்னதாக நினைக்கிறேன். உண்மையைச் சொல்வதென்றால் அதிகாலை நேரமெல்லாம் கடந்திருந்தது. நல்ல வெப்பம் மிகுந்த காலை நேரம், மணி பத்து இருக்கும். வேர்த்து விறுவிறுக்க நான் அவளது எதிரில் ஒரு செயரில் அமர்ந்திருக்கிறேன். அவள் மேஜையின் மீது கைமுட்டையூன்றி மோவாயை உள்ளங்கையில் தாங்கி அலட்சியமாக அமர்ந்து உலகை ஆண்டுகொண்டிருக்கிறாள்.

நானும் பிரபஞ்சமும் அசைவற்று அமர்ந்திருக்கிறோம். என்ன நடக்கப்போகிறது என்பது பற்றிய எந்தவிதமான முன் அனுமானங்களும் அப்போதில்லை. அப்படி என்னதான் நிகழ்ந்துவிட முடியும்? ஒரு இளங்காற்று அவளது கண்ணிமைகளை மெல்ல அசையச் செய்கிறது. அவள் தலைமுடியை அவிழ்த்துதான் போட்டிருக்கிறாள். அதில் கொஞ்சம் அவளது ஒருபுற மார்பகத்தை மறைத்தபடி எங்கோ தவழ்ந்துகொண்டிருந்தது. கறுத்த ஒரு சிற்றோடைபோல் ஹூரியின் வலதுபுறத் திருநெற்றியின் மீது கிடந்த தலைமுடியில் பூத்து நின்ற ஒரு ரோஜாப்பூ பிரகாசித்தது. அந்தப் பூ அதில் எப்படித் தங்கி நிற்கிறது?

நானும் பிரபஞ்சமும் அசையமுடியாமல் அந்தப் பூவைப் பற்றிய சிந்தனையிலாழ்ந்துகொண்டிருந்தபோது எதிர்பாராமல் ஓர் இடி மின்னல் –

புதுத் துணியைத் திடீரென்று இழுத்துக் கிழிக்கும்போது எழும் ஓசைபோல் –

தேவலோகக் காரிகையிடமிருந்து,

'பர்ர்ர் ...!' என்றொரு சத்தம், ஒரு நாற்றம்.

"அய்யோ" நான் மூக்கைப் பொத்தியபடி துள்ளியெழுந்தேன். எங்குமில்லாத சிரிப்பு எனக்குப் பொத்துக்கொண்டு வந்தது. சிரித்துச் சிரித்து அழுதபடி நான் ஓடினேன். அவளது தங்கையிடம் சொன்னேன். அம்மாவிடம் சொன்னேன். அவள் செய்த அற்புதச் செயல்பற்றி அனைவரிடமும் சொன்னேன். எனக்கு இந்த உலகம் முழுவதும் கேட்கும்விதமாக சத்தமாக 'பூகோய்' என்று கூக்குரல் எழுப்பத் தோன்றியது. அம்மா வந்தார். சகோதரி வந்தாள். கூடவே, நானும் வந்தேன்.

காரிகையவள் காற்றுப்போன பலூன்போல் அமர்ந்திருந்தாள், வெளிறிப்போய்.

அம்மா கேட்டார்:

"ஏன்டி அசடே, இந்தப் பையனோட எதிரிலே வெச்சு – வெட்கமா இல்லியாடி உனக்கு?"

தங்கைக்காரி கிளிமொழியில் கேட்டாள்:

"சே ... கஷ்டம். தளிர்விட்ட காதலோட முகத்துலே கரிபூசி விட்டுட்டியே அசடே." இத்தோடு நிறுத்திவிடாமல் என்னைப் பார்த்துக் கேட்டாள்:

"உனக்குக் குளிக்கணுமா?"

நான் உரத்தகுரலில் சத்தமாகச் சொன்னேன்:

"குளிக்கணும். எனக்குக் குளிக்கணும்."

உள்ளேயிருந்து தேவலோகக் கன்னியின் அப்பா குரலை உயர்த்திக் கேட்டார்:

"அங்கே என்ன ரகளை?"

அம்மா உள்ளே ஓடினார். விவரத்தையெல்லாம் சொல்லி இருப்பார்போல். உள்ளேயிருந்து ஹூரியின் அப்பாவின் பங்காக

வீட்டின் முகட்டுக்கூரை தகரும்விதமாகப் பயங்கரமான அட்டகாசத்தில் ஒரு சிரிப்புக் கேட்டது.

“ஹஹ்ஹஹ்ஹா.”

தேவதை, அமர்ந்திருந்த அதே நிலையில்தான். ஆனால், சிம்மாசனம் மட்டும் இடிந்து விழுந்திருந்தது. மிகச் சாதாரணமான ஒரு மனுஷி. கொஞ்சநாட்கள் கழிந்தது. இப்போது என்னைப் பார்த்தால் அவளால் புன்னகை புரிய முடிகிறது. வேடிக்கையாகக் கதைகள் பேசிச் சிரிப்பதிலும் தயக்கமெதுவுமில்லை. அவள் ஒருநாள் என்னிடம் சிறு தயக்கத்துடன் கேட்டாள்.

“அன்னிக்கு நீ ஏன் அதைச் சத்தமா எல்லாருட்டேயும் போய்ச் சொன்னே?”

பதிலெதுவும் சொல்லாமல் நான் மிகத் தைரியமாக அவளது முகத்தில் கண்களிலேயே பார்வையை ஊன்றியபடி மனத்திற்கிசைவாக மந்தகசித்தேன். விஷயமென்னவென்றால் காதல், மையல் போன்றவர்களது பலூன் உடைந்து புஸ்ஸென்றாகி விட்டது. அவள்மீது மையலுமில்லை, காதலுமில்லை. எல்லா உயிரினங்களின் மீதுமுள்ள அன்பு மட்டும். இதன் மூலம் நான் மாவீரனாகவும் மாறிவிட்டேன்.

அவள் கேட்டுக்கொண்டாள்.

“இதை யார்கிட்டேயும் இனி சொல்லக் கூடாது, என்ன?”

கேட்டுக்கொண்டேன். ஆனால், சொல்லவும் செய்தேன். நான் போய் உம்மா என்று சொல்லப்படும் என் அம்மாவிடம் சொன்னேன்.

உம்மா சொன்னாள்:

“சீ, வெக்கம் கெட்டவனே. இதை வெளியே சொல்லாதடா. நீ குசுவிடமாட்டியா?”

எனக்கு அப்போதும் புரியவில்லை. நான் கேட்டேன்.

“அவள் என்னைப் போலவா உம்மா?”

உம்மா சொன்னாள்:

“உன்னைப் போலதான் எல்லா ஆம்பிள்ளையளும், அவளைப் போலதான் எல்லாப் பெம்பிள்ளையளும். நீ ஒவ்வொரு இடமாப்போய் இதைச் சொல்லிட்டுத் திரியாதே. இதெல்லாம் எல்லாருக்குமே உள்ளதுதான்.”

சரி, பிறகு இதை நான் யாரிடமும் இதுவரை சொல்ல வில்லை. வருடங்கள் நிறைய கடந்துவிட்டதல்லவா, அதை மறந்துவிட்டேன். வாழ்க்கையில் நடந்த அபூர்வமான நிகழ்ச்சிகள் கூட எப்போதாவதுதான் ஞாபகத்திற்கு வருகின்றன. இதை இப்போது நினைவில் கொண்டுவருவதற்கொரு காரணம் ஏற்பட்டது.

வருடங்கள் ... சொன்னேனே, நிறைய வருடங்கள் குப்பை போல் தள்ளப்பட்டுவிட்டன. என்னவெல்லாம் மாற்றங்கள் நிகழ்ந்திருக்கின்றன! அவள் இப்போது கணவருடன் காரும் பங்களாவுமாக எல்லா சௌபாக்கியங்களுடனும் வாழ்ந்து வருகிறாள். பிள்ளைகளும் பிள்ளைகளின் பிள்ளைகளுமாக!

எனக்கு அங்கேஒருவிஷயத்திற்காகப்போகவேண்டியதாயிற்று. நாங்கள் நிறைய பேசினோம். அவளுடைய தகப்பனாரின் மரணம், என்னுடைய தகப்பனாரின் மரணம். அவளது திருமணம், அவளது சகோதரியின் திருமணம், என்னுடைய திருமணம், மனைவியின் பெயர், மகளுடைய மகனுடைய பெயர்கள்.

நான் சொன்னேன்:

“பெஞ்சாதியோட பேரு பாபி, மகளோட பேரு ஷாஹினா, மகன் பேரு அனீஸ் பஷீர். இவங்க எல்லாருமே என்னை ‘டாற்றா’னுதான் கூப்பிடுவாங்க.”

“டாற்றான்னா?”

“ஆமா.”

பிறகு, அவர்கள் என்னை ‘டாற்றா’ என்று கூப்பிடும் ரகசியத்தை நான் சொன்னேன். ரொம்ப நேரம் சிரித்தோம். அவள் சிரித்தபடியே சொன்னாள்:

“அய்யோ, எனக்கு முதல்லே ஆளையே பிடிபடலே. கசண்டியெல்லாம் விழுந்து ஆளே மாறிப்போயிட்டே? சின்னதுலே எவ்வளவு அழகா இருந்த நீ ...”

நான் சொன்னேன்:

“எல்லாருந்தான் மாறிப்போயிட்டாங்களே? தேவலோகக் காரிகையாக இருந்த சிலபேருகூட.”

அவள் கேட்டாள்:

“ஞாபகமிருக்கா – சின்ன வயசுலே – எங்க வீட்டுக்கு வருவே?”

நான் சொன்னேன்:

"ஞாபகமிருக்கு."

"பொய்." அவள் சொன்னாள்: "ஆண்களல்லவா? எல்லாத்தையுமே மறந்துபோயிடுவீங்க."

உண்மைதான். நினைவுபடுத்திப் பார்த்த நான் புன்னகைத்தேன். அவளும் சிரித்தாள்.

நினைத்துப்பார்த்து இரண்டுபேரும் வாய்விட்டுச் சிரித்தோம். நான் சிரித்தபடியே சொன்னேன்:

"பர்ர்ர்!"

1967

●

ஆனைமுடி

ஆனைமுடி. இது ஒரு திருட்டின் கதை. கொலை வெறிபிடித்த ஒரு கொம்பானை. நசுக்கியும் மிதித்தும் குத்தியும் இது ஒன்றிரண்டு பாகன்களைக் கொன்றிருக்கிறது. இதன் வாலிலிருந்து ஒரு முடியைத் திருட வேண்டும். திருட வேண்டுமென்றால் மற்றவர்கள் யாரும் காணாமல் செய்வது ஆனைக்காரனோ வாப்பாவோ உம்மாவோ யாரும்! அதைக் கடித்துப் பிடுங்கியெடுக்க முயற்சி செய்பவன் வேறு யாருமில்லை. நான் தான்! ஒரு ஆனையல்ல,

மூன்று ஆனைகள். இரண்டு பெண் ஆனையும் ஒரு ஆண் ஆனையும். இதில் கொம்பானையின் வாலிலுள்ள ஒரு முடியைத்தான் பிடுங்க வேண்டும். எனக்காகவும் அல்ல, ராதாமணிக்காக! எக்சைஸ் இன்ஸ்பெக்டரின் மகள். என் கிளாஸ்மேட். புத்தகத்தில் வைப்பதற்கு அவள் எனக்கு மயிலிறகு தந்திருக்கிறாள். அப்போது எனக்கு ஆனைத்தூவல் என்றொரு பரிகாசப் பெயரும் இருந்தது. நண்பர்கள் கேட்பார்கள்: “ஆனைத்தூவல் எங்கே போகுது?” அல்லது “ஆனைத்தூவல் கணக்கைத் தப்பா எழுதியிருக்கு. இன்னைக்குப் பெரிய கோழிமுட்டைதான்.” ஆனைமுடியை நான் ஆனைவால் என்றுதான் சொல்வேன். அந்தக் காலகட்டத்தில்தான் நான் எதுவுமாகட்டும் என்று பயங்கரமான ஒரு கொம்பானையின் கால்களினூடே நுழைந்து வந்த நிகழ்ச்சியும் நடந்தது.

ஆனைமுடி!

பண்டு, ஏதோ ஒரு காலத்தில் நடந்த சம்பவம்! உலகம் உருவான போதாக இருக்கலாம். அப்போது எனக்கு எட்டோ ஒன்பதோ வயதிருக்கும். என் தம்பி அப்துல்காதர் என்னைவிடவும் ஒரு வயது இளையவன்; செல்லப்பிள்ளை; அருமை சந்தானம். மிகுந்த ஏக்கத்துடன் காத்திருந்து, நிறைய பிரார்த்தனைகளெல்லாம் செய்து பிறந்தவன் இந்த நான். ஆனால் என்னால் ரொம்ப காலமொன்றும் செல்லப்பிள்ளையாக வாழ முடியவில்லை. அப்துல்காதருக்கு வலது காலில் ஒரு ஊனமிருந்தது. இதனால் பரிவு முழுவதும் அவனுக்குப் போய்விட்டது. அவன் தவறே செய்யாத உத்தமபுத்திரன். உலகத்தில் நடக்கிற எல்லாக் குழப்பங்களுக்கும் பதில்சொல்ல வேண்டியவன் நான். செய்யாத குற்றங்களுக்கும் நான்தான் தண்டனை அனுபவிக்க வேண்டும். என்ன இருந்தாலும் நான் சாமர்த்தியக்காரன்தான். ஆற்றில் விரால் பாய்ச்சலிட்டுக் குளிப்பது, முக்குளியிடுவது, நீரை வாரிச் சிதறடிப்பது, மரம் ஏறுவது, தலைப் பந்து விளையாடுவது போன்ற மகா வித்தைகளெல்லாம் எனக்கு அத்துப்படி. பிரமாதமாக விசிலடிக்கவும் தெரியும், இரண்டு விரல்களை வாய்க்குள்ளிட்டு! ஒரு விரலால் எல்லாம் பிரமாதமாக விசிலடிப்பேன். இதுபோன்ற எந்த வித்தையிலும் அப்துல்காதருக்குத் தேர்ச்சி கிடையாது. படிக்கிற விஷயத்தில் மட்டும் அவன் என்னைவிடக் கொஞ்சம் கெட்டி. எதிர்பாராத நேரத்தில் அசரீரிபோல் அவன் சொல்வான்:

“ஆனைத்தூவல்.”

அப்போதெல்லாம் நாங்கள் கண் விழிப்பதே ஆனையின் முகத்தில்தான். வாப்பா, தடி வியாபாரம் செய்யும் வியாபாரி. குடயத்தூர் மலையிலிருந்து தடிகளை வெட்டி, கட்டுகளாகக் கட்டி

நதிவழியாகக் கொண்டுவருவார். வீட்டின் பக்கத்தில், நதிக்கரையில் தடிகளை இழுத்துப்போட்டு அடுக்கிவைப்பதற்குத்தான் இந்த ஆனைகள். வீட்டின் பக்கத்திலுள்ள தோட்டங்களில்தான் ஆனைகளைக் கட்டிப்போடுவது. அவற்றிற்குத் தென்னை யோலைகள், பனையோலைகள் போன்றவற்றைக் கொடுக்கும் வேலையை நான் மேற்பார்வை செய்வேன். அதாவது பார்த்துக்கொண்டு நிற்பேன், ஆனைகளின் மீதான எல்லா அதிகாரமும் என்னுடையது என்பது போல். கிளைத்துப் போட்டிருக்கும் தோப்பிலிருந்து மண்ணுருண்டைகளை எடுத்து யானையின் விலாவில் எறிந்து உடைப்பது மிகுந்த ரசனையான ஒன்று. என் கைகள் துருதுருவென்றுவரும். இருந்தாலும் நான் இதைச் செய்வதில்லை. சக நண்பர்கள் யாராவது இப்படி செய்யாமலும் கண்காணித்துக்கொண்டிருப்பேன். ஒருதடவை நான் இதற்கான வாய்ப்பை நத்துதாமுவுக்கு அனுமதித்தேன். அவன் ஒரு மண்ணுருண்டையை எடுத்து ஆனையின் விலாவில் எறிந்துடைத்தான். இதற்காக அவன் எனக்கொரு சிறு மாம்பழமும் தந்தான். நத்துதாமுவுக்கு என் வயதுதான். என்னுடன், நான் படிக்கும் அதே வகுப்பில்தான் படிக்கிறான். அவனுக்கு முண்டக் கண்கள். அவனது உண்மையான பெயர் தாமோதரன். அவனது அப்பா சங்கரன் குட்டி எனது வாப்பாவின் காரியஸ்தர். சங்கரன் குட்டியின் அம்மா நங்கேலி, எங்கள் வீட்டின் சமையல்காரியும் உம்மாவின் காரியதரிசியுமாவாள். ஒருநாள் ஏதோ காரணத்திற்காக நத்துதாமு என்னை ஆனைத்தூவல் என்று கூப்பிட்டான். நங்கேலி அவனைத் தோட்டம் முழுவதும்போட்டு விரட்டினாள். நான் ஓடிப்போய் அவனைப் பிடித்து நங்கேலியிடம் ஒப்படைத்தேன். அவள் அவனை அடித்தாள். அப்போது அவன் கேட்டான்:

“அப்பிடீன்னா என்னை அவன் நத்துதாமுன்னு கூப்பிடறதோ?”

“இனிமே கூப்பிடமாட்டேன்.”

“அப்படீன்னா எனக்கொரு பழம் எடுத்துத் தா. இல்லேன்னா நான் கல்லெடுத்து ஆனையை எறிஞ்சதெ ஆனைக்காரன்டே சொல்லுவேன்.”

“நீதானேடா எறிஞ்சே?”

“இம்புட்டுப் பெருசா ஒரு மாம்பழம் வாங்கிட்டு ஒரு தடவை எறிஞ்சுக்கோன்னு சொன்னது யாராம்?”

ஆகவே ஐந்தாறு பழங்களை வீட்டிலிருந்து திருடிக் கொண்டுவந்து ஒன்றை நத்துதாமுவுக்கும் இன்னொன்றை

அப்துல்காதருக்கும் கொடுத்தேன். ஒன்றை நானும் தின்றேன். மிச்சத்தை ஆனைக்காரர்களுக்குக் கொடுத்தேன்.

கிட்டத்தட்ட சதாசர்வகாலமும் நான் ஆனைக்காரர்களுடனே இருப்பேன். அவர்களுக்கான எல்லா ஒத்தாசை களையும் செய்து கொடுப்பேன். ஆனைக்காரர்கள் அனைவருமே ஹிந்துக்கள்தான். ஆனைக்காரர்கள்தான் உலகிலேயே மிகப் பெரிய திறமைசாலிகள். அவர்களின் மீது எனக்கு மிகுந்த மரியாதை இருந்தது. அவர்களை நான் ஆராதித்தேன். எதிர் காலத்தில் ஓர் ஆனைக்காரனாக வேண்டும். இதுதான் என் ஜீவித அபிலாசை. 'ஸெற்றியானெ...' என்று நாசி வழியாக முழங்கிச் சொல்லவும் நான் பழகியிருந்தேன். ஆனையின் காதுகளில் குத்தியிழுக்கும் தொரட்டியை நான் தீட்டிக் கொடுப்பேன். கைத்தடிகளிலிருக்கும் தூசைத் துடைத்து வைப்பேன். பெரிய ஈட்டியொன்று எங்கள் வீட்டின் வராந்தாவில் சாய்த்துவைக்கப்பட்டிருந்தது. அதைத் தொடுவதற்கு யாரையுமே நான் அனுமதிப்பதில்லை. ஆனைக்காரர்களும் நானும் ரொம்ப அன்னியோன்யமாக இருந்தோம். நல்ல கொழுந்து வெற்றிலை, கொட்டைப் பாக்கு, ஜால்ப்பாணப் புகையிலை – எல்லாம் வீட்டிலிருந்து திருடிக்கொண்டுபோய் ஆனைக்காரர்களுக்குக் கொடுப்பேன். ஆனைக்காரர்கள் பேசுவதை நான் பக்திச் சிரத்தையாக அமர்ந்து கேட்டுக்கொண்டிருப்பேன். நானும் ஒரு ஆனைக்காரனாவேன்.

எவ்வளவு நல்ல ஒரு பொற்காலம் அது. அந்தக் காலம் எங்கே... இந்தக் காலம் எங்கே... அப்போதெல்லாம் சூரியன் எவ்வளவு பிரகாசமாக இருந்தது. நிலவென்றால் அந்தக் காலத்திலுள்ளதுதான் நிலவு. பூக்களெல்லாம் எவ்வளவு அழகும் நிறமும். குயில்களின் கூவல்தான் அப்போதெல்லாம் எவ்வளவு இனிமையாக இருக்கும். ஆற்று நீர் எப்படித் தெளிந்தோடியது. எவ்வளவு மீன்பாடு. பறவைகளும் மலர்களும் பறப்பதும் அசைந்தாடுவதும் ஹோ, எவ்வளவு அற்புதமான காலம். எட்டு ஒன்பது வயதான நாங்கள்தான் உலகின் உயிர் மூச்சு. எங்களை வட்டமிட்டேதான் காலமும் சுழன்றுகொண்டிருந்தது. வயதுக்கு மூத்தவர்களை நாங்கள் கணக்கில் எடுத்துக்கொள்ளவே மாட்டோம். அவர்கள் வயதானவர்கள். எங்களைவிட இளையவர்கள் குழந்தைகள். எங்களைவிட மூத்தவர்களெல்லாம் கிழவன்களும் கிழவிகளும். பதினாறு வயதுவரையுள்ளவர்களையும் நாங்கள் முதியோர்களாகவே கருதினோம். ஆனால் பெரியவர்களை நாங்கள் மதித்தோம். அப்போதெல்லாம் நேரத்திற்குப் பெரிய அளவிலான விலையொன்றும் கிடையாது. வாட்சுகள் அபூர்வமாகவே இருந்தன. இருந்த சில வாட்சுகளும்கூட பாக்கெட் வாட்சுகள்தான். பெரியதும் நல்ல பளபளப்பானதுமான ஒரு பாக்கெட் வாட்சு

வாப்பாவிடமிருந்தது. அதைப் பார்த்து வாப்பா நேரத்தைச் சொல்லும்போது ஆச்சரியமாக இருக்கும். யாராவது மணி கேட்பது வாப்பாவுக்கு ரொம்பப் பிடிக்கும். அப்போது வாப்பா ஒரு பரிகாசப் புன்சிரிப்புடன் வாட்சை பாக்கெட்டிலிருந்து எடுப்பார். எடுத்ததுமே பார்த்து சுலபமாக நேரத்தைச் சொல்லிவிடவெல்லாம் முடியாது. அதன் ஒரு பகுதியைத் திறந்துபார்த்துதான் சொல்ல வேண்டும். வாப்பா அப்படி பார்த்துச் சொல்வார். அதிசயமும் முடிவில்லாததுமான காலத்தைக் கூட்டிலடைத்து வைத்திருக்கும் ஒரு இயந்திரம்தான் இந்த வாட்சு. நேரத்தைச் சிமிழிலடக்கிய இயந்திரம். இதை உருவாக்கியவர் யார்? எந்தப் பிடியுமில்லை. வயதான ஆட்களுக்கு இதுசம்பந்தமாக நிறைய சொல்ல வேண்டியதிருந்தது. நாங்கள் அவர்கள் சொல்வதையெல்லாம் கேட்டுக்கொண்டிருப்போம். ஆனால் நம்பமாட்டோம். பெரியவர்களை நிந்திப்பது கூடாதல்லவா? ஆகவேதான் நாங்கள் எதுவுமே சொல்ல மாட்டோம். 'சூரியன்தான் எங்களின் நேரம். அதுதான் எங்களுக்கான வாட்சு,' நிழலின் அளவைக் காலடிகளால் அளந்து பார்த்து அவர்கள் நேரத்தை மதிப்பிடுவார்கள். அதிகமாக யாருக்கும் வாட்சு இல்லையென்றாலும் எல்லாருடைய சட்டைகளிலும் வாட்சு பாக்கெட் இருக்கும். எனக்கும் அப்துல் காதருக்கும் வாட்சு பாக்கெட் வைத்த சட்டையுண்டு. எங்களுக்குத் தொப்பியும் இருந்தது. நாங்கள் மலையாளப் பள்ளிக்கூடத்தில்தான் படித்துக்கொண்டிருந்தோம். அப்போது ஊரில் மலையாளப் பள்ளிக்கூடமும் இங்கிலீஷ் பள்ளிக்கூடமும் இருந்தன. இங்கிலீஷ் பள்ளிக்கூடத்தில் படிப்பதற்கு கோட்டும் தொப்பியும் வேண்டும். இங்கிலீஷ் பள்ளி, ஐந்தாறு மைல் தூரத்தில் இருந்தது. சட்டித் தொப்பியும் கோட்டுமணிந்த இங்கிலீஷ் பள்ளியின் மாணவர்கள் கௌரவத்துடன் இங்கிலீஷில் பேசிக்கொண்டே போவார்கள். நாங்கள் அவர்களை ஆச்சரியத்துடன் பார்ப்போம். நாங்களும் இங்கிலீஷ் படிப்போம். படிக்கவைக்கிறேன் என்று வாப்பா சொல்லியிருக்கிறார். அப்துல்காதரும் நானும் அரபு படிக்கிறோம். மலையாளம் நான்காம் வகுப்பு தேர்வான பிறகு இங்கிலீஸ் பள்ளிக்கூடத்தில் சேருவோம். கவனமாகப் படிக்க வேண்டும். புதுசேரி நாராயண பிள்ளை சார் எங்களுக்கெல்லாம் நன்றாகச் சொல்லித்தருகிறார். சில நேரங்களில் அடிக்கவும் செய்வார். இருந்தாலும் எங்களுக்கு அவரைப் பிடிக்கும். மரியாதையுமுண்டு. அப்போது போராட்டங்கள் கிடையாது. ஆசிரியர் போராட்டம், மாணவர் போராட்டம் எதுவுமில்லை. ஒழுங்குமுறையைக் கடைப்பிடிக்க வேண்டும். இல்லையென்றால் தண்டிப்பார். குறும்பு காட்டும் மாணவர்களையும் தண்டிப்பார். நல்ல சுட்ட அடி கிடைக்கும். இதுவும் போதாதென்றால் பெஞ்சின்மீது ஏற்றி நிறுத்திவைப்பார்; அல்லது வகுப்பறைக்கு வெளியே நிறுத்துவார்.

நான் வெளியே இப்படி நின்றிருக்கிறேன். பெஞ்சில் ஏறியும் நின்றிருக்கிறேன்.

அன்று ராஜ விசுவாசம் என்கிற ஒன்றிருந்தது. ராஜாதான் நாட்டை ஆண்டுகொண்டிருந்தார். பொன்னு தம்புரான், திருவிதாங்கூர் மகாராஜா, கொச்சி மகாராஜா என. மலபார் பகுதியைப் பற்றிக் கேள்விப்பட்டிப்பீர்களோ என்னமோ. அன்று கேரளம் கிடையாது. திருவிதாங்கூர், கொச்சி, மலபார் சமஸ்தானங்கள். மலபாரைத் தொலைவில் எங்கோ கடலிலிருக்கும் இங்கிலாந்து எனும் தீவிலுள்ள சக்கரவர்த்தியும் இந்தியாவை ஆண்டுகொண்டிருப்பவருமான ஏதோ ஒரு பொன்னு தம்புரானின் பிரதிநிதியான கவர்னரோ யாரோ ஆளுகிறார்கள். இந்த விவரங்கள் எதுவும் அப்போது எனக்குத் தெரியாது. ஆக மொத்தத்தில் ஒரு ராஜ விசுவாசம் வேண்டும் என்பது மட்டும் தெரியும். மகாராஜா என்பவர் கண்ணுக்குத் தென்படும் கடவுள். ராஜா என்றெல்லாம் சும்மா போகிறபோக்கில் சொல்லக் கூடாது. பொன்னு திருமேனி, பொன்னு தம்புரான் என்றெல்லாம்தான் சொல்ல வேண்டும். திருவிதாங்கூர் மகாராஜாவான பொன்னு தம்புரானின் ராஜவாழ்க்கை சூரிய சந்திராதிகளுள்ள காலம்வரை நிலைபெற பிரார்த்திப்பதுண்டு. வஞ்சிபூமி* பதேசிரம் ஸஞ்சிதாபம் ஜெயிக்கேணும் ... எனும் வஞ்சீச** மங்கலம் பாடலை அனைவரும் எழுந்து நின்று தொழுத கைகளுடன் பாடிய பிறகுதான் பள்ளிக்கூடங்களில் வகுப்பு தொடங்கும். அப்போதெல்லாம் பள்ளிக்கூடங்களாகட்டும் வேறிடங்களாகட்டும் நடந்துதான் போக வேண்டும். பேருந்தோ மோட்டாரோ கிடையாது. செம்மண் நிறைந்த வழிப்பாதைகளை ராஜவீதி என்று சொல்வார்கள். இந்த வழியாகச் சிலர் மாட்டு வண்டிகளில் பயணம் செய்வார்கள். அபூர்வமாகச் சிலர், குதிரையிலும் சவாரி செய்வார்கள். பெருமளவும் நடந்துதான். தீர்வை செலுத்துபவர்கள் மட்டும்தான் பிரஜைகள். இவர்களுக்குதான் ஓட்டுரிமையிருந்தது. தீர்வை செலுத்த வேண்டுமென்றால் சொந்தமாகப் பூமி இருக்க வேண்டும். வாப்பாவுக்குத் தீர்வையிருந்தது. மரம் வெட்டுவதற்கு அவர் நடந்துதான் போவார். இரண்டு மூன்றுநாள் நடைப்பயணத் தொலைவில் காட்டுவழியாக மலைக்குப் போக வேண்டும். கூடவே, நத்து தாமுவின் அப்பா சங்கரன் குட்டியும் இருப்பார். சோறு கட்டிக்கொண்டு போவார்கள். கட்டுச் சோறு தின்பதற்கு எனக்குக் கொதியாக இருக்கும். ஆகவே, ஒரு பொதிக் கட்டுச்சோற்றைக் கட்டி சங்கரன் குட்டி வீட்டில் வைத்துவிட்டுப் போவார். இதை நானும் அப்துல்காதரும் நத்துதாமுவும்

---

* வஞ்சிபூமி = திருவிதாங்கூர்

** வஞ்சீச = திருவிதாங்கூர் மன்னர்

பங்குபோட்டுத் தின்போம். அப்போதெல்லாம் பசியும் தாகமும் அதிகமாகவே இருந்தன. தின்பதற்கும் குடிப்பதற்கும் நிறைய சாதனங்களிருந்தன. எவ்வளவு இருந்தாலும் போதாது. கண்ணில் கண்டதையெல்லாம் அள்ளித்தின்று குடகுடா என்று தண்ணீரையும் குடித்துப் புடைத்த வயிற்றுடன் எங்காவது படுத்துத் தூங்குவோம். வழக்கமாக வாப்பாவோ உம்மாவோ நங்நேலியோதான் எங்களைத் தூக்கியெடுத்துப் பாயில் படுக்கவைப்பார்கள். வாப்பாவுடன் அப்துல் காதரும் நானும் பெரும்பாலும் கட்டிலில்தான் படுத்துக்கொள்வோம், மெத்தைப் படுக்கையில் வாப்பா, அப்துல்காதர், நான். உம்மா கொஞ்சம் தள்ளி வேறொரு கட்டிலில் படுப்பாள். இப்படியாகச் சுகமாக வாழ்ந்துகொண்டிருக்கும்போதுதான் அந்தப் பயங்கரமான சம்பவம் நிகழுகிறது. சத்தியம், நீதி, தர்மம் – ஆகிய இவற்றின் குரல்வளையைக் கருணையே இல்லாமல் அறுத்து, உலக அழிவுக்கு வழிகோலுகிற அந்த நிகழ்ச்சி. பிரச்சினை தெளிந்த சிறுநீர்தான். இரவில் யாரோ உறக்கப்பாயில் கிடந்து ஒண்ணுக்குப் போகிறார்கள்.

அது யார்?

அப்துல்காதரா, நானா?

ஒரு துப்புமில்லை. யாரை அடிப்பது?

உம்மாவும் வாப்பாவும் தலை புகைய யோசனையில் ஆழ்ந்தார்கள். எதுவுமே பிடிபடவில்லை.

இந்தக் காலகட்டத்தில்தான் சத்தியம், நீதி, தர்மம் இத்தியாதிகள் கசாப்பு செய்யப்படுகின்றன. இந்தக் கொடூரச் சம்பவம் ஒரு சாயங்காலம் நேரத்தில் நடக்கிறது. சூரியன் அஸ்தமிக்கத் தொடங்கவில்லை. எங்கள் வீட்டின் மேற்குத் திசையில் படிக் கட்டின் பக்கத்தில் நிற்கும் தென்னங்கன்றின் உச்சியின் மீது நின்று சூரியன் எல்லாவற்றையும் பார்த்துக்கொண்டிருந்தான். அனைத்திற்கும் இந்த ஆதவனே சாட்சி. நான் குற்றவாளி யாக்கப்படுகிறேன். உலகமே என்னைத் துஷ்டனாகப் பார்க்கும் அந்த மகா சம்பவம்.

அந்தக் காட்சி மனத்திலிருந்து இன்னும் மாயாமலிருக்கிறது. எப்படி மாய்ந்துவிட முடியும்?

எங்கள் வீட்டு முற்றத்திலுள்ள வெள்ளை மணல் பளபளப்புடன் மின்னிக்கொண்டிருந்தது. அதில்தான் நீதிமான்கள் உட்கார்ந்திருக்கிறார்கள். யோக்கியர்கள் அனைவரும் அதிலுண்டு. வாப்பா, வாப்பாவின் கூட்டாளிகளான மாதவன் நாயர், கிருஷ்ணன், அவுசேப்பு மாப்பிள, சங்கரன் குட்டி, ஆனைக்காரர்கள்.

கூடவே, வாப்பாவின் அருமாந்த மச்சினனும் என் மாமாவும் லடாய் பேர்வழியும் பயங்கரமாக சவுண்டுவிடுபவரும் பெரிய பயில்வானுமான பாலசேரி முகம்மது. மாமாவின் மடியில் நொண்டிக்காலனும் செல்லப்பிள்ளையுமான அப்துல் காதர் உட்கார்ந்து மகிழ்ச்சியில் திளைக்கிறான். யோக்கியர்கள் அத்தனைபேரும் பாலூற்றிய கெட்டியான சாயாவும் குடித்துவிட்டு ஜால்ப்பாணப் புகையிலையும் சேர்த்து தாம்பூலம் கூட்டி ரசித்துக்கொண்டிருக்கிறார்கள். மாமா குடித்துவிட்டுக் கொடுத்த மீதிச் சாயாவை அப்துல்காதர் குடிக்கிறான்.

இந்தச் சபைக்கு வாப்பா என்னை அழைத்தார். எதற்காக என்று தெரியாது. நான் சென்றேன். வாப்பா என்னைப் பிடித்துப் பக்கத்தில் நிறுத்தினார். பிறகு எனது வேட்டியைப் பிடித்து உரிந்தெடுத்து என்னை முழு நிர்வாணமாக்கி இந்த உலகத்தின் முன் நிற்கவைத்தார். என் இடுப்பில் வெள்ளி அரைஞாண் இருந்தது. அதில் வெள்ளி ஏலசுகளும் இருந்தன. எல்லாம் களிம்பு படர்ந்து கறுத்துப்போயிருந்தன. வாப்பா உலகோரைப் பார்த்துச் சொன்னார்.

“பாத்தீங்களா? எல்லாம் கறுத்திருண்டு களிம்பு பிடிச்சுப் போய்க் கெடக்கு.” இது மட்டுமல்ல சத்தியம், நீதி, தர்மம் ஆகியவற்றின் குரல்வளையைப் பிடித்து நெரிப்பது போல் வாப்பா தொடர்ந்து சொன்னார்.

“அப்புறம் . . . இவன் ராத்திரி பாயிலெ கிடந்து மோளுதான்.”

எவ்வளவு பெரிய அபாண்டம்? அப்போது மின்னல் அடிக்கவில்லை; இடி விழவில்லை; ஆகாயம் தகர்ந்துவிடவில்லை. சூரியன் மட்டும் லேசாக மாற்றுக் குறைந்ததுபோல் ஒரு சந்தேகம் இருந்தது. மாதவன் நாயர் கன கம்பீரத்துடன் அறிவித்தார்.

“இது ராக்காய்ச்சல்.”

நான் சொன்னேன்:

“பாயிலெ கெடந்து மோளுதது நான் இல்லெ, அப்துல் காதரு.”

அப்துல் காதர் சொன்னான்:

“நான் இல்லெ, காக்காதான்*.

இரவில் பாயில் மூன்றுபேர் படுத்துத் தூங்குகிறார்கள். காலையில் பார்த்தால் பாயில் மூத்திரம். யாரோ ஒருவன் பாயில் சிறுநீர் கழித்திருக்கிறான். அது யார்? பிரச்சினை இதுதான். நான்தான் இதைச் செய்தேன் என்பதற்கான ஆதாரம் என்ன?

---

* அண்ணன்

நான் முடிவாகச் சொன்னேன்.

“நான் இல்லெ.”

ஆனால், உலகம்? இந்த உலகத்திலிருந்து சத்தியம், நீதி, தர்மம் அனைத்தும் ஒழியவேண்டுமல்லவா? இவற்றின் கழுத்தை அறுப்பதுபோல் பெரும் சத்தத்தின், லடாயின், கோபத்தின் மூர்த்தியான மாமா கர்ஜனையுடன் சொன்னார்:

“இவன் இல்லெ, நீதான்.”

அத்தனைபேரும் என்னைப் பார்த்தார்கள்.

உறக்கப் பாயில் கிடந்து மோளும் துஷ்டன்... நான் சூரியனைப் பார்த்தேன். மனத்திற்குள் உம்மாவை அழைத்தேன். பெற்ற தாயும் ஏனென்று கேட்கவில்லை.

உலகமே..!

அனைவரும் ஒருமித்த தீர்ப்புச் சொன்னார்கள். பாயில் கிடந்து சிறுநீர் கழிக்காமலிருக்க வேண்டுமென்றால், ராக் காய்ச்சல் என்கிற பெரும் வியாதி விலக வேண்டுமென்றால் ஒரே ஒரு கைகண்ட பிரயோகம்தான். அதை நான் செய்ய வேண்டும். அதாவது...

கொம்பானையின் கால்களினூடே நுழைய வேண்டும்.

இப்படியான ஒரு தீர்ப்பைச் சொல்லிவிட்டுச் சபை பிரிந்தது. தீர்ப்பைக் கேட்டு நான் மயக்கம்போட்டு விழாத குறைதான். கொம்பானை அப்போது தும்பிக்கையால் மண்ணை அள்ளித் தலைமீது போட்டுக்கொண்டிருந்ததைப் பார்த்தேன். பயங்கரமாக வெளுத்துக் கூர்மையேறிய இரண்டு கொம்புகள். கருணையில்லாத குரூரமான கண்கள்.

நான் உம்மாவிடம் போய்ப் பயத்தோடு சொன்னேன்.

“கேட்டியா உம்மா, நான் கொம்பானைக்க கவுட்டுக் கிடையிலெ நுழையணுமாம்.”

“நீ கெடந்து மோண்டதுனாலெதானே?” உம்மா கேட்டாள்.

நங்ஙேலி சொன்னாள்:

“பொன்னு மவனுக்கு ராக்காய்ச்சல் இருக்கு.”

வாப்பா சொன்னார்:

“நீ பாயிலெ கிடந்து மோளாம இருக்கணும்னா நீ ஆனைக்க காலுக்கிடையிலெ நுழையணும்.”

"பெண் ஆனைக்க காலுக்கிடையோடி நுழைஞ்சா போருமா?"

"போராது. கொம்பானைக்க காலுக்கிடையிலெதான் நுழையணும். நீ ஆம்புளைப்புள்ளெ."

சரி, அப்படியென்றால் எல்லாவற்றையுமே முடிவு கட்டித் தீர்ப்புச் சொல்லப்பட்டாகிவிட்டது. இரவுத் தூக்கத்தில் சிறுநீர் கழிப்பவன் நான்தான். எனவே கொம்பானையின் கால்களினூடே நுழைய வேண்டியவன் ராக்காய்ச்சல்காரனாகிய நான்தான். சரி, அப்படியே இருக்கட்டும், ஆனை என்னைக் கொன்றால் அவர்களுக்கெல்லாம் மகிழ்ச்சிதானே.

தியாகப் பலி.

நான் அப்படியே திரிகிறேன். ஆனால் காது கேட்கிறதே, எப்படிச் சும்மா திரியமுடியும்?

"காக்கா கொம்பானைக்க கவுட்டுக்கிடையோடி நுழையப் போறான், ராக்காய்ச்சல் மாறுதுக்கு. அதுனாலதான் காக்கா பாயிலெ கெடந்து மோளுதான்."

அப்துல்காதர் பள்ளிக்கூடத்தில் போய்ப் பிள்ளைகளிட மெல்லாம் சொன்னான். இவனுடன் நத்துதாமுவும் உண்டு. அவன் இப்போது அப்துல்காதரின் அணுக்கத் தோழனாகத் திரிந்துகொண்டிருக்கிறான். என் கூட்டாளியாக இருந்தவன்தான். வழிதவறிப்போய்விட்டான். அப்துல்காதர் பண்டம் ஏதாவது கொடுத்திருப்பான். வரட்டும், என்றாவது ஒருநாள் என்னிடம் வராமலிருக்க மாட்டான். என் கையிலும் ஏதாவதொன்று இருக்கும். பேரீத்தம்பழமோ அல்வாவோ பொரித்த இறைச்சியோ ஏதாவது – நான் அவனுக்கு என்னவெல்லாம் கொடுத்திருக்கிறேன். நன்றி கெட்ட நத்துதாமு.

நன்றியுணர்வென்பது உலகத்தில் அறவே இல்லாமல் போய்விட்டது. அதை இப்படியாக்கியவன் இந்த நத்துதாமுதான்.

"கெடந்துமோளி." என்னைத்தான் யாரோ கூப்பிடுகிறார்கள். யாரோ அல்ல, புற்றீசல்போல ஒரு கூட்டமே கூப்பிடுகிறது.

"கெடந்துமோளி."

நான் ஒரு கூட்ட அடி நடத்தினேன்.

கொஞ்சமெல்லாம் எனக்கும் கிடைத்தது. வலியையும் வேதனையையும் தாங்கிக்கொண்டு பார்க்கும்போது எதிரில் புதுசேரி நாராயணபிள்ளை சார். கையில் பிரம்புடன் நிற்கிறார். முதலில் அடித்தவன் நான்தான் என்று அப்துல்காதரும் நத்து

தாமுவும் சாட்சி சொன்னார்கள். இந்த அப்துல்காதர் தென்னம் பாலத்திலிருந்து நீரோடையில் தவறி விழுந்தபோது இறங்கிச் சென்று தூக்கியெடுத்துக் கொண்டுவந்து கரையில் சேர்த்தவன் நான். ஆற்றில் மூழ்கித் தண்ணீர் குடித்துத் தத்தளித்துச் சாக இருந்த இவனை மூழ்கிப்போய்க் காப்பாற்றிக் கரைச் சேர்த்தவன் நான். எல்லாவற்றிற்கும் மேலாக நான் இவனுடைய கூடப் பிறந்த காக்கா. இருந்தபோதும்கூட இவன் இப்படி அண்ணனுக்கெதிராக சாட்சி சொல்லிவிட்டானே! உலகம் அழிவதற்கு இனி வேறென்ன வேண்டும்?

நான் பேசாமல் நின்றேன்.

நத்துதாமுவும் அப்துல்காதரும் இல்லாததையும் பொல்லாததையும் சேர்த்து நான் செய்த அக்கிரமங்களைச் சொல்லிக்கொடுத்தார்கள். நான் எல்லாரையும் அடித்தேனாம், ஒரு காரணமுமே இல்லாமல். காக்காவுக்கு ராக்காய்ச்சல் உறக்கப்பாயில் கிடந்தே ஒண்ணுக்குப் போகிறான். அதற்காகக் கொம்பானையின் கால்களுக்கிடையே நுழைய இருக்கிறான்.

“கெடந்துமோளின்னு கூப்பிட்டது யாருடா?” புதுசேரி நாராயணபிள்ளை சார் கேட்டார். அப்துல்காதர் பதில் சொன்னான்:

“காக்கா ராத்திரி பாயிலெ கெடந்து மோளுதுனாலெ தானே?”

நான் சொன்னேன்:

“மோளுதது நான் இல்லெ.”

“கணக்கு சொல்லித் தாறென்னு சொல்லி பொரிச்ச திருதாமீன் வாங்கித் தின்னவன் நீதானேடா?” புதுசேரி நாராயணபிள்ளை சார் என்னிடம் கேட்கிறார். சரிதான், இப்படியான ஒரு சம்பவம் பண்டைய காலத்தில் நடந்தது உண்மைதான். ஆனால், அதற்கும் இந்த வழக்கிற்கும் என்ன தொடர்பு?

சம்பவம் வேறு ஒன்றுமில்லை:

நானும் அப்துல்காதரும் கணக்குப்பாடத்தில் ரொம்பவும் மோசம். எப்போதுமே அடிவாங்கிக்கொண்டிருப்போம். கொஞ்ச நாட்களுக்குப் பிறகு அப்துல்காதர் மட்டும் அடிவாங்கத் தொடங்கினான். என் பக்கத்திலிருந்த ஒரு முஸ்லிம் சிறுமி எனக்குக் கணக்குப் பாடத்தைக் காட்டித் தருவாள். நான் பரமயோக்கியனாக அப்படி வாழ்ந்து வரும்போது ஒரு நாளிரவு, அப்துல்காதரின் சோற்றின் மீது பொரித்த ஒரு துண்டு திருதா மீன் ஸ்டைலாக உட்கார்ந்திருக்கிறது. எனக்குக் கிடைத்ததை நான் முதலிலேயே தின்றுவிட்டேன். அதிகமாக ஒரு துண்டு

கேட்டபோது உம்மா தரவில்லை. அப்துல்காதரிடம் இருக்கும் மீன் துண்டை எப்படித் தட்டியெடுப்பது? நான் யோசித்தேன். அவன் மீன்துண்டைப் பார்த்தபடியே சோற்றை அள்ளி முழுங்குகிறான். நான் சொன்னேன்.

“டேய், நீ அந்த மீன்துண்டெ எனக்குத் தா. உனக்கு நான் கணக்கு சொல்லித் தாறேன்.”

அப்துல்காதர் அடிபடாமல் வாழ்வதற்காக மன வருத்தத்துடன் அந்தப் பொரித்த திருதா மீனை எனக்குத் தந்தான். நான் அதை ருசித்துச் சாப்பிட்டேன். அவ்வளவுதான். பிறகு எனக்கு இந்த விஷயம் ஞாபகமே வரவில்லை. வந்துதான் எதற்கு? நானே களவாடிக் கணக்கு செய்கிறேன். இதை எப்படி உலகத்திற்கு அறிவிக்க முடியும்? எல்லாரும் கீழே அமர்ந்திருந்து கேட்டு எழுதும் கணக்கை நான் பார்த்து எழுதுகிறேன். அப்படியே நான் குசாலாக இருக்கிறேன். அப்துல்காதர் கணக்குச் செய்யவில்லை. ஆனால் நான் எப்படி அவனுக்குக் காட்ட முடியும்? வகுப்பிலுள்ள அத்தனைபேரும் பார்ப்பார்கள். கூடவே, புதுசேரி நாராயண பிள்ளை சாரும். தின்ற திருதாத் துண்டிற்கு நான் நன்றியுடையவன்தான் ஆனால், நான் கையறு நிலையில் இருந்தேன். கணக்குப் பாடம் செய்யாதவர்கள் எழுந்து நிற்கிறார்கள். கூடவே அப்துல்காதரும். அவன் என்னிலிருந்து பதினொன்றாவது ஆள். புதுசேரி நாராயணபிள்ளை சார் கணக்குப் பாடம் செய்யாதவர்களைத் தூரத்திலுள்ள ஒரு முனையிலிருந்தே அடித்து வரத் தொடங்கினார். அப்துல் காதரின் பக்கத்தில்கூட அவர் வரவில்லை. அதற்குள் அவன் அடிவாங்கத் தோதுவாக கையை நீட்டிப் பிடித்தபடியே சத்தமாக அழத் தொடங்கினான். தொலைவில் நின்றிருந்த நாராயண பிள்ளை சார் கேட்டார்.

“அப்துல்காதர் நீ எதுக்குடா அழுறே?”

“என் திருதா பொரிச்சதும் போச்சு. நான் இப்போ அடியும் வாங்கணும்.”

“என்னடா விசியம்?”

“கணக்குப்பாடம் காணிச்சுத் தருவேன்னு சொல்லி என் பொரிச்ச திருதாவைக் காக்கா வாங்கித் தின்னான். ஆனா காணிச்சே தரல்லே. நான் இப்போ அடியும் வாங்கணும்.”

எல்லாமே சத்தமாகத்தான். ஒன்றாம் வகுப்பிலிருந்தவர் களுக்கும் இரண்டாம் வகுப்பிலிருந்தவர்களுக்கும் கேட்டது. ஆகப்பெரிய அவமானமாகிவிட்டது. புதுசேரி நாராயணபிள்ளை சார் என் உள்ளங்கையில் இரண்டு அடி வைத்தார். எதற்காக? பொரித்தத் திருதாவை வாங்கித் தின்றதற்காகவா, கணக்கைக்

காண்பித்துக்கொடுக்காததற்காகவா? எதற்கென்றே தெரியாது. ஆசிரியர்கள் மாணவர்களைத் தண்டிக்கும்போது அதற்கான காரணத்தையும் தெளிவாகச் சொல்லிவிட வேண்டும். இங்கே அப்படி நடக்கவில்லை. உலகிலிருந்து நீதியும் நேர்மையும் இத்தியாதிகளும்தான் காணாமல் போய்விட்டதே. இப்போது இந்தப் பழைய சம்பவத்தைத் தோண்டியெடுத்துக்கொண்டு வருவது ஏன்? இங்கே தற்போதைய பிரச்சினை என்னைக் கிடந்துமோளி என்ற சொன்னதுதான். அதற்காகத்தானே தகராறே ஏற்பட்டது? எதுவாயினும் ஆனையின் கால்களுக்கிடையே நுழைய வேண்டியவன் நான்தான். கணக்குப் பாடத்தில் மோசமானவனாக இருந்தாலும் விஷயங்களையெல்லாம் நான் புதுசேரி நாராயணபிள்ளை சாரிடம் விவரமாக எடுத்துச் சொன்னேன். அவருக்குதான் ஒன்றுமே புரியவில்லை. அவர் சண்டைபோட்ட சகலமானபேர்களுக்கும் தலா ஒரு அடி வீதம் கொடுத்தார். எனக்கு மட்டும் இரண்டு அடி. இதில் ஏதாவது நியாயமிருக்கிறதா? ஆனால் இதுதான் உலகம். சத்தியம், நீதி, தர்மம் – சொன்னேன் அல்லவா? கொஞ்சமும் கிடையாது. பள்ளிக்கூடத்திலிருந்து வீட்டுக்கு வரும் வழியில் அசரீரிபோல் அப்துல்காதர் சொன்னான்.

"கெடந்துமோளி."

சொந்த அண்ணனைப் பார்த்துச் சொல்லும் வார்த்தை. தண்டிக்கப்பட வேண்டாமா? கொடுத்தேன் ஒரு அடி. அவன் அழுதுகொண்டே வாப்பாவிடமும் மாமாவிடமும் போய்ச் சொன்னான். இரண்டுபேருமே என் தலையில் குட்டிக் காதையும் பிடித்துத் திருகினார்கள். இதிலாவது சிறிதளவு நியாயமிருக்கிறதா? எதுவுமே இல்லை. உலகத்திடமிருந்து நீதியை எதிர் பார்க்கவே வேண்டாம். இப்படி அநியாயமான அடிகளையும் பலப் பிரயோகங்களும் ஏற்று நான் வாழ்ந்துகொண்டிருந்தேன். இருந்தாலும்கூட வருத்தப்படவில்லை. கொம்பானையின் கால்களுக்கிடையில் நுழையவிருக்கும் மாவீரன் நான். எங்கள் ஊரில் யாருமே இப்படியான வீர சாகசம் செய்ததில்லை. நான் செய்து காட்டப் போகிறேன். அபூர்வமான ஒரு வாய்ப்பு. கூட்டாளிகள் அசூயையுடன் என்னைப் பார்த்தார்கள். எனக்கு மகிழ்ச்சி. என் நடையிலும் பாவனையிலும் மாற்றம் வந்தது. பேச்சிலும்கூட. எவனாக இருந்தாலும் 'போடா புல்லே' என்ற மட்டில். ஆனையின் கால்களினூடே நுழைய வேண்டிய அந்த நாளும் நெருங்கியது. சிறிதாகப் பதற்றம் தொற்ற ஆரம்பித்தது. பயமும். ஆனை என்னைக் குத்திக் கொன்றுவிடுமோ? சமீபத்தில் தூரத்தில், எங்கோ ஒரு ஊரில் ஒரு கொம்பானை, பாகனைக் குத்திக் கொன்ற சம்பவமும் நடந்திருந்தது.

நான் நுழைய வேண்டிய ஆனை ஒரு காட்டு ஆனை. அடர்ந்த காட்டில் சுதந்திரமாக வாழ்ந்துகொண்டிருந்த ஆனை. அதைப் பிடித்துக்கொண்டுவந்து பழக்கியெடுத்தார்கள். அது இன்னும் சரியாகப் பழகவுமில்லை. “இடத்தியானெ” என்ற உத்தரவுபோட்டால் அது வலது புறம் திரும்பும்; அல்லது காதில் விழாதது போல் நிற்கும். ஆனைக்காரன் கூர்மையான தொரட்டியைக் குத்தி இழுப்பான். அது பயங்கரமான சத்தத்துடன் அலறும். இருந்த பிறகும் நான் அதன்மீது ஏறியிருக்கிறேன். ஆனைக்காரன் என்னைப் பிடித்திருந்தான். பயந்து நடுங்கிய நான் ஆனையின் மீது சிறுநீர் கழித்துவிட்டதாக ஆனைக்காரன் சொன்னான். இது பச்சைப்பொய். ஆனால், அவன் சொன்னதை ஆனையும் கேட்டுக்கொண்டுதான் நின்றது. அதற்குப் பிடித்ததோ என்னமோ?

கடைசியில் நான் ஆனையின் கால்களினூடே நுழைய வேண்டிய அந்த சுபதினம் வந்துவிட்டது கொம்பானையைக் குளிக்கவைத்து அழைத்துக்கொண்டுவந்திருந்தார்கள். என்னையும் குளிப்பாட்டினார்கள். அதாவது நானும் கொம்பானையும் ஆற்றில் சேர்ந்து குளித்தோம். எனக்குப் புது வேட்டியும் புதுச் சட்டையும் புதுத் தொப்பியும். என் சட்டையின் வாட்சு பாக்கெட்டில் ஒரு சிறு மாங்காய் இருந்தது. அதைச் சாப்பிடு வதற்கான சந்தர்ப்பம் வாய்க்கவில்லை. அதை ருசித்துச் சாப்பிட வேண்டுமென்றால் கொஞ்சம் உப்பும் தேவை. இருக்கட்டும். ஆனை நுழைவு முடிந்தபிறகு தின்னலாம். நான் ஆனையை ஒரு தடவை சரியாகப் பார்த்துக்கொண்டேன். கறுத்திருண்டிருந்தது. வறுவறுப்பான கறுத்துருண்ட மலை. நான்கு கால்களும் வாலும் தும்பிக்கையும் கொம்புகளும். பயங்கரமான பகையுணர்வு கொண்ட கண்கள். எனக்கு மூச்சுத் தடைபடுவது போலிருந்தது. ஆனை என்னை மிதித்துக் கொல்லுமோ? தும்பிக் கையால் சுற்றிப் பிடித்து வாய்க்குள் போட்டு அசைபோட்டுத் தின்றுவிடவும் கூடும். எனக்கு வீட்டிலிருந்து ஓடிவிடலாம் போலிருந்தது. எங்கே போவது? எப்படிப் போவது?

சுற்றிலும் ஆட்கள். ஒரு பக்கம், எனது கூட்டாளிகள். பெண்களும் ஆண்களும். இதில் மற்றவர்களுக்குத் தெரியாமல் எனக்குக் கணக்குப் பாடம் காட்டித் தரும் முஸ்லிம் சிறுமியும் இருந்தாள். ராதாமணியும் இருந்தாள். ஆனையின் மறுபக்கம் ஓலையைக் கீறியபடி வாப்பா, மாமா, மாதவன் நாயர், சங்கரன் குட்டி, கிருஷ்ணன், அவுசேப்பு மாப்பிள அனைவரும் உட்கார்ந்து பழம் தின்றுகொண்டிருந்தார்கள். மாமாவின் மடியில் நிரந்தரமாக அப்துல்காதர். அவனது வாயிலும் இரண்டு கைகளிலும் ஒவ்வொரு பழம்.

வாப்பா ஒரு பெரிய பாளயங்கோடன் குலையுடன் வந்து அதை ஆனைக்கும் ஆனைக்காரர்களுக்கும் மற்றவர்களுக்கும் பிய்த்துக் கொடுத்தார். எனக்கு மட்டும் ஏன் தரவில்லை? கால்பங்கு பழக்குலை வாப்பாவின் பக்கத்தில், அப்துல்காதரின் அடுத்து, ஒரு ஓலையில். நான் சத்தமாகச் சொன்னேன்.

“வாப்பா எனக்குப் பழம் தரலே.”

“இங்கே வெச்சிருக்கேன்டா.” வாப்பா சொன்னார். “நீ முதல்லே ஆனைக்க காலுக்கிடையே நுழைஞ்சிட்டுவா.”

இந்தப் பக்கம் நிறைய பெண்கள்: என் உம்மா, தங்கச்சிமார், உம்மாவின் உம்மா, மாமி, நங்ஙேலி ஆகியோருடன், அவுசேப்பு மாப்பிளயின், சங்கரன் குட்டியின், கிருஷ்ணனின் மனைவிமார்கள். பெண்கள் கூட்டத்தில் நத்துதாமுவும் இருந்தான். அவன் ஒரு பழத்தை ருசித்துத் தின்றபடியே எனக்கு உபதேசம் செய்கிறான்:

“நீ ஆடாம அசையாம அங்கெ போயிரு. நான் இங்கதானே இருக்கேன்? பயப்படாதெ.”

இவன் கூறுமாறியவன். எதிரிகளின் பக்கம் சேர்ந்தவன். எதிரிகளிடமும் அன்பு காட்ட வேண்டுமென்று சொல்லப் பட்டிருக்கிறது. நான் சட்டையின் வாட்சு பாக்கெட்டிலிருந்த மாங்காயை எடுத்து நத்துதாமுவுக்குக் கொடுத்துவிட்டுச் சொன்னேன்.

“என்னெ ஆனை மிதிச்சுக் கொன்னுபோடும். நீ இந்த பச்ச மாங்காயை உப்புச் சேத்துத் தின்னு. நல்ல ருசியா இருக்கும்.”

உம்மா சொன்னாள்:

“பயப்படாதடா.”

பயத்தைவிடவும் அதிகமாகப் பழம் கிடைக்காத வருத்தமும் பரிதவிப்பும். அப்துல்காதர் கப்புகப்பென்று பழத்தைத் தின்கிறான். நான் பெண்களின் பக்கத்தில் ஆனையின் இந்தப்பக்கம் நிற்கிறேன். ஆசையும் பதற்றமும் பயமும். கால்கள் இரண்டும் பூமியில் புதைந்துவிட்டதைப்போல் அசைய மறுக்கின்றன. வேர்த்து வடிகிறது. வாயில் நீரூறவில்லை. ஒண்ணுக்குப் போக வேண்டும் போலிருக்கிறது. இறுக்கமாக இருக்கிறது. தலை சுற்றுகிறதோ? கண்பார்வை தெரியவில்லையோ? இல்லை. கறுத்த வாசல் கதவின் வழியே தெரிவதுபோல் ஆனையின் கால்களினூடே வாப்பாவையும் மற்றவர்களையும் சரியாகப் பார்க்க முடிகிறது. பழக்குலையும் தெரிகிறது. அப்துல்காதர் கையிலிருந்த

பழங்களையும் முழுங்கிவிட்டிருந்தான். திரும்பவும் இப்போது பழத்தை உதிர்க்கிறான். நான் சத்தமாகச் சொன்னேன்:

“வாப்பா, அவன் அவ்வளவு பழத்தையும் இப்ப தின்னுவான்.”

வாப்பா பழக்குலையை எடுத்து என்னிடம் நீட்டினார். மாமா கனத்த குரலில் உத்தரவிட்டார்:

“இங்கே வாடா நீ.”

நான் அசையவில்லை.

கிருஷ்ணனின் மனைவி சக்கி சொன்னாள்:

“நீ அந்த காலுக்கிடையோடி அந்தப் பக்கம் போ. சீ... பிள்ளைக்கு நாணமில்லியா? பொண்ணு கெட்டுத வயசாயாச்சு. இப்பவுமா கெடந்து மோளுது?”

“கெடந்து மோளுது நான் இல்லெ. அப்துல்காதர்தான்.”

“நீதான்.” உம்மா சொன்னாள்.

நான் சொன்னேன்.

“அது உங்களுக்கு எப்படித் தெரியும்?”

“உன்னைப் பெத்தவ நான்தானே? அப்துல்காதரு வயித்துலே இருக்கும்போதகூட நீ கள்ளத்தனமா வந்து பால் குடிப்பியே.”

“நான் யாருட்டே இருந்தும் பால் குடிச்சது கெடையாது.”

“நீ மாமிட்டே இருந்தும் பால் குடிச்சிருக்கே, இந்த மாதவிக் குட்டிட்டே இருந்தும் பால் குடிச்சிருக்கே.”

நத்துதாமு சொன்னான்:

“எங்க அம்மைட்டே இருந்து நீ பால் குடிச்சேல்லியா? அதான் இவ்வளவு மூப்பு. யாராவது என்னெ விரட்டிப் பிடிச்சுர முடியுமா?” அவன் அம்மாவிடம் கேட்கிறான்:

“எம்மா, எனக்குள்ள பாலை நீ யாருக்குக் குடுத்தே?”

நான் சொன்னேன்:

“நான் யாருட்டே இருந்தும் பால் குடிச்சது கெடையாது.”

உம்மா கேட்டாள்:

“நான்தானேடா உன்னைப் பெத்தேன்?”

“என்னை யாருமே பெறல்லெ.”

“அப்புறம்?”

“நான், தானாவே பொறந்தவன்.”

ஆதம் நபியை அல்லாஹு படைத்தான். ஆதி மனிதனாகிய ஆதம் நபிக்கு உம்மாவும் கிடையாது. வாப்பாவும் கிடையாது. ஆதம், யாரிடமிருந்தும் பால் குடித்ததில்லை. இந்த விஷயத்தை நான் ஏற்கெனவே புரிந்துகொண்டிருந்தேன். உம்மா சொன்னாள்:

“நான் உன்னைப் பத்து மாசம் இந்த வயித்துலேயே கொண்டு நடந்தவொ. பெத்துப்போட்ட காலத்துலே நீ ஒரு பீக்கிரிக் குழந்தையா இருந்தே. உனக்கு நான் மொலப்பால் தந்து வளத்தி இந்த அளவுக்கு ஆக்கியெடுத்தேன். இப்போ நீயா பெத்தேன்னு கேட்குறே.”

“இதுக்கான சாட்சி யாரு?”

“உன் வாப்பா.”

“அப்படின்னா கெடந்து மோளூது நான் இல்லெ.”

“நீதான்.”

“நான் இல்லெ. ஆனை என்னை மிதிச்சுக் கொல்லட்டும்.”

நங்ஙேலி சொன்னாள்.

“எம்புள்ளெ பயராண்டாம். அங்கெ ஆனைக்காரங்கள் லாம் நிக்கிதாங்கதானே?”

நத்துதாமு சொன்னான்:

“அ ... ஏன் பயருதே? நாந்தான் இங்க நிக்கிதேனே?”

எனக்கு அப்போது அவன் கழுத்தைப் பிடித்து நெரித்து விடலாம் போலிருந்தது.

உம்மா சொன்னாள்:

“பிஸ்மி சொல்லிட்டு என் புள்ளெ போ.”

நான் பிஸ்மி சொன்னேன். வாப்பா பழக்குலையை நீட்டிக் கூப்பிடுகிறார். ஆசை ஆசையாக இருந்தது. ஆனை பயங்கரமான அகங்காரத்துடன் நிற்கிறது. அப்துல்காதர் பழங்களையெல்லாம் குமுக்குமுக்கென்று முழுங்குகிறான். அவன் அவ்வளவையும் இப்போ தீர்ப்பான். நான் கனவு காண்பவன் போல் நடந்தேன். ஆனையின் சகிக்க முடியாத துர்வாசம். நான் குகைக்குள் போவதுபோல் ஆனையின் கால்களினூடாக நடந்து வெளிச்சத்தில் வந்தேன். ஆனையின் கால்களினூடே நான் மறுபுறம் வரும்போது அது என் தலையில் மூத்திரம் பெய்யும் ஒரு முயற்சியை

மேற்கொண்டது. அது, சடபுடாவென்று மூத்திரம் பெய்யத் தொடங்கியது. மூத்திரம் என் தலையில் விழவில்லை.

மக்கள், மகிழ்ச்சிக் கூப்பாடெழுப்பினார்கள். வாப்பா என்னை அள்ளியெடுத்தார். நான் குதறிக் கீழே இறங்கிப் பழக்குலையைக் கையிலெடுத்தேன். அப்துல்காதரின் கையிலிருந்த பழத்தைத் தட்டிப் பறித்தேன். பிறகு என் கூட்டாளிகளுக்கெல்லாம் ஆளுக்கொரு பழம் கொடுத்தேன். கணக்குப் பாடம் காட்டித் தரும் முஸ்லிம் சிறுமிக்கும் ராதாமணிக்கும் இரண்டு வீதம் கொடுத்தேன். அப்போது நத்துதாமு கை நீட்டினான்:

"எனக்கென்ன கரந்தீர்வை இல்லியா?"

அவனுக்கும் ஒரு பழம் கொடுத்தேன். பழத்தோல்களைச் சேகரித்து அதை ஒரு உருண்டையாக்கி நாங்கள் ஆனைக்குக் கொடுத்தோம். கொடுத்தது ஆனைக்காரன்தான்.

ஆனையின் கால்களினூடே தைரியமாக நுழைந்த அதிர்ஷ்டக்காரன்! மகான்! வீரன்!

நான் அப்படியே சுகமாக வாழ்கிறேன். இப்போது நான் பாயில் ஒண்ணுக்குப் போவதில்லையென்று உம்மா சொன்னாள். இதற்கான காரணம், பிறகு, நான் வாப்பாவுடன் படுப்பதில்லை என்பதுதான். உம்மாவுடன்தான் படுப்பேன். எல்லாமே அப்படி திருப்தியுடன் இருக்கும்போது ஒருநாள் நடுச்சாம நேரத்தில், அல்லோ உம்மோ என்று ஒரு அலறல் சத்தம். அது வாப்பா, அப்துல்காதரைப் போட்டு அடியோடடி என்று அடிக்கிற கோலாகல நிகழ்ச்சிதான். தீக்குச்சியை உரசி விளக்கைப் பற்றவைத்துப் பார்க்கும்போது அப்துல்காதர் வாப்பாவின் படுக்கையில் மோண்டு வைத்திருக்கிறான்.

அப்படியென்றால் இவ்வளவு காலமும் வாப்பாவின் பாயில் தைரியமாகக் கிடந்து மோண்டுவைத்த அந்தக் கள்ளன் யார்?

இவ்வளவு காலமும் அவச் சொல்லுக்கு ஆளான நிரபராதி யார்? உலகம் போகிற போக்கைப் பார்த்தீர்களா? கொம்பானையின் கவுட்டைக்கிடையில் நுழைந்திருக்க வேண்டியவன் அப்துல்காதர்தானே? ஆனால் அவன் இரண்டு கைகளையும் நெஞ்சிலடித்து வாயைப் பிளந்து அழுகிறான். அந்த அருமாந்தப் பிள்ளை அழுதபடியே சொல்கிறது:

"நான் மோளல்லே. காக்காதான் பதுக்க வந்து மோண்டு வெச்சுட்டுப் போயிட்டான்."

அவன் குற்றவாளி இல்லையாம்.

ஆனைமுடி

"உள்ளதா இருக்கும்." உம்மா நினைவுபடுத்திச் சொன்னாள்: "எனக்கு அஞ்சாங் காய்ச்சல் வந்தப்போ ..."

அது ஒரு பழைய சம்பவம். உம்மாவுக்குப் பொக்களம், மண்ணன் என்றெல்லாம் சொல்லப்படும் ஒரு வகைக் காய்ச்சல் வந்தது. அம்மை நோயின் கூடப் பிறந்த சகோதர வியாதி இது. படரக்கூடியது.எனவே என்னையும் அப்துல்காதரையும் மாமாவின் வீட்டில், பாலசேரியில் கொண்டுபோய் விட்டார்கள். அங்கே மாமி இருந்தார்கள். சின்னம்மாவும் இருந்தாள். உப்பப்பாவும் உம்மும்மாவும் இருந்தார்கள். மாமா இருந்தார். அந்தத் தோப்பில் ஏராளமான மரங்களிருந்தன. குடம்புளி, வாளம் புளி, கொல்லா* மரம், கூடவே நீரோடைகள், குடைப் பனைகள். அது மிகப் பழைமையான ஒரு வீடு. நிறைய இருட்டறைகள் இருந்தன. அங்கே பேய்கள் குடிகொண்டிருப்பதாக நான் நம்பினேன். பகல் நேரத்தில் பயமிருக்காது. இரவில் ரொம்பப் பயமாக இருக்கும். நானும் அப்துல்காதரும் உம்மும்மாவுடன் படுத்துக்கொள்வோம். உம்மும்மாவை நாங்கள் உம்மா என்றுதான் சொல்வோம். ஒருநாள் நான், வாளம்புளியும் குடம்புளியும் கொல்லாம் பழமும் சக்கைப் பழமுமெல்லாம் தின்றேன். இரவு மத்திச் சாளை, குழம்பு வைத்ததும் பொரித்ததும் கூட்டி விலாப்புடைக்கச் சோறு தின்றேன். நடுச்சாமத்தில் எனக்கு வயிற்றுவலி வந்தது. கக்கூசுக்குப் போக வேண்டும் போலிருந்தது. ஆனால் உம்மாவை எழுப்புவதற்கும் பயம். பேய்கள் நிற்குமே? நான் கண்ணைத் திறக்காமல் இருட்டிலேயே இருந்துவிட்டேன். ஆசுவாசம் கிடைத்தது. பிறகு கண்களை இறுக அடைத்த படியே எதுவுமாகட்டுமென்று உம்மாவை எழுப்பினேன். உம்மா தீக்குச்சியை உரசி விளக்கைப் பற்றவைத்ததும் அப்துல்காதர் உறக்கப்பாயில் வெளிக்கிருந்த செய்தியைச் சொன்னேன். உம்மா பாயைக் கொண்டுபோய் ஓடையில் கழுவிவிட்டு வந்தாள். நான் அப்துல்காதரைப் பார்த்தேன். அவன் கண்களைக் கசக்கியபடி உட்கார்ந்திருந்தான். அவனுக்கு எதுவும் விளங்கவில்லை. நான் கேட்டேன்:

"டேய், நீ ஏண்டா பாயிலெ வெளிக்கிருந்தே? உனக்கு வெக்கமில்லியா? இவ்வளவு வயசான பெறவும்."

அவன் ஒன்றும் புரியாமல் நிலா வெளிச்சத்தில் இறங்கிய சேவல்போல் மலங்க மலங்கப் பார்த்தான். உம்மா சந்து கழுவக் கூப்பிட்டபோது நான்போய் உட்கார்ந்து கொடுத்தேன். இருட்டில்தான். உம்மா எனக்குக் கழுவி விட்டபிறகு அப்துல் காதர் நொண்டி நொண்டி வந்து உட்கார்ந்து கொடுத்தான்.

---

* முந்திரி

உம்மாவுக்குக் கோபம் வராமலிருக்குமா? உம்மா அவனுடைய மூலத்தில் ஒரு அடி வைத்துவிட்டுச் சொன்னாள்:

“இப்பதானேடா உனக்குக் கழுவிவிட்டேன்?”

அப்துல்காதர் எதுவுமே பிடிபடாமல் உம்மா போட்டுக் கொடுத்த புதிய பாயில் வந்து படுத்தான்.

இந்தச் சம்பவத்தை நான் பெருமையுடன் நங்ஙேலியிடம் சொல்லியிருந்தேன். நான் வெளிக்கிருந்துவிட்டுப் பழியை அப்துல்காதரின்மேல் போட்டதை உம்மாவிடமும் வாப்பா விடமும்கூடச் சொன்னேன். இந்தச் சம்பவத்தைத்தான் இன்று அவர்கள் எனக்கெதிராகத் தாக்கல் செய்தார்கள். அப்துல்காதர் சொன்னதுபோல்தான் நடந்திருக்கிறது. நான் இருட்டில்போய் வாப்பாவின் பாயில் ஒண்ணுக்கு இருந்துவிட்டுத் திரும்பி வந்து படுத்திருப்பேனாம். இவ்வளவு மூத்திரம் பெய்த அப்துல்காதர் பரமயோக்கியன்.

சிறுநீர்த் தாவா எதுவாயினும் துப்பு கிடைக்காமல் இருக்கிறது. உம்மாவுக்கும் வாப்பாவுக்கும் இதில் சந்தேகமிருந்தது. குற்றவாளி நானா அப்துல்காதரா? பொது ஜனம் இரண்டு அணியிலும் இருந்தது. பள்ளிக்கூடத்திலும் இருவேறு கருத்துகள் நிலவின. அப்துல்காதர் பலருக்கும் பலவிதமான பொருட்களைக் கொடுத்துத் தனது பக்கம் ஆள் பிடித்தான். நத்துதாமு, அணி சேராமல் நின்றதுடன் புதிதாக ஒன்றைச் சொன்னான். படுக்கையில் கிடந்து ஒண்ணுக்கு அடிப்பது நானோ அப்துல்காதரோ இல்லை.

வாப்பாதான்.

இதைக் கேட்ட நங்ஙேலியும் சங்கரன் குட்டியும் நத்துதாமுவைத் தோட்டம் முழுவதும் போட்டு விரட்டிப் பிடித்து அடியோ அடி.

அப்துல்காதரின் அணியிலிருந்து விலகி என் பக்கம் சேர்ந்த ராதாமணிக்கு அப்துல்காதர் ஒரு துண்டு வாளம்புளி கொடுத்தான். அவள் திரும்பவும் அவன் பக்கம் சேர்ந்துகொண்டாள். ஒரு புளித் துண்டுக்காகப் பெண்பிள்ளைகள் இப்படி கூறுமாறுவது சரியா? நான், சுட்ட முந்திரிப் பருப்பை உடைத்துக் கொடுத்தபோது அவள் என் அணியில் சேர்ந்தாள். வந்தது மட்டுமல்ல, ராதாமணி தீரத்துடன் அறிவித்தாள்:

“உறக்கப்பாயிலெ கெடந்து மோளுது அப்துல்காதர்தான்.”

எனக்குப் பெருமகிழ்ச்சி.

அப்போது ராதாமணிக்கு ஒரு ஆசை. அதை என்னிடம் இரகசியமாகச் சொன்னாள்.

"எனக்கொரு ஆனைவால் வேணும், தருவியா?"

எனக்கென்று சொந்தமாக ஆனையிருந்தால் ஒரு முழு ஆனையையே நான் ராதாமணிக்குக் கொடுத்திருப்பேன். இதை அவளிடம் நான் சொல்லவும் செய்தேன். அப்போது ராதாமணி சொன்னாள்.

"முழுசா ஆனை வேண்டாம். ஒரேயொரு ஆனைவால் மட்டும் போரும்."

"தாறேன்." நான் சொன்னேன். தருவதாகச் சொன்னது அப்துல்காதரின் நத்துதாமுவின் முன் வைத்துதான். சாதாரணமாக வாப்பாவும் உம்மாவும் ஹிந்து நண்பர்களுக்கு ஆனைவால் வாங்கிக் கொடுப்பதுண்டு. மோதிரமாக விரலில் போட்டுக்கொள்வதற்கு. சிலர் மணிக்கட்டில் சுற்றிக்கொள்வதுமுண்டு. ஆனைவாலுக்கு அற்புத சக்திகள் இருக்கின்றன.

ஆனைவால் எனக்கு மிகச் சுலபமாகக் கிடைக்கும். ஆனைக்காரர்கள் அனைவரும் என் நண்பர்களல்லவா? இருந்தாலும் நான், ஒரு ஆனைவால் வாங்கித் தரச் சொல்லி உம்மாவிடமும் வாப்பாவிடமும் கேட்டேன். இரண்டுபேருமே சொல்லிவிட்டார்கள்.

"உனக்கிப்போ ஆனைவால் வேண்டாம்."

இதை ஆனைக்காரர்களும் கேட்டுக்கொண்டிருந்தார்கள். அவர்கள் தடம் புரண்டுவிட்ட விவரம் எனக்குத் தெரியாது. நத்துதாமுவும் அப்துல்காதரும் என்னைப்பற்றி என்னவெல்லாமோ போட்டுக்கொடுத்திருக்கிறார்கள். கூடவே ஆனைக்காரர்களுக்கு ஒரு சிரட்டை நிறைய சுட்ட கொல்லாங் கொட்டையும் கொடுத்திருக்கிறார்கள்.

நான் ஆனைக்காரர்களிடம் கேட்டேன்.

"ஒரு ஆனைவால் வேணும்."

அவர்கள் பரிகாசம் செய்வதுபோல் சொன்னார்கள்:

"ஆனைக்கு ஒரே ஒரு வால்தானே இருக்கு? அதையும் வெட்டியெடுத்துட்டா பெறவு ஆனை, வாலுக்கு எங்கெ போகும்?"

நான் சொன்னேன்:

"எனக்கு முழுசா வேண்டாம். ஒரு தூவல் மட்டும் போரும். ஒரு ஆனைத்தூவல்."

“ஆனைத்தூவலா?” ஆனைக்காரர்கள் சிரித்தார்கள். “இதென்ன ஏதாவது கோழித் தூவலா?”

“ஒரே ஒரு ஆனைத்தூவல்.” நான் கெஞ்சினேன். ஆனைக்காரர்கள் மசியவில்லை. நத்துதாமுவும் தொத்துக் காலனும் நிற்கும்போதுதான் ஆனைக்காரர்கள் இதைச் சொன்னார்கள். எனக்கு அவர்கள் தந்திருக்க வேண்டாமா? வெற்றிலை, பாக்கு, இளநீர், புகையிலை, பழம், அல்வா, பேரீத்தம்பழம் என்று என்னவெல்லாம் ஆனைக்காரர்களுக்குக் கொடுத்திருக்கிறேன். இதெல்லாம் போதாதென்று வாப்பா இழுக்கும் நல்ல வாசனையுள்ள தடியொத்த சுருட்டும்கூட கொடுத்திருக்கிறேனே? ஆனைக்கார மகான்கள் இவ்வளவுக்கு நன்றியில்லாதவர்களா? நான் கேட்டது, வெறுமொரு ஆனைத்தூவல். அவர்கள் தரவில்லை. சரி விடு, பார்த்துக்கொள்ளலாம். நான் பெரியாளாகும்போது ஆனைக்காரனாக மாட்டேன். அப்படியாக ஆனைக்காரர்களின் உலகத்தில் நல்லவனாகிய ஒரு ஆனைக்காரன் இல்லாமலாகிவிட்டான்.

ஒரு ஆனைத்தூவலை நான் திருடுவேன்.

எப்படித் திருடுவது?

அல்லும் பகலும் இதே யோசனைதான். உயிருள்ள ஒரு கொம்பானையின் வாலிலுள்ள ஒரு முடியைப் பிடுங்கியெடுப்பது எப்படி? யோசனையில் மூழ்கி அப்படியே நடக்கும்போது ...

“ஆனைத்தூவல்.” அசரீரிகள்தான். பள்ளிக்கூடத்திலுள்ள அதிகமான பேர்களும் என் முகத்தைப் பார்த்தே மெதுவாகக் கூப்பிடத் தொடங்கியிருந்தார்கள். நத்துவும் தொத்துவும்தான் இதன் தலைவர்கள். நான் தனிமைப்பட்டது போலாகிவிட்டேன். ராதாமணியும் எதிரிகளின் கோஷ்டியில் சேர்ந்துவிட்டாள். எல்லாருமே சேர்ந்து ஆனைத்தூவல், கெடந்துமோளி என்றெல்லாம் கூப்பிடுவதும் அடிதடிகள் நடப்பதும் புதுசேரி நாராயண பிள்ளை சாரிடமிருந்து அடி வாங்குவதும் தொடர்ந்து நடந்துகொண்டிருந்தன. இரவு படுத்திருக்கும்போது அப்துல்காதர் சொல்வான்:

“ஆனைத்தூவல்; கெடந்துமோளி.”

காட்டித் தருகிறேன்டா. உலகை முன்னிறுத்தி மனத்திற்குள் உறுதி பூண்டேன். நான் ஒரு ஆனைத்தூவல் திருடுவேன். அதற்குச் சுலபமான வழி எது?

அப்படியிருக்கும் காலகட்டத்தில் ஒருநாள் நான் உலகமகா வெற்றிவீரன் போல் வகுப்பறைக்குள் பிரவேசித்தேன். சத்ரு

மித்ராதிகள் அனைவரையும் அழைத்துக் கூட்டினேன். தொத்துக் காலன் அப்துல்காதரின் நத்துதாமுவின் முகங்களில் பார்வையை ஊன்றியபடி ராதாமணியிடம் கேட்டேன்:

“நீங்க யாராவது ஆனைத்தூவல் பாத்திருக்கிறீங்களா? தொட்டுருக்கீங்களா?”

சபையோரிடமிருந்து எந்தப் பதிலும் வரவில்லை; நிசப்தம். நான் ஒரு பெரிய ஆனைவாலை ராதாமணிக்குக் கொடுத்தேன். பிறகு சபையினரோடும் இந்த உலகத்தோடுமாகச் சொன்னேன்:

“ப்ளுங்கோ.”

ஆனைவால் எப்படிக் கிடைத்தது என்பதையறிய சபை ஆர்வம் காட்டியது. நத்துதாமுவுக்கும் தொத்துக்காலன் அப்துல்காதருக்கும் இது எப்படி கிடைத்தது என்பதை அறிய வேண்டும். பலமுறை கேட்டுப்பார்த்தார்கள். நான் சொல்லவே இல்லை. நீண்ட காலமாகவே அதைச் சொல்லாமலிருந்தேன். அதை இப்போது சொல்கிறேன்.

உயிரோடுள்ள ஒரு கொலைகாரக் கொம்பானையின் வாலிலிருந்து ஒரு முடியை எப்படி திருடுவது? தென்னை மரத்தில் கட்டிப்போடப்பட்டிருக்கும் ஆனையின் பின்புறம் நைசாகச் சென்று வாலைப் பிடித்து மெதுவாக ஒரு முடியைத் திருடலாம். ஆனால் திடீரென்று திரும்பி அது முட்டிவிட்டாலோ? சொன்னேன் அல்லவா? இரவும் பகலும் இதே யோசனைதான். கடைசியில் ஒரு சுளுவான வழியைக் கண்டுபிடித்தேன். ஆனைகளும் நாங்களுமெல்லாம் சேர்ந்துதானே ஆற்றில் குளிப்போம். ஆனைக்காரர்களுடன் சேர்ந்து, பரந்த கருங்கல்லால் நான் பல தடவை ஆனையின் முதுகைத் தேய்த்துவிட்டிருக்கிறேன். அப்போது . . .

சகலமான மனிதர்களும் ஆனைகளும் குளிப்பது படகுத் துறையில்தான். பெரியாறு. கண்ணீர்போல் வெள்ளம். வேனல் காலத்தில் ஆட்கள் நீந்திச் செல்வார்கள். சகதியே இருக்காது. நல்ல சரல்மண். மறுகரையில் பழைய ஒரு கள்ளுக்கடை இருக்கிறது. நீந்திச் செல்பவர்கள் அனைவரும் கள்ளுக்கடைக்குப் போகிறவர்கள்தான். குளித்ததுபோலவும் இருக்கும். கள்ளும் குடிக்கலாம். கரையோர ஆற்றுநீரில் மூன்று ஆனைகள் கிடந்தன. நடுவில் கிடப்பதுதான் கொம்பானை. அதன் வாலைத்தான் திருட வேண்டியது.

நிறையபேர் குளித்துக்கொண்டிருந்தார்கள். நிறையபேர் நீந்திச் செல்கிறார்கள். இடையே படகிலும் ஆட்கள் போய்க் கொண்டிருக்கிறார்கள். குளிப்பவர்களில் வாப்பாவும் இருந்தார்.

மாமாவுமிருந்தார். சங்கரன் குட்டியும் கிருஷ்ணனும் இருந்தார்கள். பத்மநாபன் நாயரும் அவுசேப்பு மாப்பிள்ளையும் இருந்தார்கள். நானும் நத்துதாமுவும் முண்டுகளை அவிழ்த்தெறிந்துவிட்டு ஆற்றில் குதித்தோம். நத்துதாமுவை அவனது அப்பா தேய்த்து அழுக்குபோகக் குளிப்பாட்டிக்கொண்டிருந்தார். வாப்பா என்னை நன்றாகக் குளிக்கவைத்தார். பிறகு நான் தண்ணீரில் முக்குளியிட்டுத் தூரத்தில்போய் மேலே உயர்ந்தேன். சரியாக ஒருதடவை அங்குமிங்கும் பார்த்துக்கொண்டேன். எந்தப் பிரச்சினையுமில்லை. யாரும் என்னைக் கவனிக்கவில்லை. நல்ல தருணம். நான் நீருக்குள் மூழ்கியபடியே மெதுவாக கொம்பானையின் பின்னால்போய்த் தலையை மட்டும் உயர்த்திப் பார்த்தேன். வால் சரியாகத் தெரிந்தது. பிறகு நீரில் மூழ்கியபடி ஆனையின் வாலை மெல்லப் பிடித்தேன். நல்ல உறுதியாக இருந்தது. நீளமான ஒரு முடியைப் பற்களால் கடித்து எடுத்து விடலாம். கடிக்க முயற்சி செய்து பார்த்தேன். முடியவில்லை. நான் கடித்துப் பிடித்திருந்த வாலை ஆனை பலமாக இழுத்தது போலிருந்தது. ஆகக் குழப்பம்.

வாலின் பிடி விடுபடவும் நான் மேலே உயர்ந்தேன். ஆனை பயங்கரமாகப் பிளிறியபடியெழுந்து திரும்பியபோது என்னைப் பார்த்துவிட்டது. நான் அப்படியே நீரில் மூழ்கினேன். மரண பயத்துடன் மூழ்கினேன். தரை தட்டுப்பட்டபோது மிதித்துத் துள்ளிப்பாய்ந்து போய்க்கொண்டிருந்தேன். மூச்சுவிட வேண்டும். குரல்வளை தெறித்துவிடப்போகிறது. இருந்த போதும் மேலே வரவில்லை. அப்படியே நீந்தி நீருக்குள் இருட்டான பகுதிக்குச் சென்றதும் மேலே உயர்ந்தேன். ஆற்றில் சாய்ந்துகிடக்கும் பருத்திக் காட்டுப் பகுதியில், எக்சைஸ் நிலையத்தின் பக்கத்தில். திரும்பிப் பார்த்தேன். ஆனை, தும்பிக்கையை உயர்த்தித் தந்தங்களை நீட்டியபடியே நின்று பயங்கரமாகப் பிளிறுகிறது. மற்ற இரண்டு ஆனைகளும் கூட எழுந்து நின்று பிளிறின. ஆட்கள் அங்குமிங்குமாக ஓடுகிறார்கள். பெரும் கோலாகலம். நான், முழு நிர்வாணம். கரையில் ஏறி முள்ளும் குண்டும் குழிகளுமெல்லாம் குதித்துப் பாய்ந்து, கொடிகள் படர்ந்த ஒரு பெரிய மரத்தில் வலிந்தேறி இலைகளின் மறைவில் ஒரு கிளையில் அமர்ந்து நடுங்கினேன். முசுறு எனும் சிவப்பெறும்பு கள் என் உடலைச் சுற்றிப் பொதிந்தன. நான் அவற்றைத் தட்டி உதறியபடியே நடுங்கிக்கொண்டிருந்தேன். எவ்வளவு நேரம் அப்படியே இருந்திருப்பேன் என்று தெரியவில்லை. ஆனைகளின், ஆட்களின் ஆரவாரங்கள் ஓய்ந்தன, எதுவுமே நடக்காததுபோல். எல்லாமே பழைய நினைவுகள்போலாயின. ஈரம் முழுவதும் உலர்ந்து உடல் வறண்டது. முசுறு கடித்த வலி மட்டுமிருந்தது. நான் அப்படியே அமர்ந்திருக்கும்போது வாப்பா அழைக்கும் குரல் உச்சத்தில் கேட்டது. என் பெயரைச் சொல்லிக் கூப்பிடுகிறார். நான் வாப்பா. . . என்று பதிலுக்குக்

குரல் கொடுத்தேன். பிறகு இறங்கிச் சென்றேன். வாப்பா தோளில் கிடந்த துண்டையெடுத்து உடுத்திவிட்டார். என் தலையைத் தடவிவிட்டபடி உடலில் கடித்துப் பிடித்திருந்த எறும்புகளைக் கிள்ளியெடுத்தார்.

நாங்கள் வீட்டுக்குத் திரும்பினோம். நான் உம்மாவிடம் சொன்னேன்:

"உம்மா, என் வேட்டி தொலைஞ்சுபோச்சி." உம்மா சொன்னாள்:

"எல்லாருக்க வேட்டியும்தான் போச்சு."

ஆனை மிரண்ட ஆரவாரத்தில் ஆட்கள் இடுப்புத் துணியும் கோமணத்துண்டுமில்லாமல் விழுந்தடித்து உயிரையும் கையில் பிடித்துக்கொண்டு ஓடிவிட்டார்கள். அவர்களுடன் நிர்வாணக் கோலத்துடன் வாப்பாவும் மாமாவும் பத்மநாபன் நாயரும் கிருஷ்ணனும் சங்கரன் குட்டியும் நத்துதாமுவும் அவுசேப்பு மாப்பிளயும் ஊரைப்பார்த்து ஓட்டம் பிடித்து நீரோடைகள் வழியாக எங்கள் தோட்டத்திலேறி வீட்டுக்கு வந்தார்கள். அவுசேப்பு மாப்பிள வழியில் ஒரு கல்தட்டிக் கீழே விழுந்து கால்மூட்டைப் பெயர்த்துக்கொண்டார். கொம்பானை ஒரு பெண்யானையை லேசாக முட்டித் தள்ளியிருக்கிறது. ஆனைக்காரர்கள் ரொம்பவும் சிரமப்பட்டு அவற்றைக் கொண்டுபோய்க் கட்டிப்போட்டார்கள். கொம்பானைக்குத் திடீரென்று மதம் பிடித்துவிட்டது.

அது தவறல்லவா? இதற்கெல்லாம் காரணம் நான்தானே? இந்த உண்மையை எப்படி வெளியே சொல்ல முடியும்? அறிந்தால் வாப்பா என்னைக் கட்டித்தூக்கிக் கீழே புகையிட்டு விடமாட்டாரா? இருந்தபோதும் சொல்லிவிட்டேன்:

"வாப்பா அதுக்கு வெறி பிடிக்கலே."

"பெறவு?"

"கடிச்சு இழுத்ததுனாலெ."

"எது கடிச்சி இழுத்தது?"

"வாப்பா, நான்தான் ஆனையைக் கடிச்சேன்!"

"நீ, கொம்பானையைக் கடிச்சியா?"

"ஓ . . . நான் முங்கிப்போய் அதுக்க ஒரு தூவலை கடிச்சி எடுக்கப் பார்த்தேன்."

உம்மா சொன்னாள்:

“அல்லா, அதுக்கு நல்ல நொந்துருக்கும்.”

வாப்பா சிரித்தார். ரொம்ப நேரம் சிரித்தார். பிறகு கேட்டார்:

“உனக்கெதுக்குடா ஆனைத்தூவல்?”

நான் சொன்னேன்:

“வாப்பாக்க கூட்டாளியே – அந்த எக்சைசு இன்சுபெட்டரு? அவருக்கெ மவொ ராதாமணி எங்கிட்ட ஒரு ஆனை வாலு கேட்டா.”

இப்போதுதான் உம்மாவுக்குச் சிரிப்பு வந்தது.

“பொன்னு மவனே பெரிய ஆபத்து ஒண்ணுமில்லாமெ அல்லா காப்பாத்துனான்.” வாப்பாவிடம் சொன்னாள்:

“ஒரு ஆனைத்தூவலை வாங்கி இவனுட்டெ குடுத்துருங்கோ. இல்லேன்னா அந்தப் பாவப்பட்ட கொம்பானையை இவன் இனியும் கடிப்பான்.”

“இருந்தாலும் நீ அதைக் கடிச்சுப்போட்டியே?”

“கடிக்கல்லெ. ஒரு ஆனைத் தூவலைக் கடிச்சு உருவியெடுக்கப் பாத்தேன்.”

“செரி, வா. நீ இதை யாருட்டயும் சொல்ல வேண்டாம்.”

வாப்பா என்னை ஆனைகள் நிற்குமிடத்துக்கு அழைத்துக் கொண்டுபோனார். ஒரு பெண் ஆனையின் கைப் பதகின்* மீது சிறிதாக ஒரு சிவந்த சிராய்ப்பிருந்தது. அதில் ஆனைக்காரன் எதையோ அரைத்துப் புரட்டியிருந்தார். இருந்தாலும் லேசாக இரத்தம் துளிர்த்திருந்தது. கொம்பானையின் ஒரு முடியை ஆனைக்காரர்களிடம் சொல்லி வெட்டியெடுத்து வாப்பா எனக்குத் தந்தார். அந்தக் கொம்பானை கிண்டல் தொனிக்கும் ஒரு பயங்கரத்துடன் என்னைப் பார்த்தபடி வயிற்றால் படபடவென்று ஒரு சத்தத்தை வெளிப்படுத்தியது. அதன் அர்த்தம்: அயோக்கிப் பயலே, நீதானேடா என் தூவலைக் கடித்துப் பிடுங்க வந்த கள்ளன்?

1975

* தும்பிக்கையின் மீதுள்ள வெள்ளைப் பகுதி

எனது நைலான் குடை

வைக்கம் முகம்மது பஷீர்
கோழிக்கோடு 15

அன்புள்ள வைக்கம் சந்திரசேகரன் நாயர்,

சித்ர கார்த்திகா என்னும் தங்களது அழகிய வார இதழை மகிழ்ச்சியுடன் தொடர்ந்து கண்ணுற்றுவருகிறேன். வாசிக்கவும் செய்கிறேன், ஞானம் பெறுகிறேன், மகிழ்ச்சியும் அடைகிறேன். நிலைமைகள் இப்படியாக இருந்தாலும், முதலில் சித்ர கார்த்திகா என்று கேள்விப்பட்டதும் ஹிந்துக்களின் ஏதோ புராணத் திரைப்படமாக இருக்குமென்று நினைத்தேன். ஆனால் பத்திரிகை. புரட்சி பரவாயில்லை. என்ன புரட்சி என்றா கேட்டீர்கள்? ஸ்ரீமான்களான கெ.டி. முகம்மது, சி.செரியான்,வைக்கம் சந்திரசேகரன் நாயர் போன்ற பத்திரிகையாளர்கள் அதிகரித்துவிட்டார்கள். நம்முடையவை வர்க்கப் பத்திரிகைகள். சித்ர கார்த்திகா வெகுசனப் பத்திரிகை.ஹிந்துக்களையும் கிறிஸ்தவர்களையும் முஸல்மான்களையும் ஒன்றுதிரட்டி முன்னேறுங்கள். வெற்றிபெற வாழ்த்துகிறேன்.

— இவ்வளவும் ஒரே மூச்சில் எழுதிவிட்டேன். ஆனால் ஹிந்துக்கள் முஸல்மான்களுக்குத் துரோகம் செய்கிறார்கள்; கடுமையாக வேதனைப் படுத்துகிறார்கள்; வேதனைப்படுத்திவிட்டார்கள். எந்த முஸல்மானை என்று கேட்கிறீர்களா? வைக்கம் முகம்மது பஷீர் என்னும் என்னை. வேதனைக்

குள்ளாக்கிய ஹிந்துக்களின் பெயர்களை நீங்களும் அறிவீர்கள். அவர்கள் மானீய ப்ரொஃபஸர் சுகுமார் அழீக்கோடு, பி. கேசவ தேவ், வைக்கம் சந்திர சேகரன் நாயர்.

இப்போது மழைக்காலம் அல்லவா? நான் வெளியே இறங்கி நடப்பேன். குடை இல்லாத காரணத்தால் மழைநீர் என் வழுக்கைத் தலையில்பட்டு உள்ளே இறங்கி ஜுரம் வந்து நான் இறந்துவிடுவேன் எனில் இதற்குக் காரணம் யார்? ஏற்கெனவே சொன்ன சுகுமார் அழீக்கோடும் பி. கேசவ தேவும் வைக்கம் சந்திரசேகரன் நாயரும்தான்.

இந்த மூன்று ஹிந்துக்களும் முஸல்மானான எனது மரணத்துக்கு எப்படி ஜவாப்தாரியாக முடியும்? சிந்திக்க வேண்டிய விஷயம்தான். இதை ஒரு சோகக்கதையாகச் சொல்வதாக இருந்தால் அதன் தலைப்பு, எனது நைலான் குடை?

மேற்படி குடை எங்கே? முதலில் குறிப்பிட்ட மூன்று ஹிந்துக்களும் சேர்ந்து திருடினார்களா என்றால் இல்லை என்றுதான் சொல்ல வேண்டும். அப்படியென்றால் குடை எங்கே? துயரம்மிகுந்த அந்தக் கதையைச் சொல்கிறேன். அதற்குள் என்னுடைய செல்ல நைலான் குடையைப் பற்றி இரண்டொரு வார்த்தைகள். இனி இதுபோன்ற ஒரு குடை மட்டுமே மிச்சமிருக்கிறது. அது, இந்திய ஜனாதிபதியின் கையிலிருக்கிறது. இந்தியத் திருநாட்டுக்கு வந்தவை இரண்டே குடைகள். நான் மத்திய சாகித்ய அக்காதமியின் மதிப்புக்குரிய ஃபெல்லோவாக இருப்பதால் என்றே சொல்லலாம். முதல் குடை எனக்குக் கிடைத்தது. இன்னொரு குடை ஜனாதிபதிக்கு. எனக்குக் கிடைத்த அழகிய குடையைப் பேராசிரியர் சுகுமார் அழீக்கோடும் கேசவதேவும் கண்ணுற்றனர். வைக்கம் சந்திரசேகரன் நாயராகிய தாங்களும் பொறாமை நிறைந்த கண்களுடன் பார்த்திருப்பீர்கள். இதைச் சற்று அழுத்தமாகச் சொல்வதானால், தாங்களுட்பட மேற்படி ஹிந்துக்கள் எனது குடைமீது கண்வைத்தீர்கள் என்பதுதான் சுருக்கம். பிறகு என்ன நடந்தது? ஹிந்துக்கள் என்ன செய்தார்கள்? அந்தக் கோர நிகழ்வைத்தான் இனி சொல்ல இருக்கிறேன்.

நேரம் நள்ளிரவைக் கடந்த இரண்டாம் ஜாமம். ஜாமத்தின் இந்த நம்பர்குறித்து எனக்கு எதுவும் தெரியாது. மணி என்ற பொருளில்தான் நான் பயன்படுத்தினேன். சம்பவம் நடந்த இடமான பேப்பூரும் கேரளமும் இந்தியத் திருநாடும் கும்மிருட்டில் மூழ்கிக்கிடந்தன. அதாவது திருடன்களையும் பிக்பாக்கெட்டுகளையும் கறுப்புச்சந்தை வியாபாரிகளையும் கடத்தல்காரர்களையும் புதைத்துவைப்பவர்களையும் கள்ள

நோட்டுக்காரர்களையும் தவிர மக்கள் அனைவரும் நல்ல தூக்கத்தில் ஆழ்ந்திருந்தனர். மண்ணின் மைந்தர்களான ராஜநாகம், எட்டடி மூர்க்கன், மரநாய், நரிபோன்ற உயிரினங்கள் அலைந்து திரியும் நேரம். இந்தச் சுபமுகூர்த்த வேளையில் கோழிகளின் ஒப்பாரியும் ஓலக்குரல்களும். எங்களுடைய ஷான் என்னும் கோர மிருக இனத்தைச் சார்ந்த நாய் குரைப்பதைக் கேட்டு நானும் மனைவியும் விழித்தோம். மனைவி வீட்டிலும் வெளியிலுமுள்ள விளக்குகள் அனைத்தையும் எரியவைத்தாள். நான் இடி கட்டை, வாள், சாட்டை, பிச்சுவா, டார்ச்லைட் சகிதம் மனைவியை முன்னால் நடக்கச் சொன்னேன். சமர் களத்தில் முன்நிற்க வேண்டியவன் ஆண்தான். ஒப்புக்கொள்கிறேன். ஆனால் கோழிகள் மனைவியுடையவை. நியாயமான அளவில் எனக்கு முட்டைகள் கிடைப்பதில்லை. அஜீரணம், வயசாயிடுச்சு என்பதெல்லாம் வெறும் சால்ஜாப்புகள். ஆகவே வயசானவன் பின்னால் நின்றால் போதும். மனைவியை முன்னால் நடக்க வைத்தேன். வாசலைத் திறந்துவைத்து, டார்ச்லைட்டைக் கையில் கொடுத்தேன். அவள் லைட் அடித்தபடியே முதலில் கோழிக்கூட்டின் அருகில் சென்றாள். தோட்டம் முழுவதும் லைட் அடித்துப் பார்த்துவிட்டுச் சொன்னாள்: "ஸ்டேட்காரன்."

நான் திருவாங்கூர் ஸ்டேட்காரன். மனைவி மலபார்க்காரி. அவளுக்கு ஸ்டேட்காரர்கள்மீது மிகுந்த மதிப்பிருந்தது. ஸ்டேட்காரர்களுக்கு அறிவு ஜாஸ்தி.

மனைவி சொன்னாள்: "தோழர்கள் நாலு பேரிருக்காங்க."

"யார் யாரெல்லாம்?"

"நாலுமே நரிகள்தான். மேற்குப் பக்கம் மூங்கில் கூடு பக்கத்தில ரெண்டு, கிழக்குப் பக்கம் கேட் பக்கத்தில ரெண்டு. நம்ம கோர இனத்தான் ஷான், கிழக்குப் பக்கமிருக்கிறவங்க கூட மல்லுக்கட்டும்போது மேற்குப் பக்கமுள்ள தோழருங்க அலட்டிக்காம வந்து ஆக்கிரமிச்சிடுறானுங்க."

"இதுக்கு வேற வழியே இல்லையா?"

"மவனே ஷான், வாடா" மனைவி அழைத்தாள். ஷான் வந்தது. அதை ஒரு நீளச் சங்கிலியில் கோழிக்கூட்டின் அருகில் கட்டிப்போட்டாள். அப்போது இருட்டில் மூழ்கிய தென்னை மரங்களின் கீழ்ப்பகுதியில் ஒரு வெளிச்சம் நீளமாகச் சுழன்று சென்றது. இந்த வெளிச்சம் எங்கிருந்து வருகிறது?

மனைவி சொன்னாள்:

"சர்க்கஸ்காரர்களின் ஸர்ச்லைட்டாக இருக்கலாம்."

எனக்குக் கோபம் வந்தது. நான் சொன்னேன்:

"கிராஸே, சர்க்கஸ்காரங்களோடது இல்லை. கார்ப்பொ ரேஷன் ஸர்ச்லைட். இப்பல்லாம் திருவனந்தபுரத்திலும் கொல்லத்திலும் எரணாகுளத்திலும் காசர்கோட்டிலும் இப்படியான ஸர்ச்லைட் வச்சுருக்காங்க. முன்னறிவிப்பு. பேராசிரியர் சுகுமார் அழீக்கோடு, கேசவதேவ், வைக்கம் சந்திரசேகரன் நாயர் போன்ற கார் வச்சிருக்குற யோக்கியங்க புறப்பட்டுட்டாங்க. மக்களே தப்பித்து ஒளிந்துகொள்ளுங்கள். உஷார், உஷார், ஜாக்கிரதை."

"அவங்க புறப்பட்டாங்கன்னா அதுக்கேன் ஸர்ச்லைட்?"

"ஞான சூனியமே, ஸர்ச்லைட் இரவுநேரங்கள்ல மட்டும்தான். பகல் நேரங்கள்ல சைரன். திருவனந்தபுரத்திலிருந்து பகல் நேரத்தில் வைக்கம் சந்திரசேகரன் நாயரோ கேசவதேவோ காரில் புறப்பட்டால் அங்கிருந்து பயங்கரமான சைரன் முழங்கும். இதைக் கொல்லம், கோட்டயம், ஆலப்புழ, எரணாகுளம், திருச்சூர், கோழிக்கோடு, கண்ணூர், காசர்கோடு ஊர்களிலுள்ள சைரன்கள் எதிரொலிக்கும். இதுபோல் பேராசிரியர் சுகுமார் அழீக்கோடு காரில் காலிகட் யூனிவர்சிட்டியிலிருந்து புறப்பட்டாலும் ஸர்ச் லைட்டைக் கண்டதும் சைரன் ஓசையைக் கேட்டதும் மக்கள் சாலைகளிலிருந்து விலகியோடித் தென்னை மரங்களிலேறி உயிர்பிழைத்துக்கொள்ள வேண்டும் என்பது அரசாங்க உத்தரவு."

"எதுக்காக ஓடணும்? பேராசிரியர் சுகுமார் அழீக்கோடுக்கும் கேசவதேவுக்கும் வைக்கம் சந்திரசேகரன் நாயருக்கும் மக்கள் பயப்படணுமா?"

"பயந்துதானாகணும். அவுங்க இலக்கியவாதிங்க. இலக்கோ லகானோ உள்ள வர்க்கமல்ல. போதாக்குறைக்கு, கார்கள்ல வேறு வர்றாங்க."

"அப்படின்னா?"

"அப்படின்னா, அவங்ககிட்ட காரிருக்கு."

"கார் வெச்சிருக்குற இலக்கியவாதிங்க வர்றாங்க என்கிற முன்னறிவிப்புக்காகவா இந்த ஸர்ச்லைட்?"

"ஆமா. பகல் நேரமாக இருந்தா, ஏற்கெனவே சொன்னேன் அல்லவா, சைரன்."

"பேராசிரியர் சுகுமார் அழீக்கோடு, கேசவதேவ், வைக்கம் சந்திரசேகரன் நாயர் ஆகியோரின் கார்களுக்கு மட்டும்தான், ஸர்ச்லைட்டும் சைரன் ஓசையுமா?"

“அவ்வளவுதான்.”

“அது ஏன்?”

“கார் வெச்சிருக்குற இலக்கியக்கர்த்தாக்களுக்கான சலுகை இது. இப்ப கேரளாவில கம்யூனிஸ்ட் முதல்வராக இருக்குற சி. அச்சுதானந்த மேனோனும் இலக்கியவாதிதான். இந்தியாவை ஆளுகிற இந்திராகாந்திகூட ஒரு இலக்கியவாதிதான். இவங்கள்லாம் இலக்கியக் கார்காரர்கள்பேர்ல பெருமதிப்பு வெச்சிருக்காங்க. ஆகவே ஸர்ச்லைட்டும் சைரன் ஒலியும் அனுமதிச்சிருக்காங்க. மக்கள்தான் தற்காத்துக்கொள்ளணும்.”

“நம்ம இந்திராகாந்தி புத்தகங்கள் எழுதியதாகக் கேள்விப் பட்டதே இல்லையே? அவர் எப்படி இலக்கியவாதியாவார்?”

“கிறாஸே, இந்திராகாந்தியும் புத்தகங்கள் எழுதியிருக்கார். போதாததற்கு இந்திராகாந்தியோட அப்பாஜி ஜவஹர்லாலும் நிறையவே எழுதியிருக்கார். இப்ப என்ன சொல்றே?”

மனைவி ஒன்றும் சொல்லவில்லை. நான்தான் சொன்னேன்:

“நீ புடவையையும் காத்துல பறக்கவிட்டுட்டு, உன் தோழிகளோட வீடுகள்ல ஏறியிறங்கும்போது சைரன் சத்தம் கேட்டால் தென்னை மரத்திலேறித் தப்பிச்சுக்க.”

“எனக்குதான் மரம் ஏறத்தெரியாதே?”

“பிறகு எதுக்காகப் பெண்களுக்குச் சுதந்திரம் வேணும்னு கூப்பாடு போடுறே? மரமேறத் தெரியாதுன்னா, ஆத்துல குதிச்சுத் தப்பிச்சுக்க.”

“நீச்சலும் தெரியாது.”

“அப்படின்னா நீ வீட்டைவிட்டு வெளியே இறங்கவே கூடாது. சாலை வசதி உனக்குத் தடைசெய்யப்பட்டிருக்கு.”

வாசல் கதவை மூடி, லைட்டுகளை அணைத்துவிட்டுப் படுத்தபோது ஒரு அசரீரிபோல் மனைவி சொன்னாள்: “வீரப் புருஷனுங்க முன்னால்தான் நடப்பாங்க. பயங்கரமான ஸ்டேட் நரிகளின் முன்னால பொண்டாட்டியை இப்படிப் போட்டுக்கொடுக்க மாட்டாங்க.”

நானும் அசரீரிபோலவே சொன்னேன்:

“வீரம் விளைய வேண்டுமெனில், நிறைய கோழிமுட்டைகள் சாப்பிட வேண்டும்.”

“கோழி முட்டை விற்றுக் கிடைக்கிற பணம் . . .”

நான் தூக்கத்தில் ஆழ்ந்தேன். பயங்கரமான ஒரு கனவு. மூன்று ஹிந்துக்கள் குரூரமான அட்டகாசத்துடன் என்னை விரட்டுகிறார்கள். மூன்று கார்களில். பேராசிரியர் சுகுமார் அழீக்கோடு, வைக்கம் சந்திரசேகரன் நாயர், கேசவதேவ். என்னை அவர்கள் நாடு முழுவதும் விரட்டி ஒரு மைதானத்தில் நிறுத்தியிருக்கிறார்கள். மூன்றுபுறமும் மூன்று கார்கள். நான் நைலான் குடையுடன் நடுவே நிற்கிறேன். மூன்றுபேரும் விடாமல் ஹார்ன் அடிக்கிறார்கள். மக்கள் பயந்துபோய் மரங்களைப் பற்றிப் பிடித்திருக்கிறார்கள். கார்காரர்கள் மூன்றுபேரும் குரூரமாகச் சிரிக்கிறார்கள். இதில் காய்ந்த கொட்டாங்கச்சியைப் பாறைமீது உரசுவதுபோலிருந்தது கேசவதேவின் சிரிப்பு,

விழித்துக்கொண்டேன். விசேஷமாக எதுவுமில்லை. உலகம் பழையதுபோல் நித்திய கர்மங்களை மேற்கொண்டது. குளித்து முடித்து உடல் முழுவதும் யுடிக்கொலான் தடவிக் கொண்டேன். பவுடர்பூசி, தலைமுடியை அழகாகச் சீவியொதுக்கி உடையணிந்தேன். ஆறு அவித்த கோழிமுட்டை, தடிமனான ஒரு குற்றிக் குழாய்ப் புட்டு, நெய், அப்பளம், கடலை இத்யாதிகளுடன் காலைச் சிற்றுண்டியை முடித்துவிட்டு ஒரு சிகரெட்பற்றவைத்தேன். இதில் சிகரெட்பற்றவைத்தது மட்டும் உண்மை. மிச்சமிருப்பவை ஆசைகள். விலைவாசி உயர்வும் வறுமையும். குளித்து முடித்து ஒரு சிங்கிள்சாயாவும் குடித்து சிகரெட் பற்றவைத்தது உண்மை. கோழிமுட்டைகள் விற்ற பணத்தில் கறுப்புச் சந்தையில் அரிசி வாங்கிக் கஞ்சி வைத்தாள். இதற்குத் தொட்டுக்கொள்ள ஒரு கத்திரிக்காய்க்கு வழி பிறக்குமா என்று பார்ப்பதற்காக இம்பாலாவில் பயணிக்கிற பிரீதியை உருவாக்கும் நைலான் குடையைப் பிடித்துக்கொண்டு வெளியே இறங்கினேன். ஒரு கேரளீயத் தனித்துவத்தை நான் கடைப்பிடிக்க மறந்துவிட்டேன். ஒரு கேரளீயக் கணவன் வெளியே புறப்படும்போது இதைக் கேட்பது வழக்கம்தான்.

இரவாக இருந்தால்: "எடியே ஸர்ச்லைட் பார்த்தியா?"

பகலாக இருந்தால்: "எடியே, சைரன் சத்தம் கேட்டியா?"

இவ்வகையான குசலவிசாரணைகள் ஏதுமின்றி நான் வெளியே இறங்கி ரோட்டுக்கு வந்தேன். வாகனங்கள் எதுவும் இல்லை. ஏதோ லொடுக்கூஸ் பந்த் போல் சாலை வெறுமையாக இருந்தது. கடைகள் அடைக்கப்பட்டிருந்தன. ஏராளமான மக்கள் தென்னைமரங்களில் அரைப்பகுதி வரைக்கும் ஏறி அமர்ந்திருந்தனர். பெண்கள் முட்டளவு நீரில் இறங்கி நின்றிருந்தனர். ரோட்டில் மாடுகளும் கோழிகளும் நாய்களும் மட்டும். நான் நடந்துகொண்டிருந்தேன். அப்போது

ஒரு தென்னைமரத்தின் அரைப்பகுதியிலிருந்த லட்சுமிக் குட்டி சத்தமாகச் சொன்னாள்: "சார், சைரன் சத்தம் கேட்கலையா? அவங்க வர்றாங்க. தப்பிச்சுக்குங்க."

அவர்கள் வருகிறார்கள். இலக்கியவாதிகள் வருகிறார்கள்.

தென்னைமரங்களில் எல்லாம் ஆட்கள். நான் குடையைத் தென்னைமரத்தடியில் விரித்தபடியே வைத்துவிட்டு, தீர்க்க சுமங்கலி பவா என்று லட்சுமிக்குட்டியை வாழ்த்திவிட்டு தென்னைமரத்தில் ஏறினேன். அப்போது லட்சுமிக்குட்டி சொன்னாள்: "சார், ஒரு ரகசியம் தெரியுமா? என்னை யாரும் இதுவரை கல்யாணம் பண்ணிக்கலை."

மனதுக்குக் கஷ்டமாகப்போய்விட்டது. என்னால் என்ன செய்ய முடியும்? நானே பண்ணிக்கறேன் என்று சொல்லலாம்தான். ஆனா, வயசு ... ஊரிலுள்ள இளந்தாரிப் பையன்மார் என்னதான் பண்ணிட்டிருக்கானுங்க? தலைமுடியையும் சீவியொதுக்கி, கிருதாவும் வச்சுக்கிட்டுக் குளிக்காமலும் பல்லு விளக்காமலும் நடக்குறானுங்க. அடேய், யாராவது வந்து லட்சுமிக்குட்டியைக் கட்டிக்குங்கப்பா. இதை மனத்துக்குள் சொல்லிவிட்டு அவளிடம் கேட்டேன்: "யார் வர்றாங்க?"

"தெரியலை சார்."

"சைரன் சத்தத்துடனா?"

"அதுவும் தெரியாது."

அப்போது பயங்கரமான ஒரு ஹார்ன் சத்தம். மூன்று மாடுகளையும் இரண்டு நாய்களையும் ஒன்பது கோழிகளையும் கொன்றுவிட்டு ஒரு கார் சீறிப்பாய்ந்து வந்தது. அது ரோட்டை விட்டு விலகி, தென்னைமரத்தடிக்கு வந்து, என்னுடைய நைலான் குடையைத் தகர்த்துவிட்டு ஷ்றுஃபுல்ட்டோபும் என்று சீறியபடியே பாய்ந்து சென்றது.

இப்படியாக, நைலான் குடை ஒடிந்து தகர்ந்தது. லட்சுமிக் குட்டி சொன்னாள்: "அது கேசவதேவ் சார்."

"இல்லை." அடுத்த தென்னைமரத்தில் உட்கார்ந்திருந்த நாணுக்குட்டன் சொன்னான்: "வைக்கம் சந்திரசேகரன் நாயர் சார்."

"இல்லவே இல்லை." மரத்திலிருந்து இறங்கி, ஒடிந்துகிடக்கும் நைலான் குடையைப் பார்த்தபடி பத்மநாபன் சொன்னான்:

"அது பேராசிரியர் சுகுமாரன் அழீக்கோடு சார்."

யாராக இருந்தாலும் ஒடிந்த எனது நைலான் குடை ஒடிந்ததுதான். இனி மழையில் நனைந்து ஜுரம் பிடித்துச் சாக வேண்டியதுதான். ஹிந்துக்களே, நீங்கள் ஏன் இப்படியொரு கொடுமையை இழைத்தீர்கள்? முஸ்லிம் சமூகத்தின்மீது நீங்கள் காட்டிய இந்தக் கொடும் அநீதிக்கு என்ன பதில் சொல்லப் போகிறீர்கள்? நீங்கள் மூன்றுபேரும் சேர்ந்து, அரிதான இந்தக் குடையை வாங்கித் தர இயலாது. ஆகவே எனக்கு ஒரு கார் வாங்கித் தாருங்கள். ஜீப் போதும். இப்படியாக ஹைந்தவ மக்களின் மானத்தைப் பாதுகாத்துக்கொள்ளுங்கள். தங்களால் இதைச் செய்ய இயலாதெனில், எனக்குப் பத்தோ ஐம்பதோ நூறோ ரூபாய்கள் வீதம் அனுப்பித் தந்து உதவும்படி மக்களிடம் வேண்டுகோள் விடுங்கள். நீங்களும் சித்ர கார்த்திகாவும் பத்திரிகையாளர்களும் வெற்றிபெற வாழ்த்துகிறேன், எல்லாருக்கும் சர்வ மங்களம் உண்டாகட்டும்.

வைக்கம் முகம்மது பஷீர்

N.B.: பெண் ஹிந்துக்கள் அனைவரும் தீர்க்க சுமங்கலிகளாக வாழட்டும். பெண் கிறிஸ்தவர்களும் பெண் முஸ்லிம்களும்.

1975

ஒரு கணவனும் மனைவியும்

"அந்த சித்தியும் சாரும் சந்திரன்ல இப்போ என்ன பண்ணிட்டிருப்பாங்க?"

பூரண சந்திரன் உதித்துநிற்கும் வேளையில் அதன் வட்ட வடிவத்தைப் பார்த்துக்கொண்டிருந்த மாலதிக் குட்டி சொன்னாள்: "அவங்க சுகமாக வாழ்ந்துட்டிருப்பாங்க. சித்தியும் அந்த சாரும் ரொம்ப நல்லவுங்க."

"எந்த சித்தியும் எந்த சாரும்?"

"நிறைய பூக்கள் வளர்ற அந்த அழகான வீட்டில இருந்தாங்கல்ல? நிறைய மீன்களுள்ள ஒரு குளமும் அங்கே இருந்ததே? அந்த சித்தியும் சாரும்..."

இதற்கும் மேல் அவளுக்குச் சொல்லத் தெரியவில்லை. அவர்களுடைய வேலைக்காரி அவள். பூமியிலிருந்து புறப்பட்டுச் சென்ற அவர்கள் இப்போது சந்திர மண்டலத்தில் வசிக்கிறார்கள்.

உண்மையாகவா? ஏன் அவர்கள் பூமியிலிருந்து சென்றுவிட்டார்கள்? யார் அவர்கள்?

அந்த வரலாறுதான் இது:

பண்டொரு காலம். நமஸ்தே என்று சந்திரனில் ஆள் இறங்கிய காலத்தில் ஒரு மனைவியும் கணவனும் பெண் குழந்தையுமாக அழகான அந்த வீட்டில் நிம்மதியாக வாழ்ந்துவரும் காலையில் அந்தஸ்து சம்பந்தமான ஒரு பிரச்சினை மேலெழுந்தது. வீட்டுக்கு ஒரு வேலைக்காரி வேண்டாமா?

தேவையில்லாத இந்தப் பிரச்சினையைக் கிளப்பியது நீதிபதியின் பெண்மக்கள். அண்மையில் வசிப்பவர்கள்தான். நீதிபதி ஓய்வுபெற்றுவிட்டார். கைகால்களிலும் நெஞ்சிலுமுள்ள ரோமங்கள் நரைத்துப்போய்விட்டன. பெண்மக்களுக்கு இருபத்தைந்தும் முப்பதும் என வயதாகிவிட்டன. இன்னும் திருமணமாகவில்லை. வந்த வரன்களையெல்லாம் தட்டிக் கழித்து விட்டார்கள். நீதிபதியின் மகள்களுக்கு ஏற்ற வரன்களல்ல. வசதி பற்றாது. அழகு போதாது. குலம் சிலாக்கியமில்லை. இப்படியாக அந்தப் புருஷத் துவேஷிகள், முதிர்ப்பருவத்தை நோக்கி நடைபோட்டனர்.

மனைவியின் தோழிகளான இவர்களில் மூத்தவள் ஒரு நாள் சொன்னாள்: "சே . . . இந்த வீட்டையும் தோட்டத்தையும் நீங்களே சுத்தமாக்குறீங்க. சமையல் வேலைகளையும் செய்றீங்க. குழந்தையைக் கவனிச்சுக்கிறீங்க. வர்ற விருந்தினர்களைக் கவனிக்கிறீங்க. நாழிக்கு நாற்பது தடவை அவருக்கு சாயா போடுறீங்க. எப்பவாவது உங்களுக்கு ஓய்விருக்கா? நான் என்ன சொல்ல வரேன்னா . . . நீங்க ஒரு வேலைக்காரியை வெச்சிக்கலாமே?"

நீதிமானின் இல்லத்தில் தாயும் மகள்களுமாக மூன்று வேலைக்காரிகள். இதில் மாலதிக் குட்டிதான் இளையவள். மூன்றுபேர் இருந்துமே வேலைகள் மிச்சமிருக்கின்றன. இதுக்கு என்ன சொல்ல வர்றீங்க?

"எங்க வீட்டோட அதே அளவுதான் உங்க வீடும். ஆனா இங்க ஒரு வேலைக்காரிகூட இல்லை. ஆக மொத்தம் ஒரே ஒரு மனைவி."

நீதிபதியின் இளைய மகள் சொன்னாள்: "ஆண்களுக்கு நான் சொல்ல வர்றது, கணவன்மார்களைப் பற்றி. அவங்களுக்குக் கண்களில ரத்தவோட்டம் கிடையாது."

இதைக் கேட்ட மனைவி, மனத்துக்குள் மந்தகாசப் புன்னகையுடன் தியாகியாக நிற்கிறாள்.

இப்படி பளபளக்கும் கண்களுடன் நின்றுவிட்டால் எப்படி? உத்தம மனைவியின் கடமையை ஆற்று. உண்மையை உரத்துச் சொல். இங்கே ஒரு வேலைக்காரிக்கான தேவைகள் எதுவுமில்லையென்று சொல். கணவனாகிய நான், அநேகம் வருடங்கள், அநேகம் ராஜ்யங்களில், அநேகம் வீடுகளில் தங்கியிருந்த ஒரு அனுபவஸ்தன். ஏராளம் அனுபவங்களும் நினைவுகளும். வீடுவைக்கும்போது எல்லா விஷயங்களும் நினைவில் நின்றன. மனைவியாக வீட்டுக்கு வருபவளுக்கு எந்த

ஒரு கணவனும் மனைவியும்

சிரமமும் ஏற்பட்டுவிடக் கூடாது. வேலைக்காரி இல்லாமலேயே எல்லா வேலைகளும் நடக்க வேண்டும். அரைக்கவும் பொடிக்கவும் இயந்திரம். தண்ணீர்ப் பிரச்சினையைப் பொறுத்தமட்டிலும் கிணறு சமையல்கட்டில். உள்ளும் வெளியிலுமாக இரண்டு கக்கூஸ்கள். இரண்டு குளியலறைகள். துவைக்கவும் உலரவைக்கவுமான சகலவிதமான ஏற்பாடுகளும் செய்யப்பட்டுள்ளன. வீடு வைக்கும் அவஸ்தையினிடையில் துவைத்துக் காயப்போடுவதற்கு வசதியாக மதில்களில் நீண்ட கம்பிகளை எந்தவொரு அத்தானாவது பொருத்தியிருப்பானா? எக்காரணத்தை முன்னிட்டும் மனைவி சிரமப்பட்டுவிடக் கூடாது. எல்லா இடங்களிலும் சிமெண்ட் தொட்டிகள். தண்ணீரை இறைத்து, சமையல்கட்டிலுள்ள தொட்டியில் ஊற்றினால் அது எல்லா தொட்டிகளுக்கும் செல்லும்விதமான குழாய்கள். தினமும் காலையில் நீரிறைத்துத் தொட்டிகளை நிரப்புபவன் நானில்லையா? இருக்கிற நான்கு அறைகளையும் குளிப்பதற்கு முன்பு கூட்டிச் சுத்தம் செய்வது இந்த இல்லாளனில்லையா? முற்றமும் தோட்டமும் . . . முற்றத்தின் நாலாபுறமும் வெண்மணல் பரப்பப்பட்டுள்ளது தெரிகிறதா? நான்கு மதில்கட்டினுள் மொத்தம் பன்னிரண்டு சென்ட் நிலம். இதில் மூன்று தென்னங்கன்றுகள். குப்பைகளோ அழுக்கோ ஓர் இடத்திலும் இல்லை. எல்லா இடங்களையும் கணவனே அலைந்து திரிந்து சுத்தம் செய்கிறான். ரோஜாச் செடிகள், போகன்வில்லா, மால்டா நார்த்தங்காய், வேர்கள், வெண்டைக்காய், கத்திரிக்காய், பாகற்காய், மிளகாய், காந்தாரி மிளகாய், சிறு கறி வேம்பு . . . இதற்கெல்லாம் நீரூற்றுவது யார்? கொழுநன். விறகை வெட்டி, சமையல்கட்டு தட்டில் அடுக்கி வைப்பது யார்? உயிர்க்கிழவன். உப்புமுதல்கொண்டு கற்பூரம் வரைக்கும் என்பதுபோல் வீட்டுக்குத் தேவையான எல்லா சாதன சாமக்கிரியைகளும் சமையல்கட்டில் உள்ளன. இரவு பகல் பாராமல் குழந்தையைக் கவனிப்பது யார்? கொல்லைக்குப் பிடிப்பது யார்? கழுவிக் குளிப்பாட்டுவது யார்? புருவத்திலும் கண்களிலும் மையெழுதுவது யார்? மணவாளன். சலவை செய்பவன் வாரமொருமுறை வருவான். நீ எந்தச் சிரமமும் படவேண்டாமென்று சொன்னது யார்? இக்கொண்டவன். இருபத்து நான்கு மணி நேர நாதாவாக நான் இருக்கிறேனா, இல்லையா சொல்லடீ?

மனைவி சொன்னாள்: "இங்கே அவ்வளவு பெரிய வேலைகள் ஒண்ணும் எனக்கில்லை. நாங்க மூணு பேர்தானே? விருந்தினர்கள் யாராவது வரும்போது, கூட இருக்குற பெண்கள் ஒத்தாசையாக இருப்பாங்க. வீட்டுக்காரவுகளும் சமையல்வேலையில கில்லாடிதான்."

"உண்மையாகவா?" நீதிபதியின் மூத்த செல்வி கேட்டாள்: "பார்த்தா தெரியவே இல்லையே?"

"அதெப்படி பார்த்தா தெரியும்?"

"என்னென்ன சமையல்கள் தெரியும்?"

"பெங்காளி, பஞ்சாபி, குஜராத்தி, காஷ்மீரி, மராட்டி, தமிழ், தெலுங்கு, கர்நாடகம் . . ."

"அப்போ, கதைகள் மட்டுமல்ல, வேறு விஷயங்களும் தெரியும்."

"கதைகளும் எழுதுவாரு."

"சப்பாத்தி செய்ய தெரியுமா?" நீதிபதியின் இளைய செல்வி சொன்னாள்: "தெரியும்னா எங்க வீட்டுக்கு வந்து கொஞ்சம் செய்து காட்டித் தரச் சொல்வீங்களா? அதுக்குண்டான கூட்டுக் கறியும்."

"சரி, வர்றோம்." மனைவி ஒப்புதல் வழங்கினாள்.

பரவாயில்லையேடீ! புருஷனுக்கு வசதிப்படுமான்னுகூட கேட்காம, நீ பாட்டுக்கு சரின்னுட்டியே? நீயும் ஆளாயிடலாம்னு முடிவு பண்ணிட்டியா? உன் எலும்பை ஒண்ணுவிடாம ஒடிச்சிடுவேன். ஜாக்கிரதையா இருந்துக்க.

"உங்களுக்குத் தெரியுமா?" மூத்த செல்வி: "ஆண்கள் எப்போதுமே ஆண்கள்தான். சுயநலவாதிங்க. பெண்களைப் பற்றிய எந்த அக்கறையும் அவங்களுக்குக் கிடையாது. அடிமைகளாகவே வெச்சிருக்காங்க. பிரசவ மிருகங்கள். பெண்களுக்குச் சுதந்திரம் வேணும்."

"உங்களுக்குத் தெரியுமா?" இளைய செல்வி: "இங்கிலாந்திலும் அமெரிக்காவிலும் எல்லாம் பெண்கள் ஒன்றுதிரண்டு ஆணாதிக்க நிலைபாடுகளுக்கெதிராகப் போராட்டம் அறிவிச்சிருக்காங்க, பெண் சுதந்திரத்துக்காக! நம்ம நாட்டிலுள்ள பெண்கள் பொதி சுமக்குற கழுதைங்க. ஆண்களோட அடிமைங்க. விளையாட்டுப் பொம்மைங்க. அவனோட உடல் தேவைக்கான ஒரு கருவி. நான் சொல்றேன். நாம அடிமைகளல்ல; ஆண்களோட விளையாட்டுப் பொருட்களல்ல. சுதந்திரமான பெண்கள்; என்ன சொல்றீங்க? பெண்கள் இனிமேல் பிரசவிக்கக் கூடாது."

மனைவி அதிர்ச்சியில் உறைந்துபோய் நின்றாள். என்னடீ எதுவும் சொல்லாம ஈட்டியை விழுங்குனவபோல நிக்கிறே? உன் அபிப்பிராயத்தைச் சொல்லேன். நானும் அறியட்டும்.

ஒரு கணவனும் மனைவியும்

மனைவி மெதுவாகச் சொன்னாள்:

"எங்களுக்கு ஒரு ஆண் குழந்தை கூட வேணுமே."

"எதுக்கு?" மூத்த செல்வி: "பெண்களை அடிமைகளாக்கவா?"

"இதைப் பற்றி நீங்க சிந்திக்கணும்." இளைய செல்வி: "நான் ஒரு புத்தகம் தர்றேன். அமெரிக்காவிலுள்ள பெண்களோட சுதந்திரம் பற்றிய ஒரு புத்தகம். அதை வாசிச்சா நீங்க பதறிடுவீங்க. பல யுகங்களாகவே ஆண்கள் செய்த கொடூரங்கள்."

மனைவிக்குச் சோர்வு தட்டியது. அவள் சொன்னாள்:

"நாம ஏதாவது சாப்பிடுவோம்." அப்படியே கணவனிடம் சொன்னாள்: "ஏங்க, கொஞ்சம் வந்துட்டுப் போங்களேன். டிரிங்ஸ் தயாரிக்கணும்."

சோஃபாக்கள் நிறைந்த விசாலமான விசிட்டர்ஸ் அறையில் ரேடியோகிராமின் அருகில் சுவரில் சாய்ந்தமர்ந்து மெதுவான சத்தத்தில் கணவன் பாட்டு கேட்டுக்கொண்டிருந்தான். இளநீலத் திரையிட்ட ஜன்னல்களினூடே வெளிப்புற வாசலும் அதன் எதிர்வாசலும் திறந்துகிடப்பது தெரிந்தது. அதன்வழியாக, காய்கள் நிறைந்த கொய்யா மரங்களும் மஞ்சள் நிறத்தில் காய்த்துக்கிடக்கும் மால்டா நார்த்தங்காய்களும் சமையல்கட்டுக் கிணற்றை மறைத்து நிற்கும் வெள்ளையும் சிகப்பும் பூக்கள் நிறைந்த போகன் வில்லா குலைகளும் அக்னி ஜுவாலைகள்போல் பூக்கள் நிறைந்து படரும் ரோஜாச் செடிகளும் வெள்ளை மணல் பரப்பிய முற்றமும் தெரிந்தன. கணவன் பாட்டுகளை உரத்தச் சத்தத்தில் வைப்பதில்லை. ரேடியோவை இயன்றவரைக்கும் சத்தமாக வைப்பதுதான் கௌரவம். மனைவி சத்தமாக வைக்கச் சொல்வாள். கணவன் அதை ஏற்பதில்லை. சங்கீதம் சாபமாக மாறிவிடக் கூடாது. கணவன் ரேடியோவையும் மின்விசிறியை அணைத்துவிட்டு எழுந்தான்.

"இந்த அலமாரியிலுள்ள நூல்களெல்லாமே ஆண்கள் எழுதியதல்லவா?" புருஷ துவேஷியான அந்த இளைய செல்வி கேட்டாள்: "பெண்கள் எழுதிய நூல் எதுவுமே இல்லையா?"

"பெண்கள் எழுதிய புத்தகங்களும் இருக்கு." மனைவி கேட்டாள்: "வேணுமா?"

"தேவையில்லை. அது, ஆண்களின் அடிமைகளான பெண்கள் எழுதியதாக இருக்கும்."

புருஷ துவேஷிகள், போர்ட்டிகோவின் அருகிலுள்ள அறையில் அமர்ந்திருந்தார்கள். அதன் ஐந்து ஜன்னல்களும்

திறந்துகிடந்தன. அதிலும் இளநீலத் திரைச்சீலைகள். சுவருடன் சேர்ந்து புத்தக அலமாரிகள். எழுதுவதற்கான சாய்வு நாற்காலி. காகிதங்கள் அடுக்கிவைக்கப்பட்ட இருக்கையில் பவுண்டன் பேனா. ஃபைல்கள் வைக்கப்பட்ட மர அடுக்குகள், அருகிலுள்ள இன்னொரு இருக்கையில் ஃபேன். அறைக்குள் வேறு அலங்காரங்கள் எதுவுமில்லை. மூத்த செல்வி சொன்னாள்.

“நிறைய எழுத்தாளர்கள் இருக்காங்க. ஆனால், எழுத வேண்டிய எதையுமே அவங்க எழுதுறதில்லை. நான் சொல்ல வர்றது பிரசவம் குறித்து. பலயுகங்களாகப் பெண்கள்தானே கர்ப்பம் தரிக்கிறாங்க. பிரசவிக்கிறாங்க. இது அநீதியில்லையா? ஏன் ஆண்கள் கர்ப்பம்தரித்துக் குழந்தை பெறக்கூடாது . .?”

கணவன் தனக்குள் சொல்லிக்கொண்டான்: “கர்ப்பம் தரிக்க நாங்கள் தயார். அதுக்குண்டான ஏற்பாடுகளைச் செய்து கொடுங்க.”

பெண்குலத்தார் பக்கத்திலுள்ள அறைக்கு வந்தனர். அது படுக்கையறை. கொசுவலையிட்ட இரண்டு கட்டில்கள். அருகில் தூய வெள்ளை நிறத்தில் குழந்தைத் தொட்டில். மகள் அதில்தான் தூங்குகிறாள். மூலையில் மேசை. அதன்மீது இரண்டு தோல்பெட்டிகள். தெர்மோஃப்ளாஸ்க். பெரிய ட்ரே ஒன்றில் பலவகையான கனிவர்க்கங்கள். ஒரு அன்னாசிப் பழமும் இருந்தது. ஒரு பளிங்கு ஜாடியில் பேரீச்சம் பழம். மற்றொன்றில் பிஸ்கட். சீலிங் ஃபேன் மெல்லச் சுழன்றுகொண்டிருந்தது. ஒரு கட்டிலில் ரீடிங் லாம்ப் பொருத்தப்பட்டிருந்தது. சிறு இருக்கையொன்றில் புத்தகங்கள். இளநீலத் திரைச்சீலைகள் கொண்ட இரண்டு ஜன்னல்களும் திறந்துகிடந்தன.

அப்படியே அவர்கள் டிரஸ்ஸிங் ரூமுக்கு வந்தனர். அதில் சுவர்களில் பொருத்தப்பட்ட உருளைக்கம்பிகள்போன்ற மர அடுக்கில் பல்வேறு வண்ணங்களில் மடித்துவைக்கப்பட்ட சேலைகள், ரவிக்கைகள். பாவாடைகள், வெள்ளை நிறத்தில் டவல்கள். பெரிய ஆளுயரக் கண்ணாடி பொருத்தப்பட்ட டிரஸ்ஸிங் டேபிள்; அதில், பவுடர், ஸ்னோ, லாக்டோ காலமைன், ஷேவிங் செட், ப்ரஷ், ஹேர் டை போன்றவை.

அருகில் குளியலறையும் கக்கூசும். அதில் இரண்டு சிமெண்ட் தொட்டிகளில் தண்ணீர். செல்ஃபில் எண்ணெய், குழம்பு, சோப், டூத் பேஸ்ட். அதில் ஒடோனில் மணம் கமழ்ந்தது.

அந்த அறையிலும் இளநீலத் திரைகளிட்ட திறந்த ஜன்னல்கள். டிரஸ்ஸிங் ரூம் ஜன்னல்களும் திறந்துகிடந்தன. இளநீலத் திரைகளின்மீது பூக்கள்.

அடுத்த அறைக்குள் நுழைந்தனர். அதிலும் ஜன்னல்களும் இளநீலத் திரைவிரிப்புகளும். இதனூடே பூக்களை அருகில் காண முடியும். அது சிறு அறை. சாப்பாட்டு அறை. நீளமான மேசையும் பெஞ்சும். இரண்டுபேர் மட்டுமே உட்கார்ந்து சாப்பிட முடியும். அருகில் ஸ்டோர் ரூம். இதற்கு ஜன்னல்கள் கிடையாது. சுவரில் அடுக்கடுக்காகப் பொருத்தப்பட்ட செல்ஃப்கள். அதில் பாத்திரங்கள், அரிசிப் பெட்டி, பளிங்கு ஜாடிகளில் மிளகு, வாளன் புளி, குடம்புளி, பருப்பு, வெள்ளைப்பூண்டு, சீரகம், கறி மசாலா போன்றவை. தரையில், பெரிய வெங்காயம். மேலே ஒருகொக்கியில் நேந்திரம் பழத்தார் தொங்கவிடப்பட்டிருந்தது. மூலையில் மண்வெட்டி, கோடாரி, பெட்டி நிறைய அரிசி. அதன்கீழ் சினிமா நடிகையின் படம்போட்ட பிஸ்கெட் பெட்டியில் பத்தாயிரம் ரூபாய்க்கான நோட்டுக்கட்டுகள். மனைவியின் சேமிப்பு.

அப்படியே அவர்கள் சமையல் கட்டுக்கு வந்தனர். அது பெரிய அறை. தெற்குப்புறமாக அமைந்த அதன் வாசலினூடே பப்பாளி மரங்களும் பாகற்காய்க் கொடியும் மதிலும், வெளிப் பகுதியும் தரிசாகக் கிடக்கும் வயலும் தெரியும். சமையல்கட்டின் மூலையில் உட்கார்ந்தும் நின்றும் அரைக்க வசதியாக அம்மியும் குழவியும். அதன் ஒரு பகுதியிலிருந்து அரைமதில்போல் சிமெண்ட் கட்டு. அது முடியுமிடத்தில் ஒரு தொட்டி. அதன் ஒருபகுதியில் கிணற்றில் தண்ணீர் எடுக்க வசதியாக மேலே சிறுவாசல். அதனூடே கப்பியும் கயிறும் வாளியும். ஒரு மூலையில் ஆட்டுரல், உலக்கைகள், துருவல். சுவரில் செல்ஃப்கள். அதில் மிளகுப்பொடி, மல்லிப்பொடி, மஞ்சள்பொடி, சீனி, தேயிலை என எல்லாமே பளிங்கு ஜாடிகளில். கூடவே குப்பிகள், தேங்காய் எண்ணெய், தேன், நெய். மற்றொன்றில் கோழிமுட்டைகளும் வாத்துமுட்டைகளும். இன்னொன்றில் பீங்கான்கள், கல்சட்டிகள், மண்சட்டிகள், கலயங்கள். வெட்டி அடுக்கிய விறகுகள், கைக்கெட்டும் உயரத்தில் நான்கு வார்ப்பு அடுப்புகளும் இருந்தன. அருகில் ஓரமாக ஒரு மேசை. அதில் உப்புப் பாத்திரம், பிரஷர் குக்கர், ஸ்டவ், ப்ரோன் என்னும் மல்டி மிக்ஸர். ஒரு தாம்பாளத்தில் தக்காளி, பாகற்காய், கத்திரிக்காய், மிளகாய், பீட்ரூட், காரட்.

பெண்கள் திறந்துகிடக்கும் வாசலினூடே சிறிய வராந்தாவுக்கு வந்தனர். மூலையில் சுவர் கட்டி மறைக்கப்பட்ட காற்றுவெளி கக்கூஸ். மீன் குளம். காய்கறித் தோட்டம். செழித்துவளர்ந்துகிடக்கும் மிளகாய், கத்திரிக்காய், பாகற்காய். சிறுகறி வேம்பு ஒன்று. மதிலுடன் சேர்ந்து நிறைய பூக்களுள்ள சிவப்புச் செம்பரத்தி.

கணவன் ப்ரோனைப் பொருத்தினான். கழுவிய ப்ரோன் தம்ளரில் சீனியும் ஐந்தாறு பழுத்த தக்காளியும் போட்டான். கூடவே சிறிதளவு பீட்ரூட்டும் காரட்டும் உரித்துத் துண்டுகளாக்கிய

இரண்டு நேந்திரம்பழமும். நிறைய தண்ணீர் ஊற்றி அடைத்து இயந்திரத்தை இயக்கினான். ட்ர்ர்ர்ர்! நொடிப்பொழுதில் பானகம் தயார்.

அதை நான்கு தம்ளர்களில் ஊற்றினான் கணவன். மனைவி எடுத்து, புருஷ துவேசிகளான நீதிபதியின் இரண்டு செல்விகளுக்கும் கொடுத்துத் தாங்களும் அருந்தினார்கள். மனைவி தம்ளர்களைக் கழுவிக் கவிழ்த்துவைத்தாள். கணவன் ப்ரோனைக் கழுவித்துடைத்துப் பெட்டிக்குள் பத்திரப்படுத்தினான்.

மனைவியும் மற்றவர்களும் முற்றத்தில் இறங்கினார்கள். எங்குப் பார்த்தாலும் ரோஜாப் பூக்கள். முற்றத்தில் நின்ற தென்னங்கன்றைச் சுற்றிய சிமெண்ட் கட்டில் காய்களுள்ள நிறைய கத்திரிக்காய், மிளகாய். வராந்தாவின் முடிவில் கிணற்றுடன் சேர்ந்து ஒரு திறந்தவெளிக் குளியலறை. துவைப்பதற்கான கல். தண்ணீர்நிறைந்த சிமெண்ட் தொட்டி.

மூத்த செல்வி கேட்டாள்: "இரண்டு கக்கூஸ்களும் இரண்டு குளியலறைகளும் எதுக்கு?"

மனைவி சொன்னாள்: "காலையில எழும்பினதும் உடனே கடுஞ்சாயா குடிச்சிட்டு சிகரெட் பற்ற வெச்சிட்டு அவருக்குக் கக்கூஸுக்குப் போகணும். கக்கூஸ் வாசல்ல காத்து நிற்கிறது அவருக்குப் பிடிக்காது."

"ஆணாதிக்கம்."

அவர்கள் நடுக்கல்வழியாகக் கீழே இறங்கி மிக மெதுவாக நடந்து மீன்குளத்தின் அருகில் சென்றனர். அது ஓர் ஆம்பல் பொய்கையும்கூட. வெள்ளைநிற ஆம்பல் பூக்கள். வட்ட வடிவமான மெல்லிய பச்சை நிற இலைகள் நீரின் மேற்பகுதியில் பற்றிக்கிடந்தன. அங்குமிங்கும் துள்ளித் திரியும் விரால் மீன்கள், மூழ்கிக்கிடக்கும் செம்பல்லி மீன்கள்.

"மீனுக்கும் காய்கறிக்கும் உங்களுக்குப் பஞ்சமில்லை" என்றாள் மூத்த செல்வி.

மனைவி சொன்னாள்: "காய்கறி, மீன், இறைச்சின்னு நாங்க இடைவிட்டுச் சாப்பிடுவோம். நான் மட்டும்தான் இங்கே மீன் சாப்பிடுவேன். இதையெல்லாம் வயலிலிருந்து தூண்டில் போட்டு பிடிச்சு இங்கே விட்டோம்."

"வயல்ல இப்ப மீனே கிடையாதா?"

"நிறைய இருக்கு. நாங்க மதில்ல உட்கார்ந்து தூண்டி போட்டுப் பிடிப்போம்."

விலைக்கு வாங்கும் பெரிய மீன்களை வெட்டி, சரிப்படுத்தித் தருவது கணவர்தான் என்று இவளுக்குச் சொன்னால் என்னவாம்? சிறுமீன்களை மனைவி அறுப்பாள். மனைவியின் வீடு இருநூற்று ஐம்பது மைல் தொலைவில் இருக்கிறது. அங்கே பெரிய மீன்கள் அதிகமாகக் கிடைக்காது. ஆகவே, பெரிய மீன்களை அவளுக்கு வெட்டிப் பக்குவப்படுத்தத் தெரியாது.

"நீங்க தூண்டில் போடுவீங்களா?"

"மாட்டேன்."

"நீங்களும் தூண்டில் போடணும். அது ஒண்ணும் ஆண்களோட குத்தகை கிடையாது."

தென்னையில ஏறித் தேங்காய் பறிக்கிறது கணவன்னு சொல்லேண்டி. அதுக்கான குத்தகை உரிமை இப்ப ஆணுக்குத் தான். கணவன் தென்னையில் ஏறித் தேங்காய் பறித்து, இரும்புப் பாரைக்கோலை நட்டுவைத்து உரிப்பான். மனைவிக்கு வெட்டுக் கத்தியான கொடுவாளாலதான் உரிக்கத் தெரியும். இதுக்கு ரொம்ப நேரம் பிடிக்கும்.

"நீங்க ஒரு வேலைக்காரியை நியமிக்கணும். நீங்க ஏழைங்க ஒண்ணுமில்லையே?"

மனைவி சிரித்தாள். அரிசிப்பெட்டியிலும் பிஸ்கெட் பெட்டியிலும் இருக்கும் சேமிப்பை நினைத்துச் சிரித்திருப்பாள். ஏழைகள் இல்லை. மதில்கட்டின் உட்புறம் சொர்க்கம்தான். வீடு நீதிபதியின் வீட்டைவிடவும் அழகானதுதான். ஆனால் அக்கம்பக்க வீடுகளில் இருப்பவர்கள் அசூயைப் பிடித்தவர்களும் துரோகிகளும். கிழக்குப் புறம் ஓலைக்குடிசை. வேளாவேளைக்குச் சாப்பிட இல்லாதவர்கள். அவர்களது பதினான்கு சென்ட் நிலத்தில் அஞ்செட்டுத் தென்னைகளும் நிற்கின்றன. அந்த இடத்தை நல்லவிலைக்கு நாங்கள் வாங்க வேண்டும். தேவையில்லை என்று சொன்னதும் தொந்தரவு செய்பவர்களாக மாறிவிட்டார்கள். இயற்கை உபாதைகளை மதிலின் அருகில் தீர்ப்பார்கள். இங்கே மனிதன் குடியிருக்க இயலாது. இன்னமும் அது தொடர்ந்துகொண்டிருக்கிறது. மேற்குப் பக்கம் வசிப்பவர்கள், குறிப்பாகப் பெண்கள் குளித்துவிட்டு, ஈஞ்சையையும் குழம்பையும் மதிலுக்குள் வீசுவார்கள். கணவர் அதையெல்லாம் பொறுக்கிக்கொண்டு வந்து பக்கத்து வயலிலுள்ள ஓடையில் போடுவார். அவர் சண்டைக்கெல்லாம் போகமாட்டார். கணவரின் விருப்பம், அழகான பெரிய வீடெல்லாம் கிடையாது. ஒரு இடத்திலிருந்து நாற்பதாயிரம் ரூபாய் அவருக்கு வரவேண்டியது இருந்தது. அதை வைத்து வருமானம் கிடைக்கிற

ஒரு தென்னந்தோப்பு வாங்க வேண்டும். அதில் சிறுவீடும் வைக்க வேண்டும். ஆனால், அந்தப் பணம் சேர்ந்தால்போல் கிடைப்பதாகத் தெரியவில்லை. வழக்குதொடுக்கவேண்டிய நிலைமை. கணவர் சொன்னார்: “எனக்கு வீடில்லை. ஒரு வீடு வைக்கணும். பன்னிரண்டு சென்ட் நிலம் வாங்கியிருக்கேன். அது கல் வெட்டிய ஒரு பள்ளம். அதை நிரப்பிதான் வீடு வைக்கணும்.” “அதுக்குத் தேவைக்கேற்றபடி ஐந்நூறோ ஆயிரமோ தந்தா போதாதா? வேலையை ஆரம்பிச்சுடுங்க.” இப்படியாக உருவானதுதான் இந்த வீடு. வேறு வருமானங்கள் இல்லை. மூன்று தென்னங்கன்றுகள்தான் நிற்கின்றன. நல்ல விலை கிடைத்தால் வீட்டையும் நிலத்தையும் விற்க வேண்டும். மனைவியின் ஊரில் நிலத்திற்கான விலை மிகவும் குறைவு. லாபம் தரும் தென்னந்தோப்பும் கிடைக்கும். பார்க்கச் சொல்லியிருக்கிறேன். ஆனால் வீட்டை விற்க கணவனுக்கும் மனைவிக்கும் விருப்பமில்லை. வீடும் தோட்டமும் அவ்வளவு அழகாக இருக்கும். வேலைக்காரி இல்லாமலேயே வேலைகள் நடக்கும். இருந்தாலும் மனைவி சொன்னாள்:

“ஒரு வேலைக்காரியைத் தேடிட்டிருக்கோம்.”

“நாங்களும் பார்க்கிறோம்.”

அவர்கள் புறப்பட்டார்கள். எங்குப் பார்த்தாலும் மலர்ந்து மந்தகசிக்கும் பூக்கள். இளைய செல்வி கேட்டாள்:

“நீங்க தலையில பூ வைப்பீங்களா?”

மனைவி பதில் சொல்லவில்லை. பூக்களைப் பார்க்க மட்டுமே அவளுக்குப் பிடிக்கும். யாருக்கும் கொடுக்கவும் மாட்டாள். செடிகளின் கிளையைக்கூட கொடுக்க மாட்டாள். யாராவது கேட்டால் “இது ஒட்டுச் செடி. வளராது” என்று சொல்லிவிடுவாள். “கொடுத்திருக்கலாமே” என்று கணவன் சொன்னால் “அவங்க வீட்டுக்கு அவ்வளவு அந்தஸ்து தேவையில்லை” என்று சொல்லிவிடுவாள்.

புருஷத் துவேசியான இளையவள் சொன்னாள்:

“பெண்கள் பூச்சூடக் கூடாது. எதுக்காக நாம ஆண்களை வசீகரிக்கணும்? பெண்கள் தரம் தாழ்ந்ததற்கும் அடிமைப் பட்டதற்குமான காரணங்கள் பூவும் காதலும்தான். இந்த இரண்டையும் பெண்கள் தவிர்த்துக்கொள்ள வேண்டும். இதை எப்பவுமே நினைவில வெச்சுக்குங்க.”

மனைவி அவர்களை வெளியே அனுப்பிவிட்டு வாயிலை மூடித் தாளிட்டாள். வாயிலில் வைக்கப்பட்டிருந்த பெட்டியிலுள்ள கடிதங்களைக் கண்ணாடிவழியாகப் பார்த்து, அதைத் திறந்து

எடுத்தாள். தபால்காரர் வெளியில் நின்று போட்டவை. மதில்கட்டையொட்டிய இருபுறமும் வளர்ந்து கிடக்கும் சிவப்புப் பூக்கள் நிறைந்த மரங்கள். விரித்து வைத்த குடைகள்போல் பூக்கள் மட்டும். இலைகள் இல்லை. மதில்களுடன் சேர்ந்து பன்னிரண்டு சென்ட் நிலத்தின் நாலா பகுதிகளிலும் சிவப்புப் பூக்கள் நிறைந்த செம்பரத்திகள். பெரிய வாகனங்கள் வருமளவிலான வாயில். எப்போதும் அது அடைந்தே கிடக்கும். வாயிலின் அதே அகலத்தில் இருபுறமுமுள்ள சிமெண்ட் திண்டுகளில் ரோஜாச் செடிகள். எல்லாவற்றிலும் பூக்கள். தோட்டத்தில் பூத்துநிற்கும் மாங்கன்றுகள். இரண்டு கொய்யா மரங்கள். நடுக்கல்லின் இருபுறமும் செழிப்பாக வளர்ந்துகிடக்கும் ரோஜாச்செடிகள். பூக்கள். காலையில் வெள்ளை, மாலையில் சிவப்பு, அரைமதிலுள்ள போர்ட்டிக்கோ. அதன் வார்ப்புக் கட்டுமானப் பகுதியைத் தாங்கி நிற்கும் உருண்ட வெள்ளைத் தூண்கள். நடுக்கற்களினூடே மனைவி வருகையாளர் அறைக்கும் அங்கிருந்து படுக்கையறைக்கும் சென்று மகளைப் பார்த்தாள். மகள் தூங்கிக்கொண்டிருந்தாள். மூன்று அறைகளிலும் சமையல்கட்டிலும் தொட்டில் கட்டுவதற்கான கொக்கிகள் இருந்தன. மனைவி சமையல்கட்டுக்குச் சென்றதும் கணவன் மீன்குளத்தின் அருகிலுள்ள மதிலில் ஏறி உட்கார்ந்தான். மதிலில் தூண்டிலும் இருந்தது. மனைவி இறங்கிச் சென்று சொன்னாள்:

“பூவையும் காதலையும் பெண்கள் தவிர்க்க வேண்டுமாம்.”

“ரொம்ப மகிழ்ச்சி.” கணவன் சொன்னான்: “விரால் தம்பதிகள் பூச்சூடாமலேயே காதலில் ஈடுபடுறதைப் பார்க்கிறியா?”

மதிலிலுள்ள ஏணிபோன்ற கல்லில் ஏறி மனைவி எட்டிப் பார்த்தாள். இரண்டு விரால் மீன்கள் காதலில் ஈடுபட்டிருந்தன. அதிலொன்று மிகவும் சிறியது. இன்னொன்று பெரியது. இரண்டும் ஒன்றின்பின் ஒன்றாகச் சுற்றிக்கொண்டிருந்தன. இதில் பெண் எது? ஆண் எது? மதிலில் அருகிலிருந்த ஓடையில் தண்ணீர் மிகவும் குறைவாக இருந்தது. ஒரு அடிதான் இருக்கும். மனைவி சொன்னாள்:

“அந்தப் பெரிய மீனைப் பிடிச்சுத் தாங்க. வறுத்துச் சாப்பிட.”

“நீயே பிடிச்சுக்க. மீன் பிடிக்கிறது ஆண்களுடைய குத்தகை ஒண்ணுமில்லை. நீதிபதியின் மகள்களோட சேர்ந்து பெண் சுதந்திரத்திற்காகப் போராடுறதுக்கு நீயும் புறப்படலாம். மகளைத் தர முடியாது. உடுப்புகளையும் நகைகளையும் நீயே வெச்சுக்க. ஆறாயிரம் ரூபாயும் தர்றேன். என்ன சொல்றே?”

“என்னைத் துரத்திட்டு வேற கல்யாணம் பண்றதுக்கு எவளையாவது பாத்து வெச்சிருக்கீங்களோ?”

“அப்படியெல்லாம் யாரையும் நான் பார்த்துவைக்கலை. பாவப்பட்ட கணவன்களாகிய எங்களுக்குச் சுதந்திரம் தேவை. ஆண்களுக்குச் சுதந்திரம். அவ்வளவுதான். திருமணம், அதாவது தாம்பத்திய வாழ்க்கைங்குறது எலிப்பொறி. ஒரு பொறியிலிருந்து தப்பிச்ச எலி இன்னொரு பொறியில கால்வைக்குமா?”

“எனக்கு அதெல்லாம் தெரியாது. அந்தப் பெரிய மீனைப் பிடிச்சித் தாங்க.”

“வேலைக்காரி வெச்சுக்குற விஷயம் என்னாச்சு?”

“நமக்கொரு வேலைக்காரி வேணும். அந்தஸ்து சம்பந்தமான பிரச்சினையில்லையா? ஜட்ஜோட பெண்கள் நம்மைப் பற்றி என்ன நினைப்பாங்க?”

“யார் நினைச்சா நமக்கென்ன? பிரச்சினை வேலைக்காரியல்ல. சிரமம். இந்த உலகத்துல ஏராளமான மக்கள் உணவுக்கு வழியில்லாம கஷ்டப்படுறாங்க. ஏதாவது கிடைச்சா, யார் உதவியுமில்லாமல் அதை சமைச்சுச் சாப்பிட முடியும். நமக்கும் சமைக்கத் தெரியும்தானே?”

“சரிதான். இருந்தாலும் அந்தஸ்துன்னு ஒண்ணு இருக்கே?”

“வேலைக்காரி வெச்சுக்கிட்டா இந்த வீட்டோட அழகு, அமைதி, நிம்மதியெல்லாமே இல்லாமப்போயிடும். இதனோட கவித்துவமும் காணாமப்போயிடும். இந்த மதில்கட்டின் உட்புறம் இப்ப சொர்க்கமாக இருக்கு.”

“வேலைக்காரி இருந்தால் எனக்குக் கொஞ்சம் ஓய்வு கிடைக்கும்.”

“நாம கைதிகளாகவும் மாறுவோம். எப்பவும் சில ஒழுங்குகளைக் கடைப்பிடித்து, சிரித்த முகத்தோடு போலியாக வாழ வேண்டியது வரும். அவசரத் தேவை கருதி, உன்னை ரெண்டு கெட்ட வார்த்தை பேசலாம்னா அதையும் நான் அடக்கி வெச்சுக்க வேண்டியது வரும். பணத்தையும் செலவு பண்ணி இவ்வளவு சிரமப்பட்டு வாழணுமா?”

“யோசிப்போம். காலம் இன்னும் இருக்கே. எனக்கு அந்தப் பெரிய விராலைப் பிடிச்சுத் தாங்க.”

விரால் மீன்கள் இரண்டும் காதல்வயப்பட்டிருக்கின்றன. கணவன் சொன்னான்: “தூண்டில்போடணும்னா ஏதாவது இரை வேணும். நீ ஒரு விட்டில் பூச்சியைப் பிடிச்சிட்டு வா. சில்வண்டாக இருந்தாலும் பரவாயில்லை.”

மனைவி விட்டில் பிடிக்கச் சென்றாள். கணவன் வெறும் தூண்டிலைப் போட்டான். தூண்டில்முள்ளை விரால்களின் அருகில் போட்டுச் சுழற்றிக்கொண்டிருந்தான். மெல்ல சிறிய விராலின் வால்பகுதியில் முள்ளை நுழைத்து அப்படியே தூக்கி மதில்கட்டினுள் போட்டான்.

"எடியே."

வெறுங்கையோடு திரும்பிவந்த மனைவி, விராலைப் பார்த்ததும்: "ஆள் கில்லாடிதான். வெறும் தூண்டில்ல மீன் பிடிக்கிறீங்களே?"

"பெண்கள் ஆண்களின் புகழ்பாடுவதைத் தவிர்க்க வேண்டும்."

விராலைக் குளத்தில் இட்டான். பெரிய விரால், இணையை எதிர்பார்த்து நிற்கிறது.

"பெரிய விரால் காதலனா, காதலியா?"

"தெரியாது."

ஐந்துநிமிடத்தில் பெரிய விராலின் தலைப்பகுதியும் தூண்டிலில் சிக்கியது. அது ஏன் போகாமல் நின்றது? காதல் தோல்வியாக இருக்கலாம். இச்சாபங்கமாகவும் இருக்கலாம். ஒரே இழுப்பில் அது வெளியே வந்து விழுந்து, பாம்புபோல் தரையில் கிடந்து துடித்துக்கொண்டிருந்தது. மனைவி சொன்னாள்: "இவ்வளவு பெருசா இருக்கும்னு நினைக்கவே இல்லை. பார்த்தாலே பயமா இருக்கு. எடுத்துக் குளத்துல போட்டுடுங்க."

"உனக்கு இச்சாபங்கம் எதுவுமில்லையே?"

கணவன் கீழே இறங்கி அதன் வாலைப் பிடித்து, தூண்டிலை உருவிவிட்டுக் குளத்தில் விட்டான்.

"கொஞ்சம் தவளை பிடிக்கணும். நீ போய் ஏணி எடுத்துட்டு வா."

மிக நீளமான மூங்கில் ஏணி வந்தது. அதை மதிலில் சாய்த்து வயலில் வைத்தான். கையில் ஒரு சிறுபாத்திரத்துடன் வயலில் இறங்கினான். மனைவி மிகவும் சிரமப்பட்டு மதிலில் ஏறிக் கீழே பார்த்தபடி உட்கார்ந்துகொண்டாள்.

கணவன் சொன்னான்: "மதில் எவ்வளவு உயரமா இருக்குங்கிறதை இங்கிருந்து பார்த்தால்தான் சரியாகப் புரிஞ்சுக்க முடியும்."

"அவங்க சொல்ற பெண்கள் சுதந்திரம் எது?"

"ஆண்களை வசீகரிக்கக் கூடாது. காதலிக்கக் கூடாது. பிரசவிக்கக் கூடாது. இதைத் தவிர, எனக்கு எதுவும் தெரியாது."

"அப்புறம் யார் பிரசவிக்கிறது? ஆண்களா பிரசவிக்க முடியும்?"

"பிரசவத்தைப் பொறுத்தவரைக்கும் நாளதுவரைக்கும் அது பெண்களோட குத்தகையாகவே இருக்கு. ஆண்களா பிரசவிக்க முடியும்னு கேட்டால், அதுக்குண்டான அறிகுறிகள் எதுவும் எங்கிட்ட இருக்கிறதுபோல தெரியலை."

மயக்கம், வாந்தி, புளிப்பின்மீதான ஆர்வம் . . . என எதுவுமே இல்லை என்பது இதன் பொருள். கணவன் புராதனமான தொழில் நுட்பத்துடன் தவளைபிடிக்க ஆரம்பித்தான். திறந்திருக்கும் தவளையின் கண்களில் உள்ளங்கையைச் சுழற்றியபடி ஒரே அமுக்கு. கீ . . . தவளை கைக்குள். இப்படி பத்துப் பன்னிரண்டு தவளைகளைப் பிடித்துப் பாத்திரத்தில் இட்டு வாயைப் பொத்திப் பிடித்தான்.

மனைவி கேட்டாள்: "அவங்க சொல்றதுபோல அமெரிக்காவிலும் இங்கிலாந்திலும் பெண்கள் ஒண்ணு சேர்ந்து ஆண்களை எதிர்த்துப் போராடுறாங்களாமா?"

"பத்திரிகைச் செய்திகள் அப்படித்தான் சொல்லுது. அங்கெல்லாம் இதுபோல வேறு பல போராட்டங்களும் நடக்கின்றன. பெண்கள் பெண்களையும் ஆண்கள் ஆண்களையும் கல்யாணம் பண்ணிக்க உரிமை வேணும். நிர்வாண இயக்கம். ஆண் – பெண் பாகுபாடில்லாம பிறந்தமேனியாக வாழ உரிமை வேணும். கஞ்சா, அபின், சரஸ், பாங்க், மர்ஜுவானா, கொக்கெய்ன், எல்.எஸ்.டி., ஏஞ்சல்டஸ்ட், பிரவுண் சுகர் போன்ற ஆபத்தான மயக்க மருந்துகள் உபயோகிக்க உரிமை வேணும். இதற்கான பிரச்சார இலக்கியங்களும் அங்கே எழுதப்படுகின்றன."

"இப்ப நீங்க சொன்ன எல்லாம் நல்ல விஷயங்கள்தானா?"

"நல்ல விஷயங்கள்னுதான் நினைக்கிறேன். உலகத்திலுள்ள மக்கள்தொகை, மலைவெள்ளம்போல் பெருகிட்டே வருது. இதுக்கொரு தீர்வு கிடைக்கணும். இப்படி, செத்தும் அழிந்தும் போனால் சீக்கிரமாகவே மக்கள்தொகை குறையும். இது நல்ல விஷயம்தானே?"

வயலின் மறுகரையிலிருந்து ஒரு கூக்குரல் கேட்டது. ஒரு பாறையின் மீதிருந்து சங்கரன் நாயர்: "என்ன பண்ணிட்டிருக்கீங்க?"

"தவளை பிடிக்கிறேன். விராலுக்கு உணவு போட."

"இந்த வாரம் லட்சுமி வருவாள்."

சங்கரன் நாயரின் மகளும் விஸ்வத்தின் நேர் இளையவளுமான லட்சுமி, தொலைவிலுள்ள நகரில் தங்கி, கல்லூரியில் படித்துக் கொண்டிருந்தாள். லட்சுமிக்கு லோக்கல் கார்டியனாக, அங்கிருந்த கணவன்தான் பொறுப்பேற்றிருந்தான். இது கணவனின் திருமணத்துக்கு முன். லட்சுமி இப்போது எம்.ஏ. முடித்துவிட்டாள். வேலையும் கிடைத்தது. அந்த லட்சுமிதான் வருகிறாள்.

கணவன் சொன்னான்: "ரொம்ப மகிழ்ச்சி."

தவளைப் பாத்திரத்துடன் கணவன் மதிலில் ஏறினான். பாத்திரத்தை மனைவியிடம் கொடுத்துவிட்டுச் சொன்னான்:

"நல்லா மூடிப்பிடிச்சிக்க. துள்ளி வெளியே விழுந்துடும்."

ஏணியைத் தூக்கி இந்தப் பக்கம் வைத்துவிட்டு இறங்கி, பாத்திரத்தை வாங்கிக்கொண்டான். தவளைகளை ஒவ்வொன்றாக குளத்தில் விட்டான். விட்ட உடனேயே விரால்கள் அதைத் தின்ன ஆரம்பித்தன. பத்துப்பதினாறு தவளைகள். எல்லாவற்றையுமே வெட்டி விழுங்கின. மீன்களுக்கு ஒருபோதும் பசி அடங்காது. இறைச்சி, மீன் கழிவுகள் போன்றவற்றையும் இரையாகப் போடுவதுண்டு. சோறு போடுவதுமுண்டு. மீன்கள் சைவப் பிரியர்கள் அல்ல; இருந்தாலும், பசித்தால் சோறும் தின்னும்.

"எடியே, லட்சுமி நம்ம வீட்டுக்கு வருவாள். அவளுக்கு என்ன கொடுக்குறது?"

மனைவி பயங்கரமான கருமி. ஆசையும் அதுபோல். மற்றவர்களின் தென்னைகளில் தேங்காய்க் குலைகளைப் பார்த்தால், "சோளத்தட்டைபோல பற்றிப் பிடிச்சுக்கிடக்குது" என்பாள். வீட்டு வேலைகள் முடிந்து குடித்தனம்வந்தபிறகு, கணவன் சொன்னான்: "உலை வைக்கும்போது எப்பவும் ஒரு ஆளுக்கான அரிசியை அதிகமாகவே போடணும். திடீர்னு யாராவது வந்துடுவாங்க. அப்படி வரலேன்னா ராத்திரி உலை வைக்கும்போது சேர்த்து வடிச்சுக்கலாம்."

ஆனால் மனைவி அதைச் செய்யாத என்பது மட்டுமல்ல, இரண்டுபேருக்கான அரிசியில் பிடி அரிசியை எடுத்துச் சேமிக்கவும் செய்வாள். ஆகவே சில நேரங்களில் மனைவிக்கு மதிய உணவு கிடைக்காமல் போய்விடும். இருந்தாலும் விருந்தினர்கள் வருவது அவளுக்குப் பிடிக்கும். அவர்களைத் திருப்தியாகவே அனுப்பவும் செய்வாள். மனைவி சொன்னாள்: "லட்சுமியை நான் பார்த்ததில்லை. வரட்டும். கறியும் சோறும் கொடுக்கலாம்."

அப்போது குழந்தை அழுதாள். மனைவி குழந்தையின் அருகில் சென்றாள். கணவன் கைகளை சோப் போட்டுக் கழுவிச் சுத்தம் செய்தான். குழந்தை ஹக் . . . ஹக் . . . என்று சொல்கிறது. இதன் பொருள், பால் வேண்டும்.

"எடியே, குழந்தை ஹக் கேட்குறா பாரு."

"இன்னொரு தடவை கேட்கட்டும்."

"ஹக் . . . ஹக் . . ."

குழந்தைக்குப் பாலூட்டியபடியே மனைவி சொன்னாள்: "ஜட்ஜ் வீட்டுக்குப் போய் சப்பாத்தி செய்ய சொல்லிக் கொடுக்கணும்; அதுக்கான கறி வைக்கவும்."

"நீ போய்ச் சொல்லிக்கொடு."

"ஆசான்தான் சொல்லிக்கொடுக்கணும். நான் சொன்னா சரியாக வராது" என்றவள், மெதுவாக, "அப்புறம், சப்பாத்திக்குக் கூட்டாக நான் கறி எடுக்கச் சொல்றேன். மத்தியானம் நாம அங்கியே சாப்பிட்டுக்கலாம். அவ்வளவுக்காவது நமக்கு லாபம் தானே?" என்றாள். திடீரென்று, "நான் அங்கே எங்கியோ ரண்டு மூணு கடிதங்கள் வெச்சனே?" என்றாள்.

"எங்கே?"

"மீன்குளத்திலுள்ள கல் கட்டில் இருக்கும்."

"கண்டவங்களோட வீட்டிலேறி எதையாவது திங்கிறதுல உனக்குக் கொதி அதிகம்தான்."

"கொதியெல்லாம் இல்லை. நாம வாங்கிவச்சிருக்கிற சாதனங்கள் குறையாம இருக்கட்டும்னுதான்."

"நீ ஆளு பரவாயில்லையே?"

"நான் கொதிபிடிச்சவள்னு யார்கிட்டயும் சொல்லிடாதீங்க."

"உன்னைப் பற்றி நான் 'கமா'னுகூட சொல்லமாட்டேன்."

நீதிபதியின் வீட்டில் விருந்துண்டுவிட்டுத் திரும்பி வரும்போது கணவன் சொன்னான்: "அவங்க வீடு எவ்வளவு அலங்கோலமா இருக்குங்கிறதைக் கவனிச்சியா? ஏறுனதுமே கண்ணிலபட்டது, ஜட்ஜ் உடுத்திக் குளிக்கிற கிழிஞ்சுக் கறுத்துப்போன ஒரு டவல். சாப்பிட்டுக் கை கழுவுற இடம் எவ்வளவு அசிங்கமா இருக்கு கவனிச்சியா? சமையல்கட்டுல கால் வைக்கவே தோணலை. மூணு வேலைக்காரிங்களும் அதுக்கும் மேலா இருக்காங்க. அந்த மாலதிக்குட்டியைப் பார்த்தியா? பதினேழு வயதாகுதாம்.

எண்ணெயே பார்க்காத பரட்டைத் தலை. அழுக்கடைஞ்சுப் போன ரவிக்கையும் முண்டும்."

"மாலதிக்குட்டியை நாம கேட்போமா?"

"அந்த சுத்தமில்லாதவளை நம்ம வீட்டுக்குள் ஏற்றவா?"

"நமக்கு அவளைக் குளிக்கவச்சிச் சுத்தமாக்கி எடுக்கலாம்."

"எதுக்கு?" கணவன் சற்று உரத்தக் குரலில் கேட்டான். மனைவி கோபத்துடன் முகத்தை இறுக்கினாள்.

மறுநாள் லட்சுமி வந்தாள். மனைவி மகிழ்ச்சியுடன் அவளை வரவேற்றாள். சாயா கொடுத்தாள். மதியம் இறைச்சிக் குழம்பும் அப்பளமும் பருப்பும் ஊறுகாயும் பொரியலும் சோறும். பாட்டு கேட்க வைத்தாள். வீட்டையும் தோட்டத்தையும் சுற்றிக் காண்பித்தாள். மீன்குளத்தில் அருகில் உட்கார்ந்து பேசினாள். லட்சுமியும் சிக்கலான ஒரு கேள்வியை முன் வைத்தாள்:

"இங்க வேலைக்காரி இல்லையா?"

"ஒருத்தி வர்றாள்."

மாலதிக்குட்டியின் அழகிய வருகை குறித்துச் சொல்கிறாள். மங்களம்.

சாயாவெல்லாம் குடித்துவிட்டுச் சாயங்காலம் புறப்பட இருக்கும்போது கணவனிடம் லட்சுமி சொன்னாள்: "சார், இங்கே நிறைய ரோஜாப்பூக்களிருக்கே?"

ஒரு கணவன் வேறு என்ன பதிலைத்தான் சொல்வான்? பெரிதாக யோசிக்காமல் சொன்னான்: "நிறைய இருக்கு. லட்சுமிக்கு வேணுமா?"

இந்தக் கேள்வி, ரோஜா இதழில் சிறுதுணுக்கைக்கூட பிறருக்குக் கொடுக்க விரும்பாத மனைவியை எதிரில் வைத்துக் கொண்டு.

"வேணும்."

கத்திரியை எடுத்து நிறைய ரோஜாப் பூக்களைத் தண்டோடு வெட்டி லட்சுமியிடம் கொடுத்தான். லட்சுமி மிகுந்த மகிழ்ச்சியுடன் கணவனிடமும் மனைவியிடமும் விடை பெற்றாள். ஆக எல்லாம் மங்களகரமாக முடிந்தது என்றா சொல்ல முடியும்? தொடங்கியது சூறாவளி.

குறிப்பாக இல்லாமல் பிரபஞ்சத்தை நோக்கி மனைவி பொதுப்படையாகச் சொன்னாள்: "எனக்கொரு ரோஜாப் பூ தர ஆளில்லை."

தொண்டை இடறியதா? கண்ணீர் ததும்பியதா?

கணவனுக்குச் சிரிப்பு வந்தது. அந்த அப்பாவி சொன்னான்:

"இங்குள்ள பூக்களெல்லாம் உன்னோடது அல்லவா? நூற்றுக்கணக்கான பூக்கள் உதிர்ந்துதானே போகுது? ஒரு பூவைக்கூட நீ உபயோகிக்கிறது இல்லை." பணம் கொடுத்துத் தொலைதூரத்திலிருந்து இவற்றைத் தருவித்து நட்டு நீரூற்றி வளர்ப்பவன் கணவன். பொழுது சாய்ந்தது. கணவன் எழுந்து சென்று விளக்குகளை எரியவைத்தான். அறைகளிலும் வீட்டின் முன்பின் பக்கங்களிலும் விளக்குகள் எரிந்தன. வீடும் சுற்றுப்புறமும் அழகாகத் தெரிந்தன. ரேடியோவை இயக்கினான். மெல்லிய இசை தவழ்ந்து வந்தது. மனைவி சொன்னாள்:

"என்னோடதாக இருந்தால், மற்றவங்களுக்குக் கொடுக்கும் போது என்கிட்ட கேட்கணுமா வேண்டாமா?"

"மன்னிக்கணும். இதற்குப் பரிகாரமாக பெண்ணரசிக்கு நான் நிறைய பூக்கள் தருகிறேன்."

கணவன் மரியாதையுடனும் பயபக்தியுடனும் காதலுடனும் நீண்ட தண்டுகளுடனான நிறைய பூக்களைக் கத்திரியால் வெட்டியெடுத்து மனைவிக்குக் கொடுத்தான்.

"பெண்ணரசி, தயைகூர்ந்து இதை ஏற்க வேண்டும்."

மனைவி அதை ஏற்றுக்கொண்டாள். தொடர்ந்து, ஒரு ஆபத்து நிகழவேண்டுமல்லவா? ஈரப் பொருட்களினூடே மின்சாரம் கடக்குமென்று மனைவி முன்பு படித்திருக்கிறாள். ஆனால் அது நினைவில் இல்லை. மனைவி எழுந்துசென்று, முன்பக்கமும் மகள் படுத்திருக்கும் அறையும் தவிர மற்ற இடங்களிலுள்ள விளக்குகளை அணைத்தாள்.

"தேவையில்லாமல் எதுக்கு கரண்டுக்குப் பணம் கொடுக்கணும்?"

பிறகு, மின்சார பகவானை ஆட்சேபித்தாள். பகவான், மனைவியின் சென்னித்தடத்தை நோக்கி ஓர் அறை விட்டார். அதாவது, மனைவி ரோஜாப்பூக்களின் பச்சையான நீண்ட தண்டுகளைப் படுக்கையறையின் எலெக்ட்ரிக் பிளக்கில் பொருத்திவைக்க முயற்சி செய்திருக்கிறாள். அவ்வளவுதான். இதோ தொபுக்கடீர்னு கீழே கிடக்கிறாள்.

கணவன் மனைவியைத் தாங்கியெடுத்துக் கட்டிலில் படுக்க வைத்தான். மின்விசிறியை வேகமாகச் சுழல வைத்தான். பிறகு கேட்டான்: "எடியே, ஈரப்பொருட்கள் வழியாக கரண்ட் பாயும்னு தெரியாதா? வைக்கிறதா இருந்தால் இப்படி வைக்கணும் . . ."

கணவன் ரோஜாத்தண்டுகளை பிளக்கில் சொருகினான். மின்சார பகவான் கணவனின் இரண்டு சென்னித் தடங்களையும் சேர்த்து அறைவிட்டார். கணவன் டமார்னுகீழேகிடந்தான். மனைவி விழுந்துவிழுந்து சிரித்தாள். கணவனும் சிரித்தான். பிணக்கங்கள் முடிவுக்கு வந்தன. மகளையும் எடுத்து வைத்துக்கொண்டு இரண்டுபேரும் கொஞ்ச நேரம் பாட்டு கேட்டார்கள். நிலா காயும் இரவு. முற்றத்தில் பரப்பிய வெண்மணலில் மகளுடன் உட்கார்ந்தார்கள். ஒரு பூங்காவனத்தில் உட்கார்ந்திருப்பதுபோல். மயக்கும் அழகு. தெள்ளிய நிலவு. மனைவி கேட்டாள்:

"நமக்கு சந்திரனில் குடியேறி வாழ முடியுமா?"

"அங்கே காற்றும் நீரும் மரம் செடிகளும் கிடையாதுன்னு சொல்றாங்க. இருந்தாலும் வருங்காலத்தில் மனிதன் சந்திரனில் குடியேறி வாழவும்கூடும்."

எங்கோ தொலைவிலுள்ள சந்திரக் கோளத்தைப் பற்றி ஒவ்வொன்றாக நினைத்தபடி எட்டுமணிவரைக்கும் அவர்கள் மணலில் உட்கார்ந்திருந்தார்கள். கணவன் எழுந்து, வாயிலைச் சரியாக அடைத்துத் தாழிட்டான். பிறகு வாசல்களை அடைத்துத் தாழிட்டான். வழக்கம்போல் சமையல்கட்டில் வைத்து கணவனுக்குச் சோறு பரிமாறினாள் மனைவி. உட்காருவதற்கு நிறைய கால்பலகைகள் கிடந்தன. விருந்தினர்களுக்கு மட்டும்தான் சாப்பாட்டு அறையில் மேசையின் மீது உணவுகள் பரிமாறப்படும். சாப்பாட்டுக்குக் கூட்டுக் கறிகள் அதிகம் இருக்காது. ஊற்றிச் சாப்பிட ஒரு குழம்பும் பொரியலும் மட்டும்தான். மோர் இல்லை. அப்பளம் கிடையாது. இதெல்லாம் இருந்தாக வேண்டுமென்ற கட்டாயமும் கணவனுக்கு இல்லை. சாப்பிட்டு முடித்து, மிச்சம் மீதிகளை மீன் குளத்திலிட்டு, கையையும் அலம்பிவிட்டு வந்து வெளியிலுள்ள கொண்டியையும் தாழ்ப்பாளையும் வைத்தான். குழந்தையை எடுத்துக் கொஞ்சியபடி கட்டிலில் உட்கார்ந்தான். சாப்பிட்டு முடித்த மனைவி, சிறிது நேரத்தில் ஒரு பெரிய கோப்பை நிறைய பாலில் காய்ச்சிய ரவையுடன் வந்தாள். கணவன் அதில் பகுதியைக் குடித்துவிட்டு மனைவிக்கு வைத்தான். குழந்தைக்குப் பாலூட்டியபடியே மனைவி சொன்னாள்: "மாலதிக்குட்டியை விட்டுத் தரச்சொல்லி நாளைக்குக் கேட்பேன்."

கணவன் பதில் சொல்லவில்லை. எழுந்துசென்று வாய் கொப்பளித்துவிட்டு வந்தான். பால்கஞ்சியைக் குடித்துப் பாத்திரத்தையும் கழுவிவைத்துவிட்டு வந்த மனைவி கேட்டாள்:

"ஒரு பதிலும் சொல்லாம இருக்கீங்க?"

கணவன் நீண்டதொரு பெருமூச்சுடன் சொன்னான்:

“ஆகட்டும்.”

கட்டிலில் பொருத்தியிருந்த ரீடிங் லாம்ப் வெளிச்சத்தில் ஒரு புத்தகத்தை வாசித்தபடியே படுத்திருந்தான் கணவன். மனைவி குழந்தையைத் தொட்டிலில் படுக்கவைத்தாள். கொசுவலையை விரித்துப் போட்டுவிட்டு, மின்விசிறியை ஓடச் செய்தாள். குழந்தையை ஆட்டித் தூங்கவைத்துவிட்டுக் கணவனின் கட்டிலுடன் சேர்த்துப் போடப்பட்டிருந்த கட்டிலில் படுத்தாள். நல்ல காற்று. மனைவி தூங்கிவிட்டாள். ஓரிரு தடவைகள் குழந்தை அழுதது. கணவன் எழுந்து தொட்டிலை ஆட்டித் தூங்கச் செய்தான். இரண்டுமூன்றுமுறை, டிரஸ்ஸிங் அறையினூடே நடந்து சிறுநீர் கழித்துவிட்டு வந்தான். மனைவி குறட்டைவிட்டுத் தூங்கிக்கொண்டிருந்தாள். ரீடிங் லாம்பை அணைக்காமலேயே கணவனும் தூங்கினான்.

மறுநாள் பத்துமணிக்கு மனைவி, மாலதிக்குட்டியை எழுந்தருளச் செய்து அழைத்துவந்தாள். எண்ணெய்யையே பார்த்திராத பரட்டைத் தலைமுடி. கிழிந்து அழுக்கடைந்து கரி புரண்ட ரவிக்கை. அசுத்தமான ஒற்றை வேட்டி. அருவருப்பான நெடியுடன் கணவனின் அருகினூடே நடந்து அவள் சமையல் கட்டுக்குச் சென்றாள். அடுத்த நிமிடம் மனைவியின் உரத்தக் குரல்: “ஆங் . . . மாலதிக்குட்டி நீ குளிக்கணும். உன் பிளவ்சையும் வேட்டியையும் சோப்புப் போட்டுத் துவைக்கணும்.” சிறிது நேரத்துக்குப் பிறகு: “இந்த டவலை நீயே வச்சுக்க. இந்தா சோப்பு.”

மாலதிக்குட்டியைக் குளிக்கவைத்துச் சுத்தம் செய்யும் முயற்சிகள். நடக்கட்டும். மாலதிக்குட்டி குளித்தாள். சின்னம்மாவின் பிளவ்சையும் பாவாடையையும் அணிந்தாள். தலைமுடியைச் சீவிச் சிவப்பு ரிப்பன் கட்டினாள். பவுடரிட்டு முகத்தை அழகுபடுத்தினாள். கண்களில் வால்வைத்து மை தீட்டினாள். எல்லாம் முடிந்த பிறகு, சமையல்கட்டுக்குள் சென்று சாப்பாடு தயார்செய்யும் ஆரவாரங்களில் மூழ்கினாள்.

ஒரு தூண்டில்காரன் வாயிலைத் திறந்து இரண்டு பெரிய கறிமீன்களுடன் வந்தான். மனைவியை அழைத்து மீன் வாங்கவா என்று கேட்டான் கணவன். மனைவி வாங்கச் சொன்னாள். மீன்காரன் சென்றதும் மனைவி, முறைத்த பார்வையுடன் சொன்னாள்: “இதை வெட்டுறதுக்காக, நீங்க சமையல்கட்டுக்கு வரணும்னு இல்லை. மாலதிக்குட்டியே வெட்டிக்குவா. அவ இந்த ஊர்க்காரிதானே ?” மெதுவான குரலில் சற்றுக் கௌரவத்துடன் சொன்னாள்: “விளையாட்டையும் சிரிப்பையும் வேடிக்கையையும் இனிமேல் குறைச்சிக்கணும். தேவையில்லாமல் சமையல்கட்டுப்

பக்கமெல்லாம் வரவேணாம். எது வேணும்னாலும் இங்கிருந்தே கூப்பிட்டுச் சொன்னா போதும்."

உத்தரவு என்று மெதுவாகச் சொன்னான். மனைவி சென்றதும், குழந்தையைத் தொட்டிலோடு தூக்கிக்கொண்டு வந்து வரவேற்பறையில் தொங்கவிட்டு ரேடியோவில் சோகக் கானம் கேட்டபடி, ஆடாமல் அசையாமல் உட்கார்ந்திருந்தான். யோசிப்பதைக்கூட கௌரவம் கருதி மெதுவாகவே செய்தான். அக்கம்பக்கம் பார்த்துதான் சுவாசித்தான். சிறிது நேரத்தில் ஒரு கண்ணாடித் தம்ளரும் ஃபிளாஸ்க் நிறைய கறுப்புத் தேநீருமாக வந்த மனைவி கேட்டாள்: "சிகரெட் இருக்கா?"

"ஆங்."

"அப்படின்னா டீயைக் குடிச்சிட்டு சிகரெட் பத்த வைச்சிட்டு உட்கார்ந்து ஏதாவது எழுதுங்க. தூண்டில் போடவெல்லாம் போக வேணாம்."

"எனக்கு அந்த மீன்குளம்வரைக்கும் போகணுமே?"

"எதுக்கு?"

"விரால் தம்பதிகளின் நலமறிய ஆவல்."

"இப்ப நீங்க அதை அறிய வேணாம். உட்கார்ந்து எழுதுங்க."

கணவன் மனத்திற்குள் நினைத்துக்கொண்டான்: 'முடியாது. இது என் வீடு. கைக்காசைச் செலவழிச்சு நான் உருவாக்குன வீடு . . .'

"பேசிட்டு நிக்க நேரமில்லை. நூற்றுக்கணக்கான வேலை கிடக்கு."

மனைவி சென்றாள். கணவன் கறுப்புத் தேநீர் அருந்திவிட்டு, புகைவிட்டபடி சோகப் பாடல் கேட்டுக்கொண்டிருந்தான். எழுதுவதைப் பற்றிச் சிந்தித்தான். எழுதுவதற்கு முன் காட்சிகளெல்லாம் மனத்தில் விரியும். சோகமான இடங்களில் கண்ணீர் ததும்புவதும் சிரிக்க வேண்டிய இடங்களில் சிரிப்பதும் வாடிக்கையான நிகழ்வுகள். இப்படிச் சிரிக்கும்போது ஒரு நாள் மனைவிக்குச் சந்தேகம். எங்கோ ஒரு பெண் நிற்கிறாள் ... அவளைப் பார்த்துதான் சிரிக்கிறார் . . . அவள் எங்கே?

தேடினாள் ... சந்திர மண்டலம்வரைக்கும். யாரும் இல்லை. கீழே பரந்துவிரிந்த வயல்பரப்பும் கண்ணுக்கெட்டாத தூரம்வரை சூனிய வெளியும்.

"யாரைப் பார்த்துச் சிரிக்கிறீங்க?"

“யாரையுமில்லை.”

“கண்டுபிடிச்சேன்னா ... அவ கழுத்தைத் திருகிப்புடுவேன்.”

அந்தளவுக்குப் போகணுமா? எதுவாயினும் அதற்குப் பிறகு நான் புன்னகைப்பதில்லை. முகம் நிர்விகாரம். சிரிப்பு, அழுகை என அனைத்தையும் மனத்துக்குள் மடைமாற்றம் செய்தேன்.

“மகளே, உனக்கு இங்க நடக்குற ஏதாவது புரியுதா?”

மகள் புன்சிரிப்புடன் சொன்னாள்: “ஹக் . . .”

“எடியே” உரத்தக் குரலில் அழைத்தான்.

“என்ன?” மனைவி வந்தாள்.

கணவன் பணிவுடன் சொன்னான்: “ஹக்”

மனைவி குழந்தைக்கு ஹக் கொடுத்தபடியே சொன்னாள்: “ரேடியோவைத்தான் கொஞ்சம் சத்தமா வைங்களேன்.”

“இது சோகக் கீதம்.”

“சோகம் வேண்டாம். சந்தோஷ கீதம் போடுங்க.”

என்னுடைய வீட்டில் நானொரு கைதி . . . என்ற பாடல் இருந்தால் நன்றாக இருக்குமென்று தோன்றியது. யாராவது இதைப் பாடியிருந்தால்கூட ரிக்கார்ட் கிடைக்காது. பூமியெங்கும் காதலாகிறது ... என்றொரு அர்த்தமற்ற பாடலை உரத்தச் சத்தத்தில் வைத்தேன். குழந்தைக்குப் பால்கொடுத்துத் தொட்டிலில் கிடத்திய மனைவி சமையல்கட்டுக்குச் சென்றாள். மகள் வெளிக்கிருந்தாள்.

அதைத் துடைக்கவும் கழுவவும் பழைய துணியும் தண்ணீரும் தேவை.

“எடியே.”

மனைவி வெட்டுக்கத்தியுடன் வந்தாள். கணவன் கேட்டான்: “என்ன, கொன்னுடுவியாமா?”

“தேங்காய் உரிச்சிட்டிருந்தேன்.”

“நல்லது. குழந்தை வெளிக்கிருந்தாள். துடைக்க பழைய துணி, கழுவ தண்ணீர்.”

மனைவியே எல்லாவற்றையும் செய்துமுடித்துவிட்டு குழந்தையைத் தொட்டிலுடன் எடுத்துச் சென்றாள்.

கணவன் தனியாக.

அனாதை.

இருந்தாலும் பூக்கள் புன்னகைத்தன. பூங்காற்று தழுவியது. எங்கும் சுகந்தம் பரவியது. கணவன் எழுதும் அறைக்குச் சென்று சாய்வுநாற்காலியில் சாய்ந்தான். அப்படியே கொஞ்ச நேரம் படுத்திருந்ததும் எழுந்து நடக்க வேண்டும்போலிருந்தது. வீட்டைச் சுற்றிவரும் மனத் திடம் கை வருமா? வந்தது வரட்டுமென்ற தைரியத்துடன் படுக்கையறையினூடே டிரஸ்ஸிங் அறையைக் கடந்து கிழக்குவாசல் வழியாக முற்றத்துக்கு வந்து கிணற்றின் அருகில் நடந்தான். கொடியில் ரவிக்கையும் முண்டும். நடுக்கற்கள் வழியாகக் கீழே இறங்கி மெல்ல நடந்து மீன்குளத்தின் கல்கட்டில் சிறிது நேரம் உட்கார்ந்தான். குளத்தில் ஐந்தெட்டு ஆம்பல் மலர்கள். பத்திருபது விரால்கள் மேலெழுந்து நின்றன. மெதுவாகச் சென்று உட்கார்ந்ததால் அவை நீருக்குள் செல்லவில்லை.கொஞ்சம் தவளை பிடித்தால் என்ன? வேண்டாம். மதிலில் ஏறிச் செம்பரத்தியின் மறைவில் உட்கார்ந்து, சூனிய வெளியைப் பார்த்தான். சிறிது நேரத்தில் மனைவியின் உரத்தக் குரல்: “எங்கே இருக்கீங்க?”

“இங்கதான் இருக்கேன்.”

“சாப்பிடலையா?”

“சாப்பிட்டுருவோம்.”

கீழே இறங்கி, மேலே ஏறி, வெட்டவெளி பாத்ரூமுக்குச் சென்று முகம் கழுவினான். சாப்பிடுவதற்காக வழக்கம்போல் சமையல்கட்டுக்குச் சென்றான். அப்போது மனைவி சார்பில் பயங்கரமான ஒருமுறைப்பு. தொடர்ந்து, அதே கண்களால் சாப்பாட்டு அறையைச் சமிக்ஞை செய்தாள். என்ன விஷயம்? அங்கே சென்றபோது . . . விழாக் கோலம்.

சாப்பாட்டு மேசையில் தூய வெண்ணிறத்தில் ஒரு விரிப்பு. ஒரு காலித் தட்டு. அருகில் சூடான சோறு நிறைத்து வைக்கப்பட்ட இன்னொரு தட்டு. சோற்றை அள்ளிவைக்க எவர்சில்வர் கரம். வறுவல், பொரியல், இஞ்சிக்கறி, மோர், அப்பளம் என்று ஆறேழு வகை. கூடவே ஒரு தட்டில் ஐந்தாறு பழங்களும். போதாக்குறைக்கு மேசைமீது ஒரு பாத்திரத்தில் ரோஜாப் பூக்கள்.

கணவன் சாப்பிட்டான். பழம் தின்றான். தண்ணீர் குடித்தான். கையும் வாயும் கழுவினான். படுக்கையறைக்குச் சென்று மின்விசிறியைச் சுழலச் செய்து சிகரெட் புகைத்தபடியே படுத்திருந்தான். பிறகு சிகரெட்டை ஆஸ்ட்ரேவில் குத்தி அணைத்துவிட்டுப் படுத்துத் தூங்கினான்.

நான்குமணிக்கு மனைவி வந்து எழுப்பினாள்: “டீ குடிக்க வேணாமா?”

கணவன் குளியலறைக்குச் சென்று குளியல் போட்டு விட்டு வரும்போது சாப்பாட்டு அறையில் மேசைமீது சூடு தணியாத குழாய்ப்புட்டு, தேநீர். புட்டையும் பழத்தையும் குழைத்து உருளைகளாக விழுங்கினான். தண்ணீர் குடித்தான். கையைக் கழுவிவிட்டு வந்து தேநீர் அருந்தினான். சிகரெட் பற்ற வைத்து ரேடியோகிராமைப் போட்டு பாட்டுக் கேட்டபடியே உட்கார்ந்திருந்தான். சிறிதுநேரத்தில் பவுடரெல்லாம் போட்டு, பரிபூர்ண அழகியாக மாலதிக்குட்டி சென்றாள். தலைமுடியில் ஒரு பெரிய ரோஜாப்பூவும் சூடியிருந்தாள்.

சின்னம்மாவின் பாவாடையையும் ரவிக்கையையும் அணிந்திருந்தாள்.இரண்டும்மாலதிக்குட்டியின் அளவுக்குச்சரியாக இருந்தன. அவள் ஏறுநடைபோட்டுச் சென்றுகொண்டிருந்தாள். இந்த உலகத்துக்கே சவால் விடுவதுபோல்.

“அவங்களும் பார்க்கட்டும்.” மனைவி சொன்னாள்: “வேலைக்கு நிக்கிறவங்களும் மனுசங்கதான்னு.”

இப்போது எங்கே எழுந்தருளப்போகிறாளோ என்று நினைத்தபடி மனைவியிடம் கேட்டான்: “அவள் இப்போ எங்கே போறாள்?”

“அவளோட அம்மாவையும் அக்காவையும் பார்க்க. சும்மாதான்.”

“பூக்களைத் தவிர்க்க வேண்டும்.”

“தவிர்க்க வேண்டியவங்க தவிர்க்கட்டும்.”

மனைவியின் தலையிலும் ஒரு சிவப்பு ரோஜா. சவால் விடுவதுபோல்.

“மாலதிக்குட்டிக்கு ஒண்ணுமே தெரியலை.” மனைவி மெதுவாகச் சொன்னாள்: “மீனை வெட்டிக் கழுவிய பிறகும் கவிச்சி மாறலை. பிறகு, நானே கழுவினேன். மசால் அரைச்சதும் சரியா அரைக்கலை. பிறகு, நானே அரைச்சேன். குழந்தைமேலயும் ஒரு வீச்சம். நான் குளிப்பாட்டினேன். குழந்தையை அவள் எடுக்க வேணாம். மீன் கழுவவும் வேணாம். நானே மசால் அரைச்சிக்குவேன்.”

“ப்ரோனில் அரைச்சுத் தர்றேன்.”

“அது வேணாம். அந்தஸ்து குறைவான விஷயம். மட்டுமல்ல, அரைக்கல்லில் அரைக்கிறதுதான் ருசியாக இருக்கும்.”

“சரி, அப்ப இனி தண்ணீர் இறைக்கிறது யார்?”

“நீங்களே இறைச்சிடுங்க. மாலதிக்குட்டிகிட்ட நான் சொல்லிட்டேன். சார் உடற்பயிற்சிக்காக தண்ணீர் இறைச்சுக்குவார்னு. செடிகளுக்கெல்லாம் அவள் தண்ணீர் ஊத்திக்குவா.”

“அவள், செடிகளோட மூட்டில தண்ணீரைக் குத்தி ஊத்துவா. அவளுக்குத் தெரியாது.”

“அப்படின்னா அதையும் உடற்பயிற்சிப் பட்டியலில் சேத்துடுவோம்.”

“மிக்க மகிழ்ச்சி.”

அப்படியென்றால் மாலதிக்குட்டிக்குச் சொல்லிக்கொள்ளும் படியான எந்த வேலையும் இல்லை. சாப்பிடுவது, குடிப்பது, முடிசீவுவது, பவுடரிடுவது, ரிப்பன் கட்டுவது, பூச்சூடுவது போன்ற பணிகள் மட்டும்.

“அவள் எங்க படுத்துக்குவா?”

மனைவி சொன்னாள்: “டிரஸ்ஸிங் ரூமில. அவளுக்கு ஒரு பழைய மெத்தையும் தலையணையும் பழைய போர்வையும் கொடுத்திருக்கேன்.”

கணவன் மகிழ்ச்சி என்று சொல்லவில்லை. பொதுவாகவே கணவன் இரவுச் சாப்பாட்டைக் குறைவாகவே உண்பான். படுக்கும் நேரத்தில் பாலில் காய்ச்சிய ரவைக் கூழ் குடிப்பான். உடம்பில் நீரின் அம்சம் வற்றுவதுவரைக்கும் அடிக்கடிக் குளியலறைக்குச் செல்ல வேண்டும். மெத்தையில் தலையணையில் சாய்ந்து, போர்த்திப் படுத்திருக்கும் மாலதிக்குட்டியெனும் அழகியைக் கடந்து இரவில் நான்கைந்துமுறை போகவேண்டியதிருக்கும். அழுக்கான பதினேழை இப்படி அழகிய பதினேழாக்கி ஆணினத்தைச் சோதித்துப் பார்ப்பது முறையா? ஆண்களெல்லாம் ஒருவகையில் சஞ்சல புத்தியுள்ளவர்கள்தான். ஒப்புக்கொள்கிறேன். இருந்தும் இப்படியான தூண்டுதல்கள் எதற்கு? வேண்டாமே இந்தச் சோதனை முயற்சி. கணவன் சொன்னான்: “நான் ராத்திரி பாத்ரூமுக்குப் போகும்போது அவளை மிதிச்சுடப்போறேன்.”

“ஏன் உங்களுக்குக் கண்ணில்லையாமா?”

முகத்தில் கண்கள் இருப்பது உண்மைதான்.

“அவள் சமையல் கட்டுல படுக்கட்டும்.”

“அவளுக்குப் பயம்.”

"அப்ப, விசிட்டர்ஸ் ரூமில படுக்கட்டும். நீ இந்தப் பக்கமிருந்து தாளிடவும் செய்யலாம்."

"அதுதான் நல்லதா?"

"ஆமா."

அப்படியாக அதை முடிவு செய்தோம். மனைவி சொன்னாள்: "அவள் நல்ல ஒரு புள்ளை. எவ்வளவு அன்பு தெரியுமா? நாம வைக்கிற கறிகளைப்போல அவள் இதுவரைக்கும் சாப்பிட்டதே இல்லையாம். ஜட்ஜ் வீட்டில வைக்கிற கறிகள் வாயில வைக்க முடியாதாம்."

"இதை அவள் அங்க சொல்வாளா?"

"சொல்லாம இருப்பாளா? கண்டிப்பாச் சொல்வாள்."

இது ஒரு கௌரவம். மாலதிக்குட்டியால் வேறு முக்கியமான பயன்கள் எதுவுமில்லையென்றாலும் சின்னம்மாவின் கறிகளின் புகழை அவளால் பரப்புரை செய்ய இயலும்.

"அவளுக்குச் சம்பளம் எவ்வளவு?"

"விரும்புறதைக் கொடுத்தால் போதும்னு சொல்லியிருக்காங்க. எல்லாச் செலவும்போக, பதினைந்து ரூபாய் தர்றதா சொல்லியிருக்கேன்."

"எவ்வளவு பெரிய லாபம்." கணவன் முகத்தில் எந்தப் பாவமாறுதலும் இல்லாமல்தான் இதைச் சொன்னான். இருந்தாலும் வரிகளுக்கிடையிலும் ஒரு வாசிப்பு இருக்கிறதல்லவா?

"ஏன் அதிகமா?"

"கிடையவே . . ." என்று கணவன் சொல்ல ஆரம்பித்ததும் அழுது வீங்கிய முகத்துடன் மாலதிக்குட்டி கேட்டைக் கடந்து வந்தாள். தலையில் பூ இல்லை.

"என்ன மாலதிக்குட்டி?" மனைவி கேட்டாள்: "அழுதியா?"

"ஆமா." மாலதிக்குட்டி தொண்டைத் தழுதழுக்கச் சொன்னாள். "ஜட்ஜ் வீட்டுப் பெரியக்கா என் தலையிலிருந்த பூவை எடுத்துக் கசக்கி அடுப்பில எறிஞ்சுட்டாங்க. இளைய அக்கா முகத்திலேருந்து பவுடரை அழிச்சாங்க. என்னை நிறைய திட்டி அடிக்கவும் செய்தாங்க."

பிரச்சினைகள்!

"நம்ம வேலைக்காரியைத் திட்டவும் அடிக்கவும் அவங்களுக்கு என்ன உரிமையிருக்கு?"

"நியாயமான கேள்விதான்". கணவன் சொன்னான்: "பவுடரையும் பூவையும் தவிர்க்கணும்கிறது அவங்களோட கொள்கையல்லவா?"

"அதுக்காக? பவுடரும் பூவும் நம்முடையது. மாலதிக்குட்டி நம்ம வேலைக்காரி. இவளுக்குச் சாப்பாடு போடுறது நாம்."

"ஜட்ஜின் மகள்களிடம் ஏதாவது லா பாயிண்ட்ஸ் இருக்கும். இவளோட தோழிகளும்கூட."

மனைவி அறிவுறுத்தினாள்: "இனிமேல், மாலதிக்குட்டி அங்கே போகும்போது நீ பூ வைக்க வேணாம். பவுடரும் போட வேணாம். இங்கே இருக்கும்போது மட்டும் அதையெல்லாம் செய்துக்க."

"நல்ல முடிவு."

இப்படியாக நாட்கள் நகர்ந்துகொண்டிருந்தன. பேன் கொல்லுதல்தான் மாலதிக்குட்டியின் பிரதான பணி. சின்னம்மாவின் தலையில் பேன்கள் அருகிக்கொண்டிருந்தன.

"சின்னம்மா, சந்திரனில படகில் போயா ஆட்கள் இறங்கினாங்க?"

"என்ன கேட்கிறே? படகில் போயா?"

"சந்திரன் பால்கடலில்தானே இருக்கு?"

"சந்திரன் வானவெளியில இருக்கு. பூமியைப்போல அதுவும் ஒரு கோளம்தான். ராக்கெட்டில போய் இறங்கினாங்க."

"ராக்கெட்டா?"

"பாணம்போல போகும்."

"சார் சந்திரனுக்குப் போயிருக்காங்களா?"

"போனதில்லை."

"போவாங்களா?"

"தெரியலை."

"சார், நிறைய ஊர்களுக்குப் போயிருக்காங்க இல்லையா?"

"ஆமா."

"சார்கூட சின்னம்மாவும் போயிருக்கீங்களா?"

"சார், அங்கெல்லாம் போனது என்னைக் கல்யாணம் பண்றதுக்கு முன்னாடி."

"இனி சார் போற இடங்களுக்கெல்லாம் சின்னம்மாவும் போவீங்க. அப்ப நானும் கூட வருவேன். இல்லையா?"

உரையாடல் இப்படியாக தேச சஞ்சாரம், சந்திரமண்டலம் என்றெல்லாம் சென்றுகொண்டிருந்தது. மாலதிக்குட்டி வந்து, இருபத்தைந்து நாட்கள் கழிந்துவிட்டன. வேலைகள் எதுவுமில்லாத மாலதிக்குட்டி தின்று கொழுத்து, முழு அழகியாக மாறினாள். கணவனும் தின்று கொழுத்து ஒருவழியாக ஆனான். ஆகாமல்? சாப்பாட்டுக்குத் தினமும் எட்டு ஒன்பதுவகை கூட்டுகள். கோழிமுட்டை, சூப், இறைச்சி, மீன், இத்யாதிகள். இரவில் பால்கஞ்சி. மனைவியிடமும் நிறைய மாற்றங்கள் தென்பட்டன. மெலிந்து சோர்வடைந்துபோயிருந்தாள். அப்படியிருக்கும்போது ஒருநாள், அணை உடைந்ததுபோல் அழுதபடியே மாலதிக்குட்டி கணவனிடம் வந்து தழுதழுத்தக் குரலில் சொன்னாள்: "சார், என்னை அனுப்பிடாதீங்க. என்னைப் போகச் சொல்றாங்க."

"யாரு?"

"சின்னம்மா."

"என்ன விஷயம்?"

"ஆ . . ."

"சரி, நீ அந்தப் பக்கம் போ."

மாலதிக்குட்டி விலகியதும் கணவன் உக்கிரக் கம்பீரத்துடன் அழைத்தான்: "எடியே . . ."

மனைவி வந்தாள். அழகிய சூறாவளிபோல். வந்ததும் கணவனை எரித்துவிடுவதுபோல் பார்த்தாள். கணவனா எரிந்துகொடுப்பவன்?

"உங்க ஊர்ல என்னடி விசேஷங்கள்?"

மெதுவாக, மிக மெதுவாகச் சொன்னாள்: "நமக்கு மாலதிக்குட்டி வேணாம்."

"ஏன்?"

"நாம அழிஞ்சிடுவோம்."

"ஏன்? ஏதாவது திருடுறாளா?"

"இல்லை."

"பிறகு?"

"கழுத்தை நெருச்சிக் கொன்னுடலாமான்னு வருது."

“என்னையா ?”

“ஆமா.”

“என்னைக் கொல்றது பெரிய தப்புப் புரிஞ்சுக்க. என்னைப் போல ஒரு ரசிக சிகாமணியைக் கணவனாக அடையறது அவ்வளவு சுலபமில்லை. சரி, மகளுக்கும் அப்பா இல்லாமலாயிடுமே, என்ன பண்ணப் போறே ?”

“சரி, நானே செத்துடறேன்.”

“நான் நல்லதொரு மனைவியையும், மகள் நற்குணங்கள் பொருந்திய ஒரு அம்மாவையும் இழந்துடுவோமே, என்ன பண்ணப் போறே ?”

“இப்ப நான் என்னதான் பண்றது ?”

“முதல்ல நீ விஷயத்தைச் சொல்லு” என்று சிரத்தை யில்லாதமட்டில் சொல்லிவைத்தான் கணவன். மனது லபோ திபோவென்று அடித்துக்கொண்டிருந்தது. சிறுபதற்றமும் குடி கொண்டது. அழகான பதினேழு வயதுப் பெண். தடிமாடுபோல் கணவன். வகைவகையாக உண்டுகளித்துத் திரிபவன். எது வேண்டுமானாலும் நடப்பதற்கான வாய்ப்புகள் இருக்கின்றவே ! மனஸா வாலா கர்மனா எதுவும் நிகழவில்லைதான். கொதிக்கும் நெய்யில் கையை அமிழ்த்தவும் தயார். ஆனால் இதெல்லாம் மனைவியிடம் செல்லுபடியாகுமா ? அசம்பாவிதம் எதுவோ நிகழ்ந்திருக்கிறது. ஆகவேதான், மாலதிக்குட்டியிடம் போய்விடச் சொல்கிறாள். கணவன் மீண்டும் சொன்னான்: “என்ன நடந்ததுன்னு விவரமாகச் சொல்லு.”

மனைவி மாலதிக்குட்டியை அழைத்துச் சொன்னாள்:

“நீ ஜட்ஜ் வீட்டில போய் கொஞ்சம் கறிவேப்பிலை ஒடிச்சிட்டு வா. சீக்கிரமா வந்துடு.”

மாலதிக்குட்டி வாயிலைக் கடந்து செல்லும்வரைக்கும் பார்த்துக்கொண்டிருந்த மனைவி, வாயிலுக்கு வெளியே சென்று அவள் போய்விட்டதை உறுதிப்படுத்தி வாயிலை அடைத்துத் தாழிட்டுவிட்டு வந்தாள். கணவன் ஒரு சிகரெட்டைப் பற்ற வைத்து இழுத்து நிதானமாகப் புகை விட்டான். அடுத்து நடக்கப்போவது என்னவோ ?

“சொல்லு கேட்போம்.”

“என்ன கேட்கிறதுக்கு ? அவளை இங்கே நிறுத்தினா நாம அழிஞ்சிடுவோம்.”

“காரணம்?”

“பத்து இருபத்தைந்து நாளாக, டைனிங் ரூமில உட்கார்ந்து நல்லா வெட்டி விழுங்கினீங்க இல்லையா?”

“ . . .”

“எட்டொன்பது வகை கூட்டுகளோட உட்கார்ந்து சாப்பிட்டீங்களே, கொஞ்சமாவது நினைச்சுப் பார்த்தீங்களா?”

“யார் கேட்டா உங்கிட்ட, எட்டொன்பது வகை கூட்டு? ஒரு சுட்ட மிளகும் கொஞ்சம் உப்பும் எண்ணெய்யும் சேர்த்துக் குழைத்து இந்த உலகத்தின் முன்னால் வைத்துச் சாப்பிடவும் நான் தயாராகவே இருக்கேன்.”

“ஆனால், சாருக்கு எட்டொன்பது வகையான கூட்டுக் கறிகள் கண்டிப்பாக வேணும்னு அவள் வந்த அன்னிக்கே நான் சொல்லிட்டேன். அவள் இதை ஜட்ஜ் வீட்டிலும்போய்ச் சொல்லிட்டாள். நாம கௌரவமாக வாழுறவங்க.”

“சரி, அதுக்கு நான் இப்ப என்ன பண்ணணும்?”

“மாலதிக்குட்டியைப் போகச் சொல்லணும். அவள் இங்க இருந்தால், உங்களுக்கு ஒன்பது கூட்டுக்கறிகள் இருக்கணும். இதை இப்படியே விட்டோம்னா, வம்பா கெட்டுப்போயிடுவோம்.”

“சரிதான். ஆனால், அவளைப் போகச் சொல்ல என்னால முடியாது. இதில அவளோட தப்பு என்ன இருக்கு? அவளாக இங்க வரலை. நீ போய் அழைச்சிட்டு வந்தே. இதில அவளோட தரப்பில தப்பு எதுவுமில்லை.”

“அவள் தரப்பை மட்டும் பார்த்தால் போதுமா? அவள் இங்க நின்னா எட்டொன்பது கூட்டுக் கறிகள் வைக்கணும். முட்டை, சூப்பு எல்லாம் வேணும். இதே எண்ணத்துல நான் எலும்பும் தோலுமாயிட்டேன். மற்றவங்க குதிர் கணக்கா வீங்கிட்டாங்க.”

“கொஞ்சம் உப்பும் மிளகும் எடுத்து என் தலையைச் சுத்தி அடுப்பில போடணும்.”

“என் கண்ணுபட்டால் உங்களுக்கு ஒண்ணும் ஆகாது.”

நீண்ட சில நிமிடங்கள் மௌனத்தில் கரைந்தன. மனைவி கேட்டாள்:

“இப்ப என்ன பண்றது?”

“எனக்குத் தெரியலை. தின்னும் குடிச்சும் சும்மாவே இருக்கிற அவளுக்குப் போக வேண்டிய தேவை என்ன இருக்கு?”

“இல்லை. அவள் போய்த்தானாகணும். ஏதாவதொரு வழியைக் கண்டுபிடிச்சுச் சொல்லுங்க. கதை எழுதறவங்களுக்கு வழி கண்டுபிடிக்க முடியும்.”

மகிழ்ச்சி. நான் முதலிலேயே வேண்டாம்னு சொன்னேன் என்றெல்லாம் பாவம் அந்தக் கணவன் சொல்லவில்லை. மனைவியின்மீது பழியைப் போடுவதால் என்ன நடந்துவிடப் போகிறது? மனைவி செய்த குற்றத்தைக் கணவனும் ஏற்றுக் கொண்டே ஆக வேண்டும். ஆகவே கணவன் சொன்னான்: “நமக்கொரு ராக்கெட் வாங்கி, மாலதிக்குட்டியை அதில் கட்டி வச்சி, அதைக் கொளுத்திவிட்டு, இரவோடிரவாக அவளைச் சந்திர மண்டலத்துக்கு அனுப்பிடலாம்.”

“முட்டாள்தனமா பேசாதீங்க.”

“அப்படின்னா மாலதிக்குட்டியைச் சின்னச் சின்னத் துண்டுகளாக வெட்டி மீன்குளத்தில போட்டுடலாம். விரால்கள் குஷியாகச் சாப்பிடும்.”

“குரூரமாகப் பேசாதீங்க. நடக்குற மாதிரி ஏதாவது சொல்லுங்க.”

வாயிலில் அப்போது மூன்றுமுறை யாரோ தட்டும் சத்தம் வந்தது. மனைவி சென்று வாயிலைத் திறந்துவிட்டாள். கறிவேப்பிலையுடன் மாலதிக்குட்டி. என்ன விஷயம் என்று கேட்பதுபோல் மாலதிக்குட்டியின் அம்மாவும் நின்றிருந்தாள். ஜட்ஜின் புதல்விகளும். மூத்த செல்வி கேட்டாள்:

“என்னவோ கேள்விப்பட்டனே? மாலதிக்குட்டியைப் போகச் சொன்னதாக?”

மனைவியை எதுவும் பேசவிடாமல், தலைமைப் பொறுப்பை ஏற்றெடுத்த கணவன் சொன்னான்: “கொஞ்ச நாட்கள் நாங்க வேறொரு இடம்வரை போவதாக இருக்கோம்.”

“இவ்வளவுதானா? அப்ப நீங்க திரும்பிவந்த பிறகு இவள் வரலாமில்லையா?”

பிரச்சினைகள் ஒரு விதம் அமைதியானது. மாலதிக்குட்டியின் அம்மாவும் நீதியின் புதல்விகளும் கொஞ்ச நேரம் மனைவியுடன் பேசிக்கொண்டிருந்துவிட்டுப் புறப்பட்டார்கள். சரி, கொஞ்ச நாட்கள் எங்கே போய் இருப்பது?

மனத்தின் சுத்த கதியினால் போக்கிடமும் கிடைத்தது. எழுபத்தைந்து மைல் தொலைவிலிருந்து கே. பரமேஸ்வரன் நாயர் (சோபனா), ஏ.சி. சாபு என்னும் இரண்டு சினிமாக்காரர்கள்

வந்தனர். கணவனின் நண்பர்கள். பரமேஸ்வரன் நாயரிடம் ஒரு சினிமாவுக்கான திரைக்கதை இருந்தது. அதில் காமெடி சுத்தமாக இல்லை. கொஞ்சம் காமெடி சேர்க்க வேண்டும்.

"நாங்க இங்கே இருந்து எழுதி வாங்கிவிட்டுத்தான் போவோம்."

இது போதாதா, திருவிழா கொழுக்க?

"அதெல்லாம் தேவையில்லை." கணவன் சொன்னான், "நான் உங்க வீட்டில வந்து தங்கியிருந்து எழுதித் தந்திடறேன். எங்கூட வர்றதுக்கு மனைவியும் குழந்தையும் தயாராக இருக்காங்க."

மாலதிக்குட்டியை ஜட்ஜின் வீட்டுக்கு அனுப்பி வைத்தார்கள். அவள் கண்ணீருடன் சென்றாள். சின்னம்மாவும் சாரும் போகுமிடத்துக்கு அவளும் வருவாளாம். அதெல்லாம் ரொம்ப சிரமமென்று சொல்லி ஒருவழியாகச் சம்மதிக்கவைத்தார்கள். கணவன், மீன்குளத்தில் அதிகமாகச் சோறிட்டான். பத்து முப்பது தவளைகளையும் பிடித்துப்போட்டான். ஜன்னல்களையும் வாசல் கதவுகளையும் தாழிட்டுப் பந்தோபஸ்து செய்தான். கொஞ்சநாட்கள் பத்திரிகை போட வேண்டாமென்று ஏற்பாடு செய்தான். கடிதங்களையும் புத்தகங்களையும் தபால் நிலையத்திலேயே பாதுகாத்து வைக்க போஸ்ட் மாஸ்டர் விசுவத்திடம் சொன்னான். முன்வாசலைப் பூட்டினான். இரண்டு பெட்டிகளையும் எடுத்துக்கொண்டான். வாயிலைப் பூட்டினான். பஸ்ஸிலும் புகைவண்டியிலுமாக குடும்பத்துடன் பயணம் செய்து பரமேஸ்வரன் நாயரின் வீட்டுக்குச் சென்றான். அங்கே பத்துப் பதினைந்து நாட்கள் தங்கியிருந்தான். காமெடியைச் சேர்த்தான். பரமேஸ்வரன் நாயரின் மனைவி சௌபாக்யவதி சரஸ்வதி கொடுத்த பாலும் நெய்யும் இறைச்சியும் தின்று மனைவி கொழுத்துப் பளபளத்தாள். கடைசியில் வீட்டுக்குத் திரும்பினார்கள். பஸ்ஸிலிருந்து இறங்கி, வாயிலைத் திறக்கும்போது, பரட்டைத் தலைமுடியும் கிழிந்து அழுக்கடைந்த ரவிக்கையும் ஒற்று வேட்டியுமாக மாலதிக் குட்டி உயிருடன் ஆஜரானாள்.

நான்கு நாட்களுக்குப் பிறகு, மீண்டும் குடும்ப சமேதராக கணவனின் தம்பியின் வீட்டுக்கு விருந்துண்ணச் சென்றார்கள். அங்கே மூன்றுநாட்கள் தங்கியிருந்துவிட்டுத் திரும்பி வந்த போதும் மாலதிக்குட்டி ஆஜர்.

இவளைக் களைந்துவிட ஒரு வழியுமில்லை.

இனி என்ன செய்வது?

ராக்கெட்டில் சந்திரனுக்கு அனுப்பிவிடலாம், அல்லது விரால்களுக்கு விருந்துவைக்கலாம்.

"வேற நல்லதாக ஒரு மார்க்கமுமில்லையா?"

இருந்தது. இதை அதிர்ஷ்டமென்றுதான் சொல்ல வேண்டும். மனைவியின் வீட்டிலிருந்து ஒரு கடிதம் வந்தது. வீட்டின் அருகில் இரண்டு ஏக்கர் தென்னந்தோப்பும் ஒரு வீடும் விற்பனைக்கு வந்தது. பன்னிரண்டு மாமரங்கள், இரண்டு பலாமரங்கள். மாதமொன்றுக்குச் சராசரியாக ஆயிரம் தேங்காய்கள் கிடைக்கும். குறைந்த விலைதான். நல்ல லாபம். சீக்கிரமாக வரவும். சீக்கிரமாகவே போக முடிந்தது. சொல்லிவைத்தது போல் கணவனின் வீட்டுக்கும் விலைக்கு ஆள் வந்தது. எட்டாயிரம் ரூபாய் லாபத்தில் வீடு விற்பனையானது. எல்லாச் சாதனங்களுடன் கணவனும் மனைவியும் குழந்தையும் லாரியில் இருநூற்றைம்பதுமைல் தொலைவுக்குப் பயணமானார்கள். நீதிபதியின் புதல்விகளிடம் விடைபெற்றார்கள். மாலதிக்குட்டியிடமும். மனைவிதான் அவளுக்கு ஆறுதல் சொன்னாள். என்ன சொன்னாள் என்று தெரியவில்லை. இரண்டு பழைய புடவைகளும் இரண்டு ரவிக்கைகளும் இருபது ரூபாயும் கொடுத்தாள். கூடவே பாயும் தலையணையும் டவலும் சோப்பும். கணவனும் ஸ்பெஷலாக ஐந்து ரூபாய் கொடுத்தான். இப்படியாக தங்கள் பயணத்தை மங்களகரமாகத் தொடங்கினார்கள்.

அன்று சாயங்காலம் மனைவியின் வீட்டுக்குச் சென்ற மறுநாள், புதிய வீட்டையும் தோட்டத்தையும் போய்ப் பார்த்தார்கள். பன்னிரண்டு சென்டுக்குப் பதிலாக, இருநூறு சென்ட். சில தென்னங்கன்றுகள் காய்ப் பருவத்தை அடைந்திருந்தன. ஒருவருடம் கழிந்தால் இரண்டாயிரம் தேங்காய் கிடைக்கும். விறகுக்கும் பஞ்சமில்லை. முன்பணம் கொடுத்து ஒப்பந்தமும் எழுதியாகிவிட்டது. பத்திரமும் தயார். புதிய வீட்டில் குடியேற சிலநாட்களாகும். மனைவியின் வீடு மிகவும் பழையது. அதன் மாடியில் வழிப்பயணிகள்போல் தங்கியிருந்தார்கள். மாடி முழுவதும் கணவன் மனைவியின் பொருட்கள். குழந்தையின் தொட்டிலின் அருகில் இரண்டு பேரும் படுத்துக்கொள்வார்கள். அங்கே மின்சார விளக்குகள் கிடையாது. ஒரு விளக்கு இரவு முழுவதும் எரியும். திருடன்களின் தொந்தரவு அதிகமுள்ள பகுதி. கைவசம் ஒரு பையில் நாற்பத்து ஐயாயிரம் ரூபாய் இருந்தது. பெரிய பிச்சுவாக்கத்தியுடன் கணவன் இரவு முழுவதும் தூங்காமல் காவல் இருப்பான். மூன்றுமணிக்கு, மனைவியை எழுப்பிக் கத்தியை அவளிடம் கொடுத்துவிட்டுக் கணவன் தூங்கச் செல்வான். இப்படியான ஒரு அதிகாலையில் காவல் மனைவி கண்ணயர்ந்தாளா என்றொரு சந்தேகம். கத்தியுடன் மனைவி கண்விழிக்கும்போது நாற்பத்து ஐயாயிரம் ரூபாய் இருந்த பையைக் காணோம்.

கணவனைத் தட்டியெழுப்ப வேண்டிய தேவையே இல்லை. தொட்டதும் விழித்துக்கொண்டான். மனைவியின் முகத்தில் இரத்தஓட்டம் நின்றுபோயிருந்தது. வெளிறிப்போய்ப் பதற்றத்துடன் பேச இயலாமலிருந்தாள். ஒருவழியாகச் சொன்னாள்: "பணமிருந்த பை . . ."

"கத்தியை உங்கிட்ட தரும்போது பை இருந்ததே?"

"இருந்தது. நான் கண்ணயர்ந்துட்டேன்னு தோணுது."

"காவலாளி தூங்கக் கூடாது. பழங்காலச் சட்டமாக இருந்தாலும் இப்பவும் அப்படித்தான்."

"என்ன பண்றது? போலீசுக்குச் சொல்லலாமா? அவங்க கிட்ட நாய்கள் இருக்குமே? திருடனை மோப்பம் பிடிச்சுக் கண்டுபிடிச்சுடும்."

"மோப்பம் பிடிச்சால் என்னைத்தான் வந்து பிடிக்கும்." கணவன் போர்வையின் அடியிலிருந்து பையை எடுத்துக் காட்டினான். மனைவி பையைத் திறந்து பார்த்தாள். பணம் பத்திரமாக இருந்தது. மனைவி கோபத்தில் ஜொலித்தாள். அலறுவதுபோல் மெதுவாகச் சொன்னாள்:

"என் கையில பிச்சுவாக்கத்தி இருக்கு. நான் . . ."

"என்னைக் கொன்னுட்டா, என்னைப்போல ஒரு பண்பாட்டுப் புருஷன் எங்கிருந்து கிடைப்பான்? இருக்குறவன் எல்லாமே என்னைப்போல வெறும் புருஷன்கள்தான்."

"அப்படியே நகத்தால கிழிச்சுடலாமான்னு தோணுது."

"ஆசைகளை அடக்கியாளணும்னு புத்த பகவான் சொல்லியிருக்கார். இச்சைகளை அடக்கினால் இச்சாபங்கம் ஏற்படாது."

"நான் இப்ப மாலதிக்குட்டியை நினைச்சுப் பார்த்தேன்."

"அவளோட ஒரு ஃபோட்டோவை வாங்கியிருக்கணும்."

"நம்ம ஃபோட்டோவை அவகிட்ட கொடுத்திருக்கேன்."

சிலநாட்களுக்குப் பிறகு, விலை ஆதாரம் நடந்தது. பணத்தைக் கொடுத்துவிட்டுப் புதிய வீட்டுக்குக் குடி வந்தார்கள். ஏற்கெனவே அது வெள்ளையடிக்கப்பட்டு, மின்சார வசதிகள் செய்யப்பட்டிருந்தன. கிட்டத்தட்ட இருநூறு ரூபாய் செலவுசெய்து ரோஜாச்செடிகள், போகன்வில்லா, கொய்யா போன்றவை நடப்பட்டன. ஒரு கறவைப் பசுவும் வாங்கப்பட்டது. ஒரு நாயும். செடிகள் அனைத்தும் வளர்ந்து பூ விட்டன. அதிர்ஷ்டம் அதிகமான

ஒரு கணவனும் மனைவியும்

நிலையில் ஓர் ஆண் குழந்தையும் பிறந்தது. ஏராளமான புதிய நண்பர்கள் கிடைத்தனர். மனைவிக்கு ஏராளமான தோழிகளும்.

அவர்கள், "இங்க வேலைக்காரி இல்லையா?" என்று கேட்டார்கள்.

"இல்லை. நல்லவளா ஒருத்தி கிடைக்கணுமே?"

வேலைகள் நிறையவே இருந்தன. இரண்டேக்கர் தோட்டமல்லவா? இரண்டு குழந்தைகளும். பால்கறக்க வேண்டும். சமையல் செய்ய வேண்டும். ஏராளமான விருந்தினர்கள் வருவார்கள். இருந்தாலும் பெருமைக்காகச் சொல்லிக்கொள்வாள்: "நல்ல ஒரு வேலைக்காரியைத் தேடிட்டிருக்கோம்."

கணவன் சொல்வான்: "சாப்பாட்டுக்குக் கூட்டுக் கறிகள் சரியில்லை. ரொம்பக் குறைவாக வேற இருக்கு. மாலதிக்குட்டியை வரவழைச்சுட வேண்டியதுதான் . . ."

அப்படி இருக்கும்போது நீதிபதியின் மகள்களின் கடிதம் வந்தது. இரண்டுபேருக்கும் திருமணம் உறுதிசெய்யப்பட் டிருக்கிறது. அண்ணனும் தம்பியும். இன்னொரு நீதிபதியின் மகன்கள்.

கணவன் சொன்னான்: "அதிர்ஷ்டம் நெருங்கிடுச்சு. இரண்டு ஆண்கள் பிரசவித்த மங்களச் செய்தி வரும்."

மனைவி சொன்னாள்: "வேறொரு விசேஷம். நாம இங்க வரும்போது மாலதிக்குட்டிகிட்ட நாங்க சந்திர மண்டலத்துக்குப் போறோம்னு சொல்லியிருந்தேன். ஜட்ஜின் மகள்கள் அதைக் குறிப்பிட்டுதான் எழுதியிருக்காங்க. முழுநிலவு உதித்து நிற்கும்போது அதைப் பார்த்தபடியே மாலதிக்குட்டி சொல்வாள்: அந்த சாரும் சின்னம்மாவும் சந்திரனில் இப்ப என்ன பண்ணிட்டிருப்பாங்க?"

இப்படியெல்லாம்தான் நாங்க கௌரவமாக வாழ்ந்துட்டிருக்கோம்.

1975

சிரிக்கும் மரப்பாச்சி

சிரிக்கும் மரப்பாச்சி. இதை எந்தக் கலைஞன் உருவாக்கினான் என்று தெரியவில்லை. விலையுயர்ந்த பளபளக்கும் இரத்தினக் கற்கள் அதனுள் இருந்தன. இரண்டரை லட்சத்திற்குமதிகமான விலையுள்ள அந்த மரப்பாச்சி அமைதியாகச் சிரித்தது.

உலகம் சிருஷ்டிக்கப்பட்டபோதே அந்த இரத்தினக் கற்களும் சிருஷ்டிக்கப்பட்டிருக்க வேண்டும்; அல்லது உலகம் தோன்றிய இலட்சக்கணக்கான வருடங்களுக்குப் பிறகு உருவானதாகவும் இருக்கலாம். லட்சோபலட்சம் வருடங்கள் அவை பூமிக்குள் புதைந்துகிடந்தன. கால மாற்றங்களுக்குப் பிறகு மனிதன் அதைத் தோண்டியெடுத்துப் பட்டை தீட்டி மெருகுபடுத்தினான். பல நிறங்களில் பிரகாசிக்கும் இரத்தினக்கற்களாக. பிறகு, யாரோ அவற்றையெல்லாம் பஞ்சில் சுருட்டி இந்தச் சிரிக்கும் மரப்பாச்சிக்குள் வைத்திருக்கிறார்கள். அது கப்பலில் கடல்கடந்து வந்திறங்கி இருக்கலாம். அதைத்தான் யாரோ கடலோரத்தில் புதைத்து வைத்திருக்கிறார்கள். எதற்காக? யாருக்குமே தெரியாது. எந்த யூகமுமில்லை. பிறகு, புதைத்த இடத்தை மறந்துபோயிருக்கலாம். அது, கடலோரத்தில் அலைகள் வந்து போகுமிடத்தில் ஈர மணலில், தலைநிமிர்ந்து உடல் புதைந்து நின்று சிரித்தது.

அந்தச் சிரிக்கும் மரப்பாச்சியை மையமாகக்கொண்டு ஒரு சிறு காதல் கதையும் இருந்தது. பலர் அந்த மரப்பாச்சியைத் தங்களையறியாமல் மிதித்து மணலில் தாழ்த்தியிருக்க வேண்டும். அலைகள் வந்துபோய், மணல் சற்று விலகும்போது மரப்பாச்சியின் தலை தெரியும். யார் கண்ணிலும் படாமல் அது அப்படியே சிரித்தபடி நிற்கிறது. பூமியின் புதையலாக. அது யார் கண்ணில் படுமோ? யாருக்கு அந்த யோகம் வாய்க்கப்போகிறதோ?

அலைகள்போல் காலங்கள் அப்படியே கடந்து போகின்றன.

நேரடியாகப் பார்த்தோமென்றால் கடற்கரை ரம்மியமானதுதான். தடையேதுமற்ற சுத்தமான காற்று. ஆனால் கடற்கரையை மனிதன் மாசுபடுத்திவிட்டான்; தூய்மை செய்ய யாருமில்லை. மல ஜல உபாதைகளைத் தன்னிஷ்டம்போல் வெளிப்படையாகவே மனிதன் கடற்கரையில் தீர்த்துக்கொள்கிறான். மற்றொருபுறம், சாயங்காலக் காற்று வாங்க ஆண்களும் பெண்களும் அணிந்தொதுங்கி, கறுத்திருண்ட பாறைக்கூட்டங்களின் மீது வந்தமர்ந்துகொள்கிறார்கள். பக்கத்தில் துறைமுகம். அதில் வந்து சேரும் பாய்மரக் கப்பல்கள். கடலில் தொலைவில் நீராவிக் கப்பல்கள் நிற்கும். அதிலிருந்து பெரிய பெரிய படகுகளில் சரக்குகள் வந்திறங்கும். கடலோரத்திலிருக்கும் இந்தச் சிறிய நகரம் புராதனப் பெருமையுடையது; அசிங்கமானதும்கூட; இருக்கட்டுமே? சாலமன் சக்கரவர்த்தியின் காலம் முதலே புகழ்பெற்ற நகரமல்லவா? சுலைமான் நபியின் காலம்.

வருடங்கள் பல்லாயிரம் கடந்துபோய்விட்டன. இருந்தும் அந்தச் சிறுநகரம் பெரிய மாற்றமெதுவும் அடைந்துவிடவில்லை.

புராதனமான அந்தத் துர்நாற்றமும் நிலைபெற்றிருக்கிறது. கடலோரப் பகுதிகளின் அழகு, தூய்மை போன்ற விஷயங்களில் மனிதன் ஏன் கவனம் செலுத்துவதில்லை? ஏன் இந்த அழகுணர்ச்சி அவனிடம் உருவாகவில்லை? மை தீட்டவும், பவுடர் போடவும், ஸ்பிரே அடிக்கவும், அத்தர் பூசவும், ஹை ஹீல்ட் செருப்பு அணியவுமெல்லாம் கற்றுக்கொண்டார்கள். ஆண்கள் மயிர் வளர்க்கவும் கிருதா வைக்கவும் பழகிவிட்டார்கள். பலரும் இப்போது டிரான்சிஸ்டர் ரேடியோவுடன்தான் திரிகிறார்கள். மக்கள் நாகரிகமடைந்துவிட்டார்கள். எங்கே பார்த்தாலும் அரசியல் கட்சிகளின் சாயம் தோய்த்த கொடிகளின் அணிவகுப்புதான். ஊர்வலங்களும் கோஷங்களும் ஏராளம். கூடவே ரேடியோவும் ஒலிபெருக்கிகளும் டெலிவிஷனும். அந்த நகரத்திற்கு பஸ் வசதிகளும் உண்டு. வியாபாரிகள், முக்குவர்கள், பள்ளிவாசல்கள், இரண்டு மூன்று இந்துக் கோயில்கள், ஒரு சர்ச். மூன்றின் வழிபாட்டுமுறைகளும் இப்போது ஒலிபெருக்கி மூலமாகத்தான் நடக்கின்றன. அங்கே ஒரு ஹைஸ்கூலும் இருந்தது. ஓரிரு மதறஸாக்களும் ஓரிரு பஜனை மடங்களும் ஒரு அங்கன்வாடியும் இருந்தன. அப்புறம், ஒரு சினிமா கொட்டகை, ஒன்றிரண்டு கள்ளுக்கடைகள், இரண்டு மூன்று சாயாக் கடைகள், ஐந்தாறு நாற்றம்பிடித்த ஓட்டல்கள். போலீஸ் ஸ்டேஷன் கிடையாது. ஒரு கஸ்டம்ஸ் ஆஃபீஸ் இருந்தது. ஒரு மீன் சந்தை. காய்கறிக்கடைகளும் கறிக்கடைகளும் சோடாவும் மற்ற சாதனங்களும் விற்கும் நிறைய பெட்டிக் கடைகளும் இருந்தன. சாராயம் தாராளமாகக் கிடைக்கும். சாராயம் காய்ச்சுவதும் கள்ளக் கடத்தலும்தான் பிரதானத் தொழில். தெருக்கள், நாற்றம் பிடித்ததும் நெரிசல் மிகுந்ததுமாக இருந்தன. பாய்மரக்கப்பலில் வரும் வெளிநாட்டவர்களில் அதிகமும் அரபிகள்தான். அவர்களது பாய்மரக் கப்பல்களைப் பழுதுபார்க்குமிடங்களும் இருந்தன. அப்படியான இடத்திலிருந்த ஒரு அலுவலகத்தில் ஒரு டைப் ரைட்டிங் மெஷினிருந்தது. அதில் முதலாளியே தன் தேவைக்கான கடிதங்களை ஒரு விரலால் டைப்செய்வார். முன்பு அங்கே ஒரு டைப்பிஸ்ட் இருந்தாள். வியாபாரம் நொடித்த பிறகு டைப்பிஸ்ட் வருவதில்லை.

அப்படியிருக்கும்போது, டைப் ரைட்டிங்கும் ஷார்ட் ஹான்டும் உயர்ந்த மதிப்பெண்களோடு வெற்றிபெற்ற ஒரு முஸ்லிம் பெண் அங்கு வேலை கேட்டு வந்தாள். ரம்லத்து பீவி. இருபத்தொரு வயது. பார்வைக்கு ரொம்பவெல்லாம் அழகாக இருக்கமாட்டாள். இலேசான கறுப்புநிறம். நல்ல ஆரோக்கியவதி. பார்ப்பவர்களுக்கு, ‘பாவம், நல்ல பெம்புள்ளே புள்ளெ’ என்று சொல்லத் தோன்றும். நல்ல அடக்கவொடுக்கமானவள். மதரீதியான கல்வியுடன் ஸ்கூல்

பைனலும் முடித்திருந்தாள். பிறகு, ஷார்ட் ஹான்டும் டைப் ரைட்டிங்கும் முடித்தாள். அதிலும் முதல் தரமாக வெற்றிபெற்றாள். அந்தச் சிறுநகரத்தில் இவ்வளவு திறமைவாய்ந்த ஒரேயொரு முஸ்லிம் பெண் ரம்லத்து பீவி மட்டும்தான். நிறைய இடங்களுக்கு அவள் விண்ணப்பங்கள் அனுப்பியிருந்தாள். எந்தப் பலனுமில்லை. உதவி செய்ய யாருமே இல்லை. யாராவது உதவ வேண்டுமே.

உதவி கிடைத்தது. வாரத்தில் மூன்று நாட்கள் வந்து வேலை ஏதாவது இருந்தால் டைப் செய்து கொடுத்தால் போதும். மாதம் இருபது ரூபாய் கிடைக்கும். அறுநூறோ ஆயிரமோ சம்பளம் வேண்டுமென்று கேட்க முடியுமா? ஒப்புக்கொண்டாள். வேறு வழியில்லை. அவளுக்கு உம்மா மட்டுமே இருந்தாள். சிறிய ஒரு ஓட்டுவீடும் இருபது சென்டு நிலமும் சொந்தமாக இருந்தன. தென்னைகளிலிருந்து மாதம் ஒன்றுக்கு உத்தேசமாக நூறு தேங்காய்கள் கிடைக்கும். அதை வைத்து வாழ்க்கையை நகர்த்துவது மிகவும் கடினமாகயிருந்தது. ஊர், வழக்கம்போல் வறுமையின் பிடியில்தான் இருந்தது. அரிசியும் பிற சாதனங்களும் தீப்பிடித்த விலை. உம்மா, மம்முஹாஜி என்ற பக்கத்திலுள்ள பெரிய பணக்காரரின் வீட்டில் மசால் அரைப்பது, காய்கறி நறுக்குவது, குளிப்பதற்குத் தண்ணீர் மொண்டுவைத்துச் சூடாக்குவதுபோன்ற வேலைகளைச் செய்துவந்தாள். மத்தியானச் சோறும் மாதம் ஐந்து ரூபாயும்கிடைக்கும்.கிடைக்கிறசோற்றைஉம்மா மத்தியானத்திற்குப் பிறகு பத்திரமாக வீட்டுக்குக் கொண்டுவந்துவிடுவாள். அதை உம்மாவும் ரம்லத்து பீவியுமாகச் சேர்ந்து சாப்பிடுவார்கள். ரம்லத்து பீவியிடம் ஆக மொத்தம் இரண்டு சேலைகள் இருந்தன. அதுகூட இலேசாகக் கிழியத் தொடங்கியிருந்தது. அப்படியாக, அடித்துப்பிடித்து மாதம் இருபது ரூபாய் சம்பளத்திற்கு ரம்லத்து பீவி டைப்பிஸ்டு வேலை செய்து வந்தாள். அவள், வேலை முடிந்து வீட்டுக்குத் திரும்பி வருவதற்கு இரண்டு வழிகளிருந்தன. சந்தைவழியாகவும் கடற்கரை வழியாகவும் வரலாம். சந்தைவழியே வருவதென்றால் குடிகாரர்களின் பிரச்சினையிருந்தது. கடற்கரை வழிதான் பரவாயில்லை. அதிகமாக ஆட்களிருக்க மாட்டார்கள். முக்குவர்களின் குடிசைகள்; உலரப்போட்டிருக்கும் வலைகள்; கரையேற்றப்பட்ட படகுகள்; நிர்வாணமாக ஓடி விளையாடும் முக்குவக் குழந்தைகள்; நாய்கள், பன்றிகள், பசுக்கள், எருமைகள், ஆடுகள், கோழிகள், பூனைகள், பருந்துகள், காகங்கள். காற்று வாங்க வந்து அங்குமிங்குமாகக் கறுத்த பாறைக்கூட்டங்களில் அமர்ந்திருப்பவர்கள். இருந்தாலும் பரவாயில்லை. பரந்து விரிந்த பெரிய கடல். அலைகளின் பேரிரைச்சல். வட்டமிட்டுப் பறக்கும் கடல் காகங்கள். தொலைதூரப் பிரதேசங்களிலிருந்து துறைமுகத்திற்கு வந்துகொண்டிருக்கும் பாய்மரக் கப்பல்கள்.

அமைதியான மாலைப்பொழுது. இளம் குளிர்காற்று. சூரியன், மேற்கின் அத்துவானத்தில். ஆனாலும் வெப்பமிருந்தது. இளம் நீலச் சித்திரவேலைப்பாடுகள் கொண்ட வெள்ளைச் சேலையின் முந்தானையால் தலையை மறைத்தபடி ரம்லத்து பீவி மெல்ல நடந்து வருகிறாள். கடலைப் பார்க்கும்போதெல்லாம் அவளுக்கு வாப்பாவின் நினைவு வந்து மனத்திற்கு வருத்தமாக இருக்கும்.

அப்படி, மனச்சோர்வுடன் அலைகள் வந்துபோகும் ஈர மணலினூடே ரம்லத்து பீவி நடந்துவரும்போது அலை வந்துபோன அந்த இடத்தில் உருண்டையாக எதுவோ ஒன்று அமிழ்ந்துகிடக்கிறது.

இது என்னது? அவள் வலது காலின் பெருவிரலால் மண்ணைக் கிளறிவிட்டாள். ஒரு சிறு தலைப்பகுதி. அப்போது ஒரு அலை பாய்ந்துவந்து எல்லாவற்றையும் மறைத்துவிட்டுச் சென்றது. ரம்லத்து பீவி, சேலையை மூட்டுக்குமேல் உயர்த்திக் கொண்டாள். அலைபோனதும் அவள் அந்த இடத்தில் குத்துக் காலிட்டு அமர்ந்து கைகளால் ஈர மணலைக் கிளறினாள். கிளறிக்கிளறி அவள் அதை வெளியே எடுத்தாள். சுமார் ஓர் அடி நீளமுள்ள ஒரு சிரிக்கும் மரப்பாச்சி.

சிரித்துக்கொண்டிருக்கும் மரப்பாச்சிப் பொம்மை!

நல்ல கனமாகயிருந்தது.

அவள் உப்பு நீரில் நன்றாக அலசி அதைச் சுத்தம் செய்தாள். பெரிய பானை வயிறுள்ள ஒரு உருவம். சம்மணமிட்டு உட்கார்ந்திருக்கிறது. பத்து நாற்பது வயதிருக்கும்போல் தோன்றியது. சிரிக்கிறது.

இந்தச் சிரிக்கும் மரப்பாச்சியை என்ன செய்வது? நுட்பமாகப் பார்த்தபோது அதன் கழுத்தில் ஒரு கோடு தெரிந்தது. தலையைப் பிடித்துப் பலமாகத் திருப்பினால் தலை உருவி வந்துவிடுகிறது. உள்ளே சுத்தமான வெண்ணிறப் பஞ்சு தெரிந்தது. பஞ்சுக்குள் இரண்டரை இலட்சத்திற்குமதிகமான விலையுள்ள, பளபளக்கும் இரத்தினக்கற்கள் உள்ளன. யாரிடமும் காட்டாமல் அவளிடம் அதை நேராக வீட்டுக்குக் கொண்டுபோகச் சொல்வதற்கு யார் இருக்கிறார்கள்?

அவள் அந்தப் பெரும்புதையலுடன் கறுத்த, வறுவறுத்தப் பாறையின்மீது ஏறி அமர்ந்தாள். மரப்பாச்சியைத் தன் எதிரிலேயே வைத்துக்கொண்டாள். இது என்ன உருவம்? பார்த்துச் சிரிக்கிறதே! யாருடையவாவது ஏதாவது தெய்வமாக இருக்குமோ? இங்கே எப்படி வந்தது? புதைத்துவைத்தது யார்? ஏன் புதைத்துவைத்தார்கள்?

அவள் கடலைப் பார்த்தாள். அலைகள் சீறிப்பாயும் விசாலமான கடல்பரப்பு பயத்தை உருவாக்குகிறது. கடல் காகங்கள் சிறு சத்தங்களுடன் பறந்து அலைகளில் அமருகின்றன. சிறுசிறு மீன்களைக் கொத்தியெடுத்து விழுங்குவதற்காக இருக்கலாம். அந்தக் காகங்களால் எப்படி அலைகளின்மீது உட்கார முடிகிறது? அவளுக்கு வாப்பாவைப் பற்றிய சோக நினைவுகள் வந்தன. வாப்பா, பரந்த மனோபாவமுள்ளவர். அன்பாக வளர்த்தினார். படிக்க வைத்தார். முஸ்லிம்கள், பிள்ளைகளைப் பாடசாலைக்கு அனுப்பிக் கல்வி பயிலச்செய்வதில் அக்கறை காட்டாத இந்தக் காலத்தில் மதரீதியிலான கல்வியுடன் கூடவே பாடசாலைக்கும் அனுப்பினார் வாப்பா. கப்பலிலிருந்து படகுகளில் இறக்கப்படும் சரக்குகளுக்குக் கணக்கெழுதுவதுதான் வாப்பா செய்துவந்த வேலை. நல்ல வருமானமும் கிடைத்து வந்தது. தினமும் இரவு வீட்டுக்கு வரும்போது அவளுக்கும் உம்மாவுக்கும் சாப்பிடுவதற்கு ஏதாவது இனிப்புப் பண்டங்கள் வாங்கிவருவார். ஒருமுறை, பருப்புவடை வாங்கி உப்பும் எரிப்புமாகக் கறுமுறுவென்று தின்பதற்கு ஆசையாக இருந்தது. வாப்பாவிடம் சொன்னாள். பிறகு, தினமும் பருப்பு வடையுடன்தான் வருவார் வாப்பா. அடிக்கடி, பழ ரோஸ்டும் வாங்கிவருவார். வாழ்க்கை நிம்மதியாகக் கழிந்துகொண்டிருந்தது. டைப் ரைட்டிங் – ஷார்ட் ஹான்ட் பரீட்சையில் முதல் தரத்தில் பாஸானபோது மகிழ்ச்சிக்குப் பதிலாக வேதனைதான் ஏற்பட்டது. விபத்து நிகழ்ந்துவிட்டது. காற்றும் மழையுமுள்ள ஒரு சாயங்காலம். நிறைய சாதனங்களுடன் திரும்பிய ஒரு படகு, சூறாவளிக் காற்றில் அகப்பட்டு அதிலிருந்த மனிதர்களுடன் சேர்ந்து கடலில் மூழ்கிப்போனது. நிறைய பேர்களைக் காணவில்லை. அதில் வாப்பாவுமிருந்தார். எல்லாவற்றையுமே கடல் விழுங்கிவிட்டது. குடும்பம் அனாதையானது. அப்படியாக உம்மா, மம்முஹாஜி வீட்டு வேலைக்காரியானாள். மம்முஹாஜியை ரம்லத்து பீவி பார்த்ததில்லையென்றாலும் அவரைப் பற்றிய நிறைய கதைகளைக் கேள்விப்பட்டிருக்கிறாள். பிக்பாக்கெட்டும் திருட்டும்தான் மம்முஹாஜியின் ஆரம்பகாலத் தொழில். பிறகு சாயாக்கடை தொடங்கினார். ரோட்டோரத்தில் ஓலை வேய்ந்த ஒரு கட்டடம். அதில் இரண்டு மூன்று பெஞ்சுகள், ஒரு கள்ளிப்பலகை அலமாரி, ஒரு செயர், ஒரு மேஜை, கொஞ்சம் தம்ளர்களும் தட்டுகளும். உணவு வகைகளாக: இரண்டு மூன்று பழக்குலைகள், குழாய்ப்புட்டும், பொரித்த அப்பளமும், எருமை இறைச்சியும், சாயாவும். கடைக்கு நிறைய ஆட்கள் வருவார்கள். அதிகமும் பாய்மரக் கப்பலில் வரும் அரபிகள்தான். தங்கக் கடத்தலின் பொற்காலம் அது. அரபு நாடுகளிலிருந்து கடத்திக்கொண்டுவரும் தங்கத்தால் பலர் பணக்காரர்களாக ஆனார்கள். மம்மு

பணக்காரனானது ஒரு நயவஞ்சக மோசடி மூலம். கடத்தல் தங்கம் விற்ற இரண்டு இலட்சம் ரூபாயை ஒரு அரபி, புதிய மண்ணெண்ணெய் டப்பாவிலடைத்து ஈயத்தை உருக்கியூற்றி டப்பாவை மூடிக்கொண்டு வந்துகொண்டிருந்தான். அப்போது அவனுக்குக் கஸ்டம்ஸ்காரர்கள் தன்னைப் பின்தொடர்ந்து வந்துகொண்டிருப்பதாகத் தோன்றியது. பயமாகவுமிருந்தது. அந்த அரபி, தன் நண்பனான சாயாக்கடை மம்முவின் கையில் டப்பாவைக் கொடுத்துவிட்டுச் சொன்னான், "இது இங்கேயே இருக்கட்டும். நாளைக்கு வந்து எடுத்துக்கொள்கிறேன்."

அரபி போய்விட்டான், ஒரே போக்காக என்று சொல்வதைப்போல்.

டப்பாவுக்குள்ளிருந்த இரகசியத்தைப் புரிந்துகொண்ட மம்மு இரவு கடையை அடைத்த பிறகு பெஞ்சுகளிலும் அலமாரியிலும் நிறைய மண்ணெண்ணெய்யை ஊற்றித் தனது கடைக்குத் தீவைத்துவிட்டார். மறுநாள் அரபி வந்தபோது மம்முவின் எரிந்து சாம்பலாகிப்போன சாயாக்கடையைத் தான் கண்டான். அதில் கறுத்துச் சுருண்டுபோன டப்பாவும் கிடந்தது. அரபி, மம்முவைப் பார்த்து நெஞ்சிலடித்து வாய் விட்டழுதான். மௌனமாகவும் அழுது தீர்த்தான்.

எப்படியோ, மம்மு பணக்காரனாகிவிட்டார். இரண்டு தடவை மக்காவுக்குப் போய் புனித ஹஜ்ஜையும் நிறைவேற்றிக் கொண்டார். அப்படி பிக்பாக்கெட்காரனும் திருடனும் சாயாக் கடைக்காரனுமாக இருந்த சதிகார மம்மு மதிப்புக்குரிய மம்முஹாஜியாரானார். பெரிய முக்கியஸ்தரானார். இதெல்லாம் ரம்லத்து பீவி பிறப்பதற்கு முன் நடந்த விஷயங்கள். மம்முஹாஜி மொத்தம் ஏழு திருமணம் செய்தார். இதில் நான்குபேரைத் தலாக் செய்தார். மீதி மூன்று மனைவிகள் இருந்தனர். ஏழு மனைவிகளிலுமாக இருபத்துநான்கு பிள்ளைகள். இதில் கொஞ்சம்பேர் அனாதைகளாக, அலவலாதிகளாகத் திரிகின்றார்கள். மம்முஹாஜிக்கு எப்போதும் புத்தம் புதியதாகத் திருமணம் செய்துகொண்டே இருக்க வேண்டும். ஏதாவது வீட்டில் குமரிப் பெண்கள் இருப்பதாக அறிந்தால் உடனே, "எனக்கே கெட்டி வெச்சுரு" என்று கேட்டுப்போய்விடுவார். சம்மதிக்காத வீட்டுக்காரர்களுக்கு மம்முஹாஜி பலவிதங்களிலும் தொந்தரவு தருவார். மம்முஹாஜியிடம் இதற்கான ஆட்களும் இருந்தார்கள். அப்படிப்பட்ட மம்முஹாஜியின் வீட்டில்தான் உம்மா வேலை செய்கிறாள். எல்லாமே வாப்பாவின் மரணத்துக்குப் பிறகு ஏற்பட்ட கிரஹப் பிழைகள்தான். ஒரு நல்ல காலம் எப்போது வரப்போகிறதோ?

"ஹா... சிரிக்கிற மரப்பாச்சிப் பொம்மை" யாரோ பின்னால்! வசீகரமானகுரல். ரம்லத்து பீவி திடுக்கிட்டுத் திரும்பிப் பார்த்தாள். புன்சிரிப்புடன் உயரமான ஓர் இளைஞன். நல்ல வெளுப்பாக இருந்தான். முடியைப் பின்புறமாகச் சீவி ஒதுக்கியிருந்தான். சிறுகோடுபோன்ற மீசை. பளபளக்கும் கண்கள். வெள்ளைச் சட்டையும் வெள்ளை வேட்டியும். கையில் ரிஸ்ட் வாட்சும் அணிந்திருந்தான். கால்களில் செருப்பும் கட்கத்தில் ஒரு செய்தித்தாளும்.

ரம்லத்து பீவியின் மனத்திற்குள் ஏனோ ஒரு உற்சாகமேற் பட்டது. இதுவரை பார்த்திராத அந்த இளைஞன்மீது திடீரென்று அவளுக்குக் காதல் உருவானது. கட்டிப்பிடித்து முத்தமிடலாம் போல் தோன்றியது. இதெல்லாம் நொடிப்பொழுதில் உருவான உந்துதல்கள்தான். தனது வெள்ளைப்பற்களைக் காட்டி அவளும் வசீகரமாகச் சிரித்துவிட்டு மெதுவாக, மிக மெதுவாகச் சொன்னாள்:

"எனக்கு இது கடல்கரையிலிருந்து இப்போ கெடச்சுது."

"கடல்கரையிலிருந்தா?"

"ஈர மணல்லே அப்பிடியே சிரிச்சுட்டே பொதஞ்சு நின்னுது. யாராவது பொதச்சு வெச்சிருப்பாங்க. இது யாராவது கும்பிடற ஏதாவது தெய்வமா இருக்குமா?"

"பாத்தா அப்பிடித் தெரியலெ. உம் பேரு?"

"ரம்லத்து."

"எம்பேரு, அபுல்ஹஸன். பொம்மையை என்ன பண்ணப் போறே?"

"என்ன பண்றதுன்னே எனக்குத் தெரியலெ."

"அப்பிடீன்னா எனக்குத் தந்துரு." அபுல்ஹஸன் சொன்னான். "நான் அதைச் சுத்தம் பண்ணிக் காயவெச்சி வார்னீஷ் பூசி என் வீட்டு ரேடியோ பக்கத்திலெயோ டி.வி. மேலெயோ வெச்சுக்கிடுறேன். பொம்மை அதுலெ இருந்து சிரிக்கட்டும்."

"ரொம்ப சந்தோசம்." ரம்லத்து பீவி மகிழ்ச்சியுடன் பொம்மையை அபுல்ஹஸனின் கையில் கொடுத்தாள். அபுல்ஹஸன் அதைக் காகிதத்தில் பொதிந்து கட்கத்தில் வைத்துவிட்டு, "சரி பெறகு பாப்போம்" என்று சொல்லிவிட்டுப் பாறையிலிருந்து இறங்கிப் புதைமணலில் நடந்துபோனான்.

இரண்டரை இலட்சத்திற்குமதிகமான தொகை அவளிடமிருந்து போகிறதென்பதை அவளால் யூகித்துக்கொள்ள

முடியுமா? தொலைவில், கண்களிலிருந்து மறைவதுவரை அவள் அபுல்ஹஸனைப் பார்த்துக்கொண்டே நின்றிருந்தாள். கண்பார்வையிலிருந்து அவன் மறைந்ததும் அவளுக்குள் வருத்தம் தோன்றியது. அந்த இளைஞனின் மீது காதல் உருவாவதற்கான காரணமென்ன? இதுவரை ஏற்படாத ஓர் உணர்வு. திடீரெனத் தோன்றியிருக்கிறது. அவனும் திடீரென மறைந்துவிட்டான். பிறகு பார்க்கலாமென்று சொல்லியிருக்கிறான் அல்லவா? நாளைக்குப் பார்ப்போம்.

ரம்லத்து பீவி உற்சாகத்துடன் எழுந்து நடந்தாள். மனத்திற்குள் மகிழ்ச்சி நிரம்பியிருந்தது. சிரிக்கிற மரப்பாச்சி கிடைத்த விவரத்தை உம்மாவிடம் சொல்ல வேண்டும். அதைச் சிரிக்கும் அபுல்ஹஸன் என்ற அழகான ஒருவனுக்குக் கொடுத்ததையும் சொல்ல வேண்டும். அபுல்ஹஸனுக்குக் கொடுத்ததாக மட்டும் சொன்னால் போதும். அழகானவன் என்று சொல்லக் கூடாது. அவனைப் பற்றிய விவரங்களை உம்மாவிடம் கேட்டால் தெரிந்துகொள்ளலாம். மனம் நிறைந்த உற்சாகத்துடன் அவள் வீட்டில் வந்து ஏறினாள். நான்குபுறமும் வேலிகட்டிய சிறு தோட்டம். அதன் நடுவில், இரண்டு மூன்று அறைகளும் வராந்தாவும் கக்கூசுமுள்ள ஓடுவேய்ந்த ஒரு சிறுவீடு. சற்று விலகிக் கிணறும் குளியலறையும். முற்றத்தின் நான்குபுறங்களிலும் அகலமாகக் கடற்கரை வெள்ளை மணல் விரிக்கப்பட்டிருந்தது. இந்த மணல், வாப்பா இரவு நேரங்களில் கடற்கரையிலிருந்து சுமந்து கொண்டுவந்து பாவியிருந்தார். முற்றத்தைச் சுற்றிலும் செடிகளுக்குப் பதிலாக காந்தாரி மிளகாய்ச் செடிகளும் மிளகாய்ச் செடிகளும் வெண்டையும் வழுதலையும் நடப்பட்டு வளர்ந்து நின்றன. வருடம் முழுவதும் காய்க்கும் அமரப்பயறு தடித்து வளர்ந்து ஒரு மூலையில் படர்ந்துகிடந்தது. எல்லாமே வாப்பாவின் விவசாய வேலைகள்தான். வெள்ளை நிறத்திலும் பச்சை நிறத்திலுமாகக் காந்தாரி மிளகாய், வழுதலங்காய், வெண்டை, மிளகாய், நீளமாகப் பரந்து வளர்ந்த அமரப்பயறு. எல்லாமே ஏராளமாக வளர்ந்துகிடந்தன. பலா மரத்தில் பலாப்பழங்கள் நிறையக் காய்த்துத் தொங்கிக்கிடந்தன. எல்லாமாகச் சேர்ந்து வீட்டையும்தோட்டத்தையும் பார்க்கும்போது நல்ல ஐசுவரியமாகத் தெரியும். ஹூறுமத் என்று சொல்லலாம். மகிழ்ச்சியோடு வீட்டிற்குள் ஏறினாள் ரம்லத்து பீவி. உம்மாவின் முகத்தைக் கண்டதும் எதுவோ சரியில்லை என்பது போல் அவளுக்குத் தோன்றியது.

“என்ன விஷயம் உம்மா?” அவள் கேட்டாள். உம்மா சொன்னாள்: “மக்களே, இன்னைக்குச் சோறு இல்லை. என்னெ வேலையைவிட்டுப் போவச் சொல்லிட்டாரு ஹாஜியாரு.

இந்த மாசச் சம்பளமும் தரல்லெ. இனி வரவேண்டான்னு சொல்லிட்டாரு."

"ஏன் அப்பிடி?"

"காரணம் ஒண்ணுமில்லெ."

கொஞ்சநேரத்திற்குப் பிறகு உம்மா மெதுவாகச் சொன்னாள்.

"மக்களே, கொஞ்சம் பயறு பறிச்சு அவிக்கலாம். ஒரு சக்கையும் சேத்து. வெல்லமும் தேயிலையும் இருக்கு. சாயா போடலாம். நானும் இதுவரை ஒண்ணுமே சாப்பிடல்லை."

ரம்லத்து பீவி கேட்டாள்:

"உம்மா, என்ன நடந்ததுன்னு சொல்லுங்கோ."

உம்மாவின் கண்கள் நிறைந்தன. அவள் கண்ணீருடன் சொன்னாள்:

"மக்களே, மம்முஹாஜிக்கு உன்னைக் கல்யாணம் செய்துக்கணுமாம். இஷ்டம்போலெ பெண்டாட்டிமார் இருக்கத்தானே செய்யுதாளுவன்னு நான் கேட்டதுக்கு இஸ்லாத்துலெ, எவ்வளவு வேணும்னாலும் கல்யாணம் செய்துக்க ஆம்புள்ளைகளுக்கு உரிமெயிருக்குனு சொல்றாரு. ரசூலுல்லா*வுக்கும் நிறைய மனைவிமார் உண்டாம். அதனாலெ எந்த முஸ்லிம் ஆணுக்கும் இஷ்டம்போலெ கல்யாணம் செய்துக்கலாமாம்."

"உம்மா, இந்த மம்முஹாஜிக்கு எத்தனெ வயசு இருக்கும்?"

"அறுபத்தியேழு. இப்பவும் நல்ல ஆரோக்கியமாத்தான் இருக்கேன்னு சொல்றாரு."

"கல்யாண மன்னன்." ரம்லத்து பீவி யோசனையுடன் நின்றபடியே சொன்னாள்:

"தப்பான கருத்து இது. இஸ்லாமியச் சமூகம் கீழெ போயிட்டுருக்கு."

உம்மாவும் மகளும் ஆலோசனையில் மூழ்கி அப்படியே அமர்ந்திருந்தார்கள்.

"உம்மா". ரம்லத்து பீவி சொன்னாள்:

"இஸ்லாத்துலெ இதொண்ணும் அனுமதிக்கப்படல்லே. சொல்லிக்கொடுக்கவோ தண்டனை கொடுக்கவோ ஆளில்லாமதான் இந்த மாதிரி சம்பவங்கள்லாம் நடக்குது.

---

* முகம்மது நபி

மம்முஹாஜியெப்போலெ நம்ம சமுதாயத்துலெ நிறைய கல்யாண வீரன்கள் இருக்கிறாங்க. பெண்ணெக் கெட்ட வேண்டியது. தலாக் சொல்ல வேண்டியது. இவங்க உதறி விட்டுவிடுற பெண்களோட நெலைமை பெறகு என்ன ஆகும்? ரசூலுல்லாவெ மம்முஹாஜி உதாரணங்காட்டுறது மிகப் பெரிய கொடுமைதான். ரசூலுல்லா ஒரு பெரிய முன்னுதாரணத்தைக் காட்டியிருக்காங்க. அவங்க, அனாதைகளுக்கு அபயம் குடுத்தாங்க. உம்மாவுக்கு ஞாபகம் இருக்குதா? வாப்பா, ரசூலுல்லாவோட வரலாற்றை நமக்கு வாசித்துக் காட்டுனது? பெறகு அதைப் பத்தியெல்லாம் விவரமாக சொல்லியும் தந்தாங்களே?"

"மக்களே, அதையெல்லாம் ஞாபகம் வெச்சிட்டிருந்து என்ன பிரயோஜனம்?"

"அதையெல்லாம் நம்ம ஞாபகத்துலெ வெச்சுக்கிடணும். முஸ்லிம் சமூகமும் ஞாபகம் வெக்கணும். இருபத்தஞ்சு வருசமா ரசூலுல்லாவுக்கு கதீஜா நாயகி மட்டும்தான் மனைவியா இருந்தாங்க. அவங்களோட மரணத்துக்குப் பெறகுதான் நாயகம் மற்ற பெண்களெ மனைவியா ஏத்துக்கிட்டாங்க. ரசூலுல்லா மட்டுமல்ல, அன்னைக்கு வாழ்ந்திட்டிருந்த பல முஸ்லிம்களும் ஒண்ணுக்குமதிகமான பெண்களெ மனைவிகளா ஏன் ஏத்துக்கிட்டாங்க? யுத்தங்கள்லெ ஏராளமான முஸ்லிம்கள் மரணமாயிட்டாங்க. நிறைய முஸ்லிம் பெண்கள் அனாதைகளானாங்க. இவங்கள்லெ பெரும்பாலான பெண்களுக்கும் குழந்தைகளும் இருந்தாங்க. இப்படியாகப்பட்ட பெண்களெத்தான் யுத்தத்துலெ மரணமடையாத ரசூலுல்லாவும் அவங்களோடெ தோழர்களும் மனைவிமார்களாக்கிப் பாதுகாப்புக் குடுத்தாங்க.

"மக்களே, இதையெல்லாம் மம்மு ஹாஜியெப்போலெ உள்ள எழுத்து வாசனையில்லாதவங்களுட்டெ சொல்லி என்ன பிரயோஜனம்? இவனுவளுக்குப் பணமும் அகம்பாவமும்தான் இருக்கு. இவனுவளோட இஷ்டப்படி பெண்ணுகளெ நிக்காஹ் செய்துவைக்க கத்தீபுகளும் காஜிகளும் தங்ஙளுகளும் மௌலவிகளும் முஸல்யாருகளும் இருக்கும்போ, மத்தவங்க பெறகு என்ன செய்ய முடியும்?"

"உம்மா, இஸ்லாத்துலெ பல பெண்ணுடைமை அனுமதிக்கப்படல்லெ. சரி, அனுமதியே கிடையாதான்னு கேட்டா, அனுமதிக்கப்பட்டுமிருக்கு.

"கட்டுன மனைவிக்குப் பைத்தியம், குஷ்ட நோய் போலெ உள்ள தீராத வியாதிகள், குழந்தைப் பேற்றுக்குத் தகுதியில்லாம

இருக்கிறது – இப்படியான சூழ்நிலையில் ஆரோக்கியமான ஒரு பெண்ணை மனைவியா ஏத்துக்கிடலாம். அப்போ, அதுக்குத் தகுந்த காரணங்கள் இருக்கணும்னு ஆயிடுது. இல்லியா? அப்புறம் ஏற்கெனவே சொன்னதுபோல, யுத்தங்கள் நடந்ததுனாலெ அனாதைக் குழந்தைங்க விதவைகளோடெ எண்ணிக்கை கூடிப் பெண்கள் அதிகமாகவும் ஆண்கள் குறைவாகவும் இருந்தப்போ பாதுகாப்புக் காரணங்களுக்காக முஸ்லிம் ஆண்கள் ஒண்ணுக்கதிகமான பெண்களெக் கல்யாணம் செய்துக்க இஸ்லாம் அனுமதி குடுத்திருக்கு. இப்பிடித்தான் ஒண்ணுக்கும் மேற்பட்ட பெண்களைத் திருமணம் செய்யலாம்.

"நான் இதை ஒண்ணும் அவருட்டெ சொல்லல்லெ மக்களே."

ரம்லத்து பீவி கேட்டாள்:

"உம்மா, அதிகமான மனைவிகளை நிக்காஹ் செய்றதைப் பத்தி அல்லாஹுவாலெ இறக்கப்பட்ட திருக்குர்ஆன் வசனத்துலெ என்ன சொல்லப்பட்டிருக்குனு உம்மாவுக்கு ஞாபகமிருக்கா? நான் சொல்றேன்: 'அனாதைக் குழந்தைகளின் விஷயத்தில் நீதியுடன் நடந்துகொள்ள இயலுமென்று நீங்கள் நம்புகின்ற பட்சத்தில் உங்களுக்குப் பிடித்தமான இரண்டோ மூன்றோ நான்கோ பெண்களைத் திருமணம் செய்துகொள்ளுங்கள். ஒருவேளை இதில் நீதியுடன் நடந்துகொள்ள இயலாதென்று அஞ்சுவீர்களானால் ஒரு பெண்ணை மட்டுமே திருமணம் செய்துகொள்ளுங்கள். அப்படின்னா, அனாதைக் குழந்தைங்க உள்ள விதவைத் தாய்மார்களெ மட்டுந்தான் கல்யாணம் செய்துக்கிடணும். அப்போ, அந்தக் குழந்தைங்களோட பாதுகாப்பதான் அடிப்படையாகக் கொண்டிருக்கணும் அடுத்த கல்யாணம். இனி, என்னெப்போலெ உள்ள கன்னிப் பெண்களோட கல்யாணத்தெப்பத்தி ரசூலுல்லா என்ன சொல்லியிருக்காங்க தெரியுமா? 'ஒரு கன்னிப் பெண்ணை அவளுடைய அனுமதியில்லாமல் திருமணம் செய்து கொள்ளாதீர்கள்.' அப்படின்னா மம்முஹாஜி எங்கிட்ட அனுமதி கேட்கச் சொன்னாரா?"

"இல்லெ மக்களே, உன்னைக் கெட்டித்தர மட்டுந்தான் சொன்னாரு."

"நான் என்ன கன்னுக்குட்டியா? சரி, உம்மா என்ன சொன்னீங்க?"

உம்மா கோபத்தோடு சொன்னாள்:

"நான் ஒண்ணும் சொல்லல்லெ. லேசாப் பயங்காட்டிட்டு வந்தேன்."

“அது தேவையில்லை. அப்பிடிச் செய்திருக்க வேண்டாமாக இருந்தது.”

“என்னாலெ சகிச்சுக்கிட முடியல்லெ. கெழட்டு ராஸ்கோல்.”

“அப்பிடியெல்லாம் சொல்லக்கூடாதும்மா.”

“நீ என்ன ஏதோ பொதையல் கெடெச்சது போலெ?”

ரம்லத்து பீவியால் எதுவும் பேசவில்லை. காதல் அல்லவா? உம்மாவிடம் எப்படிச் சொல்ல முடியும்? அவள் இலேசான புன்சிரிப்பொன்றை உதிர்த்தாள். மனதிற்குள், புன்னகை ததும்ப நிற்கும் அபுல்ஹஸன். அவள் நினைத்து நினைத்துப் புன்னகை பூத்தாள்.

“உனக்குப் பசிக்கலியா, மக்களே.”

“பசிக்குது.”

அவர்கள் பலாப்பழக் களியும் அமரப்பயறு அவித்தும் வெல்லம் சேர்த்த வெறுஞ்சாயாவும் போட்டுக் குடித்தார்கள்.

மறுநாள் பொழுது விடிந்து பார்க்கும்போது அவர்கள் ஒரு பயங்கரமான காட்சியைக் கண்டார்கள். சுற்றுப்புற வேலி இடித்துத்தள்ளப்பட்டிருந்தது. அமரச்செடிகள் எல்லாம் கண்டந்துண்டமாக வெட்டியெறியப்பட்டிருந்தன. முற்றத்தில் நின்றிருந்த மிளகாய்ச் செடிகளும் வழுதலையும் வெண்டையுமெல்லாம் வேரோடு பிடுங்கியெடுத்து நடு முற்றத்தில் குவித்துப் போடப்பட்டிருந்தன.

இந்தப் பாதகச் செயலைச் செய்தது யார்?

அக்கம்பக்கத்திலுள்ளவர்களைக் கூப்பிட்டுக் காட்டினார்கள். எல்லாரும் வருத்தம் தெரிவித்தார்கள். இந்தத் துரோக வேலையைச் செய்தது யாராக இருக்கும் என்று யாருக்கும் தெரியாது. ஏன் செய்தார்கள் என்றும் தெரியாது. அன்று கூடவே, மற்றொரு சோகமும் வந்து சேர்ந்தது. ரம்லத்து பீவியின் உத்தியோகம் பறிபோனது, யாரோ சொல்லிப் பறித்ததுபோல்.

“ரம்லத்து பீவி இனிமேல் வேலைக்கு வர வேண்டாம். இந்தா அஞ்சு ரூபா.”

அப்படியாக ரம்லத்து பீவி திரும்பிவந்தாள். கடற்கரையில் கறுத்த பாறைமீது மனவேதனையுடன் நீண்ட நேரமாக அமர்ந்திருந்தாள். அபுல்ஹஸன் வரவில்லை.

அபுல்ஹஸன் எங்கே?

ரம்லத்து பீவி வீட்டுக்கு வந்தாள். வேலை பறிபோன விஷயத்தை உம்மாவிடம் சொன்னாள். உம்மா கொஞ்சநேரம் எதுவுமே பேசவில்லை. கடைசியில் சொன்னாள்:

"பரவாயில்லெ மக்களே, நம்மளெப்படெச்ச ஆண்டவன் காப்பான்."

கடவுள் மட்டுமே காப்பான். நாட்கள் அப்படியே நகர்ந்தன. வறுமையின் தீவிரம். இருந்த சில தங்கத்துணுக்குகளை விற்று வாழ்க்கை கழிந்தது. சோறு வைத்ததுபோலவும் சாப்பிட்டது போலவும் காட்டிக்கொண்டார்கள். அப்படியிருக்கும்போது நடுச்சாமத்தில் யாரோ வீட்டின் மீது கல்லெறிகிறார்கள். விளக்கைப் பற்றவைத்து, வாசலைத் திறந்து பார்ப்பதற்குப் பயம். உம்மாவும் மகளும் பயந்து நடுங்கிப்போயிருந்தார்கள். இரண்டுபேரும் பிரார்த்தனை செய்தார்கள்.

"இரவும் பகலும், எல்லாப் பீதிகள்லேருந்தும் எங்களெக் காக்கணுமே யா . . . அல்லா."

மறுநாள், கல் விழுந்ததைப் பற்றி அக்கம்பக்கத்திலுள்ளவர் களிடம் சொன்னார்கள். யாருக்கும் எதுவுமே தெரியாது.

ஓர் ஆணாகப் பிறந்தவனின் துணையிருந்தால்? யாரைக் கூப்பிட்டுப் படுக்கவைப்பது? யாருமே இல்லை. அனாதைகளான இரண்டு உயிர்கள். அவர்கள் உதவிகேட்டு இறைவனிடம் மன்றாடினார்கள். பகல்களும் இரவுகளும் அப்படியாகக் கடந்து போயின. ஒரு நாள் இரவு, தென்னை மரத்திலிருந்து யாரோ தேங்காய்களைத் திருடிப் பறித்துவிட்டுச் சென்றிருந்தார்கள். மறுநாள் இரவு பலாமரத்தில் கிடந்த பலாப்பழங்கள் திருடப் பட்டிருந்தன. வேதனைகளை யாரிடம் போய்ச் சொல்வது? போலீஸில் சொல்லலாமென்றால் பக்கத்தில் எங்குமே போலீஸ் இல்லை. போலீஸ் ஸ்டேஷன், ஐந்தாறு மைல் தூரத்தில் இருக்கிறது. அக்கம்பக்கங்களில் சொல்லிப்பார்த்தார்கள். அவர்களுக்கு எதுவுமே பிடிபடவில்லை. வாழ்க்கை அப்படி, பட்டினியும் வேதனைகளுமாக நகர்ந்துகொண்டிருந்தது. தீயே பற்றவைக்க முடியாத நாட்களும் வந்தன. இரவானால் முன்வீட்டில் விளக்குப் பற்றவைக்கவும் இயலாமலானது. எல்லா இடங்களிலும் இருட்டு.

துணிகளில் நீலம் போடுவதற்கென்று சொல்லி அக்கம் பக்கங்களிலிருந்து கஞ்சித் தண்ணீர் வாங்கி உப்புப்போட்டுக் குடித்தார்கள். அப்படியிருக்கவே ஒருநாள், மத்தியான நேரம். கை விரல்களில் தங்க மோதிரங்களும் தொப்பை வயிறும் மீசையை மழித்துத் தாடியும் மொட்டைத் தலையும் ஊன்று கோலுமாக மம்முஹாஜி ஆஜரானார்.

“ஒரு விஷயம் கேள்விப்பட்டேன். இந்த வீடும் வீட்டடியையும் நீங்க விக்கப்போறதா. நானே வாங்கிக்கிடுறேன். எவ்வளவு காசு தரணும்?”

ரம்லத்து பீவி தளர்ந்துபோய் உள்ளேயே படுத்திருந்தாள். உம்மா வாசலில் நின்றிருந்தாள். உம்மா சொன்னாள்:

“நாங்க இதை விக்கப்போறதா யாரிட்டெயும் சொல்லல்லெ. இதையும் வித்துட்டு நாங்க எங்கெ போவோம்?”

“நீங்க எங்கெ வேணும்னாலும் போய்ச் சாவுங்க. எனக்கென்ன? இங்கெ குட்டிச்சாத்தானோடெ தொந்தரவு இருக்குறதா கேள்விப்பட்டேன். ராத்திரியானா கல்லு வந்து விழுதுல்லே?”

உம்மா எதுவும் சொல்லவில்லை. மம்முஹாஜி சொன்னார்:

“எங்கிட்டே கேட்டா, நீங்க இதை வித்துச் சுட்டுட்டுப் போறதுதான் உங்களுக்கு நல்லது. உங்க மவளெக் கல்யாணம் செய்றதுக்கு ஒரு சொங்கிப் பயலும் இனி வரப்போறதில்லெ. அப்பிடியே இருந்து மூப்படைஞ்சு பூசணம் பூத்து அது சாவும். அப்பறம், கள்ளம்மார் தொந்திரவும் இருக்குல்லியா? தேங்காவோ சக்கையோ ஒண்ணுமே உங்களுக்குக் கெடைக்கப்போறதில்லெ” என்றவாறே மரங்களைப் பார்த்துவிட்டுச் சொன்னார்:

“தேங்கா மறுவயும் வெளையத் தொடங்கிட்டுதா? எல்லாத்தையுமே கள்ளம்மார் பறிச்சுட்டுப் போயிருவான். நான் சொல்லல்லேன்னு வேண்டாம். வித்துச் சுட்டுட்டு எடத்தைக் காலி செய்றதுதான் நல்லது. குட்டிச்சாத்தான் தொந்தரவுள்ள இந்த எடத்தை வாங்குறதுன்னாலும் நான்தான் வாங்கணும். காசு நிறைய ஒண்ணும் கெடைக்காது.”

மம்முஹாஜி தொப்பை வயிற்றுடன் கம்பையூன்றியவாறே தாடியை மோதிரங்கள் வெளியில் தெரியும்படியாகத் தடவிய படியே மிடுக்காக நடந்துசென்றார்.

“படெச்ச ரப்பே, நீதான் எங்களெக் காப்பாத்தணும்.” உம்மாவும் மகளும் பிரார்த்தனை செய்தார்கள். அன்று பகல் ஐந்து மணியிருக்கும். பயங்கரமாக வெடிச்சத்தமும் கூப்பாடும் கேட்டன. விசாரித்ததில் அந்த ஊரிலிருந்த ஒரேயொரு சினிமா கொட்டகையில் தீப் பிடித்திருக்கிறது.

அது ஒரு ஓலைக் கொட்டகை. தீ படர்ந்து பிடித்துப் பக்கத்திலிருந்த சாயாக்கடைகளும் தென்னை மரங்களும் எரிந்தன. இதைப் பார்க்க ரம்லத்து பீவியும் ஓடினாள். இந்த ஓட்டத்தில் எதுவோ நிகழப்போகிறதென்ற விஷயத்தை அவள் யூகிக்கவுமில்லை. கால மாற்றம் வரப்போகிறது. தீ பற்றிப்

படர்ந்தெரிகிறது. தீயை அணைப்பதற்கு ஃபயர் என்ஜின் எதுவும் வருவதற்கான வாய்ப்புகளில்லை. தீ படர்ந்து பிடிக்காமலிருக்க ஆட்கள் பக்கத்திலுள்ள ஓலைக் கட்டடங்களின் மீது தண்ணீரை ஊற்றிக்கொண்டிருந்தார்கள். சுற்றுப்புறத்திலிருப்பவர்கள் வந்து கூடி நின்றிருந்தார்கள். கூப்பாடும் ஓட்டமும் ஆரவாரமும். அதனிடையில் வசீகரமான ஒரு குரல்.

"ரம்லத்து."

திரும்பிப் பார்த்தபோது சிரித்தபடியே அபுல்ஹஸன்.

ரம்லத்து பீவிக்கு மயக்கம் வருவது போலிருந்தது. அவள் ஒரு தென்னை மரத்தைப் பிடித்துக்கொண்டாள். அபுல்ஹஸன் பக்கத்தில் வந்தான்.

"ரம்லத்து ரொம்ப மோசமாயிட்டியே? என்னாச்சு? நான் உன்னெ எங்கெல்லாம் தேடினேன் தெரியுமா? தெனமும் கடல்கரைக்குப் போய் பாறைமேல உட்காந்திருப்பேன். ரம்லத் தோடெ வீடு எங்கே இருக்கு? வா, நமக்கு உன் வீட்டுக்குப் போவோம். உங்கிட்டெ கொஞ்சம் பேசவேண்டியதிருக்கு."

அவர்கள் நடந்தார்கள். ரம்லத்து பீவி அழுதாள். வீட்டுக்கு வந்து சேரும்வரை அழுதாள். வந்ததும் ஒரு செயரை எடுத்து வந்து வராந்தாவில் போட்டுவிட்டுச் சொன்னாள்:

"இருங்க."

அபுல்ஹஸன் உட்கார்ந்தான். ரம்லத்து பீவி அழுது கொண்டே சொன்னாள்:

"ஒரு சாயா தரதுக்குக்கூட எங்களாலெ முடியலெ. நாங்க அந்தளவுக்குப் பரிதாபமான நெலமையிலெ இருக்கோம்."

"சாயா வேண்டாம். எனக்கு ஒரு கிளாஸ் தண்ணி போதும்."

ரம்லத்து பீவி போய் ஒரு தம்ளர் தண்ணீர் கொண்டு வந்து கொடுத்தாள். உள்ளே போய் உம்மாவிடம் சிரிக்கும் மரப்பாச்சி கிடைத்த விஷயத்தைப் பற்றியும் அதை அபுல் ஹஸனுக்குக் கொடுத்ததைப் பற்றியும் சொன்னாள். உம்மா வாசலுக்கு வந்து அபுல்ஹஸனைப் பார்த்ததும் கேட்டாள்:

"கோயாமைதீன் முதலாளியோடெ மவன்தானே?"

அபுல்ஹஸன் எழுந்துநின்று சொன்னான்:

"ஆமா!"

கோயாமைதீன் முதலாளி ஒரு பெரிய வியாபாரி, பணக்காரன்.

உம்மா சொன்னாள்:

"உக்காருங்க. நான் ஒரு யூகம் வெச்சிதான் கேட்டேன்."

"நான் ரொம்ப வருசமா இந்த ஊர்லெ இல்லெ. படிச்சதெல்லாம் வெளியிலெ. பி.ஏ., பாஸாயி பி.எல். படிச்சேன். வக்கீலா ஆவ விரும்பினேன். வாப்பாவுக்கு வயசாயிட்டுது. வியாபாரத்தையும் வீட்டு விஷயங்களையும் கவனிக்க ஆளில்லெ. உம்மா இறந்துபோய் அஞ்சாறு வருசம் ஆவுது. ஒரு கல்யாணமும் செய்துட்டு வாப்பாவோடெ வியாபாரத்துக்கு உதவியா இருக்கலாம்னு நெனச்சிருக்கேன்."

"ரம்லத்தோடெ வாப்பா கடல்லெ விழுந்து இறந்துட்டாங்க. பேரு, அப்துல்ஹமீதுன்னு. வாப்பா இறந்ததுமே எங்களோட கஷ்டகாலம் தொடங்கியாச்சு."

"ரம்லத்து என்ன செய்யிறா?"

"ஸ்கூல் ஃபைனல் பாஸாகி, ஷார்ட் ஹான்டும் டைப் ரைட்டிங்கும் நல்ல மார்க் வாங்கி பாஸானாள். சின்னதா ஒரு வேலையும் கெடெச்சுது. இப்போ, அதுவும் இல்லெ."

இடித்துப்போட்டிருந்த வேலியையும் முற்றத்தில் குவித்துப் போட்டுக் காய்ந்துகிடக்கும் மிளகாய் செடிகளையும் வழுதச் செடியையும் வெண்டையையும் அமரச்செடியையும் சுட்டிக் காட்டி உம்மா சொன்னாள்:

"ஒரு கல்யாண வீரனோட அட்டகாசம்."

தொடர்ந்து, மம்முஹாஜியின் அழிச்சாட்டியங்கள் முழுவதும் அபுல்ஹஸனிடம் தெரிவித்த பிறகு உம்மா சொன்னாள்:

"மம்முஹாஜியிட்டெ எடுத்துச்சொல்லக்கூட யாருமில்லெ. எங்க உயிருக்கும்கூடப் பாதுகாப்பில்லேன்னு ஆயிப்போச்சு. அல்லா மட்டுந்தான் உதவிக்கு இருக்கான். இந்த வீட்டு அடுப்புலெ தீயெரிஞ்சு நிறைய நாளாவுது. சாயங்கால நேரம் வெளக்குப் பத்தவெச்ச நாளுகூட மறந்துபோச்சு. இன்னைக்கு மம்முஹாஜி வந்து எங்க வீட்டையும் வீட்டடியையும் அவருக்கு விலைக்குத் தந்துரணும்னு கேட்டுட்டுப் போறாரு. அவருக்குத் தோணுற விலைக்கு. போவும்போ, தேங்கா வெளைஞ்சுட்டுதேன்னு சொல்லிட்டுப் போறாரு."

"நீங்க எதுக்குமே பயப்பட வேண்டாம்." அபுல்ஹஸன் ரிஸ்ட் வாட்சைப் பார்த்துவிட்டுச் சொன்னான்:

"நான் போயிட்டு ஒரு மணிநேரத்துக்குள்ளெ வந்து சேந்திடறேன்."

அபுல்ஹஸன் இறங்கி முற்றத்தில் நின்றபடி ரம்லத்து பீவியுடம் சொன்னான்:

"ரம்லத்து தைரியமாக இரு."

"சிரிக்கிற மரப்பாச்சிப் பொம்மை எங்கே?"

"வீட்டுலெ டி.வி. செட்மேலெ சிரிச்சிட்டு இருக்கு."

அபுல்ஹஸன் போய்விட்டான். சாயங்காலத்திற்கு இரண்டு சுமட்டுக்காரர்கள் வீட்டுக்குத் தேவையான சாமான்களைக் கொண்டுவந்தார்கள். அரிசி, கூட்டுக்கறிச் சாமான்கள், உப்பு, மிளகு, மஞ்சள், வெங்காயம், தேங்காயெண்ணெய், பருப்பு, மண்ணெண்ணெய், சீனி, தேயிலை, விறகு போன்ற எல்லாச் சாமான்களும். நீண்ட நாட்களுக்குப் பிறகு அந்த வீட்டில் உலை வைத்தார்கள். வீட்டின் முன்புறம் விளக்கெரிந்தது.

அந்தி சாய்ந்தது. கொஞ்சநேரத்திற்குப் பிறகு அபுல்ஹஸன் வந்தான். கூடவே, டார்ச் லைட்டுகளுடனும் பிச்சுவாக்கத்தி களுடனும் நான்கு பேர். அபுல்ஹஸன் ரம்லத்துப் பீவியிடம் சொன்னான்:

"யாரும் சத்தம் குடுக்க வேண்டாம். விசேஷமா இங்கே ஒண்ணுமே நடக்காததுபோல இருந்துரணும். நாங்க இருட்டுலெ இந்த மூலைலெ இருப்போம். இன்னைக்கு வரானுங்களான்னு பாக்கலாம்."

"சாயா?".

ரம்லத்து பீவி கேட்டாள்.

"சரி. ஒரு அஞ்சு கிளாஸ் கடுஞ்சாயா."

"கிளாஸ் அஞ்செண்ணம் இல்லெ."

"சாயாவும் ஒரு கிளாசும் கொஞ்சம் தண்ணியும்."

இரவு ஒன்பது மணியானதும் முன்புற விளக்கு அணைக்கப் பட்டது. வீடும் தோட்டமும் இருட்டில் ஆழ்ந்தன. எந்த அசைவுகளுமில்லை. பதினொரு மணியானபோது தோட்டத்தில் கால் அசைவுகள் தெரிந்தன. இரகசியம் பேசுவது போன்ற சத்தமும் கேட்டது. அவர்கள் தென்னை மரத்தில் ஏறுகிறார்கள்.

ஐந்துபேரும் இருட்டினூடே மெதுவாக முற்றத்தில் இறங்கினார்கள். தேங்காய்க்குலைகளுடன் ஊர்ந்திறங்கிய இரண்டுபேர்கள் டார்ச் வெளிச்சத்தில் தெரிந்தார்கள். அவர்களது முதுகில் பிச்சுவாக்கத்தியின் கூர்முனைகள் அழுத்தமாகப் பதிந்தன.

அந்த இரண்டுபேர்களையும் முற்றத்திற்கு இழுத்துக்கொண்டுவந்து கைகளைப் பின்புறமாகக் கட்டினார்கள்.

“எங்களெ விட்டுருங்க,” தேங்காய்க் களவாணிகள் கெஞ்சினார்கள்: “நாங்க கடல்லெ மீன்பிடிக்கப் போறவங்க. மம்முஹாஜியோட கடப்புறத்துத் தோப்புலெ குடிசெ போட்டுத் தங்கியிருக்கிறவங்க. சொன்னதெச் செய்யலேன்னா மம்முஹாஜி எங்களெக் குடி எறக்கி விட்டுருவாரு.”

“இங்கெ, வேலியெ இடிச்சப் போட்டது, மிளகாச் செடியையும் மரக்கறிச் செடிகளையும் புடிங்கிப் போட்டது, தேங்கா, சக்கையெல்லாம் திருடுனது, ராத்திரி நேரங்கள்லெ வீட்டுலெ கல்லெறிஞ்சதெல்லாம் யாரு?”

“மம்முஹாஜி சொல்லி, நாங்கதான் செய்தோம்.”

“சரி. நான் சொல்றதுபோலெ சொல்லணும். நடங்க.”

அவர்கள் நடந்தார்கள். மம்முஹாஜியின் வீட்டு முற்றத்தில் வந்து நின்று அவர்கள் கூப்பிட்டார்கள்.

“ஹாஜியாரே.”

உள்ளேயிருந்து:

“எவன்டா அவன்?”

“ஹைதுரூசும் குட்டியாலியும்.”

“எத்தனை தேங்காடா இருந்தது?”

“இரண்டு குலை பறிச்சதுமே பிடிச்சிட்டாங்க.”

“லெண்டு பெண்ணுவளா? அதுவளெ கொன்னு கடல்லெ எறிய முடியாதாடா ஹமுக்குவளே*?”

மம்முஹாஜி லைட்டை எரிய வைத்துவிட்டு வாசலைத் திறந்தார். ஏழுபேர் நிற்பதைக் கண்டதும் வெறித்த கண்களுடன் அப்படியே நின்றுவிட்டார்.

“அப்பறம்? சொல்லும் ஓய் மம்முஹாஜி, வேறெ என்ன விசேஷங்கள்?” அபுல்ஹஸன் கேட்டான்.

“பாவப்பட்ட ரெண்டு பொம்புளெங்களெக் கொன்னு கடல்லெயா எறியணும்? நாயகம் சொல்லியிருக்காங்க, பக்கத்து வீட்டுக்காரன் பசியோடிருக்கும்போ வயிறு நிறையத் திங்கிறவன் முஸ்லிம் இல்லேன்னு. நீரு உம்மெ வயித்தெ மட்டுமா நெறைச்சீரு?

---

* வசைச்சொல்

வேணுமுன்னே பக்கத்து வீட்டுக்காரனெ பட்டினிப் போட்டுக் கொல்லப் பாத்தீரு. போதாதுன்னு அவங்களெக் கொன்னு கடல்லெ எறிய உபதேசம் பண்றீரு. நீரு, ஏழு கல்யாணம் செய்து நெறைய உம்மாமாரையும் நெறைய பிள்ளைகளையும் அனாதையாக்கிட்டீரு. அனாதைகளுக்கு ஆதரவு காட்டணும்னு ரசூலுல்லா சொல்லியிருக்காங்க. உம்ம வாழ்க்கெயிலெ நீரு ஏதாவது ஒரு நல்ல காரியம் செய்திருக்கீரா ஓய் மம்முஹாஜி?”

“நம்மொ லெண்டு அஜ்ஜாக்கும் செய்துருக்கோம்.”

“ஏன் ரெண்டு ஹஜ்ஜோட நிறுத்திட்டீரு? நெறைய செய்திருக்க வேண்டியதுதானே? அரேபியா அங்கெதானே இருக்கு? மக்காவுலெ கஃபா இருக்கு. அங்கெயிருந்து ரேடியோ தங்கம் வாட்சு எல்லாங் கடத்திக்கொண்டு வந்தா ஒவ்வொரு ஹஜ்ஜுக்கும் குறைஞ்சது ஐயாயிரமாவது சம்பாதிக்க முடியுமே? ஹஜ் யாவாரம் நல்ல ஆதாயமுள்ள வேலைதானே ஓய்? பணக்காரனாகவும் செய்யலாம், அந்தஸ்தும் அதிகமாவும். கல்யாண ராஜாவாவும் ஆகலாம். சொன்னா, உமக்கு வெளங்குமான்னு தெரியல்லெ ஓய். ஹஜ் என்கிறது முஸ்லிம் ஒருவனோடெ வாழ்க்கையிலெ மிக உன்னதமான ஒரு புனித கர்மம். கொடுக்கல், வாங்கல் உள்பட எல்லாப் பொறுப்புகளையும் முடித்த பெறகு இருதய சுத்தியோடவும் செயல் சுத்தியோடவும் மரணத்துக்குத் தயார்படுத்துன நெலையிலெதான் ஹஜ் செய்யணும். அதுக்குச் செலவு செய்யுற பணமும் நியாயமான வழியிலெ சம்பாதிச்சதா இருக்கணும். நீரு மோசமான பாக்கெட்டடிக்காரனா இருந்தீரு, கள்ளனா இருந்தீரு, கடைசியிலெ நம்பிக்கெத் துரோகம் செய்து, சாயாக்கடையெ எரிச்சு, அரபியோடெ ரெண்டு லட்சம் ரூவாயை அபகரிச்சு எடுத்தீரு. அந்தப் பணத்துலெதானெ ஓய் நீரு அரேபியாவுக்குப் போயி புனித ஹஜ் செய்தீரு? உம்மப்போலெ உள்ள கொடூர வஞ்சக ஹாஜிமாரு இன்னைக்கு முஸ்லிம் சமுதாயத்துலெ நெறையபேர் இருக்காங்க. நீரே சொல்லிரும். உம்மளெ என்ன செய்யலாம்?”

கூட்டத்தில் நின்றிருந்த ஒருவன் மம்முஹாஜியிடம் கேட்டான்:

“ஹாஜியாரே, ஒரு மூணு காலிச் சாக்குப்பை இருக்குமா?”

“இருக்கும். என்னத்துக்கு?”

“பன்னி செய்த்தானே, உன்னை மூணா வெட்டி, சாக்குப் பையிலெ போட்டு, கல்லைக் கெட்டிக் கடல்லெ கொண்டு போய்ப் போடத்தான்.”

மம்முஹாஜிக்கு நடுக்கம் வந்துவிட்டது.

"என்னெ விட்டுருங்க. நான் இனிமே எந்தத் தப்பும் செய்யமாட்டேன்."

"செய்த தப்புகளுக்கு என்ன தண்டனெ?"

"அபராதம் கெட்டிருதேன்."

"ஐநூறு ரூபா எடுத்துட்டு வாரும். அந்தப் பாவப்பட்ட உம்மாவுக்கும் மவளுக்கும் குடுக்கலாம்."

மம்முஹாஜி உள்ளே போனார். ஐந்நூறு ரூபாயைக் கொண்டுவந்து அபுல்ஹஸனின் கையில் கொடுத்தார். அபுல்ஹஸன் சொன்னான்:

"ஒரு வெள்ளெப் பேப்பர் எடுத்துட்டு வாரும்."

பேப்பரைக் கொண்டுவந்ததும் அபுல்ஹஸன் மம்முஹாஜியிடம் சொன்னான்:

"நான் சொல்றதை அதுலெ எழுதும்."

ஆச்சரியமாகப் பார்த்த மம்முஹாஜி பரிதாபமாகச் சொன்னார்:

"அதுசரி! நான் எழுத வாசிக்க ஒண்ணும் படிக்கல்லெ."

"சரி, நான் எழுதுறேன்."

மம்முஹாஜியின் வாழ்க்கை வரலாற்றுக் குறிப்புகளையும் அவர் செய்த எல்லாக் கொடுமைகளையும் எழுதி அவர் கேட்கும்படி வாசித்துக்கையொப்பமிட வைத்தான், மற்றவர்களைச் சாட்சியாக வைத்து. மம்முஹாஜியின் இரண்டு சிப்பந்திகளுக்கும் ஆளுக்குப் பத்து ரூபாய் கொடுத்தான். பாக்கி நானூற்று எண்பது ரூபாவையும் அவரிடமே திருப்பிக் கொடுத்துவிட்டுச் சொன்னான்:

"அந்தப் பொம்புளெங்களுக்கு உம்மளோட இந்தப் பாவப் பணம் வேண்டாம். இன்னொரு விஷயம், இனிமே நீர் எங்காவது கல்யாண யுத்தம் செய்யப் புறப்பட்டதாக் கேள்விப்பட்டேனு வெச்சிக்கிடும்."

"நம்மளெக் கொன்னுரலாம்."

"கொல்லமாட்டேன். உம்மச் சாமானத்தெ ஒட்ட வெட்டி உம்மக் கழுத்துலேயே தொங்கவிட்டுருவேன்."

அவர்கள் அங்கிருந்து கிளம்பினார்கள். அப்போதே ரம்லத்து பீவியையும் உம்மாவையும் எழுப்பி மம்முஹாஜியின் ஒப்புதல் வாக்குமூலத்தைப் படித்துக்காட்டிவிட்டுச் சொன்னான்:

“ஐநூறு ரூபாய் அபராதமும் வாங்குனேன்.”

“அது வேண்டாமாயிருந்தது.”

“திருப்பிக் குடுத்துட்டேன். சரி, இனிமே சுகமாக் கெடந்து தூங்குங்க. நான் காலையிலெ வாறேன்.”

அபுல்ஹஸன் பிறகு தினமும் வரத்தொடங்கினான்.

வேலியைக் கட்டினார்கள். வீட்டுக்கு வெள்ளைப் பூசப்பட்டது. மின்சார விளக்குகள் வந்தன. காந்தாரி மிளகாய்ச் செடி, மிளகாய்ச்செடி, வெண்டை, வழுதலை போன்ற செடிகளைக் கொண்டுவந்து முற்றத்தின் ஓரங்களில் முன்போல் நட்டுவைத்தார்கள். அமரச்செடிக்குப் புதிய தளிர்கள் முளை விட்டன. அந்த வீட்டில் மகிழ்ச்சி விளையாடியது. ஒருநாள் அபுல்ஹஸன் புதிய போர்ட்டபிள் டைப்ரைட்டிங் மெஷினும் கொஞ்சம் பேப்பரும் பென்சில்களும் கொண்டுவந்து ரம்லத்து பீவியிடம் கொடுத்துவிட்டுச் சொன்னான்:

“ரம்லத்தை நம்ம கம்பெனியிலெ டைப்பிஸ்டா நியமிச்சிருக்கேன். சம்பளம் எவ்வளவு வேணும்?”

“சாப்பாட்டுக்கு ஏதாவது தந்தாப்போரும்.”

“சரி, அப்பிடின்னா ஒரு கடிதம் சொல்றேன். ஷார்ட் ஹான்ட்லே எழுதியெடுத்து இங்கிலீஸ்லெ டைப் பண்ணித் தா! ரொம்ப சீக்ரெட்டான கடிதம்.”

மெஷினின் பேப்பரை வைத்து ரம்லத்து பீவி அவசர அவசரமாகக் கொஞ்சம் டைப் பண்ணிப் பார்த்துவிட்டுச் சொன்னாள்:

“நல்ல மிஷின். மிஷினை எனக்கு ரொம்பப் பிடிச்சிருக்கு. கடிதத்தைச் சொல்லுங்க.”

அபுல்ஹஸன் சொன்னான்:

‘மாண்புமிகு பிரதமர் அவர்களுக்கு,

நாட்டில் பஞ்சம், விலைவாசி உயர்வு, ஊழல், போராட்டங்கள், வேலைநிறுத்தம், ஆர்ப்பாட்டம், தர்ணா, முற்றுகை, கள்ளக் கடத்தல், கறுப்புச்சந்தை, பட்டினிச்சாவு போன்றவை அதிகமாகிவிட்டன. இதற்கெல்லாம் உடனடியாகத் தீர்வுகள் எடுக்கப்பட வேண்டும். கூடவே, என்னுடைய சிறு விண்ணப்பம்: நான் ஒரு பெண்ணைத் தீவிரமாகக் காதல் செய்கிறேன். அவள் சிரிக்கும் மரப்பாச்சிபோல் இருக்கிறாள், எதுவும் சொல்லாமல். அவளுக்குப் பெரியஆள் என்று நினைப்பு. என்னைக் காதலிக்கச்

சொல்லி அவளைத் தேவையான அளவில் நிர்ப்பந்தம்செய்து ஒரு உத்தரவைப் பிறப்பிக்கும்படி விண்ணப்பித்துக்கொள்கிறேன்.'

இதையெல்லாம் ஷார்ட் ஹான்டில் குறிப்பெடுத்துவிட்டு ரம்லத்து பீவி கேட்டாள்:

"பேரு?"

"டைப் பண்ணு. அபுல்ஹஸன்."

"பிரதமர் எப்பிடி இதுலெ தலெயிட முடியும்?"

"குடிமகனோட நலத்துலெ பிரதமருக்கும் இடம் உண்டு. அதுக்கான உரிமையும் உண்டு."

"சரி, பெண்ணோடெ பேரு?"

"சிரிக்கும் மரப்பாச்சி."

"வேறெ பேரில்லியா?"

"இருக்கே."

"என்ன பேரு?"

பெயரைக் கேட்டதும் ரம்லத்து பீவி அலுத்துக்கொண்டாள். மட்டுமல்ல, இளங் கறுப்பியான ரம்லத்து பீவி பெரிய அழகியாக மாறினாள். அபுல்ஹஸன் சொன்னது ரம்லத்து பீவியின் பெயர்தான்.

"ரம்லத்து."

"ம் . . .?"

"நான் விரும்புறதெப்போலெ ரம்லத்தும் என்னை விரும்புறதுக்கான வழி ஏதாவது இருக்குமா?"

"உம்மாட்டெ கேட்டுதான் சொல்லணும்."

"அப்பிடின்னா கேளு."

ரம்லத்து பீவி அமர்ந்தபடியே சொன்னாள்:

"உம்மா சொல்றாங்க, காதலிக்கச் சொல்லி உடனடி உத்தரவைப் பிறப்பிக்குமாறு தாழ்மையுடன் கேட்டுக்கொள்வதாக. முதல் முதல்லெ பாத்தப்பவே யாரிட்டயுமே கேட்காம நானாவே காதலிச்சிட்டேன்."

"அப்பிடின்னா என்னெக் கல்யாணம் செய்துக்க சம்மதம்தான்?

“சம்மதம்.” என்றபடி அவள் டைப் ரைட்டிங் மெஷினின் மீது முகத்தைப் புதைத்து அழுதாள். அபுல்ஹஸன் சொன்னான்:

“ஸ்ரீதனமா உங்க வீட்டையும் நிலத்தையும் எனக்குத் தரமுடியுமா?”

மெதுவாகச் சொன்னாள்:

“தரலாம்.”

கொஞ்சநேர அழுகைக்குப் பிறகு பார்க்கும்போது அபுல் ஹஸனைக் காணவில்லை. அன்று சாயங்காலம் உம்மாவுக்கும் மகளுக்கும் புடவைகள் வந்தன. ரம்லத்து பீவிக்கு விலை யுயர்ந்த விசேஷ ரகப் புடவைகள். ஜாக்கெட்டுக்கும் பாவாடைக்கும் துணிகள். ஸ்பெஷல் பிரேசியர்கள், தங்க வளையல்கள். பவுடர், ஸ்பிரே, கண்மை, டூத் பிரஷ், பேஸ்ட், ரிஸ்ட் வாட்சு, செருப்புகள், குடை. கூடவே ஆயிரம் ரூபாய்.

ரம்லத்து பீவி – அபுல்ஹஸனின் திருமணம் அமர்க்களமாக நடந்தேறியது. ஊரையே அழைத்து விருந்துபசாரம் நடந்தது. மம்முஹாஜியும் வந்திருந்தார். ரம்லத்து பீவியின் வீட்டை வாடகைக்குக் கொடுத்துவிட்டு இருவரும் அபுல்ஹஸனின் வீட்டில் தங்கியிருந்தார்கள். ஒருநாள் விசேஷமான ஒரு சம்பவம் நடந்தது. ரம்லத்து பீவியின் இரண்டு கையொப்பங்களை வங்கிக்காரர்களின் ஏதோ ஒரு படிவத்தில் அபுல்ஹஸன் வாங்கிச் சென்றான். எதற்கென்று அவளுக்குத் தெரியாது. அன்றிரவு ஒரு செக் புக்கையும் பாஸ்புக்கையும் அபுல்ஹஸன் ரம்லத்து பீவியிடம் கொடுத்தான். பாஸ்புக்கைத் திறந்து பார்த்தபோது ரம்லத்து பீவி திகைத்துப்போய்விட்டாள். அவளால் நம்பவே முடியவில்லை. இரண்டு இலட்சத்து நாற்பதாயிரம் ரூபாய் ரம்லத்து பீவியின் பெயரில் வங்கியில் வைக்கப்பட்டிருந்தது.

“இது எங்கெயிருந்து?”

“நீ எனக்குத் தந்த அந்த மரப்பாச்சிப் பொம்மையிலிருந்து. அதுக்குள்ளெ நிறைய ரத்தினக் கல் இருந்தது. அதுலெயிருந்து நான் கொஞ்சத்தை எடுத்து வெளியிலெ உள்ள பெரிய நகரங்கள்லெ கொண்டு போயிவித்தேன். அது யாரோடதுன்னு உனக்குத் தெரியாதில்லியா? உன் பேர்லெ ஹிந்து, முஸ்லிம், கிறிஸ்தியானிகளோட அனாதை ஆஸ்ரமங்களுக்கு ரெண்டாயிரத்து ஐநூறு ரூபா வீதம் குடுத்தேன்.”

“எல்லாமே நான் தந்த சிரிக்கிற மரப்பாச்சிலெ கெடைச்சதா?”

“வா.”

விருந்தினர் அறைக்குள் சென்றார்கள். டெலிவிஷனின் மீதிருந்த சிரிக்கும் மரப்பாச்சியை எடுத்து அபுல்ஹஸன் அதன் தலைப்பகுதியைத் திருகி உருவியெடுத்தான். அதை ரம்லத்து பீவியின் இரண்டு கைகளிலும் குடைந்து கொட்டினான். பிறகு திரும்பவும் பொம்மையை டெலிவிஷனின்மீது வைத்தான் அவள் தளர்ந்துபோய் செயரில் அமர்ந்துவிட்டாள்.

உள்ளங்கைகளில் பிரகாசிக்கும் பல வண்ணங்களிலான இரத்தினக் கற்கள்.

அவள் பார்த்தாள்.

டெலிவிஷனின்மீது சிரிக்கும் மரப்பாவை சிரித்துக் கொண்டே இருக்கிறது.

மங்களம். சுபம்.

1975

*

நூறுரூபாய் நோட்டு

காலையில் குளித்து முடித்து, சிற்றுண்டி யெல்லாம் சாப்பிட்டுவிட்டு விடைபெற்றுச் சென்ற விருந்தினர், மதியமானதும் வேர்க்க விறுவிறுக்க திரும்பி வந்து, வீட்டுக்காரனின் முன் ஒரு நூறு ரூபாய் நோட்டை வைத்துவிட்டுச் சொன்னார்: "மன்னிக்க வேண்டும். நான் ஒரு பெரிய தவறு செய்துவிட்டேன். பரிசல் துறையில் உட்கார்ந்து ரொம்ப நேரமாக சிந்தித்தேன். வாழ்க்கைக்கான ஒரு தத்துவ சாஸ்திரத்தையும் இதுவரைக்கும் என்னால் கண்டுபிடிக்க முடியவில்லை. எண்ணங்கள் குலைந்தும் தடம்புரண்டும் கிடக்கின்றன. மனத்தொந்தரவு மட்டும்தான் மிச்சம். அகால நேரத்தில் வந்தேறிய என்னை இன்முகத்தோடு நீங்கள் வரவேற்றீர்கள். உணவளித்தீர்கள். படுத்துத் தூங்குவதற்கு நல்ல இடமும் தந்தீர்கள். நமக்குள் எந்த முன்பரிச்சயமுமில்லை. இருந்தும் என்னை கௌரவமான விருந்தினராக மதித்தீர்கள். நான் உங்களுக்குத் துரோகமிழைத்துவிட்டேன்."

"என்ன துரோகம்?"

"இந்த நூறுரூபாய் நோட்டு. நேற்றிரவு, நடுச் சாமமான பிறகும் எனக்குத் தூக்கம் வரவில்லை. உலகைப் பற்றியும் இந்த வாழ்க்கையைப் பற்றியும் யோசித்தபடியே படுத்திருந்தேன். மனம் அமைதியாக இல்லை. விளக்கு எரிந்துகொண்டிருந்தது. படுக்கையி லிருந்து எழுந்தேன். ஏதாவது வாசிக்கலாமென்று தோன்றவே, புத்தக அலமாரியைத் திறந்தேன். அதில் பல்வேறு நூல்கள் இருந்தன. வாழ்க்கை வரலாறுகள்,

பயணக் குறிப்புகள், ஞானக் கிரந்தங்கள், கவிதைகள், கதைகள். இதில் பகவத் கீதையும் பைபிளும் குர்ஆனும் இருந்தன. நான் குர்ஆனை எடுத்தேன். ஆங்கிலமும் இந்தியும். அழகான நூல். அதன் முதல்பகுதியைக் கொஞ்ச நேரம் வாசித்தேன். பிறகு மடித்து மார்பின்மீது வைத்துக்கொண்டு அப்படியே படுத்திருந்தேன். குர்ஆன் உலகிலுள்ள எல்லா மொழிகளிலும் வந்திருக்கக்கூடும். இவை இறைவசனங்கள் என்று சொல்லப்படுகின்றன. மக்களில் ஏராளமானோர் இதை நம்புகிறார்கள். ஜிபுரீல் என்னும் இறைத்தூதர், அரபு நாட்டில் பிறந்த முஹம்மத் நபிக்குச் சொல்லிய வசனங்கள்; எழுத்தறிவில்லாத முஹம்மத் நபிக்கு; நான் நினைத்துப் பார்த்தேன். இறைவன் என்றொரு ஆதி காரணமிருக்கிறதா? பிரபஞ்சமுட்பட்ட அனைத்தையும் இறைவன் படைத்ததாகச் சொல்கிறார்கள் அல்லவா? அனைத்தும் தானாக உருவாகவில்லையா? மீண்டும் குர்ஆனைத் திறந்தேன். என்ன சொல்வது? நான் அப்படியே திகைத்துப் போனேன். குர்ஆனுக்குள் நான்காக மடித்து வைத்த ஒரு நூறுரூபாய் நோட்டு..! நீங்களும் உங்கள் வீட்டிலுள்ளவர்களும் நல்ல தூக்கம். நோட்டை எடுத்து நான் பாக்கெட்டில் வைத்துக் கொண்டேன். குர்ஆனை அலமாரியில் வைத்தேன். பிறகு விளக்கை அணைத்துவிட்டுப் படுத்துக்கொண்டேன். இன்று காலையில் குளித்துமுடித்தபிறகு எனக்கு உணவும் தந்து நீங்கள் வழியனுப்பிவைத்தீர்கள். பயணச் செலவுக்குப் பணம் இருக்கிறதா என்றும் கேட்டீர்கள். நானும் இருப்பதாகச் சொன்னேன். என் மனத்துக்குள் பதற்றமிருந்தது. நான் திருடன். விடைபெறும்போது நீங்கள், "இறைவன் நம்மையெல்லாம் பாதுகாப்பானாக" என்று சொல்லி வழியனுப்பிவைத்தீர்கள். என்னை மன்னித்து உங்களுடைய நோட்டைப் பெற்றுக்கொள்ள வேண்டும்."

வீட்டுக்காரன் நூறுரூபாய் நோட்டை வாங்கி அதைக் கையில் வைத்துக்கொண்டு சிந்தனையில் ஆழ்ந்தான். பிறகு சொன்னான்: "பரவாயில்லை. இந்த ரூபாய் நோட்டுக்கு ஒரு வஞ்சனையின் கதை இருக்கிறது. எதுவாயினும் நீங்கள் சாப்பிட்டுவிட்டு வெயில் தாழ்ந்தபிறகு புறப்படுங்கள். இந்த நோட்டை நான் குர்ஆனில் வைத்திருக்கக்கூடாது. வாசித்துக்கொண்டிருக்கும்போது அடையாளத்துக்காக வைத்துவிட்டேன். பிறகு மறந்தும் விட்டேன். நீங்கள் இதைத் திரும்பக்கொண்டுவந்தது நல்லதாகப் போய்விட்டது. இனி இதை வைத்திருக்க வேண்டாம். சொன்னேன் அல்லவா? இதன் பின்னால் ஒரு வஞ்சனையின் கதை இருக்கிறது."

வீட்டுக்காரன் தீக்குச்சியை உரசி நூறுரூபாய் நோட்டின் ஓரத்தில் பற்றவைத்தான். அதில் ஒரு சிகரெட்டையும் பற்ற வைத்து இழுத்தான். நோட்டு எரிந்து சாம்பலானது. விருந்தினன்

ஸ்தம்பித்து நின்றிருந்தான். வீட்டுக்காரன் சொன்னான்: "மனிதர்கள் ஏன் வஞ்சனை செய்கிறார்கள்? தெரிந்தே சதி செய்கிறார்கள்? இறைநம்பிக்கை இருப்பவனும் இல்லாதவனும் தவறு செய்கிறார்களே. தீமை செய்பவர்களுக்குத் தண்டனையுண்டு. மனிதர்கள் ஏனோ இதை மறந்துவிடுகிறார்கள். ஆனால் இது மறதிதானா? அறிந்தே தவறுகளில் ஈடுபடுகிறார்கள். அந்த நூறுரூபாய் நோட்டை எடுத்தபோது நீங்கள் ஒரு தவறு செய்தீர்கள். ஆனால் அடுத்தவர் பொருளை அபகரிப்பதை உங்கள் மனச்சாட்சி ஏற்கவில்லை. மனத்திற்குள் போராட்டம். நீங்கள் அதைத் திரும்பக்கொண்டுவந்து ஒப்படைத்தீர்கள். ஏன் உங்கள் மனச்சாட்சி இதை அனுமதிக்கவில்லை? இந்த நூறுரூபாய் நோட்டு எப்படி வந்தது? தானாகவே வந்ததா? அது எப்படி குர்ஆனுக்குள் வந்தது? சொன்னேன் அல்லவா? நான்தான் வைத்தேன். இந்த நான் எப்படி உருவானேன்? நீங்கள் எப்படி உருவானீர்கள்? அந்த நோட்டு இங்கே எப்படி வந்தது என்று சொல்லிவிடுகிறேன். இறைநம்பிக்கை மிகுந்த ஒருவர். அவருக்கு இரண்டு மூன்று ஆண் மக்கள். பெரிய அளவில் சொத்துக்கள் எதுவுமில்லை. சிரமத்துடன் வாழ முடியும். வீடுகள் தோறும் பத்திரிகைகளும் மாத இதழ்களும் புத்தகங்களும் விநியோகிப்பார். இப்படித்தான் எனக்கு அவர் அறிமுகமானார். அமைதியான குணமுள்ளவர். தனது பிள்ளைகளை அவர் படிக்கவைத்தார். மிகுந்தக் கஷ்டங்களிடையே! மூத்தவர்கள் இரண்டுபேரும் எம்.ஏ. படித்தார்கள். வேலையும் கிடைத்தது. இளைய மகன் ப்ரீ டிகிரி படிக்கும்போது அவர் இறந்துபோனார். அப்படியாக அவனது படிப்பு முடிவுக்கு வந்தது. அவன் மிகவும் நல்ல குணங்களுள்ளவனாகவே எனக்குத் தோன்றியது. சிரித்தபடியே பேசுவான். பெரும்பாலான நாட்களும் என்னைப் பார்க்க வருவான். அவனது அப்பாவின் நல்ல குணங்களைப் பற்றி நான் சொல்வேன். பிள்ளைகளை நல்ல நிலைமைக்குக் கொண்டுவர அவர் எடுத்துக்கொண்ட முயற்சிகளையும் சொல்வேன். இதை நினைவில் வைத்துக்கொள்ள வேண்டும். நல்ல நிலைக்கு உயர வேண்டும். உத்தம மனிதனாக வாழ வேண்டும். இளமை, தூண்டுதல்களுக்குக் காரணமாகிவிடக் கூடாது. வாழ்க்கையில் சரியும் தவறும் இருக்கிறது. தவறுகள் நேராமல் வாழ வேண்டும். இப்படியாகக் கொஞ்ச காலம் கடந்தது. அவன் பொதுவாழ்க்கையில் ஈடுபட்டுப் பிரபலமானான். ஒரு அரசியல்கட்சியில் சேர்ந்தான். என்னிடம் அரசியல் விவகாரங்களைப் பகிர்ந்துகொள்வான். ஒருநாள் என்னிடம் ஐந்துரூபாய் கடன் கேட்டான். நானும் கொடுத்தேன். குறிப்பிட்ட நாளில் திருப்பித் தந்தான். பிறகு பத்து, இருபது, ஐம்பது என்று கடன் வாங்கினான். எல்லாவற்றையும் குறிப்பிட்ட அன்றே திருப்பித் தரவும் செய்தான். கடைசியில் நூறு ரூபாய் கேட்டான்.

கேட்டதும் கொடுக்கிற நிலையில் நானும் இல்லை. இருந்தும் அதை எப்படியோ கொடுத்தேன். குறிப்பிட்ட அன்று திருப்பித் தரவில்லை; மட்டுமல்ல, என்னை வந்து பார்ப்பதுமில்லை. எங்காவது வைத்துப் பார்த்தாலும் கவனிக்காததுபோல் சென்றுவிடுவான். நான் பிள்ளைகளைச் சிரமப்பட்டுப் படிக்க வைத்த அந்தத் தகப்பனைப் பற்றிச் சிந்தித்தேன். ஒருநாள் நான் அவனை ரோட்டில் தடுத்துநிறுத்திச் சொன்னேன்: "நீ என்னிடமிருந்து நூறுரூபாய் கடன் வாங்கியதை மறந்துவிடு. நானும் மறந்துவிடுகிறேன். கை கொடு . . ." இப்படியாக அன்று நாங்கள் பிரிந்தோம். பிறகு நடந்ததுதான் வேடிக்கை. மனிதர்கள் ஏன்தான் இப்படி நடந்துகொள்கிறார்களோ? சிலமாதங்கள் கழிந்தன. அந்த இளைஞன் ஒருநூறுரூபாய் நோட்டைக் கொண்டுவந்து தந்துவிட்டு, அதைப் பெற்றுக்கொண்டதற்காக என்னிடம் ரசீதும் கேட்டு வாங்கினான். பணம் கொடுக்கும்போது நான் ரசீது வாங்கவில்லை. அந்த நூறு ரூபாய் நோட்டைத்தான் நீங்கள் குர்ஆனிலிருந்து எடுத்துக்கொண்டு போய்த் திரும்பக் கொண்டு வந்தீர்கள்."

"சரி. அதை ஏன் எரித்துவிட்டீர்கள்?"

"இன்னுமா உங்களுக்கு விளங்கவில்லை?" வீட்டுக்காரன் கேட்டுவிட்டுச் சொன்னான்: "அது நூறு ரூபாய் கள்ள நோட்டு."

1975

•

மனைவியைத் திருடிச்செல்ல ஆள் தேவை

மனைவியைத் திருடிச்செல்ல ஆள் தேவை.

இது ஒரு முக்கியமான விளம்பரம். கணவன் பொறுமை இழந்துவிட்டான். ஒவ்வொரு கணவனும் இந்த விளம்பரத்தில் கையெழுத்திடத் தயங்காத அந்த அழகிய காலகட்டம் அண்மித்துவிட்டது. அந்த அளவுக்காகிவிட்டது கஸ்மாலங்களின் தொந்தரவு.

எதுவாயினும் அனைத்து மனைவிமார்களும் குறைந்த அளவில் வெம்புவீராக, வெளிறுவீராக, சினம் கொள்வீராக. இந்த விளம்பரத்தில் குறிப்பிடப்படும் கணவனல்ல கதையின் ஹீரோ. இது வெறும் கதைதான் என்பதைப் புரிந்துகொள்ளும்படிக் கேட்டுக்கொள்கிறேன். கதையின் ஹீரோ

கஞ்சா. இடையிடையே துணைக்கு பிராண்டியும் விஸ்கியும் உண்டு. கதையில் வில்லன் கிடையாது. வில்லி மட்டும்தான். அவள்தான் இந்தக் கஸ்மாலம். மனைவி, அழகியும் விதூஷியும்கூட. இரண்டு குழந்தைகளின் தாயுமானவள்.

இந்த மனைவியைத் திருடிச்செல்ல தயாராக இருக்கும் சிங்கங்கள் உஷார்.

கணவன் கமா என்றொரு வார்த்தைகூட உச்சரிக்கப்போவதில்லை. அவன் பரம யோக்கியன். உயர்ந்த படிப்புகள் படித்தவன். ஜெர்மனியில் போய்ப் பட்டங்கள் பெற்றவன்.

பெரிய உத்தியோகம், பெருமளவிலான ஊதியம்.

அழகான பென்ஸ் காரும் இருக்கிறது.

அந்த காரை மனைவியும் ஓட்டுவாள். அழகான மாளிகையும் டெலிஃபோனும் டி.வி.யும். மாளிகை நகரின் இதயம்போன்ற பகுதியில். கால் ஏக்கர் நிலத்தில். உயர்ந்த மதில்களால் சூழப்பட்ட பூ மரங்களின் நடுவில். முற்றத்தில் பூந்தோட்டமும் ஆம்பல் பொய்கையும். அதில் சிவப்பு, வெள்ளைநிறப் பூக்கள். அதில் ஏராளமான சிறு சிறு மீன்களும் உண்டு. உயர்ந்த இரும்புக் கேட்டினுள் அங்குமிங்குமாகப் பயங்கரமான இரண்டு அல்சேஷன் நாய்கள். அவை இரண்டு சிறுகுடில்களில் முழக்கத்துடன் குரைத்துக்கொண்டிருக்கும். மனைவி இரவு நேரங்களில் இரண்டையும் அவிழ்த்துவிட்டுவிடுவாள். பிறகு எந்தவொரு உயிரினமும் மதிலுக்குள் எட்டிப் பார்க்காது. அந்த நாய்கள் கஸ்மாலத்தை அதிகமாக நேசித்தன.

மனைவியின் கையில் அனுமதி பெற்றதுப்பாக்கி இருந்தது. குறி தவறாமல் சுடுவதற்குக் கணவன் கஸ்மாலத்தைக் கற்பித்திருக்கிறான். இரவுநேரங்களில் கொசு அசைந்தால்கூட நீ பாட்டுக்குச் சுட்டுடு. என்னவென்பதைப் பிறகு பார்த்துக்கொள்ளலாம் என்று கணவன் உத்தரவிட்டிருந்தான். கொஞ்சம் பழைய உத்தரவு என்பதை நினைவுகொள்ளவும்.

அவர்கள் காதல் திருமணம் செய்துகொண்டவர்கள். இருவருமே வசதியுள்ள குடும்பத்தைச் சேர்ந்தவர்கள்தான். கணவனும் மனைவியும் இறை நம்பிக்கை மிகுந்தவர்கள். வீட்டில் பூஜை அறையும் இருந்தது. சிவபெருமானை ஆராதிப்பவர்கள். கணவனின் கழுத்தில் துளசி மாலையிருந்தது. ஃபிரெஞ்சு தாடியும் மீசையும் கிருதாவும் வைத்துச் சற்று நீண்ட வட்டமுகத்தில் சதா புன்னகையுடன் திரிவார். வழுக்கையாக இருந்தாலும் தலையின் இரு பக்கவாட்டிலும் முகத்திலும் நிறைய கறுப்பு ரோமங்கள். தலைமுடியைப் பரட்டையாகவும் நீளமாகவும் வளர்த்தினார். ஆள் வெளுப்பு கலந்த சிவப்பு நிறம். ஒளிரும் கருவிழிகளும் கறுத்துச் சுருண்ட கார்கூந்தலுமுள்ள வெள்ளை மனைவி ஃபேஷன்மாடல்போலிருப்பாள். ஆனால், தீவிர பக்தை.

இப்படியான மனைவியைத்தான் திருடிச்செல்ல வேண்டும். ஏற்கெனவே சொன்னேன் அல்லவா, கணவன் கண்டுகொள்ளவே மாட்டான். யார் வேண்டுமானாலும் எப்போது வேண்டுமானாலும் திருடலாம். ஆனால் யாருடனாவது ஓடிப்போக அவள் தயாரா? சௌபாக்யவதிகளான மற்ற மனைவிமார்கள் ஒருவேளை கேட்கலாம். தங்கக் குடங்களே அவள் தயாராக இல்லை. கடவுளை விட்டால் கணவன்மீதுதான் அவளுக்குப் பக்தி அதிகம். பக்தி மட்டுமில்லை, அன்பும் நம்பிக்கையும்.

பிறகு கணவன் கோபப்படுமளவுக்கு அவள் என்ன செய்து விட்டாள்? நியாயமான கேள்விதான். இளைஞர்களைத் தொத்து வியாதிபோல், கிருதா வியாதி பாதித்துவிட்டதல்லவா? இதைப் பின்நவீனத்துவம் என்பதாக இளைஞர்கள் நம்புகிறார்கள். ஆனால் ஐயாயிரம் வருடங்களுக்கு முன்புள்ள பிணங்களின் முகத்திலும் கிருதா இருக்கிறது. எப்படியென்றால் யூதர்களின் ஒரு மத அனுஷ்டானம் கிருதா. சொர்க்கத்துக்குச் செல்ல அவர்கள் கிருதாவைக்கிறார்கள். கிம் பஹுனா. சரி, ஹிந்துக்களும் கிறிஸ்தவர்களும் முஸல்மான்களும் எதற்காக இந்தக் கிருதாவைச் சுமந்துதிரிகிறார்கள்? சொர்க்கலோகம் செல்லவா? இதைக் காரண காரியங்கள் சகிதம் கணவனிடம் கேட்டாள் கஸ்மாலம். கிருதா புராணம் தொடர்பான ஒரு கிரந்தத்தையும் காண்பித்தாள். கணவனுக்கு இது பிடிக்கவில்லை. உயிரோடு இருக்கும் மனிதனின் முகத்தில் பயங்கரமாக பொருத்தப்பட்ட பின்நவீனத்துவ

கிருதா ...பழைய ஏற்பாடாமே! இது ஐயாயிரம் ஆண்டுகளுக்கு முந்தைய பிணங்களின் முகத்திலும் இருக்கிறதாமே!

கணவனுக்கு நியாயமான கோபம் வந்தது. அவன் மனைவியை அடிக்கவில்லை. முடியைச் சுற்றிப்பிடித்து விலாவில் குத்தவுமில்லை. இதையெல்லாம் செய்பவனுமல்ல அந்தக் கணவன். அவன் சொன்னான்: "நீயும் குழந்தைகளும் உங்க வீட்டுக்குப் போயிடுங்க."

"ஏன்?"

"இந்த அருமையான கிருதாவை என்னால் கைவிட முடியாது."

"வேண்டாம். ஐயாயிரம் ஆண்டுகளுக்கு முன்புள்ள பிணங்களின் முகத்திலும் அழுகி நாறும் கிருதா இருப்பதை நான் நினைவூட்டுவேன்."

"ஊட்டிக்கொள்."

"யூதன்."

"நான் பத்தரை மாற்று ஹிந்து."

"ஹிந்துக்கள் ஏன் யூதர்கள்போல் கிருதா வைக்க வேண்டும்?"

"முடியிருப்பதால்."

அது நியாயம்தானே? முகத்தில் முடியிருந்தால் மழுங்கச் சிரைக்கலாம்; நீளமாக வளர்த்தலாம். ஆண்களுக்கான வெற்றியின் அடையாளம் அது. கணவன் சிரித்துக்கொண்டான்.

மனைவிக்குத் தோற்பதில் விருப்பமில்லை. அவள் சொன்னாள்: "அப்படின்னா, வழுக்கைத் தலையில் கொஞ்சம் முடி வளர்க்கப் பாருங்கள்."

கணவன் தோற்றான். அவனுக்கு வருத்தமாக இருந்தது. அவன் கேட்டான்: "உனக்கு என்னைப் பிடிக்கவில்லை. அப்படித் தானே?"

"பிடிக்கும். என்னைவிடவும் அதிகமாகவே பிடிக்கும்."

"பிறகெதுக்கு வழுக்கைத்தலையைப் பற்றிப் பேசுறே?"

"அந்த வழுக்கைத்தலையில நான் பலதடவை முத்தமிட்டிருக்கேன். வழுக்கையை வருடுறது எனக்குப் பிடிக்கும். அழகான பளபளப்பு."

இதைக் கேட்டதும் கணவனின் மனத்திலிருந்த சூடு தணிந்தது. மனம்குளிர்ந்த கணவன் சொன்னான்: "வழுக்கை, அதிபுராதனமான பின்நவீனத்துவமாகும், யோக்கியர்கள் எல்லாருமே வழுக்கைத்தலையர்கள்தான். சாக்ரடீஸ், ஷேக்ஸ்பியர், லெனின், ஜவஹர்லால் நேரு . . . இனி, வழுக்கைத்தலை உலக நாகரிகமாக மாறும்."

"என்னுடைய ஆசையும் அதுதான்." மனைவி முடிவாகச் சொல்லிவிட்டாள். இப்படியாக அந்தப் பிரச்சினை முடிவுக்கு வந்ததா? கிருதாவை ஏற்றுக்கொண்டாளா? எதையுமே முற்று முடிவாகச் சொல்லிவிட இயலாது. பிறகு என்ன நடந்தது? மனைவிகளான சௌபாக்யவதிகள் கேட்பார்கள்தானே? சொல்கிறேன் பதிவிரதைகளே, சொல்கிறேன்.

கணவனைப்போல் எண்ணெய் புரட்டாத, பரட்டைத் தலைமுடியை நீட்டி, கிருதாக்கள் பொருத்தமாய் வைத்து கலக்கித் திரிகிற சிங்கங்கள்தான் கணவனின் நண்பர்களும். சிறு நாற்றம் வீசுபவர்கள். அவர்களது நிரந்தரக் கூட்டாளிகள் கஞ்சாவும் மதுவும்.

இந்தக் கணவனும் மனைவியும் என் நண்பர்கள்.

எங்களுடைய குடும்ப நண்பர்கள். இந்தக் கணவன் என்னும் மகானை நான், 'அடேய்' 'நீ' என்றெல்லாம் ஒருமையில்தான் அழைப்பேன். இது மதிப்புக் குறைவாக என்றல்ல. சிறுவயது முதல் எனக்குப் பரிச்சயமுண்டு என்பதால். என்னைச் சில நேரங்களில் 'குரு' என்றழைப்பான். பெரும்பாலும் 'கிழவன்' என்றுதான் சொல்வான். நான் அந்த வீட்டுக்குச் சென்றதும் கணவன் சமையலறையை நோக்கி மனைவியிடன் சொல்வான்: "ஓல்டுமேன் வந்திருக்கார்."

இதைக்கேட்ட மனைவி, ஏ ஒன் தேநீருடன் வருவாள். வேலைக்காரனும் வேலைக்காரியும் இருந்தாலும் அவளேதான் தேநீர் தயாரித்துக்கொண்டு வருவாள். தேநீரைக் குடித்துக்

கொண்டிருக்கும்போது கணவன் குடும்ப விஷயங்களையும் மற்ற விஷயங்களையும் பேசுவான். இப்படிச் சொன்னதுதான் கிருதா விவகாரம்.

கணவன் கிருதாக்களைச் சீராட்டி வளர்க்கிறான். கிருதாவையும் மீசையையும் ஏதோ இருக்கிற கொஞ்சநஞ்ச தலைமுடியையும் தீவிரமாக வளர்த்துவருகிறான். மீசைகளை விரித்து முறுக்கிவைக்கிறான். சிலநாட்களாகக் கண்களில் சிவப்பு அதிகரித்திருக்கிறது. சிவந்த கண்கள்.

கண்களில் சிவப்பு எப்படிக் குறியேறிற்று? இதற்கும் மனைவியைத் திருடிச்செல்ல ஆள் தேவை விளம்பரத்துக்கும் ஏதாவது தொடர்பிருக்கிறதா? அந்த வரலாற்றைக் கொஞ்சம் சொல்லிவிடுகிறேன்.

கணவனும் மனைவியும் குழந்தைகளுமாக அவ்வப்போது எங்கள் வீட்டுக்கு வந்து சாப்பிடுவதும் நாங்கள் அவர்கள் வீட்டில் போய்ச் சாப்பிடுவதும் வழக்கம். போகுமிடங்களுக்கு எல்லாம் பெரும்பாலும் அவரது பென்ஸ் காரில்தான் செல்வேன். காரைச் சிலவேளைகளில் அவரது மனைவி ஓட்டுவார். சிலவேளைகளில் கணவன். பலாப்பழமும் மாம்பழமும் பூசணிக்காயும் விளைகிற காலங்களில் இதையெல்லாம் அவர்களது காரின் டிக்கியில் கொண்டுபோய்வைப்போம். தொலைவிலுள்ள நகரத்தில் வைத்து என்னைப் பார்த்தால் வீட்டுக்கு அழைத்துக்கொண்டு போய்ச் சாப்பாடும் தந்து வீட்டில் கொண்டுவந்துவிட்டுச் செல்வார். எனக்கு அந்த வீட்டில் எல்லாச் சுதந்திரங்களும் உண்டு. விரும்புவதை எடுத்துக்கொள்ளலாம். நான் எதையும் விரும்புவதில்லை. கணவனுக்கு மீனும் இறைச்சியும் பிடிக்கும். இரண்டு வேலைக்காரர்கள் இருந்தாலும் கணவனுக்குப் பிடித்தமான உணவை, மனைவியே தனது கைகளால் சமைப்பார். சமையல்கலையில் திறமையானவள். நானும் சமையல்கலை நிபுணன்தான். சாட்சாத் நளனின் கூடப்பிறந்த தம்பியென்றே என்னைச் சொல்லிக்கொள்வேன். ஒருநாள் நான் சொன்னேன்: "என்னை உங்கள் வீட்டில் தலைமைச் சமையல்காரனாக நியமித்துக்கொள்ளுங்கள்."

கணவன் சொன்னான்: "ஹிந்துக்கள் வீட்டில் முஸல்மான் களைச் சமையல் வேலைக்கு வைப்பதில்லை."

மனைவி சொன்னாள்: "பஷீரை இங்கே வைத்துக்கொள்வதில் எனக்கு விருப்பம்தான்."

நான் சொன்னேன்: "எனக்கு வாகன வசதிகள் செய்து தரப்பட வேண்டும்."

கணவன் சொன்னான்: "இங்கே உள்ளவர்களுக்கு ஆட்சேபணை இல்லையென்றால் சமையல்காரனாக வேலை போட்டுத் தருகிறேன். காரும் தருகிறேன்."

பார்யாளின் விருப்பமே பர்த்தாவின் விருப்பமும். பார்யாள் விஷயத்தில் பர்த்தா விசேஷக் கவனம் செலுத்தினான். வார – மாதச் சஞ்சிகைகள், விசேஷப் பதிப்புகள். கூடவே தினசரிப் பத்திரிகைகள். பாட்டு கேட்க ரேடியோகிராம். பல்வேறு மொழிகளிலுள்ள ரிக்கார்டுகள். போதாக்குறைக்குப் புத்தகங்கள் நிறைந்த அலமாரிகள். மனைவிக்குச் சொந்தமான கோழிகள். ஆனால் ஃப்ரீசரில். ஏராளமான முட்டைகள். கூடவே கறவைப் பசு, இரண்டுக் குட்டிகள் போட்ட பசுவை அன்புடன் பராமரிக்கிறார்கள். வங்கியில் போட்டுவைத்திருக்கும் பணம் இருவருடைய பெயரிலும் ஒன்றாகக் கிடந்தது. இருவரில் யார் வேண்டுமானாலும் பணம் எடுத்துக்கொள்ளலாம்.

இப்படி சுகமாக, முன்மாதிரித் தம்பதிகளாக வாழ்ந்து வரும் காலத்தில்தான் நீளமான தலைமுடியும் கிருதாவும்

கஞ்சாவும் வருகின்றன.

மனைவியைத் திருடிச் செல்ல வருவது யார் – கிருதாவா, கஞ்சாவா?

அவர்களது வீட்டின் அருகாமையில் ஒரு பெரிய டாக்டர் இருக்கிறார். நண்பர்தான். எனக்கும் அவர் நண்பர். பரிசோதனையும் மருந்துகளும் எனக்கு இலவசம். டாக்டரும் மனைவியும் எங்கள் வீட்டுக்குப் பலமுறை வந்திருக்கிறார்கள்; சாப்பிட்டிருக்கிறார்கள். தேங்காய், பலாப்பழம், பூசணிக்காய், மாங்காய் போன்றவற்றை நானும் மனைவியும் டாக்டரின் காரில்கொண்டுபோய்வைப்போம். இந்த டாக்டரைப் பார்க்க வேண்டிய ஒரு கட்டாயம் எனக்கு உருவானது.

இத்துடன் சில விசேஷ நிகழ்வுகளும் சேர்ந்துகொண்டன.

ஒரு ஞாயிற்றுக்கிழமை. கிருதாக்கார ஃப்ரெஞ்சு தாடி நிச்சயம் வீட்டில்தான் இருப்பான். நான் வாசலின் அருகில் சென்றதும் அல்சேஷன் நாய்கள் பும்பும் என்று பயங்கரமாகக் குரைத்தன. அதைக் கண்டுகொள்ளாமல் வாசலைத் திறந்து, பூந்தோட்டத்தின் அருகில் மதிலையொட்டிய ரோட்டில் நடந்தேன். ஆம்பல்குளத்தில் வெள்ளையும் சிவப்புமான பூக்கள். சத்தமோ அசைவோ எதுவுமில்லை. நிசப்தம். பென்ஸ் கார் போர்ட்டிகோவில் நின்றிருந்தது. நடுக்கற்களில் விருந்தினர்களின் செருப்புகள் இல்லை. மொசைக் நடுக்கல்லினூடே ஏறி மெதுவாக வாசலைத் திறந்தேன். காட்சி, உஷார்.

மனைவி கொடிய ஒரு சிங்கத்தைப்போல் செட்டில் நிமிர்ந்து உட்கார்ந்திருந்தாள். ஏதோ முக்கியமான ஒரு விஷயத்தை அப்போதுதான் பேசி முடித்ததுபோன்ற நிசப்தம்.

கணவன் என்னும் கிருதாக்கார ஃபிரஞ்சுத் தாடி எண்ணெய்யைப் பார்த்திராத பரட்டைத் தலைமுடியுடன் தியானத்தில் மூழ்கிய மரத்தவளைபோல் மொசைக் திண்ணையில் சுவரில் சாய்ந்து உட்கார்ந்திருந்தான். இலேசாக கஞ்சா நெடி வீசியது. இப்போதுதான் இழுத்துமுடித்திருப்பான்.

என்னைக் கண்டதும் மனைவி, சிரித்தபடியே குதித் தெழுந்தாள். "உட்காருங்க. மனைவியும் குழந்தைங்களும் நலமாக இருக்கிறாங்களா? இருங்க அஞ்சு செகண்ட்ல டீகொண்டு வந்துடறேன்" என்று சொல்லிவிட்டு உள்ளே சென்றாள்.

நான் செட்டில் உட்கார்ந்து ஒரு சிகரெட் பற்றவைத்தேன். இழுத்துப் புகைவிட்டுவிட்டு மெதுவாகக் கேட்டேன்: "என்னடா, உன்னை ஏதோ குறுக்கு விசாரணை பண்ற மாதிரி இருக்கே?"

"கழுவேறிக்குப் பொறந்தவ." ஃப்ரெஞ்சுத் தாடியும் எண்ணெய் பார்த்திராத பரட்டைத் தலையனும் படுபயங்கர கிருதாவுமுள்ள கணவன் சொன்னான்: "என்னை அவள் குறுக்கு விசாரணைதான் பண்ணிட்டிருந்தாள். வேற எவனாகவும் இருந்தால், கழுவேறிக்குப் பொறந்தவளோட தலைமுடியைச் சுருட்டிப் பிடிச்சு, விலாவைக் குறிபார்த்துப் பத்துக் குத்து கொடுத்திருப்பான். என்னுடைய பண்பாடு இதை அனுமதிக்கலை."

"பிரச்சினை என்னடா?"

"ஓல்டுமேனுக்குத் தெரியுமே, நாங்க காதல் திருமணம் பண்ணிக்கிட்டவங்க. காதலர்களாகத் திரிஞ்ச காலத்தில கழுவேறிக்குப் பொறந்தவளுக்கு நான் நிறைய காதல் கடிதங்கள் எழுதினேன். ஒரு ஐந்நூறிருக்கும். கழுவேறிக்குப் பொறந்தவளை எவனோ ஒருத்தன் பார்த்துட்டாங்குறதுக்காக, அந்தச் சும்பனை நான் சுட்டுக்கொல்லவும் தயாரானேன்."

"அப்பவே உங்கிட்ட துப்பாக்கி இருந்ததா?"

"நான் ஜெர்மனியிலிருந்து திரும்பிவந்த காலமல்லவா? அப்பவே எங்கிட்ட ரிவால்வர் இருந்தது. இப்ப, அந்தக் கழுவேறிக்குப் பொறந்தவளோட கையிருக்கிறது அந்த ரிவால்வர்தான். நான் இவளுக்கு எழுதிய காதல் கடிதங்களில் நீதான் எனது உயிருக்குயிர் . . . உன் பாதம்பட்ட மண்தான் எனக்குத் தேவி பிரசாதம் . . . நீ குளித்த நீர்தான் எனக்குத் தீர்த்தம் . . . நீ இல்லையென்றால் நான் செத்தே போய்விடுவேன் . . .

உனது மூச்சுக்காற்றுதான் எனக்கு சுகந்தம் . . . என்னுடைய வாழ்க்கையென்னும் காரிருளில் நீ புனிதமான நெய்விளக்கு . . . எனக்கு எல்லாமே நீதான் தங்கக்குடமே மதனச்சிலையே . . . மாயாமோகினி . . . அழகே, நீ வா . . . வாழ்க்கையைப் பொருள் பொதிந்ததாக மாற்று . . . என்றெல்லாம் எழுதியிருந்தேன்."

"சரி, அப்புறம்?"

"அந்தக் கழுவேறிக்குப் பொறந்தவ, நான் முடி வளர்க்கிறதைக் குறைசொல்றா. கழுவேறிக்குப் பொறந்த இவளா என்னுடைய அழகான கிருதாவைக் குறைசொல்றது?"

"இவ்வளவுதானா?"

"இரு கிழவா, இன்னுமிருக்கு. நான் ஆதிப் புராதன காலத்தில இந்தக் கழுவேறிக்குப் பொறந்தவளுக்கு எழுதின காதல் கடிதங்களிலுள்ள ஒவ்வொரு வார்த்தையையும் சொல்லி, ஒவ்வொரு விஷயத்திலேயும் என்னை இப்பக் குடைஞ்சு எடுக்குறா. அந்தக் கடிதங்களையெல்லாம் எடுத்து அழிச்சுடலாம்னு பார்த்தேன். ஆனால் முடியலை. கழுவேறிக்குப் பொறந்தவ அதையெல்லாம் அடுக்கிச் சிவப்பு ரிப்பன்ல கட்டி இரும்புப்பெட்டிக்குள்ள வச்சுப் பத்திரமாகப் பூட்டிட்டா. சாவியைத் தங்கச் சங்கிலியில போட்டு ரவிக்கைக்குள்ளால தனபாரங்களின் நடுவே பாதுகாப்பாக வச்சிருக்கிறாள்."

"உன் குழந்தைங்க எங்கேடா?"

அலட்சியமாக: "தூங்குதுங்களாக இருக்கும்."

"இதுதான் பிரச்சினையா?"

"இல்லை கிழவா, கஞ்சா இப்ப என்ன விலை இருக்கு?"

"தெரியலையே. கஞ்சாவையும் அபினையும் நம்ம அரசாங்கம் இப்போ தடை செய்திருக்கு இல்லையா?"

"இந்த அரசாங்கம் என்னுடையதல்ல. நாங்க பண்பாடுகளுள்ளவங்க . . . அதாவது நானும் என் நண்பர்களும் இந்த அரசை அங்கீகரிக்கலை. கஞ்சாவையும் அபினையும் தடை செய்ய இவங்ககிட்ட யார் சொன்னா? பண்பாடற்ற அரசாங்கம். கஞ்சாவும் அபினும் மக்களுக்குத் தேவை. மக்கள் வெல்லட்டும். சாட்சாத் மக்களாட்சி மலரட்டும்."

"மகிழ்ச்சி."

"கேளும் கிழவா. சாதனங்கள் எல்லாமே இப்ப விலை அதிகமாயிடுச்சு இல்லையா? தங்கத்தின் விலையும் அதிக

மாயிடுச்சுதான். ஆனால் தங்கத்தைவிடவும் இப்ப கஞ்சாவோட விலை அதிகம். கிடைக்கிறதுகூட ரொம்ப சிரமம். இவ்வளவு சிரமப்பட்டு வாங்கிய பொன்போன்ற கஞ்சாவை நான் ஒரு கோல்ட் ஃப்ளேக் சிகரெட் டின் நிறைய திணித்து அலமாரியில் வச்சிருந்தேன். இந்தக் கழுவேறிக்குப் பொறந்தவ அதையெடுத்து நாற்றம்பிடிச்ச குழியில சேற்றில கொட்டிட்டாள். பிறகு அதில ஒருகுடம் தண்ணீரையும் ஊற்றிக் கலக்கிட்டாள். இனி இந்தக் கழுவேறிக்குப் பொறந்தவளை உயிரோடு விட்டுவைக்கலாமா?"

"இதுதான் பிரச்சினையா?"

"பிரச்சினை இதுவல்ல கிழவா." ஜெர்மனி ரிட்டர்ன் ஃப்ரெஞ்சுத் தாடி அண்ட் கிருதா அண்ட் பரட்டைத் தலை நீள்முடியோன் சிரித்தான். பிறகு எழுந்து உள்ளே சென்று பார்த்துவிட்டுத் திரும்பவும் வந்து மெதுவாகச் சொன்னான்: "நான் இப்பவும் கஞ்சா இழுக்குறதுண்டு!. . . கஞ்சாவை நான் எங்கே மறைச்சு வச்சிருக்குறேன்னு கழுவேறிக்குப் பிறந்தவளுக்கு அறிஞ்சாகணும். என்னைக் கொன்னாலும் சரி, அதைச் சொல்லுவனோ? அதைக் கேட்டுதான் கழுவேறிக்குப் பொறந்தவள் என்னைக் குறுக்கு விசாரணை பண்ணிட்டிருந்தா."

"பரம யோக்கியன். உன்னைப் பாராட்டுறேன். நீ இப்ப அதை எங்க மறைச்சுவைச்சிருக்கே?"

"கழுவேறிக்குப் பொறந்த இவளுக்கு அறிவிருக்கா? கழுவேறிக்குப் பொறந்த இவளோட தாய்க்கு அறிவிருக்கா? கழுவேறிக்குப் பொறந்த இவளோட அப்பனுக்கு அறிவிருக்கா? கழுவேறிக்குப் பொறந்த இவளோட உடன்பிறந்தவனுங்க, உடன்பிறந்தவளுங்களுக்கு அறிவிருக்கா? கஞ்சாவை நான் சின்னச் சின்னப் பொட்டலங்களாக மடிச்சு, புத்தகங்கள்ல வைக்கிறேன். பூஜையறையில சிவபெருமானின் பின்னால் வைக்கிறேன். அலமாரியில் இருக்குற அந்தத் தடித்தப் புத்தகத்தைப் பாருங்க. காரல் மார்க்ஸின் மூலதனம். அதில காகிதப் பொட்டலத்தில கஞ்சா இருக்கு."

"காரல் மார்க்சும் கஞ்சாவும்."

"என் அறிவைப் பற்றிக் கிழவனோட அபிப்பிராயம் என்ன?"

"நீ எதுக்கு இவ்வளவு சிரமப்பட்டுக் கஞ்சாவை இழுக்குறே?"

"கடவுள் எதற்காகக் கஞ்சாவைப் படைத்தார்?"

"ஏதாவது மருந்துக்குப் படைச்சிருப்பாராக இருக்கும்."

"கஞ்சாவைப் படைக்கும்போதே மனுசன் இதை புகையிலையிலசேர்த்துஇழுப்பான்னு கடவுளுக்குத்தெரியாதாமா?

பாங்காவும் சரஸாகவும் இதை மாற்றி உபயோகிப்பான்னுகூடத் தெரியாதாமா? நாங்க கடவுளுக்குத் தெரிஞ்சும் அவரோட அனுமதியுடனும்தான் கஞ்சா இழுக்கிறோம்."

"போடா படுக்கூஸே, கடவுள் மனுசனுக்குக் கொஞ்சம் விசேஷ அறிவைத் தந்திருக்கார். எது நல்லது, எது தீமைங்குறதயும் சொல்லியிருக்கார். இதை உபதேசிக்க ஆட்களையும் அனுப்பியிருக்கார். ஏராளமான பொருட்களை அவர் படைத் திருக்காரில்லையா? உதாரணமாக, கனிவகைகள். மா, பலா, வாழை, ஆப்பிள், சப்போட்டா, கொய்யா, மாங்கோஸ்டின், ஆரஞ்சு, ஆற்றப்பலா, ருமான் பழம் இதையெல்லாம் நாம சாப்பிடலாம். உடலுக்குத் தீங்கு செய்யாது. ஆனால், அரளியைச் சாப்பிட்டா செத்துடுவோம். ஆகவே, அதைச் சாப்பிட வேண்டாம்னு சொல்லப்பட்டிருக்கு. அப்படின்னா கடவுள் எதற்காக அரளியைப் படைத்தார்னு நமக்கு இதுவரைக்கும் தெரியாது. ஆனால் கடவுளுக்குன்னு ஏதாவது காரணங்கள் இருக்கும். ஏராளமான செடிவகைகளை அவர் படைத்திருக்கார். அதில கஞ்சாவும் ஒண்ணு. இது மனுசனோட உடலுக்குத் தீங்கை விளைவிக்கும். பலநூறுவருடங்களாக இதைப் பயன்படுத்தி வர்ற மனித சமூகத்திற்கு இதனால எந்த நன்மையும் கிடைக்கலை. கஞ்சா இழுத்து, வெளிறி அழிகிறோம். மதுவும் இதுபோல்தான்."

"கடவுள் மனுசனை எதுக்காகப் படைத்தார்னு கிழவரால் சொல்ல முடியுமா?" அப்போது இரண்டு தம்ளர்களில் தேநீருடன் மனைவி வந்தாள். நான் கேட்டேன்: "அடேய், ஜெர்மனியில எப்படி? முடிவளர்த்துபவர்களும் கிருதாதாரிகளும் இருக்காங்களா?"

"நிறைய! இது இப்ப உலகம் தழுவிய நாகரிகம். எண்ணெய்யைப் பார்க்காத பரட்டைத் தலைமுடி, பயங்கரமான கிருதாக்கள். இதுதான் உலக நாகரிகம்."

"பேன்களின் பொற்காலம்," மனைவி சொன்னாள்.

நான் சொன்னேன்: "நாம டாக்டரைப் போய்ப் பார்ப்போம். உனக்கு என்னவோ பிரச்சினை இருக்குன்னு நினைக்கிறேன். பரிசோதிச்சுடுவோம். உன் உடம்பு ரொம்ப வெளிறிப் போயிருக்கு. எனக்கும் டாக்டரைப் பார்க்க வேண்டியதிருக்கு."

"பஷீர்கூட போங்க." மனைவி சொன்னாள்: "ஒண்ணுலயும் ஒரு உற்சாகமில்லை. சரியாகச் சாப்பிடுறதுமில்லை. ரொம்ப மெலிஞ்சுப் போயிட்டார்."

"எனக்கு ஒரு நோயுமில்லை." ஃப்ரெஞ்சுத் தாடி மற்றும் இத்யாதி சொன்னான்.

"இருக்கட்டும். நானும் வர்றேன். நாங்க போயிட்டு சாப்பாட்டுக்கு வருவோம். என்ன கறி?"

"நல்ல கறி மீன் நிறைய வாங்கியிருக்கோம்." என்னிடம், "பெரிய குக் அல்லவா ? மீன் கறி எப்படி வைக்கிறதுன்னு சொல்லுங்க ?"

ஃப்ரெஞ்சுத் தாடி அண்ட் கிருதா இடைமறித்துக் கோபத்துடன் சொன்னான்: "மீனை எனக்குச் சுட்டுத் தந்தாப் போதும். அதுகூட வேண்டாம். கறுமுறுன்னு நான் பச்சையாகவே கடிச்சுத் தின்னுக்குறேன்."

"பெரிய மீன்ல ஒண்ணை அப்படியே கழுவாமல் பச்சையாக தந்துடறேன். பஷீருக்கு எப்படி ?"

"எனக்குத் தோலை எடுத்து, குடலும் பண்டமும் நீக்கி, சின்னதாக வெட்டி, கவுச்சி மாறுற வரைக்கும் கழுவி, குடம்புளி சேர்த்து தேங்காயும் மிளகும் மல்லியும் கறிவேப்பிலையும் சேர்த்து நல்லா வறுத்து அரைக்கணும். இஞ்சியைத் தட்டிப் போடணும். நிறைய மிளகாய் வெட்டி போடணும். மஞ்சள் சேர்க்க மறந்துட வேண்டாம். உப்பு சேர்த்து அரைச்சுக் கலக்கிய மசாலாவில் கறிமீன் துண்டுகளை நல்லா வேகவச்சு, கறிவேப்பிலையும் மல்லிக்கீரையையும் போட்டுக் கொஞ்சம் உப்புப்பொடியும் சேர்த்து இறக்கிவச்சு, கொஞ்சம் தேங்காய் எண்ணெய் விட்டு மூடி வைக்கணும். பச்சை மீனைக் கழுவிக் கீறி மிளகும் மஞ்சளும் உப்பும் சேர்த்து அரைச்ச மசாலாவைத் தடவி, தேங்காய் எண்ணெய்யில் நல்லா வறுத்தெடுக்கணும்."

திருட்டுக் கஞ்சா சொன்னான்: "கிழவன் வாயில எச்சிலூறுது."

நான் கேட்டேன்: "சரி, வேறு கூட்டுகள் ?"

மனைவி சொன்னாள்: "கடுகு மாங்கா, முட்டைக்கோஸ், உருளைக்கிழங்கு உப்பேரி, அப்பளம், நல்ல கட்டித் தயிர்."

"பலே, பேஷ்."

"கூடவே பழமும் இருக்குன்னு சொல்லிடு. கண்ட முஸ்லிம் கிழவன்களுக்குத் திருப்தி வரட்டும்." அந்தப் பண்பாட்டுப் பெரியவன் மெல்ல நடந்தான். "நான் மேலே போய்க் கை கால் கழுவிட்டு, முடியும் கிருதாவும் சீவி டிரஸ் பண்ணிட்டு வந்துடறேன்."

அவன் ஏணிப்படியிலேறி மாடிக்குச் சென்றான். நான் மெதுவாக மனைவியிடம் கேட்டேன்: "என்ன பிரச்சினை ?"

"பிரச்சினை எதுவுமில்லை." மனைவி மெதுவாக, "கஞ்சா பிடிக்கிறார். கொஞ்சம் மதுப் பழக்கமும் இருக்கு. நண்பர்களாக, சில எண்ணெய் பார்க்காத, தலைமுடி வளர்த்திய, நாற்றம் பிடிச்ச கிருதாக்காரர்களுண்டு. குளிக்கிற வர்க்கமில்லை. இவரும் குளிக்கிறது கிடையாது. என்னை ஏமாத்துறதுக்காக சோப்பும்

டவலுமாகக் குளியலறைக்குப் போவார்; குளிக்க மாட்டார். தண்ணீரை மொண்டு தரையில் கொட்டி, சத்தம் கொடுப்பார். பிறகு டவலைத் தண்ணீரில் நனைச்சுப் பிழிஞ்சு முகத்தைத் துடைச்சிட்டு வருவார். சோப்பு நனையலைங்குறதை வச்சிதான் உண்மையைக் கண்டுபிடிக்க முடிஞ்சுது. வழக்கமாகக் கஞ்சா இழுக்குறவங்களுக்குக் குளிக்கவும் சுத்தமா இருக்கவுமெல்லாம் தோணாதாமே? இப்ப நான் துப்பாக்கி முனையிலதான் அவரைக் குளிக்க வைக்கிறேன். பல் விளக்க வைக்கிறேன். கஞ்சா பிடிக்கக் கூடாதென்றும் குடிக்கக்கூடாதென்றும் சொன்னேன். இனிமேல் மாட்டவே மாட்டேன்னு தலையிலடிச்சு சத்தியம் பண்ணினார். பிறகு பார்க்கும்போது ஒரு சிகரெட்டில் நிறைய கஞ்சா. நான் எடுத்துச் சாக்கடையில போட்டேன்."

"நல்லதாப் போச்சு."

"ஒண்ணு தெரியுமா? என் அப்பாவோட தம்பி ஒருத்தர். தலைமுடியும் தாடியும் வளர்த்துக் காவியுடுத்து சாமியார் ஆயிட்டார். இரவுபகல்னு இல்லாம எந்நேரமும் கஞ்சாதான். இறைத் தியானமாம். எதுவுமே சாப்பிட மாட்டார். கஞ்சா இழுத்து முடிச்சதும் இரண்டு பூவன்பழம் தின்பார். கடைசியில உலர்ந்து வெளிறி, அகாலமா இறந்துபோயிட்டார். அதுபோல, என் குழந்தைகளுக்குத் தகப்பன் இல்லாமல் போக நான் விடமாட்டேன். இப்போது எங்கோ மறைச்சுவச்சுக் கஞ்சா இழுக்குறார். எங்கே வச்சிருக்கீங்கன்னு கேட்டா சிரிக்கிறார். போதாக்குறைக்கு என்னை முட்டாள் என்கிறார். பெரும் வேதனையாக இருக்கு. என்ன செய்றதுன்னே புரியலை."

நான் மிகமெதுவாகச் சொன்னேன்: "சிவபெருமான் படத்தைத் தினமும் எடுத்து துடைச்சு வைக்கணும். அலமாரியிலுள்ள புத்தகங்களையும். காரல் மார்க்சின் மூலதனத்தை வாசிச்சுப் பார்க்கணும். அவ்வளவு சீக்கிரமா புரியாது. இருந்தாலும் வாசிக்கணும். இந்திய பொதுவுடைமை பரிசோதனை செய்யப்பட வேண்டிய விஷயம்தான். பொதுவுடைமை மலரட்டும். சிவபெருமானின் பின்புறமோ மூலதனத்தினுள்ளோ மற்ற நூல்களிலோ சிறுபொட்டலங்கள் இருக்கக்கூடும். எடுத்துச் சாக்கடையில் எறியவும். சுபம்."

நிசப்தம். நான் சொன்னேன்: "நான்குநாட்கள் எதுவும் செய்ய வேணாம். உலகம் இப்போதுபோலவே இயங்கட்டும். சிவபெருமானின் படத்தைச் சுத்தம் செய்றதும் மூலதன வாசிப்பும் நான்கு நாட்களுக்குப் பிறகு போதும். நான் சொல்ல வர்றது புரியுதா? அப்போது டீப் ஃப்ரீஸ் கோழிகளைக் கூட்டிலிருந்து வெளியே இறக்க வேண்டிய தேவையிருக்காது இல்லையா?"

“ஆமா. தண்ணீரும் தீவனமும் கொடுத்தால் போதும். கொஞ்ச நாட்கள் கழியும்போது வைக்கோலை எடுத்து நீக்கிவிட்டுப் புதிதாக அடுக்கணும்.”

“பழைய வைக்கோலை என்ன பண்றே?”

“கம்போஸ்ட் குழியில் போட்டுக் கலக்குறேன். அதெல்லாம் செடிகளுக்கு உரமாக மாறிடும்.”

“ஆம்பல் குளத்து மீன்களுக்கு என்ன உணவு கொடுக்குறே?”

மாடிப்படியில் நின்று வெடிப்பதுபோன்ற குரலில் கணவன், “ஃப்ளேக்ஸ். சோற்றை நசுக்கிக்கொடுத்தாலும் தின்னும். அழகான என் மனைவியை ஒரு கோர முஸல்மான் பக்கத்தில நான் தனியாக விட்டுட்டுப் போனதைக் கவனி. எவ்வளவு பெரிய வீரன் நான்.”

கோர முஸல்மான் திரும்பி மனைவியிடம் சொன்னான்:

“தீர்க்க சுமங்கலி பவ.”

“தாங்க்ஸ். சாப்பிட வருவீங்கதானே?”

“வருவோம். வாடா, போகலாம்.”

நாங்கள் நடந்தோம். வெயிலில்தான். “கிழவரின் வழுக்கைத் தலை பளபளன்னு மின்னுது.”

“உன் வழுக்கை?”

நாங்கள் டாக்டரைப் பார்த்தோம். ஃப்ரெஞ்சு தாடியை குப்புறப்போட்டும் நிமிர்த்திப்போட்டும் பரிசோதித்தார். இரத்தக் கொதிப்பு இருக்கிறதா என்று பார்த்தார். மார்பில் தட்டிப் பார்த்தார். நாக்கை முடிந்தவரைக்கும் நீட்டச் சொல்லிப் பரிசோதித்தார். பிறகு மூச்சை இழுத்துவிடச் சொன்னார். கண்களில் விளக்கை அடித்தார். எழுத்துக்களை வாசிக்கச் சொல்லிப் பரிசோதித்தார்.

“கண்டாக்டரிடம் காட்டிப் பரிசோதனைசெய்து கண்ணாடி போடணும்.”

“எனக்கு விருப்பமில்லை. கண்ணாடியை நான் வெறுக்கிறேன்.”

“காரோட்டும்போது கவனம் தேவை. கஞ்சாவும் மதுவும் உபயோகிக்கக் கூடாது.”

“பிறகு எதற்காக வாழ வேண்டும்? தலைமுடியை நீளமாக வளர்த்துவதிலும் கிருதா வைப்பதிலும் உங்களுக்குப் பிரச்சினையில்லையா?”

“பொதுவாகவே, நீளமாக முடிவளர்க்கிற கிருதா பேர்வழிகளிடம் ஒரு முடை நாற்றம் வீசும். அந்தப் பிரச்சினை உங்களுக்கில்லை. இதற்கான காரணமென்ன?” மனைவி துப்பாக்கிமுனையில் குளிக்க வைக்கிறாள். பல்விளக்கவும் வைக்கிறாள். ஆனால் இதை நான் சொல்லவில்லை. டாக்டர் என்னையும் பரிசோதனை செய்தார். எங்களுக்குக் கொஞ்சம் மாதிரி மருந்துகளும் தந்தார்.

திரும்பிவரும்போது ஃப்ரெஞ்சு தாடி, கிருதாதாரி சொன்னான்: “டாக்டர் சொன்ன எதையும் அந்தக் கழுவேறிக்குப் பொறந்தவகிட்ட சொல்ல வேணாம்.”

வீட்டுக்குச் சென்றதும் நான் மனைவியிடம் சொன்னேன்: “இவனுக்குக் கண்பார்வையில பிரச்சினை இருக்கு. கண் டாக்டரிடம் காட்டிக் கண்ணாடி . . . ஷட்டப் கிழவா.”

“கழுவேறிக்குப் பொறந்தவனே, பேசாமல் இரு. உன் மனைவியும் அறிஞ்சிருக்கட்டும். இவன் காரோட்டாமல் கவனிச்சுக்க. நீயே கொண்டுபோய் ஆஃபீசில விட்டுட்டு, டியூட்டி முடிஞ்சதும் நீயே அழைச்சிட்டு வந்துடு. கஞ்சாவும் மதுவும் உபயோகிக்கக்கூடாதுன்னு டாக்டர் சொல்லியிருக்கார்.”

“கூடவே, என்னை வீட்டுக்காவலிலும் வைக்கச் சொன்னார். இந்தப் பூலோகமே பயங்கரமான ஒரு காராக்கிரகம்தானே? இதுபற்றிக் கிழவனின் அபிப்பிராயமென்ன?”

“வாஸ்தவம். ஒரு நாற்பத்தைந்து வருடங்களுக்கு முன்னால் நான் எழுதினேன். ஆகாயம் எனும் படுபயங்கரமான முட்டைக்குள் கைதிகளாக இருக்கின்ற அனைத்து உயிரினங்களும். முட்டையின் சிறுதுவாரங்கள்தான் நட்சத்திரக் கோடிகள்.”

“கிழவனுடன் நான் உடன்படுகிறேன். கைதிகளான இம்மனித கோடிகளின் ஒரே அபய கேந்திரம் மதுவும் மயக்க மருந்துகளும்தான்.”

“இங்கே அமிர்தமும் விஷமுமுண்டு. நல்ல தரிசனங்களும் கெட்ட தரிசனங்களும். சுயத்தைத் தொந்தரவு செய்யாமல் வாழ்க்கையை நடத்திச் செல்லணும். நீண்டநாள் வாழ்வதுபோல நல்ல ஆரோக்கியமான வாழ்க்கையும் முக்கியம். இதற்கு அமிர்தம்தான் சிறந்தது.”

“கிழவா, கடவுள் இந்த உலகை எதுக்காகப் படைத்தார்?”

“சாப்பிடுங்க. எல்லாம் ஆறிப்போயிடும்.” மனைவி சொன்னாள். அருமையான மீன்கறியும் வறுவலும். சாப்பிட்டு முடித்துப் பழம் தின்றோம். சிகரெட் பிடித்தோம். கணவனும்

மனைவியுமாக என்னை பென்ஸ் காரிலேற்றி வீட்டில் கொண்டு வந்து சேர்த்தார்கள். மனைவிதான் கார் ஓட்டினாள்.

அவர்கள் என்வீட்டில் சிறிது நேரம் இருந்தார்கள். என் மனைவி அவர்களுக்குத் தேநீர் கொடுத்தாள். ஒரு பெரிய கும்பளங்காயை கார்டிக்கியில் கொண்டுபோய் வைத்தாள். சிரித்துப்பேசிக்கொண்டிருந்துவிட்டு அவர்கள் சென்றார்கள். போகும்போது மனைவியைப் பார்த்து மீண்டுமொரு முறை 'தீர்க்கசுமங்கலி பவ' என்று வாழ்த்தினேன்.

அப்படியாக நாட்கள் கடந்தன. எத்தனை நாட்கள் என்று தெரியவில்லை. அப்படி இருக்கும் போது ஒரு அவசரஅழைப்பு. டெலிஃபோனில்தான். கிருதாதாரி நீள முடியோன்தான். "என்னடா விசேஷங்கள்?"

"குரு, என் வீட்டுக்குச் சமையல்காரனாக வருகிறீர்களா? குரு! ஏதோ முக்கிய விஷயம்தான்."

"என்ன லாபம்?"

"என் மனைவியைத் திருடிச் செல்லலாம்."

"மகிழ்ச்சி. பிரதிபலனுக்கு நன்றி. நான் ஆனந்தப் புளகமடைந்தேன். பிறகு?"

"என்ன சொல்ல? கழுவேறிக்குப் பொறந்தவகிட்ட நான் தோற்றுப்போயிட்டேன். என் வீட்டுக்குள்ளேயே நான் கைதியாக இருக்கேன். இங்கே எனக்கு எந்த ரகசிய இடமும் இல்லாமப் போயிடுச்சு. கழுவேறிக்குப் பொறந்தவளோட ஒரு பக்தி. சிவபெருமான் படத்தை எடுத்து, தினந்தோறும் சுத்தம் பண்றா. புத்தகங்களையும். மூலதனம் வேற படிக்க ஆரம்பிச்சுட்டா."

"படிக்கட்டும் டேய்."

"கழுவேறிக்குப் பொறந்தவ,துப்பாக்கி முனையில என்னைக் குளிக்கவைக்கிறா. துப்பாக்கியைக் காட்டிப் பல்லு விளக்கச் சொல்றா. முடிசீவச் சொல்றா. துப்பாக்கியாலேயே பால் குடிக்கவைக்கிறா. பால்! அடக்கடவுளே பால்!"

"அராஜகம். மதுவுக்கும் கஞ்சாப் புகைக்கும் பழகிப்போன வயிற்றுக்குள்ள பாலைக் கடத்திவிடுவது சரியா?"

"குருவே, சமையல்காரனாக வந்து கழுவேறிக்குப் பொறந்தவளைக் கடத்திட்டுப் போயிடுங்க."

"அங்க இப்ப நல்ல சமையல்காரன் ஒருத்தன் இருக்கானே?"

"கழுவேறிக்குப் பொறந்தவ அவனைச் சுட்டுப்புட்டா."

“அய்யோ, பிணத்தை என்னடா பண்ணீங்க? மறைச்சிட்டீங்களா இல்லை, உறவினர்கள்கிட்ட ஒப்படைச்சீங்களா?”

“அவன் சாகலை.”

“முட்டுக்குக் கீழே சுட்டிருப்பாளோ?”

“அவன் உடம்பிலேயே படலை.”

“குறி தவறிடிச்சோ?”

“கழூவேறிக்குப் பொறந்தவளோட குறியெல்லாம் தவறாது. அவன் முகத்தைக் குறி பார்த்து, தலைக்கு மேல சுட்டா.”

“ஏன்?”

“என்னோட நண்பர்கள் அனைவருமே பண்பாட்டு நிறைகுடங்களான கலைஞர்கள். சித்தாந்தவாதிகள். அதில ஒருத்தன் தலைமுடியை நீளமாக வளர்த்துக் கிருதாவும் வச்சு மூன்று வருஷமாகுது. அவன், பரட்டை ஜடாமுடி தரித்த மூன்றாமாண்டு நினைவுநாளைக் கொண்டாடுவதாக நாங்க முடிவுசெய்தோம். இரண்டு குப்பி பிராண்டி வாங்கிவரச் சொல்லிச் சமையல்காரன்கிட்ட பணம் கொடுத்தோம். ஆறு வறுத்தக் கோழிக்கும் சிகரெட்டுக்கும் சேர்த்துதான். அவன் போய்ச் சின்னம்மாகிட்ட அனுமதி கேட்டுருக்கான். கழூவேறிக்குப் பொறந்தவ, போக வேண்டாமென்று சொல்லிட்டாள். சார் சொன்னால் நான் போயே தீருவேன் என்று அவன் சொல்லவும், கழூவேறிக்குப் பொறந்தவ, அவனைச் சுட்டுப்புட்டா!”

“அப்புறம்?”

“சார், சின்னம்மா என்னைக் கொன்னுட்டாங்க”ன்னு சொல்லிட்டே அவன் வாசலைத் திறந்து ஓடிப்போயிட்டான்.

“பணம்?”

“அவனே கொண்டுபோயிட்டான்.”

“உன் குழந்தைங்க நல்லா இருக்காங்களா?”

“உலகத்தில மனுசன் தனியாகவே பிறக்கிறான். கொஞ்ச காலம் சோகத்தோட வாழுறான். ஒரு சுகமுமில்லை. சாகுறான். ஃபினிஷ்ட்.”

“நமைச்சல் எடுக்கும்போது சொறியறதுகூட ஒரு சுகம்தான்.”

“குரு வந்து கழூவேறிக்குப் பொறந்தவளைத் திருடிட்டுப் போக முடியுமா?”

“திருடிட்டுப்போறதுக்கு உன் நண்பர்களான கலைஞர்களிடம் சொல்லக்கூடாதா?”

“கழுவேறிக்குப் பொறந்தவள்மேல அவங்களுக்குப் பயம். முறைச்சுப் பார்த்தே அவங்களைப் பயமுறுத்திடுவாள். எல்லாரையுமே அவள் போகச் சொல்லிட்டாள். ஒரு சிறு சுத்தியலும் ரிவால்வரும் துடைப்பமும் ஃபினாயிலுமா வந்து அங்கே சுற்றித் திரிஞ்ச பேன்களை எல்லாம் சுத்தியலால் கொன்னுட்டு அவங்களை வெளியே போகச்சொல்லிட்டு, அந்த இடத்தை ஃபினாயில் ஊற்றிச் சுத்தம்பண்ணினாள். கழுவேறிக்குப் பொறந்தவ சொல்றாள்: ‘என் வீடு கள்ளுக்கடை அல்ல. இனி யாராவது இங்க வந்தீங்கன்னா, நான் நாயை அவிழ்த்துவிட்டுக் கடிக்கச் சொல்லுவேன்.’ அவங்க போயிட்டாங்க. கழுவேறிக்குப் பொறந்தவ, இப்ப, பகல் நேரங்களிலேயும் நாயை அவிழ்த்துவிட்டுடுறா. நான் என்ன பண்ண முடியும்? குரு ஒரு உதவி பண்ணுங்க. குருமேல கழுவேறிக்குப் பொறந்தவ நல்ல மரியாதை வச்சிருக்காள். ஆகவே வந்து திருடிட்டுப் போயிடுங்க.”

“பேங்கிலுள்ள பணமும் பிள்ளைகளும் காரும் வீடும்?”

“ஒண்ணும் பிரச்சினையில்லை. சொன்னேனே? மனுசன் இந்த உலகத்தில் தனியாகவே பிறக்கிறான். வேதனையோடு வாழுறான். ஒரே அபயம் கஞ்சாதான். இப்பயெல்லாம் என்னால கஞ்சா பிடிக்கிறதா கனவுதான் காண முடியுது. கழுவேறிக்குப் பொறந்தவ அறிந்தால், இதையும் இல்லாம பண்ணிடுவாள்.”

“நானும் கஞ்சா இழுத்திருக்கேன். எல்லா மதுவகைகளையும் குடிச்சிருக்கேன். அதில எல்லாம் பெரிய மகிழ்ச்சிகள் எதையும் நான் அனுபவிக்கலை. உனக்கு மட்டும் இவ்வளவு பெரிய மகிழ்ச்சியை அதில எப்படி அடைய முடியுதுன்னு என்னால புரிஞ்சிக்க முடியலை. கஞ்சாவுக்கும் மதுவுக்கும் நீளமாக வளர்த்துற பறட்டைத் தலைமுடிக்கும் நீ எல்லாவற்றையுமே இழந்துடத் தயாராக இருக்கே. உன்னோட இந்தத் தியாகக் குணம் பாராட்டுக்குரியது.”

“சும்மா பேசியே பொழுதைக் கழிக்க வேணாம். இது, உயிர் வாழ்தலின் பிரச்சினை. குரு வந்து கழுவேறிக்குப் பொறந்தவளைத் திருடிட்டுப் போக முடியுமா, முடியாதா?”

“சந்தோஷமாக வந்து திருடுகிறேன். ஆனால், எங்கே தங்க வைப்பது?”

“குருவோட வீட்டிலதான்.”

“அடேய், என் வீட்டிலும் தேன் கலந்த ஒரு அணுகுண்டு இருக்கிறது.”

“அது என்ன?”

“என் மனைவிதான். உனக்குத் தெரியுமா? அவள் ஒரு பயங்கரமான பிச்சுவாக்கத்தி வச்சிருக்காள். நானே இங்க இச்சாபங்கத்தோடு வாழ்ந்துட்டிருக்கேன்.”

“என்ன இச்சாபங்கம்?”

“எனக்கு அழகழகான பெண்களாலான ஒரு பூஞ்சோலை உருவாக்கும் ஆசையிருந்தது.”

“அப்படின்னா?”

“அந்தப்புரம். ஆனால், மற்றொரு பெண்ணை ஆசையுடன் பார்த்தால்கூட இவள் என்னைக் கொன்னுடுவாள் போலிருக்கு. உன் மனைவியைத் திருடிட்டுத் திரும்பி வந்ததும் இவள் என்னை வெட்டி உப்புப் போட்டுடுவாள். நானே இச்சாபங்கத்துடன் வாழுறேன்.”

“அப்புறம் என்னதான் பண்றது? கழுவேறிக்குப் பொறந்தவளைத் திருடிட்டுப் போக யாருமே இல்லையா?”

“வீரர்கள் யாராவது கிடைப்பாங்க. ஒண்ணு பண்ணலாம். நான் ஒரு விளம்பரம் எழுதித் தர்றேன். அதில எல்லாவற்றையும் தெளிவாகக் குறிப்பிடுறேன். கவலைப்படாதே. முதலில் விளம்பரம் அச்சாகி வெளிவரட்டும்.”

“என்ன விளம்பரம்?”

“அடேய், விளம்பரமே உனக்காகத்தான். நீ மகிழ்ச்சியா இரு. நானே எழுதித் தர்றேன். நீ கஞ்சா புகையைக் கனவு கண்டு மகிழ்ச்சியாக இரு.”

“என்ன விளம்பரம்னுதான் சொல்லுங்களேன்?”

“சொன்னா உனக்கு ரொம்ப மகிழ்ச்சியாக இருக்கும்.”

“சொல்லுங்க.”

“மனைவியைத் திருடிச் செல்ல ஆள் தேவை.”

1975

பூமியின் வாரிசுதாரர்கள்

பூமிப்பந்தின் மிகச்சிறு அளவிலான ஒருபகுதிக்கு ஏகபோக உரிமையாளனாக மாறியபிறகு எனது வருங்கால வாழ்க்கை பாதுகாக்கப்பட்டுவிட்டது என்ற உறுதியான நம்பிக்கையுடன் இருந்தேன். இதற்கான காரணம், இரண்டு ஏக்கர் தென்னந்தோப்பு. அதில், சரிப்படுத்தி ஸ்டைலாக மாற்றுமளவிலான ஒரு பழைய வீடும் இருந்தது. தேங்காய் பறித்து விற்று வாழ்க்கையின் எல்லாத் தேவைகளையும் நிறைவுசெய்துவிடலாம். தோப்பில் ஒரு சில மாமரங்களும் இரண்டு வருக்கைப் பலாவுமிருந்தன.

வைக்கம் முகம்மது பஷீர்

வீட்டுக்குத் தேவையான விறகு, தோப்பிலிருந்தே கிடைத்துவிடும். ஒரு பழைய கிணறும் இருந்தது. நல்ல தண்ணீர் தாராளமாகக் கிடைக்கும்; மினரல் வாட்டர்.

எல்லாமாக, வாழ்க்கை பூரணத் திருப்தியென்ற நம்பிக்கையுடன் இருக்கும்போதுதான் . . . என்ன சொல்ல? பூகோள உருண்டையின் மிகச் சிறு இந்தத் துணுக்கை வாங்கிய விலை முழுவதையும் பத்திரத்தில் எழுதப்போக, மிகப்பெரிய தொகைக்கு முத்திரைத் தாள்கள் வாங்க வேண்டியதாயிற்று. அதாவது, மிகப்பெரிய ஒரு தொகையை நான் அப்போதிருந்த அரசாங்கத்துக்குக் கொடுத்தேன் என்பதுதான் சுருக்கம். நிலத்தின் உரிமையாளனுக்கு அரசு எல்லாவிதமான பாதுகாப்புகளையும் அளிக்க வேண்டியதிருக்கிறதல்லவா? வீட்டுவரியும் நிலவரியும் கொடுத்துவருகிறேன். அதிக விலை கொடுத்து வாங்கிய துக்கடா பூமியின் எல்லா வில்லங்கங்களையும் தீர்த்திருக்கிறேன். தாய்ப்பத்திரங்களுட்பட எல்லாமே பெட்டிக்குள் இருக்கின்றன. பூலோகத்தின் இந்த இரண்டேக்கர் இடத்தை மண்ணடங்க, மரமடங்க சூரிய சந்திராதிகளுள்ள காலம்வரை நான் ஆண்டு அனுபவித்துக் கொள்ளவும், இதில் மற்றவர்கள் – அந்த மற்றவர்கள் யாராக இருந்தாலும் அவர்களுக்கு எவ்விதமான பாத்தியதைகளும் கிடையாதென்றும் இந்த விஷயம், நாட்டை ஆண்டுகொண்டிருக்கும் அரசாங்கம் உறுதியளித்திருக்கிறதுமாகும். ஆனால் . . .

இங்கே தென்னை மரங்களும் மாமரங்களும் பலாமரங்களும் மட்டுமல்ல கொய்யா, முந்திரி, முருங்கைமரம், புளியமரம், பப்பாளி, சப்போட்டா மரங்களும் இருக்கின்றன. கூடவே, ஆற்ற மரங்களும் ருமான் மரங்களும். அப்புறம் தேக்குமரங்களும் ஃபைன் மரங்களும் உண்டு. கார்டன் செண்பகமும் உண்டு. மாங்கோஸ்டைன் மரங்களும் உண்டு. முற்றத்தின் ஓரங்களில் பூச்செடிகள், பன்னீர் செண்பகங்கள், பூக்கள் பூத்துக்குலுங்கும் பிற செடிகளும். அனைத்தையும் உள்ளடக்கி நான்குபுறமும் பத்திரமாக முள்வேலி கட்டப்பட்டிருக்கிறது. உறுதியான இரும்புக் கேட்டும். கேட்டின் இருபுறமும் வெள்ளையும் சிவப்புமாகப் படர்ந்து பூத்துக்குலுங்கும் போகன் வில்லா. கேட்டு முதல் முற்றம் முழுவதும் வெள்ளை மணல். தோட்டத்திற்கும் வீட்டிற்குமெனப் பொதுக்காவலாளியாக ஒரு சுறுசுறுப்பான நாய், ஷான் என்ற பெயரில். அப்புறம், அபயம் தரப்பட்ட கோழிகள், பசுக்கள், ஆடுகள், பூனைகள். இவை அனைத்துமாகச் சேர்ந்து அப்படியே ஒற்றுமையாக வாழ்ந்துகொண்டிருக்கின்றன. வீட்டில், பிள்ளைகளும் பிள்ளைகளின் பிள்ளைகளும் மனைவியும் இருக்கிறார்கள். எல்லாருடைய சுக சௌகரியமான வாழ்க்கையும்

தேங்காய்களைத்தான் நம்பியிருக்கிறது. தேங்காய்கள். புரிகிறதல்லவா? தேங்காய்கள் ... அதுதான் கதை.

மண்ணைக் கிளைத்துக் குவித்துவைத்துத் தென்னைகளுக்கும் மற்றவைகளுக்கும் தேவையான உப்பு உரமும் சுண்ணாம்புத்தூளும் இடப்பட்டிருந்தது. சரியான போஷாக்கின்றி நின்றிருந்த தென்னைகள் உரம் வைத்தபிறகு நன்றாகக் காய்க்கத் தொடங்கின. ஒவ்வொரு குலையிலும் பத்திருபது இளநீர்கள் நெருக்கிப்பிடித்துக்கிடந்தன. தென்னைமரத்தைப் பார்த்ததும் எல்லாருடைய மனதும் குளிர்ந்து முகம் மகிழ்ச்சியால் பிரகாசிக்கும். இப்போது தேங்காய் விலை அதிகமாகிக்கொண்டிருக்கும் காலம் வேறு. நன்றாக விளையட்டும். அப்படி, இரவும் பகலும் மகிழ்ச்சியுடன் வாழ்ந்துகொண்டிருந்தபோது ...

ஆதாரப் பத்திரங்களையும் முள்வேலியையும் ஷானையும் அரசாங்கத்தையும் இந்த உலகத்திலுள்ள எதையுமே கண்டுகொள்ளாமல் ஒரு கூட்டம் வருகிறது.

தனிநபருக்குப் பாத்தியப்பட்ட இந்த இரண்டேக்கர் நிலத்தில் இவற்றுக்கு என்ன உரிமை இருக்கிறது?

முதலில் கண்ணில் பட்டவை, பறவைகளும் வண்ணத்துப் பூச்சிகளும்தான். எத்தனைவகையான பறவைகள், எத்தனை வகையான வண்ணத்துப் பூச்சிகள்? பறவைகள் மரங்களின் கிளைகளிலும் செடிகளிலும் வந்தமர்ந்து சத்தமெழுப்பின. வண்ணத்துப்பூச்சிகள் பல நிறங்களில் வெய்யிலில் பிரகாசித்தபடி முற்றத்தில் பறந்து திரிந்தன.

யோசித்துப் பார்த்தால், இது எந்தவகையில் நியாயம்? இதெல்லாம் எதற்கு இங்கு வந்திருக்கின்றன? ஏதோ அனாதி காலம் முதலே தொடரும் உரிமையென்பதுபோல். இந்த உலகத்தில் மனிதன் உருவாவதற்கு முன்பே நாங்கள் வாழ்கிறோம் என்பது போன்ற பாவனையுடன். பறவைகளையும் வண்ணத்துப் பூச்சிகளையும் விரட்டவில்லை. ஆனால் காகங்கள். அவை, சமையலறைக்குள் ஏறி ஆகார சாதனங்களைத் திருடிச் செல்கின்றன. இரண்டு காகங்கள் யாருடைய அனுமதியும் இல்லாமல் இரண்டு தென்னை மரங்களில் கூடுகட்டியிருக்கின்றன. முட்டை போட்டிருக்கிறது. மற்ற பறவைகளை விடக் காக்கையின் குரல் கொஞ்சம் சகிக்கமுடியாத ஒன்றாகயிருக்கிறது. போதாக்குறைக்குக் கோழிக்குஞ்சுகளை வேறு கொத்திக்கொண்டு போகின்றன. இதே நோக்கத்துடன் பருந்துகளும் இருந்தன. கோழிக்குஞ்சுகளை அபகரிப்பதற்காக அவை தென்னை மரங்களில் காத்திருந்தன. கோழிக்குஞ்சுகளைத் திருடும் மற்றொருவகை பறவையும் உண்டு. ஏரளாடன் என்று சொல்லப்படும் எரியன். இவை மாமரத்தின்

உச்சியில் இருந்தன. மூங்கில் கூட்டங்களினிடையில் நிறைய கீரிகளும் உண்டு. கோழிகளைச் சாப்பிடுவதற்காக மூங்கில் கூட்டங்களின் பக்கத்திலிருந்த காடுகளில் நரிகளும் இருந்தன.

இதற்கெல்லாம் இந்த இரண்டேக்கர் பூமியில் என்ன உரிமையிருக்கிறது என்று அப்படியே யோசித்துக்கொண்டிருந்த போது கையோ, காலோ, சிறகோ எதுவுமில்லாத ஒரு பயங்கர ரூபம் மத்தியான நேரம். நல்ல வெய்யிலுமிருந்தது. கோழிகள் கொக்கரித்தன. நாய்கள் குரைத்தன. பறவையினங்கள் கூட்டமாகக் குரலெழுப்புகின்றன. கவனமில்லாமல் நான் குதித்து வந்து ஒரு ராஜநாகத்தின் எதிரில் நின்றேன்.

அது, தலையைத் தூக்கிப் படம் விரித்துக் கௌரவத்துடன் நின்றது. உனக்கு இங்கே என்ன உரிமையிருக்கிறது என்று கேட்பதுபோல்! அந்தப் பாம்பை என்ன செய்வது? என்ன செய்ய முடியும்? கம்பில்லை. ஆயுதங்கள் எதுவுமில்லை. வெறுங்கை. மனிதன் எவ்வளவு பலவீனமானவன். சரி, மனைவியைக் கூப்பிட்டுக் கம்பை எடுத்துவரச் சொல்லலாம். பாம்பை அடித்துக்கொன்று குழி தோண்டி மூடலாம். இது நியாயந்தானா? பிரபஞ்சங்கள் அனைத்தையும் எல்லா உயிர் ஜீவிகளையும் சிருஷ்டித்த ஈஸ்வரன் மனித உயிர்களைப் படைத்தது போலவே பாம்பினங்களையும் படைத்திருக்கிறான். பாம்பு பூமியின் வாரிசுதாரர்களில் ஒன்று. ஆகவே, தோழமையுடன் வாழ்வதுதான் நியாயமானது. இந்தத் தத்துவம் அங்கீகரிக்கப்படவேண்டிய ஒன்றல்லவா? ஆனால், தோழமையுடன் வாழ்வது சாத்தியமா? கொடிய விஷம்! கடித்தால் மரணம். "ஏய், சர்ப்பமே, உனக்கு இங்கே எந்தவித உரிமையுமில்லை. எனக்குச் சொந்தமான இந்த இரண்டேக்கர் இடத்திலிருந்து நீ உடனே போய்விடு."

ஆனால் எங்கே செல்வது? பக்கத்துத் தோட்டங்களுக்குச் சென்றால் அதன் உரிமையாளர்கள் தொந்தரவு செய்ய மாட்டார்களா? உலகத்தைத் துண்டுதுண்டுகளாக ஒவ்வொருவரும், அதாவது மனிதர்கள் பட்டா போட்டு வாங்கிவிட்டார்களே? அப்புறம், பிற உயிர் ஜீவன்கள் என்ன செய்யும், எங்கே போகும்? இந்த ராஜநாகம்தான் என்ன செய்யும்? எங்கேயாவது இருந்து வாழ்ந்துவிட்டுப்போகட்டும். நான் பார்க்கவில்லை, எனக்குத் தெரியாது என்று இருந்துவிடுவோம். ஆனால் கடவுளே, மரணத்தை ஏற்படுத்தும் கொடிய விஷம். எச்சரிக்கையாக வாழ வேண்டும். பார்த்து நடமாட வேண்டும். வெளிச்சமில்லாமல் இருட்டுப் பகுதிகளில் நடக்கக்கூடாது. எச்சரிக்கை தேவை.

கொஞ்சநேரத்திற்குப் பிறகு பாம்பு கோபத்தைக் கைவிட்டு சாந்த சொரூபியாக மாறி, படம் தாழ்த்தி மெதுவாக ஊர்ந்து

சென்றது. பாம்பு, வேலியின் இடைவெளியினூடே அடுத்த தோட்டத்திற்குச் சென்றது.

மனைவி, சமையலறையிலிருந்து தீப் புகைச்சலில் கலங்கிச் சிவந்த கண்களுடன் ஓடிவந்து கேட்டாள்:

“நாயெல்லாம் குரைக்குது, கோழி கொக்கரிக்குது, பட்சியெல்லாம் சத்தம்போடுதில்லியா? ஏதாவது பாம்போ கீம்போவாட்டு இருக்குமோ?”

“தோழர் நாகராஜா.”

“பெறவு? அடிச்சிக் கொல்லப்புடாதா?”

“இல்லெ. ஒன்னப்போலெ அதுவும் ஆண்டவனோட ஒரு படைப்பு. அது வாழ்ந்துட்டுப் போகட்டும். இந்த பூமியிலெ அதுக்கும் வாழ உரிமையிருக்கு.”

“அது சரி, பிள்ளையெொ ஓடி வெளெயாடுத எடமாக்கும். நம்ம தோட்டத்துலெ வந்தா உடனே அடிச்சிக் கொன்னுடணும்.”

“கொன்னுடணும்னு சொல்லிடுவே, கொன்னுடவும் செய்துடலாம். ஒரு உயிரெ படெக்க முடியுமா?”

“மனுசனையெல்லாம் கடிச்சிக் கொல்லுற பாம்புகளெயும் ஆண்டவன் எதுக்குப் படெச்சான்?”

யானை, சிறுத்தை, சிங்கம், கரடி, காட்டெருமை, நீர்க்குதிரை, புலி, முதலை, ஒட்டகம், குதிரை, மனிதக்குரங்கு, ஓநாய், தேள், மலைப்பாம்பு, கொசு, மூட்டைப்பூச்சி, வவ்வால், கழுகு, மயில், மான், மைனா, பஞ்சவர்ணக்கிளி இப்பிடி பூமியிலெ வாழ உரிமையுள்ள நெறெய உயிரினங்களை ஆண்டவன் படெச்சிருக்கான். மட்டுமில்லெ, திமிங்கலம், சுறா, மீனினம், ஆக்டோபஸ், கடல்பாம்பு இப்பிடியெல்லாம்கூட நெறெய படைச்சிருக்கான். இதெல்லாம் ஏன் எதுக்குன்னு யாருக்கும் தெரியாது. எல்லாமே ஆண்டவனோடெ விருப்பம். எதுவாயிருந்தாலும் நாமெ எதையுமே கொல்லாமெ வாழ முயற்சி செய்யணும். உயிர்வதை கூடாது.

“எல்லாமே விசேஷமாதான் பேசுவீங்கோ. வீடு பூராவும் கண்ட எட்டுக்கால் பூச்சியும் பல்லியும் ஓணானும் அரணையும் நட்டுவாக்காலியும்*. ஒண்ணுவிடாமெ எல்லாம் அடுக்களைக்கு வருது. வேலி பூராவையும் கரையான் தின்னு முடிக்குது. வீட்டுக்குள்ளெயும் கரையான். பொஸ்தவங்களையும் உடுதுணிகளையும் அரிக்குது. எலிகளுக்கெ தொந்தரவுன்னா

* தேள்

சொல்லிமாளாது. அந்த ரேடியோகிராம் ஒயரெ எலி வெட்டிப்போட்டு ருக்குதெ பாத்தீங்களா? வீடு பூராவும் சில்லுண்டியும்* வண்டும் எறும்பும் பாச்சானும்**. இதுக்கெடையிலெ ஒங்களுக்கு ஒரு ஜந்து பூசை."

"நான் எந்த ஜந்தையுமே பூசை செய்யல்லெ."

மனிதவர்க்கத்தில் ஒரு பிரிவினர் மிருகங்களையும் பறவை களையும் பூஜிக்கிறார்கள். பாம்பை பூஜிக்கிறார்கள். பாம்பைப் புனிதமாகக் கருதி வணங்குகிறார்கள். பாம்பின் மீதுதான் ஒரு கடவுள் படுத்திருக்கிறார். அதுவும் கடலில். மற்றொரு கடவுளின் கழுத்தில் பாம்பு சுற்றிக்கிடக்கிறது. ஒரு கடவுளுக்கு எலிதான் விருப்பமான வாகனம். மீன், முதலை, மலைப்பாம்பு, புலி போன்றவற்றை ஆராதிப்பவர்களும் இருக்கிறார்கள். ஒரு பிரிவினர் உலகத்தையே தேவியின் வடிவமாக சங்கல்பம் செய்கிறார்கள். அவர்களது கருதுகோளின்படி சூரியசந்திரர்கள் பகவான்கள். பூமி பரந்த வடிவம் கொண்டிருப்பதாகச் சிலர் நம்பிக்கை வைத்திருக்கிறார்கள். பூமிப் பந்தில் வாழும் பலதரப்பட்ட மனிதர்களின் நம்பிக்கைகளும் பல தரப்பட்டவைகள் அல்லவா? சிலர் ஏக இறைக்கோட்பாடுகளில் நம்பிக்கை யுள்ளவர்கள். சிலர் அனேக இறைக்கோட்பாட்டினர். சிலர் இறைக்கோட்பாட்டின் மீதே நம்பிக்கையில்லாதவர்கள். அப்புறம், கலகம்தான். கொலைபாதகம்வரை சென்றுவிடுகிறது. பெரிய யுத்தங்களும். பூமி, உருண்டையாக இருப்பதாகப் பொதுவான நம்பிக்கையிருக்கிறது. இந்த நம்பிக்கையைக் கண்டுகொள்ளாதவர்களும் இருக்கிறார்கள். உருண்டை வடிவிலான பூமி, பிடிமானமில்லாமல் அந்தரத்தில் நின்று சுழலுகிறது. நெடுந்தொலைவில், அந்தரத்தில், சதா தணலாக ஜொலிக்கும் சூரியனின் திசையில் பூமி சுழலும்போது பகல் பொழுது. மறுபுறம் இருள். ஆதியிலிருந்த அந்தகார இருள் . . . காலங்களில் எல்லைகளில்லா நகர்தலில் ஒருநாள், சூரியன் உதயமிழந்த அஸ்தமனத்தில் ஆழ்ந்துபோகும். அதற்குமுன் பூவுலகும் அழிந்துபோயிருக்கும். அண்ட சராசரங்கள் அனைத்துமே அழிந்துபோகும். கோளங்கள் ஒன்றையொன்று மோதித் துகள்களாகத் தகர்ந்துபோய்விடும். ஆதிகால காஸ்மிக் டஸ்டட். பிறகு, எல்லைகளில்லா இருள்வெளி. ஆதியில் இறைவன் இருளையே சிருஷ்டித்தான். பிறகு, வெளிச்சத்தை. சூடும் வெளிச்சமும்தானே உயிர்ச் சக்தி. உயிர்களனைத்துமே சூடும் வெளிச்சமும் இணை சேர்ந்த சந்ததியினர்தான். கரையானும் எட்டுக்கால் பூச்சியும் விருட்சங்களும் பறவையும் மிருகாதிகளுமெல்லாமே.

---

* சில்வண்டு

** கரப்பான் பூச்சி

மனைவி சொன்னாள்:

"வருக்கப் பலாவுலெ பழுத்துக்கிடக்குதெ சக்கையை யெல்லாம் அணிலும் காக்கையும் தின்னுது. பேரைக்கா, ஸப்போட்டா, அயினிச்சக்கை, ரூமானி எல்லாத்தையுமே பட்சியும் வவ்வாலும் கொண்டு போவுது."

அதுதானே இயற்கையின் வினோதம். எந்தத் தாங்கலு மில்லாமல் கோடானுகோடிக் கிரகங்களை நிலைநிறுத்தி யிருக்கும் இறைவன், பூமியிலுள்ள ஜீவராசிகளுக்கென்று என்ன வெல்லாம் படைத்திருக்கிறான்? பழவகைகள், மலர்கள், கிழங்குவகைகள், தானிய வகைகள், புல் பூண்டுகள், நீர், காற்று, அக்னி. பூமியில் விளையும் எல்லாப் பொருளும் மிருகங்களுக்கும் பறவையினங்களுக்கும் நுண்ணுயிர்களுக்கும் மற்றும் எல்லா ஜந்துக்களுக்கும் மரம் செடிகொடிகளுக்கும் உரிமைப்பட்டவைதான். இந்த உண்மையை எப்போதும் நினைவில் கொண்டிருப்பதுதான் சரியென்று ஏன் உனக்குத் தோன்றவில்லை.

மனைவி கேட்டாள்:

"ஒரு விசியம் சொன்னா கோவப்பட மாட்டீங்கல்லியா?"

"சுத்தமா படமாட்டேன். சும்மா வறுத்தெடு."

"அப்பிடீன்னா, ஐயாவெப்போலெ உள்ள மனுசன், கல்யாணம்செய்து வீடும் குடியும், பெண்டாட்டியும் புள்ளெயளுமா ஆவாமெ காட்டுலெ, எங்கயாவது ஒரு குகையிலெ போயி குண்டித்துணியும் கோமணத்துண்டும் இல்லாமெ அசெயாமெ இருந்து தவஞ் செய்யப்படாதா?"

"தின்னவும் குடிக்கவும் முதுகு சொறிஞ்சுவிடவும் நீயும்கூட இருப்பீன்னா எந்தக் குகைக்குள்ள இருந்தும் நீண்ட நெடுங்காலம் தவஞ்செய்யத் தயாரா இருக்கேன்."

"அப்பிடீன்னா, நமக்கு நம்ம வீட்டுக் குகைக்குள்ளேயே இருந்துடலாம். ஆனா, ஒண்ணு. இந்தக் குகைக்குள்ளெ, பாம்பும் பூரானும் நட்டுவக்காலியும் அரணையும் வர்றது எனக்குப் பிடிக்கல்லெ. அதெயெல்லாம் அடிச்சுக் கொல்லணும்."

"உன் அபிப்பிராயத்தோடு ஒத்துப்போறெ ஆளுக இதைத் தான் செய்துட்டுருக்காங்க. ஒரு ஐநூறு வருசங்களுக்குள்ளெ, இந்தப் பூமியிலுள்ள சர்வ உயிரினங்களெயும் பறவைகளையும் மிருகங்களெயும் மனுசன் கொன்னு அழிச்சிடுவான். மரங்களெயும் செடிகொடிகளெயும் அழிச்சிடுவான். இந்த பூமியிலெ மனுசன் மட்டும்தான் மிச்சமிருப்பான். பெறகு, ஒட்டு மொத்தமா அவனும் செத்துருவான்."

“பரவால்லெ, அதுக்கு இனி எவ்வளவோ காலம் இருக்கு. அப்போ பாத்துக்கிடலாம். நீங்கோ இப்போ எழும்பிவந்து அந்தப் பழுத்த சக்கையை ஏணி வெச்சு ஏறிப் பறிச்சுத்தாங்கோ, நானும் என் புள்ளைகளும் புள்ளைகளுக்கெப் புள்ளைகளும் மாடுகளும் திங்கிறோம்.”

“பறவைகளே, அணில்களே மன்னித்துக்கொள்ளுங்கள்” என்று சொல்லிவிட்டுப்போய்ப் பலாப்பழத்தைப் பறித்தேன். கணவனும் மனைவியும் பிள்ளைகளும் பிள்ளைகளின் பிள்ளைகளும் தின்றோம். மாடுகளும் தின்றன. தேன்சுவைப் பலா. இறைவனுக்கு நன்றி!

மனைவி சொன்னாள்:

“சும்மா உக்காந்து கொசுவப்பத்தியும் நட்டுவக்காலி, பாம்பு பத்தியெல்லாம் யோசிச்சிட்டிருக்காமெ வீட்டையும் தோட்டத்தையும் கொஞ்சம் கெவனியுங்கோ. பட்சிப் பறவை, மிருகம், கொசு, நல்லபாம்புபோல உள்ள உயிர்களோட காரியங்களெ ஆண்டவன் பாத்துக்கிடுவான். நீங்கோ ஒரு விசியத்தை அறிஞ்சீங்களா? வீட்டு வெளிச்சுவருலெ கட்டெறும்பு குழிகுழியா எடுத்திருக்கும்போ நான் தீ வெச்சு எரிச்சேன். அப்போ நீங்கோ விடல்லெ. இப்போ அதெல்லாம் வீட்டுக்குள்ளெயும் வந்தாச்சு. வீட்டு உத்திரம் முழுசும் கரையான் அரிச்சிட்டிருக்கு. எறும்பையும் கரையானையும் எல்லாத்தையும் அழிக்கணும்.”

“இம்சை செய்ய என்னாலெ முடியாது.”

“நம்மளெ தொந்திரவு செய்யிதையெல்லாம் நம்மளும் தொந்தரவு செய்யணும்.”

“அப்பிடி செய்யக்கூடாது. ஆண்டவன் என்ன நெனைப்பான்? நட்பா நடந்துகொள்ளணும். எனக்கு இந்த பிரபஞ்சங்கள்லெ உள்ள எல்லாத்தையுமே நேசத்தோடெ அரவணைச்சுப் போவத்தான் தோணுது.”

“நானும் நம்மெ மக்களுந்தான் பிரபஞ்சம்னு நெனைச்சுக் கிடுங்கோ. சொல்றேன்னு வருத்தப்படாதேயுங்கோ.”

“அந்தளவுக்குச் சுருங்கிப்போக என்னாலெ முடியாது.”

“அப்பிடின்னா விரிஞ்சுட்டே போங்கோ, பெருசா.” மனைவிக்குக் கோபம் வந்தது. அன்றிரவு ஒரு சம்பவம் நடந்தது. மிகச்சிறு தோதுவிலான ஒரு பயங்கரம். வீடு புகுந்து தாக்குவது போல். உயிருக்கும் உடைமைக்கும் பாதுகாப்பில்லை. இது எந்த ஊர் நியாயம்?

இரவுச் சாப்பாடெல்லாம் முடிந்து திருப்தியோடு படுத்திருந்தோம். நல்ல உஷ்ணம் மிகுந்த காலநிலை. மின்சார விசிறியைச் சுழலவிட்டு விளக்கு வெளிச்சத்தில் படுக்கையில் கிடந்து வாசித்துக்கொண்டிருந்தேன். வளர்ந்துகொண்டேயிருக்கும் பெரும் பிரபஞ்சங்கள். அப்படியே படுத்துக்கிடக்கும்போது பலவகைப் பூச்சிகள்: வண்டு, கரப்பான் பூச்சி, சில்வண்டு, மின்னுட்டாம் பூச்சிகள், இவை எல்லாமே இந்த வீட்டுக்குள் வாழ்கிறதா? ஆண்டவா! ஜன்னல் வழியாக உள்ளே வந்திருக்கும். ஏராளமான கொசுக்களும் வந்தன. மூட்டைப் பூச்சி எப்போதுமே உண்டு. ஒரு கொசு முழங்கையில் வந்தமர்ந்து கடித்து இரத்தத்தை உறிந்துகொண்டிருந்தது. போகட்டும். மனிதர்களுடையவும் மிருகங்களுடையவும் இரத்தத்தைக் குடித்து உயிர் வாழ்வதற்காக இறைவனால் படைக்கப்பட்டதுதானே கொசுக்களும் மூட்டைப்பூச்சிகளும். தாராளமாகக் குடிக்கட்டும். இலேசான வலியோ அசுகமோ ஏற்படலாம்தான். அடித்துக் கொன்று விடத்தான் தோன்றுகிறது. வேண்டாம். திருப்தியாகும்வரை குடிக்கட்டும் சாகப்போகும் மனிதன்தானே? பழைமையான இந்த வீடு. இதைக் கட்டியது யார்? இங்கே எத்தனையெத்தனை ஆண் பெண்கள் இதுவரை இறந்திருப்பார்கள்?

திரும்பிப் பார்த்தபோது மனைவியும் பிள்ளைகளும் வியர்வையில் நனைந்துகொண்டிருக்கிறார்கள். அவர்களுக்கும் கொஞ்சம் காற்று தேவை. இரத்தத்தைக் குடித்துத் தடித்த கொசு சிவப்பு நிறத்தில் பறந்து சென்றது. கடித்த இடத்தில் அரித்தது. மேட்டுத் திண்ணையில்தான் வழக்கமாகப் படுப்பது. நடுவாசலில் நான்கைந்தடி அகலத்தில் தாழ்வான இடம். அந்தப் பக்கமும் இந்தப் பக்கமும் சுவர்களோடு சேர்ந்து உயர்ந்த திண்ணைகள். இறைவனை வணங்குவதற்காக முன்பு யாரோ இந்தத் திண்ணைகளைக் கட்டியிருக்கிறார்கள். பிரார்த்தனைக்காக! பிரபஞ்சங்களைப் படைத்த இறைவா, நீதான் துணை!

மனைவிக்கும் பிள்ளைகளுக்கும் இலேசாகக் குளிர்ந்த காற்றடிக்க வேண்டும். கீழே ஒரு கயிற்றுப் பாய் கிடந்தது. அதை உதறிப்போட்டு நீண்ட நாட்களாகிவிட்டன. அந்தக் கயிற்றுப் பாயின் மீது படுக்கையை விரித்தேன். விளக்கைப் பக்கத்தில் வைத்தேன். மின் விசிறியைச் சரியாக வைத்தேன். எல்லாருக்கும் காற்று கிடைக்கிறது. மின்விசிறி சுழலும் சத்தம் மட்டுந்தான் கேட்கிறது. கோழிகளைப் பிடித்துக்கொண்டு போக நரி வருகிறதா? மரநாயும் வருவதுண்டு. நாய் குரைக்கவில்லை. சற்றுக் கூர்மையாகக் கவனித்துக் கேட்டேன். எதுவுமில்லை. வெளியில் இருட்டல்லவா? முழு அமைதி. மனிதர்கள் தூங்குகிறார்கள். தூக்கமென்பதே சிறு அளவிலான மரணம்தானே? எத்தனையோ மரணங்கள்.

வாழ்க்கை, தின்றும் குடித்தும் சுகமனுபவித்தும் கலகம் செய்தும் அப்படி முடிவில்லாமல் நகர்ந்துபோகிறது. மனது சும்மா அப்படியே தொலைவில் சந்திரனின் இடத்திற்குச் சென்றது. மேடுகளும் பள்ளங்களும். வெறும் பாழ்வெளிகள். விருட்சங்களில்லை. உயிர் ஜீவிகள் இல்லை. நிசப்தம் நிறைந்த பெரும் சூன்யம். எங்கும் கறுத்த ஆகாயம். பளபளக்கும் நட்சத்திரக்கோடிகள். சந்திர மண்டலத்தை இறைவன் எதற்காகச் சிருஷ்டித்தான்? பிரபஞ்சங்களையெல்லாம் எதற்காகச் சிருஷ்டித்தான்?

திடீரென்று ஒரு ஈ பறந்துவந்து புத்தகத்தின் பக்கத்தில் அமர்ந்தது. கடுகுமணிபோலிருந்தது. நீலச்சிறகுகள். எவ்வளவு அழகாகப் படைக்கப்பட்டிருக்கிறது? ஆண்டவனின் படைப்புகள் ஒவ்வொன்றுமே முழுமைபெற்ற கலைப்படைப்புகள்தான். மின்விசிறி மனிதனின் கலைப்படைப்பு. பெரிய வரப்பிரசாதமென்று சொல்லலாம். மின்விளக்குகளும் அப்படித்தான். ரேடியோவையும் ஒலிபெருக்கியையும் சிலநேரங்களில் வரப் பிரசாதமாக எடுத்துக்கொள்ள முடியாது. டெலிவிஷன்? இதுவும் மனிதப் படைப்புதானே? ஆகவே குணமும் தோஷமுமுண்டு. எவ்வளவு அமைதியாக இருக்கிறது. நரிகளின் ஊளைச்சத்தமில்லை. அமைதியில் ஒரு இசைலயம் இருக்கிறது. விளக்கணைந்தது. ஆதியின் இருள். மெல்லத் தூக்கத்தில் ஆழ்ந்தேன். திடீரென்று ஒரு வலி. தீயில் பழுக்கவைத்த ஊசியை உடலில் குத்துவதுபோல். முழங்கையில் தசைப்பற்றுள்ள இடத்தில். தோலுரிந்த சதையில் குளிர்ந்த காற்றுப் படுவதுபோல் எரிச்சலும் வலியும். கண்களைத் திறந்து இருட்டில் தப்பித் தடுமாறி விளக்கை எரியவைத்துவிட்டு மனைவியை எழுப்பினேன். அவள் கண்களைத் திறந்தாள்

"கையிலெ என்னவோ ஒரு வலி."

மனைவி பார்த்தாள்.

"எதையோ வெச்சிக் குத்துனதுபோலெ இருக்கே. சிவப்பா இரண்டு தடம் விழுந்துருக்கு. எழும்புங்கோ, பாக்கலாம்."

எழுந்ததும் தலையணையையும் படுக்கையையும் எடுத்து விட்டுப் பார்த்தாள். கயிற்றுப் பாயையும் ஒருபக்கம் லேசாக உயர்த்திப் பார்த்தாள்.

ஆண்டவா, ஒரு பெரிய பூரான்.

"வாசலெத் தெறந்து அதைத் தூக்கி வெளியெ எறி."

மனைவி எதுவும் பேசாமல் ஒரு ஷூவையெடுத்து பூரானின் தலையைக் குரூரமாகச் சிதைத்தாள். அது கிடந்து துடிக்கிறது. ஷூவால் அதை முழுவதுமாக அடித்துச் சிதைத்தாள். பிறகு,

வெளிவிளக்கைப் போட்டு வாசலைத் திறந்து பூரானின் பூத உடலை ஒரு காகிதத்தில் எடுத்து வெளியே எறிந்தாள். பிறகு சொன்னாள்.

"விஷம். கடுகடுன்னு குத்தும். ஒரு மருந்து போடணும். ஒரு பெரிய மகான் சொல்லித் தந்த மருந்தொண்ணு உண்டு. பாம்போ பூரானோ நட்டுவக்காலியோ கடிச்சா ஆடாதோடெ எலை ரெண்டெண்ணம் எடுத்து, குருத்தோடு சேந்த தண்டும் ரெண்டு மூன்று நுள்ளியெடுத்து, எலையெ விரிச்சி வெச்சி, அதுலெ ஓரோ பதலு உப்புஞ்சேத்து சவைச்சுத் தின்னாப் போரும். வாங்கோ, போய்ப் பறிப்போம். டார்ச்சு லைட்டெ எடுத்துக்கிடுங்கோ."

ஆடாதோடையின் தளிரைப் பறித்துக்கொண்டுவந்து உப்புப் பரலும் சேர்த்து மென்று விழுங்கினேன். கொஞ்சம் தண்ணீரும் குடித்தேன். மறுநாள் வலி குறைந்தது. மருந்தை உவந்தளித்த இறைவனுக்கு நன்றி.

அன்று காலையில் மனைவி என்னை அழைத்துப் படுபயங்கரமான ஒரு சம்பவத்தைக் காட்டினாள். பத்து முப்பது இளநீர்கள் விழுந்துகிடக்கின்றன. உள்ளே ஆழமாகத் தோண்டப்பட்டிருந்தது.

"எலி, குடைஞ்சு போட்டிருக்குதுபோலெ இருக்கு. எலி விஷம் வாங்கிட்டு வாங்கோ. சோத்துலெயோ பழத்திலெயோ வெச்சி கொஞ்சம் எலிகளை கொன்னுருவோம்."

இப்படிச் செய்வது சரியா? எலிகளும் இறைவனின் படைப்பு தானே? மனிதர்களைப் போல் பூமியில் விளையும் பொருட்களின் மீது எலிகளுக்கும் உரிமை இருக்கிறதல்லவா?

மறுநாளும் படுபயங்கரக் காட்சியாக இளநீர்கள் விழுந்துகிடந்தன.

எலி விஷத்தின் விஷயத்தை நினைவுபடுத்திவிட்டு மனைவி, வீடு முழுவதையும் அடித்து வாரிச் சுத்தம் செய்துவிட்டுச் சொன்னாள்:

"ஒரு எரநூறு எட்டுக்கால் பூச்சி. அம்பது காணும் பாச்சான், நுப்பது கடந்தெ*, அஞ்சு நட்டுவக்காலி, நாலு பூரான், ஏழு வண்டு, ரெண்டாயிரம் எறும்பு, ஒரு ஐநூறு கரையான் புத்து ..."

"அதையெல்லாம் சண்டாளி நீ என்ன செய்தே?"

"கொன்னேன்."

---

* ஒருவகை வண்டு

"பூமியோட வாரிசுகள்."

"புண்ணாக்கு . . . பூரான் கடிச்செ புனித வேதனை மறந்துபோச்சோ?"

"ஞாபகமிருக்கு."

"அப்பிடின்னா, கண்டிப்பா, உடனே எலிவிஷம் வேணும்."

கொடுங்கொலை பாதகச் செயலுக்குக் கூட்டு நிற்க வேண்டும். உதவ வேண்டும். பதில் எதுவும் சொல்லவில்லை.

மனைவி கேட்டாள்:

"நாள் ஒண்ணுக்கு நுப்பது கருக்கு வெச்சி மாசத்துக்கு எத்தனை?"

"தொள்ளாயிரம்போலெ வரும்."

"அவ்வளவு தேங்கா பாழாவுது. தெரியுதா? தொள்ளாயிரம் தேங்கா! நம்ம வயித்துப்பாட்டுக்கான காசு . . . வீட்டு மேல்கூரை முழுதும் கரையான் பிடிச்சு இத்துப்போயிருக்கு. தெரியுமில்லியா? ஓட்டைப் பிரிச்சுப் பட்டியலடிச்சுப் போடவேண்டாமா? தேங்காயை வித்து எல்லாத்தெயும் சரி செய்துடுலாம்னு சொல்லியிருந்தீங்கோ. இப்பிடியே விட்டா விக்கிறதுக்குத் தேங்கா இருக்காது. மட்டுமில்லெ, நம்மளும் பட்டினி கெடக்கவேண்டியதாவும். சேந்து மரிச்சுப்போயிருவோம். மனசுலாவுதோ? ஒண்ணுலெ நம்மொ அல்லது எலி. ரெண்டுலெ ஒண்ணுதான் உயிரோடிருக்க முடியும். நல்லா யோசிச்சுப் பாருங்கோ."

இறைவா, மனிதன் வாழ்வதற்காக எலிகளை அழிக்க வேண்டியதிருக்கிறதே. மற்றவற்றை அழிக்காமல் மனிதர்கள் வாழ வழியிருக்கிறதா? இறைவன் எண்ணற்ற நோயணுக்களையும் படைத்திருக்கிறான். மருந்துகள் மூலம் அவற்றையும் அழித்துக்கொண்டு வருகிறோம். இது நியாயந்தானா? புத்தம் புதிதான ஒரு தத்துவ சாஸ்திரம் தேவைப்படுகிறது. இம்சை செய்யாமல் வாழ முடியுமா? பாம்பு, தவளையைக் கொன்று தின்கிறது; எலிகளைத் தின்கிறது. சின்னெ மீனைப் பெரிய மீன் தின்கிறது. நரி, மரநாய் போன்றவை கோழியைக் கொன்று தின்கின்றன. சிங்கம், மானைத் தின்கிறது, பசுவைத் தின்கிறது, மனிதனைத் தின்கிறது. மனிதன் பறவைகளை, விலங்குகளைத் தின்கிறான்; மீனைத் தின்கிறான். பார்க்கும்போது ஒரு உயிர், தன்னைத் தக்கவைப்பதே சிரமம்தான். மனித இரத்தத்தைக் குடித்துத் தலைமுடிகளினூடே பேன் உயிர் வாழ்கிறது. ஒன்று

மற்றொன்றை அழித்து உயிர் வாழ்கிறது. ஆசையாய் வளர்க்கும் ரோஜாச் செடிகள். அதன் பூ, இலைகளைப் பூச்சிகள் அரிக்கின்றன. இந்தப் பூலோக வாழ்க்கை, பொதுவாகப் பார்க்கும்போது பெரிய ஸ்டைலாக ஒன்றும் தெரியவில்லை. சரியான எந்தப் புரிதலிலும் சிறுபிடி கூடக் கிடைக்கவில்லை. தெளிவான ஒரு நம்பிக்கை? இறைவா, அனைத்துப் பிரபஞ்சங்களின் சிருஷ்டி கர்த்தாவே... ஒன்றுமே விளங்கவில்லை. சரியான வழியைக் காட்டித் தரமாட்டாயா?

"கொஞ்சம் எழும்பி இங்கெ வாங்களேன்."

"என்னத்துக்கு?"

"கொஞ்சம் ரூவா வேணும். நான் வேற ஒரு பெம்புள்ளெக் கூட பஜாருக்குப் போறேன். எலி விஷமும் வாங்கிரலாம்."

"எங்கிட்டெ ரூவா ஒண்ணுமில்லெ. நம்மொ பதிவா தேங்கா விக்கிற ஆளுட்டெ..."

"சரி, நான் கொஞ்சம் ரூவா கடனா வாங்கிக்கிடுறேன்."

மகிழ்ச்சி. எலிகளே, மன்னித்துவிடுங்கள். எலிகளைப் படைத்த இறைவா, பொறுத்தருள்வாயாக! எலிகளைச் சதி செய்து கொல்லப்போகிறோம். மாதம் ஒன்றொன்றுக்கு கிடைக்கும் தொள்ளாயிரம் தேங்காய் சம்பந்தப்பட்ட பிரச்சினை இது. எங்களது வாழ்க்கையைத் தொடர்ந்து மேற்கொள்வதற்காக! மன்னிப்பு. மன்னிப்பு.

மனைவி போய் இரண்டுமணிநேரம் கழிந்து மற்ற சாதனங்களுடன் ஒரு பெரிய டின் நிறைய எலி விஷத்துடன் சிரித்துக்கொண்டே வந்து சொன்னாள்:

"ஒரு ஆச்சரியமான சம்பவத்தைக் கேக்குறீங்களா? தேங்காக் காரனைப் பாத்து கொஞ்சம் ரூவா கடன் வாங்கினேன். தேங்காய்க்கு இப்போ நல்ல வெலையாம். இன்னும் வெலை கூடுமாம்."

"தேங்கா வெலை கூடிட்டு இருக்கிறதுலெ ஆச்சரியப்பட என்ன இருக்கு?"

"அதில்லே. நாங்கோ ரெண்டுபேருமா ஒருபாடு கடைகள்லெ போயி எலி விஷம் கேட்டோம். கடைக்கார னெல்லாம் சிரிக்கிறானுவ. எங்களுக்கு ஒண்ணுமே வெளங்கல்லெ. கடேசிலெ ஒரு கடைக்காரன் சொன்னான்: எலி விஷம் விக்கிறதுக்கு அரசாங்க அனுமதி கெடையாதாம். தேவைப்படுறவுங்க அரசாங்கத்துக்கு

விண்ணப்பம் குடுக்கணும். அப்பவும் கெடைக்கிறது சிரமம்தான். என்ன காரணமுன்னு தெரியுமா? அதைத்தான் ஆச்சரியமுன்னு சொன்னேன். எலி விஷத்தைத் தின்னுட்டு மனுசம்மாரு தற்கொலை செய்துக் குறானுவளாம். அதுனாலெதான் அரசாங்கம் எலி விஷம் விக்கக்கூடாதுன்னு சொல்லியிருக்குதாம்."

"அறிவுகெட்ட அரசாங்கம். தண்டவாளமும் கயிறும் மரங்களும் குளங்குட்டைகளும் பிச்சுவாக்கத்தியும் மடக்குக் கத்தியும் ஓதங்ஙளப் பருப்பு வித்தும் – சரி, அதிருக்கட்டும். பெறகு, எப்பிடிக் கெடெச்சுது இந்த எலி விஷம். இவ்வளவையும் சாப்பிட்டு ஒரு லட்சம் மனுசம்மார் செத்துருலாமே?"

"கூட வந்தவங்களுக்கெ வீட்டுக்காரரு வேலெ செய்ற ஆஃபீஸ்லேருந்து கெடெச்சுது. இலவசமாவே தந்தாரு."

"ரொம்ப சந்தோசம். போயி கொலெ செய்யி. அந்த ரெத்தத்துலெ எனக்கு எந்தவிதமான பங்குமில்லெ. கொலெத் தொழிலைச் சொந்தமாச் செய்யி."

"இது கொலெ ஒண்ணுமில்லெ. நாமொ கோழியை ஆட்டையெல்லாம் அறுத்துச் சாப்பிடுறோமில்லியா? இது கொலையா? இல்லை. ஆண்டவன் பேரைச் சொல்லி அறுக்கு றோம். நாமொ சாப்பிடறதுக்கு. இப்போ எலிகளுக்கு விஷம் வெச்சிக் கொல்லுததும் மனுசம்மாரான நாமொ உயிர் வாழ்றதுக்குதான். ஆண்டவன் நம்மளெ மன்னிப்பான். ஆண்டவன் கருணையுள்ளவனில்லியா?"

கருணையே வடிவான இறைவன் மன்னித்தருள்வானாக! பழம், சோறு, கிழங்கு போன்ற உணவுகளில் எலி விஷத்தை வைத்து, வீட்டின் பல மூலைகளிலும் தென்னைமரத்தின் கீழும் வைக்கப்பட்டது. நான்கைந்து நாட்களில் ஐந்து கோழிகள், பனிரெண்டு அணில்கள், சுமார் இருநூறு எலிகள், ஒரு பூனை எனச் செத்துவிழுந்தன. மரணங்கள் நிகழ்ந்துகொண்டே இருந்தன. வீட்டின் மேற்கூரையில் பல பகுதிகளிலாகக் கிடந்து எலிகள் செத்து மடிந்தன. நாற்றம் வீடு முழுவதும் பரவியது. அப்போதும் இளநீர்கள் உதிர்ந்துகொண்டேதானிருந்தன. பத்துப் பதினைந்து நாட்கள் இப்படியே கழிந்தன. தென்னை மரமேறுபவர்கள் சொன்னார்கள்:

"ஆந்தை கொத்திப்போடுது."

பழைய சொலவடை. அவர்கள் இதை அவர்களது முன்னோர்கள் சொல்லக் கேட்டிருந்தார்கள். ஆந்தையின் வாய்ப்பகுதி வளைந்திருக்கும். சிறிதாகவுமிருக்கும். மட்டுமல்ல,

ஆந்தைகள் தாவர உண்ணிகளல்ல. கடைசியில் ஒன்றிரண்டு மாதத்திற்குப் பிறகு இளநீர் தின்பவர்கள் பிடிபட்டார்கள்.

வவ்வால்!

இரவானால் பெரிய பெரிய வவ்வால்கள் கூட்டங்கூட்டமாகப் பறந்து வந்து இளநீர்க் குலைகளில் பற்றிப்பிடித்து ஆழமாக ஓட்டை போட்டு இளநீரைக் குடிக்கின்றன. இளந் தேங்காயைக் கார்ந்து தின்றுவிட்டு இறைவனுக்கு நன்றி சொல்லிவிட்டுப் பறந்துபோகின்றன.

என்ன செய்வது?

கட்டுக்கட்டாக நீள முட்களைக் கொண்டுவந்து இளநீர்க் குலைகளைச் சுற்றிப் பொதியப்பட்டது. வெடி வைத்தும் டப்பாவைத் தட்டியும் உடைந்த மூங்கிலால் டப் டப்பென்றும் சத்தமெழுப்பப்பட்டன. விளக்குகள் பற்ற வைக்கப்பட்டன. தென்னை மர உச்சிகளில், ஆள் உருவம் செய்து சட்டையணிவித்து வைக்கப்பட்டது. கல்லெறியப்பட்டது. கூவி ஆர்ப்பாட்டம் காட்டப்பட்டது.எந்தப்பலனுமில்லை.தேங்காய்விற்றுக்கிடைக்கும் காசில் அல்லவா அரிசியும் பிற சாமான்களும் வாங்கி உயிர் வாழ வேண்டும்? வீட்டிலிருப்பவர்கள் தூங்கியதும் வவ்வால்கள் வந்து இளநீர் குடித்துவிட்டுப் போய்விடும். மனைவியும் பிள்ளைகளும் பிள்ளைகளின் பிள்ளைகளும் உதிர்ந்துகிடக்கும் கதம்பல்களைக் கூட்டிப் பெருக்கிக் குவித்துப்போட்டார்கள். கதம்பல்களின் சிறுகுன்று. அழிந்துபோன தேங்காய்களின் மகா கும்பாரம்.

இப்படியே போனால் என்ன செய்வது? குடும்பம் பட்டினியிலாகிவிடும். கடைசியில் வவ்வால்களைச் சுட்டுக்கொன்றுவிடலாம் என்று முடிவு செய்யப்பட்டது. நல்ல ஐடியா. மனைவி சொன்னாள்:

"நமக்கு ஒரு தோக்கு வாங்கணும். வவ்வாலுகளெ மட்டுமில்லே, நரிகளெயும் மரநாய்களெயும் சுட்டுக்கொன்னுடலாம்."

"தோக்கு என்கிறது பாவத்தின் ஸ்தூல வடிவம். மனுசம்மாரு தோக்கைக் கண்டுபிடிச்சதே மாபெருந்தப்பு. பாவச்செயலோட வாரிசுதான் தோக்கு. அதுலெ நான் இல்லெ."

மனைவி சொன்னாள்:

"நானே படிச்சுடறேன். என் மாமா மகனுட்டெ ஒரு பயங்கரமான தோக்கு இருக்கு. சுட்டா குடைபோலெ உருண்டை வெடிச்சிச் சிதறும். ஒரு சூட்டுலெ அம்பது வவ்வால் செத்து விழும்." மனைவி சொல்லிக்கொண்டாள். "அதுதான் சரி.

நமக்குத் தோக்கு வாங்க வேண்டாம். நான் போய் மாமாவுக்கெ மவனை தோக்கோடு கூட்டிட்டு வாறேன்.”

‘சரி, வவ்வால்களே மன்னித்துவிடுங்கள். நீங்கள் சிந்தும் இரத்தத்தில் என்னுடைய பங்கெதுவுமில்லை.இறைவா,நான் என்ன செய்வேன். பாதகத்தி, சம்ஹாரம் செய்யப் புறப்பட்டுவிட்டாள். நான் நிரபராதி. வவ்வால்களே, தப்பித்துக்கொள்ளுங்கள்.’

மனைவியின் மாமாவின் மகன் விலையுயர்ந்ததுப்பாக்கியுடன் வந்தவர் சொன்னார்:

“இங்கெ சுடக்கூடாது. பக்கத்துலெ உள்ள ஒரு தீவுலெ பழமையான ஒரு கோயில் இருக்கு. அதுப்பக்கத்துலெ ரெண்டு ஆல மரமிருக்கு. அதுலெ இரண்டு மூணாயிரம் வவ்வாலுகள் தொங்கிட்டுக் கெடக்கு. நான் அவ்வளவையும் சுட்டுப் பொசுக்கிடுதேன். ரெண்டு மூணு நாளைக்குள்ளெ அத்தனையும் கொன்னுடலாம். ஒரு பத்து மைல் சுத்தளவுலெ உள்ள இரண்டு மூவாயிரம் கருக்குகள் தினசரி பாழாவுது. அதாவது தினசரி ரெண்டு மூவாயிரம் தேங்காய்கள். மூவாயிரம் வவ்வாலுகளை நான் கசாப்பு போடப்போற அழகான காட்சியைப் பாக்க வாறீங்களா ?”

வேடிக்கை பார்ப்பதற்கு மனைவியும் தோழியும் தயாரானார்கள். அவர்கள் மூன்றுபேர்களாகச் சேர்ந்து சாயாவும் குடித்துவிட்டு வவ்வால் வதம் செய்யப் புறப்பட்டார்கள். கணவன் பிரார்த்தனை செய்தான்:

‘வவ்வால்களே, தப்பித்துக்கொள்ளுங்கள்’. ஆச்சரியம்தான். வவ்வால்கள் தப்பித்துக்கொண்டன. மனைவியும் தோழியும் துப்பாக்கிக்காரனுடன் இளித்தபடியே ஏமாற்றத்துடன் பயந்துபோய்த் திரும்பி வந்தார்கள்.

மனைவி சொன்னாள்:

“நல்லவேளை, உயிரோட திரும்பிவந்தோம். கோயிலைச் சுற்றிக் கொஞ்சம் வீடுகளிருக்கு. திடீர்னு பத்து முன்னூறு பேரு பயங்கரமான ஆயுதங்களோடெ எங்களெ சுத்திக்கிட்டாங்க. வவ்வாலுகளெச் சுட்டா எங்களெ கொன்னுட்டு கொலவிளி நடத்திடுவாங்களாம். எதுக்குன்னா, வவ்வாலுகள் மனுசங்களோட பூர்வீக ஆத்மாக்களாம். அதுனாலெ சுடப்புடாதுமாம்.”

வவ்வால்கள் மனிதர்களின் பூர்வீகர்கள். நல்ல சித்தாந்தம்.

கணவன் மிக அழகான ஒரு முடிவுக்கு வந்தான். அவன் அறுதியிட்டுச் சொன்னான்:

“மறந்துரப்புடாது. வவ்வால்கள் யாருடைய பூர்வீக ஆத்மாவுமில்லெ. மூட நம்பிக்கையெ போதையேத்தி மனுசனுங்களெக் கொல்லப்புடாது. வவ்வால்கள், ஆண்டவனின் கோடானுகோடி சிருஷ்டிகளில் ஒண்ணு. ஒரு பறக்கும் உயிர். கருக்குகள் பாழாகட்டும். தேங்காய்கள் அழியட்டும். பரவாயில்லெ. மிச்சமிருப்பது போதும். ஆண்டவன் படைத்த தென்னை மரங்களின் கருக்குகள்லே வவ்வாலுகளுக்கும் உரிமையிருக்கு. ஆண்டவனோட சிருஷ்டிகர்ம சுபவேளையிலெ உயிரினங்களுக்குக் கெடச்ச புராதன புராதனமான உரிமை இது. நினைவிருக்கட்டும், எல்லா உயிர் ஜீவன்களுமே பூமியின் வாரிசுதாரர்கள்தான்.

1977

நோட்டு இரட்டிப்பு

ஒரு மகிழ்ச்சியான செய்தி: நான் சித்தராகி விட்டேன். குரு பஷீர் . . . புதன் சித்தியோ ஞாயிறு சித்தியோ அல்ல. வாரத்தில் ஏழு நாட்களும் வருடத்தில் முன்னூற்று அறுபத்தைந்து நாட்களும் இந்த சித்தியுண்டு. உலகிற்குப் பெருமளவிலான நன்மைகளை என்னால் செய்ய முடியும். உலகத்தில் இனிமேல் ஏழைகளே இருக்கமாட்டார்கள். அனைவரும் செல்வந்தர்கள். இப்படியான புரட்சியை உருவாக்கும் சக்தி எனக்கு எப்படிக் கிடைத்தது? அதாவது, இந்த அனுக்கிரக சித்து வேலை எனக்கு எப்படிக் கை வந்தது? அந்த வரலாற்றைத்தான் சொல்லப் போகிறேன்.

நான் கதை எழுத ஆரம்பித்தேன். அப்போது எதற்காக கதை எழுத வேண்டுமென்று தோன்றியது. பிரதிபலன் போதாது. விலைவாசி அதிகமாகி விட்டது. கூலி வேலைக்காரனுக்கு நல்ல கூலி கிடைக்கிறது. எழுத்துத் தொழிலாளிக்கு மட்டும் கூலி மிகவும் குறைவு. எங்களுடைய பிரச்சினைகளை எடுத்துச் சொல்லவும் ஆட்களில்லை. கோஷங்களோ உள்ளிருப்புப் போராட்டங்களோ இல்லாமல் நாங்கள் துயரங்களைத் தின்று அமைதியாக வாழ்ந்துகொண்டிருக்கிறோம். எழுத்துக்கூலிகளே விழித்தெழுங்கள்! ஒன்றிணையுங்கள்! நம்முடைய உரிமைகளைக் கணக்குப்போட்டுக் கேட்டு வாங்குங்கள்! இப்படிச் சொல்வதால் மட்டும் என்னவாகிவிடப்போகிறது? எழுத்துக்கூலிகள் ஒருபோதும் ஒன்றிணையப் போவதில்லை. ‘என்னைத்

தொந்தரவு பண்ணாதீங்க. நான் எழுதி எழுதிப் பட்டினிக் கிடந்து செத்துப்போகிறேன்' என்று சிலர் பிடிவாதம் செய்கிறார்கள். விஷயங்கள் இப்படியிருக்க என்னால் மட்டும் என்ன செய்ய முடியும்? பத்திரிகை அதிபர்களுக்கு ஒரு சுற்றறிக்கை அனுப்புவதாக நான் முடிவு செய்தேன். அதாவது ஒரு சிறுகதைக்கான ஊதியம் அரை மூட்டை அரிசி. இதில் மற்றொரு பிரச்சினை. ஒருபடி அரிசிக்குக் கதை எழுதத் தயாராக இருக்கும் ஏழை எழுத்துக் கூலிகள் இருந்தால்? தூண்டில் போட்டு மீன் பிடியுங்கள், கள்ள நோட்டு அடியுங்கள், கள்ளக்கடத்தல் செய்யுங்கள் ... இப்படியாகப் பல்வேறு தொழில்கள். இதில் பெரும்பாலான தொழிலுக்கும் மூலதனம் தேவை. மட்டுமல்ல, போலீஸ் தரகர்கள் பிடித்து அடித்து ஜெயிலில் தள்ளிவிடுவார்கள். அப்படியென்றால் தூண்டிலிடப் போக வேண்டியதுதானே? ஆனால் வெயிலில் காயவும் மழையில் நனையவும் பெரிய அளவில் விருப்பமில்லை. மீன் கவிச்சும் பிடிக்கவில்லை. பிறகு என்னதான் செய்வது? அப்படியே யோசித்துக்கொண்டிருக்கும்போது வீட்டுப் படியேறி ஒருவர் வந்தார். தாடியும் முடியும் போதுமான அளவுக்கு வளர்த்திருந்தார். ஒற்றை வேட்டி உடுத்தியிருந்தார். நாற்பது வயதிருக்கும். வந்ததுமே கும்பிட்டுவிட்டுக் கேட்டார்:

"மாலிக்கான் எல்லாம் சரியாகக் கிடைக்கிறதா?"

"அரசியல் ஓய்வூதியம் என்ற பெயரில் மாதம்தோறும் கொஞ்சம் ரூபாய் கிடைக்கிறது."

"என்றால், இருக்கும் பணத்தையெல்லாம் அள்ளிப் பெருக்கி அப்படியே எடுங்க."

மனைவியை அழைத்து இருக்கும் பணத்தையெல்லாம் அள்ளிப் பெருக்கி எடுக்கச் சொன்னேன். மனைவி அறுபத்தேழு பைசா கொண்டுவந்து தந்தாள். எனது பாக்கெட்டிலும் நாற்பது பைசா இருந்தது. மொத்தம் ஒருரூபாய் ஏழுபைசா. அதை நான் அவர்முன் வைத்தேன். அவர் சொன்னார்: "காசு போதாது. நோட்டுகள் வேண்டும்."

"நோட்டு எதற்கு?"

"நோட்டுகளை இரட்டிப்பாக்கித் தருகிறேன்."

"நோட்டு இரட்டிப்பு. சுத்தப் பொய். உலகத்தில் யாராலும் நோட்டை இரட்டிப்பாக்க முடியாது."

"உண்மையாகவா?"

"உண்மையாகவே."

"எனக்கு என்ன வயதிருக்கும்?"

நான் சொன்னேன்: "உங்களுக்கு ஒரு நாற்பது வயதிருக்கும்."

அவர் சிரித்தபடியே சொன்னார்: "என் வயது, மூவாயிரத்து அறுநூற்று எழுபத்து இரண்டு. என் பெயர், ராமரு குரு. சங்கரரு குருவின் பிரதம சிஷ்யன்."

நான் உட்கார்ந்து எழுதும் செயரில் அவரை அமர வைத்துவிட்டுக் கேட்டேன்:

"சங்கரரு குரு எங்கே?"

அவர் சொன்னார்: "ஹிமாலயத்தின் உச்சியில் கடந்த ஐயாயிரம் வருடங்களாக ஒற்றைக்காலில் நின்று தவம்புரிகிறார். நானும் அவரது அருகிலிருந்தேன். மக்களுக்கு நன்மைகள் செய்வதற்காகப் புறப்பட்டவர். ஏழ்மையை இந்த உலகத்திலிருந்தே அகற்ற வேண்டும். எனக்கு நேரம் அதிகமில்லை. உடனே நான் குருசன்னிதியை அடைய வேண்டும். அவர் கால் மாறுகிறார். இப்போது இடது காலில் நிற்கிறார். வலது காலுக்கு மாற வேண்டும். நல்லதொரு சீடன் வாய்த்தால் நான் குருசன்னிதியை அடைந்துவிடுவேன்."

நான் கேட்டேன்: "ஹிமாலயத்தின் உச்சியில் கொஞ்ச நாட்களுக்கு முன் இரண்டுபேர் ஏறியதாகச் சொல்கிறார்களே, டென்சிங் நோர்காவும் எட்மண்ட் ஹிலாரியும். அவர்கள் ராமரு குருவையும் சங்கரரு குருவையும் சந்தித்ததாக . . ."

"சொல்லவில்லைதான்." ராமரு குரு சிரித்தார்: "அவர்கள் நாங்கள் தவம் செய்யுமிடத்தின் கீழ்ப்பகுதிவரை வந்தார்கள். நான் கொஞ்சம் கல்லை அள்ளி அவர்கள் தலையில் போட்டேன். எவரெஸ்ட் இடிந்து விழப்போவதாக நினைத்து அவர்கள் உடனடியாகக் கீழே இறங்கிவிட்டார்கள். இதில் ஒரு கல், ஹிலாரியின் புருவத்தில் பட்டுக் காயமேற்பட்டது. அந்த அடையாளம் இப்போதும் அவரது புருவத்தில் இருக்கிறது. நான் எல்லாவற்றையும் சொல்லவில்லை. என்னால் கூடு விட்டுக் கூடுபாய முடியும். எந்த ரூபத்திலும் என்னால் மாற முடியும்."

"தங்களுக்குச் சீடர்கள் இருக்கிறார்களா?"

"இல்லை. நல்ல குணங்களுள்ள ஒரு சீடன் தேவை. உலகிற்கு நன்மைகள் செய்யும் பொறுப்பை அந்தச் சீடனிடம் ஒப்படைத்துவிட்டு, எனக்கு சங்கரரு குருவின் பொற்பாதத்தை அடைய வேண்டும்."

எனக்கு ராமரு குருவின் தலைமைச் சீடனாக வேண்டும்போல் தோன்றியது. ஆனால், நான் சொல்லவில்லை. மற்றவர்களின் மனதிலிருப்பதையும் அவரால் அறிந்துகொள்ள இயலுமாக இருக்கும். நான் சொன்னேன்: "ஏழைகளின் நோட்டுகளை இரட்டிப்பாக்கச் சில எளிய மார்க்கங்களுண்டு. பக்கத்தில் மூன்று வங்கிகள் உள்ளன. அங்கே கோடிக்கணக்கான ரூபாய் இருக்கிறது. நான் அவர்களுக்கு ஒரு கடிதம் தருகிறேன். நோட்டுகளை எப்படி தாங்கள் இரட்டிப்பாக்குகிறீர்கள்?"

"பொதுவான நோட்டு இரட்டிப்புத் திருடன்கள் ஒரு லொடக்கு மிஷினைக் காட்டுவார்கள். ஏற்கெனவே அதில் ரூபாய் நோட்டை வைத்திருப்பார்கள். பிறகு வேறொரு நோட்டை அதில் வைப்பார்கள். பிறகு சில அடவு வேலைகள் காட்டிவிட்டு இரண்டு நோட்டுகளையும் எடுப்பார்கள். முட்டாள்கள் உடனே தங்களிடமுள்ள நோட்டுக் கட்டுகளைக் கொடுத்துவிடுவார்கள். ஏமாற்றுக்காரர்கள் அதை எடுத்துக்கொண்டு இடத்தைக் காலி செய்வார்கள். குறிப்பிட்ட ஒரு கால அவகாசம் கொடுத்துவிட்டுத் தான் செல்வார்கள். குறிப்பிட்ட காலத்தில் நோட்டுக்களைக் கொடுத்துவிடுவார்கள். கட்டுகளின் மேலும் கீழும் மட்டும்தான் உண்மையான நோட்டுகள் இருக்கும். மிச்சமிருப்பவை வெறும் காகிதங்கள். முட்டாள்கள் இதையும் கொண்டு வீட்டுக்குச் செல்வார்கள். பிறகுதான், தாங்கள் ஏமாற்றப்பட்டுவிட்டதைப் புரிந்துகொள்வார்கள்."

"சரி, தங்களுடைய இரட்டிப்பின் முறையியல்?"

"மந்திரம். மந்திர சக்தியால் நோட்டை இரட்டிப்பாக்குகிறோம்."

"அது சரி."

நான் வங்கிகளுக்குக் கடிதம் எழுதினேன்: மரியாதைக்குரிய அதிகாரிகளே, உங்கள் வங்கியில் வரவு செலவு வைத்திருக்கும் பாவப்பட்ட வாடிக்கையாளர்களின் பணங்கள் அனைத்தையும் இந்தக் கடிதம் கொண்டு வருபவரிடம் ஒப்படைத்தால் இவர், இரட்டிப்பாக்கி அவர்களது கணக்கில் வரவுவைப்பார். நீங்கள் விரும்பினால் வங்கியிலுள்ள எல்லா நோட்டுக்களையும் இவர் இரட்டிப்பாக்கித் தருவார்."

பெயர் எழுதிக் கையொப்பமிட்ட கடிதத்தை ராமரு குருவிடம் கொடுத்தேன். அவர் அதை எடுத்துச் செல்லும்போது கேட்டார்: "நீங்கள் தலைமைச் சீடன் அல்லவா? ஒரு ரூபாய் கொடுங்கள். சாயா குடிக்க வேண்டும்."

நான் ஒரு ரூபாய் கொடுத்தேன். அவர் புறப்பட்டார். பிறகு நான் கேள்விப்பட்டது, அவரை போலீஸ் தரகர்கள் பிடித்து

லாக்கப்பில் அடைத்திருக்கிறார்கள் என்று. போலீஸ் தரகர்களின் அக்கிரமத்தைப் பாருங்களேன். உலக நன்மைக்காக நோட்டை இரட்டிப்பாக்கித் தருகிறோம் என்றவரைக் கைது செய்ய வேண்டிய தேவை என்ன இருக்கிறது? போலீஸ் தரகர்களுக்கெதிராக மக்கள் சக்தியை ஒன்றுதிரட்டுங்கள். இந்த நோக்கத்தை முன் வைத்து, அண்டை வீட்டாரிடமிருந்து பத்துரூபாய்க்கான இரண்டு ஐந்துரூபாய் நோட்டுகளைக் கடன் வாங்கிவிட்டு நான் வெளியில் வந்தேன். போலீஸ் தரகர்களுக்கெதிரான தார்மிகக் கோபம் மனத்தில் கொழுந்துவிட்டெரிந்தது. ஒரு பொதுஜனத்தைத் தடுத்து நிறுத்தி நான் தகவலைச் சொன்னேன். பொதுஜனம் சொன்னது: "நல்லதாப் போச்சு. போலீஸ்காரங்களுக்கு மெடல் கொடுக்கணும். கொஞ்ச நாட்களாகவே பல இடங்களிலும் இப்படி நோட்டு இரட்டிப்பு மோசடி நடக்குது. நிறைய பேர் இதில பணத்தைப் பறிகொடுத்துட்டாங்க. போலீஸ் அவனைக் கைது செய்தது நல்ல விஷயம்தான். அவனைத் தூக்கில போடணும்."

ஒரு பொதுஜனத்தின் நம்பிக்கை இப்படியாக இருந்த காரணத்தால் நான் வேறு பொதுஜனத்தைத் தொடர்பு கொள்ளவில்லை. நேராக போலீஸ் ஸ்டேஷனுக்குச் சென்றேன். என்னுடைய ஒரு பழைய நண்பரான போலீஸ் இன்ஸ்பெக்டர் என்னைப் பாராட்டினார். நோட்டு இரட்டிப்புப் பேர்வழி பிடிபடுவதற்கு நீங்கள்தான் காரணம் என்றார். மிக்க மகிழ்ச்சி.

இன்ஸ்பெக்டரின் அனுமதியுடன் நான் லாக்கப் முன் சென்று ராமரு குருவை வணங்கினேன். அவர் சொன்னார்: "போலீஸ் தரகர்களுக்கு வங்கித் தரகர்கள் ஃபோன் செய்தார்கள். போலீஸ் தரகர்கள் என்னைக் கைதுசெய்தார்கள். நான் சாயா குடிக்கவில்லை. சாயா வேண்டும்."

மூன்று சாயா கொண்டுவரச் செய்து ஒன்றை இன்ஸ்பெக்டருக்குக் கொடுத்தேன். ஒன்று ராமரு குருவுக்கு. ஒன்றை நான் குடித்தேன்.

ராமரு குரு ரகசியமாகச் சொன்னார்: "நேரம் அதிகமில்லை. நான் போகிறேன். சீக்கிரமாக சீடப் பொறுப்பை ஏற்றுக்கொள்ளுங்கள். நோட்டுகளை இரட்டிப்புச் செய்து கொடுத்து மக்கள் பணியாற்றுங்கள். மந்திரம் இது தான் . . ."

அவர் எனது வலது காதில் மந்திரச் சொற்களைச் சொல்லித் தந்தார். நான் அதை உருப்போட்டுக்கொண்டேன்.

அவர் சொன்னார்: "பஷீரரு குரு சீடர்களை ஏற்க வேண்டாம். மந்திரச் சொற்களைப் புனிதமாக, ரகசியமாகப் பாதுகாத்து வாருங்கள். பஷீரரு குருவுக்கு உபதேசித்தருளிய மந்திரத்திற்கு ஆயிரம் ரூபாய்வரை இரட்டிப்பாக்கும் சக்திதான்

இருக்கிறது. ஆயிரம். அதாவது லட்சம் ரூபாயை இரட்டிப்பாக்கும் சக்தி கிடையாது. ஆகவே மக்கள் பணியை ஆயிரத்துக்குள் முடித்துக்கொள்ளப் பார்ப்பீராக."

சுருக்கமாகச் சொன்னால், என்னால் ஆயிரம்ரூபாய் வரைக்கும் இரட்டிப்பாக்க இயலும். நான் இன்ஸ்பெக்டரிடம் போய் ஒருநோட்டு எடுக்கச் சொன்னேன். அவர் ஒரு நூறு ரூபாய் நோட்டை எடுத்தார். நான் அதை வாங்கி, திரும்பி நின்று மந்திரம் ஜெபித்தேன். பிறகு இரண்டு நூறுரூபாய் நோட்டுகளாக அவரிடம் திருப்பிக் கொடுத்தேன். அவர் ஆச்சரியப்பட்டார். நான் சொன்னேன்: "நானொரு சித்தர். இன்றுமுதல் நான் நோட்டுகளை இரட்டிப்பாக்கிக் கொடுப்பேன். ராமரு குரு என்னுடைய குரு. என்னுடைய குருவை நீங்கள் விடுதலை செய்ய வேண்டும்."

ராமரு குருவை விடுதலை செய்வதற்காக லாக்கப்பின் அருகில் சென்றார் போலீஸ் இன்ஸ்பெக்டர். லாக்கப் காலி! நோ ராமரு குரு!

ஒரு வண்டு லாக்கப்பின் இரும்புக் கம்பியைப் பற்றிப் பிடித்திருந்தது. அது ராமரு குருவா?

நான் இன்ஸ்பெக்டரிடம் சொன்னேன்: "தாங்கள் ஒரு சித்தரை லாக்கப்பில் அடைத்தீர்கள். பரவாயில்லை. அவர் போய்விட்டார். உலக நன்மைக்கு இனி நான் இருக்கிறேன். ராமரு குருவின் தலைமைச் சீடன் பஷீரரு குரு. நான் வருகிறேன். வந்தனம்."

நான் சென்று ஒரு மரத்தடியில் அமர்ந்தேன். கூடுவிட்டுக் கூடுபாயும் சித்துவேலையை நானும் கற்றுக்கொள்ளலாமாக இருந்தது. முடியவில்லை. ஒரேயொரு லாபம், என்னால் மிக விரைவில் பணக்காரனாகிவிட முடியும். நான் ஐந்துரூபாய் நோட்டை எடுத்து மந்திரம் ஜெபித்தேன். ஆச்சரியம், நோட்டு திடீரென்று எரிந்து சாம்பலானது.

நான் திகைத்துப் போய்விட்டேன். அப்போது ஒரு சிறு சிரிப்புச் சத்தம். என் எதிரில் ஒரு வண்டு. அது சொன்னது: "உன்னால் மட்டும் சீக்கிரமாகப் பணக்காரனாகிவிட இயலாது. கைப் பணத்தை இரட்டிப்பாக்கிப் பணக்காரனாக முயன்றால், புரிகிறதா . . . எரிந்து சாம்பலாகிவிடும். மற்றவர்களுக்கு நன்மை செய்ய வேண்டும். பிறரது நோட்டுகளை இரட்டிப்பாக்க வேண்டும். பத்துக்கொன்று எடுத்துக்கொள்ளலாம். ஏழையொருவனின் பத்துரூபாயை இரட்டிப்பாக்கினால் அவனுக்குப் பத்தொன்பது ரூபாய் கொடுத்தால் போதும். கூடு விட்டுக் கூடுபாயும் மந்திர

உபதேசத்தை நான் போய்விட்டு வந்து சொல்லித் தருகிறேன். அதுவரை உலகிற்கு நன்மை செய். சுபம்!"

வண்டு பறந்து சென்றது. கொஞ்சநேரத்திற்குப் பிறகு மீண்டும் வந்த வண்டு சொன்னது: "பாவம் செய்தவர்களின் நோட்டுகள் தீப்பிடித்து எரியும். சம்பவங்களையெல்லாம் தொகுத்து ஒரு கதைபோல் எழுதி உலக நன்மைக்காக விளம்பரம் செய். நான் சங்கரரு குருவின் சன்னிதிக்குச் செல்கிறேன். மீண்டும் சுபம்!"

நீண்ட நேரம் தனிமையிலாழ்ந்திருந்த நான், பிறகு வீட்டுக்குச் சென்றேன்.

இப்படி ... நான் சித்தராக மாறியிருக்கிறேன். ஆகவே, ரூபாய் நோட்டுகளை அனுப்பிவைக்கவும். ஆயிரத்திற்கும் அதிகமாக அனுப்ப வேண்டாம். ஐந்து, பத்து, நூறு, ஆயிரம் இப்படியாக அனுப்பவும். இரட்டிப்பாக்கிய நோட்டுகள் ஒரே வாரத்தில் உங்களுக்கு அனுப்பி வைக்கப்படும். ஏழை முஸ்லிம் பெண்கள் ஐந்துரூபாய் நோட்டை அனுப்பவும். இலவசமாக இரட்டிப்பாக்கித் தரப்படும்.

இப்படிக்கு
வைக்கம் முகம்மது பஷீரரு குரு

N.B. ஒரு வர்க்க மனோபாவம் இதில் இழையோடுகிறதே. இது கூடாது. ஆகவே அனைத்துச் சாதி ஏழைப் பெண்களுக்கும் ஐந்துரூபாய் நோட்டுகளை இலவசப் பத்துரூபாயாக இரட்டிப்பாக்கித் தரப்படும். இது வறுமைக்கோட்டுக்குக் கீழே உள்ளவர்களுக்கு மட்டும். மற்றவர்களுக்குப் பத்திலொன்று சேவைக்கட்டணமாக வசூலிக்கப்படும். தங்கள் சக்திகளுக்கேற்ப நோட்டுகளை அனுப்பிவைக்கவும். ஆயிரத்துக்கும் அதிகமாக அனுப்பி வைக்க வேண்டாம். ரூபாயை அனுப்பிவைத்துவிட்டு எதிர்பார்த்திருக்கவும். ஒருவாரத்திற்குள் இரட்டிப்பான நோட்டுகள் கிடைக்கவில்லையென்றால் ... நீங்கள் பாவம் செய்திருக்கிறீர்கள். ஆகவே நோட்டு எரிந்துபோய்விட்டது என்று புரிந்துகொள்ளவும். ஒரு ஏழை முஸ்லிம் பெண் ஐந்துரூபாய் நோட்டை அனுப்பி, ஒரு வாரத்திற்குப் பின்பும் பத்துரூபாய் வந்து சேரவில்லையெனில், பாவம் செய்த காரணத்தால் எரிந்து சாம்பலாகிப்போய்விட்டதாக கருதிக்கொள்ளவும். பாவவிமோசனம் செய்துகொள்ளவும். குளித்து, தவ்பா செய்து, தொழுது நல்ல பெண்மணியாக மாறவும். இப்படியாக நோட்டுகள் அனுப்புவதன் மூலம் நீங்கள் இரண்டுவகையான லாபங்களை அடையப்

பெறுகிறீர்கள். இரண்டு மடங்கு நோட்டு கிடைக்கும்; அல்லது, பாவம் செய்திருக்கிறோமா என்பதை அறிய இயலும். கூடவே இன்னொரு விஷயத்தையும் நினைவூட்டுகிறேன். எல்லாருமே பாவிகள் அல்ல. ஆகவே அதிர்ஷ்டத்தைப் பரிசோதனை செய்துகொள்ளுங்கள். பாவிகளின் நோட்டுகள் மட்டும்தான் எரியும். மற்றவர்களின் நோட்டுகள் இரு மடங்காகும். ஆகவே ஒவ்வொருவரும் இருதய சுத்தியுடன் நோட்டுகளை அனுப்பிவைக்கவும். ஏழைகளான முஸ்லிம் பெண்களும் கிறிஸ்தவப் பெண்களும் இந்துப் பெண்களும் ஐந்துரூபாய் நோட்டுகளை அனுப்பி வையுங்கள். ஏற்கெனவே சொன்னதுபோல், இரட்டிப்பாக்கித் தரப்படும்.

உலகிற்கு நன்மைகள் விளையட்டும், சுபம்.

இப்படிக்கு

ஹிமாலயத்தின் உச்சியில் ஐயாயிரம் ஆண்டுகளாக
ஒற்றைக் காலில் நின்று தவம் புரியும் சங்கரரு குருவின்
தலைமைச் சீடன், உருமாறும் சித்தர் ராமரு குருவின்

தலைமைச் சீடன்,
பஷீரரு குரு.

1977

தங்க மாலை

இருபத்தொன்றேகால் சவரன் எடை கொண்ட புராதனமான தங்க மாலை அது. மனைவியின் கழுத்தில்கிடந்த இந்த ஆபரணம், தண்ணீர் எடுக்கும்போது மிக ஆழமான கிணற்றில் விழுந்துவிட்டது. பெரியதொரு பழைய கிணறு. சொல்லிக்கொள்வதுபோல் தடுப்புகள் எதுவும் கிடையாது; அகலமான வாய் வட்டம்.

வீடும் தோட்டமும் வாங்கும்போது கிணற்றங் கரையில் ஏராளமான காட்டுச் செடிகள் வளர்ந்து கிடந்தன. கிணற்று மதில், பாக்குபோன்ற சிறு சிறு உருளைக் கற்களால் கட்டப்பட்டிருந்தது. ஒருநாள், செடியின்மேல் ஒரு பாம்புச் சட்டை கிடந்தது. பாம்பு எங்கிருந்து வந்தது? உடனடியாக நிறைய ஆட்களை வைத்து மிகுந்த சிரமத்துடன் கிணறு தூர்வாரிச் சுத்தம் செய்யப்பட்டு சிமென்ட் போடப்பட்டது. ஒரு முந்நூறு வருட பழைமை கொண்டதாக இருக்கலாம் கிணறு. தெளிந்த நீர். மதிய நேரத்தில் பார்த்தால் அடியாழத்தில் தங்க மாலை மஞ்சள் நிறத்தில் கிடப்பது நன்றாகத் தெரிந்தது.

கணவன் கண்ணாடியினூடே தெளிவாகப் பார்த்தான். கணவனின் அம்மா கழுத்தில் அப்பா அணிவித்த மாலை. வருடங்கள் எத்தனையோ கடந்துபோய்விட்டன; இருந்தாலும் நேற்று நடந்ததுபோல்.

தங்க மாலையைக் கிணற்றுக்குள்ளிருந்து எப்படி எடுப்பது?

வழக்கமாக, கிணற்றில் இறங்கும் ஒரு மகான் இருக்கிறான். அவன் ஒரு திருடன். அதிகாலை நான்குமணிக்கு எழுந்து நடப்பான். ஓட்டல்களில் நுழைந்து பலகாரங்களைத் திருடித் தின்பான். தோட்டங்களில் புகுந்து வாழைக்குலை, தேங்காய், பலாப்பழம் போன்றவற்றைத் திருடுவான். நிறைய அடியும் உதையும் வாங்கி மெலிந்து சயரோகம் பிடித்தவன் போல் இருப்பான். கிணற்றில் தண்ணீர் எடுக்க வைத்திருக்கும் கயிற்றை பிளேடால் வெட்டி வைப்பான். குழந்தைகளுக்கு மிட்டாய் வாங்கிக் கொடுத்துத் திருடுவான். பல் விளக்கவோ குளிக்கவோ மாட்டான். உடல் முழுவதும் சொறிபிடித்திருக்கும்.

இவன் ஒரு ஒற்றைக் கண்ணன். வைசூரி வந்ததில் அந்தக் கண்ணில் பார்வை போய்விட்டது. வைசூரி வந்த வீட்டில் திருடப்போய், பயத்தில் இவனுக்கும் வைசூரி வந்ததாக ஒரு ஐதீகம்.

அவன் வந்து கிணற்றைப் பார்த்தான். தங்க மாலை தெளிவாகத் தெரிந்தது.

"பயங்கரமான ஆழம். இப்படியான கிணறு இந்தப் பகுதியில வேறெங்கும் கிடையாது. இறங்கவும் ஏறவுமே ரொம்ப சிரமப்படணும். கிணற்றில வேற நிறைய தண்ணி. நான் எடுத்துத் தந்திடறேன். இருபத்தைந்து ரூபாய் கூலி தரணும்" என்றான்.

சுத்தமே இல்லாத இவனுக்கு இருபத்தைந்து ரூபாய் கொடுத்தால் மாலையை எடுத்துத் தருவான். சரிதான். ஆனால், தண்ணீரில் இறங்கிய யாராக இருந்தாலும் சிறுநீர் பிரிவது இயல்புதான். அந்த தண்ணீரைத்தான் குடிக்க வேண்டும். கணவன் ஒரு ரூபாய் கொடுத்துவிட்டு அவனிடம் சொன்னான்: "போய் டீ சாப்பிடு. தண்ணி வற்றிய பிறகு கூப்பிடறேன்."

அவனை அனுப்பிவைத்தாகிவிட்டது. சிறு சந்தேகம். இரவில் வந்து கிணற்றிலிறங்கி தங்க மாலையை எடுத்துக்கொண்டு போய்விடுவானோ? மீசைக்கு டை புரட்டி, தலைமுடியைக் கறுப்பாக்கிக்கொண்டிருந்த மனைவியிடம் கணவன் சொன்னான்: "ஒரு ரூபாய் கொடுத்து அவனைப் போகச்சொல்லிட்டேன். கிணற்றில் ஒண்ணுக்கு அடிச்சிடுவான். அந்தத் தண்ணியைத்தான் நாம குடிக்க வேண்டியதிருக்கும்."

மனைவி சொன்னாள்: "அவன் ஊரைவிட்டே போகப் போறானாம். பொஞ்சாதி வேலை பார்க்கிற தோட்டத்தில அவனுக்கு வேலை இருக்காம். அவன் போயிட்டான்னா, கிணற்றில இறங்க வேற யாரிருக்கா?"

சிறிது நேரத்திற்குப் பிறகு கணவன் சொன்னான்: "எடியே, நானே கிணற்றில இறங்குகிறேன்."

“இவ்வளவு ஆழமான கிணற்றிலா? வேண்டாம்.”

“போடீ, நீ பொறக்குறதுக்கு முன்னாடியே கிணறுகளில் ஏறியிறங்கினவன் நான். தென்னை மரமேறுறது, கிளையில கயிறு கட்டிப் பிடிச்சித் தொங்கிட்டே மரங்கள்ல ஏறிடுவேன்.”

“அதெல்லாம் அந்தக் காலம்.”

“இந்தக் காலத்தில என்னவாம்?”

பல் விளக்கி, குளித்து, சாயா குடித்து எல்லா வேலைகளையும் முடித்துவிட்டு, ஒரு சிகரெட்டும் பற்றவைத்துவிட்டுக் கணவன் கிணற்றங்கரையில் நின்றிருந்தான். மனைவியும் மனைவியின் தங்கையும் ஸ்கூல் ஃபைனல் படிக்கும் மகளும் நர்ஸரி ஸ்கூலில் படிக்கும் மகனும் நிற்கிறார்கள். நன்றாகச் சிறுநீர் கழித்துக் கழுவி விட்டு, கணவன் மனைவியிடம் சொன்னான்: “நீ போய்ப் பசுவைக் கட்டுகிற, இருக்குறதில நீளமுள்ள கயிற்றை எடுத்துட்டு வா.”

“எதுக்கு?”

“கிணற்றில இறங்கி உன் தாலியை எடுக்க.”

“நினைச்சாலே என் உடம்பு பதறுது.”

“பதறுறதுக்கு எல்லாம் ஒண்ணுமில்லை.”

“எனக்குப் பயமா இருக்கு.”

மகள் சொன்னாள்: “டாற்றா இறங்க வேணாம்.”

மகனும் மகளும் டாற்றா என்றுதான் சொல்வார்கள்.

“பிறகு, மாலையை எப்படி எடுக்கிறது?” கொஞ்ச நேரம் கழிந்ததும், “எடியே எனக்குத் தைரியமிருக்கு. நானே இறங்கி எடுத்துடறேன்.”

மனைவி போய் நீளமான ஒரு கயிற்றை எடுத்துக்கொண்டு வந்தாள். கணவன் அதன் ஒருமுனையைக் கிணற்றின் அருகிலுள்ள தென்னை மரத்தில் கட்டிவிட்டு இன்னொரு முனையைக் கிணற்றில் விட்டான். அது தண்ணீரில் மிதந்தது.

கணவன் டவலை உடுத்தி, கண்ணாடியும் அணிந்துகொண்டு கிணற்றின் அரை மதிலில் ஏறினான்.

மனைவி கேட்டாள்: “கண்ணாடி வேணுமா?”

“பார்க்க வேண்டாமா? வேணும்.”

கணவன் கயிற்றைப் பிடித்துக்கொண்டு மெதுவாகக் கிணற்றில் இறங்கினான். இருபுறமும் மிதித்து மிதித்து மெல்லக் கீழே சென்றான்.

பெரிய குளிர் துவாரத்திற்குள் இறங்குவது போலிருந்தது. காற்று இல்லாததுபோலவும் இருந்தது. இரு கைகளாலும் கயிற்றைப் பலமாகப் பிடித்தபடி மிதித்து மிதித்து இறங்கி நீர்மட்டத்தை அடைந்தான். தண்ணீர் பளிங்குபோல் கிடந்தது. அடியில் தங்க மாலை பளபளத்தது. இரண்டிலொன்று என்றெல்லாம் இனி முடிவுசெய்ய இயலாது. தைரியமாகப் பிடியை விட்டுத் தண்ணீரில் குதித்தான். எவ்வளவு தண்ணீர் இருக்குமென்ற ஒரு முன்யூகம் இருந்தது. கால்களால் தண்ணீரைத் துழாவியபடியே மூழ்கினான். யூகம் தவறிவிட்டது. நினைத்ததை விடவும் இரு மடங்கு ஆழம். மூச்சை அடக்கியபடி, நீரைக் கால்களால் துழாவிக்கொண்டே மீண்டும் மூழ்கினான். இன்னமும் அடிப்பகுதியைத் தொடவில்லை. மூச்சு முட்டியது. மீண்டும் மூழ்கினான். தலைக்குள் மணி முழக்கம்போல். மூச்சு நின்றுபோய்விடுமா . . ? குரல்வளை வெடித்துவிடுவதுபோலிருந்தது. கால்கள் தரைதட்டின. மாலையை எடுத்துக்கொண்டு மேலெழுந்தான். கயிற்றைப் பற்றிக்கொண்டான். மூச்சுவிட்டான். பயங்கரமாக மூச்சிரைத்தது. ரொம்பவே தளர்ந்துபோய்விட்டான். மாலையைக் கடித்துப் பிடித்துக்கொண்டு டவலைப் பிழிந்து தலை துவர்த்தினான். அப்படியே மூச்சிரைக்க மேலே பார்த்துச் சொன்னான்:

"பக்கெட்டை இறக்கு."

பக்கெட் வந்தது. அதில் தங்கமாலையையும் கண்ணாடியையும் வைத்தான். பக்கெட் மேலே சென்றது.

பதற்றம். கை கால்கள் தளர்ந்தன. அப்படியே குழைந்துபோய் நின்றிருந்தான். கைப் பிடி, கயிற்றிலிருந்து பிடி விடுபட்டுவிடும்.

"ஓடிப்போய் ஏணியை எடுத்துட்டு வா."

மரத்தில் செய்த பெரிய ஏணியை எடுத்துக்கொண்டு வந்த மனைவி மெதுவாக அதைக் கிணற்றில் இறக்கினாள். ஏணி முழுவதும் நீருக்குள். அதன் ஒரு படி மட்டும் தண்ணீருக்கு மேலே தெரிந்தது. கயிற்றைப் பிடித்தபடி அந்தப் படியில் ஏறி நின்றான். கால்கள் நடுங்கின. உடல் முழுவதும் வலித்தது. மூச்சடைத்தது. மூச்சு வாங்கினான். மேலே பார்த்தான். ஒரு பெரிய குழாயின் அடிப்பகுதியில் நிற்பதுபோலிருந்தது. ஆகாயம் மிகத் தொலைவில் தெரிந்தது. கிணற்று மதிலின் அருகில் மனைவியும் அவளது தங்கையும் மகளும். மகனின் தலை மட்டும் தெரிந்தது.

பதற்றம். தப்பிக்க இயலாது. தப்பிக்க முடியாதென்பதை மனதும் ஒப்புக்கொண்டது. மேலே ஏறுவது முடியாத காரியம்.

நிமிடங்கள் கரைந்துகொண்டிருந்தன. இப்படியே மணித்துளிகளும் மெல்ல நகரும். சாயங்காலமாகும். இரவாகும்.

இரவில் ... கிணற்றில் எப்படி இருக்க முடியும்? விறைத்துப்போய்த் தண்ணீருக்குள் விழ வேண்டியதுதான்.

அந்திமக் கட்டம் நெருங்கிவிட்டது. சாக வேண்டிய தருணம் வந்துவிட்டது. சாவு!

"எடியே" மெதுவாகக் கூப்பிட்டுச் சொன்னான். "என்னால மேல ஏற முடியலை. தளர்ந்துபோயிட்டேன்."

மனைவியும் மகளும் கதறினார்கள். இதைப் பார்த்து மகனும் அழுதான். மனைவியின் தங்கையும் அழுதாள்.

யாரையாவது உதவிக்கு அழைத்தால் என்ன? யாரை அழைப்பது? அக்கம்பக்கங்களில் ஆட்கள் இருக்கிறார்கள். அவர்கள் வந்தால் மட்டும் எப்படி மேலே ஏற்றிவிட முடியும்? அவர்கள் வருவதுவரைக்கும் பிடியை விடாமலிருக்க முடியுமா? உடல் முழுவதும் நடுக்கம். கீழே விழுந்துவிடுவோமோ?

வாழ்க்கையில் இதுபோன்ற ஆபத்தில் எப்போதாவது சிக்கியிருக்கிறோமா?... முன்பு இளைஞனாக இருக்கும்போது, தேசாந்திரியாக திரிந்த காலத்தில் செங்குத்தான மலைகளில் ஏறியிருக்கிறேன். ஆபத்தான குகைகளுக்குள் நுழைந்திருக்கிறேன். மலைவெள்ளத்தில் நீந்தித் தப்பித்திருக்கிறேன். மைசூரில் ... மைசூரில் எங்கே வைத்து? சிக்பெல்லாப்பூர், ஹாஸன், ஷீமுகா ... எங்கோ வைத்து. நகரிலிருந்து இரண்டு மூன்று மைல் தொலைவில் ஏகாந்தமான ஒரு குன்று. உருண்டை வடிவத்திலான ஒரு பாறை அது. பிரம்மாண்டமான கறுப்புக் கோழிமுட்டை வானத்தைத் தொடுவதுபோல் நின்றிருந்தது. அதன் உச்சியில் ஒரு சிறுகோயில். கோயிலைப் பார்ப்பதற்காகக் குன்றின்மீது ஏறினேன். தனியாக. பிற்பகல் நேரம். கீழே இருந்து மேலே செல்வதற்குக் குன்றின் விலாப்புறம், கல்லில் கொத்தப்பட்ட வழித்தடம் இருந்தது. வளைந்து வளைந்து அதில் மேலே ஏறினேன். மேலே சென்று பார்த்தால் நல்ல உருண்டை வடிவத்திலான குன்று. சுற்றிலும் யானையின் விலாப்பகுதி போல் வழித்தடம். உச்சியில் கோயில். அங்கே எப்போது பூஜை நடக்குமோ? சுற்றிலும் நெடுந்தொலைவு வரைக்கும் பார்க்க முடியும். எந்த இடத்திலும் ஒரு மனிதரைக்கூடக் காண முடியவில்லை. தொலைவில் பளிங்குபோல் பளபளக்கும் நிறைய குளங்கள். அப்படியே சிறிது நேரம் சென்றது. இறங்கலாமென்று பார்த்தால், பாதையைக் காணோம்.

பாதை எங்கே?

கறுத்த உருண்டையின் விலாப்பகுதியில்தான் வழித்தடம் இருந்தது. சுற்றிவரப் பார்த்தேன். எங்கும் சூனியம். எப்போதாவது பூஜைசெய்ய வருபவர்களுடன் இறங்கலாம். வரவில்லை என்றால்?

ஒரு சிகரெட் பிடித்துவிட்டு மீண்டும் பார்த்தேன். அதிர்ஷ்டம் பாதை தெரிந்தது. மகிழ்ச்சியுடன் இறங்கிக் கீழே வந்தேன்.

இது அப்படியல்ல. ஆழமான கிணறு. கணவன் கிணற்றில் தண்ணீரின் மேல்மட்டத்தில் நிற்கிறான். மரணம் அருகாமையில் நிற்கிறது. இல்லை, மரணம் எப்போதுமே அருகில்தான் நிற்கிறது. பதற்றம் அதிகரித்தது. வாயில் உமிழ்நீர் வற்றியது. குனிந்து ஒருகையால் தண்ணீரை மொண்டுக் குடித்தான். ஒரு உண்மை மட்டும் தெளிவாகத் தெரிந்தது. வயதாகிவிட்டது. கிழவன். இளைஞன் அல்ல.

இறைவா, தப்பிக்க ஒருவழி காட்டுவாயாக.

மேலே நின்று அழுதபடியே மனைவி சொல்கிறாள்: "எப்படியாவது ஏறி வந்துடுங்க."

இறைவா! சிக்கலைச் சூழ்நிலை அறிவு கையில் எடுத்தது. பிறகு நடந்த எதுவுமே யோசித்துச் செய்தவை அல்ல. கயிற்றை, ஏணிப்படியில் கட்டினான். இரண்டு கைகளாலும் கயிற்றைப் பலமாகப் பிடித்து மிதித்து மிதித்து மேலே ஏறினான். கிணற்றில் மேல் பகுதிக்குச் சென்று மதிலில் ஏறி, நடுக்கத்துடன் கீழே இறங்கினான். மனைவியையும் குழந்தைகளையும் முத்தமிட்டான். ஏணியை இழுத்தெடுத்துக் கிணற்றின் வெளியே போட்டான். அப்படியே மூச்சு தளர்ந்து கிணற்று மதிலில் சாய்ந்து உட்கார்ந்தபடி மனைவியிடம் சொன்னான்: "சிகரெட்."

மனைவி சிகரெட்டை எடுத்துப் பற்ற வைத்துக்கொடுத்தாள். ஒரு புகையை இழுத்து வெளியேவிடும்போது இடது காலின் மூன்றாவது விரலில் எரிச்சல்.

o o o

கிணற்றில் இறங்க இருந்த அந்த அசுத்த மகானிடம் கணவன் சொன்னான்:

"தங்க மாலையை எடுத்தாச்சு."

"யாரிறங்கினா?"

"நானேதான்."

"நான் இன்னைக்கு இந்த ஊரைவிட்டுப் போகப்போறேன். திரும்பி வரமாட்டேன். மனைவியும் குழந்தைகளும் இருக்குற தோட்டத்தில எனக்கு வேலை கிடைக்கும். எனக்கு ஒரு அரை ரூபா கொடுங்க."

அரைரூபாய் கொடுத்தான்.

நாட்கள் கடந்தன. தொடர்ந்து வேறுவகையான சம்பவங்கள். கிணற்றில் இறங்கியதின் பின்னணி பலாபலன்கள்.

ஒருநாள் மனைவி தேநீர் கொண்டுவந்து வைத்தாள். குடித்தான். டிகாக்ஷன் அதிகம்தான். இனிப்புதான் கொஞ்சமுமில்லை. கசப்புத் தேநீரை ஒரே மடக்கில் குடித்தான். தேநீர் குடித்ததுபோலவே இல்லை.

மனைவி சொன்னாள்: “ஒருநாளைக்கு எவ்வளவு சீனி வயிற்றுக்குள்ள போகுது? தினமும் குறைந்தது முப்பது கிளாஸ் சாயா. கணக்குப் பாருங்க. தினமும் கிட்டத்தட்ட ஒரு கிலோ சீனி உங்களுக்கு மட்டுமே தேவைப்படுது. நாங்க காப்பிக்கு வெல்லம்தான் சேர்க்கிறோம். இனிமேல் சாயாவுக்கு சீனி கிடையாது.”

நான் சொன்னேன்:

"டாக்டர் பரிசோதனை செய்த ரிசல்ட் இன்னும் வரலையே? வந்த பிறகு, சீனியைக் குறைச்சா போதாதா?"

"எனக்குத் தெரியும். உடம்பில சுகர் இருக்கும்."

இருக்குமா? மனத்திற்குள் வேதனை. இதற்கெல்லாம் காரணம், கிணற்றிலிருந்து ஏறும்போது விரல் உரசியதில் ஏற்பட்ட காயம்தான்.

இடது காலின் நடுவிரலில் நல்ல வலி இருந்தது. கொஞ்ச நாட்கள் கழித்துப் பார்க்கும்போது பழுத்து உடைந்த ஒரு புண். டாக்டரிடம் காட்டினான். அவர் அன்புடன் வலிக்க வலிக்க நன்றாக அமுக்கிப் பழுப்பை வெளியேற்றினார். பிறகு, பளபளக்கும் வளைந்த கத்திரியின் நுனியில் சிறிது பஞ்சை ஒரு குப்பியிலிருந்த தண்ணீர்போன்ற ஏதோ திரவத்தில் நனைத்து புண்ணில் அழுத்தி உரசினார். வலியால் துடித்தான். மூன்று நான்குமுறை இப்படிச் செய்தார். பிறகு, ஒரு பொடியைப் புண்ணில் தூவித் துணியால் இறுக்கிக் கட்டினார்.

"தண்ணி பட்டுடக்கூடாது."

பிறகு, நிறைய மாத்திரைகள் தந்தார்.

பத்துப் பதினாறு நாட்கள், இடைவழியில் தேங்கி நிற்கும் தண்ணீரில் கால்படாமல், விந்தி விந்தி நடந்து, காயத்தைச் சுத்தம் செய்வதும் மாத்திரை விழுங்குவதுமாகக் கழிந்தன. ஆனால் காயம் குணமாவதற்குப் பதிலாக அதிகமானது. பழுப்பும் அதிகமாக வந்தது. காயம் ஏன் குணமாகவில்லை?

"சிறுநீரைப் பரிசோதனை பண்ணணும். சுகர் இருக்கான்னு பார்க்கணும்." டாக்டர் சொன்னார்.

பயம் வந்துவிட்டது.

"டாக்டர் அப்படி சுகர் இருந்தால்?"

"தானிய உணவுகள் சாப்பிடக்கூடாது. சோறு சாப்பிடக் கூடாது. இனிப்பைத் தவிர்க்கணும். டீ, காப்பியில இனிப்பு சேர்க்கக்கூடாது. பழங்கள் சாப்பிடக் கூடாது. கொழுப்பைக் குறைக்கணும்."

"இறைவா, வாழ்க்கை பரம சுகம். இனி என்ன செய்ய?"

சுகர். வயதுமாகிவிட்டது. கிணற்றில் கிடந்து தப்பிக்க முடியாமல் தவித்ததற்கான காரணம் இதுவாகவே இருக்கும்.

சிறுசீசாவில் சிறுநீருடன் மனைவி முன்னால் நடந்தாள். தங்க மாலை கழுத்தில் டாலடித்தது.

என்னென்ன வரலாறுகள் படைத்த தங்க மாலை!

சிறுநீரைப் பெற்றுக்கொண்ட கம்பவுண்டர் சொன்னார்:

“ரிசல்ட் நாளைக்குச் சொல்றேன். பத்துமணிக்கு மனைவியை வரச்சொல்லுங்க. பெனிடிக்ஸ் சொல்யூஷன் தீர்ந்துடுச்சு. டவுணிலிருந்துதான் கொண்டு வரணும்.”

காயத்தைச் சுத்தம் செய்து கட்டுப்போட்டுவிட்டு கணவனும் மனைவியும் வந்தார்கள். இரவில் கணவன் தூங்கவே இல்லை. ரிசல்ட் என்னவாக இருக்கும்? வாழ்க்கை ஒரு எல்லையில் வந்து நிற்கிறது. இனியுள்ள காலம்?

கிணற்றில் நடந்த சம்பவத்தை நினைத்துப் பார்த்தான். எதுவாயினும் இதுவரையிலான வாழ்க்கை சுகம்தான். எதை வேண்டுமானாலும் சாப்பிடலாம். எதை வேண்டுமானாலும் குடிக்கலாம். இனிமேல் இனிப்பையும் கொழுப்பையும் தவிர்க்க வேண்டும். சுவையில்லாத வாழ்க்கை. “ஆங் . . . வர்றது வரட்டும். பாத்துக்கலாம். வாழ்க்கையின் நியதியே இதுதானே?”

மறுநாள் காலை பத்துமணி. மனைவி ரிசல்டை அறிந்து வருவதற்காகச் சென்றாள்.

கணவன் பொறுமையிழந்தவனாகக் காத்திருந்தான். கட்டை அவிழ்த்துப் பார்த்தான். புண் குணமாவதுபோல் தெரிகிறதே? இல்லை, அப்படி தோன்றுகிறதா?

மனைவி வந்து சொன்னாள்: “ரிசல்ட் வந்துடுச்சு. நிறைய சுகர் இருக்கு.”

மனது ஏற்கெனவே செத்துப்போய்விட்டது. உடம்பும் சாக ஆரம்பித்துவிட்டது. இனி?

சிறிது நேரத்திற்குப் பிறகு, மனைவி பவ்யமாக வந்து தேநீர் தம்ளரை நீட்டினாள். அதைக் கணவன் வாங்கிக் குடித்தான். ஆச்சரியம். ஏ ஒன் டீ. கெட்டியான இனிப்பு.

“ஏன் சீனி போட்டே?”

மனைவி சிரித்தாள்:

“நான் பொய் சொன்னேன். ரிசல்டுல உங்களுக்கு சுகர் இல்லை.”

இறைவனுக்கு நன்றி!

“ஏண்டீ ...” மகிழ்ச்சியுடன் மனைவியை ஏறிட்டுப் பார்த்ததும் திடுக்கிட்டான். மனைவியின் கழுத்தில் தங்க மாலையைக் காணோம்.

மாலை எங்கே?

எழுந்து அப்படியே போய்க் கிணற்றில் பார்த்தான். மகிழ்ச்சி. கிணற்றின் ஆழத்தில், தெளிந்த நீரின் அடியில் மஞ்சள் நிறத்தில் குசாலாகக் கிடந்து பளபளத்தது தங்க மாலை.

1977

சிங்கிடி முங்கன்

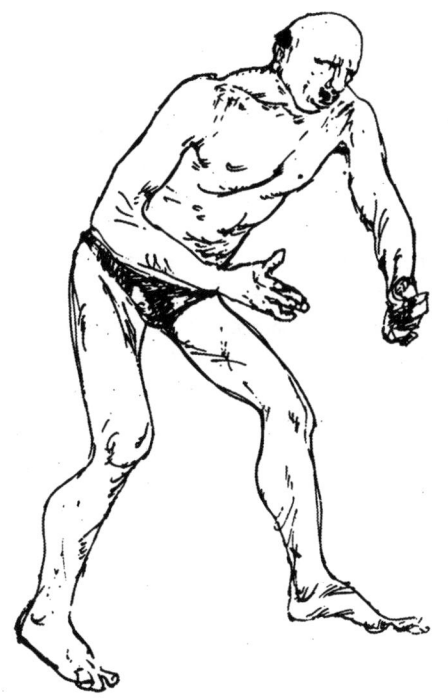

"யாரது?"

"அதுவா?"

"ஆமா, அதுவேதான்."

"அற்புதங்களிலெல்லாம் மகா அற்புதம். சொல்கிறேன். கவனமாகக் கேளுங்கள். பக்தி சிரத்தையுடன், தொழுத கைகளுடன், அடிபணிந்து கேளுங்கள். எல்லாவற்றையுமே கேட்டபிறகு முடிவு செய்தால்போதும். அதுதானே நியாயமாகவும் இருக்க முடியும்?"

"யாருன்னு இன்னும் சொல்லலல்லே."

"அதுதான் சொன்னேனே, சொல்றேன்னு முழு பக்தியுடன் கேட்கணும், என்ன கேட்கிறீங்களா?"

கரியாத்தனும் அப்துல்ரசாக்கும் ஆயிஷா பீவியும் சம்பந்தப்பட்ட ஒரு பிரச்சினையைத்தான் குறிப்பிடுகிறேன். யாரிந்த சிங்கிடி முங்கன்? அந்த அற்புத இரகசியத்தைப் பற்றிச் சொல்வதற்கு முன் வேறு சிலவற்றையும் சொல்லிவிடுகிறேன். அப்துல் ரசாக் வளைகுடா நாட்டில் வேலை பார்க்கும் ஒரு மானஸ்தன். அதாவது சவுதி அரேபியாவில். எல்லாச் செலவும் போக மாதமொன்றுக்கு எட்டாயிரம் ரூபாய் சம்பளம். மனைவி ஆயிஷா பீவியும் வேலை பார்க்கிறாள், வீட்டுக்குப் பக்கத்திலிருக்கும் ஒரு முஸ்லிம் பள்ளிக்கூடத்தில். மாதம் கிட்டத்தட்ட ஆயிரம் ரூபாய் வரை கிடைக்கும். இரண்டு பேருமாகச் சேர்ந்து இரண்டு லட்சம் ரூபாய் செலவு செய்து அழகான வீடு கட்டினார்கள். அங்கே சந்தோசமாகக் குடியமர்ந்து வாழ்ந்துவருகிறார்கள். அப்துல் ரசாக்குக்கு ஆறு மாதத்திற் கொருமுறை இரண்டு மாத விடுமுறை கிடைக்கும். வருவதற்கும் போவதற்குமான விமானச் செலவுகளையும் மற்றவற்றையும் கம்பெனியே கொடுத்துவிடும். வாழ்க்கை முற்றிலுமாக நிம்மதி. ஆனால், ஒரே ஒரு வருத்தம், திருமணம் முடிந்து பத்து வருடமாகிறது. இதுநாள்வரை குழந்தையில்லை. பிரச்சினை இதுதான்! ஆயிஷா பீவி ஏன் கர்ப்பமாகாமல் இருக்கிறாள்?

ஜின்னு, செய்த்தான், இஃப்ரீத்து, ரூஹானி போன்ற அமானுஷ்ய சக்திகளின் தொந்தரவுகளிருக்கலாம். மகா பராக்கிரமசாலியான ஒரு முஸல்யார் வந்து, வீட்டில் தங்கியிருந்து சிறிதுகாலம் மந்திரவாதம் செய்தார். படிக்கற்களின் எதிர்ப் புறம் முட்டையில் மந்திரம் செய்து புதைத்துவைத்தார். வீட்டின் நான்கு மூலைகளிலும் மாந்திரீகப் புட்டிகளைக் கட்டித் தொங்கவிட்டார். எந்தப் பலனுமில்லை.

அடுத்தது என்ன செய்யலாம்?

ஒரு குழந்தையைத் தரும்படி அல்லாஹுவிடம் பிரார்த்தனை செய்யலாம். மனவருத்தத்திற்கு ஒரு பரிகாரம் கிடைக்கும். ஆனால், ஒரு சிக்கல். அல்லாஹுவோடு நேரடியான விண்ணப்பம் கூடாதென்பது ஒரு பிரிவினரின் கூற்று. ஒரு மத்தியஸ்தன்

வேண்டும். அதற்குத் தகுதியான யோக்கியதையுள்ள ஒருவர், செய்கு முஹ்யித்தீன். அப்துல்காதர் ஜெய்லானி என்றும் சொல்வார்கள். இந்த மகான் மரணமடைந்து நூற்றாண்டுகள் கடந்துவிட்டன. அவரைக் கபரடக்கம் செய்திருப்பது பாக்தாதில். அவரை வேண்டிக் கேட்டு ஒரு குழந்தையைத்தர அல்லாஹுவிடம் சொல்லச் சொல்லியும் எந்தப் பலனுமில்லை. திருத்தூதரான முகம்மது நபியிடம் வேண்டிக் கேட்டும் அல்லாஹுவிடம் முறையிட்டுப் பார்த்தார்கள். அதிலும் விசேஷமான பலனெதுவுமில்லை. பிறகு புண்ணிய ஆத்மாக்களான மம்புரத்து அவுலியா, காஞ்ஞிரமுற்றத்து பரீது அவுலியா போன்ற நிறைய இடங்களுக்குப் பிரார்த்தனைகள் அனுப்பினார்கள். பீமா பள்ளி, காஷ்மீரில் பால்ஷரீஃப் (பால்ஷரீஃபென்பது திருத்தூதரின் தாடிரோமங்களில் ஒன்று என்பதாகச் சொல்லப்படுகிறது), நாகூர் ஆண்டவரான வீரா சாயிபு, அஜ்மீரில், காஜா கரீமே நவாஸ், தாதாஹயாத்துல் கலந்தர் போன்ற புண்ணிய ஸ்தலங்களுக்கும் ஆயிஷா பீவி கர்ப்பம் தரிப்பதற்கான பிரார்த்தனைகள் அனுப்பப்பட்டன. தாராளமாகக் காணிக்கைப் பணமும் அனுப்பப்பட்டது; ஆனபிறகும் எந்தப் பலனுமில்லை.

முஸ்லிம்களின் விஷயம் இப்படியிருக்கிறது. சரி, இனி கிறிஸ்தவத்தைக் கொஞ்சம் முயற்சி செய்து பார்த்தால் என்ன?

கடவுளின் ஏக குமாரனாகிய ஏசுபிரானிடம் நேரடியாக விண்ணப்பித்துக்கொண்டார்கள். எந்தவிதமான பலனுமில்லை. செயின்ட் பால், செயின்ட் பீட்டர், கன்னிமேரி, புனித தெரஸா, அல்ஃபோன்ஸா, வேளாங்கண்ணி மாதா, இப்படியாகவும் பிரார்த்தனைகளும் விண்ணப்பங்களும். பல இடங்களுக்குப் பணமும் அனுப்பிவைக்கப்பட்டது. எந்த விசேஷமுமில்லை. ஆயிஷா பீவி கர்ப்பம் தரிக்கவில்லை. சரி, இனி?

ஹிந்துக்கள் இருக்கிறார்களே, தனி வைதீகர்கள். அவர்கள் தரப்பில் ஏராளமான தெய்வங்களும் அவதாரங்களும் புண்ணிய ஸ்தலங்களும் இருக்கின்றனவே. கொஞ்சம் முயற்சிசெய்து பார்க்கலாம். காசி விசுவநாதர், குருவாயூரப்பன், மதுரை மீனாட்சியம்மன், கூடல் மாணிக்கர் கோயில், ஸ்ரீபத்மனாபசுவாமி கோயில், வைக்கத்தப்பன், வேட்டைக்கொருமகன், கொடுங்கல்லூர் பகவதியம்மன், திருச்சூர் வடக்கும்நாதர், திருமலை தேவன், ஏற்றுமானூரப்பன், இளங்காவிலம்மை, சபரிமலை அய்யப்பன், வாவர்சுவாமி, சாய்பாபா, சத்ய சாய்பாபா – பிரார்த்தனைகளும் விண்ணப்பங்களும் ஏராளமாகப் போய்க்கொண்டிருந்தன. பணம் அனுப்புவதில் எந்தப் பிரச்சினையும் இல்லையே. எல்லாம் செய்தும் பலன்? ஆயிஷா பீவி கர்ப்பம் தரிக்கவில்லை. என்ன செய்வது?

இனி, அவர்கள் இரண்டு பேரும் மருத்துவப் பரிசோதனை செய்ய வேண்டும் என்று சொல்ல நினைப்பீர்களாக இருக்கலாம். அதெல்லாம் ஏற்கெனவே செய்தாகிவிட்டது. அப்துல் ரசாக்கையும் ஆயிஷா பீவியையும் திறமையான பல டாக்டர்கள் பரிசோதனை செய்துபார்த்து விட்டார்கள். யாரிடமும் எந்தக் குறையுமில்லையாம். இப்போது என்ன சொல்கிறீர்கள்?

நீரில்வாழும் உயிரினங்களும் தரையில் வாழும் உயிரினங்களும் அண்டவெளியில் வாழும் பறவையினங்களும் உண்டல்லவா? அவற்றின் பெண்ணினங்கள் அனைத்துமே நேரங்கூடி வரும்போது யாருடைய சிபாரிசுமின்றி முட்டை போடவோ குட்டி போடவோ செய்கின்றன. பொறுமையாக இருங்கள். இதைச் சொன்னது யார்? யாராகவும் இருந்துவிட்டுப் போகட்டும்! அதற்காக, இந்த ஒரு காரணத்தைச் சொல்லி, எவ்வளவு காலம்தான் பொறுமை காப்பது? திருமணமாகி வருடங்கள் பத்தாகிவிட்டன. நூற்றியிருபது மாதங்கள்! மூவாயிரத்து அறுநூற்றுக்குமதிகமான இரவுகளும் பகல்களும்! இதற்கெல்லாம் என்னதான் அர்த்தம்? இப்படியே எவ்வளவு காலந்தான் சோகத்துடன் வாழ்வது?

அப்போதுதான் வருகிறது ஒரு மகிழ்ச்சியான தகவல். குட்டிச்சாத்தான்..! பத்திரிகை விளம்பரங்களிலிருந்துதான் அப்துல் ரசாக்கும் ஆயிஷா பீவியும் குட்டிச்சாத்தானின் மகிமைகளைப் பற்றிக் கேள்விப்படுகிறார்கள். கடிதம் அனுப்புகிறார்கள். கேட்ட தொகையையும் பிரார்த்தனையையும் அனுப்பி வைக்கிறார்கள். இதிலும் பலனில்லை. அப்படியிருக்கும்போது பத்திரிகைகளில் மற்றொரு குட்டிச்சாத்தானின் அற்புத மகாத்மியங்களைப் பற்றிய விளம்பரம்..! இதுதான் உண்மையான குட்டிச்சாத்தானாக இருக்கும்.

கடிதங்கள் அனுப்பப்பட்டன. கேட்ட தொகையும் மணியார்டர் செய்யப்பட்டது. விண்ணப்பம் பதிவுத் தபாலில் சென்றது. எல்லாவற்றையும் முடித்துவிட்டுக் காத்திருந்தார்கள். நாட்கள் சென்றுகொண்டேயிருந்தன. ஆயிஷா பீவியிடம் கர்ப்பம் சம்பந்தமான எந்த ஒரு தொடர்பும் ஏற்பட்டுவிடவில்லை. இதற்கெல்லாம் என்னதான் அர்த்தம்? யாரிடம் முறையிடுவது?

அப்துல்ரசாக்கும் ஆயிஷா பீவியும் சோகத்துடன் அப்படியே வாழ்ந்துகொண்டிருக்கும்போது – வந்து சேர்கிறான் கரியாத்தன்.

கரியாத்தன் ஒரு சுத்தப் புலையன். கறுகறுவென்றிருப்பான். முப்பத்தொன்பது வயது. திருமணமாகி இருபது வருடங்களாகின்றன. குழந்தை இல்லை. ஆரோக்கியத் திடகாத்திரன். நிறைய பேசுபவன், சிந்திப்பவன், சித்தாந்தவாதி. தினமும் மூன்று பத்திரிகைகளாவது

வாசிப்பான். கிடைக்கிற எல்லாப் புத்தகங்களையும் வாசிப்பான். எந்த விஷயத்தைப் பற்றியும் சொந்தமான கருத்துகள் வைத்திருப்பான். மேடையிலும் பேசுவான். அவனுக்கு ஒன்றரை ஏக்கர் தென்னந்தோப்பும் ஒரு வீடும் இருக்கின்றன. அதிலிருந்து கொஞ்சம் தேங்காய்கள் கிடைக்கும். மனைவிக்கு ஒரு பெரிய காய்கறித் தோட்டம் இருந்தது. கரியாத்தனுக்கும் அவனது குடும்பத்திற்கும் சொந்தமான ஒரு கோயில் இருந்தது. ஆக மொத்தத்தில் சுகமான வாழ்க்கை. மீன் சாப்பிட வேண்டும். கள்ளு குடிக்க வேண்டும். இரண்டுமே தனிப்பட்ட முறையிலான விருப்பங்கள்.

அப்துல் ரசாக் அரேபிய மலையாளியல்லவா? பணம் அவனுக்குத் தூசுக்குச் சமானம். மீன் சாப்பிடவும் கள்ளு குடிக்கவும் பத்து ரூபாய் பணம் கிடைக்குமா என்று பார்க்கத் தான் கரியாத்தன் போயிருந்தான். அப்போதுதான் அவன் அந்தச் சோகக்கதையைக் கேள்விப்படுகிறான். திருமணமாகிப் பத்துவருடமாகிறது. குழந்தைகளில்லை. முஸ்லிம், கிறிஸ்தவ, ஹிந்து என்று எல்லாக் குட்டிச்சாத்தான்களிடமும் கேட்டாகி விட்டது. என்னென்ன வழிபாடுகள், நேர்ச்சைகள்?

கரியாத்தன் எல்லாவற்றையும் கவனமாகக் கேட்டபடி தலையாட்டியும் சிரித்துக்கொண்டும் இருந்தான். அப்துல் ரசாக்கும் ஆயிஷா பீவியும் ஆச்சரியமாகப் பார்த்தார்கள். இதில் சிரிப்பதற்கு என்ன இருக்கிறது? கேட்கவும் செய்தார்கள். அப்போது கரியாத்தன் சொன்னான்.

"பிரார்த்தனைகள் இதுவரைக்கும் சேரவேண்டிய இடத்துக்குப் போய்ச் சேரவில்லை. அதுதான் காரணம்."

"அது போய்ச்சேர வேண்டிய இடம் எது?"

"சொல்றேன். பக்திசிரத்தையா கவனிக்கணும். மிகப் பணிவாக் கவனிக்கணும். தொழுத கைகளுமாக விண்ணப்பிக்கணும். ஆள் ஒரு முன்கோபம் பிடிச்சவரு."

"ஆள் யாரு?"

"சிங்கிடி முங்கன்."

"சிங்கிடி முங்கனா? அது யாரு?"

"சொன்னேனே, அற்புதங்களுக்கெல்லாம் பெரும் அற்புதம். அப்துல் ரசாக் முதலாளிக்கும் ஆயிஷா பீவிக்கும் அருமையான ஒரு வாரிசை சிங்கிடி முங்கன் தருவான். பக்தியோட, பணிவோட தொழுத கைகளுமாப் பிரார்த்தனை செய்யணும். ஆதிப் புலையர்களோட தெய்வம்தான் அந்தச் சிங்கிடி முங்கன்."

புலையர்களுக்கு இப்படியொரு கடவுளிருப்பதாகக் கேள்விப்பட்டதில்லையே? மற்ற புலையர்கள் இதை ஒப்புக்கொள்வார்களா?

கரியாத்தன் சொன்னான்: "அது தவறு. காளன், கூளன், மரப்போதன், சாமுண்டி, சிண்டோப்பன், சக்லிப் பொத்தன், பழங்காடன், சிண்டோதிச் சிப்பன், சக்களுக்குண்டன், சுங்குளாட்டன் – இப்பிடிப் பல தெய்வங்களிலாகப் பரந்து விரிஞ்சிக் கிடக்குது, புலையர் மகாஜனங்க. ஐக்கிய உணர்வு கிடையாது. கல்வியறிவு கிடையாது. புலையர்கள் யாரென்கிற தெளிவும் கிடையாது. மேல்ஜாதிக்காரங்க என்று சொல்லிக்கிட்டுத் திரியிற நம்பூதிரிங்க, பிராமணமாருங்க, கொங்கிணிங்க, நாயர்மாரு, ஈழவருங்க, தியம்மாரு*, முஸல்மான்மாரு, கிறிஸ்தியானிங்க, சலவை செய்றவங்க, தையல்காரன் முதல்கொண்டு நாசுவங்க வரை எல்லாருடைய அடியையும் உதையையும் ஏச்சையும் பேச்சையும் சகித்து அடிமைங்கபோல் நரக வாழ்க்கை வாழுற புலையர் எனும் நாங்க யாரு?"

"ஹரிஜனங்க?"

"சை ..! ஹிந்து மேல்ஜாதிக்காரங்கள்லே உள்ள யாரோ ஒருத்தரு சூட்டிய செல்லப் பெயர்தான் அது – ஹரிஜனங்க."

அப்போது சாயாவும் பலகாரங்களும் பழங்களும் வந்தன. எல்லாவற்றையும் சாப்பிட்டுவிட்டு அரேபியாவிலிருந்து கொண்டுவந்த விலையுயர்ந்த டன்ஹில் சிகரெட்டைப் பற்ற வைத்துப் புகையை ஊதியபடியே கரியாத்தன் பேசினான்:

"ஆதியில் கடவுள் புலையரைச் சிருஷ்டித்தார். அப்புறம் பறையர், மலையின மக்கள் போன்றவர்களைச் சிருஷ்டித்தார். பிறகு மிச்சமிருந்த அல்லறை சில்லறைக் கழிவுப்பொருட்களை வைத்து மற்றவர்களை ஒப்பேற்றியெடுத்தார். ஆனால், இப்போது அந்த ஒப்பேற்றியெடுக்கப்பட்ட சாதனங்கள் சொல்கிறது, நாங்கள்தான் உயர்ந்த ஜாதியென்று." உயர்ஜாதிக்காரர்கள் என்று சொல்லிக்கொள்ளும் அவர்களை மிரட்டிவைப்பதுபோல் கரியாத்தன் காறித் துப்பிவிட்டு டன்ஹிலைப் புகைத்தபடியே சொன்னான்:

"நாங்கள்தான் ஆதி மனிதகுலம். எங்கள் மூதாதையர்கள் தான் ஆதிப் புலையர்கள். புலையர்களின் அரசர்கள். எங்களுடைய சிம்மாசனமும் கிரீடமும் செங்கோலுமெல்லாம் உயர்ந்த ஜாதியினர் என்று சொல்லிக்கொள்பவர்கள். . ." இந்த இடத்தில் உயர்ஜாதி

---

* அடிமைச் சமூகம்

என்று சொல்பவர்களைத் திட்டுவதுபோல் காறித் துப்பிவிட்டு டன்ஹிலை ஒருமுறை இழுத்துவிட்டுத் தொடர்ந்து சொன்னான்:

“நான் ஏற்கெனவே சொன்னதுபோல் அவர்கள் அபகரித்து எடுத்துக்கொண்டார்கள். புலையர்களைச் சிதறடித்து அடிமைகளாக்கிக்கொண்டார்கள். சிறிது காலத்திற்குமுன்பு புலையர்களையெல்லாம் ஒன்று திரட்டி ஒரே நம்பிக்கைக் குடைக்குள் அவர்களை ஐக்கியப்படுத்தி ‘சிங்கிடி முங்கன்’ என்ற அமைப்பின் கீழ் கொண்டுவந்து ‘சிங்கிடி முங்க’ மதக்காரர்களாக எங்களை அங்கீகரிக்கச் செய்ய ஆதிபுலையர்களான நாங்கள் ஒரு முயற்சியை மேற்கொண்டோம். ஆனால், வெற்றியடையவில்லை. புலையர்கள், பல அமைப்பினர்களாகப் பல பெயர்களில் இருக்கிறோம். அந்தப் பெயர்களில் அறியப்படுவதால் மட்டும் என்ன அர்த்தம் விளைந்துவிடப்போகிறது?”

சிங்கிடி முங்க மதமென்றால் என்ன? அவர்களின் அடிப்படை நம்பிக்கைகளும் அனுஷ்டான முறைகளும் என்னென்ன?

சிங்கிடி முங்க மதம் உலகம் முழுவதும் பரவும், மிகச் சீக்கிரமாகவே! இந்த மதத்தில் சேருவதற்குப் பெரிய உடல் பலமொன்றும் தேவையில்லை. எதையாவது கழுத்தில் தொங்க விடவெல்லாம் வேண்டாம். தலையை மழுங்கச் சிரைக்கவோ காவி உடுக்கவோ தேவையில்லை. தார் பாய்ச்சவோ பூணூல் போடவோ உச்சிக்குடுமியை மிச்சம் வைக்கவோ வேண்டாம். வலுவான நம்பிக்கை மட்டும் வேண்டும். ஒரே கடவுள்: சிங்கிடி முங்கன். கள்ளு குடிக்கலாம். மீன் சாப்பிடலாம் – அவ்வளவுதான்: ஹர ஹர சிங்கிடி முங்கன்.

இனிமேல்தான் அற்புதங்களின் வருகை. கரியாத்தன் சிகரெட்டை இழுத்து இருமிவிட்டுச் சொன்னான்: “இது எவ்வளவு இழுத்த பெறவும் தீரமாட்டேன்குதே?”

“அது நீளங்கூடுதலான சிகரெட்.” அப்துல் ரசாக் சொன்னான்: “என்ன அற்புதங்கள் கரியாத்தன்?”

“அது வந்து ...” கரியாத்தன் தொடர்ந்தான்:

“சொல்கிறேன். ஒருநாள் சிங்கிடி முங்கன் தெய்வம் கீழே பார்க்கும்போது பூலோகத்தில் அக்கிரமம் நடந்துகொண்டிருந்தது..! மேல்ஜாதிக்காரர்களென்று சொல்லிக்கொள்ளும் நம்பூதிரிகளும் பட்டர்களும் முஸல்மான்களும் கிறிஸ்தியானிகளும் தீய்யர்களும் ஈழவர்களுமெல்லாம் சேர்ந்து புலையர், பறையர், மலை ஜாதியினர் போன்ற புனிதர்களை, சிரேஷ்டர் களை அடித்து உதைத்து வீழச்செய்து அடிமைகளாக்கிக் கொண்டிருந்தார்கள். பயங்கரமான

ஒரு காட்சியல்லவா? சிங்கிடி முங்கனால் சகித்துக்கொள்ள முடியுமா?"

கரியாத்தன் நிறுத்திவிட்டுத் தியானத்தில் ஈடுபட்டவன் போல் கொஞ்சநேரம் அமர்ந்திருந்தான். பிறகு, ஒரு புதிய டன்ஹிலைப் பற்றவைத்து இழுத்து இருமிவிட்டுத் தொடர்ந்தான்:

"ஆதிப் புலையர்களான நாங்கள், புலையர்களின் அரசர்கள்என்பது போன்ற வரலாற்று உண்மைகளைச் சொன்னேன் அல்லவா? ஒருநாள் ஒரு புலையப் பெண், எம்குல மூதாட்டி ஒருத்தி புல்லறுக்கப்போனாள். புல்லறுத்துக்கொண்டு நிற்கும்போது அந்தச் சிறுகாட்டில் ஒரு நீளக் கல்லைப் பார்த்தாள். கருங்கல். அதில் எம்குல மூதாட்டி அரிவாளைத் தீட்டிக் கூர்படுத்தத்தொடங்கினாள். அப்போது ஒரு அற்புதம் நிகழ்ந்தது."

"என்ன?" ஆயிஷா பீவி ஆச்சரியமாகக் கேட்டாள். கரியாத்தன் சொன்னான்:

"இரத்தம்."

"இரத்தமா?" அப்துல் ரசாக் கேட்டான்.

"ஆமாம். கருங்கல்லிலிருந்து நல்ல சிவப்பு இரத்தம். நிற்காமல் வடிந்துகொண்டே இருந்தது. எங்கள் மூதாட்டி பயந்துபோய் வீட்டுக்கு ஓடிவந்து பெரியவர்களிடம் விஷயத்தைச் சொன்னாள். அவர்கள் உடனே தெய்வ பிரசன்னம் வைத்துப்பார்த்தார்கள். அப்போதுதான் அந்த மகா அற்புதம் தெரிந்தது. உலக நன்மைக்கான ஓர் அவதாரம். சாட்சாத் சிங்கிடி முங்கன்.! ருத்ரமூர்த்தி.! முன்கோபி.! சுயம்பு ..."

கரியாத்தன் நிறுத்திவிட்டுத் தியானவசமானான். பிறகு பக்திப் பரவசத்துடன் சொல்லிக்கொண்டான்:

"ஹர ஹர சிங்கிடி முங்கன்."

"பெறவு?" ஆயிஷா பீவியும் அப்துல் ரசாக்கும் சேர்ந்து கேட்டார்கள். கரியாத்தன் சொன்னான்:

"பிறகு, ஓட்டம்தான். அர்ச்சனை, மந்திர உச்சாடனம், கோயில், கர்ப்பூர ஆராதனை, தங்க சிம்மாசனம் – கோயில் கட்டி பிரதிஷ்டை செய்யவேண்டும். மேல்ஜாதிக்காரர்களென்று சொல்லித் திரிபவர்கள் இடந்தருவார்களா? கடைசியில் ஆதிப் புலையர்களாகிய நாங்கள் ஒன்றுகூடிப் பணம் சேர்த்து மேல்ஜாதிக்காரர்களென்று சொல்லிக்கொண்டு நடப்பவர்களின் வயலில் ஒரு மூலையில் கொஞ்சம் இடத்தை விலைக்குவாங்கிக்

கோயில்கட்டிப் பிரதிஷ்டை செய்தோம். ஹர ஹர சிங்கிடி முங்கன்."

"நாங்க என்ன செய்யணும்?"

"நான் முதல்லேயே விஷயத்தைச் சொல்லிட்டேனே. பக்தி வேணும், எளிமை வேணும், நம்பிக்கை வேணும். கோயிலுக்குப் போய்க் கீர்த்தனாலாபனை செய்து, வணங்கிச் சங்கடத்தைச் சொல்லணும். ஒரு குழந்தையைத் தரச்சொல்லி மனமுருகக் கேட்கணும். குழந்தைக்கு மீன் துலாபாரம் செய்றேன். ஒரு குடம் கள்ளும் நேர்ச்சைக் கடன் வெக்கிறேனு வேண்டிக் கொள்ளணும். என்ன சொல்றீங்க?"

இனி யோசிப்பதற்கு என்ன இருக்கிறது? அப்துல் ரசாக்கும் ஆயிஷா பீவியும் கரியாத்தனும் புனித யாத்திரைக்குப் புறப்பட்டார்கள். காரில்தான். பகலில்தான். மத்தியான நேரம். காரைச் சாலையோரத்தில் நிறுத்திவிட்டுக் கோயிலுக்குச் செல்ல கொஞ்ச தூரம் நடக்க வேண்டும். நிறைய வீடுகள் இருந்தன. எல்லாமே குடிசைகள்தான். அவற்றின் முன்புறமாகவும் இடை வழியாகவுமெல்லாம் நடந்தார்கள். ஏராளமான நாய்கள், ஏராளமான பன்றிகள், ஏராளமான பூனைகள், ஏராளமான கோழிகள், ஆடுகள். அப்படியே நடந்து நடந்து வயல்வரப்புகள் வழியாகக் கோயிலுக்கு வந்து சேர்ந்தார்கள். கரையான் பிடித்து இற்றுப்போகத் தொடங்கிய மேல்கூரையுடன் இருந்த ஓலைவேய்ந்த ஒரு சிறு கட்டடம்தான் கோயில். மூங்கில் தூண்கள். சுற்றிலும் ஓலையால் மறைக்கப்பட்டிருந்தது.

கோயிலைக் கண்டதும் அப்துல் ரசாக்குக்கும் ஆயிஷா பீவிக்கும் பெரிய ஆச்சரியமெதுவும் தோன்றவில்லை.

கயிற்றால் கட்டப்பட்டிருந்த வாசல் கதவை அவிழ்த்துத் தள்ளிவிட்டு கரியாத்தன் உள்ளே நுழைந்தான். பின்னால் அப்துல் ரசாக்கும் ஆயிஷா பீவியும் சென்றார்கள். உள்ளே நல்ல இருட்டாக இருந்தது. சுத்தமான காற்று உள்ளே நுழையாததால் புழுங்கிய ஒருவித வாசமுமிருந்தது. இருட்டுக்குக் கண்கள் பழகுவதற்கு முன்பே ஆயிஷா பீவிக்கும் அப்துல் ரசாக்குக்கும் தரிசனம் கிடைத்தது. அற்புதம்! கற்பூரத் தீபத்தின் ஒளி. கரியாத்தன் தீக்குச்சியை உரசிப் பற்ற வைத்த ஒளி. ஆலயத்தினுள் பீடம். எதிரில் நின்றுகொண்டிருந்தான் சாட்சாத் சிங்கிடி முங்கன்.

தங்க சிம்மாசனமோ கோயிலோ எதுவுமே தெரியவில்லை. கரியாத்தனின் கற்பூர தீப ஒளியும் சீக்கிரமாகவே அணைந்து போனது. எல்லாருமே இருட்டுக்குள். கண்களோ மூக்கோ வாயோ காதுகளோ கை கால்களோ எதுவுமே தெரியவில்லை.

ஆக மொத்தம் தெரிந்தது கறுப்பாக, சுமாரான, சதுர வடிவிலான கனங்குறைந்த நீளமான கருங்கல் மட்டும்தான். வெறுந்தரையில் ஊன்றிவைக்கப்பட்டிருக்கிறதா ?

தொழுத கைகளுடன் தியானித்து விருப்பத்தைத் தெரிவிக்கும்படி கரியாத்தன் சொன்னான். எங்கிருந்தோ ஒரு சிறுமணியைத் தேடியெடுத்து கரியாத்தன் ஆட்டத் தொடங்கினான். ஆயிஷா பீவியும் அப்துல் ரசாக்கும் சேர்ந்து பிரார்த்தனை செய்தார்கள்.

எங்களுக்கு ஒரு குழந்தைவரம் தர வேண்டும். நாங்கள் மீன் துலாபாரம் செய்கிறோம். ஒரு குடம் கள் நேர்ச்சை வைக்கிறோம்.

கரியாத்தனும் ஆயிஷா பீவியும் அப்துல் ரசாக்கும் சேர்ந்து பக்தியோடு பிரார்த்தனை செய்தார்கள்.

"ஹர ஹர சிங்கிடி முங்கன் ... ஹர ஹர சிங்கிடி முங்கன். . . ஹர ஹர சிங்கிடி முங்கன் ..."

சங்கடம் தெரிவித்தலும் பிரார்த்தனையும் முடிந்தபிறகு அப்துல் ரசாக் கேட்டான்:

"கரியாத்தா, கோயிலுக்கு என்ன கொடுக்கணும் ?"

"கோயிலுக்கு எதுவுமே கொடுக்க வேண்டாம். தெய்வத்துக்கு மட்டும் ஏதாவது கொடுத்தாப் போதும். ஏதாவது . . . விருப்பமானதை."

அப்துல் ரசாக் ஒரு நூறு ரூபாய் நோட்டை எடுத்து கரியாத்தனிடம் நீட்டினான். இருட்டுக்குப் பழகிப்போய் இருந்த கண்களால் ஓரளவு பார்க்க முடிந்தது. கரியாத்தன் சொன்னான்:

"அய்யோ, இதை வாங்குறதுக்கான அதிகாரம் எனக்குக் கெடையாது. பெரிய முன்கோபி. அவருட்டேயே கொடுத்திருங்க"

"கல்லுக்குமேலேயே வெச்சிரவா ?"

"அய்யய்யோ, அது தலை! கால்மேல வெக்கலாம்."

அப்துல் ரசாக் பக்திப்பூர்வமாக அப்படியே செய்தான். ஆயிஷா பீவியும் அப்துல் ரசாக்கும் வெளியே வந்து நின்றார்கள். கரியாத்தன் தனியாக உள்ளே நின்று விசேட பிரார்த்தனை நடத்தினான்.

"ஹர ஹர சிங்கிடி முங்கன்."

அதை முடித்துவிட்டு கரியாத்தனும் வெளியே வந்தான். வாசலைச் சாய்த்துக்கட்டிவைத்துவிட்டு அவர்களுடன் காரை

நோக்கி நடந்தான். அப்போது அவர்களுக்குத் தனது வீட்டையும் காண்பித்தான். ஓட்டுக்கூரை பாவியவீடு. வீட்டிலிருந்து பார்த்தால் ரோடு தெரியும். வீட்டில் இரண்டு வெடிக் குழல்கள்தான் இருந்தன. வருடந்தோறும் நடக்கும் கோயில் திரு விழாவில் வாணவேடிக்கைக்கு வெடிக்குழல்களை வெளியிலிருந்தும் வாடகைக்கு வாங்குவதுண்டு. திருவிழா இரண்டு மூன்று நாட்கள் இரவும்பகலுமாக நடக்கும். அப்போது தொலை தூரங்களிலிருந்தெல்லாம் ஜோடிஜோடிகளாகப் புலையர்கள் வருவார்கள். புலையப் பெண்களும் முதியவர்களும் குழந்தைகளும் வருவார்கள். நிறைய பறையர்களும் மலைவாசியினரும் கூட வருவார்கள். சாயாக்கடைகளும் பீடிக்கடைகளும் இராட்டினமும் இருக்கும். திருவிழாவின்போது மீனும் கள்ளும் பரிமாறும் மிகப்பெரிய விருந்து நடக்கும். நிறைய ஆண்களும் பெண்களும் சேர்ந்து உறுமியாடுவார்கள். பெரும் பக்திமான்களாகிய பெண்கள் முடியாட்டம் போடுவார்கள். முடியாட்டம் ஒரு புனிதமான நேர்ச்சைக்கடன். சுமார் இரண்டாயிரம்வரை பெண்களும் குழந்தைகளும் ஆண்களும் முதியோர்களும் சேர்ந்து கூடி மிகப்பெரும் ஆரவாரத்துடன் பக்தியுடன் முழங்குவார்கள்.

“ஹர ஹர சிங்கிடி முங்கன்.”

நாய்கள், பூனைகள், பன்றிகள், கோழிகள், ஆடுகள் எல்லாவற்றிற்கும் இடையினூடே வீடுகளின் ஓரமாக நடந்து அவர்கள் காருக்கு வந்தார்கள். அப்போது அப்துல் ரசாக் கரியாத்தனுக்கு ஐம்பது ரூபாய் கொடுத்துவிட்டுச் சொன்னான்:

“மீனும் கள்ளும் சாப்பிடு. நான் ஒரு வாரம் கழிச்சு சவுதிக்குப் போயிருவேன். ஆறு மாசம் கழிச்சுதான் திரும்பி வருவேன். வந்த பிறகு ஆயிஷா பேருலே தனியாப் பிரார்த்தனை செய்யணும்.”

கார் புறப்பட்டது. ஆயிஷா பீவியும் அப்துல் ரசாக்கும் காரியாத்தனும் தொழுத கைகளுடன் சத்தமாகச் சொல்லிக் கொண்டார்கள்.

“ஹர ஹர சிங்கிடி முங்கன்.”

கார் நகர்ந்தது. ஒரு வாரத்திற்குப் பிறகு அப்துல் ரசாக் விமானத்தில் சவுதி அரேபியாவுக்குப் பறந்தான். வீட்டில் ஆயிஷா பீவி தனியாக ஒன்றுமில்லை. உம்மாவும் ஒரு தங்கச்சியும் தங்கச்சி புருஷனும் இருந்தார்கள். வாழ்க்கை நிம்மதியுடன் கழிந்துகொண்டிருந்தது. நாட்கள் மட்டுமல்ல, மாதம் ஒன்று கடந்துவிட்டது. உலகத்தில் எந்த விசேஷமும் நடக்கவில்லை. மந்தகதியில் அப்படியே நகர்ந்துகொண்டிருந்தது உலகம். அப்போதுதான் நடக்கிறது மாபெரும் அற்புதம்.

அணுகுண்டும் ஹைட்ரஜன் குண்டும் நியூட்ரோன் குண்டும் சேர்ந்தே வெடித்தன. உலகமே திடுக்கிட்டுவிட்டது. விஷயம் என்னவென்றா?... கர்ப்பம்!

ஆயிஷா பீவி கர்ப்பமாக இருக்கிறாள்.

உலகம் அறியவேண்டாமா? சவுதி அரேபியாவில் அப்துல் ரசாக்குக்கு அவசரத் தந்தி அனுப்பப்பட்டது.

'கர்ப்பம்! ஹர ஹர சிங்கிடி முங்கன் ஆயிஷா.'

அதிக தாமதமெதுவுமில்லாமல் சவுதி அரேபியாவிலிருந்து அவசரப் பதில் தந்தி வந்தது:

'ரொம்ப ரொம்ப மகிழ்ச்சி. விடுமுறையில் வருகிறேன். கவனமாக இரு. ஹர ஹர சிங்கிடி முங்கன் அப்துல் ரசாக்.'

ஆயிஷா பீவி கர்ப்பமான விவரத்தையறிந்து கரியாத்தன் வந்தான். மகிழ்ச்சி தாங்கமுடியாமல் கொஞ்சம் அதிகமாக மீன் தின்றான். கொஞ்சம் அதிகம் என்றால், கொஞ்சம் அதிகமாகவே தின்றான், கள்ளும் குடித்தான். நிமிர்ந்து நிற்க முடியவில்லை. உட்கார்ந்துவிடலாம். வேறு வழியில்லை, உட்கார்ந்து தான் ஆட வேண்டும். ஆடிக்கொண்டே சொன்னான்:

"ஹர – ஹர – சிங்கிடி – முங்கன்."

பெரும்பாலான நாட்களிலும் சிங்கிடி முங்கன் வந்து விடுவான். சாப்பாடெல்லாமே ஆயிஷாவின் வீட்டில்தான். நாட்கள் சந்தோசமாக நகர்ந்துகொண்டிருந்தன. மாதங்களும் அப்படியே கழிந்தன. அப்துல் ரசாக் மகிழ்ச்சியுடன் வந்து சேர்ந்தான். கரியாத்தனுடன் ஆயிஷா பீவியையும் அழைத்துக் கொண்டு மனத் திருப்தியுடன் ஆலய தரிசனம் செய்யப் புறப்பட்டான். ஆயிஷா பீவியின் புடைத்த வயிற்றைச் சிங்கிடி முங்கன் பார்த்தான். அப்துல் ரசாக், நூறு ரூபாய் காணிக்கை வைத்தான். கரியாத்தனுக்கு டன்ஹில் பாக்கெட்டுகளும் ஐம்பது ரூபாயும் கொடுத்தான். திருப்தியுடன் நாய்களின், பன்றிகளின், பூனைகளின், கோழிகளின், ஆடுகளின் இடையினூடே திரும்பி நடந்தார்கள். அப்துல் ரசாக் அரேபியாவுக்குப் போவதுவரை பெரும்பாலான நாட்களும் கரியாத்தன் அவர்களது வீட்டிலேயே இருந்தான். நாட்கள் கடந்துகொண்டே இருந்தன. விடுமுறைக் காலம் முடிந்ததும் அப்துல் ரசாக் சவுதி அரேபியாவுக்கு விமானம் ஏறினான். எல்லாமே அமைதி. மங்களம்.

ஆயிஷா பீவியின் வயிறு, பும்மென்று உப்பிக்கொண்டிருந்தது. வயிற்றிலிருக்கும் குழந்தை ஆணோ பெண்ணோ?

பெண்ணாக இருந்தாலும் சரி ஆணாக இருந்தாலும் சரி, குட்டியூண்டு கால்கள், குட்டியூண்டு கண்கள், பொக்கை வாயில் சிரிப்பு. விட்டுவிட்டு அழுகை. எல்லாவற்றையும் பார்க்க வேண்டும் எல்லாமே நல்லபடியாக முடிய வேண்டும். சுபமாக முடிய வேண்டும். ஹர ஹர சிங்கிடி முங்கன்.

அப்போது வந்தது, செய்திகளுக்கெல்லாம் தலையாய செய்தி. இரத்தினச் சுருக்கமான செய்தி.

ஆயிஷா பீவி பிரசவித்தாள். ஆண் குழந்தை. சொங்கன்.

சுகப் பிரசவம். நலம். ஹர ஹர சிங்கிடி முங்கன். ஆயிஷா. தொலைவிலிருக்கும் சவுதி அரேபியாவுக்கு அவசரத் தந்தி. அங்கிருந்து அப்துல் ரசாக்கின் அவசரப் பதில் தந்தி:

'ரொம்பவும் மகிழ்ச்சி. குழந்தையின் ஆரோக்கியத்தையும் தாயின் ஆரோக்கியத்தையும் கவனித்துக்கொள்ளவும். சில மாதங்களுக்குள் வந்துவிடுகிறேன். ஹர ஹர சிங்கிடி முங்கன் அப்துல் ரசாக்.'

கரியாத்தன் வந்தான். மீன் தின்றும் கள்ளுக் குடித்தும் சந்தோசத் தாண்டவமாடிக் கீழே விழுந்தான். தப்பித் தடுமாறித் திரும்பவும் எழுந்தாடினான். எங்கும் மகிழ்ச்சி.

குழந்தை அழகாக வளர்ந்துகொண்டிருந்தது. மனத்தைக் கொள்ளையிடும் புன்னகை. பார்த்ததும் எடுத்துக் கொஞ்சத் தோன்றும் வசீகரம். குழந்தை சுறுசுறுப்பாக வளர்கிறது. வாப்பாவின் முகச் சாயலா, உம்மாவின் முகச்சாயலா? வளர்ந்தபிறகுதான் தெளிவாகத் தெரியும். செல்லக் குழந்தையைப் பார்க்க வாப்பா எப்போது வருவான்?

அதிகமாகக் காத்திருக்க வேண்டியதிருக்கவில்லை. நிறைய பெட்டிகளுடன் அப்துல் ரசாக் வந்து சேர்ந்தான். குழந்தையை அள்ளியெடுத்து முத்தங்களால் பொதிந்தான். அப்படியும் இப்படியுமாகக் குழந்தையைப் பார்த்துவிட்டு ஆயிஷா பீவிக்கு முத்தம் கொடுத்தான்.

கரியாத்தன் மகிழ்ச்சியுடன் வந்தமர்ந்து சாயாவும் பலகாரமும் சாப்பிட்டுவிட்டு டன்ஹில் புகைத்துக்கொண்டிருக்கும்போது அப்துல் ரசாக் சொன்னான்:

"குழந்தையோட துலாபாரத்தை நாளைக்கே நடத்திடணும். மீனும் கள்ளும் நாளைக்கு வாங்கணும். ஒரு பெரிய தராசு தேவைப்படும். கரியாத்தன் நாளை காலையிலேயே வந்துடு. காலைலே போனா சந்தையிலே நல்ல *மீனு* கிடைக்கும்."

"காலைலே சீக்கிரமாவே வந்துடுறேன்." கரியாத்தன் கிளம்பினான்.

மறுநாள் காலையில் ஒன்பது மணி சுபமுகூர்த்த வேளையில் எல்லாமே தயாராக இருந்தன. பெரிய ஒரு பாத்திரம் நிறைய உயிருடனிருக்கும் மீன். ஒரு பெரிய குடம் நிறைய கள்ளு. ஒரு பெரிய தராசு. குழந்தையைக் குளிக்கவைத்துக் குட்டி உடுப்புகள் அணிவித்துக் கைகள், கால்கள், இடுப்பு, கழுத்து என்று எல்லா இடங்களிலும் தங்க ஆபரணங்களெல்லாம் அணிவித்து ஆயிஷா பீவி ஏற்கெனவே குழந்தையைத் தயார் படுத்தியிருந்தாள். அப்துல் ரசாக் புதிய கால்சட்டை அணிந்திருந்தான். கரியாத்தனுடன் சேர்ந்து அனைவரும் காரில் ஏறிக் கோயிலுக்குப் புறப்பட்டார்கள். வழியில் எந்தப் பிரச்சினைகளுமில்லை. எல்லாமே சுபம்.

கோயிலுக்கு வந்து சேர்ந்தார்கள். ஆயிஷா பீவியும் குழந்தையும் அப்துல் ரசாக்கும் கோயிலுக்குள் நுழைந்தார்கள். ஆயிஷா பீவி குழந்தையைத் தூக்கி சிங்கிடி முங்கனிடம் நீட்டினாள். அப்போதும் அவள் குழந்தைக்கு முத்தம் கொடுத்தாள். ஆயிஷா பீவிக்கு ஒரு ஆசையேற்பட்டது அப்போது. சிங்கிடி முங்கனை ஒரு தடவை தொட்டுப் பார்க்க வேண்டும். முடியுமா?

விஷயத்தை அப்துல் ரசாக்கிடம் சொன்னாள். அவன் போய் கரியாத்தனிடம் சொன்னான். கோயிலில் உத்திரமாகக் கட்டிவைத்திருந்த மூங்கில் கம்பில் தராசைக் கட்டித் தொங்க விட்டுக்கொண்டிருந்த கரியாத்தன் இதைக் கேட்டதுமே சொன்னான்:

"அய்யோ, உக்கிர மூர்த்தியாக்கும். முன்கோபியும்கூட. சுயம்பு! பெண்கள் யாரும் தொடக் கூடாது. தொட்டால் பற்றியெரிந்து சாம்பலாகிவிடுவாங்க... ஆனா, ஒண்ணு, பதிவிரதை என்கிறதுலெ நல்ல உறுதியிருந்தால் மட்டும் தொடலாம்."

ஆச்சரியமான பதிலைக் கேட்டதும் ஆயிஷா பீவி நீர் நிறைந்த கண்களோடு அப்துல் ரசாக்கைப் பார்த்தாள். அவளுக்குத் தொட்டுப் பார்க்க வேண்டும். தொட்டால் பற்றியெரிந்து சாம்பலாகிப் போய்விடுவோமா... ஆயிஷா பீவி வலது கையை நீட்டி நடுக்கத்தோடு சிங்கிடி முங்கனைத் தொட்டாள்... எதுவுமே நடக்கவில்லை. க்ளீன்! பதிவிரதை தான்... பதற்றம் நிறைந்த நிமிடம் அது. ஆயிஷா பீவியும் அப்துல் ரசாக்கும் சேர்ந்து கூட்டுப் பிரார்த்தனை செய்தார்கள்.

"ஹர ஹர சிங்கிடி முங்கன்."

பிறகு, குழந்தையைத் தராசின் ஒரு தட்டில் உட்கார வைத்துப் பிடித்துக்கொண்டார்கள். துலாபாரம், புனிதமும் மங்களகரமுமான

ஒரு கர்மம். கரியாத்தன் காலியாக இருந்த தராசின் ஒரு தட்டில் மீனை நிறைத்துவைத்தான். சமமாக அல்ல, மீன்தான் அதிக எடையிருந்தது. மங்களம்!

அப்படியாக, மகத்தான அந்தப் புனித கர்மமும் நிறைவேறியது.

மீன்களை ஒரு பாத்திரத்தில் போட்டு கரியாத்தன் கோயிலுக்குள் கொண்டுபோய் சிங்கிடி முங்கனின் மீது பயபக்தியுடன் சொரிந்தான். கள்ளுக்குடத்தைப் பக்கத்தில் வைத்தான். மூன்றுபேரும் சேர்ந்து சத்தமாகச் சொன்னார்கள்:

“ஹர ஹர சிங்கிடி முங்கன்.”

எல்லாமே சுபம். எல்லாமே மங்களம். எல்லாம் திருப்தியுடன் நடந்தேறின.

கரியாத்தன் கோயிலின் நடையை அடைத்தான். மகிழ்ச்சியுடன் அவர்கள் காரை நோக்கி நடந்தார்கள். காரில் ஏறி அமர்ந்ததும் அப்துல் ரசாக் கேட்டான்:

“கரியாத்தா, ஒரு ஆண்யானை வாங்கிக் கோயிலுக்குக் கொடுத்தா என்ன?”

கோயில் வாசலில் ஆண் யானை வாங்கிவிடுவது புண்ணிய கர்மம். ஆண் யானைகளை வாங்கிக் கோயில் வாசலில் நிறுத்திய பாக்கியசாலிகளைப் பற்றி நினைத்துப் பார்த்தான் கரியாத்தன். புண்ணியவான்கள். ஒரு முப்பதாயிரம் ரூபாய் கொடுத்தால் இலட்சணங்கள் ஒத்த ஒரு நல்ல ஆண் யானை கிடைக்கும்.

“யானை இனமே சரியில்லாதது.” கரியாத்தன் சொன்னான்: “ஆட்களையெல்லாம் சரமாரியாகக் குத்திக் கொல்லுது. பாகன்களைக் குத்திக் கொல்றதை அது ஏதோ ஒரு புனித கர்மம்போல் செய்துட்டிருக்கு. மட்டுமில்லே, அதுக்கெல்லாம் தினமும் தீவனம்வேறே போடணும். குளிக்க வைக்கணும். யானையாலே வேறெ என்ன நன்மை இருக்கு? ஒரு நல்ல கறவைப் பசுவை வாங்கிக் கோயில்வாசலில் விடலாமே? சிங்கிடி முங்கனுக்குப் பாலாபிஷேகமும் செய்யலாம்.”

“அதுதான் சரி.” அப்துல் ரசாக் சொன்னான்:

“ஆயிஷாவுக்கும் ஒரு ஆசை இருக்கு நாம அதை நிறைவேத்தி வைக்கணும். கோயில், கறையான் பிடித்து இத்துப்போயில்லே இருக்கு? நமக்குக் கோயிலை புனருத்தாரணம் செய்யணும். நல்ல மரப்பலகைபோட்டு அழகான மேல்கூரை கட்டி, கல்சுவர் கட்டி ஓடு வேய்ஞ்சு வெள்ளையடிக்கணும். தரைக்கு சிமெண்டு தளம் போடணும். பீடத்தை அழகுபடுத்தணும். சிங்கிடி முங்கனை நல்ல

ஒரு சிமெண்டு சிம்மாசனத்தில் பிரதிஷ்டை செய்யணும். கோயிலை ஒட்டுமொத்தமா அழகுபடுத்தணும். மின்சார விளக்குகள் போடணும். கோயிலின் உள்புறத்தையும் வெளிப்புறத்தையும் வெளிச்சமாக்கணும்."

"ஹர ஹர சிங்கிடி முங்கன்."

"ஒரு தச்சுவேலை செய்றவனைக் கொண்டுவந்து காட்டி முதல்லே உத்தேசக் கணக்குப் பார்க்கணும். நான் போயிட்டு வந்த பிறவு வேலையைத் தொடங்கினாப் போதும். நாளைக்குக் காலைலே நீ வீட்டுக்கு வா. உனக்குத் தர்றதுக்காக நான் சில சாமான்கள்லாம் கொண்டு வந்திருக்கேன். நாளைக்கு எங்க வீட்டிலேதான் உனக்குச் சாப்பாடு. சரி, நாங்கள் புறப்படுகிறோம்."

ஆயிஷா பீவியும் அப்துல் ரசாக்கும் கரியாத்தனும் சேர்ந்து சொன்னார்கள்:

"ஹர ஹர சிங்கிடி முங்கன்."

கார் புறப்பட்டது. அவர்கள் போய்விட்டார்கள்.

புண்ணியவாளன். புண்ணியவாட்டி. புண்ணியக் குழந்தை.

கரியாத்தன் திரும்பிக் கோவிலைப் பார்த்து மெல்ல நடந்தான். நாளை என்னவெல்லாம் தரப்போகிறான்? எதுவுமிருக்கட்டும். நேரில் தெரிந்துகொண்டால் போயிற்று. இப்போது மீனும் கள்ளும் தயார். கொஞ்சம் மீனைப் பொரிக்க வேண்டும். கொஞ்சம் மீனைக் குழம்பு வைக்கலாம். குழம்பில் மிளகாயும் இஞ்சியும் நிறையச் சேர்க்கச் சொல்ல வேண்டும். கொடம்புளி சேர்க்க வேண்டும். மீன் குழம்புக்குக் கொடம்புளிதான் ருசி! கொஞ்சம் எரிப்பும் புளிப்புமெல்லாம் தூக்கலாக இருந்தால் கள்ளுக் குடிக்கும்போது நல்ல ரசனையாக இருக்கும். அயலை, கணவா, சிறு திருதா, ஆவோலி, கரி மீனும் இருக்கிறது. இரண்டு கரி மீன்களில் மிளகையும் மஞ்சளையும் உப்பையும் கொஞ்சம் காட்டமாகப் புரட்டி, எண்ணெய்யில் பொரித்தெடுத்துத் தீயில் வாட்டிய வாழையிலையில் பொதிந்து கள்ளுக் கடைக்காரன் கேளுமூப்பனுக்குக் கொண்டுபோய்க் கொடுக்க வேண்டும். ஆதிப் புலையர்கள் எப்படி வாழ்கிறார்களென்பதைக் கேளு மூப்பன் அறிந்துகொள்ளட்டும்.

சாப்பிட வேண்டும், குடிக்க வேண்டும், அனுபவிக்க வேண்டும், தூங்க வேண்டும் – இதுதான் வாழ்க்கை. இதைச் சொன்ன ஆள் யார்? யாராக இருந்தாலும் உண்மையில் பெரிய ஆள்தான். சித்தாந்தி! வாழ்க்கை மகிழ்ச்சி நிரம்பிய ஒன்று. இதற்கு அப்பீலே இருக்க முடியாது. யாராலும் இதை மறுக்கவும் முடியாது.

ஆனந்தம் ... ஆனந்தம் ... பரமானந்தம் ... இப்படியெல்லாம் நினைத்தபடியே கோயிலை நெருங்கியபோது – உள்ளே என்ன அது? உறுமல் சத்தம், குரைப்பு, சீறும் சத்தம் ...

பயங்கரமான கலாட்டா ...

கோயில் நடைவாசல் திறந்துகிடக்கிறது. அடைத்துவிட்டுப் போன நடைவாசல் ... திறந்தது யார்? உள்ளே ஒரே ஆரவாரம்..! ஊரிலுள்ள சகலமான நாய்களும் சகல பன்றிகளும் சகல பூனைகளும் எல்லாமே சேர்ந்து சாமியைத் தரிசனம் செய்வதற்கு வந்திருக்கின்றன.

கரியாத்தன் வெளியே இருந்து ஒரு கம்பைத் தேடியெடுத்து எல்லாவற்றையும் சகட்டு மேனிக்கு அடிக்கத் தொடங்கினான். முதலில் குரைத்துப் பார்த்தன, உறுமிப்பார்த்தன, சீறிப்பார்த்தன. கடைசியில் எல்லாம் ஓட்டமெடுத்தன. இடம் காலியான பிறகு கரியாத்தன் பதற்றத்துடன் பார்த்தான். மீனின் சிலாம்பு கூட மிச்சமில்லை. கள்ளுக்குடம் உடைந்து தகர்ந்துபோய்க் கிடந்தது.

கரியாத்தனுக்கு நடுக்கம் ஏற்பட்டது. கரியாத்தனுக்கு உதறலெடுத்தது. கரியாத்தன் மெதுவாக அலறியபடியே சிங்கிடி முங்கனிடம் கேட்டான்:

“சிங்கிடி முங்கா ... களுவேறிக்குப் பொறந்தவனே, நீ என்ன வேலை செஞ்சு வெச்சிருக்குறே? அடேய், உன் எதிரிலே நிக்கிற நான் யார்னு தெரியுமாடா உனக்கு? நான் சாட்சாத் கரியாத்தன். உன் பூசாரிடா! உனக்கு நைவேத்தியம், மந்திர உச்சாடனம், கற்பூரத் தீபம், நெய்விளக்கு, கீர்த்தனாலாபனம், தீபாராதனை – உனக்கு இதெல்லாம் நினைவிருக்குதா, கூத்தச்சிக்குப் பொறந்தவனே? அடேய், இங்கே என்ன தினமுமா துலாபாரம் நடக்குது? தவமாத் தவமிருந்து கிட்டிய ஒரு துலாபாரம். அதுவும் மீன். நல்ல கள்ளையும் ஒவ்வொரு மீனையும் பார்த்து வாங்கினேன்டா! ஆனால், நீ? களுவேறிக்குப் பொறந்தவனே, ஒரு துண்டுமீன் எனக்குக் கிடைச்சுதா? ஒரு சொட்டுக் கள்ளுக் கிடைச்சுதா? நாயும் பூனையும் பன்னியுமெல்லாம் உன் அப்பன்மார்களா? அடேய், உன்னை எந்த கெட்டவார்த்தையாலெ திட்டுறதுன்னே எனக்குத் தெரியல்லை. அடேய், ஒரு பெரிய சுத்தியலைக் கொண்டுவந்து அடிச்சு உன்னை ஜல்லிக் கல்லுகளாக்கி அப்பிடியே சாக்குப் பையிலே கெட்டிக் கடல்லே கொண்டுபோய் எறிஞ்சுடுவேன்டா. அடேய், நீ இந்தக் கரியாத்தன்கிட்டேயே விளையாடுறே? இன்னா வாங்கிக்கோ.”

கரியாத்தன், சிங்கிடி முங்கனை எட்டி உதைத்தான். சிங்கிடி முங்கன் பொதடீர்னு மல்லாந்து கீழே விழுந்தான்.

“அங்கியே கிட. கூத்தச்சிக்குப் பொறந்தவனே, அங்கியே கிட.”

சாமி தரிசனம் செய்யவந்தவர்களில் சிலர் சிங்கிடி முங்கனின் முன் கக்கூசுக்குப் போயிருப்பது கரியாத்தனின் கண்ணில் பட்டது. கரியாத்தன் வெளியே வந்து கொஞ்சம் வைக்கோலும் குப்பையும் கொண்டுவந்து மிலேச்சங்களைக் கூட்டியள்ளிக்கொண்டுபோய்த் தூர எறிந்தான். பிறகு உடைந்த கள்ளுக் குடத்தின் துண்டுகளைப் பொறுக்கியெறிந்து இடத்தைச் சுத்தம் செய்தான். எல்லாவற்றையும் கூட்டிச் சுத்தம்செய்துவிட்டு வெளியே நிற்கும்போது தூரத்தில், வயலின் மறுகரையிலிருந்து ஒரு பக்தையும் பக்தனும் கோழியுடன் வந்துகொண்டிருந்தார்கள். கோழி, சேவலா பெட்டையா?

கரியாத்தன் சிங்கிடி முங்கனைத் தூக்கி நேராக நிறுத்தி மண்ணைப் போட்டு மிதித்து உறுதியாக்கினான். ஆங்காங்கே பதிந்திருந்த மண்ணையும் சகதியையும் துடைத்துவிட்டுக்கொண்டு நிற்கும்போது பக்தர்கள் வந்து சேர்ந்தார்கள். சேவல்தான்.

அவர்கள் பக்தியுடன் கோவில் வாசலையடைந்ததும் வாசம் பிடித்தபடிக் கேட்டார்கள்:

“கள்ளு வாசமும் பச்சைமீன் வாசமும் அடிக்குதே?”

“அடிக்காமெ என்ன செய்யும்?” கரியாத்தன் சொன்னான்: “மீன் துலாபாரம். முஸ்லிம் ஜாதிக்காரங்க. பெஞ்சாதியும் புருசனும். கல்யாணம் முடிஞ்சு பத்துவருஷமான பெறவும் குழந்தை கிடையாது. பிரார்த்தனை, வழிபாடு, நேர்ச்சை. முஸல்மான் புனிதர்கள், கிறிஸ்தியானி புனிதர்கள், புனிதவதிகள், நம்பூதிரிமாரு, பட்டன்மாரு, நாயம்மாரு, கொங்கிணிமாருன்னு எல்லா தெய்வங்ககிட்டேயும் வேண்டிப்பாத்தாங்க. ஒவ்வொரு கோயில் கோயிலா, தியம்மாரு ஈழவம்மாருன்னு. கோயில்கள், தெய்வங்க, குட்டிச்சாத்தானுங்க, சபரிமலை அய்யப்பர், வாவருசாமி, பீமா பள்ளி – சுருக்கமாச் சொல்றதுன்னா நேர்ச்சையும் கையுமா நடந்தாங்க. எல்லாமே செய்து பாத்தாங்க. நிறைய பணமும் செலவானது. என்ன பலன் கிடைச்சுது?”

“பெறவு?”

“கடைசி கடைசியா சிங்கிடி முங்கன் சாமிட்டெ வந்து சேந்தாங்க.”

“வந்து சேருவாங்கள்லா, எல்லாரும். கடைசியில் இங்க தானே வந்து சேரணும்.”

“திரு சன்னிதிக்கு வந்து சங்கடத்தைத் தீக்கச் சொல்லி பிரார்த்தனை செய்தாங்க.”

"பெறவு?"

"பெஞ்சாதி கர்ப்பமாகிக் குழந்தைப் பெத்துக்கிட்டா, ஆண் குழந்தை. அந்தக் குழந்தையோட மீன் துலாபாரம்தான் நடந்தது. கூடவே ஒரு குடம் கள்ளும்."

"கள்ளும் மீனும் எங்கே?"

"மாயம்."

"அப்படின்னா?"

"காணல்லே. மாயமாக மறைஞ்சுபோச்சு."

அந்தப் பெண் பக்திப் பரவசத்துடன் சொன்னாள்:

"சேர்ந்து பிரார்த்தனை செய்வோம்."

மூன்றுபேரும் சேர்ந்து சத்தமாகச் சொன்னார்கள்:

"ஹர ஹர சிங்கிடி முங்கன்."

"சரி, நீங்க வந்த விஷயம்?"

"குழந்தைதான். எங்க ஆடு பிரசவிக்கவில்லை."

"அக்கம் பக்கத்திலே எங்கேயும் கடா இல்லையா?"

"இரண்டு மூன்றெண்ணம் உண்டு."

"ஆடு பிரசவிக்கும். ஆனையாக இருந்தாலும் சரி, பிரசவிச்சே தீரணும். என்ன கொண்டுவந்திருக்கிறீங்க?"

"கோழி."

"கால்களைக் கட்டிப்போட்டிருக்கிறீங்களா?"

"கட்டியிருக்கிறோம்."

"கொண்டுபோய் பாதத்திலே கீழே வையுங்க. கவனம்! உக்கிர மூர்த்தியாக்கும். முன்கோபி. சாம்பலாக்கிப்போடுவார்."

அவர்கள் கோழியைக் காணிக்கையாக வைத்துச் சங்கடம் சொல்லித் தொழுதுவிட்டு வந்தார்கள். கரியாத்தன் சொன்னான்:

"அந்த முஸ்லிம் ஜாதிக்காரங்க நம்மக் கோவிலைப் புதுசாக் கட்டி ஓடுபோட்டுக் கரண்டும் ஏற்பாடு செய்து தருவாங்க."

"ஹர ஹர சிங்கிடி முங்கன்."

பக்தர்கள் அங்கிருந்து போனதும் கரியாத்தன் நினைத்துக் கொண்டான். இனி எப்போதுமே கோயிலில் ஒரு ஆள் இருக்க வேண்டும். பூட்டும் சாவியும் வைத்த ஒரு உண்டியல் பெட்டி வைக்க

வேண்டும். பக்த கோடிகள் வந்து கயிற்றை அவிழ்த்து வாசலைத் திறந்து உள்ளேபோய்க் கும்பிட்டு வருத்தங்களைத் தெரிவித்துக் காணிக்கைகளைக் கீழே வைத்துவிட்டுப் போவதுதான் வழக்கம். காசெதுவும் இதுவரை திருட்டுப்போனது கிடையாது. அதற்கான தைரியம் யாருக்குமே வராது. இருந்தாலும் உண்டியல் பெட்டி தேவை. அந்திக் கால பூஜையும் தீபாராதனையும் செய்ய வேண்டும். அதிகாலை பூஜையும் நடத்த வேண்டும். ஃபுல்டைம் ஓர்க்கர் தேவை. பார்க்கலாம். எல்லாம் சரியாகும். கரியாத்தன் உள்ளே போய் சிங்கிடி முங்கனிடம் சொன்னான்:

“சிங்கிடி முங்கா, நான் பழைய கரியாத்தன்தான். நமக்குள்ளே ராசியாயிடலாம். நான் செய்ததையும் சொன்னதையுமெல்லாம் மன்னிச்சுடு. வர்ற திருவிழாவுக்கு உனக்குத் தனியாக ஒரு பதினொரு குத்துவெடியை இந்த கரியாத்தன் வெடிப்பேன். டப் டப் டப்புனு பதினொரு வெடி. இப்போ, சிங்கிடி முங்கன் பெயருக்கு நூற்றியொரு ஸ்தோத்திரங்களை இந்த கரியாத்தன் சொல்வான். கொஞ்ச நேரத்திற்குப் பெறவு கோழி இரத்தம். என்ன திருப்திதானா?”

கரியாத்தன் நின்ற இடத்திலேயே பக்தியுடன் ஹர ஹர சிங்கிடி முங்கன் என்று நூற்றியொரு தடவை எண்ணி உருவிட்டான். பிறகு, கோழியின் கழுத்தையறுத்துக் கொஞ்சம் இரத்தத்தைச் சிங்கிடி முங்கனுக்குக் கொடுத்தான். கொஞ்சம் போல் அவனும் குடித்தான். கோயில் வாசலைச் சாத்திக் கட்டிவைத்துவிட்டு கரியாத்தன் கோழியுடன் கிளம்பினான். கோழிக்கறி வைத்துச் சாப்பிட்டுவிட்டுத் தூங்கும்போது சிங்கிடி முங்கன், கரியாத்தனிடம் வந்து எல்லாவற்றையும் மன்னித்து விட்டேன் என்று சொல்வதுபோல் கனவு கண்டான். கனவில், சிங்கிடி முங்கன் வந்த விவரத்தைக் கரியாத்தன் மனைவியிடம் சொன்னபோது அவள் கேட்டாள்:

“நமக்குக் கலியாணமாகி இருபது வருடங்களாயிப்போச்சே, தெய்வம் நமக்கு மட்டும் ஏன் இதுவரை குழந்தையைத் தராமலிருக்கு?”

“அது என்னுடைய குத்தமா?”

கரியாத்தன் காலையிலேயே ஆயிஷா பீவியின் வீட்டுக்குச் சென்றான். அங்கே எல்லாருமே மகிழ்ச்சியாக இருந்தார்கள்.

புட்டு, பயறு, அப்பளம், பழம், சாயாவெல்லாம் கொடுத்தார்கள். சாப்பிட்ட பிறகு கரியாத்தன் டன்ஹிலைப் பற்றவைத்துப் புகைவிட்டான். பிறகு, வழக்கமான மங்கள கர்மங்கள் ... பொன்னாடை அணிவித்தல்.

அப்துல் ரசாக்கும் ஆயிஷா பீவியும் சேர்ந்து கரியாத்தனுக்குப் பொன்னாடை போர்த்தினார்கள். அதில் பொன்னெல்லாம் எதுவுமில்லை. விலையுயர்ந்த ஒரு வெளிநாட்டுச் சால்வை. கூடவே, கரியாத்தனின் இடது கை மணிக்கட்டில் ஒரு ஃபாரின் வாட்சும் அணிவித்தார்கள்.

"வாட்சுக்குச் சாவிகொடுக்க வேண்டாம். சும்மா கெட்டியிருந்தாலே போதும். அதுபாட்டுக்கு ஓடிட்டிருக்கும்."

அப்புறம் சட்டைத் துணி, ஒரு டபுள்வேஷ்டி, உல்லன் முழுக்கை பனியன், பவுண்டன் பேனா, பெரிய டார்ச் லைட், சோப்புகள், சவரக் கருவி, தலைவலிக்குப் புரட்டும் டைகர் பாம், ஒரு பெல்ட்டு, ஒரு குடை – எல்லாமே சுத்தமான வெளிநாட்டுச் சாமான்கள். கரியாத்தனின் மனைவிக்கு ஒரு சேலை, ஒரு ஜாக்கெட் துணி, இரண்டுமே ஃபாரின்தான். ஃபாரின் குடையை விரிக்கும் தொழில் நுட்பத்தையும் சொல்லிக்கொடுத்தார்கள்.

"கரியாத்தனுக்கு எத்தனைக் குழந்தைங்க?" ஆயிஷா பீவி கேட்டாள்.

கரியாத்தன் சொன்னான்:

"கலியாணம் முடிஞ்சு இருபது வருடங்களாகுது. இதுவரையிலும் குழந்தை இல்லை."

"அது ஏன் சிங்கிடி முங்கன் உங்களுக்குக் குழந்தையை அருளிச் செய்யல்லே?"

"சிலபேர்களுக்கு உடனுக்குடன். சிலபேர்களுக்குத் தாமதமா. இதெல்லாம் தெய்வ இரகசியங்கள். யாருக்குத் தெரியும்?"

ஆயிஷா பீவியையும் அப்துல் ரசாக்கையும் சிங்கிடி முங்கன் தெய்வம் உடனடியாக அருளியிருக்கிறது ஆச்சரியமான விஷயம்தான்.

ஆயிஷா பீவி சொன்னாள்:

"எனக்கொரு நேர்த்திக் கடனிருக்கிறது. கோயில் திருவிழாவில் எனக்கு முடியாட்டம் நடத்த வேண்டும்."

"முடியாட்டம் உன்னதமான ஒரு புனித கர்மம். முடியாட்டம்னா அது முடியாட்டம்தான். அது ஒரு மாபெரும் சத்தியவாக்கு."

"கரியாத்தனோட பெஞ்சாதியை இங்கே அனுப்பிவைச்சு எனக்கு முடியாட்டம் சொல்லித்தரச் சொல்லணும்."

“இது எவ்வளவு பெரிய புனித கர்மம். கண்டிப்பா வந்து சொல்லித்தருவா.”

அப்துல் ரசாக் சொன்னான்:

“கோயில் திருவிழாவிலே நான் உறுமியாடுவேன்.”

“மகாப் புனித கர்மம். உறுமலாம். ஆடலாம் – உறுமியாடலாம். அதுதான் சத்தியவாக்கு.”

“உறுமியாட கரியாத்தன் எனக்குச் சொல்லித் தரணும்.”

“அந்தப் புனித கர்மத்தை நிறைவேத்த நானே சொல்லித் தர்றேன்.”

“நாம ஒரு தப்பு பண்ணிட்டோம்.” அப்துல் ரசாக் சொன்னான்: “துலாபாரமெல்லாம் நடத்தியதை போட்டோ எடுத்து எல்லாப் பத்திரிகைகளுக்கும் செய்தியாகக் கொடுத்திருக்கணும்.”

“எனக்கும் மறந்து போயிட்டுது.” ஆயிஷா பீவி சொன்னாள்.

“குழந்தையும் நானும் அவுங்களும் சிங்கிடி முங்கன் மதத்துலே சேர்ந்துடுறோம். எங்களுக்கு அதுலே பெரிய நம்பிக்கையிருக்குது.”

“முஸல்மான் ஜாதி ரொம்ப மோசம்.” கரியாத்தன் சொன்னான்: “அவுங்க உங்க மூணுபேரையும் வெட்டித் துண்டு துண்டாக்கி எறிஞ்சுடுவாங்க.”

“எங்களையா ?”

“யாரையா இருந்தாலும்.”

“நாங்கள் அவுங்களோடெ செலவுலே ஒண்ணும் வாழல்லே. விருப்பமான மதத்துலே சேர்றதற்கான உரிமை இந்த நாட்டுலே யாருக்கும் உண்டு. எங்களுக்கு எங்க செல்ல மவனைத் தந்தது யாரு ?”

“அற்புதம்தானே ? அற்புதங்கள்லாம் தினமும் நடந்துட்டு தானிருக்கு. அதையெல்லாம் யாரு கவனிக்கிறாங்க ? சிங்கிடி முங்க மதத்தோட வாசல் கதவுகள்லாம் விரியத் திறந்துதான் கிடக்கு. முஸல்மான் ஜாதி அப்பிடியே உள்ளே வரலாம். அவுங்களோட முஸல்யார்மாரும் தங்ஙள்மாரும் மௌலவிகளும் கூட வரலாம்.”

“செய்குகளும் இருக்கிறாங்க.”

“அவுங்களும் வரட்டுமே. கிறிஸ்தியானிகளும் கூட்டமா வரட்டும். அவுங்களோட பாதிரிமாரும் கன்யாஸ்திரீமாரும் பிஷப்புமாரும் போப்பும் – எல்லாருமே வரட்டும். நம்பூதிரிங்க வரட்டும். பட்டன்மார், நாயம்மார், கொங்கிணி, சீக்கியரு,

ஜைனரு, பவுத்தம்மாரு எல்லாரும் வரட்டும். தியங்க வரட்டும், ஈழவங்க வரட்டும். எல்லா சண்டாளம்மாரும் வரட்டும். மக்கள் அனைவருமே வரவேற்கப்படுகிறார்கள். சிங்கிடி முங்க மதம்தான் நவபாரதத்தின் புத்தம்புதிய பிரவாகம். இது உலகப் பிரவாகமாகப்போகிறது. காதுள்ளோர் கேட்கக் கடவீர்."

"கரியாத்தா ..." ஆயிஷா பீவி கேட்டாள்:

"சிங்கிடி முங்க மதத்துலே கள்ளுக்குடிக்கிறது கட்டாயமா?"

கரியாத்தன் பேசினான்:

"கள்ளின் வரலாற்றை முதலில் நான் சொல்லிவிடுகிறேன். சிங்கிடி முங்கன், ஆதியில் மூன்று நான்கு தென்னை மரங்களையும் நான்கைந்து பனைமரங்களையும் சிருஷ்டித்தான். அவனே அதிலிருந்து கள்ளிறக்கினான். நல்ல கள்ளு. குடித்துப் பார்த்தான். இனித்தது. பிறகு, அந்தத் தென்னைகளிடமும் பனைகளிடமும் அவன் இன விரித்தியாகும்படி சொன்னான். அந்த ஆதிகுல விருட்சங்களின் சந்ததியினர்தான் இப்போது நாம் பார்க்கும் பனைகளும் தென்னைகளும்."

சோறு, மீன்குழம்பு, பொரித்தமீன், இஞ்சிப் பச்சடி, தயிர்.

சோறு, திருதாக் குழம்பு, பொரித்தது. மிளகுப்பச்சடி, தயிர், குழாய்ப் புட்டு.

உருளைக் கிழங்குக் கறி, ஆட்டுக் கறி, குருணைக் கஞ்சி.

சோறு, கோழிக் கறி, பொரித்த கோழி, பொரித்த அப்பளம்.

புரோட்டா, கறி, சாயா.

பிரியாணி (வெஜிட்டபிள்), சட்னி, கடுஞ்சாயா.

பிரியாணி (முட்டை), சட்னி, கடுஞ்சாயா.

தேங்காய்ச் சோறு, ஆட்டுக் கறி, பருப்பு, அப்பளம், சட்னி.

சோறு, போத்துக் கறி, மசால் புரட்டியது, பருப்பு, அப்பளம், சட்னி.

நெய்ச் சோறு, கோழிக் கறி, அப்பளம், தொடுகறி.

பிரியாணி (ஆடு), தயிர், சட்னி, கடுஞ்சாயா.

பிரியாணி (கோழி), இஞ்சிப்பச்சடி, கடுஞ்சாயா.

பிரியாணி (மீன் – திருதா), எலுமிச்சம் பழக்குழம்பு, கடுஞ்சாயா என, எல்லா ஆகார வகைகளையும் அடிக்கடி நிறைய தின்ற பிறகு உடம்பில் ஒரு மினுமினுப்பும் வந்து இஸ்லாம் மதம்

பரவாயில்லை போலிருக்கிறதே என்ற எண்ணமும் கரியாத்தனுக்கு வந்தது. மதரீதியிலான இந்த ஊசலாட்டம் கரியாத்தனிடம் சில நாட்கள்தான் இருந்தது. மீண்டும் அவன் சிங்கிடி முங்க மதத்திலேயே உறுதியுடன் நின்றான். இதுபோன்ற சின்னஞ்சிறு ஊசலாட்டங்கள் மனித வாழ்வில் இயல்புதான்.

குழந்தைக்குப் பெயரிடும் விஷயத்தைப் பற்றி இடையிடையே அப்துல் ரசாக்கின் உம்மா நினைவுப்படுத்திக் கொண்டிருந்தாள். உப்பப்பா இருக்கிறார் அல்லவா, அதாவது தாத்தா – அவரது பெயரைச் சூட்டலாம். இறைத் தூதர்களின் பெயர்கள், மகான்களின் பெயர்கள், புகழ்பெற்ற அரசர்களின் பெயர்கள், பிரதம மந்திரிகளின் பெயர்கள், ராஷ்டிரபதிகளின் பெயர்கள் என்று யாருடைய பெயரை வேண்டுமானாலும் சூட்டலாம், பெயர் அழகாக இருக்கவேண்டும். அதற்கொரு அர்த்தமிருக்க வேண்டும். கூப்பிடுவதற்குச் சிரமமில்லாமலிருக்க வேண்டும். எளிமையும் அழகும் நிறைந்த பெயர். பிரச்சினை தீவிரமானதுதான். என்ன பெயர் சூட்டுவது?

அப்துல் ரசாக்கும் ஆயிஷா பீவியும் சேர்ந்து யோசனை செய்து உறுதிப்படுத்தினார்கள். மகத்தான அந்தப் பெயர் என்ன?

ஆமாம்! நேரமும் காலமும் ஒத்துவரும்போது அந்த மங்கள காரியமும் நடந்தேறும்.

பசுவும் கன்றும் வந்தன. அதிக பால் கறக்கும் இனம். விலை குறைவாகக் கிடைத்தது. நான்காயிரத்து ஐந்நூறு ரூபாய்.

பசுவும் கன்றும் கரியாத்தனின் ஒரு சிப்பந்தியுடன் ஏற்கெனவே கோயிலுக்குப் போய்விட்டன. பின்னால் அப்துல் ரசாக்கும் ஆயிஷா பீவியும் செல்லமகனும், கூடவே கரியாத்தனும் காரில் மெதுவாகப்போய்க்கொண்டிருந்தார்கள். கார் மெல்ல அமைதியாகப் போய்க்கொண்டிருந்தது. உள்ளே அருமாந்த மகனல்லவா இருக்கிறான்! காரில் அசைவுகள் இருக்கக் கூடாது. சாலையோரத்தில் காரை நிறுத்திவிட்டு அவர்கள் இறங்கினார்கள். மெதுவாகக் கோயிலைப் பார்த்து நடந்தார்கள். நாய்களின், பன்றிகளின், ஆடுகளினிடையினூடே நடந்துபோனார்கள். கரியாத்தன் நாய்களையும் பன்றிகளையும் வாய்ப்புக் கிடைத்தபோதெல்லாம் உதைத்தவாறே நடந்தான். குழந்தைக்கு மீன் துலாபாரம் செய்தவர்களும் கோயிலைப் புதிதாகக் கட்டிக்கொண்டிருப்பவர்களுமான முஸ்லிம் ஜாதிக்காரர்கள் கோயில் தரிசனம் செய்ய வருவதையறிந்து ஆண்களும் பெண்களும் குழந்தைகளும் முதியோர்களும் – எல்லாரும் உட்பட்ட பெரிய பக்தர்கள் கூட்டம் அப்துல் ரசாக், ஆயிஷா பீவி, மகன், கரியாத்தன் ஆகியவர்களின் பின்னால் ஆரவாரங்களுடன் நடந்தது.

அவர்கள் கோயிலில் பக்கத்தில் சென்றார்கள். கரியாத்தன் பசுவைக் கோயிலின் மூங்கில் தூணில் கட்டிப்போட்டான்.

கரியாத்தனின் உத்தரவின்படி அப்துல் ரசாக் கன்றுக்குட்டியைத் தூக்கிக்கொண்டு கோயிலுக்குள் சென்றான். சிங்கிடி முங்கனிடம் காண்பித்துவிட்டுப் பசுவையும் கன்றையும் கோயிலில் கட்டிப்போடலாம். ஆனால் உள்ளே தெளிவுடனில்லாத வெளிச்சத்தைப் பார்த்ததும் அப்துல் ரசாக் திகைத்துப்போய் நின்றான்.

கரியாத்தனும் ஆயிஷா பீவியும் செல்ல மகனும் உள்ளே வந்து பார்த்தார்கள். அவர்களும் திகைத்துப்போய் நின்றுவிட்டார்கள்.

கூட்டத்தில் நின்றிருந்த சில முக்கியஸ்தர்களும் உள்ளே ஏறிப்பார்த்துவிட்டு அதிசயித்து நின்றுவிட்டார்கள்.

இதென்ன ஆச்சரியம்?

சிங்கிடி முங்கன் ... இல்லை.

யாரோ சிங்கிடி முங்கனைத் திருடிக்கொண்டு போயிருக்கிறார்கள்.

பக்தர்கள் ஒட்டுமொத்தமாகக் கொந்தளித்தார்கள். சிங்கிடி முங்கனைத் திருடிச்சென்ற அந்த துஷ்டர்கள் யார்?

அவர்களைக் காலப் பாம்புதான் கடிக்கும்.

அப்துல் ரசாக் அனைவரையும் அமைதிப்படுத்தினான். பிரதம மந்திரி, ராஜாங்க மந்திரி, முதல் மந்திரி – ஆகியவர்களுக்கு அவசரத் தந்தியடிக்கச் சொன்னான். தந்திச் செலவுகளுக்காகக் கரியாத்தனிடம் ஐந்நூறு ரூபாய் கொடுத்தான். போலீசுக்கும் பத்திரிகைகளுக்கும் தகவல் கொடுக்க வேண்டும். தந்தியடிக்க வேண்டும். போலீஸ் இன்ஸ்பெக்டரை நேரில் சந்தித்து விவரத்தைச் சொல்ல வேண்டும். எல்லாவற்றிற்குமான பணத்துடன் முக்கியஸ்தர்கள் ஓடினார்கள்.

பக்தர்களின் முன்னிலையில் பசுவையும் கன்றையும் அப்துல் ரசாக் சிங்கிடி முங்கன் கோயிலில் கட்டினான். அப்படியாக அந்த மங்கள கர்மம் நிறைவேறியது.

இனி குழந்தைக்குப் பெயர் சூட்ட வேண்டும். திறமையான போலீஸ்காரர்கள் சிங்கிடி முங்கனை எங்கிருந்தாவது தேடிப் பிடித்துக்கொண்டுவந்துவிடுவார்கள். மறு பிரதிஷ்டையும் தவறாமல் நடக்கும்.

அப்துல் ரசாக்கும் ஆயிஷா பீவியும் கரியாத்தனும் குழந்தைக்குப் பெயர் சூட்டும் மாபெரும் கர்மத்தை நிறைவேற்றத் தயாரானார்கள். மக்கள் கூட்டம் கவனமாகப் பார்த்துக்கொண்டு நின்றது. அப்துல் ரசாக், கரியாத்தனின் காதில் முணுமுணுத்தான். கரியாத்தனின் கண்கள் பிரகாசித்தன.

கரியாத்தன் மணியை ஆட்டினான். மக்களும் அப்துல் ரசாக்கும் ஆயிஷா பீவியும் தியானத்தில் மூழ்கினார்கள். கடைசியில் அவர்கள் கண்களைத் திறந்தார்கள். வந்துவிட்டது. மங்கள முகூர்த்தவேளை.

ஆயிஷா பீவி – அப்துல் ரசாக் தம்பதியின் அருமாந்தப் புதல்வனுக்கு அப்துல் ரசாக் பக்தியுடன் திவ்யமான அந்தப் பெயரைச் சூட்டி அழைத்தான்:

"சிங்கிடி முங்கன்."

பக்த ஜனங்களும் கரியாத்தனும் அப்துல் ரசாக்கும் ஆயிஷா பீவியும் புனித அட்டகாசம்போல் பயங்கர சத்தத்துடன் முழங்கினார்கள்:

"ஹர ஹர சிங்கிடி முங்கன்."

1991

பஷீரின் பிற நூல்கள்

(காலச்சுவடு வெளியீடு)

எங்க உப்பப்பாவுக்கொரு ஆனையிருந்தது

(நாவல்)

தமிழில்: **குளச்சல் யூசுஃப்**

ரூ. 150

பாத்துமாவின் ஆடு

(நாவல்)

தமிழில்: **குளச்சல் யூசுஃப்**

ரூ. 150

பால்யகால சகி

(நாவல்)

தமிழில்: **குளச்சல் யூசுஃப்**

ரூ. 125

ஆனைவாரியும் பொன்குருசும்

(நாவல்)

தமிழில்: **குளச்சல் யூசுஃப்**

ரூ. 100

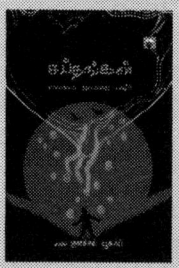

சப்தங்கள்
(நாவல்)
தமிழில்: **குளச்சல் யூசுஃப்**
ரூ. 140

உண்மையும் பொய்யும்
(கேள்வி – பதில்)
தமிழில்: **குளச்சல் யூசுஃப்**
ரூ. 275

காதல் கடிதம்
(நாவல்)
தமிழில்: **சுகுமாரன்**
ரூ. 100

மதில்கள்
(நாவல்)
தமிழில்: **சுகுமாரன்**
ரூ. 100

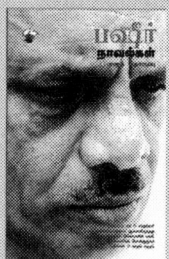

பஷீர் நாவல்கள்
(முழுத் தொகுப்பு)
தமிழில்: **குளச்சல் யூசுஃப், சுகுமாரன்**
ரூ. 590

குளச்சல் யூசுஃப்பின் பிற நூல்கள்

[காலச்சுவடு வெளியீடு]

எழுதியது

பாரசீக மகாகவிகள் (2018)

மொழிபெயர்த்தவை

மீஸான் கற்கள் (2004) – புனத்தில் குஞ்ஞப்துல்லா

மஹ்ஷர் பெருவெளி (2006) – புனத்தில் குஞ்ஞப்துல்லா

அழியா முத்திரை (2007) – இ.பி. ஸ்ரீகுமார்

ஒரு தந்தையின் நினைவுக் குறிப்புகள் (2005) – டி.வி. ஈச்சரவாரியர்

நளினி ஜமீலா (2006) – ஒரு பாலியல் தொழிலாளியின் சுயசரிதை

அடூர் கோபாலகிருஷ்ணன் (2008) – இடம் பொருள் கலை

பால்யகால சகி (2009) – வைக்கம் முகம்மது பஷீர்

பாத்துமாவின் ஆடு (2010) – வைக்கம் முகம்மது பஷீர்

ஆமென் (2010) – சிஸ்டர் ஜெஸ்மி

ஆனைவாரியும் பொன்குருசும் (2011) – வைக்கம் முகம்மது பஷீர்

உண்மையும் பொய்யும் (2011) – வைக்கம் முகம்மது பஷீர்

பர்ஸா (2009) – கதீஜா மும்தாஜ்

எங்க உப்பப்பாவுக்கொரு ஆனையிருந்தது (2009)
– வைக்கம் முகம்மது பஷீர்

சப்தங்கள் (2009) – வைக்கம் முகம்மது பஷீர்

சின்ன அரயத்தி (2010) – நாராயண்

திருடன் மணியன்பிள்ளை (2013) – ஜி.ஆர். இந்துகோபன்

பஷீர் நாவல்கள் (2016) – வைக்கம் முகம்மது பஷீர்

நாலுகெட்டு (2018) – எம்.டி. வாசுதேவன் நாயர்

காலம் (2020) – எம்.டி. வாசுதேவன் நாயர்